வைரமுத்தியம்

2025
பன்னாட்டுக் கருத்தரங்கம்

தொகுப்பாசிரியர்
மு.வேடியப்பன்

டிஸ்கவரி பப்ளிகேஷன்ஸ்
எண்: 9, பிளாட் எண்: 1080A, ரோஹிணி பிளாட்ஸ்
முனுசாமி சாலை, கே.கே.நகர் மேற்கு,
சென்னை-600 078. பேச: 99404 46650

DP-0442

வைரமுத்தியம்
தொகுப்பாசிரியர்: மு.வேடியப்பன்©

VAIRAMUTHIYAM
Compiled By: M.Vediyappan©

Printed in India

Edition 1st: March - 2025, 2nd April -2025

ISBN No: 978-93-49113-21-3

Pages: 392

Rs: 650

Publisher • Sales Rights

Discovery Publications	Discovery Book Palace (P) Ltd
No. 9, Plot,1080A, Rohini Flats, Munusamy Salai, K. K. Nagar West, Chennai - 78. Tamilnadu, India. Mobile: +91 99404 46650	No. 1055-B, Munusamy Salai, K. K. Nagar West, Chennai-600 078. Tamilnadu, India. Mobile: +91 87545 07070

discoverybookpalace@gmail.com / www. discoverybookpalace. com

இந்த நூலில் பிரசுரமாகியுள்ள எந்த ஒரு பகுதியையும் தொகுப்பாசிரியரின் எழுத்துபூர்வமான முன் அனுமதி பெறாமல் எடுத்தாள்வதோ, மறுபிரசுரம் செய்வதோ, திருத்தங்கள் செய்வதோ மொழியாக்கம் செய்வதோ, ஊடகங்களில் மறுபதிப்புச் செய்வதோ, காப்புரிமைச் சட்டப்படி தடை செய்யப்பட்டுள்ளது. இந்த நூலிலிருந்து சில பகுதிகளை மேற்கோள்காட்டி நூல்அறிமுகம் செய்யலாம்.

உங்கள் மொபைல் போனிலிருந்து ஸ்கேன் செய்து 'டிஸ்கவரி புக் பேலஸ்' மொபைல் ஆப்பை டவுன்லோடு செய்து, புத்தகங்களை வாங்குங்கள்.

பதிப்புரை

'தன்னிலும் உயர்ந்தவன் புலவன்' எனக் கருதிய மன்னன் பெருஞ்சேரல், முரசுகட்டிலில் அயர்ந்து தூங்கிய மோசிக்கீரனாருக்கு கவரி வீசினான் என்பது வரலாறு. புலவர்களைக் கொண்டாடியது தமிழ் மரபு. மக்களிடமிருந்து எழுந்த, மக்களில் ஒருவனாக நின்று பாடிய புலவர்கள், மன்னர்களுக்கு அறத்தைப் போதித்தார்கள். புலவர்களின் இடத்தைப் பிடித்த குருக்கள், மன்னர்களுக்கு ராஜதந்திரம் என்ற பெயரில் சுயநலம், சூழ்ச்சி, பரிகாரங்கள் என கற்பித்த காலத் தொடர்ச்சியில், வைரமுத்து அவர்கள், தனது தமிழ்ப் புலமை மூலம் சங்ககாலப் பாணனின் இருப்பை மறு உருவாக்கம் செய்துள்ளார்.

பூமி, அண்டம், பேரண்டம் போலவே என்னளவில் மொழி ஆகப்பெரும் ஆச்சரியம். கலை, பண்பாடு, கவிதை, இசை என எதுவாக இருந்தாலும், வெளியிலிருந்து மூர்க்கமான ஒரு திணிப்புக் கலாசாரம், அதற்கு எதிராக நடைமுறை மற்றும் மரபு சார்ந்த செயல்பாடுகள் என, மிகக் கூர்மையான இந்த இரண்டு முரண்களுக்கு இடையில் எப்போதும் தமிழ் சிக்கிக்கொண்டு தன்னைத் தக்கவைத்துக்கொள்ள வரலாறு முழுக்கவும் போராடிக்கொண்டே வந்துள்ளது.

உலக இலக்கியங்களை உள்வாங்கி அதன் கட்டமைப்பை, எழுத்துப் பயிற்சி கொண்டு, அப்படியே தமிழ்ச்சூழலுக்குள் படியெடுத்துவிட்டால் அதை நவீன இலக்கியமாகவும், பல ஆயிரம் ஆண்டு வரலாற்றுப் பின்புலம்கொண்ட தமிழ் மரபில், மக்களுக்கு நெருக்கமாக, அவர்கள் புழங்குமொழியில் ஆக்கப்படும் படைப்புகள், நவீனங்களால் நிராகரிக்கப்படும் போக்கும் மேலே சொன்ன முரண்களோடு ஒப்பிடக்கூடியவை.

கண்ணுக்குத் தெரியாத ஆச்சரியங்களைச் சொற்கள்வழி நிகழ்த்தும் மந்திரக்காரர்களைப்போல செயல்பட்டு, வாசகனை மயக்க நிலைக்கு ஆழ்த்தி, அவனைத் தன் ரசிகனாக மட்டுமே தக்கவைத்துக்கொள்வது நவீன இலக்கியத்தில் நிகழும் சாமர்த்தியமான மாயை. இதில் படைப்பாளன் மேலிருந்து வாசகனை நோக்கி இறங்கிவந்து கை குலுக்கிவிட்டு அல்லது கண்ணீரைத் துடைத்துவிட்டு மீண்டும் தனது இடத்தில் சென்று அமர்ந்துகொள்கிறான். இது முழுக்க முழுக்கத் திரைப்படக் கதாநாயக

பிம்பம் போன்றதே. ஆனால், மொழியின் தொன்மையும், தற்காலத் தேவையும் அறிந்து, அதன் வரலாற்றுத் தொடர்ச்சியாகத் தன்னைக் கருதும் எந்தப் படைப்பாளியும், வாசகனின் கைப்பிடித்துக் கீழிருந்து மேலே அழைத்துக்கொண்டு போகிறான். அசல் வாசகனை மொழிக்குள் ஆழமாகப் பதியனிட்டு, மேல் நோக்கி உந்தித் தள்ளுகிறான். அந்த வகையில், கிட்டத்தட்ட அரை நூற்றாண்டுக்கால இடைவிடாத இலக்கியப் பணியின் மூலம், பல லட்சம் இளைய தலைமுறையினரை நாற்று நடுவதுபோல நட்டுத் தமிழுக்குள் ஆற்றுப்படுத்தியவர் கவிப்பேரரசு வைரமுத்து.

வெட்டவெளியில் நிகழும் ஒரு கழைக்கூத்தாடியின் சாமர்த்தியம் என்பது, மரபும் வெளிப்படைத் தன்மையுமானது. அதன் நிகழ்த்துக் கலைஞர் தனக்கான எந்தவிதமான சமூக அந்தஸ்தையும் கோருபவரில்லை. பார்வையாளர்கள் அனைவரும் ஒரேமாதிரி பொது உணர்வால் ஈர்க்கப்படுகிறார்கள். ஆனால், ஓர் அரங்கினுள் நடக்கும் மாயக் காட்சியானது அப்படியல்ல... முழுக்கவும் மூடுதந்திரங்கள் நிரம்பியவை. ஒவ்வொருவரும் ஒவ்வொருமாதிரி ஈர்க்கப்படுகிறார்கள். அது அந்நேரத்தின் நிகழ்வு மட்டுமே; எந்த மரபின் தொடர்ச்சியும் கிடையாது. ஆனால், தனக்கும் தனது கலைக்கும் ஒரு சமூக அந்தஸ்து கோருபவர். மேலிருந்து கீழாகப் பாயும் நவீனப் படைப்பாளியும், மரபு மற்றும் நாட்டார் வழக்காற்றிலிருந்து எழுந்து, கீழிருந்து மேல்நோக்கிப் பாயும் படைப்பாளியும் இப்படித்தான் சமூக அந்தஸ்தில் முரண்பட்டு நிற்கிறார்கள்.

வைரமுத்துவைப் பாடலாசிரியர் என்று எளிதாக அடையாளப்படுத்தி, அதையே முதன்மையாக்கிச் சுருக்கும் போக்கு இயல்பானதல்ல. இது சமூகப் படைப்பாளர்கள்மீது அவர்கள் வாழும் சமகாலம் காட்டும் ஒவ்வாமை. பாரதி, புதுமைப்பித்தன் உள்ளிட்டோர்மீதும் இந்த ஒவ்வாமைதான் நிகழ்த்தப்பட்டது. வைரமுத்து ஓர் ஆகப்பெரும் படைப்பாளி. தமிழில், பாட்டு என்ற சொல் முதலில் 'இசைப் பா' வகையைக் குறித்து, பின்புதான் இசைப்பாடல் என்ற வகைமைக்கு மாறியது. தமிழில் உள்ள பழந்தமிழ் இலக்கண நூல்கள்கூட, சந்தத்துடன்கூடிய செய்யுள் என்னும் இலக்கிய வடிவில்தான் உள்ளன. அவற்றைப் படிக்கவும், குரலிசையில் பாடவும் முடியும். வைரமுத்துவின் தொடக்கம் கவிதை. அவரது கவிதையும், அதற்குள் இருந்த தமிழின் வீரியமும், மொழியில் தெறித்த புதுமையும்தான் பாடல்கள் எழுதும் வாய்ப்பை அவருக்கு உண்டாக்கியது. ஒரு வெற்றிடத்தால் ஈர்க்கப்படும் காற்றுபோல வைரமுத்து திரைப்பாடல் எழுத நுழைகிறார். அவரது கவிதைகள் பல, பின்பு திரையிசைப் பாடல்களாக மாறின என்பதையும் நாம் கவனிக்க வேண்டும். அதனால், வைரமுத்துவை முதலில் ஒரு படைப்பாளியாக, பின்னர் கவிஞராக முதன்மைப்படுத்துவதுதான் சரி. ஒருவேளை, வைரமுத்து பாடல் எழுதவில்லை என்றாலும் அவரது படைப்பாக்கங்களின்வழி அவரைத் தமிழ் அடையாளம் காட்டி இருக்கும்.

தமிழின் மரபுத் தொடர்ச்சியில், பாரதி, பாரதிதாசன் வரிசையில் வைரமுத்தைத்தான் தமிழ் தானாக முன்மொழிந்து கொண்டுள்ளது.

வாசிப்பை நோக்கித் தனது முதலடியை எடுத்து வைக்கும் ஒருவர், இயற்கை, மொழி, கலை, இலக்கியம், கலாசாரம், பண்பாடு, காதல், சமூகம், அரசியல் என எல்லாவற்றைக் குறித்தும் ஒரு வீரியமான விதையை தனக்குள் ஊன்றிக்கொள்ளவும், அதிலிருந்து துளிர்த்து மேலெழுந்து விரிந்து கிளை பரப்பவும் வைரமுத்துவைப் பற்றிக்கொண்டால், ஒருபோதும் தமிழின் ஆழம்காணாது திரும்பமுடியாது. "சமகாலம், சங்ககாலம் என எந்தக் காலத்துக்கும் ஒரு மாணவன் வைரமுத்து வழியாகப் பயணத்தைத் தொடங்கலாம்" என்ற நம்பிக்கையை விதைப்பவை அவரது படைப்புகள்.

வீட்டுப்பூனையை ஒருநாள் மட்டும் இடமாற்றி வையுங்கள். அதன் பதற்றத்தில் இடம் என்பதன் முக்கியம் நமக்குத் தெரியவரும். வைகை அணை கட்டுவதற்காக வீடிழந்தவர், காடிழந்தவர் வைரமுத்து. பக்கத்து ஊருக்கு ஒட்டுக்குடித்தனம் போவதுபோல ஈரம் காயாது புலம்பெயர்ந்தவர். பிறந்த இடத்திலிருந்து பிடுங்கி வேறிடத்தில் நடும்போது வாழ்ந்துவிடும் என்பதற்கு மரத்துக்குகூட உத்தரவாதம் இல்லை. ஆனால், வைரமுத்து வாழ்ந்துகாட்டுகிறார். அவர் வாழ்கிறார் என்பது தமிழ் வாழ்கிறது என்பதே.

சென்னை, பெசன்ட் நகரிலுள்ள அரண்மனை போன்ற அவரது இல்லத்தின் வாசலில் வைரமுத்து என்ற பெயருக்கு முன்னால் கவிப்பேரரசு என்றோ, ஏழுமுறை தேசியவிருதுபெற்ற கவிஞர் என்றோ, இந்தியாவின் மிக உயரிய விருதுகளில் ஒன்றான பத்மசிறீ விருதுபெற்றவர் என்றோ எதுவும் எழுதவில்லை. தமிழ் என்று மட்டுமே பொறிக்கப்பட்டுள்ளது. 'வைரமுத்தியம்' என்ற இந்தத் தொகுப்பில், வைரமுத்து படைப்புகள் குறித்த குறுக்குவெட்டுப் பார்வையில் வெளிப்பட்டுள்ளதும் முழுக்க முழுக்கத் 'தமிழ்'தான். ஆம்... தமிழ்தான் அவரது முகவரி, தமிழின் தொடர்ச்சி என்பதே அவரின் அடையாளம்.

ஆழமான அணிந்துரை வழங்கிய பேராசிரியர் ப.மருதநாயகம் மற்றும் ஆய்வுக் கட்டுரைகளை வழங்கிய ஆய்வறிஞர்கள், பேராசிரியர்கள், படைப்பாளர்கள் அனைவருக்கும் இந்த நேரத்தில் எனது நன்றிகளைத் தெரிவித்துக்கொள்கின்றேன்.

டிஸ்கவரி பதிப்பகத்தின் இலக்கியச் செயல்பாடுகள்மீதும், என்மீதும் நம்பிக்கை வைத்து 'வைரமுத்தியம்' என்ற இந்த மாபெரும் இலக்கியச் சிறப்பு மிக்க கருத்தரங்கை ஒருங்கிணைக்கும் பொறுப்பை வழங்கி, இந்த ஆய்வுத்தொகுப்பை வெளியிட இசைவு தெரிவித்த கவிப்பேரரசு வைரமுத்து அவர்களுக்கு என்றும் எனது நன்றிகள்.

- மு.வேடியப்பன்
05.03.2025

பேராசிரியர் ப.மருதநாயகம்
மொழியியல் அறிஞர்,
செம்மொழித் தமிழாய்வு மத்திய நிறுவனம்,
சென்னை.

அணிந்துரை

வைரமுத்தியம் எனும் மிகப்பொருத்தமான, வியப்பூட்டும் தலைப்பைக் கொண்ட இத்தொகுப்பு நூல், கவிப்பேரரசு வைரமுத்து அவர்களின் கவிதைகள், நாவல்கள், சிறுகதைகள், கட்டுரைகள், திரையிசைப் பாடல்கள் மற்றும் அவரின் படைப்புகளின் பன்முக ஆளுமைகளை வெளிப்படுத்தும் நாற்பத்திரண்டு கட்டுரைகளை உள்ளடக்கிய பெருமைக்குரியது. இக்கட்டுரைகளை எழுதிய ஆய்வறிஞர்கள், பேராசிரியர்கள், எழுத்தாளர்கள், கவிஞர்கள் யாவரும் தத்தம் துறைகளில் ஆழங்கால் பட்டவர்கள்.

இந்நூலில் உள்ள கட்டுரைகளைப் படிக்கும்போது நம்மை எளிதில் ஈர்த்து மீண்டும் படித்துச் சிந்திக்கச் செய்யும் வைர, முத்து வரிகளுள் சில வருமாறு;

'உன்னை வணங்காமல் போனால் - வண்ணத்தமிழ்
என்னோடு இணங்காமல் போகும்'

என்று கவிப்பேரரசின் சொற்களிலேயே பதிவுசெய்திருக்கிறார் நர்சிம்.

'கள்ளிக்காட்டு இதிகாசம்' மொழிபெயர்ப்பின்போது பல இடங்களில் என்னை அழ வைத்த நூலாசிரியர், அந்தக் காவியம் நெடுகிலும் தனக்கே உரிய பாணியில் நகைச்சுவையையும் தாராளமாகக் குழைத்துக் கொடுத்து என் மனதுக்கு ஒத்தடம் கொடுத்திருந்தார்.

'வைரமுத்து எழுதிய கவிதைகளால் விளைந்த பயன் என்ன?' என்ற வினாவுக்கு, 'இவன் பேனா ஒவ்வொருமுறை குனிந்தபோதும் மானுடம் நிமிர்ந்ததென்று மகிழ்ந்து சொல்லுங்கள்' என்ற அவர்தம் கவிதை வரிகளே விடையாகும்.

இன்றும் திரையிசையில் பாடல் புனைய வருபவர்கள் வைரமுத்துவின் பாடல்களைத் தங்களுடைய அந்தரங்க அகராதியாகக் கையாள்கிறார்கள் என்பது கண்கூடு.

கவிப்பேரரசு வைரமுத்து எம்மண்ணின் வானுயர் பெருமை. தமிழை உலக அரியாசனத்தில் அமர்த்திய படைப்பாளியின் ஆளுமைக்கு, கரிசல்காட்டின் தனிப்பெரும் கவிமகனுக்கு இக்கட்டுரை ஒருசோறு பதம்போன்ற மஞ்சணத்திப் பூமாலை!

கருத்தியல்களை உரத்துப்பேசுகின்ற இடங்களில் பெரும்பாலும் கவிதை கொஞ்சம் ஓரமாக ஒதுங்கிக்கொள்ளும் எவருக்கும். ஆனால், வைரமுத்துக்கு உள்ளிருக்கும் கவிஞன் ஒருபோதும் அப்படி ஒதுங்கிக் கொள்வதில்லை. வெப்பமூட்டும் பாடல்களை அவர் எழுதுகிற போதெல்லாம் அக்கவிஞன் 'எரிகிற கொள்ளியில் எண்ணெய் ஊற்றும்' வேலையைக் கச்சிதமாகச் செய்தபடி இருப்பான்.

'எல்லையற்ற பண வருமானம், மனித மனங்களில் அன்புணர்ச்சியையும் பாசத்தையும் வற்றச்செய்து பாலைவனமாக்கிவிட்டது' என்ற நிகழ்கால நடப்பினைக் கலை வடிவம் சிதையாமல் தம் சிறுகதையில் அழுத்தம் திருத்தமாகப் பதிவுசெய்துவிட்டார் வைரமுத்து.

மாறிவரும் புவிச்சூழலையும், அது உலகநாடுகளில் ஏற்படுத்தும் புறச் சூழலையும் ஏராளமான தரவுகளைக் கொண்டு தறியில் நெய்த ஆடையாக, 'மூன்றாம் உலகப் போர்' எனும் நாவலை உருவாக்கியிருக்கிறார் கவிஞர்.

ஒரு திரைப்படத்தில் பெரியாரியவாதியும் மார்க்சியவாதியும் ஒன்றுபட்டுப் போராடுவார்கள். 'சிங்கம் ரெண்டு சேர்ந்ததடா /தீமைகளை வெட்டிச் சாய்க்குமடா' என்று அவர்களுக்குப் பாட்டு எழுதினார் கவிஞர்.

'கருவாச்சி காவியம்' ஒரு குடிமக்கள் காவியம்; ஒரு குறிப்பிட்ட நிலப்பகுதியில் வாழ்ந்த குடிமக்களின் காவியம். இது சேற்றில் மலர்ந்த செழுந்தாமரை, குப்பையில் தோன்றிய குருக்கத்தி, கோபுரத்தில் ஏற்றி வைக்கப்பட்ட செழும்தீபம் என்று வியக்கிறார் பேராசிரியர் எழில் முதல்வன்.

திரைப்பாடல்கள் வழியாக மாந்தனுக்கு இலக்கணம் சொன்ன கவிப்பேரரசு, மகா கவிதையின் மூலம் கடவுளுக்கும் தெய்வத்துக்கும் இலக்கணம் சொல்கிறார். அவரை வாழ்த்தலாம்; வணங்கலாம்.

மண்ணுக்கும் வானுக்குமாக வளர்ந்து நின்று, நீரை, நெருப்பை, காற்றை, தமிழ் தனது இரு கைகளையும் கொண்டு அளாவிக் களிநடனம் புரிவதாக உணரச் செய்த படைப்பு மகா கவிதை.

பாமரர் துவங்கி பண்டிதர் கொண்டாடும் பாடல்கள்வரை கவிப்பேரரசர் இயற்றாதவை இல்லையென்றாலும் சங்கத்தமிழில் தோய்த்து அவர் தந்த பாடல்கள் 'நாட்படுதேறலாய்' எப்போது கேட்டாலும் புலன்களைப் புதுப்பித்துவிடுகின்றன.

தமிழ் மரபில் ஆழங்கால் பட்ட புலமையும், எதையும் புதிதாய்ச் சொல்லும் வளமையும், அறிவையும் உணர்வையும் சரிவிகிதத்தில் சங்கமிக்கச் செய்யும் நேர்த்தியும், படைப்புலகில் வைரமுத்துவின் தனித்தன்மைகளுக்கான தளங்கள்.

கருவாயன், இப்ராகிம், சங்கல்பன், கவி அப்துல்லா, காடையன், சின்னமணி போன்ற கதைமாந்தர்கள் வைரமுத்துவின் சிறுகதைகளில்

நுட்பமாகப் பதிவுசெய்யப்பட்ட கதைமாந்தர்கள் ஆவர். முத்துராணி, தியா, மனோகரி, அமிர்தமீனாள், பச்சைக்கிளி, மோகனா போன்ற பெண் கதைமாந்தர்கள், ஆண்மாந்தர்களுக்கு இணையாக வாசகனின் மனங்களை விட்டு நீங்காத இடங்களைப் பெற்றவர்களாக இருக்கின்றனர்.

வைரமுத்துவின் திரையிசைப் பாடல்களில் சங்கக் கவிதைகள், நீதி இலக்கியங்கள், காப்பியங்கள், புராணங்கள் ஆகியவற்றின் தாக்கம் மிகுதியாகக் காணப்படுகின்றது. காதல், வீரம், நகை போன்ற மெய்ப்பாட்டு உணர்வுகளும் இடம் பெற்றுள்ளன.

'ஐம்பூதங்களும் உனக்குக் கிடைத்த அரிய செல்வம்; உன்னைக் காக்க வரும் அரும்பெரும் நிதி.' ஆனால், இன்றைய மனிதனோ ஆறாம் பூதமாக மாறி ஐம்பூதங்களையும் வதைக்கத் தொடங்கிவிட்டான். ஐம்பூதங்களும் தம்மைக் காத்துக்கொள்ளப் போராடத் தொடங்கிவிட்டன. அவை தம்மைக் காக்க வேண்டி கவிப்பேரரசுக்கு வைத்த விண்ணப்பத்துக்கு எதிரொலியும் பதிலும்தாம் 'மகா கவிதை'!

பூமி தொடர்பான மகா கவிதைக்குள் விரவிக்கிடக்கும் கருத்தையும், கருத்து விளக்க முறையையும் கீழ் வருமாறு வருவிக்கலாம்:

> தோற்றம் பற்றிப் பேசுதல், அதாவது அதற்கான பழம் பெருமையைப் பேசுதல்;
> வளர்ச்சி பற்றிப் பேசுதல், அதாவது அதற்கான செழிப்பைப் பேசுதல்;
> இயல்பு பற்றிப் பேசுதல், அதாவது அதற்கான தேவையை நினைவூட்டுதல்;
> சிதைவு பற்றிப் பேசுதல், அதாவது அதற்கான வறுமை நிலையைச் சுட்டுதல்;
> திருந்துமாறு அறிவுறுத்தல், அதாவது, வறுமையிலிருந்து மீளும் வழியைச் சுட்டுதல்.

வளர்ந்து வரும் அறிவியல் தொழில்நுட்பத்துக்கேற்ப மொழியையும் தொழில்நுட்பத்தோடு சேர்த்தே வளர்த்தெடுத்துத் திரைமொழியில் வார்த்தெடுத்தவர் வைரமுத்து என்றால் அது மிகையாகாது.

வள்ளுவரின் படைப்பிலக்கியக் கோட்பாடுகள் பல வைரமுத்துவோடு பொருந்தியிருப்பதில் இரண்டு செய்திகள் புலப்படுகின்றன. ஒன்று, வள்ளுவரின் பெருமை; இன்னொன்று, வைரமுத்துவின் புலமை. வைரமுத்து நாட்டுப்புற மக்களின் வாழ்வோடு பின்னிப்பிணைந்த வாழ்க்கை முறையினை முழுமையாக அறிந்தவர். அவரது நாட்டுப்புற மருத்துவச் சிந்தனையினை கருவாச்சி காவியத்தில் நாம் காணமுடிகிறது. காதலும் இயற்கையும் ஒன்றே என்று கருதும் கவிஞர்களுள் முக்கியமானவர்கள் கவிப்பேரரசு வைரமுத்துவும் சிரியாவின் நிசார் கப்பானியும்.

கடந்த 45 ஆண்டுகளில் கவிஞராக வைரமுத்து எழுதியுள்ள திரையிசைப் பாடல்களை மறுவாசிப்புக்கு உள்ளாக்கியபோது அவர், தமிழரின் அன்றாட வாழ்க்கையில் பாடல்கள் மூலம் அழுத்தமான தாக்கத்தை ஏற்படுத்தியிருப்பதை அறிய முடிகிறது. அவர் எழுதியுள்ள திரையிசைப் பாடல்கள் அவருடைய மொழி ஆளுகைக்கும், பன்முகத் தேடலுக்கும், புலமை வீரியத்துக்கும் சான்றாக வெளிப்பட்டுள்ளன.

'நினைவின் விருந்தாளியாக ஒரு கவிதை பிரவேசிக்கும்போது நம்முடைய உலகமே மாறிப்போகிறது' என்பார்கள். 'கொஞ்சம் தேநீர் நிறைய வானம்' நூலுடன் கழிந்த சிறு பொழுதில் என் உலகத்தையே அவை மாற்றியிருந்தன என்றால் மிகையில்லை.

ஒருபோதும் தன் பாடல்கள் அந்தரத்தில் ஆவிகளைப்போல் அலைந்துவிடக்கூடாது என்பதற்காக பாடற் குழந்தைகளின் அர்த்தப் பாதங்களைத் தரையில் நின்றுலாவச் செய்வதில் நூறு சதம் கண்டிப்பு காட்டிய ஞானவான் வைரமுத்து.

வடுகபட்டிச் சூழலில் பிறந்த வைரமுத்துவை, ஒரு நல்ல விதை என்று உணர்ந்து அதன் வளர்ச்சிக்கேற்றச் சூழ்நிலையை அவரது பெற்றோர் உருவாக்கவில்லை. பல சிரமங்களுக்கிடையில் வீட்டிலிருந்த ஏழ்மையான நிலைக்கு இடையில்தான் அவராகவே தன்னை வளர்த்துக்கொண்டார். வைரமுத்துவிடம் பேசும்போது ஒரு தாயைப்போல் பரிவுடன் வடுகபட்டியைப் பற்றிப் பேசுகிறார். வடுகபட்டியை 'நான் வளர்ந்த நாற்றங்கால்' என்கிறார்.

புதுக்கவிதை - மரபுக்கவிதைப் போராட்டம் நடந்துவந்த அந்த நாட்களில் புதுக்கவிதையின் போர்முரசாகக் கவிஞர் எழுதிய கவிதைதான் 'திருத்தி எழுதிய தீர்ப்புகள்' என்ற கவிதை. அதுவே நூலுக்குத் தலைப்பாகவும் ஆயிற்று.

இதுவரை, 'வைரமுத்து, இந்திய மண்ணின் மகத்தான கவிஞன்' என்று நாம் நினைத்திருந்தோம். மகா கவிதைக்குப் பின் 'வைரமுத்து இந்த உலகுக்கான கவி'யாக மாறி நிற்பதையும் நாம் மனமுவந்து ஏற்போம்.

இளையோரைத் தன்னம்பிக்கையால் தழைக்கச் செய்யவும், வாழ்வியலுக்கான அறத்தையும் மறத்தையும் 'செவியறிவுறூஉ' செய்யவும், அவர்தம் இலட்சியம் காக்கும் நோக்கோடு எழுதப்பட்ட, 'சிற்பியே உன்னைச் செதுக்குகிறேன்' எனும் நூலுள் தொல்காப்பியக் குறிப்பின் மெய்ப்பாடுகள் இழையோடுகின்றன.

'உலகம் இனிது; அதன் உள்ளடக்கம் இனிது. உருவம் இனிது; அதன் ஒழுங்கியல் இனிது' என்று இன்பமாகத் தொடங்கும் 'மகா கவிதை' படிக்கப் படிக்கப் பெரும்துன்பமாக இதயத்தை அழுத்திப் பிசைகிறது. கவிதையழகை ரசிக்கும் அதேவேளையில், மனத்தில் ஒரு பீதி உண்டாவதைத் தவிர்க்க இயலவில்லை. உயிர்கள் உறையும் இந்த உலகம் குறித்தான ஆகப்பெரும் துன்பியலை ஓர் இன்பியலாகப் பரிமாறுகிறது 'மகா கவிதை'.

வைரமுத்து அவர்களின் 'தமிழாற்றுப்படை' இக்கால இளைஞர்களுக்கான தமிழ் வரலாறு, தமிழ் இலக்கிய வரலாறு, தமிழ்ச் சமுதாய வரலாறு. மேலும் அது தமிழ் மரபின் நவீன விளைச்சலாகவும் இருக்கிறது.

'எந்தத் தேவதையும் இவனை ஆசீர்வதிக்கவில்லை, கண்ணீரிலும் ரத்தத்திலும் கவிதைக்கு மை தயாரித்தவன் என்று எழுதுங்கள்' என்று தனது நிலையை உலகுக்குப் பிரகடனம் செய்த தனிக்கவிஞர் வைரமுத்து.

தமிழாற்றுப்படையில் 24 ஆளுமைகளின்வழித் தமிழிலக்கியத்தை விளக்கும் நூலாசிரியர், ஆளுமைகளுக்கேற்பவும் செய்திகளுக்கேற்பவும் பொருத்தமாக மொழியியல், உளவியல், சமுதாயவியல், தத்துவம், பகுத்தறிவு, ஒப்பாய்வு, சொல்லாய்வு எனப் பல அணுகுமுறைகளை இடங்களுக்கேற்ப மேற்கொண்டு ஆய்வுகளை அணுகி விளக்கியிருக்கும் முறை போற்றத்தக்கது.

இவ்வாறெல்லாம், கவிப்பேரரசின் படைப்புகள் பலவும் மதிநுட்பம் நிறைந்த ஆய்வறிஞர்களால் பல கோணங்களில் பார்க்கப்பட்டு, ஏராளமான உள்ளொளிகள் (insights) பாய்ச்சப்பெறுகின்றன. ஆயினும், 'இக்கட்டுரைகளில் சொல்லப்பட்டிருப்பதை விடவும் சொல்லப்பட வேண்டியவை இன்னும் இருக்கின்றனவே' என்ற ஏக்கமும் மனக்குறையும் அவருடைய பல வகைப்பட்ட நூல்களைக் கற்றவருக்கு ஏற்படுவது உறுதி. 'மேலைநாட்டுக் கவிஞர்களுக்கு அறைகூவல் விடும் பல இலக்கியச் சிறப்புகள் தொடப்படாமல் விடப்பட்டிருக்கின்றனவே' என்ற எண்ணம் எழுவது தவிர்க்க முடியாதது.

கவிதை, கட்டுரை, நாடகம் ஆகிய இலக்கிய வகைகளில் ஒரு சில நூல்களை எழுதிய கோல்ட்ஸ்மித் எனும் ஆங்கில எழுத்தாளரை ஜான்சன், *'He touched nothing that he did not adorn; and he left nothing untouched'* (அவர் அணிசெய்யாத இலக்கிய வகை எதனையும் அவர் தொடவில்லை; அவர் தொடாத இலக்கிய வகை ஏதுமில்லை) என்று பாராட்டுவார். மரபுக்கவிதை, புதுக்கவிதை, திரையிசைப் பாடல், சிறுகதை, நாவல், குறுநாவல், கட்டுரை, திறனாய்வு ஆகிய இலக்கிய வகைகளையெல்லாம் தொட்டதோடு, அவற்றுக்கெல்லாம் புத்துயிர் தந்த கவிப்பேரரசருக்கே இது முற்றும் பொருந்தும் என்பதை இவருடைய நூல்கள் யாவற்றையும் படித்தவர் அறிவர்.

வைரமுத்துவின் 'கள்ளிக்காட்டு இதிகாசம்' மேலை இலக்கியப் படைப்புகளில் தலையாயவற்றுக்கு இணையாகவும் மேலாகவும் மிளிர்வதை அவற்றை முறையாக ஒப்பிட்டுப் பார்த்தால் உணரலாம். அது மெய்யான வரலாற்றை அடிப்படையாகக் கொண்டது. 'இந்தப் படைப்பு முழுக்கக் கவித்துவத்தின் நீள அகலம் குறைத்து உண்மையின் எல்லைகள் மீறாமல் பார்த்துக்கொண்டேன்' என்று ஆசிரியர் கூறுவார். ஆனால், உண்மையின் எல்லைகளை அவர் மீறாதிருந்தாலும், கவித்துவத்தின் நீள, அகலம் குறைக்கப்பட்டதாகத் தெரியவில்லை. நாவலில் தொட்ட இடமெல்லாம் கவிதை மணப்பதை யாரும் மறுக்க முடியாது. ஒரு நீண்ட நாட்டார் கதைப்பாடல் தரும் முருகியல் இன்பத்தை இந்நாவலும் தருகிறது. படைப்பிலக்கியம் என்ற முறையில் இதற்கு வேறொரு பரிமாணமும் உண்டு.

ஷேக்ஸ்பியரின், 'கிங் லியர்' என்னும் துன்பியல் நாடகம், லியர் மன்னன் முதுமையில் பட்ட துன்பங்களைக் கூறும் அழியாத பெருங்காப்பியமாகும். அம்மன்னன் தன் மூன்று மகள்களால் பட்ட எல்லையில்லாத் துன்பங்களை நாடகக் காட்சிகளாகத் தருவதில் ஷேக்ஸ்பியர் அடையும் வெற்றி வியக்கத்தக்கது. 'கள்ளிக்காட்டு இதிகாசம்' பேயத்தேவரைத் தலைவனாகக் கொண்ட துன்பியல் நாடகக் காப்பியமாகும். பேயத்தேவரின் உறவினரும் பகைவரும் அவரை நாளும் வருத்துவதோடு இயற்கையும் அவரை வாட்டுகிறது. இறுதியில் வெள்ளத்தோடு அவர் போராடும் காட்சி, 'கிங் லியர்' நாடகத்தில் புயலாலும் மழையாலும் மன்னன் படும் பாட்டைப் படம் பிடித்துக்காட்டும் காட்சிகளை நமக்கு நினைவூட்டும். தெய்வங்களையும் விதியையும் அடிக்கடி லியரும், பேயத்தேவரும் நொந்துகொள்ளக் காணலாம். 'கிங் லியர்' நாடகத்தில் ஒரு பாத்திரம், 'விளையாடும் சிறு பையன்களிடம் அகப்பட்ட ஈக்களைப்போல் நாம் தெய்வங்களிடம் மாட்டிக் கொண்டுள்ளோம்' என்று கதறும்.

தமிழ்க் கவிஞரின் நாவல் நமக்கு நினைவூட்டும் இன்னொரு ஆங்கிலப் படைப்பிலக்கியம் தாமஸ் ஹார்டியின் ' தி கேஸ்டர்பிரிட்ஜின் மேயர்' *(The Mayor of Casterbridge)* என்னும் நாவலாகும். இதன் தலைமாந்தன் வாழ்நாள் முழுமையும் அடுக்கடுக்கான துன்பங்களை எதிர்கொள்கிறான். மனித வாழ்க்கையைத் துயர் நிறைந்ததாகப் படைத்துக் காட்டுவதில் பேராற்றல் பெற்றவர் ஹார்டி. ஏழைக் குடியானவராகிய பேயத்தேவர், லியரைப் போன்றும் மேயரைப் போன்றும் மாமனிதராக உயர்ந்து நம் உள்ளத்தைக் கவர்கிறார். கவிஞர் சொல்வதுபோல்,

வானத்திலிருந்து ஒரு நட்சத்திரம் உதிர்ந்தாலும்
மரத்திலிருந்து ஒரு பூ உதிர்ந்தாலும் இழப்பு இழப்புதான்.
மழைத்துளியில் எறும்பு மூழ்கினாலும்
கடலுக்குள் கப்பல் மூழ்கினாலும் வலி வலிதான்.
அதனதன் நிலையில் அவரவர் துயரம் பெரியதுதான்.
துன்பத்தில் சிறிசு பெருசு என்பதெல்லாம்
இடம், பொருள், ஏவல் குறித்த ஒப்பீடுகளல்லாமல் வேறென்ன?

'படைப்பிலக்கியக்காரன் பல தொழில்களைப் பற்றியும், மனித வாழ்க்கையின் பல கூறுகளைப் பற்றியும் அறிந்திருக்க வேண்டும். அம்பு செய்வது எப்படி? என்பதுகூட அவனுக்குத் தெரியவேண்டும்' என்பார் உலகப் புதுக்கவிதைக்கு வித்திட்ட எஸ்றா பவுண்டு.

'வெகு வேகமாய் நகரமயமாகிக்கொண்டிருக்கிற வேப்பங் குச்சியிலிருந்து பற்பசைக்கும், தாவணியிலிருந்து சுடிதாருக்கும் தாவிவிட்ட கிராமங்களில், பழைய பண்பாட்டுச் சுவடுகளைச் சுடுகாட்டில் மூதாதையர்களின் எலும்புகளைச் சேகரிக்கும் ஒரு பாசமுள்ள வாரிசைப்போல பறந்து பறந்து சேகரித்தேன். சாராயம் காய்ச்சுவதுமுதல் சவரத்தொழில்வரை, மாட்டுப்பிரசவம்முதல் ஆட்டுத்திருட்டுவரை,

கோவணம் கட்டுவதுமுதல் கோழிக்குழம்பு வைப்பதுவரை, கிணறு வெட்டுவதுமுதல் அணை கட்டுவதுவரை கேட்டுப்பார்த்து, பேசிப்பழகிப் பயின்றுகொண்டேன்.

'சுடுகாட்டில் மொக்கராசு மனித எலும்பு தேடும் அத்தியாயத்துக்காக, நள்ளிரவில், ஓர் அரை நிலா வெளிச்சத்தில் கெங்குவார்பட்டி சுடுகாட்டில் தனியாய் உட்கார்ந்து ஓசைகள், நிழலாட்டங்கள், சூழ்நிலைகள், மனநிலைகள் அறிந்துகொண்டேன்' என்று கவிஞர் தனது முன்னுரையில் எழுதுவதெல்லாம் நாவலில் உறுதி செய்யப்படுகின்றன.

சல்மான் ருஷ்டியின் *'Midnight's Children'* எனும் நாவலில், காஷ்மீரிகள் எச்சில் துப்பும் போட்டி யதார்த்தப் படப்பிடிப்பாக இடம்பெறும். கவிஞரின் நாவலில் வண்டிநாயக்கர், நாச்சியார்புரம் டீக்கடையின் சிய்யமும் வடையும் டீயும் சாப்பிடும் காட்சி, இதைப்போல் நம்மைக் கவர்கிறது.

'நேற்றைய செய்தித்தாளில் கிழித்த துண்டுத் தாளில் வைத்து வழங்கப்படும் சூடான சிய்யத்தை உள்ளங்கையில் வைத்து ஊதுவார். பிறகு சிய்யத்துக்கு வலிக்காமல் செல்லமாய்ப் பிய்ப்பார். இடது தாடையின் கடைவாய்ப் பல்லிரண்டு ஆடிக்கொண்டேயிருப்பதால் வலப்பக்கத் தாடையில் சிய்யத்தை அதக்கி மெல்லுவார். அதை அனுபவிக்கும் சுகத்தில் பாதிக்கண்களை மூடுவார். கண்கள் மூடி ஆடு அசைபோடுவது மாதிரி இருக்கும் அது. சிய்யம் தின்று முடிய அவருக்கு வடை கொடுக்கவேண்டுமென்பதும், வடையோடு சேர்த்தே டீ குடிக்க வேண்டுமென்பதும் அவரது வழக்கமுறை. டீயில் சம்மணங்கால் போட்டிருக்கும் நுரையும், நுரையில் லேசாய்த் தெளிக்கப்பட்ட டிக்காசன் சாறலும் மிதக்க வேண்டும் நாயக்கருக்கு.'

எமிலி டிக்கின்சன் எனும் அமெரிக்கப் பெண்பாற் கவிஞர், ஒரு சிறு பாடலில் குருவியொன்றுக்குப் போடும் தானிய மணிகளைத் தின்னும் அழகை, அதன் அச்சத்தையும், ஆவலையும், எச்சரிக்கை உணர்வையும் வெளிப்படுத்துவதுபோல் காட்சிப்படுத்துவார்.

ஒற்றையடிப் பாதையொன்றில் செல்லும் பேயத்தேவர், சோளக்கதிரைத் தின்னும் பறவைகளைப் பார்க்கிறார்.

'இந்தக் காக்கா குருவிக மட்டும் இல்லாட்டி, காட்டுக்கே ஒரு கலகலப்பு வந்துருக்காதுன்னு நெனப்பாரு பேயத்தேவர். தட்டைச்சிட்டுக சோளக்கருதக் கொத்தித் திங்கறதே ஒரு அழகுதான். கருதுமேல வசதியா ஒக்காந்துக்கிட்டு, அத முழுங்காம அங்கிட்டும் இங்கிட்டும் தலயத் திருப்பி, ஆபத்து இல்லேன்னு தெரிஞ்சுக்கிட்டு வாயில இருக்கிறத முழுங்கிட்டு, அடுத்த சோளங் கொத்துங்க. வெளக்குமாத்துக்குச்சி மாதிரி கால வச்சிக்கிட்டு என்ன வெவகாரம் பண்ணுதுக? கொத்திட்டும் போவுது பாவம்! வெவசாயம் பண்றது காக்கா குருவிக்கும் சேத்துத்தான் ! நம்மளும் வெரட்டிட்டா அதுக எங்கிட்டுப் போகும்?'

வயதுக்குவந்த பையனுக்கு ஒரு நாவிதர் ஆண்குறியின் மேல்தோலை வைத்தியமுறைப்படி நீக்கும் வைபவமாகிய மார்க்க கல்யாணம், மொக்க ராசுக்கு எவ்வாறு நிகழ்த்தப்பட்டது?

'இந்த வைத்தியம் பாக்குறதுலேயும் ஒரு நீக்குப்போக்கு இருக்கு; நெறிமுறை இருக்கு. உயிர்த்தலமில்லையா! சூதானமா இல்லேன்னா வழி மாறிடும். சவட்டையன் சாஸ்திரப்படி மூணு விதமான நரம்பு இருக்கு அங்க. மேல்நாடி நரம்பு, கீழ்நாடி நரம்பு, பக்கநாடி நரம்பு. மூணு நரம்பும் மேல படர்ந்து கீழ கூடுதுக. இதுல மேல்நாடி நரம்பு வெட்டுப்பட்டா கண்பார்வை கந்தலாயிடும். கீழ்நாடி நரம்பு வெட்டுப்பட்டா ரத்தப் போக்க நிறுத்த முடியாது. பக்க நரம்பு அறுந்து போச்சுன்னு வச்சுக்குங்க... அப்புறம் உசுருக்கு உத்தரவாதம் இல்லை.'

இம்மாதிரியான காட்சிகளெல்லாம் ஜேம்ஸ் ஜாய்ஸ் எழுதிய 'யுலீசிஸ்' நாவலில், ஒரு பாத்திரம் முகச்சவரம் செய்துகொள்ளும் காட்சியை அவர் கலைநுட்பத்தோடு வருணிப்பதை நினைவூட்டும்.

அணைக்கட்டுத் தண்ணீர் கள்ளிக்காட்டை அழித்துக்கொண்டிருக்கும் சூழலில், கம்பங்காட்டில் கடைசி அறுவடை செய்ய முனையும் பேயத்தேவர், உடுக்கடிக்காத கோடாங்கி மாதிரி அழுதுகொண்டே பாடும் பாடல்:

> பொன் விளையுங் காடு
> பூர்வீகப் பெருங்காடு
> நல்ல பொலி நாடு
> நாளைக்கு என்ன தில்ல.
>
> காடையெல்லாம் எர பெறக்கக்
> கதுவாலி முட்டையிட
> நாலுபோகம் வெளைஞ்ச காடு
> நாளைக்கு என்ன தில்ல.
>
> சடை சடையாத் தானியங்க
> சரஞ்சரமாத் தானியங்க
> நச்சுன்னு புடிச்ச காடு
> நாளைக்கு என்ன தில்ல.
>
> கடைசி அறுவடைக்குக்
> கையோட தெம்பு மில்ல.
> கருதறுக்கும் பண்ணருவா
> கழுத்தறுத்தாத் துன்பமில்ல.
>
> நெஞ்சமுட்டும் கண்ணீரு
> நில்லுன்னா நிக்கு தில்ல.
> புடிச்சுவச்ச என்னுசுரு
> 'போ' ன்னா போகு தில்ல.

கவிப்பேரரசு, தனது நாவலில் கவித்துவத்தின் நீள அகலத்தைக் குறைத்திருப்பதாகச் சொல்கிறார். குறைக்கவில்லை என்பதையும்

குறைக்க வேண்டிய தேவையில்லை என்பதையும் காட்டும் பகுதிகள் நாவலில் ஏராளம். நாவல் என்னும் இலக்கிய வகையின் பெருஞ்சிறப்பு அது. ஒரு முழுமையான கலைப் படைப்பென்றும் அதில் சிறுகதை, நாடகம், கவிதை போன்ற பிற இலக்கிய வகைகளெல்லாம் இடம்பெற வாய்ப்புண்டென்றும், டி.எச்.லாரன்சு தமது *'Why the Novel Matters'* என்னும் கட்டுரையில் கூறுவார்.

அமெரிக்க நாவலாசிரியரான மார்க்ட்வெய்ன் தமது *Adventures of Huckleberry Finn* எனும் நாவலில் அமெரிக்கக் கறுப்பர் இனம் பயன்படுத்தும் ஆங்கிலத்தின் பல வட்டார வழக்குகளை முறையாகப் பயன்படுத்திப் பெருவெற்றி பெற்றார். தமது கதைக்குத் தலைவனாக கல்வியறிவற்ற சிற்றூர்ச் சிறுவனை எடுத்துக்கொண்டு மிசிசிபி மாநிலத்தில் கிராமங்களில் வாழும் மக்களின் வாழ்வைப் படம்பிடித்துக்காட்டுவதற்கு அவ்வட்டார வழக்குகளைக் கலை நுணுக்கத்தோடு கையாளுவது அவரது வெற்றியை உறுதிப்படுத்தியது.

நாட்டார் வாழ்க்கையை, நாட்டார் மொழியில் நாட்டார் கையாளும் சொற்கள், தொடர்கள், சொலவடைகள், உவமைகள், உருவகங்கள் ஆகியவற்றோடு, கவிதைநயம் மிக்க ஒரு துன்பியல் காப்பியத்தை 'கள்ளிக்காட்டு இதிகாசம்' எனும் பெயரில் படைத்துள்ள தமிழ்க் கவிஞர், மார்க்ட்வெய்ன் பெறும் வெற்றியைப் பெறுகிறார் என்பதில் ஐயமில்லை.

கவிஞரின் உரைநடைக் கட்டுரையின் சிறப்புக்கும், திறனாய்வுத் திறனுக்கும் எழுத்துக்காட்டாகத் திகழ்வது அவரது 'தமிழாற்றுப்படை'யாகும். எல்லையற்ற தமிழ்க்கடலில் அவர் நீந்தித் திளைத்தவர் என்பதற்கு அது மாபெரும் சான்றாகும். அதுபற்றி அதன் முன்னுரையில் அவர்,

'இது என் வாழ்நாள் ஆவணம். 3000 ஆண்டு நீளமுள்ள தமிழ்ப் பெருங்காட்டில் பறந்து பறந்து, திரிந்து திரிந்து, பார்த்துப் பார்த்து, பறித்துப் பறித்துத் தொடுக்கப்பட்ட உயிர்ப்பூக்களின் ஒரு தனி மாலை. இலக்கியத்தின் புதிய கலாசாரமாக இதன் பெரும்பாலான கட்டுரைகளைத் தமிழ்நாட்டின் பெருநகரங்களில் பல்லாயிரக்கணக்கான மக்கள் முன்னிலையில் ஆரவாரத்தோடு அரங்கேற்றினேன். கொட்டிக்கிடக்கின்றன தமிழ்முத்துகள். என் இரு கைகளால் அள்ள முடிந்தவை இவை மட்டும்தாம். தகுதி மிக்க பல ஆளுமைகள் இலக்கியவெளியில் இன்னும் இருக்கிறார்கள். காலம் என்னை ஆற்றுப்படுத்தினால் எதிர்காலத்தில் அவர்களும் பதிவு செய்யப்பெறுவார்கள்' என்றெழுதுவார்.

பாரதி, பாரதிதாசன், புதுமைப்பித்தன், அண்ணா, கலைஞர், கண்ணதாசன், பட்டுக்கோட்டையார், ஜெயகாந்தன், அப்துல் ரகுமான் ஆகியோரின் படைப்புகளைப் பற்றிச் சொல்லும்போது, தேவையான அளவுக்கு அவர்களின் வாழ்க்கை வரலாற்று நிகழ்ச்சிகளையும் எடுத்துக்கொள்வார். இப்பகுதியில் டாக்டர் ஜான்சன் எழுதிய *Lives of* the Poets எனும் நூலையும், மேலையோர் 'Biographical Criticism' எனும் 'Bio- ethical criticism' என்னும் போற்றும் திறனாய்வு நெறிமுறையையும் நம் நினைவுக்குக் கொண்டுவருவார். தொல்காப்பியர், கபிலர், அவ்வையார், திருவள்ளுவர், இளங்கோ அடிகள், அப்பர், ஆண்டாள், கம்பர், திருமூலர் ஆகியோர் பற்றி எழுதும்போது, அவர்களைப் பற்றியத் தொன்மங்களையும், கதைகளையும் புறக்கணித்துவிட்டு, அவர்களுடைய படைப்புகளில் எவ்விதக் காழ்ப்புணர்ச்சியும் இன்றி நாட்டம் செலுத்துவார். மேலைக் கல்வியாளர்கள் பலர், மாபெரும் படைப்பாளர்களைப் பற்றி எழுதும்போதும் இலக்கியக் காழ்ப்புணர்ச்சிகள் (literary prejudices), இலக்கியமல்லாக் காழ்ப்புணர்ச்சிகள் (extra-literary prejudices) என்பவற்றைத் தவிர்க்க முடியாமல், தடுமாறித் தடம்புரண்டு மதிப்பீடு செய்வார்கள். சமய இலக்கியமாயினும், சமயம் சாரா இலக்கியமாயினும், தத்துவ நூலாயினும், பக்திப் பனுவலாயினும், வடமொழிக் கதையை முன்னிறுத்தும் காப்பியமாயினும், கவிப்பேரரசு எத்தகைய முறையற்ற முற்சார்புமின்றி அவற்றின் நிறைகுறைகளை ஏதுக்களோடு எடுத்துக் காட்டுவார்.

'தொல்காப்பியம்' வடமொழி இலக்கண நூல்களுக்குக் கடன் பட்டிருக்கிறதென்ற பச்சைப் பசும்பொய்யைப் பரப்பியவர்களின் கருத்துகளை முறையாக மறுத்து 'தயிரும் வெண்ணெய்யும் பாலுக்குள் நிறைந்திருப்பதுபோல் யாப்பும் அணியும் தொல்காப்பியத்துக்குள் தோய்ந்து உறைகின்றன. ஆகவே, தொல்காப்பியம் முதல்நூல்தான்; மூத்த தமிழ்க்குடியின் மூளைச்சாறுதான்; தமிழினத்தின் ஐயந்திரிபற்ற ஆதி அறிவுதான்' என்று தெளிவுபடுத்துவார்.

இயற்கையோடு இயைந்த வாழ்வு வாழ்ந்து, இயற்கையோடு இயைந்த கவிதையியலையும் உருவாக்கிக்கொண்ட தமிழினத்தின் இயற்கைப் பற்றை எடுத்துக்காட்டும் 'குறிஞ்சிப்பாட்டை' எழுதிய கபிலரை, 'தமிழ்நாட்டு மலை மரங்களில் கடைசி இலை துடிக்கும்வரை, விலங்குகளும் பறவைகளும் விரையும்வரை, இயற்கைக்கும் மனிதனுக்கும் உள்ள தொப்பூழ்க்கொடி முடிச்சு தொடரும்வரை, கடைசி மனிதனின் திசுக்களில் ஆதிமனிதனின் மரபணுக்கள் அதிரும்வரை கபிலர் இருப்பார்' என்று போற்றுவார்.

'அவ்வை' என்னும் பெயரில் பெண்பாற் புலவர்கள் ஐவரோ, அறுவரோ இருந்தார்கள் என்று தமிழ் இலக்கிய வரலாறு கூறும். சங்கச் சான்றோர்களில் ஒருவராகிய அவ்வைக்குப் பிறகு, பிற்காலத்தில் அறநூல்கள் எழுதிய அவ்வை எவ்விதத்திலும் தாழ்ந்தவள் இல்லை. கள்ளுண்ட அவ்வை, நெல்லிக்கனி அவ்வை, சுட்டபழம் சுடாதபழம் கேட்ட அவ்வை, சிவபெருமான் குடும்பத்துச் சிக்கலைச் சீர் செய்யப் போந்த அவ்வை, கூழுக்குப் பாடிய அவ்வை, கபிலரோடும் வள்ளுவரோடும் உடன்பிறந்த அவ்வை, தன்னை ஏளனம் செய்தோருக்கும்

'எறும்பும் தன்கையால் எண்சாண்' என்று எதிர்வினையாற்றிய அவ்வை... இப்படி எத்தனையோ அவ்வைமார்களைத் தமிழர்கள் தங்கள் வாழ்வோடு இணைத்துக்கொண்டிருக்கிறார்கள். ஆனால், அவ்வையின் பெயரில் இயங்கும் இலக்கியங்கள் எல்லாம் தமிழரின் வாழ்வறத்தோடு இணைந்தும் கலந்தும், இயங்கியும், இயக்கியும் வருகின்றன. அவ்வையின் பெயரில் வழங்கும் எல்லா நூல்களும் உயர்வற உயர்வு பெற்றவையாதலால் அவை யாவற்றையும் பேணிப் போற்றுவதே தமிழினத்தின் கடமையாகும்.

அவ்வையை மேலைநாட்டுப் போப் அடிகளார், 'அந்த வியத்தகு பெண்மணி ('*that wonderful woman*') என்று வியந்து புகழ்வார். எனவே, கவிஞர் கூறும் அறிவுரை, அதனால், எந்தப் பாடல் எந்த அவ்வை பாடியதென்று தமிழர்கள் கவலையுறத் தேவையில்லை. சுவையும் பயனும் இருப்பின் அது எம்மரத்துக் கனியாயிருப்பின் எமக்கென்ன?

எபிரேயம், கிரேக்கம், இலத்தீன், சீனம், அரேபியம், வடமொழி ஆகியவற்றிலெல்லாம் உள்ள அறநூல்கள் யாவற்றையும் எளிதில் விஞ்சுவதும், உலகநூல் என்று அறிவிக்கப்படவேண்டிய தகுதிபெற்ற ஒரே நூலுமாகிய திருக்குறள் எத்தன்மையது?

> திருக்குறளைத் தூக்கிச் சுமக்க மதங்களின் பீடங்கள் இல்லை;
> அரசுகளின் பல்லக்குகள் இல்லை;
> திருக்குறள் பேசப்பட்ட நிலப்பரப்புக்கே தமிழ்நாடு என்ற பெயர் இல்லை;
> வாள்முனையில் நீட்டிக்கப்பட்ட நெடுந்தேசம் இல்லை;
> திருக்குறள் எழுதப்பட்ட இனம் உலக மக்கட்பரப்பில் பேரினத் தொகுதி இல்லை.

சத்தியத்தின் சார்பை மட்டுமே நம்பி ஒரு நூல், உலக அறிவின் உயரத்தில் ஓர் ஆதி இனத்தின் அடையாளமாகத் திகழ்கிறதென்றால், அது எங்கள் முப்பால் ஆசான் வள்ளுவரின் மூளைச்சாறாய் விளங்கும் திருக்குறள் மட்டும்தான்.

'சிலப்பதிகாரம்' பற்றிய சிக்கல்களையெல்லாம் ஆராயும் கவிஞர் கீழ்க்கண்ட நேர்மையான முடிவுகளுக்கு வருகிறார்:

ஒட்டுமொத்த மதுரையையும் அழிக்க எண்ணாமல்...

'ஏ! தீச்செல்வனே! நீ தீத்திறத்தார் பக்கமே சேர்க' என்று அவள் ஆணையிட்டதில், 'எதிர்காலத்தில் தம் போன்ற பத்தினியாள் யாருக்கும் தனக்கு நேர்ந்த தீங்கு நேர்ந்துவிடக் கூடாது என்றுதான் ஒட்டுமொத்தத் தீமைக்குத் தீயிட்டாள்' என்று கருதுவது காப்பிய நீதி மட்டுமன்று; சமூக நீதியும் ஆகும்.

'முலை திருகி எரிவதென்பதை சதை திருவி எறிவது' என்று கொள்வது இலக்கிய மூடம். அது வஞ்சினத்தின் உச்சம் சொல்லும் உணர்ச்சிசார் குறியீடு (*symbolized emotion*) என்று கொள்வதே கவிதை அறம்.

அப்பரை ஏன் சேக்கிழார் பெரிய புராணத்தில் 'இருள் நீக்கியார்' என்று பாராட்டுகிறார்?

மருள் நீக்கியார் என்று இயற்பெயர் பூண்டவருக்கு இருள் நீக்கியார் என்ற தொழிற்பெயர் தோன்றியதேன்? தமிழ்மீது படர்ந்த வடமொழி இருள், சைவத்தின் மீது படிந்ததாகக் காணப்பட்ட சமண இருள், சமூகத்தின் மீது படிந்த சாதிய இருள் இந்த மூவிருள் கிழிக்கத் தன்னையே சுடராய்க் கொளுத்திக்கொண்ட அப்பர் பெருமானின் பெருவாழ்வு.

ஆண்டாளின் வாழ்க்கையும் எழுத்தும் நமக்குக் கற்பிக்கும் பாடம் என்ன?

ஒன்றையே நினை, ஒருமுகப்படு, ஒப்புக் கொடு, நம்பு, கருதியதில் உறுதிகொள், வினைப்படு, வெற்றியுறு என்ற தத்துவம் ஆண்டாளுக்கும் கண்ணனுக்கும் மட்டுமே உரியதன்று. தலைவனுக்கும் தொண்டனுக்கும், நண்பனுக்கும் நண்பனுக்கும், கணவனுக்கும் மனைவிக்கும், தந்தைக்கும் மகளுக்கும், சத்தியத்துக்கும் வாழ்வுக்கும் இதுவே உரியது.

கலிங்கத்துப்பரணி எழுதிய செயங்கொண்டாரின் வெற்றி எத்தகையது?

ஒரு காட்டுக்கே பெய்யவேண்டிய மழையை ஒரு கழனியில் கொட்டித்தீர்த்துவிடும் மேகம்போல் ஒரு பேரிலக்கியம் படைக்கும் பேராற்றலைச் சிற்றிலக்கியத்துக்குச் செலவிட்டிருக்கிறார் செயங்கொண்டார்.

உலக காப்பியப் படைப்பாளர்களுள் கம்பன் ஏன் தலையாயவன்?

'நீர்க்குமிழ்தான் வாழ்வு' என்று நம்பப்பட்டது. அதற்குள் அது நிகழ்த்திப்போகும் நிறப்பிரிகை சொன்னவன் கம்பன். 'மனிதவாழ்வு மரணத்தில் முடியும் சிறுமையுடைத்து' என்று நம்பப்பட்டது. ஆனால் மரிக்கும் வாழ்வின் மரிக்காத பெருமைகளைச் சொல்லிச் சென்றவன் கம்பன். 'மொழி என்பது கருத்துக்களை ஒன்று கூட்டும் ஒலிச் சந்தை' என்றே நம்பப்பட்டது. இல்லை, அது ஒரு பண்பாட்டின் இசைக்கூட்டம் என்று உணர்ந்தோதியவன் கம்பன். 'மக்கள், தேவர், நரகர் உயர்திணை; மற்றுயிர் உள்ளவும் அல்லவும் அஃறிணை' என்று நம்பப்பட்டது. உயர்திணையில் உள்ள அஃறிணைச் சிறுமைகளையும், அஃறிணையில் உள்ள உயர்திணைப் பெருமைகளையும் கண்டு தெளிந்து கலை செய்தவன். 'போர் வெற்றிதான் புகழின் கல்வெட்டு' என்று நம்பப்பட்டது. 'யாரொடும் பகை கொள்ளலன் என்றபின் போரொடுங்கும் புகழொடுங்காது' என்று எதிர்வினை ஆற்றியவன்.

திருமூலர் கண்ட கடவுள் எத்தகையவர்?

கடவுள் என்பது வான்வெளியிலோ மண்பரப்பிலோ தேடிக் கண்டடையும் திருப்பொருளன்று. அது ஒரு கருதுநிலை. அது ஒரு உணர்ச்சி; உணரக்கூடியதன்றி உணர்த்தக் கூடுவது அன்று. உருவம் தராதே. உணர்த்தவும் முயலாதே. அது உன் அகவய அனுபவம். கடவுள் என்பதொரு நினைப்பு. ஈசன் என்பதோர் இனிப்பு. தேனைச் சுவைக்கிறாயே... அந்தச் சுவை கறுப்பா? சிவப்பா? என்று எறிகணைக் கேள்வி எறிகிறார் திருமூலர்.

இராமலிங்க அடிகளாரின் சன்மார்க்கச் சங்கம் இந்து மதத்தினின்றும் எவ்வாறு வேறுபடுகிறது?

இந்து மதம், ‘துறவின் நிறம் காவி’ என்றது; வள்ளலாரோ ‘வெள்ளை’ என்றார்.

இந்து மதம், ‘உருவ வழிபாடு’ என்றது; வள்ளலாரோ ‘ஒளி வழிபாடு’ என்றார்.

இந்து மதம், ‘மக்கள்தொகைபோல் கடவுள்தொகை’ என்றது; வள்ளலாரோ ‘ஒரே கடவுள் அருட்பெருஞ்சோதி’ என்றார்.

இந்து மதமோ நால்வருணப் பிரிவைக் கட்டிக்காத்தது; சன்மார்க்கச் சங்கமோ சாதி மத வேறுபாட்டை வெட்டிச் சாய்த்தது.

இந்து மதத்தில் மூடப்பழக்கங்கள் மண்டிக் கிடந்தன, சன்மார்க்கச் சங்கமோ கண்மூடிப் பழக்கங்களைக் கண்டித்தது.

இந்து மதம், மொழி புரியாத சுலோகங்களைச் சொன்னது; சன்மார்க்கச் சங்கமோ ‘மக்கள் மொழியே கடவுள் மொழி’ என்றது.

இந்து மதமோ கீதை போதித்தது; வள்ளலாரோ திருக்குறள் வகுப்பெடுத்தார்.

இந்து மதமோ ‘பரத்தின் சுகங்களுக்காக இகத்தின் துன்பங்களை ஏற்றுக்கொள்’ என்றது. சன்மார்க்கச் சங்கமோ ‘பரத்தின் சுகங்கள் என்று கற்பிக்கப்பட்டவற்றையெல்லாம் இகத்திலேயே எய்துவோம்’ என்றது.

இந்து மதமோ எரித்தலை வற்புறுத்தியது; சன்மார்க்கச் சங்கமோ புதைத்தலைப் போற்றிச் சொன்னது.

பாரதியின் தோற்றத்துக்கு முன் தமிழ்க்கவிதையின் நிலை என்ன?

பாரதி பிறந்த காலவெளியில் காமப் படுக்கையில் கவலைக்கிடமாய்க் கிடந்தது கவிதை. சிற்றிலக்கியங்களில் வழிந்த சீழ், சிலேடைகளில் தெறித்த இந்திரியம், கட்டளைக் கலித்துறைகளில் வழிந்த கட்டில் வேர்வை, கடவுட் பாடல்களில் கசிந்த கண்ணீர் என்று நனைந்து நனைத்து நைந்து கிடந்தது நந்தமிழ்.

தமிழ் சிறுகதை வளர்ச்சிக்கு புதுமைப்பித்தனின் பங்களிப்பு எத்தன்மையது?

தமிழில் சிறுகதை என்ற முயற்சி பாரதியில் முளைத்து, வ.வே.சு. அய்யரில் வளர்ந்து, மணிக்கொடியில் செழித்து, பொதுவுடைமையில் பூத்து, திராவிட இயக்கம் வரை காய்த்துக் குலுங்கினாலும் அதன் உருவம் பழுத்தது புதுமைப்பித்தனில்தான் என்று சொல்லத் தோன்றுகிறது.

புலவனுக்கும் பாடலாசிரியனுக்கும் உள்ள வேறுபாடு எத்தகையது?

பாட்டெழுதும் பணியில் கவிஞனுக்கும் பாடலாசிரியனுக்கும் ஒரு நுட்பமான வேறுபாடு உண்டென்பதை அறிவுஜீவிகள் மட்டுமே அறிவார்கள். கவிதையின் செம்பொருள் அறிந்தவனும், சொல்லாட்சியில் சூத்திரம் புரிந்தவனும், யாப்பின் ஒலி விஞ்ஞானம் தெரிந்தவனுமாகிய

கவிஞன், மொழியை வேலை வாங்குகிறான். கேள்வி ஞானத்தால் வந்த பாடலாசிரியனோ மொழியின் வேலைக்காரனாய் மட்டுமே விளங்குகிறான்.

பட்டுக்கோட்டை கல்யாணசுந்தரத்தின் இமாலய வெற்றிக்குக் காரணங்கள் எவை?

கேட்ட சொற்கள், கேளாத பொருள்; சந்தம் பழையது, சந்தி புதியது. பல்லவி எழுத மட்டும் தாமதம் செய்கிறான். பிறகு கோடை மழையாய்க் கொட்டிவிடுகிறான். படிக்காத பயலுக்கு எப்படி வந்தது இந்தப் பாட்டு வெறி? திரையுலகம் திகைக்கிறது. வேளாண் வெளிகள் தந்த பட்டறிவு, பாவேந்தர் தந்த மொழியறிவு, கம்யூனிசம் கற்பித்த கருத்தறிவு இந்த மூன்றையும் உள்வாங்கி எரிந்த அவனது உயிர்ச்சுடர். நானறிந்தவரை இந்த நான்கு பொருள்களே பட்டுக்கோட்டையின் முதலும் மூலமும்.

இவ்வாறு பொன்தட்டில் முத்துக்குவியல்களை வைத்து நூலாகத் தமிழாற்றுப்படை உருப்பெற்றுள்ளது. அதன் முன்னுரையில், 'போர்க்கால நடவடிக்கையாக மொழிகாக்கும் வழிகள் முன்னெடுக்கப்படவேண்டும். தமிழ்மொழியைத் தமிழர்கள் பேணவேண்டுமென்றால் தமிழர்க்குத் தமிழ் மொழியைத் தகுதியாக்க வேண்டும்; உலகப்போட்டிக்கான கருவியாக்க வேண்டும்' என்று வைரமுத்து எச்சரிக்கை செய்வார்.

அழிந்து கொண்டிருக்கும் மொழிகள் பற்றிய ஆய்வை மேற்கொண்ட 'யுனெஸ்கோ'வின் வல்லுநர் குழு, கொலை மொழியான ஆங்கிலத்தின் வலுவான தாக்குதலால் ஆண்டுக்கு இருபது மொழிகள் அழிந்துவருகின்றனவென்றும், ஒருமொழி எவ்வளவு குறைவான எண்ணிக்கை உடையோரால் பேசப்படுவதாயினும் அவர்கள் தங்கள் மொழியை அழியாது காக்கத்தக்க வழிகளால், உறுதியுடன் மேற்கொண்டால் மட்டுமே அது தப்பிக்க இயலுமென்றும் ஓர் அறிக்கை விடுத்துள்ளனர்.

என்றுமுள தென்றமிழைக் காத்துக்கொள்வது மட்டுமின்றி, உலக அரங்கில் நிகழ்ந்துகொண்டிருக்கும் கவிஞர் போட்டியில், கவிப்பேரரசு என்று நாம் கொண்டாடிக்கொண்டிருக்கும் வைரமுத்துவை முன்னிறுத்தி, அவரை வெற்றிபெறச் செய்வது உலகெங்குமுள்ள தமிழார்வலர்களின் தலையாய கடமையாகும்.

28.02.2025
சென்னை

ஆய்வடக்கம்

கவிதைகள்

1. வைரமுத்து - நிசார் கப்பானி கவிதைகளில் காதலும் இயற்கையும்: ஓர் ஒப்பாய்வு | முனைவர் அ.ஜாகிர் ஹுசைன் 25

2. சிற்பியே உன்னால் செதுக்கப்பட்டேன் | முனைவர் வீ.ப.ஜெயசீலன் இ.ஆ.ப. 35

3. கொஞ்சம் தேநீர், நிறைய பிரபஞ்சம் | கவிஞர் கலாப்ரியா 44

4. புதிய விடியல் தரும் வைரமுத்து கவிதைகள் | முனைவர் நம்.சீனிவாசன் 49

5. பெரிதினும் பெரியவன்: மகா கவிதை - பேரண்டமும் பெருந்தமிழும் | புதுவை யுகபாரதி 59

6. மகா கவிதை பேசும் பேரண்டமும் பெருந்தமிழும் | சசி எஸ்.குமார் 65

7. மரபுக்கவிதைகளில் மகத்துவப் புதுமை | மரபின் மைந்தன் ம.முத்தையா 71

8. மாகவியின் மகா கவிதை | முனைவர் சரோஜினி செல்லக்கிருஷ்ணன் 89

9. மகா கவிதையில் திணைவெளி உலகவெளியாதல் | முனைவர் இரா.அறவேந்தன் 104

10. அந்த விதைக்குள்தான் இந்த விருட்சம் மறுவாசிப்பில் 'திருத்தி எழுதிய தீர்ப்புகள்' | கவிஞர் பிருந்தாசாரதி 115

11. பிரபஞ்ச ரகசியங்களைப் பரிமாறும் 'மகா கவிதை' | முனைவர் ஆதிரா முல்லை 126

12. வைரமுத்து கவிதைகளில் இலக்கியக் கோட்பாடுகள் | தமிழாசிரியர் ஆ.வெண்ணிலா 142

நாவல்கள்

13. கவிதைச் சாயல் கொண்ட நாவலாசிரியர்: கவிஞர் வைரமுத்துவின் இலக்கியச் சொல்லாட்சி | முனைவர் தமிழச்சி தங்கப்பாண்டியன் — 151

14. கள்ளிக்காட்டு இதிகாசம்: ஆங்கில மொழிபெயர்ப்பு அனுபவங்கள் | மொழிபெயர்ப்பாளர் நாகலட்சுமி சண்முகம் — 162

15. வைரமுத்துவின் மூன்றாம் உலகப் போரும், வையகத்தின் மூன்றாம் உலகப் போரும் | முனைவர் நாகேஸ்வரன் அருள்ராசா — 167

16. கருவாச்சி காவியம்: கோபுரத்தில் ஏற்றி வைக்கப்பட்ட செழுந்தீபம் | பேராசிரியர் எழில் முதல்வன் — 177

17. மூன்றாம் உலகப் போர்: கவிப்பேரரசு சித்திரிக்கும் வேளாண் அறிவியற் கூறுகள் | முனைவர் பா.பொன்னி — 196

18. கருவாச்சி காவியத்தில் நாட்டுப்புற மருத்துவம் | முனைவர் வே.தனுஜா — 202

19. கள்ளிக்காட்டு இதிகாசமும் புலம்பெயர் தமிழர்களும் | முனைவர் மு.இராசேந்திரன் — 208

சிறுகதைகள்

20. வைரமுத்துவின் சிறுகதைகள்: ஓர் உலகப் பார்வை | முனைவர் ம.திருமலை — 215

21. நடப்பியல் நோக்கில் வைரமுத்து சிறுகதைகள் | முனைவர் ரா.நாகேந்திரன் — 221

22. வைரமுத்து சிறுகதைகள்: மாந்தர் இயல்பும், உலகக் கதை இலக்கிய வரிசையும் | முனைவர் ஜெ.குணசீலி — 226

திரையிசைப் பாடல்கள்

23. தமிழர் வாழ்க்கையில் திரையிசைப் பாடல்கள்: வைரமுத்துவின் பாடல் வரிகளை முன்வைத்து | ஆய்வாளர் ந.முருகேசபாண்டியன் — 237

24. வைரமுத்துவின் கவி பாடி, தமிழ் படிக்கும் சீனத்து மாணவர்கள் | நிறைமதி, தமிழ்த்துறைத் தலைவர், சீனா. — 252

25. தமிழ்த் திரையிசைப் பாடல்களின் திருப்புமுனை - வைரமுத்து | முனைவர் பா.இரவிக்குமார் — 257

26. பாட்டுலகில் வைரமுத்து அமைத்த புரட்சிப் பாதை | கவிஞர் பழ.புகழேந்தி — 267

27. உள்மனயாகம்: வைரமுத்துவின் ஆயிரம் பாடல்கள். | எழுத்தாளர் ஆத்மார்த்தி — 274

28. வைரமுத்து பாடல்களும், சங்க இலக்கியமும் | ஆசிரியர் இந்திரா விஜயலஷ்மி — 283

29. வைரமுத்து திரையிசைப் பாடல்கள்: இலக்கியத் தரமும் தாக்கமும்
   | முனைவர் சு.தங்கமாரி — 290

30. வைரமுத்து பாடல்களில் அறிவியல் ஆளுமை
   | முதுமுனைவர் கா.மணிகண்டன் — 299

31. செழுந்தமிழ்ச்சுடர் | எழுத்தாளர் நர்சிம் — 303

பன்முக ஆளுமை

32. Life and Works of Vairamuthu | వైరముత్తు జీవితం మరియు రచనలు
   | P.S.Ganesh Moorthy — 311

33. பகுத்தறிவுப் பாவலர் வைரமுத்து | பேராசிரியர் அருணன் — 316

34. Translating Vairamuthu | A Transcendental Meditation
   | K.S.Venkitachalam — 326

35. வள்ளுவரும் வைரமுத்தும் | முனைவர் சங்கர சரவணன் — 329

36. Vairamuthu: Voice of the Voiceless | P. Marudanayagam — 335

37. வடுகபட்டி - நதிமூலம் | பத்திரிகையாளர் மணா — 342

38. வைரமுத்து கவிதைகளில் மானுடத்துக்கான அறிவியல்
   | பத்திரிகையாளர் ஆர்.சி.ஜெயந்தன் — 350

39. தமிழாற்றுப்படை: தமிழ் மரபின் நவீன விளைச்சல்
   ம.இராசேந்திரன், மேனாள் துணைவேந்தர் — 360

40. தமிழாற்றுப்படைக்கு ஓர் ஆற்றுப்படை | முதுமுனைவர் வாணி அறிவாளன் — 366

41. வைரமுத்து படைப்புகளில் அறிவியலும் அழகியலும்
   | முனைவர் அருள் வீரப்பன் — 374

42. ವೈರಮುತ್ತು ಅವರ ಸಾಹಿತ್ಯ: ಸಾಮುದಾಯಿಕ ದೃಷ್ಟಿ
   வைரமுத்து படைப்புகள்: ஒரு சமுதாயக் கண்ணோட்டம்
   | முனைவர் கே.மலர்விழி — 381

கவிதைகள்

1

வைரமுத்து - நிசார் கப்பானி
கவிதைகளில் காதலும் இயற்கையும் ஓர் ஒப்பாய்வு

- முனைவர் அ.ஜாகிர் ஹுசைன் -

உலகக் கவிதை இலக்கியத்தின் முதன்மையான கருப்பொருள் காதலும் இயற்கையும். வில்லியம் வேர்ட்ஸ்வொர்த், இயற்கையின் கவிஞராகப் போற்றப் படுகிறார். லார்ட் பைரன், காதல் கவிதையின் முன்னோடியாக அறியப்படுகிறார். உலகக் கவிதைப்பரப்பில் காதலையும் இயற்கையையும் இணைக்கும் கவிதைகள் ஏராளம் உண்டு. இயற்கையின் தாக்கத்தை உணர்ச்சியின் பிரதிபலிப்பாக, குறியீடாக, படிமங்களாக, உருவகங்களாக காதல் கவிதைகளில் நம்மால் பார்க்க முடியும்.

காதலும் இயற்கையும் ஒன்றே என்று கருதும் கவிஞர்களுள் முக்கியமானவர்கள் கவிப்பேரரசு வைரமுத்தும் சிரியாவின் நிசார் கப்பானியும்.

கலீல் ஜிப்ரான், மஹ்மூத் தர்வீஷிக்குப் பிறகு உலக அளவில் அதிகக் கவனம் பெற்ற சமகால அரபுக் கவிஞர் நிசார் கப்பானி (1923-1998). சங்ககாலப் புலவர்களின் வழித்தோன்றல், தன் மொழியால், கற்பனை வளத்தால் உலகின் முன்னோடிக் கவிஞர்களுக்கு நிகரான கவிதைகளைப் படைப்பவர் வைரமுத்து.

நிசார் கப்பானி தாயின் தீவிர அன்பில், அரவணைப்பில் வளர்ந்தவர். 'குழந்தைப் பருவம்தான் எனது தனித்தன்மைக்கும் இலக்கியத்துக்குமான திறவுகோல்' எனக் குறிப்பிடுகிறார் கப்பானி.

காதலும் வலியும் நிறைந்தது கப்பானியின் வாழ்க்கை. காதல்தோல்வியில் தற்கொலை செய்துகொண்ட சகோதரி

விசாலின் மரணம், காதலித்து மணமுடித்த மனைவி பல்கீஸ், பெய்ரோத்தில் உள்ள இராக் தூதரகத்தில் நடைபெற்ற குண்டுவெடிப்பில் பலியான துயரம் ஆகியவை கப்பானியின் வாழ்க்கைப் பயணத்தில் வலிமிகுந்த பகுதிகள். இவற்றின் பாதிப்பை கப்பானியின் கவிதைகளில் நாம் அதிகம் காணலாம்.

கவிப்பேரரசு வைரமுத்து பல்வேறு போராட்டங்களுக்கிடையே இலக்கிய உலகில் வெற்றிக்கொடி நாட்டிய மாபெரும் கவிஞர். மூன்று தலைமுறை வாசகர்களைத் தன் வசீகரச் சொற்களால் தன்வசப்படுத்திய வித்தகர். இது அவ்வளவு எளிதாக இவருக்குச் சாத்தியமாகிவிடவில்லை. கரடுமுரடான வாழ்க்கைப் பாதைகளைத் தானே செப்பனிட்டு, தனக்குரிய பாதையை உருவாக்கிய சிற்பி வைரமுத்து. 'கரட்டுக்காட்டின் முட்செடிகளுக்கிடையே புண்பட்டு நடந்துவந்த கவிஞரின் வாழ்க்கை, இன்று பண்பட்டுப் பரிணாமப்பட்டு அவர்தம் தீவிர உழைப்பாலும் திறமையாலும் விண்முட்டும் வளர்ச்சி கண்டிருக்கிறது' என்கிறார் டாக்டர் பொன்மணி வைரமுத்து.

கவிப்பேரரசும் நிசார் கப்பானியும் உலகின் தொன்மையான மொழிகளாக விளங்கும் தமிழ், அரபு மொழிகளின் பாரம்பரியத்தைச் சேர்ந்தவர்கள். காதலையும் இயற்கையையும் கொண்டாடும் கவிஞர்கள்.

உயிர்களுக்குத் தாய்ப்பாலூட்டும் இயற்கையின் மார்புகள் குத்திக் கிழிக்கப்படும் குரூரத்தைக் காணப் பொறுக்காத கவிப்பேரரசு இயற்கையைப் பற்றி பாடாத நாட்கள் இல்லை. இயற்கையின் மீதுள்ள கவிஞரின் காதலுக்கு 'மகா கவிதை' மாபெரும் சாட்சி. உலகில் எந்தக் கவிஞரும் ஐம்பூதங்களின் பொருண்மையில் ஒரு கவிதைத் தொகுப்பைத் தந்ததாக எந்தக் குறிப்பும் இல்லை. இயற்கையின் காதலன், தூதுவன் கவிப்பேரரசு என்றால் அது மிகையல்ல.

சிரியா நாட்டுக் கவிஞர் அதோனிஸ்:

'பஞ்சபூதங்கள்
அழுதுகொண்டிருப்பதைப் பார்த்தேன்
அவை
சகோதரத்துவத்தின் காயங்களை
எங்களிடம் திறந்துகாட்டின
சமிக்ஞையைப் புரிந்துகொண்டேன்
நான்தான் முதல் சுபச் செய்தி
தூதுத்துவத் தோட்டத்தில்
கிழக்கிலிருந்து முளைத்த செடி
நான்' [1]

எனப் பாடுகிறார்.

ஐம்பூதங்களின் கண்ணீரைத் துடைக்க தெற்கிலிருந்து முளைத்த செடி வைரமுத்து.

---

1 வைரமுத்து கவிதைகள், பக்கம்:54

ஒரு தாய் தன் மகள் நட்ட புன்னை மரத்தை நெய்யும் பாலும் ஊற்றி வளர்த்து, தன் மகளிடம் 'அந்த மரம் உன் தங்கை' எனக் கூறி மகளுக்கும் அந்த மரத்துக்குமிடையே சகோதரத்துவ உறவை ஏற்படுத்தியதாக நற்றிணையில் ஒரு பாடல் உண்டு:

'விளையாடு ஆயமொடு வெண் மணல் அழுத்தி,
மறந்தனம் துறந்த காழ் முளை அகைய,
'நெய் பெய் தீம் பால் பெய்து இனிது வளர்ப்ப;
நும்மினும் சிறந்தது; நுவ்வை ஆகும்' என்று,
அன்னை கூறினள், புன்னையது நலனே' [2]

இயற்கையைப் போற்றும் சங்கப் புலவர்களின் வழித்தோன்றல் கவிப்பேரரசு என்பதால் இவரது கவிதைகளில் இயற்கை கோலோச்சுகிறது.

'இவருக்கு இயற்கையே பரம்பொருள்; பாடுபொருள். பஞ்சபூதங்களை... இயற்கையின் பிரம்மாண்டத்தைப் பாடும் இவருடைய படைப்புகள் அதியற்புதமானவை' என்கிறார் டாக்டர் பொன்மணி வைரமுத்து.

'இயற்கையின் இனிய பின்னணியிலே எழுந்தவை சங்ககாலக் கவிதைகள்' என்று குறிப்பிடுகிறார் பேராசிரியர் சி. பாலசுப்பிரமணியன்.

நிலத்தினும் பெரிதே; வானினும் உயர்ந்தன்று;
நீரினும் ஆர் அளவின்றே - சாரல்
கருங் கோல் குறிஞ்சிப்பூக் கொண்டு,
பெருந்தேன் இழைக்கும் நாடனொடு நட்பே' [3]

என்று நிலம், கடல், வானம் இம்மூன்றின் சேர்க்கைபோல தலைவி தலைவன்மேல் கொண்ட நட்பு அமைந்திருக்கிறது என தேவகுலத்தார் பாடுகிறார்.

கி.பி. இரண்டாயிரம் வரை கவிப்பேரரசு வைரமுத்து எழுதிய கவிதைகளில் தேர்ந்தெடுக்கப்பட்ட கவிதைத்தொகுப்பு 'வைரமுத்து கவிதைகள்' என்ற நூலையும் நிசார் கப்பானியின் தேர்ந்தெடுக்கப்பட்ட கவிதைத்தொகுப்பு 'காதலர்களாகப் பிரிவோம்' என்ற நூலையும் துணையாகக் கொண்டு இந்தக் கட்டுரை உருவாக்கப்பட்டுள்ளது.

காதலும் இயற்கையும்

காதல் இயற்கையானது; இயற்கையால் ஆனது. காதல் நுழையாத உயிர் இல்லை. காதல் நுழையாதது உயிருமில்லை. இயற்கையின் ஒவ்வோர் அசைவிலும் காதல் வீசுகிறது என்பதை 'இறக்க முடியாத சிலுவை' என்ற கவிதையில் மிகவும் அற்புதமாகப் பாடுகிறார் கவிப்பேரரசு:

'மறந்துவிடுங்கள் என்றாய்
இதயத்திற்கு
நான் சொல்லிவிட்டேன்
இயற்கைக்கு

---

[2] வைரமுத்து கவிதைகள், பக்கம்: 5

[3] குறுந்தொகை: 3

நீ சொல்வாயா?
பாழாய்ப்போன இயற்கை
படுத்துகிறதே பெண்ணே'

மின்னல், பூக்கள், இருட்டு, வெளிச்சம், வர்ணம், பனித்துளிகள், செவ்வானம், விண்மீன்கள், மரங்கள், தென்றல் உள்ளிட்ட இயற்கையின் ஒவ்வொரு வடிவத்திலும் காதலன் காதலியைத் தரிசிப்பதை, காதலுக்கும் இயற்கைக்குமிடையேயான உறவை கண்முன் நிறுத்துகிறார் கவிஞர்.

'நான்
பெண்ணை நேசிக்கும்போது
எல்லா மரங்களும்
என்னை நோக்கி
ஓடிவருகின்றன
வெறுங் கால்களுடன்' [4]

'இலைகளற்ற மரத்தில்
காய்ந்த மஞ்சள் சருகுகளில்
மழைக்காலத்தில்
காட்டாற்று வெள்ளத்தில்
மாலை நேரம்
நாம் தேநீர் அருந்தச் செல்லும்
தேநீர் விடுதியில்
எல்லாப் பொருள்களிலும்
உன்னைக் காதலிக்க
எனக்குக் கற்றுத்தந்தது
உன் காதல்' [5]

இவை காதலையும் இயற்கையையும் பிரிக்கமுடியாத கப்பானியின் வரிகள்.

கவிப்பேரரசும் நிசார் கப்பானியும் இயற்கையின் பல்வேறு வடிவங்களாகக் காதலைக் காட்சிப்படுத்துகிறார்கள். காதலின் வேர்களையும் கிளைகளையும் தேடிச் சென்ற இவ்விரு கவிஞர்கள் காதலில் இறைவனைக் கண்டவர்கள்.

'காதல்
மனிதனைத் தேவனாக்கும்
இரண்டாம் பரிணாமம் இது' [6]

என்கிறார் கவிப்பேரரசு.

'உன்னைக் காதலித்தபோது
இறைவன்
பூமிக்குத் திரும்பிவிட்டான்' [7]

எனப் பாடுகிறார் கப்பானி.

---
4 காதலர்களாகப் பிரிவோம், பக்கம்: 49
5 காதலர்களாகப் பிரிவோம், பக்கம்: 65&66
6 வைரமுத்து கவிதைகள், பக்கம்: 184
7 காதலர்களாகப் பிரிவோம், பக்கம்: 108

காதலின் வலிமையே வலிதான் என காதல் வலியையும் காதல் சிந்தும் கண்ணீரையும் அதிகம் ரசித்தவர்கள் இவ்விரு கவிஞர்கள்.

'வானவில்லை
நீங்கள்
தண்ணீர்த் தூறலில்
தரிசித்திருப்பீர்கள்
அந்த வானவில்லோ
வர்ணங்களின்
தற்காலிக ஒப்பந்தம்
நீங்கள்
கலையாத வானவில்லைக்
கண்டதுண்டா?
கண்ணீர்த் தூறலில்
முளைப்பதால்தானோ
அது கலையாமல் இருக்கிறது?
அதுதான்
காதல்' [8]

என்பது வைரமுத்துவின் வைர வரிகள். மற்றொரு கவிதையில் கண்ணீர்தான் காதலின் தேசிய பானம் என்கிறார் கவிஞர்.

'கவலை நகரங்களில்
என்னைத் தள்ளியது
உன் காதல்
இதற்கு முன்
அங்கே நான் தள்ளப்பட்டதில்லை
மனிதன் என்றாலே கண்ணீர்தான்
இது எப்படி
எனக்குப் புரியாமல் போயிற்று
புரியவில்லை
கண்ணீர் இல்லாத மனிதன்
மனிதனின் நினைவுச் சின்னம்' [9]

'நீ எப்படி வேண்டுமென்றாலும் ஆகு
கடும் வலியாகக்கூட இரு
வலிக்கும்போதுதான்
நான் இறைவனாக மாறுகிறேன்...' [10]

எனப்பாடும் கப்பானி வலியில் இறைவனாகிறார். இன்னும் உச்சமாக 'காதல் என்பது மரணத்துடனான வாழ்க்கை' என்கிறார்கள் இக்கவிஞர்கள்.

'காதலும் மரணமும்
ஒட்டிப் பிறந்த
இரட்டைக் குழந்தைகள்...'
"எல்லா குணங்களும்
இரண்டுக்கும் ஒன்றுதான்

8 வைரமுத்து கவிதைகள், பக்கம்: 183
9 காதலர்களாகப் பிரிவோம், பக்கம்: 64
10 காதலர்களாகப் பிரிவோம், பக்கம்: 140

ஒரே ஒரு வேறுபாடு
மரணமென்பது
மொத்தச் சாவு
காதலென்பது
தவணை' [11] என்கிறார் கவிப்பேரரசு.

'தலைவியே!
காதலைப் பற்றி
என்ன எழுதுவது
அது
எனக்கு மட்டும்
சொந்தமான அனுபவம்
அது
என்னை மட்டும்
வரலாற்றிலிருந்து
வெளியேற்றிவிட்டது
அது
என்னை மட்டும்
கீறிக் கிழிக்கும் வாள்
ஆதலால்
நான்
மரணத்துடன்
அதிக நாட்கள் வாழ்கிறேன்' [12]

இவை நிசார் கப்பானியின் நெருப்புச் சொற்கள்.

இவ்வாறு காதலை வரமாக, வலியாக, வழிபாடாக பல்வேறு உணர்வுகளுடன் இயற்கை கலந்து கவிப்பேரரசும் நிசார் கப்பானியும் நெஞ்சை நெகிழவைக்கும் நூற்றுக்கணக்கான கவிதைகளைத் தந்துள்ளார்கள்.

இதில் முத்தாய்ப்பாக 'காலந்தோறும் காதல்' என்ற கவிதையில் சங்ககாலம் முதல் நவீன காலம் வரை காதல் கவிதையின் வடிவங்கள் எவ்வாறு அமைந்திருந்தன என்பதை மிகவும் நேர்த்தியாகவும் நுட்பமாகவும் தந்திருக்கிறார் கவிப்பேரரசு. ஒவ்வொரு காலகட்டத்திலும் காதலும் இயற்கையும் இலக்கியத்தின் இரு பக்கங்களாகவே இருந்துள்ளன என்பதையும் மிக அற்புதமாகப் பாடியுள்ளார். கவிஞரின் பேராற்றலுக்கு இக்கவிதை சிறந்த எடுத்துக்காட்டு.[13]

காதலியும் இயற்கையும்

'பாலொடு தேன் கலந் தற்றே பணிமொழி
வாலெயிறு ஊறிய நீர்'

'மென்மையாகப் பேசுகின்ற காதலியின் தூய பற்களில் ஊறிய நீர், பாலுடன் தேனைக் கலந்தாற்போல் சுவை தரும்' என்கிறார் திருவள்ளுவர்.

---

11 வைரமுத்து கவிதைகள், பக்கம்: 844 & 847
12 காதலர்களாகப் பிரிவோம், பக்கம்: 107
13 வைரமுத்து கவிதைகள், பக்கம்: 676

'புன்னகைக்கும்
காதலியின் பற்களின் ஈரம்
இரண்டாம் முறை
மது அருந்தியதால் ஏற்பட்ட
ஈரம் போலிருந்தது'

என்று பாடுகிறார் அரபுக் கவிஞர் கஃபு இப்னு ஸுஹைர்.

காதலியின் உமிழ்நீரை தமிழர் மரபுக்கேற்ப வள்ளுவரும் அரேபியர் மரபுக்கேற்ப கஃபும் வருணித்திருப்பதை நாம் காணலாம். இத்தகைய மரபில் நின்று கவிப்பேரரசு வைரமுத்தும் நிசார் கப்பானியும் இயற்கையின் எழிலில் தவழ்ந்து கற்பனையின் உச்சி முகர்ந்து காதலியையும் காதலனையும் பற்றிப் பாடுகிறார்கள். 'காதல் உயில்' என்ற கவிதையில்:

'உனது
ஒரே பார்வையில்
அரச இலையாக இருந்தவன்
தென்னங்கீற்றாய்க் கிழிந்தேன்...' [14]

என்று காதலியின் பார்வையின் வீரியத்தை தமிழ் நிலப்பரப்பை மையப்படுத்திப் பாடுகிறார் கவிப்பேரரசு.

'காதல் வெள்ளத்தில்
நனைவதற்கு முன்பு
நான்
பாலைவனக் கள்ளிச்செடியாக இருந்தேன்' [15]

என்று காதல் ஏற்படுத்திய மாற்றத்தை அரேபிய நிலப்பரப்பை மையப்படுத்திப் பாடுகிறார் நிசார் கப்பானி.

காதலியை அங்குலம் அங்குலமாக இயற்கையுடன் ஒப்பிட்டு கவிப்பேரரசும் கப்பானியும் இயற்றியுள்ள கவிதைகள், காதலில் இயற்கையையும் இயற்கையில் காதலையும் தரிசிக்கும் உன்னத உணர்வைத் தர வல்லவை.

'உன் கூந்தல்
விண்ணப்பித்திராவிட்டால்
என் தோட்டத்தில்
பூச்செடிகள் வைத்திருக்கமாட்டேன்
உன்னை
ஸ்பரிசித்திராவிட்டால்
உலகில் மிகவும் மிருதுவானவை
தளிர்களே என்று தப்பாகச் சொல்லியிருப்பேன்...' [16]

என்று காதலியின் கூந்தல் அழகையும் தொடுதலின் உவகையையும் கவிப்பேரரசு வர்ணிக்கிறார். காதலியைப் பூவாய், செடியாய், மரமாய், இசையாய், காலமாய் இரு கவிஞர்களும் பல கவிதைகளில் தத்ரூபமாகக் கையாள்கிறார்கள்.

---

14 வைரமுத்து கவிதைகள், பக்கம்: 253
15 காதலர்களாகப் பிரிவோம், பக்கம்: 102
16 வைரமுத்து கவிதைகள், பக்கம்: 252&253

'புல்லாங்குழலே பூங்குழலே
நீயும் நானு ஒரு ஜாதி - என்
உள்ளே உறங்கும் துயரத்தில்
உனக்கும் எனக்கும் சரிபாதி' [17]

'இந்தக் குழல்தானே
இதயத்தை இழுத்த குழல்
இந்த எழில்தானே
எனைஎழுத வைத்த எழில்' [18]

'உதயகாலம் போன்றவளே
உன் சுவாசம்
என்னைச் சுடுகிற தூரத்தில்
நாம் நடந்துபோன
அந்த
நல்ல நாட்களில்
தாகங்களால் குடிக்கப்பட்டேன்' [19]

இவை வைரமுத்துவின் காந்த வரிகள்.

'அந்த இளந்தென்னை - மரத்தின்
அடியில் இழந்தென்னைத்
தந்து தவித்திருந்தேன் - இன்று
தனியே நினைத்திருந்தேன்...
ஓடைக் கரைமலர்கள் - மண்ணில்
உதிர்ந்து புதைந்ததென்ன?
பேடைக் குயில் நினைவு - என்னைப்
பிழிந்து வதைப்பதென்ன?' [20]

எனக் கவிப்பேரரசின் குரலில் பழைய காதலியின் புதைகுழியைத் தேடிச்செல்லும் ஒரு கிழவன் பாடுகிறான்.

'உனது பேச்சு
பாரசீகத் தொழுகை விரிப்பு
உனது கண்கள்
சுவர்களுக்கு மேலே
பறந்துச் செல்லும்
டமாஸ்கஸ் குருவிகள்
உனது கைகளின் அருவிகள் மேலே
புறாவைப் போல் பயணித்து
உனது வளையல்களின் நிழலில்
சற்று ஓய்வெடுக்கிறது
என் இதயம்...'

'உனது குரல்
மொரோக்கோ நாட்டு ஆடையில்
பொறிக்கப்பட்ட அழகிய ஓவியம்...'

---

17 வைரமுத்து கவிதைகள், பக்கம்: 380
18 மேலது, பக்கம்: 654
19 மேலது, பக்கம்: 254
20 மேலது, பக்கம்: 366

'உனது பிரவேசம்
தண்ணீரின்
மரத்தின்
வருகையைப் போன்றது
நீ சூரியகாந்திப் பூ
பேரீத்தம் தோட்டம்
நாணின் ஆழத்திலிருந்து
புறப்பட்ட இசை' [21]

'உனது மார்புகள்
பனிக்கட்டியின் மேல்
உருண்டு விளையாடும்
அழகான குழந்தைகள்' [22]

என்று வருணிக்கிறார் கப்பானி. காதலியைத் தென்றலாய், நெருப்பாய், மழையாய், நிலமாய், ஆகாயமாய் இன்னும் பலவாய்ச் சித்திரிக்கும் கவிதைகள் இன்னும் ஏராளம் உண்டு.

காதலனும் இயற்கையும்

காதலியின் விவரணைக்குச் சற்றும் குறையாமல் காதலனையும் இயற்கையையும் கோத்து பல கவிதை நூல்களை கவிப்பேரரசும் நிசார் கப்பானியும் நெய்து தந்திருக்கிறார்கள்.

'காதலின் வெப்பத்தில்
கற்பாறை இளகியது
மழைபெய்யாத மலையில்
இன்னொரு நதியும்
இறங்கி வந்தது
அது
வெறிகொண்ட சிற்பியின்
வியர்வை நதி' [23]

என காதலி ஷிரினுக்காக மலையைக் குடையும் காதலன் பர்ஹத்தின் நிலையை விவரிக்கிறார் கவிப்பேரரசு.

'உனக்காகக் காத்திருந்தேன்
ஒவ்வோர் நிமிடமும்
என்மேல்
அனலாய்ச் சொட்டச் சொட்ட
உனக்காகக் காத்திருந்தேன்
அது ஒரு சுகநரகம்
உனக்காகக் கொண்டுவந்தேன்
ஓர் ஒற்றை ரோஜா' [24]

என்று காதலனின் காத்திருப்பை விவரிக்கிறார் வைரமுத்து.

---

21 காதலர்களாகப் பிரிவோம், பக்கம்: 111, 112 & 114
22 மேலது, பக்கம்: 76
23 வைரமுத்து கவிதைகள், பக்கம்: 366
24 வைரமுத்து கவிதைகள், பக்கம்: 195

'இயல்பாக
நீ செய்யும் சின்ன சின்ன விசயங்கள்
என் வாழ்க்கை முழுமைக்கும் போதும்...
நீ புகைபிடிக்கும்போது
உனக்கு முன்னால் அமர்ந்திருப்பேன்
உன் வீட்டுச் செல்லப் பூனையைப் போல
நீ வட்ட வட்டமாக விடும்
சிகரெட் புகையை
ஆச்சரியத்துடன் பின்தொடர்வேன்
அது இரவின் இறுதியில்
என்னைவிட்டுப் பிரிந்துசென்றுவிடும்
சந்திரனைப் போல
புலம்பெயரும் நறுமணத்தைப் போல' [25]

என்று காதலனின் சின்ன சின்ன அசைவுகளை எதார்த்தமாக கண்முன் நிறுத்துகிறார் நிசார் கப்பானி. கவிப்பேரரசும் நிசார் கப்பானியும் காதலனின் கடைசி ஆசையைக் காதலியிடம் சொல்லும் விதம் காதலின் உச்சம்.

'கார்ல் மார்க்ஸ்
நாற்காலியில்
உட்கார்ந்துகொண்டே
உயிர்விட்ட மாதிரி
உன்
இமைகளின் நிழலில்
இருந்துகொண்டே
நான் என்
கடைசிக் காற்றைக்
சுவாசித்து விடவேண்டும்' [26]

என்று கவிப்பேரரசும்,

'என் கவிதைகளின் மேல் நின்றவாறு
மரங்களைப் போல்
நான் மரணிக்க வேண்டும்
அதற்காக
உன்னைக் காதலிக்க நினைக்கிறேன்' [27]

என்று நிசார் கப்பானியும் காதலியிடம் தெரிவிப்பது காதலின் புனிதத்தை மண்ணில் விதைக்கும் செயல். இவ்வாறு இயற்கையின் காதலர்களாக, காதலின் தூதுவர்களாக, காதலை ஒரு தவமாக உணரும் இவ்விரு மகத்தான கவிஞர்களின் கவிதைகள் காதலும் இயற்கையும் உள்ளவரை உயர்ந்து நிற்கும்.

- **Dr. A. Jahir Husain**
HOD of Arabic, Persian & Urdu,
University of Madras, Chennai-600 005.
Email: drjahir2008@gmail.com

---

25 காதலர்களாகப் பிரிவோம், பக்கம்: 173
26 வைரமுத்து கவிதைகள், பக்கம்: 255
27 காதலர்களாகப் பிரிவோம், பக்கம்: 102

2

சிற்பியே உன்னால் செதுக்கப்பட்டேன்

– முனைவர் வீ.ப.ஜெயசீலன் இ.ஆ.ப. –

இக்கட்டுரையை எழுதவும் படிக்கவும் பெருமூளை கொண்ட மனித இனம் உருவாகப் பல பில்லியன் ஆண்டுகளின் பரிணாம வளர்ச்சி தேவைப்பட்டது. சற்றேறக்குறைய 75 ஆண்டுகள் வாழும் மனிதன், தன் வாழ்வில் தனக்கான அடையாளங்களை உருவாக்கவே விழைகின்றான். அதற்கு, சிலருக்குச் சில ஆண்டுகளும், பலருக்குப் பல பத்தாண்டுகளும் கூட தேவைப்படுகின்றன. ஒரு மின்னற்கீற்றைப்போல் வரும் வலிமையான ஒரு துளி வாய்ப்பைப் பற்றிப் பாய்ச்சலோடு முன்னேறிய வெற்றிக் கதைகளும் மனித குலத்துக்குப் புதியவை அல்ல. ஒருவரின் முன்னேற்றத்துக்கான காலங்களும், களங்களும் வேறு வேறாக இருக்கின்றன. எனக்கான காலம் மாணவப் பருவம். நான் பரவசத்தோடு பயணித்த களம் கவிப்பேரரசு வைரமுத்துவின் படைப்புகள்.

பதினொன்றாம் வகுப்பில் அந்தவொரு தமிழ் வகுப்பு மட்டும் நடக்காமல் போயிருந்தால், இன்று இந்தக் கட்டுரையை எழுதியிருப்பேனா என்பதை உறுதியாகச் சொல்ல முடியாது. அதுவரை தமிழைப் பாடமாகவும், கல்வியைக் கடமையாகவும் கருதியிருந்த எனக்கு, மொழியின் பால் காதலும், வாசிப்பின் பால் வசீகரத்தையும் ஒரு கவிதையின் வழியே கொண்டு (வந்தவர்) தந்தவர், என் பள்ளித் தமிழாசிரியர் எட்வின் சுந்தர்.

இரட்டுற மொழிதல் என்னும் இலக்கணத்தை வகுப்பில் சொல்லிக்கொண்டிருந்தவர், பாடப்புத்தகத்தைக் கடந்து, ஒரு பரவசமூட்டும் சிலேடைப் பாடலைக் கூறி விளக்கம்

அளித்தார். வகுப்பெங்கும் சிரிப்புப் புயல் அடித்தது; வயதெல்லாம் பரவசமடைந்தது. அந்தப் பாடல் ‘இரண்டு பூக்களும் ஒரு போர்க்களமும்’ என்ற வைரமுத்துவின் குறுநாவலில் இடம் பெற்றிருப்பதாகச் சொல்லி முடித்தார்.

அந்தப் புத்தகத்தைத் தேடி, தேனி நகரத்தின் பேருந்து நிலையத்திலிருந்த வசந்த பவன் உணவகத்தில் சூடான புரோட்டாவோடு வைரமுத்துவின் புத்தகங்களும் விற்பனையாவதைக் கண்டறிந்தேன். அந்தப் புத்தகத்தை வாங்கி பேருந்திலேயே படிக்கத் தொடங்கி, ஒரே மூச்சில் படித்து முடித்தேன். வரிக்கு வரி, எனை வாரி அணைத்துக் கொண்டார். அவரது கற்பனை வளத்திலும், மொழியாற்றலிலும், அறுசுவையூட்டி ஐம்புலன்களிலும் ஆட்சி செய்யும் அவரது மந்தகாச மொழியில் கடந்த 20 ஆண்டுகளாய் மயங்கிக் கிடக்கிறேன்.

‘வில்லோடு வா நிலவே’, ‘கள்ளிக்காட்டு இதிகாசம்’, ‘கருவாச்சி காவியம்’, ‘திருத்தி எழுதிய தீர்ப்புகள்’ என அவரது ஒவ்வொரு நூலும் எனக்கு அளித்தப் பரவசமும், பெற்ற ஆற்றலும், தனித்தனியாக ஒவ்வொரு நூலாக எழுதித்தான் உரைத்துத் தீர்க்க முடியும்.

‘சிற்பியே உன்னை செதுக்குகிறேன்’, ‘இதுவரை நான்’ இந்த இரண்டு நூல்களும், நான் இந்திய ஆட்சிப் பணித் தேர்வில் வெற்றி பெறுவதற்கான பேரூக்கம் என்று சொன்னால், அது மிகையாகாது. மொழிக்காதலும், அதன் வழியில் ஆழ்ந்து கற்றலும், தமிழ் மொழியின் மீதும் கல்வியின் மீதும் ஏற்பட்ட ஈடுபாடும், அறிவும் அதன் வழி நானடைந்த பரிணாம வளர்ச்சியும் வைரமுத்துவை வாசித்ததிலிருந்தே தொடங்கின எனலாம்.

கல்லூரியில் இளமறிவியல் வேளாண்மை படித்திருந்தாலும், இந்திய ஆட்சிப் பணித் தேர்வில் தமிழ் இலக்கியத்தை விருப்பப் பாடமாகவும், மொத்தத் தேர்வையும் தமிழ்வழியில் எழுதுவதற்கும் நான் தயக்கமின்றி தீர்மானித்தேன். இந்த உறுதியின் அடிப்படை என் விரிந்த வாசிப்புத் தந்த ஆழமான நம்பிக்கைதான்.

ஒவ்வொரு நூலிலிருந்தும், கவிஞரின் கட்டுரைகளிலிருந்தும், பாடல்களிலிருந்தும், உரைகளிலிருந்தும் நான் கற்றவையும், பெற்றவையும் ஏராளம் ஏராளம்! அதைக் கட்டுரையொன்றில் வடிப்பது கடினம்; எனவே பிறிதொரு நாள் பேச விழைகிறேன். ‘வைரமுத்தியம்’ பன்னாட்டுக் கருத்தரங்குக்கு நானெழுதும் கட்டுரையானது, ‘சிற்பியே உன்னைச் செதுக்குகிறேன்’ என்ற சிறுநூல் ஏற்படுத்திய பெருந்தாக்கமும், அது இளைய சமுதாயத்துக்குக் கையடக்க ஊக்க மாத்திரையாக எவ்வாறு எக்காலமும் அமைந்திருக்கிறது என்பதையும், வாழ்வியல் இலக்கணம் தந்த தொல்காப்பியப் பொருளதிகாரத்தின் மெய்ப்பாட்டியல் கோட்பாட்டோடு பொருத்தி எப்படி இளைய சமுதாயத்துக்கு வெற்றிச் சூத்திரங்களை வழங்கியிருக்கிறது என மெல்லிய ஆய்வு செய்யத் துள்ளிய என் விருப்பத்தின் விழைவுமே இக்கட்டுரை.

மெய்ப்பாட்டியல் உணர்வுகள்

இனிக்கும் இளமைப்பருவம், பல்நிலைக் கற்றலுக்கானது; அடங்கா அகத்தை அடக்கத்தோடுப் பேண வேண்டுமென்பதை அறிய வேண்டியது; நட்பும் உலகமெனக் கொண்டாடிக் களித்த நினைவுகளுக்கானது. இவ் இளமைப்பருவம் காத்து வாழ்ந்தால் வாழ்க்கை வளமாகும் எனும் நோக்கோடு படைக்கப்பட்ட நூலே வைரமுத்துவின் சிற்பியே உன்னைச் செதுக்குகிறேன். 'சிற்பி' என்று இளையோரின் ஆற்றலை உயர்வோடுக் குறிப்பிடுகிறார் கவிஞர்.

இளமைப்பருவம் இனிக்கும் எனினும் இன்னாச் செயலால் அழிவை நோக்கிச் செல்லுதற்கும் நிறைய வாய்ப்புள்ளது. இன்னது இன்னாதது தெளிந்து சொல்லி, இனியவை நோக்கி இளையோரை ஆற்றுப்படுத்த எழுந்த இளையோர் ஆற்றுப்படை நூல்.

இளையோரைத் தன்னம்பிக்கையால் தழைக்கச் செய்யவும், வாழ்வியலுக்கான அறத்தையும் மறத்தையும் "செவியறிவுறூஉ" செய்யவும், அவர்தம் லட்சியம் காக்கும் நோக்கோடு எழுதப்பட்ட இந்நூலுள் தொல்காப்பியக் குறிப்பின் மெய்ப்பாடுகள் இழையோடுகின்றன.

'சிற்பியே உன்னைச் செதுக்குகிறேன்...' எனும் நூலில் பதிவு பெற்றுள்ள கருத்தியல்களைத் தொல்காப்பிய மெய்ப்பாட்டியல் சுட்டும் மெய்ப்பாட்டுத் தன்மைகளோடு இணைந்து வெளிப்படுத்துவதன் மூலம் தமிழ் மரபின் அறிவுத் தொடர்ச்சியை, தான் கற்ற, பெற்ற அனுபவங்களையும் மொழி என்னும் ஊடகத்தின் வழி எப்படிக் கவிஞர் கடத்தி இருக்கிறார் என்பதை ஆய்ந்து பதிவுசெய்யவே கட்டுரை.

மெய்ப்பாடு கலை வெளிப்பாட்டுக்கானது; இளையோரிடத்து உண்மை இயல்பை விதைப்பதும் ஒரு கலை. வைரமுத்து இளையோரிடத்து செயலூக்கம் தரும் அறிவுரைக் கருத்துகளை விதைக்க மெய்ப்பாட்டுத் தன்மை கலந்த கலை எழுத்தைப் பயன்படுத்தியுள்ளார். அதில் பெரும் வெற்றியும் பெற்றுள்ளார்.

நகையும் கருத்தாடலும்

தொல்காப்பியம் முதல் மெய்ப்பாடாக 'நகை மெய்ப்பாட்டினைக் குறிப்பிடுகின்றது. இம்மெய்ப்பாட்டில் எள்ளல், இளமை, பேதமை, மடன் முதலான நிலைக்களன்கள் அமையும். இளையோரின் சிறுமை, செயல்பாடற்ற தன்மை, முரண், கல்வி, முதலானவற்றைக் கண்டு அவர்களோடு நகையாடி உறவாடும் எழுத்துகளில்' நகை... மெய்ப்பாட்டினை உணர்ந்து களிக்க முடிகின்றது.

'ஒரு கிழவியைக் கல்யாணம் செய்து வைத்த மாதிரி கல்வி உனக்குக் கசப்பாக இருக்கிறது...' (சி.உ.செ.,ப.12) எனும் கருத்தில் எள்ளல் இழையோடுகின்றது. இந்த எள்ளலை அடுத்து 'உன்னைப் பற்றிக் கவலைப்பட இந்தியா தயாராக இல்லை. எனவே, இந்தியாவைப் பற்றிக்

கவலைப்பட நீயும் தயாராக இல்லை. எங்கே போகின்றோம் என்று தெரியாமல் அலைகளின் முதுகில் சவாரி செய்யும் குமிழிகள் மாதிரி நீயும் குறிக்கோளில்லாமல் போய்க்கொண்டிருக்கின்றாய்...' *(சி.உ.செ.,ப.12)* என வெகுண்டு உரைக்கின்றார். முதலில் எள்ளலும் அதனை அடுத்து வெகுளியும் புலப்பட எழுத்துகளைப் படரவிட்டு மனதுள் பதியமிடுகின்றார். இரு மெய்ப்பாடுகளைப் பயன்படுத்தி அடுத்தடுத்துக் கருத்துரைக்கும்போது சோர்வில்லாது மாணவர் மனதுள் எழுத்தும் கருத்தும் இணைந்து தன்னம்பிக்கை உருவாகும்.

இளையோரிடம் தன்னம்பிக்கை ஏற்படுத்தாது வாழும் மானிடரையும் வைரமுத்துவின் எள்ளல் எழுத்து சுடுகின்றது. 'நம்முடைய அகராதியில் ஆசிரியன் என்பவன் கற்பதை நிறுத்திவிட்டவன். அரசாங்க ஊழியன் என்பவன் ஒன்றாம் தேதி மட்டும் உறங்காதவன். மருத்துவன் என்பவன் தும்மிக்கொண்டே ஜலதோஷத்துக்கு மருந்து கொடுப்பவன்...' *(சி.உ.செ.,ப.17)* என முரண்தொனியில் சாடுவது எள்ளலை ஏற்படுத்துகின்றது. இதனை அடுத்து இந்த நிலை மாற வேண்டாமா? என இளையோரைப் பார்த்து வேண்டுகோள் விடுக்கும் பாவனையில்... சிந்திக்க விடுவதும் எண்ணத்தக்கது.

இந்தியச் சமூகத்தில் கல்வி குறித்த செயல்பாடுகள் கண்டு வைரமுத்து வருத்தமுறுகின்றார். 'இந்தக் கல்விமுறை நல்ல குடிமகன்களை அல்ல, கையொப்பமிடத் தெரிந்த மரங்களைத்தான் உற்பத்தி செய்து கொண்டிருக்கிறது...' *(சி.உ.செ.,ப.19)* என வருத்தமுறுவதும் 'வீட்டுக்கொரு மரம் வளர்ப்போம்... என்கிறார்கள். அந்தத் திட்டத்துக்கு ஆதரவாகத்தான் பல பெற்றோர்கள் தங்கள் பிள்ளைகளைக் கல்லூரிகளுக்கு அனுப்பிக் கொண்டிருக்கிறார்கள்...' *(சி.உ.செ.,ப.19)* எனும் எள்ளல் எழுத்துகளால் யதார்த்தம் அளிக்கின்றார். இந்த எள்ளலை அடுத்து 'பாறையை உடைத்து நீர் பெறுவது போன்றதல்ல கல்வி, ஓடையைத் தோண்டி நீர் வருவது போன்று கல்வி சுகமானது என்று சொல்லாமற் சொன்னான் வள்ளுவனே,' *(சி.உ.செ.,ப.20)* எனும் கருத்துப்பதிவு பெருமிதச் சுவையை விதைக்கின்றது. மாணவர் மனதை மாற்றிச் சிந்திக்க தூண்டுகிறது.

உடலோம்புவதும் உணவு உண்பதும் ஓர் அறிவியல் முறைமை. இதைக் குறித்து நம் கல்வி வலியுறுத்தவில்லை என வைரமுத்து சுட்டுகிறார். 'பல் துலக்கும் முறையையே விளம்பரப்படத்தில் ஒரு டாக்டர் வந்துதான் நமக்குச் சொல்லித் தர வேண்டியிருக்கிறது...' *(சி.உ.செ.,ப.50)* எனும் எள்ளல் நமக்குள் நகைப்பைத் தந்தாலும் நம் குறையை நம்மிடம் சொல்லாமல் சொல்லி நகர்கின்றது. பின்நாட்களில் பல்மருத்துவரிடம் செல்லும்போதுதான் பல் துலக்கும் நுட்பம் இருப்பதை அறிந்துகொள்ளும்போது கவிஞர் எவ்வளவு ஆழமாகச் சிந்தித்துத் தகவல்களோடு எழுதியிருக்கிறார் என்பது புலனாகிறது. நமது கல்வி வாழ்வியலுக்கானதாக இருக்க வேண்டும் அல்லவா?

நகை எனும் மெய்ப்பாட்டுக்கு உரை செய்த இளம்பூரணர், 'சிரித்தல்... என்று கூறிவிட்டு இச்சிரிப்பு அளவாய்ச் சிரித்தல், பெருகச் சிரித்தல் எனும் தன்மையில் அமையும்' என்றும் குறிப்பிடுகின்றார். இந்நூலில் இரு வகையான நகைகளையும் உய்த்துணர முடிகின்றது.

இளிவரலும் கருத்தாடலும்

இளிவரல் என்பது இழிப்பிற் பிறப்பது என்கிறார் இளம்பூரணர். 'நம்மில் பலர் ஒரு நாற்காலி கிடைக்கும்வரைக்கும் தீயைப்போல் சுறுசுறுப்பாக இருக்கிறார்கள். கிடைத்த பிறகோ அந்த நாற்காலியைப் போல் விறைத்துப்போகிறார்கள்...' (சி.உ.செ.,ப.16) எனும் கூற்று வேலை, பதவியால் சுருண்டுபோகும் மனிதரின் இழிநிலையைச் சுட்டுகின்றது. முக்கிய அதிகாரப் பொறுப்பில் இருக்கும் நான் அவ்வப்போது ஆழ்ந்து யோசிப்பது இந்த வரியைத்தான்.

இளைஞர்களுக்குச் சுயமாகச் சிந்திக்கும் தன்மையோ, செயலாற்றும் தன்மையோ இல்லை என எண்ணும் கவிஞர், 'ஆட்டுவித்தால் ஆடும் பொம்மைகளாய், சாவி கொடுத்தால் சுற்றும் சக்கரங்களாய் நம் இளைஞர்கள் இருந்தால் அடுத்தத் தலைமுறை நகராத கூவமாய் நசிந்து விடும்...' (சி.உ.செ.,ப.12) எனும் பதிவின் வழி இளையோர் இழிநிலையைப் புடம்போடுவதும் எண்ணத்தக்கது. காதல் உணர்வை, உணர்ச்சியாகப் பார்த்து அழிந்துபோகும் இளையோரைக் கண்டு அவலம் கொள்கிறார். இளிவரல் மெய்ப்பாட்டில் 'மென்மை... என்பது ஒரு நிலைக்களன். மென்மை என்பது வலியின்மையைக் குறிக்கும். காதலில் வலிமையற்ற இளைஞர்களில் இருபது வயதுக்குள் சிலர் ஏழெட்டுக் காதல் தோல்விகளுக்கு ஆளாகிவிடுகிறார்கள்...' (சி.உ.செ.,ப.40) எனச் சாடுகிறார்.

அழுகையும் கருத்தாடலும்

நகையை முதல் மெய்ப்பாடாகப் படைக்கும் தொல்காப்பியர் அழுகையை அதன் முரண்மெய்ப்பாடாகப் படைக்கின்றார். இளிவு (பிறர் இகழ்வால் பிறப்பது), இழவு (உயிரானும், பொருளானும் இழத்தல்), அசைவு (சோர்வு), வறுமை முதலான நிலைக்களன்களையும் அழுகைக்கானவையாக நோக்கிக் காண முடிகின்றது.

கல்வியும் தேர்வும் இளையோர்க்குச் சோர்வு தருவதைக் கண்டு கவிஞர் கவலை கொள்கிறார். 'பரிட்சைக் கூட்டத்துக்குள் நீ பலியாடாய் நுழைகிறபோதே என் அடிமனம் அழ ஆரம்பித்துவிட்டது. இதோ, மூன்று மணிநேர யுத்தத்துக்குப் பிறகு முகங்கறுத்து வருகிறாய். உனது இருதயத்தில் வழியும் ரத்தத்தையும் உனது மேனியில் வடியும் வேர்வையையும் துடைத்துக்கொள்வதற்குத் துண்டு கொடுக்கவே நான் கவலை சுமந்து காத்திருக்கிறேன்...' (சி.உ.செ., ப.18) என அழுகை தோய்த்துத் தன் மன எழுச்சியைப் புலப்படுத்துகின்றார். அழுகை தோய்த்துப் பேசினால்கூட அடுத்த கருத்தாக 'இந்தத் தேர்வு முறை என்பது

அறியாமையை அளக்கிற அளவுகோல்தானே தவிர அறிவை அளக்கும் அளவுகோலன்று...' (சி.உ.செ., ப.18) என மொழிந்து இளையோர்க்கு ஆறுதல் தரும் கவிஞர், தேர்வை வெல்பவர் அல்ல. 'தேர்வு என்பது தேசிங்குராஜன் குதிரை மாதிரி' அதை அடக்கத் தெரிந்தால் அது உனக்கு பொதி சுமக்கும் கழுதை மாதிரி என்று தேர்வுக்குத் தயாராகுவது, எதிர்கொள்வது அதில் வெற்றி காண்பதனைத்தும் உள்ளத்தாலும் உழைப்பாலும் நிகழ்வது; அது தரும் பெருமகிழ்ச்சி இளையோரை அடையச்செய்ய வேண்டும்' என தன் தேர்வு அனுபவங்களைச் சொல்வது, மாணவர்களுக்கு தேர்வு வெற்றியைப் பற்றி விளக்கி நெறிப்படுத்துகிறது. அழுகை மெய்ப்பாட்டில் 'இழவு... எனும் நிலைக்களன் சார்ந்து 'மரணம் மெய்' என்பது எவ்வளவு பெரிய உண்மையோ 'வாழ்வு பொய்' என்பதும் அவ்வளவு பெரிய பொய்யே...'(சி.உ.செ.,ப.15) என்று மொழிகின்றார். இக்கருத்து வாழ்வியல் இழப்பினைக் கடந்து வாழ்வியல் இருப்பினைப் பேசுகிறது.

சோம்பலும் கருத்தாடலும்

'சோம்பல்... எனும் எதிர்பண்பு எதிரியைவிட வீழ்த்திடும் திறம் மிக்கது.' சோம்பலையும் தூக்கத்தையும் வேறுபடுத்திக் காணும் பண்பை இளையோர் பெறவேண்டும் எனும் பெருவிருப்பை வைரமுத்துவிடம் காணமுடிகின்றது. 'தூக்கம் என்பது கண்களின் தர்மம். ஆனால் சோம்பல் என்பது ஒரு வகையான தற்கொலை. சொர்க்கம் மேல் உலகத்தில் இருக்கிறதென்ற கற்பனையைச் சோம்பேறிகள்தாம் உற்பத்தி செய்திருப்பார்கள் என்று கருதுகிறேன்...' (சி.உ.செ.,ப.48) என இளிவரலும் எள்ளலும் கலந்து சோம்பலைப் பேசுவது இனிக்கின்றது. இம்மெய்ப்பாட்டுச் செய்திக்கு அடுத்து 'தன்னைத் தானே வெல்லமுடியாத ஒருவன் அவனியை வெல்வது ஆகாது. தன்னைத்தானே வெல்வது என்பதை ஆன்மிக ரீதியாக அர்த்தப்படுத்திக்கொண்டு அவஸ்தைப்படாதே., உனது குணாதிசயங்களை நீ கோடு கிழி; நல்லவை கொண்டு அல்லவை நீக்கு..." (சி.உ.செ.,ப.48) என நேர்மறைக் கருத்தை விதைக்கின்றார். இளிவரலில் 'வருத்தம்... எனும் நிலைக்களன் உள்ளது. வருத்தம் என்பதற்கு பயனற்ற முயற்சி...' என உரை கூறுகிறார் சோமசுந்தர பாரதியார். இவ்வருத்தம் எனும் நிலைக்களன், தேர்வு வரட்டும், படித்துக்கொள்ளலாம் என்பவன் போர்க்களத்துக்கு முரசறைந்த பிறகு ஆயுதம் தேடி உலைக்களத்துக்கு ஓடுகிறவனைப்போல் இரங்கத்தக்கவன்...' (சி.உ.செ.,ப.49) எனப் பதிவுபெறுவதைக் காணமுடிகின்றது. பயனற்ற முயற்சி செய்யும் இளைஞர்களை, 'இளைஞனே, சோம்பல் சிறையை விட்டு வெளியே வா, சுற்றுகின்ற பூமி சுறுசுறுப்பாக இருக்கிறது' எனக் கூறித் தன்னம்பிக்கை ஊட்டுகின்றார்.

கவிஞரின் தேர்வு அனுபவங்கள் எனக்குள் நேர்ந்ததுண்டு. 2013 இந்தியக் குடிமைப் பணி முதனிலைத் தேர்வு எழுதிவிட்டு வீட்டுக்கு வந்தபோது என் அம்மா கேட்டார் 'எப்படிப் பரிட்சை எழுதின?'

'என்னால் எவ்வளவு படிக்க முடியுமோ அவ்வுளவு படித்தேன்; எவ்வுளவு எழுத முடியுமோ அவ்வளவும் எழுதினேன்' என்றேன். தேர்வு முடிவுகள் வந்தது மாநிலத்தின் முதல் இடம், அகில இந்திய அளவில் 45ஆவது இடம் பிடித்து ஐ.ஏ.எஸ். தேர்வானேன். கவிஞர் சொன்ன தேர்வு உழைப்பின் உச்சம் அதெனில் சரியாகும்.

பெருமிதமும் கருத்தாடலும்

பெருமிதம் எனும் மெய்ப்பாடு ஆறாம் மெய்ப்பாடு. கல்வி, தறுகண், புகழ், கொடை முதலான நிலைக்களன் கொண்டு இம்மெய்ப்பாடு அமைகின்றது. கிராமத்திலிருந்து வந்து கல்வி, பணிகளில் உயர்ந்த இளையோர் தத்தம் கிராமத்துக்கும் ஆக்கம் நிறை பணிகளைச் செய்ய வேண்டும் எனும் பெருவிருப்பினை எழுத்தாளர் முன்வைக்கின்றார். இதைக் கொடை... எனும் நிலைக்களனாகக் கருதமுடிகின்றது. 'இளைஞனே, நீ கிராமத்துச் செம்மண் தெருக்களைக் கடந்து நகரத்தை நோக்கி நகர ஆரம்பிக்கும்போது உன்னால் அந்தக் கிராமம் ஓரங்குலமாவது உயரும் என்ற நம்பிக்கையோடுதான் அது கையசைக்கிறது...' (சி.உ.செ.,ப.71) எனும் பதிவு தத்தம் கிராமத்தை உயிர்ப்பிக்க இளையோர் முன்வர வேண்டுமென்ற கருத்தைச் சுட்டி நிற்கின்றது. இதை என் கிராமத்தில் நான் செயல்படுத்த காலம் தந்த வாய்ப்பை, கவிஞரே அவ்வப்போது பாராட்டுவது என் கல்வி தந்த பேறு. 'கல்வி... ஒரு மனிதனுக்குப் பெருமித உணர்வைத் தரும். இதற்கு கவிஞர் பச்சையப்பன் கல்லூரியில் தான் பயின்ற காலத்தில் தனக்கு ஏற்பட்ட தேர்வு அனுபவத்தைச் சான்றாக்கி வென்றதை நினைவூட்டிக் காட்டுகின்றார். 'தேர்வு என்பது எவ்வளவு நிறையப் படித்திருக்கிறோம் என்பதல்ல. எவ்வளவு விரைவில் பதிவுசெய்கிறோம் என்பதுதான். ஒவ்வொரு விடைக்கும் ஒரு திட்டமான வடிவம் வேண்டும் என்று தீர்மானித்தேன். அன்றிலிருந்து கல்லூரி நூலகத்திலேயே கூடு கட்ட ஆரம்பித்தேன். இதயம் உருக உருக இமைகள் கருகக் கருக ஏறத்தாழ நூற்றெண்பது கட்டுரைகள் தயாரித்தேன். பச்சையப்பன் கல்லூரியிலேயே நான் ஒருவன் மட்டும்தான் முதல் வகுப்பு என்று அறிவிக்கப்பட்டேன்...' (சி.உ.செ.,ப.22) எனும் பதிவு கல்விப் பெருமிதத்தையும் கல்விசார் கடும் உழைப்பையும் காட்சிப்படுத்தி நிற்கின்றது. கவிஞரின் மொத்த அனுபவத்தையும் நான் படித்தபோதும் அகில இந்தியக் குடிமைப் பணித் தேர்வுக்கு மூன்றாண்டு காலம் தயாரான போதும் முழுதாய் அனுபவித்த எனக்கு 'சிற்பியே உன்னைச் செதுக்குகிறேன்' நூல் எனக்காகவே எழுதப்பட்டது போலும் என்பதைப் பலமுறை உணர்ந்திருக்கிறேன்.

பெருமிதச் சுவையில் 'புகழ்... எனும் நிலைக்களன் குறிக்கப் பெற்றுள்ளது. "புகழ் சில மனிதர்களுக்குப் போதை தரும். சில மனிதர்களுக்குப் பாதை தரும். எனவே, புகழுக்கு அடிமையாகாது இயல்பில் இருத்தலே நாளும் இன்பம் தரும். இப்புகழை, புகழின் பின்னால் நீ போனால் அது பொய்மான்; புகழ் உன் பின்னால் வந்தால்

அது நிஜமான். அப்போதுதான் அதற்கு நீ எஜமான்...' (சி.உ.செ.,ப.67) என்று சொல்லாடல் செய்து புலப்படுத்தினாலும் யதார்த்தம் நிறைந்த வெளிப்பாடாகவே எண்ண இயல்கின்றது. மேலும் 'புகழுக்கு மட்டும்தான் ஒரு மனிதனை மரணத்துக்குப் பிறகும் வாழவைக்கும் வலிமை இருக்கின்றது. புகழ் ஒரு மனிதனை இளமையாய் வைத்திருக்கிறது. ஒரு மனிதனின் ரத்தத்தைச் சூடேற்றிச் சுறுசுறுப்பாக்குகிறது...' (சி.உ.செ.,ப.68) எனும் பதிவை சமநிலை மனிதர்களுக்கான கருத்தாக்கமாகக் கொள்ளமுடிகின்றது. புகழுக்காக ஓடத் தேவையில்லை எனினும், புகழ் இன்னும் வேகமாக ஓடவைக்கிறது என்பதைப் புரிந்துகொள்ளும்போது கவிஞர் இன்னும் நெருக்கமாகிறார்.

வெகுளியும் கருத்தாடலும்

கல்வி, கலை, உறவு, வீரம், முதலியவற்றில் சிறுமை கண்டு கவிஞர் வெகுள்கின்றார். 'தனது ஆயுளின் நான்கில் ஒரு பங்கைக் கல்விக் கூடங்களிலேயே செலவிட்ட பிறகும் வாழச் சொல்லிக் கொடுக்காத, வாழ்க்கையைக்கூட ஊட்ட முடியாத இந்தக் கல்விமுறை இருந்தாலென்ன? எரிந்தாலென்ன..?' (சி.உ.செ.,ப.19) என அறச்சீற்றம் வெளிப்பட இயல்பில்லாக் கல்வியைச் சாடுகின்றார். இதனை இயல்புநிலைச் சமூகச் சித்தரிப்பாகக் கருதமுடிகின்றது. 'பொழுதுபோக்கின் பெயரால் வருகின்ற பெரும்பாலான கலைகள் புலன்களைத் திருடி விடுகின்றன. ரகசியமாகவும் வெளிப்படையாகவும் வருடிவிடுகின்றன...' (சி.உ.செ.,ப.24) என்பதன் வழி புலன் தின்னும் அவரின் கோபம் இந்த 'இன்ஸ்டா' தலைமுறைக்குப் பொருந்துவது எண்ணி வியக்கிறது. கலைச்சாடலை அறியமுடிகின்றது. புலன் தூண்டி அழிக்கும் கலையிலிருந்து தம்மைப் பாதுகாத்துக்கொண்ட இளையோரை 'இந்த அழுக்குக் கிடங்கில் விழாத இளைஞர்கள் ஒரு தலைமுறையை ஜெயித்துக் கொண்டிருக்கிறார்கள்...' (சி.உ.செ.,ப.24) என அடையாளமிடுவதும் நேர்மறை எண்ணம் தருகின்றது.

பெற்றோர்கள் தங்கள் பிள்ளைகளைச் சிதைப்போராக இருப்பதைக் கண்டு தயக்கமின்றி உண்மையை உரக்கச் சொல்கிறார். 'பல பெற்றோர்கள் தங்கள் பிள்ளைகளுக்குப் பறக்கச் சொல்லிக் கொடுக்கிறோம் என்று இறக்கைகளை முறித்து விடுகிறார்கள்...' (சி.உ.செ.,ப.27) எனும் பதிவு பெற்றோரை நோக்கி நெற்றிக்கண் காட்டுகின்றது. மேலும் இளையோரிடம் 'சிறுமை கண்டு பொங்கும் சிந்தை இருக்கிறதே அது இளமையின் கம்பீரமான அடையாளம்...'(சி.உ.செ.,ப.30) என்று கற்றுக் கொடுப்பதும் கருதத்தக்கது.

உவகையும் கருத்தாடலும்

எண்வகை மெய்ப்பாட்டில் நிறைவு மெய்ப்பாடாக உவகையை இந்நூலில் அறிந்து உணர முடிகிறது. செல்வம், புலன், புணர்வு, விளையாட்டு முதலானவை துய்ப்போர்க்கு இன்பம் தரும். இன்பம் வாழ்வியல் நிறைவு அன்று, பெருமித உணர்வே உவகை, அதுவே

நிறைவின் மெய்ப்பாடாகின்றது. உவகை நிறைவு மெய்ப்பாடாகின்றது. ஓய்வு என்பது புலன் சார்ந்தது. ஓயாத ஓய்வு தேவையற்றது. வாழ்க்கையைப் புதுப்பிப்பதற்கான ஓய்வு தேவை முதலான கருத்தியல்களோடு உவகை குறித்துப் புலப்படுத்துகின்றார். 'ஓய்வு என்பது புலன்களை மறக்கடிப்பதல்ல. வானத்தின் நீலத்தைப் பார். உனது கண்ணுக்குள் வானத்தின் நீலத்தை வாங்கு. தாவரப் பச்சையை விட சுகமான பச்சை இந்தப் பிரபஞ்சத்தில் இல்லை. மரஞ்செடி கொடிகளைச் சிநேகித்து அவற்றின் பசுமையை நெஞ்சுக்குள் பரப்பு. பூக்களை வசியப்படுத்து...' (சி.உ.செ., பக்.42,43) எனும் பதிவு, இயற்கையோடு இணைந்து உவகையடையும் மெய்ப்பாட்டின்பத்தை உணர்த்தி இதை இளையோர் எட்ட வேண்டும் என கவிஞர் கண்டிப்புடன் சொல்லி கடமை யாற்றியிருக்கிறார்.

படைப்பு எல்லாவற்றிலும் மெய்ப்பாடு ஊடாடி நிற்பது இயல்பு. மெய்ப்பாடும் கருத்தும் நிறைந்த படைப்பு வாசிப்போரைச் சோர்வுறாது காக்கும். கருத்தை எளிதில் படிப்போனிடம் சேர்க்கும். இத்தன்மையில் வைரமுத்துவின் 'சிற்பியே உன்னைச் செதுக்குகிறேன்...' நூலும் அமைந்திருப்பதை நோக்கினால் தொல்காப்பிய மரபின்வழி நின்று இளையோருக்காக அறிவுக்கடத்தலை ஆழமாகச் செய்திருக்கிறது இந்நூல்.

வாழ்வியல் அறிவுரைக் கருத்துகளுக்கு உயிரூட்டும் விதத்தில் மெய்ப்பாட்டுத் தன்மை இந்நூலில் அமைந்துள்ளது. மருட்கை, அச்சம் முதலான மெய்ப்பாடுகள் இந்நூலில் இடம்பெறாதமையும் உணரத்தக்கது. இளையோரை ஆற்றுப்படுத்தும் நோக்கில் இந்நூல் அமைவதால் வியப்பும் அச்சமும் தேவையில்லை என கவிஞர் தவிர்த்துள்ளதை ஆய்ந்தறிய முடிகின்றது. இந்நூல் எனக்குள் உண்டாக்கிய தாக்கத்துக்கு என் எளிய கல்விவழி வெற்றி எடுத்துக்காட்டு.

துணை நின்றவை:

1. சிற்பியே உன்னைச் செதுக்குகிறேன்- வைரமுத்து, சூர்யா லிட்ரேச்சர் (பி) லிட்., சென்னை, இருபத்தைந்தாம் பதிப்பு - 2017.
2. தொல்காப்பியம் (பொருளதிகாரம்), இளம்பூரணர் உரை, திருநெல்வேலித் தென்னிந்திய சைவசித்தாந்த நூற்பதிப்புக் கழகம், சென்னை, பதிப்பாண்டு - 1969.

- முனைவர் வீ.ப.ஜெயசீலன் இ.ஆ.ப.

3

கொஞ்சம் தேநீர், நிறைய பிரபஞ்சம்
- கவிஞர் கலாப்ரியா -

நண்பர் வைரமுத்து அவர்களின் 'கொஞ்சம் தேநீர் நிறைய வானம்' நூல் வெளி வந்து சுமார் இருபது ஆண்டுகள் ஆகின்றன. ரீடர்ஸ் டைஜஸ்ட் என்ற ஆங்கில மாசிகை பற்றிக் கேள்விப்பட்டிருப்பீர்கள். அதன் கொள்கை என்னவென்றால் ஒரு கட்டுரை அல்லது படைப்பு வெளியிடுவதாக இருந்தால் அது இருபது, இருபத்தி ஐந்து ஆண்டுகள் கழித்து வாசிக்கப்பட்டால்கூட அதன் புதுமை மாறாமல் இருக்க வேண்டும். கால் நூற்றாண்டுக் காலம் கடந்தால்கூட அந்த நேரத்துக்குக்கூட அந்தக் கட்டுரை ஏதேனும் புதிய செய்தி சொல்ல வேண்டும். அப்படிப்பட்ட கட்டுரைகளையே தேர்ந்தெடுப்பார்களாம். வைரமுத்துவின் இந்தக் கவிதை நூல், அப்படி ஒரு காலம் கடந்தும் செய்தி சொல்லும் ஒன்றாக உள்ளது.

"Simplicity is the glory of expression" (எளிமையே வெளிப்பாட்டின் சீர்மை) என்பார் வால்ட் விட்மன். 'தீதும் நன்றும் பிறர் தர வாரா' என்ற எளிமையான வரிகள் கோடிக்கணக்கான உதடுகள் உச்சரித்த பின்னும் காலம் கடந்து நிற்கின்றன. கணியன் பூங்குன்றனின் இதுபோன்ற கருத்துகள் பின்னிக்கிடக்கும் இறுக்கமான வார்த்தைக் கொடிகள் கொண்ட சங்கக் கவிதை மாலைபோலச் சிறப்பான ஒரு கவிதையையாவது எழுதிவிட வேண்டும் என்றுதான் எந்தக் கவிஞனும் ஆசைப்படுவதுண்டு. அந்தத் திசையில் நகர்ந்து வந்திருக்கிற கவி வரிகளை உள்ளடக்கிய பனுவல் இது.

இருபத்தி இரண்டு ஆண்டுகளுக்கு முன் 2003 ஆம் ஆண்டு அமெரிக்க - ஈராக் யுத்தம் நடைபெற்றபோது நல்லவர்கள் உலகமும் மனமும் பெரிய பதைபதைப்பில்

இருந்தன. எந்தப் போரிலும் அது பற்றிச் சிறிதும் நினைத்திராத, அதற்குச் சற்றும் காரணமில்லாத குழந்தைகள் படும் துயர்கள் சொல்லி மாளாது. அப்படி ஈராக் போரில் பாதிக்கப்பட்ட குழந்தைகளின் துயருக்காகக் குரல் கொடுக்கிற கவி உள்ளத்தை விரித்து வைத்திருக்கிறார், ஒரு கவிதையில் கவிஞர். அதில் வருகிற

'நான் இறந்து போயினும்
வந்து சேரும் என்
ஏழு தினார்'

என்கிற வரியில் ஒருங்கே தெறிக்கின்றன கோபமும் சோகமும். இது அமெரிக்க - ஈராக் போரை மட்டுமல்ல, 'அலெக்சாண்டர் வாளில், மங்கோலிய வில்லில், பிரிட்டிஷ் பீரங்கியில் கருகாத எங்கள் பேரீச்சங்காடுகள் தீத்தாரைகளில் சிவ்வென்றெரியுதே' என்று கபாலங்கள் மீது போர்ச்சரிதங்கள் எழுதப்பட்ட நூற்றாண்டுகளின் போர்ப்பசியை, சோகத்தை தார்மீகக் கோபத்துடன் தெரிவிக்கும் வைர வரிகளைக் கொண்ட கவிதையிது. இதன் உள்ளடக்கம், இன்றைக்கு பாலஸ்தீனக் குழந்தைகள் மீது மேலை ஏகாதிபத்திய உதவியோடு இஸ்ரேல் எடுக்கும் அழித்தொழிப்பு நடவடிக்கைகளுக்கும் எதிரானதாக, பொருத்தமாக உள்ளது.

மனிதனின் ஆகச் சிறந்த கண்டுபிடிப்பே மொழி என்பார்கள். அதைக் கவிஞரும் தன் முன்னுரையில் அவரது தனித்த மொழிநடையில் வலியுறுத்துகிறார். 'நெருப்பை மனிதன் கண்டுபிடிக்கவில்லை; இருந்த நெருப்பைத் தன் இருப்புக்குள் கொண்டுவந்தான் அவ்வளவுதான்.' என்பவர், மனிதகுலத்தின் ஒரே ஒரு பேராக்கம் மொழிதான், மொழியைத் தானே, எதிலிருந்துமல்லாமல் கண்டுபிடித்தான் என்று நிறுவுகிறார்.

'படைப்பின் முதிர்வு மனிதன்
மனிதனின் முதிர்வு மொழி
மொழியின் முதிர்வு கவிதை'

என்றும் இன்னும் குறிப்பிடுகிறார்.

அப்படி மொழிமலராய் அழகுத் தகவல்கள் கொட்டிக்கிடக்கின்றன முதல் கவிதை தொடங்கி அநேகக் கவிதைகள். அழகுடன் கூடவே, 'தக்கை தரை தொடாது' போன்ற கவனம் சிதறாது உருவாக்கிய ஞானச் சிதறல்களும் கவனத்தை ஈர்க்கின்றன.

கண்கள் அருகே இமையிருந்தும் கண்கள் இமையைப் பார்த்த தில்லை என்று கண்ணதாசன் பாடியதுபோல ஆயிரக்கணக்கில் கவி பாடினாலும் அம்மாவைப் பாடவில்லை என்ற ஆதங்கத்துடன் அம்மாவைப் பற்றி ஒரு குறுங்காவியம் பாடியிருக்கிறார், அந்தத் தாய் மண்ணின் `பாசை'யில். அவளுக்காக சமைத்தப் பாடலில் 'கத்திரிக்கா நெய் வடியும், கருவாடு தேனொழுகும்'

கவிஞரே சொல்வதுபோல, அவருக்கு இந்தப் பூமியைப் பற்றிய வியப்பும், வாழ்வு குறித்த ருசியும் தீருவதேயில்லை. அவர் காணுவதெல்லாம் பொருத்தமாகக் கவிதைகளில் வரிகளாய்ச் சொட்டுகிறது. 'இலையில் தங்கிய துளிகள்' என்றொரு படிமமே தலைப்பாய் ஒரு கவிதை. நாட்கழித்து தன் ஆதிக் காதலியை வேறொருவன் மனைவியாகச் சந்திக்கச் செல்லும் காதலன் பற்றி. தனிமையாக இருவரும் சந்தித்தபோதும் அந்தக் காலத்திய தயக்கம் இருவருக்கும் விடுகிறதாயில்லை. 'மௌனம் திரட்டிப் பழங்கதை பேசி வெள்ளை அடிக்காத சுவரில் பல்லி பார்த்து ஓரக்கண்களால் உயிர் தடவி...' என்ற வரிகளில், ஏதேதோ செய்து நேரம் போக்கி விட்டு சந்திப்பு ஒரு வெற்று அழுகை நாடகமாக அரங்கேறுகிறது. அதில் கண்ணீர்த் திரை விழும் முன் வெறுமனே வெளியேறுகிறான். விடைபெறும் நேரம் காரருகே வரும் கணவன் நீங்களே அவளைக் கட்டியிருக்கலாம் என்கிறான். ஒரு அழகான சிறுகதையைக் கவிதையாகச் சொல்லியிருக்கிறார். 'ஓரக்கண்ணால் உயிர் தடவி' என்று குறிப்பிடுவதுபோல் கவிதை முழுவதும் சோக பாவம் இழையோடுகிறது 'செண்பகப்பூவின் சோக மணமாய்'. ரசிகமணி டி.கே.சி. சொல்லுவார், 'செண்பகப் பூவை முகர்ந்து பார்க்கையில் ஒரு சோக பாவம் உண்டாகும்' என்று. அதை நினைவுறுத்துகிறது இந்தக் கவிதை வாசிப்பு.

ஊருக்குத் தெம்பக்கம் ஒருக்களிச்சுப் படுத்த ஒரு குளத்தைப் பற்றி ஒரு கவிதை. 'ஒரு நல்ல கவிதைக்கான மொழியை அந்தக் கவிதையே தேர்ந்தெடுத்துக் கொள்ளும்,' என்பார்கள். அப்படி ஒரு மொழியைத் தானே தேர்ந்தெடுத்துக்கொண்ட கவிதை இது. இது மண்ணின் கவிதை, மண்ணின் மொழி, மொழிக்குள் ஒரு மொழி.

'இன்னைக்குத் தேதிக்கு
இல்லேன்னு போன கொளம்
என்னைக்கு நெனைச்சாலும்
எங்கண்ணில் உப்புக்கொளம்'

என்று முத்தாய்ப்பாய் முடிக்கிற போது படிக்கிறவர்கள் கண்ணிலும் குளம் கட்டலாம் கண்ணீர்.

'ஈசனோடாயினும் ஆசை அறுமின்' என்னும் திருமந்திரம். புத்தனுக்கு ஞானத்தின் மீது(ம்) ஆசையில்லை. அதைப் பிறர்க்கு வழங்கும் எளிய விருப்பே அவன் தவத்துக்கான காரணம். ஆனாலும் அவன் துறவறத்தால் உண்மையில் யார் நிசமான துறவியாகிறார்? யசோதரை அல்லவா? அதை தனக்கேயுரிய பாணியில் யசோதரையின் கேள்வியாக முன் வைக்கிறார், ஒரு கவிதையில். தொகுப்பின் பல நல்ல கவிதைகளில் ஒன்று, 'போதி மரத்தில் பாதி மரம்' என்கிற தலைப்பு உட்படச் சிறப்பாக வந்துள்ள கவிதை. 'எதையும் கேள்வி கேள்' என்ற பெரியாரின் சீடரல்லவா கவிஞர். அதனால் யசோதரை படும் துயரைக் கண்டு சித்தார்த்தனைக் கேள்வி கேட்கிறார்.

போராட்ட உணர்வு என்பது ஒரு 'குருதிப் புனல்' போல. அது தலைமுறை தலைமுறையாய்த் தொடரும். ஒரு போராளியை ஒடுக்க நினைத்துத் தேடி அழித்தால் அவன் குருதியில் ஜனித்தவனே மழலை மொழியில் போராட்ட முழக்கமிடுவான். அப்படி காவற்பெண்டு வழி வந்த ஒரு தாயும் பிள்ளையும் பற்றிய கவிதையினை "எச்சத்தாற் காணப்படும்" என்ற தலைப்பில் தந்திருக்கிறார்.

வீட்டிற்கு ஒரு சொலவடைப் பெருசு வேண்டும் என்று முதுமைக்கு வணக்கம் சொல்லும் புதுமையான கவிதை ஒன்று. வீட்டின் பெருசுகளைக் காப்பகத்தில் விட்டுவிடத் துடிக்கும் உலகில் வீட்டுக்கு ஒரு பாட்டி வேண்டுமென்று பாசக்காரணங்கள் அடுக்கி 'முதுமைக்கு வணக்கம்' சொல்லும் கவிதை புதுமையன்றி வேறென்ன.

இன்னும் உலகமயமாதல் குறித்த விசனங்களையும் விமர்சனங்களையும் பட்டவர்த்தனமாய்க் கூறும் கவிதை மற்றொரு சிறப்பான கவிதை. உலகமயமாக்கல் என்னும் பூதமான "அட்லாண்டிக் கடலில் ஒரு காலூன்றி பசிபிக் கடலில் மறுகாலூன்றி வங்காள விரிகுடாவில் வாய் கொப்பளித்து கண்டங்கள் உண்ண வரும் மேற்குப் பூதம்" மொத்த உலகையே விழுங்கி தற்சார்புப் பொருளாதாராம் என்னும் முற்காலத்துச் சிறுதொழில்களை, குறு வியாபாரிகளை விழுங்கி ஏப்பம் விடுகிறது. கவிஞர்கள் சமூக பொருளாதார மாற்றங்களில், அதன் நன்மை தீமைகளில் எவ்வளவு கவனமும் பொறுப்புமுடையவர்கள் என்பதற்கு இது ஒரு உதாரணக் கவிதை.

> நானெனப்படுவது
> உடலா
> உயிரா
> பெயரா ?

என்று கேள்வி எழுப்பிக் கொண்டு சுய விசாரணை செய்கிறார் தன் பொன் விழா ஆண்டில். "என்னுள் இருப்பினும் என்னதல்ல உயிர்," என்கிற படைப்பு முரணை வியப்புக்குளாக்கும் கவிதை, "ஐம்பது வயதில் புரிகிறது" என்னும் கவிதை. இதில் "ஒவ்வோர் உடல் மீதும் மூத்தோர் திணிக்கும் ஆசைதானே பெயர்" என்றொரு வரி. தேர்ந்தெடுக்கப்பட்ட வார்த்தைகளின் தேந்தெடுத்த வரிசையே கவிதை என்பதற்கு உதாரணம் இந்த வரி. மூத்தோரின் ஆசைகள்தானே நமக்கு வைக்கப்பட்ட பெயர்கள் எல்லாம் என்னும் வரி கிளர்த்தும் செய்தி: எத்தனை பேர் தங்கள் கிடைக்காத காதலி பெயரினை, கிட்டாத எட்டாக் கனியான நடிகைகள் பெயரினைப் பெண் குழந்தைகளுக்கு இட்டு மகிழ்கிறோம். இப்படி வரிகள் தோறும் வியப்பு வழங்கும் கவிதை இது.

> பள்ளப் பட்டி செவனாண்டி
> பரம்பரையா வெவசாயி
> அஞ்சுகுழி வெவசாயம்
> அன்னாடம் கருமாயம்"

என்று ஆரம்பிக்கும் 'இந்தியா விவசாயநாடு' என்னும் கவிதையில் ஒரு விவசாயியின் அன்றாடக் கனவுகளையும் வானம் பொய்ப்பது போல அவை வறண்டு போவதையும், நாத்து நட்டுக் காத்திருக்கும் அவன் பாடுகளையும் "சேத்து மொழி" யில் கூறியிருக்கிறார்.

சாதாரண வார்த்தைகள், "வாரக்கடைசியில் காட்டிக் கொடுக்கும் சாயமடித்த மீசைபோல்" என்னும் சாதாரணப் படிமங்கள், சாதரணனின் பாஷை என இந்தத் தொகுப்பு முழுவதும் எளிமையும் எளிமையே அழகுமாய், நிறைந்து கிடக்கின்றன கவி வரிகள். அவையாவும் ஒரு தும்பிக்கை மாலை போல அடர்த்தியும் கனமுமான சொற் கூட்டங்களால் பின்னப்பட்டிருக்கின்றன.

"நினைவின் விருந்தாளியாக ஒரு கவிதை பிரவேசிக்கும் போது நம்முடைய உலகமே மாறிப் போகிறது," என்பார்கள். இந்நூலுடன் கழிந்த சிறு பொழுதில் என் உலகத்தையே அவை மாற்றியிருந்தன என்றால் மிகையில்லை. வாய்ப்பளித்த கவிஞர் வைரமுத்துவுக்கு வாழ்த்துகள்.

- கவிஞர் கலாப்ரியா

4

புதிய விடியல் தரும் வைரமுத்து கவிதைகள்

- முனைவர் நம்.சீனிவாசன் -

மனிதகுலம் மகிழ்ச்சியாக வாழ்வதற்கான விழுமியங்களை உளம் கொள்ளுமாறு எடுத்துரைப்பவர்கள் படைப்பாளிகள். அந்தப் படைப்பாளிகளின் படைப்புகள் கவிதைகளாக, கட்டுரைகளாக, பாடல்களாக, சிறுகதைகளாக, புதினங்களாக, நாடகங்களாக, காப்பியங்களாக பல வகைகளில் அமைந்து இலக்கியங்களாகப் போற்றப்படுகின்றன.

சமூகச் சீர்திருத்தம் செய்யும் - புரட்சியை நிகழ்த்தும் களப்பணித் தலைவர்களை உருவாக்குகின்ற பணியைக்கூட இலக்கியக் கர்த்தாக்கள் நிகழ்த்தி இருக்கிறார்கள் என்பது வரலாறு நமக்கு உரைக்கும் பாடம்.

கவிஞர்கள் தொலைநோக்குப் பார்வை கொண்டவர்கள். கவிஞர்களுக்கு பூகோள எல்லை இல்லை. ஜாதி, மதம், மொழி, இனம் கடந்து மனிதத்தை நேசிப்பவர்கள்; வலியுறுத்தக் கூடியவர்கள். கவிஞர்களின் விருப்பங்களையும் வேண்டுகோள்களையும் பின்னாளில் அரசாங்கங்கள், சட்டங்கள் ஆக்கியிருக்கின்றன.

கவிஞர்களை முன்னோடி எனலாம்; தீர்க்கதரிசி என வியக்கலாம். கவிஞர்கள் ஒரு கட்டுக்குள் அடங்காத சுதந்திரப் பறவைகள். அவர்களுடைய கவிதைகள் உலக சமூகத்தின் தரத்தை மாற்றும் ஆற்றல் பெற்றவை. இதனை ஆங்கிலக் கவிஞன் ஷெல்லி "Defence of Poetry"(1821) என்ற குறும் உரையில்,

"Poets are the hierophants of an unapprehended inspiration, the mirrors of the gigantic shadows which futurity casts upon the present" என்கிறார்.

வால்ட் விட்மன், பாப்லோ நெருடா, பாரதி, ரவீந்திரநாத் தாகூர், மயா ஏஞ்சலோ, விக்டர் ஹியூகோ போன்ற கவிஞர்களால் ஏற்பட்ட சமூகத் தாக்கம் அண்மையில் நாம் கண்ட சாட்சிகளாகும்.

கவிதையின் நோக்கம்

கவிதையின் நோக்கம், மகிழ்ச்சி, துயரம், காதல், கோபம் போன்ற உணர்ச்சிகளைக் கலைநயத்தோடு வெளிப்படுத்துவதும், அழகியலைக் கொண்டாடுவதும், சிந்தனைகளைத் தூண்டி சமூக விழிப்புணர்வை உருவாக்குவதும்.

வைரமுத்து கவிதைகளில் கலைப்படைப்பிற்குரிய அழகியற் கூறுகள் (Aesthetic elements) ததும்பி நிற்கும்; வளமான சிந்தனைகள் பிரவாகமெடுக்கும். சமூக அக்கறை அடி வேராய்ப் பரவி இருக்கும். கவிதையின் நோக்கத்தை கவிப்பேரரசு வைரமுத்து,

"போதை தரவன்று, புதிய விடியலுக்குப் பாதையிட வல்லதே பாட்டு" என்று இலக்கணம் வகுக்கின்றார்.

"உலகக் கவிதைகளுக்கெல்லாம் பொதுவான குணம் ஒன்று உண்டு. மனித குலம் சோகப்படும்போது கண்ணீர் வடிப்பது; தாகப்படும்போது தண்ணீர் கொடுப்பது"

'பெய்யெனப் பெய்யும் மழை' கவிதைத் தொகுப்பின் முன்னுரையில் கவிப்பேரரசு வைரமுத்து குறிப்பிட்டது அவருடைய கவிதைகளுக்கும் மிகவும் பொருந்தும். அவர் சமூகத்தை இதயம் கொண்டு பார்க்கின்றார்.

வைரமுத்து கவிதைகளின் சரித்திரத்தை, ஒற்றை வரியில் குறிப்பிடுவதென்றால், "மொழியின் மீது கொண்ட அடங்காத காதலோடு அரும்ப ஆரம்பித்து, சமூகத்தின் மீது கொண்ட பண்பட்ட காதலாகப் பரிணாமம் பெற்றதுதான்" வைரமுத்துவின் கவிதைகள். (திருத்தி எழுதிய தீர்ப்புகள் முன்னுரை)

'வைரமுத்து எழுதிய கவிதைகளால் விளைந்த பயன் என்ன?' என்ற வினாவிற்கு,

'இவன் பேனா ஒவ்வொரு முறை குனிந்த போதும், மானுடம் நிமிர்ந்ததென்று மகிழ்ந்து சொல்லுங்கள்' என்ற அவர்தம் கவிதை வரிகளே விடையாகும். தனி மனிதன் சமூகம் உலகம் மூன்றுக்குமான புதிய விடியலுக்குக் கவிப்பேரரசு வைரமுத்து அவர்களின் கவிதைகள் வழி வகுக்கின்றன.

'வாழ்தல் இனிது' என்று கொண்டாட முடியவில்லை. சமூகத்தில் நிலவும் பொருளாதார ஏற்றத்தாழ்வுகள், வல்லான் வகுத்ததே சட்டம் எனும் நிலைமை, ஜாதிக் கொடுமைகள், பெண்ணடிமைத்தனம், மூடநம்பிக்கைகள், போர் அபாயங்கள், தீவிரவாதம், இயற்கைக்கு எதிரான வன்முறைகள் என அடுக்கடுக்கான காரணங்கள் அணிவகுக்கின்றன.

வாய்மை

வாய்மைக்கு ஒப்பானது ஒன்றுமில்லை. வாய்மையின் சிறப்பை உணர்த்த, 'வாய்மை' என்று ஓர் அதிகாரம் படைத்த வள்ளுவன், பொய்யின் தீதை, 'பொய்யாமை' என்று மற்றுமொரு அதிகாரத்தில் சுட்டிக்காட்டுவான். ஒன்றிய அரசாங்கம், 'சத்தியமேவத ஜெயதே' என்றும், தமிழ்நாடு அரசு, 'வாய்மையே வெல்லும்' என்றும் குறிக்கோள் வாசகத்தை லட்சினையில் பொறித்து இருக்கின்றன என்பது நினைவில் கொள்ளத்தக்கதாகும்.

பொய் சொல்லுதல் இழிவான செயல். சுதந்திரம் எனது பிறப்புரிமை என்று முழங்கும் இந்நாட்டில்

"மேடையில் ஒருவன் பொய் குரைப்பான்
தாவி மேடை யேறித்
தலையிற்குட்ட முடிய வில்லை" *(பெய்யெனப் பெய்யும் மழை)*

என்ற கவிஞர் வைரமுத்துவின் ஆதங்கம் மக்களுக்கு விழிப்புணர்வூட்டும். அவருடைய கோபத்தின் உச்சத்தை 'குரைப்பான்' என்ற ஒற்றைச் சொல்லில் பொதித்து வைத்திருப்பார்.

ஜாதி ஒழிப்பு

ஜாதியினால் ஏற்படும் துயரங்களுக்கு அளவே இல்லை. சதிக்குக் கால் முளைத்து சாதி ஆயிற்று என்பார் முத்தமிழ் அறிஞர் கலைஞர்.

ஜாதி, மக்களைப் பிரிக்கின்றது; உயர்வு - தாழ்வு கற்பிக்கின்றது; சமத்துவத்தை மறுக்கின்றது; சில சமுதாயத்தினருக்குக் கல்வியை மறுக்கின்றது; வேலைவாய்ப்பைத் தடுக்கின்றது; வறுமையில் ஆழ்த்துகின்றது; வன்முறைகளை அரங்கேற்றுகின்றது; பதற்றத்தை ஏற்படுத்துகின்றது; கீழ் ஜாதி மக்களை அடிமைகளாக நடத்துவதற்கான சூழலை உருவாக்குகின்றது.

நல்லதொரு சமுதாயம் அமைய ஜாதிகள் ஒழிய வேண்டும். 1989-இல் தமிழ்நாட்டில் ஜாதிக் கலவரங்கள் நடைபெற்றபோது,

"மனிதன் நிஜம்; ஜாதி கற்பனை" என்பதை அழுத்தமாக எடுத்துரைத்த கவிஞர் வைரமுத்து,

"இங்கு எல்லா ஜாதியும் இருக்கிறது;
இல்லாத ஒரே ஜாதி மனித ஜாதி" என்று சாட்டையால் சொடுக்குகிறார்.

ஜாதியை ஒழிக்காமல் வன்முறை வெறியாட்டத்தை நிகழ்த்தியபோது கவிஞர் கேட்கிறார்:

"விசாலப்படுத்தச் சொன்னது
மனதைத்தானே
மயானத்தையா?"

என்ற கவிதை வரிகளில் மனித நேயமும் அறிவுரையும் கண்ணீரோடு கலந்த கவலையும் படிந்திருக்கின்றன.

"இந்த மண்ணில்
வெற்றிலை எச்சில் துப்பவும்
விரும்பாதவன் நான்
இப்படி ரத்தம் துப்பினால்
எப்படி?"

என்ற வினாவை முன் வைப்பதன் மூலம் வைரமுத்துவின் கவிதைகள் மக்களைப் பண்படுத்துகின்றன.

1998- ஆம் ஆண்டு தென் மாவட்டங்களில் ஜாதிக் கலவரம் வெடிக்கின்றது. கவிஞர் வைரமுத்து துடிக்கின்றார்.

"முந்நூறாண்டை முன்னுக்கிழுக்குது
முரட்டு விஞ்ஞானம் - நாமோ
முந்நூறாண்டு பின்னே செல்வது
முழுக்க அஞ்ஞானம்" என்று அறிவுறுத்துகிறார்.

"மனிதன் என்னும் நிஜத்தை நீங்கள்
மறந்து தொலைத்து விட்டு - ஜாதிச்
சனியன் என்னும் கற்பனைக்காகச்
சமர்கள் புரிகுவதோ?"

என்று அறியாமை இருளகற்றி ஒளி பாய்ச்சுகின்றார். மனிதனுக்கு ஒருமைப்பாட்டை வலியுறுத்துகின்றார்.

பெண்ணுரிமை

உலக மக்கள் தொகையில் ஆணும் பெண்ணும் சம விகிதத்தில் இருக்கிறார்கள். ஆணாதிக்கத்தின் காரணமாகப் பெண்கள் அடிமைப்பட்டார்கள். பெண்களுக்கு உரிமை மறுக்கப்பட்டது. மனிதர்கள் அனைவரும் சமமானவர்கள். பிறப்பின் அடிப்படையில் பெண்களுக்கு உரிமைகள் மறுக்கப்படுவது மனிதஉரிமை மீறலாகும். பெண்ணடிமைத் தனத்தால் சமுதாயத்தின் ஒட்டுமொத்த வளர்ச்சி பாதிப்படைகிறது. பெண்கள் சுதந்திரம் பெற வேண்டும், தன்னம்பிக்கை கொள்ள வேண்டும், யாரையும் சார்ந்து இல்லாமல் சுய பலம் பெற வேண்டும், கல்வி வழங்கப்பட வேண்டும், பணிக்குச் செல்ல, தொழில் தொடங்க தனிநபர் வளம் வளர்க்கும் சுதந்திரம் கிடைக்க வேண்டும். அப்போதுதான் நல்லதொரு சமுதாயம் அமையும். சமூக அமைதி நிலவும். சமத்துவம் தழைக்கும். கவிப்பேரரசு வைரமுத்து அவர்களின் கவிதைகளில் பெண்ணினத்தின் விடுதலைக்கான, பெண்ணடிமை ஒழிப்பிற்கான குரல் ஓங்கி ஒலிக்கின்றது. பெண்களின் நிலையினை 'வித்தியாச அன்னங்கள்' கவிதையில் துல்லியமாகப் படம் பிடித்துக் காட்டுவார்.

'பாவம் மனைவி'
இந்த
இல்லறக் கிரிக்கெட்டில்
கட்டிலறைக்கும்
சமையலறைக்கும்

ரன்கள் எடுத்தெடுத்தே
ரணமாய்ப் போனாள்

விளையாட்டு போல் தெரிந்தாலும் ,விலை மதிக்க முடியாத கருத்தைச் சமூகத்திற்கு உணர்த்துகிறார். 'ரணம்' என்ற ஒற்றைச் சொல்லுக்குள்ளே பறிக்கப்பட்ட பெண்களின் சுதந்திரம், அங்கீகரிக்கப்படாத அறிவுத் திறம், புதைக்கப்பட்ட பெண்ணினத்தின் உணர்வுகளை உள்ளடக்கிக் கவிதை வாசிப்பவர்களுக்குக் கடத்தி விடுகிறார்; திடுக்கிடச் செய்கிறார்.

பெண்ணினம் மீட்சி பெறுவதற்கு கவிஞர் வைரமுத்து பெண்களுக்கு விடுக்கும் ஒரே வேண்டுகோள்:

"சுயசிந்தனை உள்ள
தோழியரே !
உங்கள் அறிவுக்குப் போட்டிருக்கும்
பர்தாவை அகற்றுங்கள்!" என்பதுதான்.

அறிவுடையார் எல்லாம் உடையார் ஆயிற்றே! அறிவு அற்றம் காக்கும் கருவி அல்லவா!

வாழ்வும் வெற்றியும்

பிறவியைப் பெருங்கடல் என்பார் வள்ளுவர். 'எண்ணிப் பார்த்தால் சின்ன வாய்க்கால் ' என்று வாழ்வின் இரகசியத்தை உணர்த்துவார் கவிஞர் வைரமுத்து. பஞ்சாயத்துத் தலைவருக்குத் தான் முக்கியமானவர் என்று நினைப்பு. அவர் தமிழ்நாட்டில் வாழும் எட்டு கோடி தமிழர்களில் ஒருவர். இந்தியாவில் வசிக்கும் 140 கோடி இந்தியர்களில் ஒருவர். இந்தியா என்பது உலகில் உள்ள 193 நாடுகளில் ஒரு நாடு. உலகம் என்பது சூரியக் குடும்பத்தில் உள்ள ஒன்பது கோள்களில் ஒன்று. சூரியக் குடும்பம் என்பது பால் வெளியில் உள்ள 20 லட்சம் கோடி குடும்பங்களில் ஒன்று. இதில் தனி மனிதன் நிலையைச் சிந்திக்கலாம். மனித வாழ்வு மிகவும் சிறியது என்பதை, 'எறும்பின் கால்நுனி அளவினும் சிறிது' என்று படிமமாய் உரைப்பார் கவிஞர் வைரமுத்து. காலக்கணக்கில் வாழ்நாள் சிறிது என்பதை எடுத்துரைத்து உழைப்பு ஒன்றே வாழ்வை உயர்த்தும் என்கிறார்.

"ஆதலால் மனிதா!
இருக்கும் நாட்களை இரட்டிப்பாக்கு
சூரியன் நிலவு இரண்டிலும் விழித்திரு
படுக்கை போட்டுத் துயில் கொள்ளாதே
துயில் வரும்போது படுக்கை போடு
காலையில் பூமியில் உட்துளையிட்டு
மாலையில் பூமியின் மறுபுறம் வெளிப்படு

மனித உள்ளம் காலிக் கிண்ணம்
இலட்சியங்களை ஊற்றி நிரப்பு
விண்ணும் மண்ணும் வெற்றியின் இலக்கு
செவ்வாய்க் கிரகம் சீக்கிரம் உனக்கு"

கவிஞரின் ஆக்கம் மிக்க சிந்தனைகள், கவித்துவத் தேன் கலந்து, ஓசை நயம் இழைய, சலவை செய்த சொற்களால் சமூகத்தில் பரவுகின்றன. இளைய தலைமுறையினருக்கு உத்வேகம் ஊட்டுகின்றன. இலட்சிய உணர்வை நெஞ்சில் ஏற்றுகின்றன. புதிய விடியல் பிறப்பதற்கு அடித்தளமாகின்றன.

நம்பிக்கை

நெருப்பு தன்னம்பிக்கையின் குறியீடு; ஆற்றலின் வடிவம். படைப்பாளிகள் ஒருபோதும் அவநம்பிக்கைகளை விதைப்பதில்லை.

வைரமுத்து கவிதைகள் எளியோர் உள்ளத்தில் நம்பிக்கையை விதைக்கின்றன.

"உள்ளே நெருப்பு இல்லாதவர்க்கு சூரியனும் ஒரு கரித்துண்டு; உள்ளே நெருப்பு உள்ளவருக்கோ கரித்துண்டும் ஒரு சூரியன்" என்று இதயத்தீயினை மூட்டுகிறார்.

"கண்ணீர் சுண்டிக் கடலில் ஏறி" என்று உத்தரவிடுகிறார்.

"பல் முளைக்கையில் ஈறு வலிக்கும்; மாற்றம் முளைக்கையில் வாழ்க்கை வலிக்கும்" என்று பாடம் நடத்துகிறார். (கொடி மரத்தின் வேர்கள்)

துன்பத்தைக் கண்டு துவண்டு விட்டால் புதிய விடியலைக் காண இயலாது. "துன்பத்தின் அடுத்த வீடுதான் இன்பம்" என்பதை உணர்த்தும் கவிதை வரிகள் (தமிழுக்கு நிறம் உண்டு) சிந்தைக்கு விருந்தாகும்.

"முள்ளுக்குப் பக்கத்தில் ரோஜா
உப்புக்கு மத்தியில் முத்து
வியர்வையை அடுத்து விருது
தோல்வியின் மறுபக்கம் வெற்றி
இரவின் விளிம்புதான் விடியல்
துன்பத்தைத் துவைத்தால் இன்பம்"

வைரமுத்து கவிதைகளை வாசிப்பவர்கள் துன்பத்தில் துவள்வதில்லை." சோகத்தில் முடங்கி விடுவதில்லை. வீறு கொண்டு எழுகின்றார்கள்; விடியலை நோக்கிப் பயணிக்கின்றார்கள்.

சுற்றுச்சூழல் பாதுகாப்பு

கவிஞர் வைரமுத்து இயற்கையின் காதலன். சுற்றுச்சூழல் பாதுகாக்கப்பட வேண்டும் என்பதில் அக்கறை கொண்டவர். காற்று மாசுபட்டிருப்பதைக் கண்ணெதிரே நிறுத்துகின்றார்.

"இந்த நகரத்துக் காற்றில்
எனக்கு நம்பிக்கை இல்லை
காற்றின் நிறம் கறுப்பு இல்லை
இதில் பிராணவாயு பிரித்தெடுக்க
நாசிக்குச் சக்தியில்லை
சுற்றியுள்ளது காற்றல்ல
இது பெட்ரோல் டீசலின் வளிவடிவம்
இதைச் சுவாசிப்பதெனில்
எந்திர மூக்கு வேண்டும் எனக்கு

அணு உலைகளின் பெருமூச்சு
ஆலைகளின் கரு மூச்சு
தொழிற்சாலைச் சுடு மூச்சு
எல்லாம் கலந்தால்
அடுத்த நூற்றாண்டில்
மனிதன் இருப்பானோ?

இல்லை அடுத்த நூற்றாண்டில்
காற்று இருக்குமோ?" (கொடி மரத்தின் வேர்கள்)

-என எச்சரிக்கின்றார்.

"மரங்கள் இல்லையேல்
காற்றை எங்கே போய்ச்
சலவை செய்வது?

மரங்கள் இல்லையேல்
மழைக்காக எங்கே போய்
மனுச் செய்வது?
மரங்கள் இல்லையேல்
மண்ணின் மடிக்குள்ளே
ஏதப்பா ஏரி?

மனிதனின் முதல் நண்பன் மரம்
மரத்தின் முதல் எதிரி மனிதன்" (இந்தப் பூக்கள் விற்பனைக்கல்ல)

-என்று தீர்வையும் உரைக்கிறார்.

அழுக்கு உலகை வெளுக்கச் செய்த இந்தக் கவிதை, குடியரசுத் தலைவர் கலாம் தொடங்கி கடைக்கோடி மனிதன் வரை அத்தனை பேரையும் நெகிழச் செய்ததில் வியப்பேதுமில்லை.

கல்வி முறை

நாட்டின் வருங்காலத் தலைவர்கள் வகுப்பறையில் உருவாக்கப் படுகிறார்கள் என்று கூறுவார்கள். பாடத்திட்டங்கள், மனிதர்களின் இயல்பான சுதந்திரத்தை, சமூகக் குறைகளை வெளிப்படுத்தும் துணிச்சலைக் கெடுத்து விடுகிறது என்று ரஷ்யப் புரட்சிக் கவிஞர் புஷ்கின் சமூக அக்கறையுடன் குறிப்பிடுகிறார்.

வாழ்க்கையின் கல்விப் பாடங்கள் பாடசாலைகளில் கிடைக்காது என்பதை *'The Tables Turned'* கவிதையில் வேர்ட்ஸ்வர்த்தும் குறிப்பிட்டிருக்கிறார்.

புதிய விடியலுக்கான கவிதைகளை வடித்த கவிஞர் வைரமுத்து,

"வாழ்க்கைக்கும்
வகுப்பறைக்குமிடையே
தொங்கும் திரைச் சீலையைத்
துணித்து விடுங்கள்"

என்று பொருந்தாப் பாடத்திட்டத்திற்கு முடிவு கட்டி,

"ஆடம்பர அவசரத்தில்
புல்லாங்குழலைப் பொன்னில்
செய்து விடாதீர்கள்
அது மூங்கிலாகவே இருக்கட்டும்" என்று அறிவுறுத்துகிறார்.

பகுத்தறிவு

பகுத்தறிவற்ற சமூகம் புதிய விடியலைக் காண இயலாது.ஏன்? எதற்கு? எப்படி? எங்கே? யாரால்? யாருக்கு?என்ற கேள்விகள்தான் மனித குலத்தை முன்னேற்றியிருக்கின்றன. கவிஞர் வைரமுத்து கவிதைகளில் பகுத்தறிவு ஒரு முக்கிய கருவாகத் திகழ்கிறது.

"காட்டுக்குள் மூடநம்பிக்கை இல்லை
அங்கே நெருப்புக்கோழி கூடத்
தீ மிதிப்பதில்லை"

ஒரு மணி நேரம் விளக்க உரை, பதவுரை சொல்லி விளங்க வைக்கும் விஷயத்தை, மூன்று வரிக் கவிதை மக்கள் சிந்தனையில் ரசவாதத்தை நிகழ்த்துகின்றது.

"மதம் பிடித்தலையும் மனிதா
யானை தவிர
மற்ற விலங்கெதற்கும்
மதம் பிடித்ததுண்டா?

ஒரு
கிறிஸ்தவக் கிளி இந்துப் புலி
சமணக்கொக்கு பௌத்தப்பசு
சீக்கியச் சிங்கம் மகமதிய மான்
காட்டுக்குள் அடையாளம் காட்ட முடியுமா?

மணக்கும் கவிதைகளில் தகிக்கும் தீப்பொறிகள்

கேள்வி கேட்கவில்லை; பகுத்தறிவுக் கணைகளைப் பாய்ச்சுகிறார். குறைவான சொற்களில் புரட்சி நிகழ்த்துகிறார்.

போரில்லா உலகு

கவிஞர்கள் சமாதானப் பிரியர்கள். சண்டைகள் அவர்களுக்குச் சம்மதமில்லை. கோடுகளற்ற நாடுகள், வேலிகளற்ற வீடுகள் அவர்களின் தாகம். பாப் டிலன், வேர்ட்ஸ்வொர்த், லியோ டால்ஸ்டாய், கலில் ஜிப்ரான், மஹ்மூத் தர்விஷ் போன்ற கவிஞர்கள் போர்களற்ற உலகு பற்றி கவிதைகள் வடித்திருக்கிறார்கள். அமெரிக்கப் போர் விமானங்கள் ஈராக்கில் தாக்குதல் நிகழ்த்தியபோது பிஞ்சுக் குழந்தையின் குரலாக வைரமுத்து எழுதிய கவிதை போரின் கொடூரத்தை நெஞ்சு நடுங்க ஆழ்மனத்தில் பதியச் செய்கிறது. போர் ஒழிப்புக் குரல்கள் ஓங்கி ஒலிக்கத் தூண்டுகோலானது.

"உங்கள் ஆயுதம் கூர் சோதிக்க
என் பிஞ்சு மண்டை ஓடுதான் கிடைத்ததா?

ரொட்டி சலித்த உங்கள்
குட்டி நாய்க்கு எங்கள் குருத்தெலும்பென்றால்
கொள்ளை ஆசையா?

முன் வைக்கப்படும் வினாக்களில் சோகம் சுழன்றடிக்கிறது. கேள்வியின் நியாயம் வல்லரசைத் தலைகவிழச் செய்கிறது.

இந்தக் கவிதையின் ஹிந்தி மொழிபெயர்ப்பை வாசித்த இந்தியப் பிரதமர் வாஜ்பாய் அவர்கள் கவிதையின் பேசுபொருளையும், கருத்து சொல்லப்பட்ட விதத்தையும், கவிதையில் எழுப்பப்பட்ட கேள்வியின் வலிமையையும் வியந்து பாராட்டினார்.

தீவிரவாத எதிர்ப்பு

கவிஞர்கள் மென்மையானவர்கள். தீவிரவாதத்தின் எதிரிகள். நியூயார்க் நகரில் நடைபெற்ற இந்திய இலக்கிய மாநாட்டில் வைரமுத்து கவிதை வழங்கினார்.

"எங்கள் இந்தியப் புறாவுக்கு ஒரே ஒரு ஆசை
யுத்தக் களத்தில் கூடு கட்ட ஆசை!
ஆயுதக் கிடங்கில் முட்டையிட ஆசை!

இறக்கை இரண்டையும் இரு கையாய் நீட்டி
எங்கள் அமைதிப்புறா யாசிக்கிறது.
எங்கள் வானத்தை மேகம் மட்டும் சூழட்டும்
வெடிகுண்டுப் புகை வேண்டாம்
ஆகாயத்திலிருந்து அமிர்த மழை விழட்டும்
அமில மழை வேண்டாம்

பால்வீதி எங்கும் லட்சம் கோள்கள்
ஏழை மனிதனுக்கு ஒரே ஒரு பூமிதான்

இதையும் ஒரு மண்டை ஓடாய் மாற்றி விட வேண்டாம்
புத்தம் புதிய உலகு செய்வோம்
ஒரு கடைசிப் போர் செய்வோம்

அது போரை ஒழிக்கும் போராக இருக்கட்டும்
சர்வதேச சமூகம் இணைந்து சமுத்திரமாவோம்"

இந்தக் குரல்கள்தான் பூமியைக் காக்கும்; மானுடத்தை வளர்க்கும்; புதிய விடியலைக் கொண்டு வந்து சேர்க்கும்.

"மனித குலம் முழுமைக்குமான மகிழ்ச்சியே என் எழுத்துக்களில் நான் சித்திரித்து வைத்திருக்கும் சேதி" என்று 'திருத்தி எழுதிய தீர்ப்புகள்' கவிதைத் தொகுப்பு முன்னுரையில் வைரமுத்து எழுதிய சுய பிரகடனம்தான் அவர்தம் கவிதைகளில் ஒவ்வொரு சொல்லிலும் பிரதிபலிப்பதை உணர முடிகிறது.

- முனைவர் நம்.சீனிவாசன்

இயக்குநர் - பெரியார் சிந்தனை உயராய்வு மையம்,
பெரியார் மணியம்மை பல்கலைக்கழகம்

5

பெரிதினும் பெரியவன்
மகா கவிதை - பேரண்டமும் பெருந்தமிழும்
- புதுவை யுகபாரதி -

எங்கெங்குக் காணினும் சக்தியடா - தம்பி
ஏழுகடல் அவள் வண்ணமடா - அங்குத்
தங்கும் வெளியில் கோடி அண்டம் - அந்தத்
தாயின் கைப்பந்தென ஓடுமடா - ஒரு
கங்குலில் ஏழு முகிலினமும் - வந்து
கர்ச்சனை செய்தது கண்டதுண்டோ?......

என்ற 'மண்'தாயின் மாண்புகளை எடுத்துரைக்கும் பாவேந்தரின் உள்ளத்தை 'மகா கவிதை'யாக்கிப் 'பூமியின் பெருமை' பேசும் கவிப்பேரரசு வைரமுத்துவின் அண்டந்தாண்டிய அறிவியல் தமிழ் ஆற்றலை மகா கவிதையின் உயிர்வழி வெளிப்படுத்திப் 'பெரிதினும் பெரியவன் மாந்தன்' என்பதை மெய்ப்பித்திருப்பதே மகா கவிதை.

அவன் பெரிதினும் பெரியவன், யார் அந்த அவன்? கடவுளா? இல்லை மாந்தன், கவிப்பேரரசு கூறுகிறார். ஒன்று இரண்டாகி, இரண்டு பலவாகி வெடித்துச் சிதறிய பேரண்டத்தின் தீத்துண்டுகளில் ஒன்றின் நுண்ணளவே ஆன இந்த மண்கோளின் மேலேறி, குன்றுகளைக் கோலிக்குண்டுகளாக்கி, பள்ளத்தாக்குகளைப் பல்லாங்குழிகளாக்கி, காட்டு விலங்குகளையும், கூட்டுப் பறவைகளையும் விருந்தாளிகளாக்கி,

'மண் தாயே...
நான் உன்னை வெல்ல வந்தவன்' *(மகா கவிதை, ப.033)*

என்று அறைகூவல் விடுக்கும் மாந்தன் பெரிதினும் பெரியவன்.

மாந்தனின் இந்தச் செயல்கண்டு சிரித்த தாய், தன் வாய்பிளந்து அவனையும் அவன் கூட்டத்தையும் விழுங்கியபோது, முளைக்கின்ற விதையாய்த் தரையை உடைத்து மீண்டெழுந்து,

'மண்ணிலிருந்து மானுடம்' செய்த
'பூமியே! தாயே! என் தங்கமே!...

பிறப்புக்கும் சுகமான இருப்புக்கும்
சந்தேகமில்லாத இறப்புக்கும்
இந்தச் சூரியக் குடும்பத்தில்
உன் மடி விட்டால் ஏதுஇடம்? *(மகா கவிதை, ப.036)*
....

உன் சாகசம் கருதினால்
இறந்த பிறகும் வியந்து கிடப்போம்' *(மகா கவிதை, ப.037)*

என்று அன்பாய் அன்னையைப் போற்றும் மாந்தன் பெரியவன்.

இந்த உலகில், கடவுள் மிகப் பெரியவன்; அவனின்றி ஓரணுவும் அசையாது; அவன் ஆட்டுவிப்பவன், அதற்கேற்ப ஆடுபவன் மாந்தன் என்றெல்லாம் கூறுபவர் உளர்.

கவிப்பேரரசு கூறுகிறார், 'மாந்தன் போக்கிரிக் கடவுள்' என்று.

'எழுதியபடிதான் நடக்கும்
எல்லாம் விதிவசம் என்பதை விட்டுவிடு'

என்று 'சிவப்பு மல்லி' திரைப்படத்தில் பாடியவர்,

'தலைவிதி திருத்துவான்
பௌதிக விதி மீறுவான்
போக்கிரிக் கடவுள் என்ற
புனைபெயர் மனிதனுக்கு' *(மகா கவிதை, ப.295)*

என்று மகா கவிதையில் பாடுகிறார். அதுமட்டுமா?

'செயற்கை அறிவால்
நட்சத்திரம் நட்டவன்
கோள்களைப் புரட்டிச்
செயற்கைக்கோள் செய்தவன்
.....
சூரிய ஒளி வல்லான்

பிடரி பிடித்துச்
சூரியனையே
பின்னுக்கிழுப்பவன்
......
ஏதும் செய்வானிவன் *(மகா கவிதை, ப.295)*

என்றும் பாடுகிறார்.

சந்திரயானை அனுப்பி நிலவுப் பெண்ணைக் கிள்ளிப் பார்த்தவன்; மங்கள்யானை அனுப்பி செவ்வாய்ப் பெண்ணை முத்தமிட்டவன்;

ஆதித்யா (எல் 1)வை அனுப்பிக் கதிரவனின் பிடரி பிடித்து வம்புக்கிழுத்தவன் இந்த மாந்தன். இதை இந்த உலகறியும்.

இதைத்தான் கவிப்பேரரசு 'மாந்தன் ஏதும் செய்வான் இவன்' (மகா கவிதை) என்று பாடுகிறார். ஆம், மாந்தன் பெரியவன். அதனால்தான் கவிப்பேரரசு, அண்டங்கள் அரண்டுபோக,

'பேரறிவு ஜீவி'
மனிதன் தான் என
அண்டங்களுக்கு அறிவிப்பான்' *(மகா கவிதை, ப.296)*

என்றும் பாடுகிறார்.

'கண்டாயா மனிதா கடவுளை?' *(மகா கவிதை, ப.296)*

எனக் கேட்போர்க்கு,

'அன்றாடங்களில்
அக்கறை கொண்ட ஒருவராய்க்
கருதேன் கடவுளை ஒருபோதும்' *(மகா கவிதை, ப.297)*

என்று மாந்தனாக நின்று விடையளிக்கிறார் கவிப்பேரரசு.

மண்ணைக் கிளரி வயலாக்கி உழவு செய்வதா? நாற்று நட்டு, நீர் பாய்ச்சிப் பயிர் விளைத்து அறுவடை செய்வதா? சோறாக்கிப் பந்தி பரிமாறுவதா? தேர்வுக்குச் செல்லும் மாணவனைத் தேர்ச்சி பெற வைப்பதா? நாட்டைக் கொள்ளையடிக்கத் தேர்தலில் நிற்கச் செல்லும் வேட்பாளர்களை வெற்றி பெறச் செய்வதா? வம்புக்கு இழுக்கும் பக்கத்து வீட்டுக்காரரின் வாயை அடைக்க வரிந்து கட்டிக்கொண்டு வருவதா? அன்றாடம் நடக்கும் இவையெல்லாம் கடவுளின் வேலையா? அப்படியெல்லாம் நான் கருதமாட்டேன். ஏன் தெரியுமா? இவையெல்லாம் மாந்தரின் வேலை. உழைப்பதும், உண்பதும், உணர்வடங்குவதும் மாந்தன் செய்யும் அன்றாட வேலைகள். மாந்தன் பெரியவன்; பெரிதினும் பெரியவன். எனவேதான்,

கோள்கள் எதிலும்
கடவுள் வாசனை இல்லை
உயிர்ச்சுவடு ஏதுமில்லை

எட்டுக் கோள்களும்
மனிதக் கூட்டத்தை
அறைந்து சொல்லும் வாசகம் *(மகா கவிதை, ப.279)*

'சூரியனே கடவுள்
பூமியே தெய்வம்' *(மகா கவிதை, ப.284)*

என்றும் பாடுகிறார்.

கதிரோனைக் கடவுள் என்றும் மண்ணை மாத்தெய்வம் என்றும் பாடும் இந்தப் பாட்டடிகளில்தான் கவிப்பேரரசின் ஆழ்ந்தகன்ற அறிவியல் ஆற்றல் அலைகடல் ஆர்ப்பரிப்பாய் வெளிப்படுகிறது.

கடவுளுக்கும் தெய்வத்துக்கும் என்ன வேறுபாடு? ஏன் இப்படிக் கவிப்பேரரசு பாடுகிறார். இரண்டும் ஒன்றுதானே என்ற எண்ணம் வரலாம். இங்குதான், கவிப்பேரரசு அறிவியல் தமிழ் ஆற்றல் மிக்க பாவலர் என்பதை மெய்ப்பிக்கிறார்.

கடவுள் என்பது அண்டங்கள் முழுவதையும் உருவாக்கிச் சீராகக் காத்து வருகின்ற ஒன்று; அந்த ஒன்றுதான் எல்லாவற்றுக்கும் மூலம். அதைத்தான் ஆன்மிக உலகம், அனைத்தையும் கடந்த, எல்லாவற்றையும் தரக்கூடிய, யாதொன்றையும் செய்யக்கூடிய, இன்பதுன்பமற்ற கடவுள் எனத் தொழுகின்றது.

அப்படியென்றால், தெய்வம் என்பது, கடவுளுக்குக் கற்பிக்கப்பட்ட உருவங்களைத் தெய்வம் என்கிறது. முருகன், விநாயகன், மாரியம்மன் போன்ற உருவங்களைத் தெய்வங்கள் என்கிறார்களே அதைப்போல். தெய்வம் என்னும் சொல் 'தெய்' என்னும் உரையசைக் கிளவியிலிருந்து தோன்றியது. அண்டவெளியில் உள்ள அனைத்துப் பொருள்களும் ஒன்றோடொன்று உரசித் தேய்வதில் உயிரோட்ட ஆற்றல் பிறக்கிறது. இந்தத் தேய்தல் பிறக்கும் ஆற்றலைத் தேய்வு < தேய்வம் < தெய்வம் என்றனர் என்கிறது விக்கிப்பீடியா.

ஆம், தெய்வம் என்பது மண்ணுலகைப் போன்ற கோள்களைக் குறிக்கும் ஒரு சொல். கோள்களில் உயிர்கள் வாழ்கின்ற மண்ணுலகைத்தான் கவிப்பேரரசு 'தெய்வம்' என்று குறிக்கிறார். மண்ணுலகைப் போன்ற கோள்கள் உருவாகக் காரணமாக அமைந்த கதிரவனைக் 'கடவுள்' என்கிறார். எத்தனை ஆற்றல்! எத்தனை ஆற்றல்! பார்த்தீர்களா?

இறுதியாகக் கவிப்பேரரசு,

'வேண்டுமென்றால்
பிரபஞ்சத்தின் ஒழுங்குவிதியைக்
கடவுள் என்பேன்' *(மகா கவிதை, ப.297)*

என்று இசைகிறார். பல்லாயிரக்கணக்கான கதிரவனைப் போன்ற விண்மீன் கூட்டத்தைக் கட்டுப்படுத்துகின்ற ஒழுங்காற்றலைக் 'கடவுள்' என்கிறார். ஆம், கடவுள் இருக்கிறது; ஓர் ஒழுங்காக இருக்கிறது.

பிறருக்காகக் கண்ணீரும்
பிறருக்காகச் செந்நீரும்
சிந்தும் மனிதன் எவனோ
அவனே மனிதன் மனிதன் *(மனிதன் திரைப்பாடல் அடிகள்)*

என்றும்,

யாருக்கும் தீங்கின்றி
வாழ்பவன் மனிதன்

ஊருக்கே வாழ்ந்து
உயர்ந்தவன் புனிதன் *(படையப்பா திரைப்படப் பாடல் அடிகள்)*

என்றும் திரைப்பாடல்கள் வழியாக மாந்தனுக்கு இலக்கணம் சொன்ன கவிப்பேரரசு, மகா கவிதையின் மூலம் கடவுளுக்கும் தெய்வத்துக்கும் இலக்கணம் சொல்கிறார். அவரை வாழ்த்தலாம்; வணங்கலாம்.

'உள்ளுவதெல்லாம் உயர்வுள்ளல்' என்ற அய்யன் திருவள்ளுவரின் உள்ளம்போல் 'பெரிதினும் பெரிது கேள்' என்று பெரிது கேட்ட மகாகவி பாரதியின் மடிதவழ்,

பெரிதினும் பெரியவர்;
விண்மீனைக் காட்டிலும் ஒளிபொருந்தியவர்;
கோள்களை விடவும் குறிக்கோள் மிக்கவர்
மக்கள் உயிர் ஈர்க்கும் காந்தப் பாவலர் வைரமுத்துவின்,

இங்கே
ஒரே ஒரு நிலா
பூலோகம் பூசிக்கொள்ளச்
சந்தனம் கரைக்கிறது *(மகா கவிதை, ப.285)*

என்ற மணங்கமழும் சந்தனத் தமிழ்மனத்தையும்,

இங்கே
வாடை கோடை
தென்றல் கொண்டல் எனத்
திசைக்கொரு பெயர் வைத்த காற்று
மயிலிறகுத் துடைப்பங்கொண்டு
நித்தம் பலமுறை பூமி பெருக்கும் *(மகா கவிதை, ப.287)*

என்ற தூய்தமிழின் தெளிதமிழ் உளத்தையும்,

பூமி இல்லையேல்
சூரியக் குடும்பம்
புனைபெயர் கொண்டிருக்கும்
'சூனியக் குடும்பம்' என்று *(மகா கவிதை, ப.288)*

என இந்தப் 'பூமியின் பெருமை' பேசும் வைர மனத்தையும்,

சந்திர சூரியர்கள்: கண்கள்
மழிக்க விரும்பாத தாடிகள்: தாவரங்கள்
வளிமண்டலம்: நுரையீரல்
கடல்: நீலரத்தம் *(மகா கவிதை, ப.289)*

என்ற பெருந்தமிழ்ப் பெருமனத்தையும்

கடவுள் 'அவர'ல்லர்
'அது' *(மகா கவிதை, ப.297)*

என்றுரைக்கும் திடமனத்தையும் என்னென்பேன்.

'பெரிது பெரிது புவனம் பெரிது'

என்பார் அவ்வையார்; (ஔவையார் தனிப்பாடல், பா.56)

'உலகம் என்பது உயர்ந்தோர் மாட்டே'

என்று கூறும் சேந்தன் திவாகர நிகண்டு. (சே.தி.நிகண்டு, ம.பெ. நூற்.17)

அப்படியென்றால், உயர்ந்தோர் என்போர் மாந்தர். ஆம், பெரியவன் மாந்தன்; அவன் பெரிதினும் பெரியவன்.

-துணை நூல்கள்

1. வைரமுத்து, 'மகா கவிதை'
2. பாரதியார் கவிதைகள்
3. பாரதிதாசன் கவிதைகள்
4. ஔவையார், 'ஔவையார் தனிப்பாடல்கள்'
5. சேந்தன் திவாகர நிகண்டு, மக்கள் பெயர்த்தொகுதி
6. இணையத்தளங்கள்

-புதுவை யுகபாரதி

(மேனாள் தமிழ் ஆலோசனைக் குழு உறுப்பினர், இந்திய இலக்கியக் கழகம் (சாகித்திய அகாதெமி)

❖

6

மகா கவிதை பேசும் பேரண்டமும் பெருந்தமிழும்

- சசி எஸ்.குமார் -

"இந்த உலகத்தின் வளம் அனைவரின் தேவைகளை ஈடுகட்டப் போதுமானது. ஆனால் தனி ஒருவனின் பேராசையை நிரப்பப் போதுமானதல்ல"

முன்னுரையில் நூலாசிரியர் குறிப்பிட்டிருக்கும் காந்தியடிகளின் வரிகள்.

ஒரு படைப்பிற்கான காரணங்களும், படைப்புக்கான பேசுபொருளும் ஆயிரமாயிரம்.

"பெருங்கடலின் பரப்பில் பல கப்பல்களுக்கும், படகுகளுக்கும், கட்டுமரங்களுக்கும் இடமிருப்பதைப் போல, தமிழின் இலக்கியப் பெருந்தளத்தில், அத்தனைப் படைப்புகளுக்கும் இடமிருக்கும். அது மொழியின் பெருந்தன்மை. அதேவேளை, அந்தப் படைப்பிற்கான அவசியம், அந்த மொழியில் இருக்கிறதா? என்பதை ஒரு படைப்பாளன்தான் முடிவு செய்யவேண்டும்"

ஒரு மேடையில் இந்நூலாசிரியர் மொழிந்தது. பாலையில் பெய்து, பலனற்றுப் போகும் மழைநீரைப் போலவும், நெற்கதிரை மறைக்கும் களைகளாகவும், இங்கு பல படைப்புகள். நிகழ்காலத்திற்கு, மிக அவசியமான அரிதினும் அரிதான படைப்புகளில் பெரிதினும் பெரிது கேட்கும் ஒரு படைப்பு மகா கவிதை. மகா கவிதையின் பாடுபொருள் இயற்கையெனும் அறிவியல் அடர்வனத்தில், மொழி விளக்கின் வெளிச்சம் கொண்டு, மறைந்திருக்கும் பல உண்மைகளின் தேடுபொருளாகி இருக்கிறது. மறுக்கும்போது தீர்க்கமாகவும், மன்றாடும்போது குழைவாகவும் தானாகவே தொனியை மாற்றிக்கொள்ளும் சிறு குழந்தையைப்போல, ஒரு தேர்ந்த படைப்பிற்கான மொழியின் தொனி அதன்

பேசுபொருள் கொண்டே அமைகிறது. அந்த அழகு மகா கவிதையில் நிகழ்ந்திருக்கிறது. ஐம்பூதங்களின் அளப்பரிய ஆச்சரியங்களையும், மாண்புகளையும், செயல்வழியே அவை உணர்த்தும் அறத்தையும், திறத்தையும், உயிர்களைப் பேண அவை கொள்ளும் சிரத்தை குறித்தும், விரிவாகவும் செறிவாகவும் பேசுகிறது. வாசிக்கத் தொடங்கிய காலம் முதல், இன்றுவரை நான் வாசித்த கவிஞரின் படைப்புகளில் விஸ்வரூபம் மகா கவிதை. மண்ணுக்கும் வானுக்குமாக வளர்ந்து நின்று, நீரை, நெருப்பை, காற்றை, தமிழ் தனது இரு கைகளையும் கொண்டு அளாவிக் களிநடம் புரிவதாக உணரச்செய்த படைப்பு மகா கவிதை.

இது வெற்றிடம் சிறிதும் புகா கவிதை. ஐம்பூதங்களின் அத்தனை குணங்களும் கவிஞரின் தமிழுக்கு வசப்பட்டு, உள்ளடக்கத்தின் கம்பீரம், முகப்பு அட்டையிலும், வடிவமைப்பிலும் நிமிர்ந்து நிற்கிறது.

ஒரு கவிஞன் தனது பேனாவில் அறிவியல் “மெய்” நிரப்பி அதை சுவாரசியக் கவிதையாகத் தருவதெல்லாம் வியப்பின் உச்சம். இது வேறு எந்த மொழியிலேனும், கவிதை வடிவில் சாத்தியமாகி இருக்கிறதா எனத் தேடித் தேடிப் பார்த்தேன். தகவல்கள், தரவுகள் ஏதும் இல்லை. அறிவியல் ஆழியென விரிந்திருக்கும் இந்தப் பேரண்டமும், பெருந்தமிழுமான படைப்பு குறித்து எதை மொழிவது? வான்மழை தன்னைக் குவித்து சின்னச் சதுரத்தில் எவ்விதம் பொழிவது? வாயிற்பெருங்கதவின் சின்னத் திறவுகோல் சாளரம் வழியே, ஒற்றைக்கண் சுருக்கிப் பார்த்து, அரண்மனையின் பிரம்மாண்டம் சொல்லும் முயற்சிதான் மகா கவிதை குறித்த எனது இந்தக் கட்டுரை என அறிவேன். எனினும், இந்தப்படைப்பில் கவிஞர்,

- மொழியென்னும் அழகியல் பாத் “திறம்” கொண்டு அறிவியல் கடத்தியிருக்கும் பாங்கு.
- வியத்தகு அரிய பல தகவல்களின் வழியே உணர்த்தியுள்ள அறநெறிகள்.
- எவ்வழி சென்றாலும் தன் வழியான பகுத்தறிவை தன் மொழி வழியே சொல்லும் ஆற்றல்

என மூன்றாகப் பகுத்து இருக்கிறேன்.

முதலாவதாக, செய்தி ஏதெனினும் கவிஞர் தமது தமிழ்ப் பாத் “திறத்தில்” அதை நிறைத்துத் தருகையில் அச்செய்தி பாத்திரத்தின் வடிவம் பெறுகிறது. அறிவியல், வரலாறு, புவியியல், தத்துவம், சகலமும் தமிழாய் மாறுகிறது. தமிழால் மாறுகிறது. எப்படிச் சொல்கிறோம் என்பதில் ஒளிந்திருக்கிறது செப்படி வித்தை. பொதுவாகவே அலுக்கச்செய்யும் அறிவியல் தகவல்களைக் கூட, அழகு விவரணையில் சொல்லிச் சொக்கவைப்பது வைகைக் கவிக்குக் கைவந்த கலை என்பதறிவோம்.

> கிழிபடு விதையும், உளிபடு சிலையும், உடைபடு அணுவும்,
> பிறிது பிறிதாதல் எதற்கு? பெரிது பெரிதாதல் அதற்கு.

போகிற போக்கில் நிலம் குறித்த நிஜம் சொல்லி அவர் கடந்து போகிறார். நாம் நிலமாகச் சமைந்து போகிறோம்.

> நான் உன்னை வெல்ல வந்தவன் என்று மனிதன் சொல்லக் கேட்டுச் சிரிக்கும் பூமியின்
> அடிவயிற்றுக் குலுங்கலுக்கு பூகம்பம் என்று பெயர்

ஒரே கடல், ஒரே கண்டம் போன்ஜியா. இரண்டானது கோண்ட்வானா – லாரேசியா எனத் தொடங்கி, முற்றழிவுகள் ஐந்தும், சுற்றும் பூமி செய்து பார்த்த சுயபரிசோதனை எனக் குறிப்பிடுகிறார். ஆர்டோவிசியன், டெவொனியன், பெர்மியான், ஜுராசிக், கிரிட்டேசியஸ் என ஐந்து முற்றழிவுகளைப் பட்டியலிட்டு, எவ்விதம் நிகழ்ந்ததென சுருங்கச் சொல்லி, விளங்க வைத்திருக்கிறார். சிமெண்ட் மரங்கள் சூழும் கான்கிரீட் காடுகளெல்லாம், மனிதன் எழுப்பிய தண்ணீர்க் கோபுரமின்றி வேறென்ன? என்கிறார். சூரிய வெப்பத்திற்கும், நிலத்துக்கும் உள்ள உறவை உதட்டுக்கும், சாயத்துக்கும் உள்ள உறவென்றும், சூரிய வெப்பத்திற்கும், கடற்பரப்புக்குரிய உறவு மருதாணிக்கும், உள்ளங்கைக்கும் உள்ள உறவென்றும், ரத்தம், உமிழ்நீர், வேர்வை, விந்து, கண்ணீர் எல்லாம் மாறு வேடம் பூண்ட தண்ணீர். அத்தனையிலும் உள்ளாடிக்கிடக்கும் உப்பு சொல்லும் உண்மை. கடலின் மரபுத் தொடர்ச்சிதான் நாம் என்று நயந்துரைக்கிறார். "மழை என்னும் ரத்தினக்கற்களை வாங்கிச் சேமிக்கும் திராணி மனிதனின் திருவோட்டுக்கு இல்லை" என மனிதனின் போதாமையைச் சொல்லுகிறார்.

> பசித்த பாத்திரங்கள் எட்டுக்கும் பந்தி வைக்கிறாய் பேதமில்லாமல்
> உருப்படுவதும் படாததும் எங்கள் உயரம். எங்கள் துயரம்.
> சூரிய நட்சத்திரம் பால்வீதிக்கு சிறிது. எங்கள் பகல் வீதிக்குப் பெரிது.

எட்டு கிரகங்களுக்கும் ஒளி தரும் சூரியனின் தகைமையை இதைவிட எப்படிச் சொல்லிவிட முடியும்.

> "எண்ணல், எழுதல், சிந்தித்தல், செயலித்தல், ஈட்டல், ஈதல், அறிவூட்டல், அன்பூட்டல், படைத்தல், பாதித்தல், காத்தல், தியாகித்தல் இவையும் இன்ன பிறவும் ஈர்த்தலின் வெவ்வேறு பிம்பங்கள்.
> ஈர்த்தலும் ஈர்க்கப்படுத்தலும் பிறப்பு ரகசியம்"

என்று சொல்லால் நம்மை ஈர்க்கிறார்.

"உழைக்கும் பெண்களின் தூளிகளை ஊஞ்சலாட்டுவது" தனது விருப்பமென்றும், "பிள்ளைகளின் பலூன்களில் சிறை வாசம் செய்வது" துன்பத்தில் இன்பமென்றும், "போகிற போக்கில் காடுகள் பிடுங்கிப் பல்குத்துவேன்" என தனது மென்மை, மேன்மை, வன்மை குறித்து காற்றே சொல்வதாக குறிப்பிடுகிறார்.

நயம்பட உரைத்தலும், மனதின் வழி அறிவுக்கு அறிவியலை அனிச்சையாய்க் கடத்துவதும் கவிஞரின் இயலின் இயல்பு. ஆடம்பர மென்பது நமது கவிஞரின் உடையிலும் இல்லை. உடல் எடையிலும் இல்லை. மொழி நடையிலும் இல்லை. புத்தகம் முழுமையுமே அதற்குச் சான்றெனினும், மின்னல் வெளிச்சம் காட்டும் கணநேரக் காட்சியாகத்

தான், சிலவரிகளை மாத்திரம் சொல்ல முனைந்திருக்கிறேன். இப்படியொரு அறிவியலாசான் பள்ளிக்காலத்தில் கிடைத்திருந்தால், நம்மில் பலர் இன்னும் துலக்கமாக அறிவியல் பயின்று, விஞ்ஞானியாக ஆகியிருக்கக்கூடும். ஒருவேளை, இந்தியத் திருநாட்டிற்கு ஒரு கலாம் போதுமென காலம் நினைத்திருக்கக் கூடும். நமது கவிஞரைத் தமிழ் செய்யப் பணித்திருக்கக் கூடும்.

இரண்டாவதாக, உணர்த்தியுள்ள அறநெறிகள். உரக்கச் சொல்வதைக்காட்டிலும் உணரச் சொல்வது உசிதமென, கவிஞர் தமிழ்த்தேன் தோய்த்த அம்புகள் எய்திருக்கிறார். நிலத்தை, நீரை, நெருப்பை, வளியை, வெளியை மனிதனைப் போல், சுரண்டித் தின்ன எந்த உயிரினத்தாலும் இயலாதென்ற குரல் தரவுகளுடன் அத்தனை பக்கங்களிலும் ஒலிக்கிறது.

“தனக்குத்தான் சொந்தமென்று காக்கை கடல் கொத்துவதுபோல்
உனக்குத்தான் சொந்தமென்று பூமியைக் கொல்லுகிறாய் மானுடா...
உன் குழி எவ்வளவு கொள்ளுமோ அவ்வளவே உன் மண்”
“பறவைகள் இன்னும் இறவாதிருப்பதும், துறவிகள் துறவைத் துறவாதிருப்பதும்
நாடுகள் எல்லாம் சண்டைப் பிடிப்பதும் அண்டை மாநிலம் அண்டி நிற்பதும்
தண்ணீர் தண்ணீர் தண்ணீர் - அந்தத் தண்ணீர் போயின்
கண்ணிலும் வராது கண்ணீர்”

எனப் பரிவுடன் எச்சரிக்கிறார். மனிதன் துய்ப்பதற்கான ஒரேயொரு விழுக்காடு நன்னீரையும் விரயம் செய்தழிக்கும் விவரங்கள், கண்ணுக்குத் தெரியாமல் நிகழும் தண்ணீர்க் கொள்ளை குறித்த புள்ளி விவரங்கள் பதற்றமடையச்செய்கின்றன.

“காஃபி குடித்துக்கொண்டே கார் ஓட்டும் கனவான்
நான்கு லட்சத்து நூற்று நாற்பது லிட்டர்
தண்ணீரில் நீந்திக்கொண்டே செல்கிறான்.
நரகத்தில் உற்பத்தி... சொர்க்கத்தில் விற்பனை...
டாலர் தெய்வம் நமக்களித்த ஆசீர்வாதம்”

என்பதை வாசிக்கையில், வளர்ச்சி என நாம் நினைப்பதெல்லாம் மறைக்கப்பட்ட இயற்கைச் சுரண்டல் என்பது அதிர்ச்சியளிக்கிறது.

மண் பொன்னாவதும், சுண்ணாம்புத் திரவம் முத்தாவதும்,
கரித்துண்டு வைரமாகக் கனிவதும் பொறுமையின் திரட்சிகள்.

தொடுதிரையில் விரல்நுனி நகர்த்தலில் வேண்டியது கிடைப்பது வரமெனில், அதனால் நாம் தொலைத்துவிட்ட பொறுமை சாபமாகி இருக்கிறது.

ஓர் உயிரினத்தின் ஒலி கேட்க நானூற்றைம்பது கோடி
ஆண்டுகள் காத்திருந்த பூமியின் பொறுமை மனிதனுக்குப் புரியவே இல்லை.
விதைத்த மறுநாள் ஆல மர நிழலில் ஆயிரம் குதிரைகள் இளைப்பாற வேண்டுமென

எண்ணும் மனிதனின் மரபணுவில் பொறுமை இல்லையென வருந்துகிறார்.

"உணவில் திரிபா... உதறி விடலாம். நீரில் அழுக்கா... நிராகரிக்கலாம்.
காற்றில் மாசோ புகையோ தூசோ சுவாசித்தே தீர வேண்டும்"

தெரிந்த உண்மை மறந்த விசித்திரத்தை நினைவூட்டுகிறார். தாய்ப்பால் தொலைத்த காரணம் புட்டிப்பால் முளைத்தது போல புட்டிக் காற்று புக நேர்வதையும்,

"சிறுநீர்க்குட்டை அருகே சாயம் போய்க்கிடைக்கும் மிட்டாய்த் துண்டுக்குக்
கைந்நீட்டும் சிறுவனாய் மாசுபட்ட காற்றையும் யாசிக்கிறது நாசி"

என மனதின் வேதனையைப் பகிர்கிறார். நிம்மதியாக உறங்குவதும், பூமியில் தானியம் விதைப்பதும், விளைவிப்பதும் ஐம்பூதமும் தன்னைப் பேணி பாதுகாக்கும் என்ற நம்பிக்கை தரும் நிம்மதியில். அந்த நம்பிக்கையும், நிம்மதியும் நிலைக்கவொண்ணாது, இயற்கையைக் குலைத்துக் கொண்டிருப்பவனும் அவனே என மகா கவிதை வருத்தத்துடன் பதிவு செய்கிறது.

மூன்றாவதாக, பகுத்தறிவின் பல கூறுகள், படைப்பெங்கும் காணக் கிடைக்கின்றனவெனினும், சில உதாரணங்கள். ஒரு திரைப்படப் பாத்திரத்தின் பிள்ளையார் சதுர்த்திக் கொண்டாட்டப் பாடலிலேயே தமது நம்பிக்கையின் தீர்க்கத்தை கொழுக்கட்டையின் பூரணமாகப் பொதிந்து

"இதைப் பார்க்கப் பார்க்க மனுஷன் கொண்ட பக்தி கொறையுது.
வினை தீர்க்க வந்த சாமி கூட ஆற்றில் கரையுது"

என்று எழுதியவர் இத்தனை விஸ்தீரணமான தளத்தில், கிடைத்த இடத்திலெல்லாம் உறுத்தாமல், கருத்தறிவித்தவாறே பகுத்தறிவித்து இருக்கிறார்.

"நாத்திகனும் ஆத்திகனும் ஒரு சேர ஒப்புக்கொள்ளலாம்.
கல்லிலிருந்தே கடவுள் என்று அல்லது கல்லே கடவுள் என்று"

என்று கண்சிமிட்டிச் சித்தாந்தம் பேசுமிடத்திலும்,

வள்ளுவ ஞானியும் கடவுள் வாழ்த்தருகே வான் சிறப்பு வைத்தனன் ஏன்?
முதல் அதிகாரம் கிழிந்துபடில், மழையே கடவுளாகும் சகல சாத்தியம் கருதித்தான்.
கடவுளும் தண்ணீரும் பூமிக்கு மட்டுமான பிரத்தியேக சரக்குகள்

மழையை, கற்பிக்கப்பட்டிருக்கும் கடவுள் எனச் சொல்லுமிடத்திலும்,

ஆக்கலும் அழித்தலுமன்றி மூன்றாம் தொழில் ஒன்றும் மூண்டது நெருப்புக்கு
"கற்பறிதல்" தனது நீண்ட வரலாற்றில் முதன் முதலில் குழம்பியது நெருப்பு
கொண்டு போனவனோ நந்தவனத்தில் இறக்கிவிட்டான்
கொண்டவனோ தீக்குழியில் இறக்கி விட்டான்

நெருப்பின் சீற்றம் சொல்லி, ராமாயணச் சம்பவத்தை வார்த்தையால் சுடும் இடத்திலும்,

எந்த ஒன்றை இன்னொன்று கொண்டு நிரப்பவியலாதோ,
அதைக் கடவுள் என்பர் சிலர் காற்றென்போம் நாம்.

கடைசியில் ஒரு கேள்வி எழும். 'கண்டாயா மனிதா கடவுளை?' என
ஐன்ஸ்ட்டீனைத் துணைக்கழைப்பான்
மதங்களால் கட்டமைக்கப்பட்ட அன்றாடங்களில் அக்கறை கொண்ட ஒருவராய்க்
கருதேன் கடவுளை ஒரு போதும்.
வேண்டுமானால் பிரபஞ்சத்தின் 'ஒழுங்கு விதி' யைக் கடவுள் என்பேன்
அப்படியாயின் கடவுள் "அவர"ல்லர்; "அது"

எனச் சொல்லி, புன்னகைக்கும் போது கவிஞரின் திராவிட விலாசம், விசாலமாகிறது. பெரும்பாலும் ஒன்றிரண்டு அமர்வில் புத்தகத்தை வாசித்து நிறைவு செய்யும் வழக்கம் கொண்ட நான், இந்தப் படைப்பின் பிரம்மாண்டத்திலும், பெருந்தமிழின் பேரழகிலும், கவிஞரின் சொல் திரட்சியிலும், கருத்தாக்கத்தின் அடர்த்தியிலும், இரண்டு பக்கங்களுக்கொரு முறை, தொடர்ந்து வாசிக்க இயலாமல், கண்மூடி, கிறக்கத்துடன், பேரண்டத்தில் சிறு துளியாகக் கரைந்து, தொலைந்து... தொலைந்து... மீண்டு இருக்கிறேன். ஏறத்தாழ முன்னூறு பக்கங்கள் விரிந்திருக்கும் மகா கவிதைக்கு வெறும் ஆயிரம் வார்த்தைகளில் ஒரு பாயிரம்.

நிச்சயம் பல தமிழ்த் தலைமுறைகளால் வாசித்துக் கொண்டாடப்பட விருக்கும் ஒரு படைப்புக்கான, சிறு வாசிப்பனுபவ உரை எழுதியிருக்கிறேன். பெருங்கடல் தீரத்தில், அலைகளில் கால்நனைத்த அனுபவம் கொண்டு, கடலின் ஆழம் சொல்ல மழலைத் தமிழில் முயலுகின்ற ஒரு சிறுவனாக...

எனது பேரன்புக்குரிய கவியரசு அவர்களே...

தமிழ் தந்த தகுதியால் உங்கள் பக்கம் வருகிறேன். மகா கவிதை தந்த உங்களின் இருகரம் பற்றி தமிழ் முத்தம் தருகிறேன்.

- சசி எஸ்.குமார்
துபாய்

❖

7

மரபுக்கவிதைகளில் மகத்துவப் புதுமை

- மரபின் மைந்தன் ம.முத்தையா -

கவிதையை வாசனைத் திரவியத்திற்கு ஒப்பிட்டார் மேல்நாட்டு அறிஞர்... பால் ரிட்ச்சர்.

"பூசிக்கொண்ட வாசனை திரவியம் ஆவியான பிறகும் அதன் மணம் ஆடையில் தங்குவதுபோல் வாசித்து முடித்த பிறகும் கவிதையின் நறுமணம் நம் ஆன்மாவில் தங்கியிருக்கும்" என்றார் அவர். (*Poetry is a perfume, which on evaporation leaves the essence of beauty in our soul*) அந்த மகத்தான அனுபவத்தை நமக்குத் தர கவிதையின் எத்தனையோ அம்சங்கள் காரணிகள் ஆகின்றன.

வடிவச் செம்மை, வசப்படுத்தும் வார்த்தைகள், உலுக்கும் உள்ளடக்கம், உள்ளீட்டுக்கு ஏற்ற ஓசை நயம், என பற்பல காரணிகளின் கூட்டுக் கலவை பாட்டு வடிவம் பெறும்போது பூரணமான வாசிப்பு அனுபவம் பொலிகிறது.

தமிழ் மரபில் ஆழங்கால் பட்ட புலமையும், எதையும் புதிதாய்ச் சொல்லும் வளமையும், அறிவையும் உணர்வையும் சரிவிகிதத்தில் சங்கமிக்கச் செய்யும் நேர்த்தியும் படைப்புலகில் கவிப்பேரரசு வைரமுத்துவின் தனித்தன்மைகளுக்கான தளங்கள்.

"புதுக்கவிதை என்றும் புகழ் மரபு என்றும்
குதிக்கிறதே இங்கிருந்து கூட்டம்
எது கவிதை?
வாழும் கவிதை வடிவத்தில் இல்லையடா
சூழும் பகைவருக்கு சொல்"

என்று மரபுக்கும் புதுமைக்கும் வெண்பாப் பாலம் அமைத்த வித்தகர் அவர்.

ஆயினும் கவிதை வெளிப்பாட்டுக்கு மரபு வடிவத்தை தேர்ந்தெடுக்கும் போதெல்லாம் அதன் இலக்கணச் செம்மை இம்மியும் பிசகாமல் புதுமையின் வீச்சு துளியும் குலையாமல் எழுதிக் காட்டும் வல்லமை வாய்க்கப் பெற்றவர்.

"மரபுக்கவிதை என்பது ஆளத் தெரிந்தவன் கைகளில் அற்புதமான ஆயுதம்"என்று இயல் வரையறை செய்த அவரின் கவிதைகளே இந்த வரையறைக்கான இலக்கணங்களாகவும் இலக்கியங்களாகவும் திகழ்கின்றன.

நவீன யுகத்துக்கான மரபுக் கவிஞராக பல இடங்களில் புதிய பாடு பொருட்களுடன் அவர் புறப்பட்டு வருவதைக் காண முடியும்.

சுரேஷ் குமார் வர்மா என்ற பெயர் கொண்ட மனிதர் ஒருவர் விவாகரத்து பெற்றவர். அவருடைய பிள்ளைகள் முன்னாள் மனைவியின் பொறுப்பில் வளர்கின்றன. இந்த மனிதருக்குப் புற்றுநோய் என்று கண்டறியப்படுகிறது. வாழ்வின் அந்திமப் பொழுதில் தன் குழந்தைகளை ஒரு முறை பார்க்க விரும்பி அனுப்பிவைக்க வேண்டுகிறார். அந்தப் பெண் மறுக்கிறாள்.

ஒரு நாளிதழ்ச் செய்தியாய்ப் பலரும் கடந்துபோகும் இந்தத் துயரத் துணுக்கில் கவிதைக்கான பாடுபொருள் இருப்பதை கவிஞர் வைரமுத்து கண்டறிகிறார்.

உயிர் அடங்கிக் கொண்டிருக்கும் அந்த மனிதரின் ஆதங்கத்தை உயிர்ப்புமிக்க கவிதையாய் வடிக்கிறார்.

ஆழமான பெண்ணுனக்கு இதயம் உள்ளதா - என்
நீளமான பெயர் உனக்கு நினைவில் உள்ளதா

மரணம் என்னும் பாம்பு என்னுள் புற்று வைத்தது - பிள்ளை
வரட்டும் என்று உயிரில் கொஞ்சம் விட்டு வைத்தது

வட்ட நிலவு இரண்டு வருமா எட்டிப் பார்க்கிறேன் - என்
கட்டிலோடு உயிரைக் கொஞ்சம் கட்டி வைக்கிறேன்

உலக வாழ்வின் உறவு யாவும் அழகுப் பொய்யடி - என்
சலவை செய்த நிலவிரண்டை அனுப்பி வையடி

சாவுச் சம்பவம் ஒன்று மனம் நெகிழச் செய்யும் மரபின் வீச்சில் சாகா வரம் பெற்ற கவிதையாக உருவாகி நிற்கிறது.

கண்ணகிக்கு சிலையெடுக்க சேரன் செங்குட்டுவன் கனக விசயர் தலைகளில் கல்லேற்றி வந்ததைப் பற்றி சிலப்பதிகாரத்தில் ஒரு சுவையான வாசகம் உண்டு

"மாதவி பாடிய கானல் பாணி கனக விசயர் முடித்தலை நெரித்தது" என்று மாடல மறையோன் சொல்வதாக இளங்கோவடிகள் எழுதியிருப்பார்.

பூம்புகார் கடற்கரையில் மாதவி கானல்வரி பாடப்போய் அதன் விளைவாகக் கோவலன் தவறாக நினைத்துக்கொண்டு மீண்டும் கண்ணகியிடம் போய் இருவரும் கவுந்தியடிகள் துணையுடன் மதுரைக்குப் போய் மதுரையில் கோவலன் சிலம்பை விற்கப்போய்... என அத்தனை சம்பவங்களுக்கும் அடித்தளம் இட்டது மாதவியின் கானல் பாணி.

அதன் விளைவாக இப்பொழுது கனக விசயர்கள் கல் சுமக்கிறார்கள் என்பது இந்த வரிகளின் பொருள்.

எங்கோ ஒரு மூலையில் ஒரு பெண் பாடிய பாடல் ஓர் அரசனை வீழ்த்தியதோடு வடபுல மன்னவர்களையும் கல் சுமக்க வைத்தது என்கிற நிலையில் 'பட்டர்பிளை எஃபெக்ட்' எனப்படும் சம்பவங்களின் சங்கிலி இதுவென உணர்த்தப்படுகிறது.

அதுபோல் தெருவில் வந்து நிற்கும் தண்ணீர் லாரியில் தண்ணீர் பிடிக்க முடியாமல் மயங்கி விடக்கூடிய ஒரு பெண்ணின் அவலம் நாடாளுமன்றத்தின் திட்டமொன்று கிடப்பில் இருப்பதைக் கேள்வி கேட்பதாகக் கவிஞர் வைரமுத்துவின் கவிதை சுட்டுவிரல் நீட்டுகிறது

'நெஞ்சை நனைக்கத் தண்ணீர் இல்லை
நினைத்தால் அழுகை மீறி வரும்
பஞ்சச் சேரியின் பங்கை வழங்க
எப்போது இனிமேல் லாரி வரும்'

என்று தொடங்கும் கவிதை அந்தக் கூட்ட நெரிசலில் தண்ணீர் பிடிக்கத் தவியாய்த் தவித்துத் தள்ளப்படும் ஒரு பெண்ணைக் காட்டுகிறது

'உயிரைப் பிதுக்கும் கூட்டம் அவளை
ஒதுக்கித் தள்ளுது வீதியிலே
மயங்கி விழுந்த மயிலின் முகத்தில்
தண்ணீர் தெளிக்க நாதியில்லே

மங்கை சுமந்த தங்க மண்குடம்
மண்ணில் சிதறித் தெறிக்கிறது
கங்கை காவிரி இணைப்புத் திட்டம்
கையெழுத்தில்தான் இருக்கிறது'

-என்பது அந்தக் கவிதை.

ஒரு சம்பவத்தை வெறும் சம்பவம் என்று கடந்து போகாமல் அதனைக் கவிஞன் தன் கைகளால் தொடும்போது அது ஒரு சரித்திரக் குறிப்பாக மாறுகிறது என்பதற்கு மேற்குறித்த இரண்டு கவிதைகளும் அடையாளங்கள்.

உலகம் தோன்றிய நாளிலிருந்து யுகங்கள் எத்தனையோ கடந்து இந்த நாள் வரை மட்டுமின்றி இனிமேல் வரக்கூடிய நாட்களுக்கும் சில அடிப்படைகள் மாறப்போவதில்லை.

சூரியன்- நிலவு- வானம்- மழை- வெய்யில்- பனி என எத்தனையோ அம்சங்கள் ஒரே தாளகதியில் தங்கள் ஓயா நடனத்தை அரங்கேற்றிக் கொண்டிருக்க அவற்றை சத்திய சாட்சியாக வைத்துச் சமுதாயம் உருவாகி எத்தனையோ மாற்றங்களைக் கண்டு வருகிறது.

மதுரையின் பல்லாயிரம் ஆண்டு காலப் பெருமையைக் கவிஞர் வைரமுத்து பேச முற்படுகிறார்.

வானமும் பூமியும் மாறாததுபோல அந்தக் கவிதையின் வடிவம் மாறவில்லை. ஆனால் ஒவ்வொரு பகுதியிலும் யுகங்கள் சுழன்று சுழன்று மாறி வருவதை அந்தக் கவிதை காட்டுகிறது.

வாசித்துக்கொண்டே வருகிறபோது வரலாற்றின் வளர்ச்சியும் மாற்றமும் தளர்ச்சியும் நம் அகக்கண்களில் காட்சிகளாய் விரிகின்றன.

'பாண்டியர் குதிரைக் குளம்படியும்- தூள்
பறக்கும் இளைஞர் சிலம்படியும்- மதி
தோண்டிய புலவர்தம் சொல்லடியும்- இளம்
தோகைமார்தம் மெல்லடியும்
மயங்கி ஒலித்த மாமதுரை - இது
மாலையில் மல்லிகைப் பூ மதுரை

தொன்மை மிக்க மதுரை மண்டலத்தை இத்தனை ஆயிரம் ஆண்டுகளில் ஆள வந்தவர்களின் பட்டியல் இங்கு பாட்டாகிறது.

'மீசை வளர்த்த பாண்டியரும் - பின்
களப்பிரர் பல்லவர் சோழர்களும் - மண்
ஆசை வளர்த்த அந்நியரும் - அந்த
அந்நியரில் சில கண்ணியரும்
ஆட்சி புரிந்த தென்மதுரை
மீனாட்சியினால் இது பெண் மதுரை'

மதுரையைப் பாட மேற்கொள்ளும்போது கண்ணகியைக் கடந்து போக முடியுமா என்ன? சிலப்பதிகாரத்தின் மதுரைக் காண்டத்தைச் சில வரிகளிலேயே தீட்டிக் காட்டுகிறார் கவிஞர்

'தென்னவன் நீதி பிழைத்ததனால் - அது
தெரிந்து மரணம் அழைத்ததனால்
கண்ணகி திருகி எறிந்ததனால் - அவள்
கந்தக முலையில் எரிந்ததனால்
நீதிக்கஞ்சிய தொன்மதுரை - இன்று
சாதிக்கஞ்சும் தென்மதுரை '

தாமரை மலரின் அடுக்குகள்போல் மதுரை நகரைக் கற்பனை செய்து பரிபாடல் பாடிய ஒரு பழஞ்செய்திக்குத் தன் பாட்டு வரிகளால் புத்துணர்வு மிக்க புத்துரை தீட்டுகிறார் கவிஞர்

"மதுரை தாமரைப் பூ என்றும் - அதன்
மலர்ந்த இதழே தெரு என்றும்
இதழில் ஒட்டிய தாதுக்கள் - அவை

எம் குடிமக்கள் திரளென்றும் - பரி
பாடல் பாடிய பால் மதுரை - வட
மதுராபுரியினும் மேல்மதுரை” என்கிறார்.

வைகை நதி கடலோடு கலப்பதில்லை என்பதற்குப் பழம் பாடல் ஒன்று ஒரு காரணம் சொல்கிறது. கடலைக் கடைந்தபோதுதான் அமுதமும் நஞ்சும் வந்தன. நஞ்சை சிவபெருமான் உண்டார். சிவபெருமானுக்கே நஞ்சு கொடுத்த காரணத்தால் அந்தக் கடலில் போய் நான் கலக்க மாட்டேன் என்று வைகை விலகி ஓடியதாகப் புகழேந்தியின் ஒரு வெண்பா சொல்கிறது.

“நாரியிடப்பாகருக்கு நஞ்சு தந்த பாவி என்று
வாரியிடம் போகாத வைகையே மாறி
இடத்தும் புறத்தும் இருகரையும் பாய்ந்து
நடத்துதமிழ்ப் பாண்டிய நாடு.”

ஆனால் இன்னொரு பொருளை இங்கே கவிஞர் கொண்டு வந்து சேர்க்கிறார்.

ஆயிரம் ஆயிரம் ஏட்டுச்சுவடிகளை ஆழி கொண்டு சென்றது என்பதால் தமிழ் வளர்த்த மதுரை மண்ணுக்கே உரிய வைகை நதி கடல் மேல் கோபம் கொண்டு விலகி நடக்கிறது என்கிறார்:

“தமிழைக் குடித்த கடலோடு - நான்
தழுவேன் என்ற சபதம் இட்டே
அமிர்தம் பரப்பும் வைகை நதி - நீர்
ஆழி கலப்பது தவிர்ப்பதனால்
மானம் எழுதிய மாமதுரை இது
மரபுகள் மாறா வேல் மதுரை”

வைராக்கியம் மிகுந்த வைகை நதியின் வளங்களையும் பாடிக் காட்டுகிறார் கவிஞர்:

“மல்லிகை மௌவல் அரவிந்தம் - வாய்
மலரும் கழுநீர் சுரபுன்னை
குல்லை வகுளம் குருக்கத்தி - இவை
கொள்ளை அடித்த வைகை நதி
நாளும் ஓடிய நதி மதுரை - நீர்
நாட்டியம் ஆடிய பதி மதுரை”

பாண்டியர் காலம் தொடங்கிப் பற்பல படிநிலைகள் கடந்து மன்னர் திருமலை காலத்தில் மதுரை புதுப்பொலிவு பெற்றதையும் இவர் பதிவு செய்ய மறக்கவில்லை.

‘அரபு நாட்டுச் சுண்ணாம்பில் - கரும்பு
அரைத்துப் பிழிந்த சாறூற்றி
மரபுக்கவிதை வடித்தல் போல் ஒரு
மண்டபம் திருமலை கட்டியதால்
கண்கள் மயங்கும் கலைமதுரை - இது
கவிதைத் தமிழின் தலைமதுரை” என்கிறார்.

மனதை மயக்கும் ஒரு மாளிகையின் கட்டுமானம் என்பது ஒரு மரபுக்கவிதை உருவாவதுபோல் மாட்சி மிக்கது என்று சொல்லிக் காட்டும் திறம் நம்மைச் சொக்க வைக்கிறது.

எல்லாம் சரிதான் இந்த 21-ஆம் நூற்றாண்டில் இந்தப் பழம்பெரும் நகராகிய மதுரை எப்படி இருக்கிறது?

"நெஞ்சு வறண்டு போனதனால் - வைகை
நேர்க் கோடாக ஆனதனால்
பஞ்சம் பிழைக்க வந்தோர் நதியைப்
பட்டா போட்டுக் கொண்டதனால்
முகத்தை இழந்த முதுமதுரை - பழைய
மூச்சில் வாழும் தென்மதுரை
ஆலைகள் தொழில்கள் புதுக்காமல் - வெறும்
அரசியல் திரைப்படம் புதுக்கியதில்
வேலைகள் இல்லாத் திருக்கூட்டம் - வெறும்
வெட்டிப் பேச்சு வளர்ப்பதனால்
பட்டாக்கத்திகள் சூழ் மதுரை - இன்று
பட்டப் பகலில் பாழ் மதுரை"

என்று முடிக்கும்போது மதுரையைப் பல்லாயிரம் ஆண்டுகள் சுற்றிப் பார்த்த அனுபவமும் சொல்லாயிரம் கொண்டும் சொல்ல முடியாத கலவை உணர்வுகளும் கைகோத்து வருவதை உணர்கிறோம்.

முறையாகத் தமிழ் படித்த பின்புலத்தில் மரபிலக்கணத்தின் பல்வேறு அம்சங்களை உள்வாங்கிக் கொண்டு எழுத வந்தவர் கவிஞர் வைரமுத்து. அவர் படைத்த கவிதைகளில் ஒன்று அவரிடம் எழுத்துப் பயணத்தின் தொடக்க நாட்களில் பெரும் கவனிப்பைப் பெற்றுத் தந்தது.

"கண்ணகியே தாயே கருப்பான இரும்பினிடைப்
பொன்னகையே பூவே"

என்று தொடங்கும் கவிதையில், காவிய நாயகனையும் நாயகியையும் மட்டுமின்றி காவியக் கர்த்தாவையும் நேர்பட விமர்சிக்கும் பார்வை மிகக் கடுமையாக வெளிப்படுகிறது.

"உள்ளபடி உன் வாழ்க்கை உலகுக்குதவாத
செல்லுபடி ஆகாத சிறுகாசு தான் என்பேன்"

"உத்தமி நீ என்றே நான் ஒப்புக் கொள்வேன் ஆனால்
நித்திலத்தேன் பெட்டகத்தை நீயுன்றன் கைக்குள்ளே
வைத்திருக்கத் தெரியாமல் வாழ்விழந்து போனாயே
பைத்தியம் தான் உன்னைப் பார்புகழப் பாடியவன்"

"தாய்க்குலமே தாய்க்குலமே தங்க மகன் சொல்லுகிறேன்
வாய்ச்சாலக்காரன் என்று என் வார்த்தையினைத் தள்ளாதீர்
கற்பொன்றில் மட்டும் கண்ணகியைப் போலிருங்கள்
மற்றவற்றில் அந்த மடமகளை மறந்திடுங்கள்"

என்பன போன்ற வரிகள் மரபின் முற்றத்தில் புதுமைக் குரலாய் ஓங்கி ஒலித்தன.

தொன்மையான பாவகையாம் ஆசிரியப்பா, அகவலோசை கொண்டது. அந்தக் காரணம் பற்றியே "அகவல்" என்னும் பெயரும் கொண்டது. அழைத்துச் சொல்லப்படுவதால் புலவன் அரசனையும் ஆசிரியர்-மாணவனையும் தலைவன் தலைவியையும் தலைவி தோழியையும் சொல்லும் தன்மையில் உள்ளதால் அகவல் எனப்படும் ஆசிரியப்பா சங்க இலக்கியத்தின் உயிர்நாடியாய் உருவானது.

அதையே பக்தி இயக்கத்தினர் இறைவனை அழைத்துச் சொல்வதற்குப் பயன்படுத்தினர். அவ்வையார் அருளிய விநாயகர் அகவல் மாணிக்கவாசகர் அருளிய சிவபுராணம் ஆகியவை சில சான்றுகள்.

"ஐயகோ சேரியே அழுக்கின் புகையே
வையக மேனியின் வறுமைக்காயமே

வறட்டு வாழ்க்கையின் வறுமை எகிப்தின்
பிரமிடுகளே ஓ பிணமேடுகளே

என்றெல்லாம் செய்தியை அகவிப் பாடுகிறார் கவிஞர் வைரமுத்து. இந்தக் கவிதையில் பொருண்மை சார்ந்து அழகிய மரபு மீறல் நிகழ்ந்திருப்பதை நாம் அறிய வேண்டுமாயின், திருவாதவூர் புராணத்தில் சிவபுராணம் பற்றிய பாடலில் கூறப்பட்டிருக்கும் இலக்கணத்தை நினைவுபடுத்திக் கொள்ளலாம்:

"தேசுறு மாணிக்கம் எனச் சிறந்த திருவாசகத்தின்
பேசு சிவபுராணத்து அகவல் பெருமை சொலில்
ஈசர் தமக்கு இயல்பான திருநாமம் முதல் எவையும்
மாசறவே வாழ்க என வாழ்த்துகிற அருட்குறிப்பாம்"

இங்கு மாசறவே வாழ்க என வாழ்த்தாமல் சேரி வாழ்வின் ரணங்களையும் காயங்களையும் மாசுகளையும் அழுக்குகளையும் சுட்டுவதாகக் கவிதை அமைந்திருப்பதைக் காண்கிறோம்.

சங்ககாலம் காவிய காலம் ஆகியவற்றைக் கடந்து சற்றேறக்குறைய 15 -ஆம் நூற்றாண்டில் இருந்துவண்ணப் பாடல்கள் அதிகம் செல்வாக்கு பெற்றன. தொல்காப்பியர் வண்ணம் குறித்து சுட்டியிருந்தாலும், அந்தப் பாவகை செல்வாக்குப் பெற்ற காலம் 15 -ஆம் நூற்றாண்டுக்குப் பின்னரே ஆகும்.

வண்ணப் பாடல்கள் வெற்றி பெறும் விதத்தைச் சுட்ட வந்த அறிஞர் ச.வே. சுப்ரமணியம் " ஓரெழுத்தின் பயிற்சி மிகுதி, ஒரு குறிப்பிட்ட ஓசையின் பெருக்கம், ஒரு சொல்/ எண்/ சீர்/ தொடை ஒரு பொருண்மையின் முடிவு/ முடியாமை ஆகிய அம்சங்களை வண்ணப் பாடல்களின் அங்கங்களாகக் குறிப்பிடுகிறார்.

கவிஞர் வைரமுத்துவின் தனிக் கவிதைகளில் முதலில் இடம்பெற்று பின்னர் திரைப்பாடல் வடிவம் கொண்ட கவிதைகள் பல.

அவற்றில் ஒன்று:

“மனிதா மனிதா இனியுன் விழிகள் சிவந்தால் உலகம் விடியும்
விழியில் வடியும் உதிரம் முழுதும் இனியுன் சரிதம் எழுதும்
அசையும் கொடிகள் உயரும் உயரும் நிலவின் முதுகை உரசும்”

இந்தக் கவிதை முழுவதும் விரவி வரும் ஒலிநயம் நினைந்து இன்புறத்தக்க ஒன்று.

இந்தப் பாடல் கவிதையாக உருவாகி பா வகையாக வடிவம் பெற்றதை நினைத்துப் பார்க்கையில் இதில் இரு வேறு இலக்கண வரையறைகள் ஒரே இடத்தில் பொருந்திப் போகிற புதுமையும் நிகழ்ந்திருக்கிறது.

பாவகை, செய்யுள் வகை ஆகியவற்றுக்கான வேறுபாடு என்ன?

“பாவிற்கும் செய்யுளுக்கும் உரிய வேறுபாட்டினை இளம்பூரணர் வேறுபடுத்திக் காட்டுகிறார். செய்யுள்களுள் ஒரு பொருளைப் புலப்படுத்தி இசையொழுங்கோடு முற்றிலும் ஒன்றிய நிலையில் அமைவது பாட்டு என்றும், ஓசை ஒழுங்கு மாறுபடாது இயற்றப்படுவது செய்யுள் என்றும் அவர் குறிப்பிட்டு இருப்பது அவ்விரண்டுக்குமான நுட்பமான வேறுபாட்டினை உணர்த்துகிறது” என்கிறார் பேராசிரியர் இராம குருநாதன்.

இங்கு ஒரே கவிதை செய்யுள் வடிவமும் எடுத்து, பா வடிவமும் எடுக்கிற சிறப்பைக் கண்டு வியக்கிறோம். படைப்புச் செழுமை பிறக்கும் பொழுதே சிறகு முளைத்து பிறக்கும்போது இத்தகைய அழகுகள் சாத்தியம்.

அரும்பு, மொட்டு, முகை, மலர், அலர், வீ, செம்மல் என்று பூவின் பல்வேறு நிலைகளை தமிழ் பெயரிட்டுச் சுட்டுகிறது. ஒவ்வொரு நிலையையும் தனித்தனியாகப் பெயர் சொல்லி அழைப்பது தமிழ் இலக்கியத்தில் உண்டு. ஆனால் அரும்பு நிலையிலிருந்து பூவாகும் பயணத்தைப் பார்த்து அதனைப் பதிவு செய்யவேண்டுமென்று விரும்புகிறார் கவிஞர்.

அரும்பான நாள் முதலாய் எனக்கோர் ஆசை
அடி நெஞ்சில் நான் முடிந்து வைத்த ஆசை
அரும்பொன்று மலர்கின்ற நிமிஷந் தன்னில்
அருகிருந்து தரிசிக்க வேண்டும்- அந்த
சிறு மடல்கள் விரிகின்ற சின்னச் சப்தம்
செவிகளிலே விழ வேண்டும்- பூவின் ஜீவன்
சுறுசுறுப்பாய்க் கிளர்ந்தெழுமே அடடா அந்தச்
சுகத்துக்குள் நான் கரைந்து போக வேண்டும்

தென்றலுக்கு ரகசியமாய் விரல் முளைத்துத்
தீண்டுவதால் மலர்கிறதா- தேனை அங்கே
மொண்டுகொள்ளும் வண்டினங்கள் அரும்பை வந்து
முட்டுவதால் மலர்கிறதா- இதனைக் கூடக்
கண்டுபிடிக்காமல் என்ன கவிதை என்று
கனவுகளில் தினமழுதேன்- நானும் ஓர்நாள்
துண்டு விரித்து உட்கார்ந்தேன் கொடியின் கீழே
தும்பிதனைப் பிடிக்குமொரு பிள்ளை போலே

கொடிகளிலே உறங்குகின்ற குழந்தை என்னைக்
கூப்பிடட்டும் வாய் திறந்து நானும் அந்த
நொடிகளிலே சுரந்து வரும் சந்தோஷத்தில்
நூறுவயதாகும் வரை மகிழ்வேன் எந்தன்
மடிதனிலே கட்டி வைத்த அறிவை எல்லாம்
மறுதலிக்கக் கூடும் அந்த காட்சி என்றே
"விடிவிளக்கைப் போலே நான் விழித்திருந்தேன்
விடிவெள்ளி போலே நான் தனித்திருந்தேன்

கண்களைத்துப் போனதென்று சற்றே கொஞ்சம்
கண்ணிமைத்து நான்திறந்தேன் அதற்குள் அந்தப்
பொன்னிதழ்கள் பூத்திருக்கக் கண்டேன் நொந்தேன்
போடா போ என்றலறி மண்ணில் வீழ்ந்தேன்"
கண்ணுக்குத் தெரியாத ரகசியத்தை
கைது செய்து பார்ப்பது தன் கவிதை போலும்
அண்ணாந்து பார்க்கும் பூ மட்டுமல்ல
அழகுடையதெல்லாமே ரகசியம்தான்

ஒன்றைச் சொல்லி முடிப்பது கவிஞனின் வெற்றியாக இருக்கலாம்... ஆனால் ஒன்றைச் சொல்ல முடியாமல் தவிப்பது கவிதையின் வெற்றி.

இலக்குவனோடும் சீதையோடும் கானகத்தில் ராமன் நடந்து செல்லும் அழகைக் கம்பர் வர்ணிக்க முற்படுகிறார்.

வெய்யோன் ஒளி தன் மேனியின் விரிசோதியின் மறைய
பொய்யோ எனும் இடையாளோடும் இளையாரொடும் போனான்
மையோ மரகதமோ மறிகடலோ மழைமுகிலோ
ஐயோ இவன் வடிவென்பதோர் அழியா அழகுடையான்

இராமனின் திருமேனி அழகை மை மரகதம் மறிகடல் மழைமுகில் ஆகியவற்றோடு ஒப்பிட்டும் நிறைவளிக்காமல் "ஐயோ இவன் வடிவு" என்கிறார்.

அதுபோல் "கண்ணுக்குத் தெரியாத ரகசியத்தைக் கைதுசெய்து பார்ப்பதுதான் கவிதை" என்ற புரிதலும் "அழகுடையது எல்லாமே ரகசியம்தான்" என்கிற பட்டறிவும் பாட்டறிவாய் ஒளி வீசுவதைப் பார்க்கிறோம்.

விருத்தப்பாக்களிலும் வெற்றிக்கொடி நாட்டுபவர் கவிப்பேரரசு வைரமுத்து. எழுத வசதி எண்சீர் விருத்தம் என ஓரிடத்தில் உரைப்பவர் எண்சீர் விருத்தங்களாகவும் அறுசீர் விருத்தங்களாகவும் அருமையான கவிதைகளை எழுதிக் குவித்திருக்கிறார். ஒரு காலத்தில் மகாகவி பாரதி எழுதிய

"எண்ணிய முடிதல் வேண்டும்
நல்லவே எண்ணல் வேண்டும்
திண்ணிய நெஞ்சம் வேண்டும்
தெளிந்த நல்லறிவு வேண்டும்"

என்னும் கவிதையைப் போலவே புகழ்பெற்று விளங்கிய கவிதை இது:

எண்ணங்கள் வான் நோக்கி உயர வேண்டும்
எழுத்தெல்லாம் சுடராகி எரிய வேண்டும்
பெண்ணென்றால் தாயென்று பார்க்க வேண்டும்
பெரியோரை மதிக்கின்ற பெற்றி வேண்டும்
வண்ணங்கள் தெரியாத பார்வை வேண்டும்
வயதுக்குச் சரியான வாழ்க்கை வேண்டும்
கண்ணீரில் சுகங்காணும் ஞானம் வேண்டும்
காமத்தைக் கடந்தேறும் யோகம் வேண்டும்

தெய்வத்தைத் தேடாத ஞானம் வேண்டும்
தெய்வங்கள் நாமென்று தெளியவேண்டும்
பொய் சொன்னால் சுடுகின்ற நாவும் வேண்டும்
போராடி வெல்கின்ற புலமை வேண்டும்
கையிரண்டும் உழைக்கத்தான் கவனம் வேண்டும்
காலத்தின் மாற்றத்தைக் கருத வேண்டும்
மெய்யிந்த வாழ்வென்று நம்ப வேண்டும்
மேகம்போல் பொழிந்துவிட்டுக் கலையவேண்டும்

கவிச்சக்கரவர்த்தி கம்பனின் மேதைமையில் மிகுந்த ஈடுபாடு கொண்டவர் இவர். "சொல்லுக்குள் வாக்கியத்தை சுருக்கி வைச்ச கவிப்புலவா" என்று புதுக்கவிதையில் பாராட்டியவர் மரபுக்கவிதையில் அவருக்கொரு மகுடமே சூட்டுகிறார்.

"கிழவனே வாசித்தாலும் கிளர்ச்சியை ஏற்படுத்தும்
புலவனே உன்னை இன்னும் புறங்காணப் புலவன் இல்லை
நிலவினைப் பிழிந்து கொஞ்சம் நெருப்பினில் சூடு செய்து
வழங்கிய வார்த்தை கம்பா: வார்த்த உன் வார்த்தை எல்லாம்"

என்று கம்பனின் சொல்லழகுக்கு சாமரம் வீசுவதோடும்

"ஒப்பிலா இடையைப் பற்றி
உடுக்கையோ கொடியோ என்று
முப்போதும் இடையைப் பற்றி
முன்னூறு உவமை சொன்னாய்;
தப்பேதும் இல்லை; உந்தன்
தமிழ்க்கவி ராஜாங்கத்தில்
எப்போதும் பெரிய தொல்லை
இடைத்தேர்தல் முடிவதில்லை

என்று கம்பனின் உவமையழகை உயர்த்திப் பிடிப்பதோடும், நின்றுவிடவில்லை. சமூகச் சூழல் மாசு படிந்த வேளையில் மிகச்சரியான கருப்பொருளை கம்பன் தன் காவியத்தின் வழி முன்வைத்ததை மிகச்சரியாக சுட்டுகிறார்.

"நெறிகெட்ட தேவதாசி
நிலைவந்து சேர்ந்த நாளில்
சரியென்று சொல்லிச் சோழர்
சட்டங்கள் செய்த நாளில்

ஒருவனுக் கொருத்தி என்ற
உயர்வேதம் தந்த உன்னைக்
கரு இருந்தீன்ற தாயின்
கால்களை வணங்க வேண்டும்" என்கிறார்.

தமிழ் வாசகர்களுக்கு நன்கு அறிமுகமான பாரதியார் பாடல்களில் ஒன்று

'எந்தையும் தாயும் மகிழ்ந்து குலாவி இருந்ததும் இந்நாடே'.

அதன் சந்த அமைப்பை நினைவுபடுத்தும் விதத்தில் ஆனால் புத்தம் புதிய பாடுபொருள் அமைத்து கவிஞர் வைரமுத்து பாடிய "எங்களூர் மயானம்" நிலையின்மை என்னும் நிலைத்த தத்துவத்தைப் பாடுகிறது.

மயானத்துக்கு சொந்தங்களின் மரணத்திற்காகச் செல்லும் அனுபவம் இளமைப் பருவம் தொட்டு ஏற்பட்ட சுயசோகத்தையும் இந்தக் கவிதையில் பகிர்ந்து கொள்கிறார்.

"தந்தை பிறந்திட விந்து கொடுத்தவன்
சாய்ந்ததும் இக்காடே அவள்
விந்து சுமந்தவள் வேளை முடிந்ததும்
வீழ்ந்ததும் இக்காடே"

"தம்பி ஒருவனும் தங்கை ஒருத்தியும்
சரிந்ததும் இக்காடே நான்
கும்பி எரிந்து கோலம் கலைந்து
குலைந்ததும் இக்காடே"

"செத்தவர் பார்த்து வந்தவர் அழுது
தேம்புவதிக்காடே ஆனால்
செத்தவர் ஓடுகள் வந்தவர் பார்த்துச்
சிரிப்பதும் இக்காடே"

என்ற வரிகள் "செத்த பிணத்தருகே சாம்பிணங்கள் கூடி" என்னும் பட்டினத்தாரின் பார்வையை நினைவுபடுத்துகின்றன.

மக்கள் தொகை பெருக்கம் நாட்டை மட்டுமின்றி இடுகாட்டையும் பாதிக்கிறது என்கிறார்.

"இனிமேல் குழிகொள இடமிலை எனும்படி
இளைத்ததும் இக்காடே அதனால்
பிணம்மேல் பிணம்விழ ஒருகுழி பலபிணம்
பெறுவதும் இக்காடே"

என்னும் வரியின் அதிர்ச்சி மதிப்பைக் கடந்து வந்தால்

"கண்ணீர்த் துளியில் ஞானம் கலந்து
கசிந்ததும் இக்காடே வாழ்க்கை
விண்ணில் அன்று மண்ணில் என்று
விளக்கிய திக்காடே"

என இடுகாடுகள் போதித்த பாடத்தைக் கற்பிக்கிறார்.

தமிழ் இலக்கியத்தில் தன்னடக்கம் பேசுதல் என்கிற மரபும் அடக்கம். சீவக சிந்தாமணியில் இருந்துதான் அந்த மரபு தோன்றியது என்று அறிஞர்கள் சொல்வதுண்டு. கம்பர், சேக்கிழார் போன்றவர்கள் தங்கள் காவியங்களில் மிகச்சிறந்த தன்னடக்கப் பாடல்களைத் தந்துள்ளனர்.

கவிஞர் வைரமுத்து அத்தகைய மரபுக்குள் அடங்கி இருப்பவர் அல்ல. "பாரதி ஒரு பாற்கடல்தான். ஆனால் எனக்கு இருப்பதோ அகத்திய தாகம் என்பதால் முற்றும் பருக முயன்றிருக்கிறேன்" "இதில் பிழையிருப்பின் யாரும் பொறுத்தருள வேண்டாம். சூறாவளியாய்க் கிளர்ந்து சுட்டிக்காட்ட வேண்டுகிறேன். திருத்திக் கொள்ளச் சம்மதம்" போன்ற வரிகள் அவருடைய பல நூல்களின் முன்னுரைகளில் காணப்படுபவை. கவிதைகளிலும் அத்தகைய போக்குகளை நம்மால் காண முடிகிறது புன்னகையோடு ரசிக்கவும் முடிகிறது.

"சந்தியிலே தவித்த தமிழ்க் கவியைப் பாட்டில்
சரஞ்சரமாய்த் தொடுத்திங்கே தமிழைக் காத்த
செந்தமிழன் பாரதியைப் போலே நாட்டில்
தேனமுத பாவலன் யார்? என்னை விட்டால்..."

"ஞாலம் கருதினும் கைகூடும் அடி
நானும் அவனும் ஒரு கட்சி
காலம் ஒருநாள் சொல்லட்டும் நான்
கடலை எரித்த தீக்குச்சி"

தன்னடக்கம், அவையடக்கம் போன்ற தளைகளைக் கடந்து தெறிக்கும் மின்னல்களாய் இத்தகைய கவிதைகள் ஒளி வீசுகின்றன.

★

நாட்டார் மரபில் ஓசை நயம் மாறாமல் எத்தனையோ கவிதைகளை கவிஞர் வைரமுத்து வழங்கி இருக்கிறார். அவர் படைப்பின் தனித்தன்மைகளில் ஒன்று என்று இத்தகைய கவிதைகளைச் சுட்டலாம்.

"செய்யுள் மருங்கின் மெய்பெற நாடி
இழைத்த இலக்கணம் பிழைத்தனபோல்
வருவன உள எனினும் வந்தவற்று இயலால்
திரிபின்றி முடித்தல் தெள்ளியோர் கடனே" *(நூற்பா 1499)*

செய்யுள் இலக்கணத்திலிருந்து இத்தகைய கவிதைகள் திரிந்து வருவதுபோல் தோற்றமளித்தாலும் அவற்றை கூர்மையான வாசகர்கள் மற்றும் அறிஞர்கள் திரிபின்றி ஏற்க வேண்டும் என்கிறார் தொல்காப்பியர். அதாவதுஅவற்றின் உள்ளீடாக மரபின் அம்சங்கள் செழுமையாகத் தங்கி இருக்கும் என்றும் இந்த நூற்பாவுக்குப் பொருள் கொள்ளலாம்.

இதுபற்றியே பேராசிரியர் ச.அகத்தியலிங்கம்," செய்யுள் வழக்கு, உலக வழக்கு இரண்டிற்கும் ஒருங்கிணைந்த ஒரு பொதுவான இலக்கண அமைப்பை வகுத்து நின்றார் தொல்காப்பியர்" என்று குறிப்பிடுகிறார்.

"கம்மாக் கரையோரம்
களையெடுக்கும் வேளையில
கறுப்புக் கொடபுடிச்சுக்
கரைவழியே போனீரு

அப்ப நிமிந்தவதான்
அப்புறமாக் குனியலையே
கொடக்கம்பி போலமனம்
குத்திட்டு நிக்கிறதே

நீர்போனபின்னும் ஒம்ம
நெழல்மட்டும் போகலையே
நெஞ்சுக்குழியில் ஒம்ம
நெழல்வந்து விழுந்திருச்சே

வண்ண மணியாரம்
வலதுகையிக் கெடியாரம்
ஆனை புலியெல்லாம்
அடக்கிவைக்கும் அதிகாரம்

போறபோக்கில் ஒரு
புஞ்சிரிப்பால் உசுர்கசக்கி
வேரோட பிடுங்கிஎன்ன
வெயில்தரையில் போட்டீரே

உள்நெஞ்சுக்குள்ள
ஒம்மநான் முடிஞ்சிருக்க
எங்கே எத்திசையில்
எம்பொழப்பு விடிஞ்சிருக்கோ?

தவிப்புக்கு ஒருத்தன்
தாலிக்கு வேறொருத்தன்
எத்தனையோ பெண்தலையில்
இப்படித்தான் எழுதிருக்கோ?

ஏழப் பொம்பளைக
எதுவும்சொல்ல முடியாது
ரப்பர் வளவிக்குச்
சத்தமிட வாயேது?

இந்தக் கவிதையில் பூத்துக் குலுங்கும் உணர்ச்சியும் மண்ணுக்கே உரிய உருவகமும் நாட்டார் மொழியில் எழுதப்பட்ட சங்கக் கவிதைபோல் துலங்குகிறது.

தலையில் விறகு சுமந்து கொதிக்கும் வெய்யிலில் நடந்துபோகும் ஒருத்தியைக் கவிஞர் காட்டுகிறார். வெய்யிலில் ஏற்கெனவே கால்கள் கொப்பளித்துவிட்டன. அந்தக் கொப்புளத்தை ஊடுருவி முள் பாய்கிறது. அந்த வலியின் கொடுமையை உணர்த்த இவர் பயன்படுத்தும் உத்தியைப் பாருங்கள்.

“கோடைவெய்யில் சுட்டதிலே கொப்புளந்தான் மெத்த வரும்
கொப்புளத்தைக் கற்பழிச்சு குச்சிமுள்ளு குத்த வரும்”

வாசிக்கும் போதே “சுரீர்” என்கிறது.

நாட்டார் வழக்கில் அவர் எழுதிய கவிதைகள் அனைத்துமே மரபுக்கவிதைகள் தான்.

“சாமிகளா சாமிகளா
சர்க்காரு சாமிகளா
செலந்திக் கூடழிக்க
சீப்பேறி வந்தியளா
அரச்செண்டு வீடிடிக்க
ஆர்டர் வாங்கி வந்தியளா’

“ஊத்துதடி ஊத்துதடி
ஊசி மழை ஊத்துதடி
சாத்துதடி சாத்துதடி
சரஞ்சரமா சாத்துதடி”

“காஞ்சு கெடுக்குதுன்னு
கடவுளுக்கு மனுப் போட்டா
பேஞ்சு கெடுத்துடுச்சே
பெருமாளே என்ன பண்ண”

என்பன போன்ற வரிகளை உதாரணங்களாகக் கொள்ளலாம். சும்மா இருத்தல் என்பது ஆன்மீகத்தில் மிக முக்கியமான சொற்றொடர்.

“செம்மான் மகளைத் திருடும் திருடன்
பெம்மான் முருகன் பிறவான், இறவான்
சும்மா இரு சொல் அற என்றலுமே
அம்மா பொருள் ஒன்றும் அறிந்திலனே”

என்று அருணகிரிநாதர் பாடுகிறார்.

கவிஞர் வைரமுத்து, பால்வினை நோய்க்கு எதிரான விழிப்புணர்வுக் கவிதையில், இந்தச் சொற்றொடரை முற்றிலும் வேறொரு கோணத்தில் பயன்படுத்துகிறார்.

“கரைமீறிச் சேர்ந்தாடும் காமக் கலப்பில்
உறைமீறி நோய்சேர்வ துண்டே உறைநம்பி
கம்மாக்கரையோ கடற்கரையோ தேடாமல்
சும்மா இருத்தல் சுகம்”.

சங்ககாலம் தொடங்கி பற்பல இலக்கியங்களும் திருக்குறளை மையப்படுத்தியும் அங்கீகரித்தும் போற்றியும் தங்கள் படைப்புகளை முன்னிறுத்துகின்றன. கவிஞர் வைரமுத்து தன்னுடைய புகழ்பெற்ற கவிதை ஒன்றில் முதல் வரியிலேயே திருவள்ளுவரை வம்புக்கு இழுக்கிறார்.

“பிறவி என்பது பெருங்கடல் அன்று
எண்ணிப் பார்த்தால் சின்ன வாய்க்கால்

அறுபதிலிருந்து நூறடி வரைதான்
அதனின் நீளம்; ஆனால் ஆழம்"

என்பவை அந்தக் கவிதையின் தொடக்க வரிகள்.

திருவள்ளுவர் மறு பிறப்பில் நம்பிக்கை உள்ளவர். எனவே வாழ்க்கையை ஒரு பெருங்கடலாகப் பார்க்கிறார். கவிஞர் வைரமுத்து மறுபிறப்புக் கொள்கையில் நம்பிக்கை இல்லாததால் வாழ்க்கையை 60 லிருந்து 100 அடி அகலம் உள்ள ஒரு வாய்க்காலாக, அதாவது 60 முதல் 100 வயது வரை வாழக்கூடிய வாழ்க்கையாக மட்டுமே பார்க்கிறார்.

இந்தக் கவிதையின் ஒவ்வொரு பத்தியும் வாழ்வின் நிலையாமையைப் பற்றி பேசுகிறது. குழந்தைப் பருவம், பயிலும் பருவம், காதல் பருவம், நடுத்தர வயது, முதுமை என ஒவ்வொன்றையும் பட்டியலிட்டு அவற்றின் நிலையற்ற தன்மையை இந்த கவிதை உணர்த்துகிறது.

நிலையாமை பற்றி இரு தரப்பினர் இதுவரை பேசி வந்துள்ளனர். ஒரு தரப்பு வாழ்க்கை நிலையற்றது; ஆதலால் மனிதா போகங்களை அனுபவிப்போம் என்றது. இன்னொரு தரப்பு வாழ்க்கை நிலையற்றது; ஆதலால் மனிதா நிலையான பரம்பொருளை நாடுவோம் என்றது.

இந்த இரண்டு தரப்புகளுக்கும் இடையில் நுழைந்து கவிஞர் வைரமுத்து புதியதொரு தரப்பை முன் வைக்கிறார். நிலையற்ற வாழ்வில் நிலைபெற்று நிற்கும் செயல்களை செய்வதே மரணத்தை வெல்லும் வழி என்கிறார்.

"ஆதலால் மனிதா...
இருக்கும் நாட்களை இரட்டிப்பாக்கு
சூரியன் நிலவு இரண்டிலும் விழித்திரு
படுக்கை போட்டுத் துயில் கொள்ளாதே
துயில் வரும்போது படுக்கை போடு

காலையில் பூமியில் உட்துளையிட்டு
மாலையில் பூமியின் மறுபுறம் வெளிப்படு

மனித உள்ளம் காலிக் கிண்ணம்
இலட்சியங்களை ஊற்றி நிரப்பு

விண்ணும் மண்ணும் வெற்றியின் இலக்கு
செவ்வாய்க் கிரகம் சீக்கிரம் உனக்கு"

இதில் இன்னொரு சிறப்பம்சம் உண்டு. புறவயமாகப் பார்க்கையில் வாழ்வின் லட்சியங்களை முன்னெடுக்க வேண்டும் என்று இந்தக் கவிதையின் பற்றி வலியுறுத்துகிறது. இன்னொரு கோணத்தில் பார்த்தால் இது ஆழமான ஆன்மீகத்தை முன்வைக்கிறது.

'இருக்கும் நாட்களை இரட்டிப்பாக்கு'

சுவாசப் பயிற்சி பிராணாயாமம் போன்றவற்றின் வழியாக மனிதன் தன் சுவாச வேகத்தை மட்டுப்படுத்துகிறான். ஆயுள் என்பது சுவாசக் கணக்கு

என்கிற யோக மரபின்படி சுவாசத்தின் எண்ணிக்கையைக் குறைக்கும் போது ஆயுள் கூடுகிறது.

‘சூரியன் நிலவு இரண்டிலும் விழித்திரு’

சூரியன் உதயமாகும் நேரம் தோராயமாக காலை 5.45 முக்கால் முதல் 6:15 மணி வரை. நிலவு உதயமாகும் நேரம் தோராயமாக மாலை 5:45 மணி முதல் மாலை 6:15 மணி வரை. இது சந்தியா காலம் எனப்படும். இந்தக் காலகட்டம் தியானத்தில் ஈடுபடுவதற்கு மிகவும் சிறந்த நேரம் என்று சொல்லப்படுகிறது.

“படுக்கை போட்டுத் துயில் கொள்ளாதே
துயில் வரும்போது படுக்கை போடு”

இது யோகிகளின் இயல்பு. ரமண மகரிஷி படுக்கையில் சாய்ந்த வண்ணம் பேசிக்கொண்டே இருந்து பேச்சின் ஊடாகவே உறங்கி விடுவதை வழக்கமாகக் கொண்டிருந்தார்.

“மனித உள்ளம் காலிக் கிண்ணம்
இலட்சியங்களை ஊற்றி நிரப்பு”

சராசரி மனிதர்களுடைய உள்ளங்கள் எப்போதும் காலியாக இருப்பதில்லை. யோகிகளும் ஞானிகளும் தங்கள் உள்ளத்தை வெற்றிடமாக வைத்திருப்பார்கள். ஆனால் இந்த பூமியில் தாங்கள் ஆற்ற வேண்டிய பணிகளை ஒரு சங்கல்பம் ஆக மேற்கொண்டு பூமிக்கு வந்து செயல்படுவார்கள்.

மனம் வேறு எண்ணம் வேறு என்கிற தெளிவை இந்த வரிகள் உணர்த்துகின்றன.

“விண்ணும் மண்ணும் வெற்றியின் இலக்கு
செவ்வாய்க் கிரகம் சீக்கிரம் உனக்கு”

ஆன்மீகம் மண்ணளவிலான வெற்றியை மட்டும் இன்றி விண்முகமான வெற்றியையும் வலியுறுத்துகிறது.

ஜாதக நிலையில் பார்த்தால் செவ்வாய் உச்சம் பெற்று இருப்பது அகங்காரத்தைக் குறிக்கும் என்றும் சொல்வார்கள். எனவே மாணவர்களை வெற்றிகொள் என்று சொல்கிற விதமாகவும் இந்த நிறைவுப் பத்திக்குப் பொருள் கொள்ளலாம்.

வழக்கமான கவிதைச் சட்டகத்திலிருந்து உந்தி மேலெழுதல் என்பது இதுதான். கவிதை ஒன்றைச் சுட்டினாலும் அங்கிருந்து வேறொரு தளத்திற்குச் செல்ல வாசகனுக்கு வாய்ப்பளிக்கிறது.

தமிழ் இலக்கியத்தில் தனக்கென்று தனி மரபைக் கொண்டது சித்தர் இலக்கிய மரபு. வாழ்க்கையின் நிலையாமை பற்றி முகத்தில் அறைந்தாற் போல் பேசுவது இந்த மரபின் அம்சங்களில் ஒன்று. அதே நேரம் வாழ்கிற காலத்தில் தன்னை தனக்குள் ஒடுக்கி தன் சக்தி நிலைகளை உள்முகமாகத் திருப்பி தனக்குள் இருக்கும் இறைவனைத் தேடும் வழிவகைகளைச் சித்தர்கள் சொன்னார்கள்.

‘உருத்தரித்த நாடியில் ஒடுங்குகின்ற வாயுவை
கருத்தினால் இருத்தியே கபாலம் ஏற்ற வல்லீரேல்
விருத்தரும் பாலராகி மேனியும் சிவந்திடும்
அருள் தரித்த நாதர் பாதம் அம்மைபாதம் உண்மையே

செய்ய தெங்கிலே இளநீர் சேர்ந்த காரணங்கள் போல்
அய்யன் வந்து என்னுளம் அமர்ந்து கோயில் கொண்டனன்
அய்யன் வந்து என்னுளம் அமர்ந்து கோயில் கொண்ட பின்
வையகத்து மாந்தர் முன் வாய் திறப்பதில்லையே‘

என்கிறார் சிவவாக்கியர்.

ஒரு திரைப்படத்திற்காக சித்தர் பாடல் வானில் ஒரு பாடலை எழுதும்போது கவிஞர் வைரமுத்து உள்முகமாக சக்தி நிலைகளைத் திருப்பும் சித்தர் மரபுக்கு மாறாக செயல்கள் செய்து அதன் வழி மனிதன் நிலைபெற வேண்டும் என்று வலியுறுத்தும் ஒரு பாடலை எழுதியிருக்கிறார்.

“ரத்தம் இல்லை என்றபோதும்
கல்லிருந்து வாழுமே
சத்தம் இல்லை என்றபோதும்
சொல்லிருந்து வாழுமே

வித்துமில்லை என்றபோதும்
விண்ணிருந்து வாழுமே
செத்த பின்னும் செத்த பின்னும்
செயல் இருந்து வாழுமே”

மண்புகுந்து போனதாலே
மழையும் சாவதில்லையே
விண்கடந்து போவதாலே
மேகம் சாவதில்லையே

கண்கடந்து போவதாலே
காற்றும் சாவதில்லையே
உன் உடம்பு போவதாலே
உயிரிலாமல் போகுமா?

வீழ்வதற்கு முன்புகூடக்
கனிகொடுக்கும் மாமரம்
போவதற்கு முன்புகூட
இசைகொடுக்கும் பூங்குயில்

ஓய்வதற்கு முன்புகூட
ஓசைகாட்டும் பேரலை
சாவதற்கு முன்பு நீயும்
சாவை வென்று நில்லடா”

கவிதைகள், திரைப்பாடல், கட்டுரை நாவல் சிறுகதைகள் என்று பற்பல தளங்களில் தனிமுத்திரை பதித்தாலும் தன்னைத் தமிழ்ஞான மரபின் நீட்சியாகவும் சாட்சியாகவுமே உணர்கிறார் கவிஞர் வைரமுத்து.

அவர் கேட்பவற்றின் பட்டியலைப் பார்த்தாலே இந்த உண்மையை நாம் உணர முடியும்.

"வானளந்த தமிழ்த்தாயின் பாலைக் கேட்பேன்
வைகைநதிப் புலவர்களின் மூளை கேட்பேன்
தேனளந்த தமிழ்ச்சங்க ஓலை கேட்பேன்
தென்னாழி தின்றதமிழ்த் தாளைக் கேட்பேன்
மானமகன் குட்டுவனின் வில்லைக் கேட்பேன்
மாமன்னன் பாண்டியனின் வேலைக் கேட்பேன்
ஞானமகன் வள்ளுவனின் கோலைக் கேட்பேன்
ராஜராஜன் வைத்திருந்த வாளைக் கேட்பேன்"

ஆம்! விஞ்ஞான யுகத்தின் வேகமான வாழ்விலும் கவித்துவம் ஒளிவீசச் செய்யும் ஆற்றல் பெற்றவர் என்றாலும் பண்டைய தமிழ் மரபை அழுத்தமாகப் பேசும் யாப்புச் செப்பமும் கவிதை நுட்பமும் மிக்க மரபுக்கவிதை வேந்தராக தன்முகம் காட்டுகிறார் கவிப்பேரரசு வைரமுத்து.

- மரபின் மைந்தன் முத்தையா

8

மாகவியின் மகா கவிதை
- முனைவர் சரோஜினி செல்லக்கிருஷ்ணன் -

ஒரு சாதாரண மனிதனுக்கும் ஒரு கவிஞனுக்கும் என்ன வேறுபாடு? மனிதன் வெளிப்படுத்தும் உணர்வுகள் நிரந்தர மில்லாதவை. ஆனால், கவிஞன் உணர்வுகளில் சுமந்து வரும் சொற்கள் உயிரோட்டமானவை. நோக்கம் கருதியவை; பயன் அளிப்பவை. எல்லாவற்றுக்கும் மேலாக நிரந்தரமானவை. ஏனெனில், நித்தியமான கருத்துகளையே அவன் கருவில் சுமந்து கவிதையாக்குகிறான். இதனைத்தான், கவியரசர் கண்ணதாசன், "ஒரு கவிஞனின் யாத்திரை நினைத்ததைச் சொல்கின்ற கவிதையில் முடிகின்றது!" எனக் கவிஞனைப் பற்றிக் கூறுகின்றார்.

William Wordsworth என்னும் ஆங்கிலக் கவிஞர், கவிதையைக் குறித்துக் கூறும்போது,

"Poetry is an emotion recollected in tranquility"

என்று கூறுகிறார்.

'கவிதை என்பது, அமைதியில் உணர்ச்சியை நினைவு கூர்தல்' என்கிறார்.

கவிஞனின் உணர்ச்சி எண்ணமாகி அந்த எண்ணம் வார்த்தையாகும்போது அந்த எண்ணத்தில் அந்தக் கவிதை பிறக்கிறது என்கிறார், *Robert Frost*.

*"Poetry is when an emotion has found its thought,
and the thought has found its words"*

என்றெல்லாம் ஆங்கிலம் இவ்வாறு கவிதைக்கு விளக்கம் அளிக்க, தமிழில், கவிமணி தேசிக விநாயகம் அவர்கள் கவிதையைப் பற்றி,

"உள்ளத்து உள்ளது கவிதை
இன்பம் உருவெடுப்பது கவிதை

தெள்ளத் தெளிந்த தமிழில்
உண்மை தெரிந்துரைப்பது கவிதை''

என மிக அழகாக விரித்துரைக்கிறார்.

கவிதை எப்படியெல்லாம் பிறக்கும் என்பதற்கான கருதுகோள்கள் பலவாக இருந்தாலும், கவிஞன் தன் இலக்கியப் பசிக்கு உணவாகத்தான் கவிதையைப் படைக்கிறான் என்பதே நிதர்சனம். ஒரு சில பேனாக்கள், எழுதுவோரின் வயிற்றுப் பசிக்காக எழுதப்படுகின்றன. ஒரு சில, கவிஞனின் உணர்வுப் பசிக்காக எழுதப்படுகின்றன. உண்மையில், எப்போது ஒரு பேனா சமுதாயத்தை நெஞ்சில் நிறுத்தி அதற்குப் பயன் விளைவிக்கும் வகையில் எழுதுகின்றதோ, அப்போதுதான் 'உண்மையான கவிதை' என்பது பிறக்கின்றது.

'நான் படைக்கும் எனது கவிதையால் எவ்வித வருவாயும் லாபமும் எனக்கு வேண்டாம். அம்புக்கும், தீக்கும், விடத்துக்கும், நோவுக்கும் என் மக்கள் அச்சமில்லாதபடி வாழவே நான் கவிதை படைக்கின்றேன். ஆகவே, எள்ளத்தனைப் பொழுதும் பயனின்றி இராதெந்தன் நாவினிலே வெள்ளமெனப் பொழிவாய் சக்தி ஓம், சக்தி ஓம், சக்தி ஓம்!' என்று பாரதியார் தாம் படைக்கும் தமது கவிதை தம் மக்களுக்கே என்று தமது கவிதையில் பிரகடனப்படுத்துகிறார். இதே போக்கில் அமைந்ததுதான் நம் கவிப்பேரரசின் மகா கவிதை!

படைக்கப்படும் ஒவ்வொரு கவிதைக்கும் நோக்கும் உண்டு, போக்கும் உண்டு. அக் கவிதைகளைப் படிக்கின்ற எல்லோருக்கும் அவை ஒன்றுபோல அமைந்துவிடுவதில்லை. ஒரு சில, பொருளடிப்படையில் ஒருவருடைய பார்வைக்கு ஒரு விதமாகவும், மற்றவருடைய பார்வைக்கு வேறுவிதமாகவும் தோன்றுகின்றது.

திருமூலர், மரத்தால் செய்யப்பட்ட ஒரு யானையை வைத்து இவ்வுண்மையை விளக்குகிறார்.

'மரத்தை மறைத்தது மாமத யானை
மரத்தில் மறைந்தது மாமத யானை'

(திருமந்திரம் 309)

மரத்தால் செய்யப்பட்ட யானையின் சிலை ஒன்று மரத்தச்சரின் கண்களுக்கு எப்படித் தெரியும்? அந்தச் சிலை செய்யப்பட்ட மரத்தின் தரமும், நேர்த்தியும், தொழில் நுட்பமும் மட்டுமே தெரியும். அவற்றையே அவர் ஆராய்வார். தச்சரின் கண்களுக்கு அது யானையல்ல! வெறும் மரம் மட்டுமே! ஆனால், அந்தச் சிலையைப் பார்க்கின்ற ஒரு கலைஞனின் கண்களுக்கோ யானையின் உயிர்ப்படைப்பும் உயர் நேர்த்தியும் கவின் அழகும் மட்டுமே கண்களையும் கருத்தையும் கவரும். கலைஞனைப் பொருத்தவரை அது வெறும் மரமன்று! தசையும் குருதியும் உடைய உயிருள்ள நிஜ யானை. ஐயோ! இவ்வடிவு அழியா அழகென இரசிப்பான்;

அழகை அணுவணுவாய் ஆராதிப்பான். அதுபோலத்தான் கவிதையைப் படைப்பவனுக்கும், அந்தக் கவிதையைப் படிப்பவனுக்கும் நோக்கும் போக்கும் வேறுபடுகின்றன. கவிப்பேரரசு அவர்களால் படைக்கப்பட்ட 'மகா கவிதை' உணவுப் பசிக்காக எழுதப்பட்டதல்ல, உணர்வுப் பசிக்காகவும் எழுதப்பட்டதல்ல, மானுடத்தின் இதயப்பசிக்காக எழுதப்பட்டது என்னும் உண்மையைக் கவிப்பேரரசு அவர்களின் மகா கவிதையைப் படிக்கும் கவியுள்ளம் படைத்த எவரும் கணப்பொழுதில் கண்டுகொள்வர்.

நிலம் நீர் தீ வளி விசும்பொடு
ஐந்தும் கலந்த மயக்கம் உலகம்

(தொல். மரபியல் - 91)

என ஐம்பூதங்களால் ஆன சேர்க்கைதான் இவ்வுலகம் எனத் தொல்காப்பியம் கூறிச் செல்கிறது. இயற்கையை அறிவியல் அறிஞன் பார்க்கும் பார்வையும், ஒரு விவசாயி பார்க்கும் பார்வையும் ஒரு கவிஞன் பார்க்கும் பார்வையும் முற்றிலும் மாறுபட்டு அமையும். கவிஞன், இயற்கையைச் சுற்றி சுற்றி வந்து ரசிப்பான். உயர்ந்திருக்கும் மலைகளையும் தாழ்ந்து இருக்கும் பள்ளத்தாக்குகளையும் விண்ணைத் தொடும் மரங்களையும் பல வண்ணங்களில் மலர்ந்து கண்ணை நிறைக்கும் மலர்களையும் கண்டு கண்டு களிப்புறுவான். அதனைத் தன்னைச்சுற்றிக் கொட்டிக் கிடக்கும் அழகியலாக மட்டுமே அவனால் பார்த்து ரசிக்கவும் வியக்கவும் முடியும். ஒரு விஞ்ஞானி இயற்கையை ஆய்வுக் கண்ணோட்டத் தோடுதான் அணுகுவான். அங்கு அவனுக்கு உண்மைகளைத் தவிர உணர்வுகளுக்கு இடம் இருப்பதில்லை. அதே இயற்கையை விவசாயி தனது தொழில் கண்ணோட்டத்தோடுதான் பார்ப்பான். ஆனால், அதே இயற்கையை விஞ்ஞானியின் அறிவோடு, விவசாயியின் புரிதலோடு, ஒரு தாயின் பரிவோடு ஒரு கவிஞன் அணுகினால் எப்படி இருக்கும்? அது, கவிப்பேரரசு படைத்த 'மகா கவிதையாகத்தான்' இருக்கும்.

'மகா கவிதை' என்னும் தலைப்பே ஒரு சுருக்கக் குறியீடு. 'மகா கவிதை' என்னும் சொல்லில் 'ம'-என்பது மண்ணையும், 'கா'-என்பது காற்றையும், 'க'என்பது கனலையும், 'வி'-என்பது விண்ணையும், 'தை' - என்பது இன எழுத்தாக நின்று தண்ணீரையும் குறிக்கும் சுருக்கக் குறியீடு. இவை எல்லாம் சேர்ந்துதான் 'மகா கவிதை' என்று பெயர் வடிவாயிற்று. இப்புத்தகத்தின் மேலட்டை, செயற்கை அறிவியல் தொழில் நுட்பத்துடன் *(Artificial Intelligence)* படைக்கப்பட்டுள்ளது. அட்டைப்பட ஓவியத்தில் முறுக்கேறிய மனிதன் ஒருவனைச் சுற்றி ஐம்பூதங்களும் காட்டப்பட்டு, மானுடம் ஐம்பூதங்களையும் வெற்றி கொண்டு வாழ்கிறது என்னும் செய்தியை உள்ளடக்கியுள்ளதாக உள்ளது.

கவிப்பேரரசின் படைப்புகளையும் அவர் திரைக்கென்று எழுதிய பாடல்களையும் கூர்ந்து கவனித்தால் அவற்றில் ஒரு நுட்பத்தை நம்மால் உணரமுடியும். அவை, காதல் பாடல்களாகட்டும், தன்முனைப்புப் பாடல்களாகட்டும், அல்லது எந்தக் கருப்பொருளில் அமைந்த பாடல்களாகட்டும்- அவை எல்லாவற்றிலும் கவிப்பேரரசின் பேனா, பிரபஞ்சத்திற்காகவும் பேசுகிறது. திரைக்கென எழுதும்போதுகூடக் கவிப்பேரரசின் ஆழ்மனம் பிரபஞ்சத்தையே எண்ணுகிறது.

'திருடா திருடா' என்னும் திரைப்படத்தில்...

"புத்தம் புது பூமி வேண்டும்
நித்தம் ஒரு வானம் வேண்டும்
தங்க மழை பெய்ய வேண்டும்
தமிழில் குயில்பாட வேண்டும்

கடவுளே கொஞ்சம் வழிவிடு
பூமியில் சில மாறுதல் தனை வரவிடு

யுத்தமில்லாத பூமி
ஒரு சத்தம் இல்லாமல் வேண்டும்

போனவை அட போகட்டும்
வந்தவை இனி வாழட்டும்
தேசத்தின் எல்லைக்கோடுகள் அவை தீரட்டும்
தெய்வங்கள் இந்த மண்ணில் வந்து வாழட்டும்"

இளைஞர்கள் பாடும் இந்தப் பாடலில் 'பூமி புதியதாக வேண்டும், 'பூமியில் மாறுதல்கள் வேண்டும், சென்றவை சென்றவையாக இருக்கட்டும், வந்தவையும் வருபவையும் வாழட்டும்' என்னும் பொருள் தாங்கிய பாடலில், சூழலுக்காக எழுதும் திரைத்துறையிலும் தம்முடைய பெரும் விருப்பத்தைக் கோடிட்டுக் காட்டி எல்லைக் கோடுகள் அற்ற பூமியும் வேண்டுமென்று எழுதிப் பிரபஞ்சத்தை நேசிக்கும் ஒரு கவிஞராக அவர் இருக்கிறார்.

கவிப்பேரரசு, இந்நூலின் மூலம் ஒரு வரலாற்றுப் பதிவைச் செய்ய நினைத்திருக்கிறார். விஞ்ஞானக் கருப்பொருள், அறிவியல் தரவுகள், அவை எழுப்பிய சிந்தனைகள், அவை மனிதனுக்குப் புகட்டும் படிப்பினைகள் என அத்தனையையும் முழுதாகப் பெய்து நூல் படைத்திருக்கிறார். இந்நூலைப் படிப்பார்க்குத் தெளியாத வரலாற்று உண்மைகள் தெளிவாகும். இந்தப் பூமியில் வாழ நாம் எத்தகைய புண்ணியம் செய்திருக்கிறோம் என்பது புலனாகும். எப்படிப்பட்ட பூமியின் மேல் நாம் நின்று கொண்டு இருக்கிறோம் என்னும் பெருமிதம் நெஞ்சினுள் ஊற்றெடுக்கும்.

450 கோடி ஆண்டுகளுக்கு முன் தோன்றிய உலகின் சுழற்சி இன்னும் 450 கோடி ஆண்டுகள் வரை நீடிக்கும். ஆனால், நாள்களின் எண்ணிக்கையில் மட்டுமே ஆயுள் கொண்ட மனித இனம் தான் தோன்றிய

தனது சிறப்பை மறந்து வாழ்கிறது. தன்னைப் படைத்த இயற்கையை அலட்சியம் செய்கிறது. அறமற்ற வழியில் பொருள் தேடுகிறது. திறனற்ற வாழ்க்கை வாழ்கிறது. இந்த மனிதன் என்றாவது ஒரு நாள் மாறுவான்; தனது தவறுகளுக்காக வருந்துவான்; பின் திருந்துவான்; தன்னை வாழ்விக்கும் இயற்கையை வணங்கி அதனோடு இணங்கி இயற்கைக்கு நன்றியோடு இருப்பான் என்னும் ஓர் எதிர்பார்ப்பும் அந்த எதிர்பார்ப்போடு கூடிய ஆதுரமும் கவிப்பேரரசுக்கு இருப்பதை இந்த 'மகா கவிதை' நமக்கு உணர்த்துகின்றது. ஆனால், அதே நேரத்தில் இந்த உலக மாந்தர்கள் மேல் ஓர் அறச்சீற்றமும் கவிப்பேரரசுக்கு நீறுபூத்த நெருப்பாய் இருக்கின்றது என்பதையும் நம்மால் உணர்ந்துகொள்ள முடிகின்றது. இந்நூலை ஒருமுறை வாசித்துப் பொருள் புரிந்து, இரண்டாம் முறை வாசித்து உண்மை உணர்ந்து, பின்னும் மூன்றாம் முறை வாசிக்கும்போது கவிப்பேரரசு மானுடத்தின் மேல் கொண்ட சீற்றமும் ஆனால் அதற்காகச் சபித்துவிடாது மானுடத்தை அன்போடு அணுகும் தாயின் ஆதுரமும் நன்கு விளங்கும். இந்நூலைப் படிக்கும்போது இவர் இயற்கைக் கவிஞரா, இயற்பியல் கவிஞரா, அல்லது பிரபஞ்சக் கவிஞரா எனப் பல ஐயப்பாடுகள் தோன்றும். ஆனால், எல்லா வினாக்களுக்குமான விடைகளை நூலே சொல்லும்.

இந்நூலில் கவிப்பேரரசர் கூறுகிறார்,

"ஏய் மனிதா! இந்தப் பிரபஞ்சத்தில் உயிர்கள் வாழத் தகுதி படைத்த ஒரே இடம் பூமிப்பந்து மட்டும்தான்! இதில் சூரியனே கடவுள்! பூமிதான் தெய்வம்!" என்கிறார். பஞ்ச பூதங்களான நிலம், நீர், தீ, வளி, விசும்பு என ஒவ்வொன்றையும் அழகுத் தமிழில் அறிவியல்படுத்தி வர்ணிக்கின்றார்.

'பேரண்டப் பெரு வெடிப்புப் பூமியில் நிகழ்ந்த ஒரு மாபெரும் பிரளயம். அதனை இப்படியும் அழகாகத் தமிழில் இனிய கவிதையாகப் பாட முடியுமா?

"வெட்ட வெளி வீதியிலே
விட்டெறிந்த பம்பரமாய்

யாதுமற்ற வெளியொன்றில்
ஏதுமற்ற லட்சியமாய்

யாவுமுற்ற பெரும் பொருளாய்
சூனியத்தின் கனவு மூட்டையாய்ச்
சுழன்று கொண்டே இருந்தது

கோடானுகோடி ஆண்டுகளாய்
ஆதியைத் துரத்தும் அந்தமாய்
அந்தம் தேடும் ஆதியாய்
அது சுழன்று கொண்டே இருந்தது

நில்லா நெடுஞ்சுழற்சி
மனிதனையும் கடவுளையும்
சூலில் சுமந்த அந்தகாரத்தின்
அந்தரச் சுழற்சி

காலத்திற்கு இன்னும்
பருவம் வரவில்லை
அணுக்கள் இன்னும்
மூலக்கூறுகளாய் முக்தியுறவில்லை

இணைந்ததெல்லாம் பிரியுமென்றும்
பிரிந்ததெல்லாம் இணையுமென்றும்
கூர்தல் அறம் கூறியபடி

கிழிபடு விதையும்
உளிபடு சிலையும்
உடைபடு அணுவும்
பிறிது பிறிதாதல் எதற்கு?
பெரிது பெரிதாதல் அதற்கு

அந்தப் பேருலகின்
ஒரு சிற்றுலகிற்கு
பூமி என்று பெயர்

அது வலம் வந்தது
இன்னொரு பெரும் பந்தை
அதற்குச்
சூரியன் என்று பெயர் சூட்டக்
காத்திருந்தது காலம்"

(பக்கம் 019 - 020)

இப்படி, ஒரு பெருவெடிப்பாய்த் தான் தோன்றிய நிகழ்வையே அற்புதமாக அழகுத் தமிழால் ஒரு கவிஞரால் பாடமுடியும் என்று தெரிந்திருந்தால் பெருவெடிப்பு இன்னொருமுறை நிகழ்ந்திருக்குமோ என்னவோ? இப்படி, ஓர் அருமையான நூல் நமக்குக் கிடைக்கும் என்றால் பெரு வெடிப்பு இன்னொரு முறைகூட நிகழலாம் என்றுகூட எனக்குத் தோன்றுகிறது.

கவிஞருக்கு ஒரு கருத்தில் உறுதிப்பாடும், மற்றொரு கருத்தில் ஐயமும் உள்ளன. டார்வினின் பரிணாமக் கொள்கை (*Charles Darwin theory of Evolution*) என்பது எல்லோரும் அறிந்த ஒன்றே! குரங்கிலிருந்து பிறந்தவன் மனிதன் என்று காலங்காலமாகக் கூறிக் கொண்டிருக்கிறோம். ஆனால், கவிஞருக்கு இக்கருத்தில் உடன்பாடு இல்லை. கவிஞருக்கு இது இன்று, நேற்று தோன்றிய ஐயமில்லை. திரைப்படத்திற்குப் பாட்டு எழுதும்போதுகூட அந்த ஐயத்தை எழுப்பித் தீர்வு கூறுகிறார். இதிலிருந்து ஒன்றை மட்டும் நாம் புரிந்து கொள்ள முடியும். இன்றைக்குத் தழைத்துப்

படர்ந்து இருக்கும் 'மகா கவிதை' என்னும் இந்நூலுக்கு விதை என்றோ இடப்பட்டு விட்டது. சொல்லுக்குச் சொல் சுவை சேர்த்துச் சுந்தரப் பாட்டு எழுதும் கவிஞர் மட்டுமல்லர் - நாம் பார்க்கும் இந்தக் கவிப்பேரரசர். அந்த விதையை வெகு கவனமாகப் பாதுகாத்து உரமூட்டித் தமிழின் திறம் காட்டும் சொல்லேர் உழவராகத் தமது உள்ளத்தில் பயிராக்கி விளைவித்த பயனை அறுவடை செய்து நம் கைகளில் கவிதை நூலாகத் அள்ளித் தந்திருக்கின்றார்.

கவிப்பேரரசர், குரங்கிலிருந்து மனிதன் தோன்ற முடியுமா? என்னும் ஒரு கேள்வியை 'ஆளவந்தான்' என்னும் திரைப்படத்தில் ஒரு பாடலில் வைத்தார்.

"நந்த குமாரா
நந்த குமாரா
நாளை மிருகம் கொல்வாயா?
மிருகம் கொன்ற
எச்சம் கொண்டு
மீண்டும் கடவுள் செய்வாயா?

குரங்கிலிருந்து மனிதன்
என்றால் மனிதன் இறையாய்
ஜனிப்பானா?"

கவிப்பேரரசருக்கு எப்படிப்பட்ட உறுதியான சந்தேகம் என்பதை நாம் இங்கு நோக்க வேண்டும். டார்வினின் பரிணாமக் கொள்கை உண்மையானால் இன்று குரங்கில் இருந்து மனிதனல்லவா பிறக்கவேண்டும்? அப்படி இல்லாமல் இன்றுவரை குரங்கில் இருந்து வெறும் குரங்குகள்தாமே பிறந்து கொண்டே இருக்கின்றன? குரங்கிலிருந்து மனிதன் என்றால் மனிதன் இறையாய் ஜனிப்பானா? எப்படி மனிதன் தோன்றியிருக்க முடியும்?

"மனிதா! நீ இன்று மிருகமாக இருக்கிறாய்! நாளையாவது உன்னுள் இருக்கும் மிருகத்தைக் கொன்று விடு!" அதிலும், கவிப்பேரரசரின் ஓர் ஆசையை நாம் கவனிக்க வேண்டும். "மிருகம் கொன்ற எச்சம் கொண்டு மீண்டும் கடவுள் செய்!" என்கிறார். 'நீ நினைத்தால் செய்ய முடியும்' என்பது கவிஞரின் எதிர்பார்ப்பு. 'மனித ஜாதியில் பிறந்த மனிதன் தேவ ஜோதியில் கலக்க வேண்டும்' என்னும் தொனிப் பொருளையும் பாடலில் சேர்த்து அமைத்திருக்கிறார் கவிப்பேரரசர்.

குரங்கில் இருந்து மனிதன் தோன்றவில்லை என்று உறுதியாகக் கூறும் கவிஞர், 'மனிதன் குரங்கிலிருந்து தோன்றவில்லை; குழம்பிலிருந்து தோன்றினான்' என உறுதிப்படுத்துகிறார். இதனை எவ்வாறு கவிஞர் உறுதியாக்குகிறார் என்பதை நாம் பார்க்க வேண்டும்.

பிரபஞ்சத்தில் மழை தோன்றியது. அந்த மழை ஒரு நாள், இரு நாள் பெய்யவில்லை. யுகம் யுகமாகப் பெய்து கொண்டே இருந்தது.

"தொடர் மழை
அடர் மழை
திரவ ஊசியால்
பூமியின் துவாரம் தோறும்
துளைத்த மழை

நூற்றாண்டுகளைக்
கரைத்துக்கொண்டு பெய்த மழை
ஆகாயத்தை இழுத்துத்
தரையில் தேய்த்த மழை"

(பக்கம் 026)

"அக்கினி பூமி
மேலும் மேலும் ஆவி எழுப்பி
மீண்டும் மீண்டும் மழை பரப்ப
நெருப்புக் கோளம்
நீர்க் கோளமாயிற்று

பூமியின்
தனிப்பெருஞ்செயல் மழை;
மறு பெருஞ்செயல் மலை

இந்த இரண்டும் இல்லையேல்
உயிர்த் தோற்றம் என்ற சம்பவம்
நிகழ்ந்திராது நிலப்பரப்பில்

வெடிப்புகளின்
புடைப்புகளே மலைகள்
அவை
நீர்க் காடுகள் தேக்கி வைக்கும்
கற்பாத்திரங்கள்

தண்ணீர் படையெடுத்துப்
பாறைகள் உருட்டி
மலைகளின் விலாவறுக்க
அடங்காத ஆறுகள் கல் குடைய
தண்ணீரும் பாறையும் கூடிக் கூடிக்
கரடு முரடு மழித்துக் கல்லுடைக்க
காலமும் கல்லும் தேயத் தேயக்
கற்பாறைகள் உடைந்துடைந்து
கற்றூளாயின

எரிமலைக் குழம்பின்
பாறைகள் உடைந்துடைந்து
துகள்களாயின

துகள்களைக் கழுவிக் கழுவி
ஆறுகள் மணல் செய்தன

பின்னாளில்
மக்கிய தாவரம்
முளைத்த பொழுது
மணல் மண் ஆயிற்று

மண்
தாவரங்களின்
சர்வதேச சமூகத்தை வளர்த்தபோது
கரியமில வாயு உட் கொள்ளப்பட...

காற்றில் உயிர் வளி பெருக
உயிர்க் கூட்டமே
உன்னைப் பிரசவிக்க
நான் தயாரென்று
அன்னை மண்ணாள்
பிரபஞ்சக் கூவல் கூவினாள்

மண்ணுக்கு மணல் மூலம்
மணலுக்குக் கல் மூலம்
கல்லே உயிர் மூலம்

கல்லென்ற கனிமத்தின்
நீர்த்த வடிவம்தான்
மூத்த உயிர்க்குலத்தின்
முதற் பெருமூலம்
கால் முளைக்காத கல்லும்
கையும் காலும் முளைத்த தண்ணீரும்
யுகச் சண்டையிடவில்லையேல்
மணலேது மண்ணேது
உலகேது உயிர்க்குலம் ஏது?

நாத்திகனும் ஆத்திகனும்
ஒருசேர ஒப்புக்கொள்ளலாம்
கல்லிலிருந்தே கடவுள் என்று
அல்லது
கல்லே கடவுள் என்று"

(பக்கம் 029 - 032)

இக் கவிதை வரிகளைப் படித்தபின் கவிஞர் என்ன சொல்ல வருகிறார் என விளங்கியிருக்கும்.

சூரியச்சூடு வானில் வீசப்பட்டபோது அது குளிர்ந்து குளிர்ந்து பின்னாளில் அந்தக் குழம்புதான் பூமியானது. அந்தக் குழம்பு குளிர்ந்து குளிர்ந்து மலையானது. அந்த மலை தோன்றியபின் மழைபெய்தது. ஒரு நாள் இரு நாள் அல்ல, யுகம் யுகமாய்ப் பெய்த மழை. இந்தப் பூமியின் முக்கால் பாகம் மூழ்கும் அளவு பெய்த மழை. அந்த மழைநீர் கல்லுக்குள் இருந்த மணலை உருவி உருவி எடுத்தது. மழை ரம்பம் கல்லை அறுத்தது. அது மணலானது. மணலுக்குள் தாவர வேர்கள் புகுந்தபோது மணல்

மண்ணானது. அந்த மண்ணில் இருந்தே தாவரங்கள் தோன்றின. அந்தத் தாவரங்களிலிருந்து உயிர்கள் தோன்றின.

உயிர்களின் கடைசி வரவு குரங்கு. அதன் பின் மனிதன். அப்படியானால் தொடக்கத்தை யோசியுங்கள். எரிமலைக் குழம்பின் நெடிய பயணத்தைக் கூறுகிறார். நெடிய பயணத்தின் முடிவுதானே மனித உயிர்கள்! ஆனால், தொடக்கம் குழம்புதானே! அதனால்தான், மனிதன் குரங்கிலிருந்து அல்ல, குழம்பில் இருந்து பிறந்தவன் என உறுதி செய்கிறார் கவிப்பேரரசர். இதனை மற்றுமோர் இடத்திலும் சுட்டிக் காட்டுகிறார்.

பூமி மாதா உயிர்களைத் தோற்றுவிக்க நூறு கோடி ஆண்டுகள் நோற்றுக் கிடக்கின்றாள்.

"ஒற்றைக்கால் தாவரங்களும்
நான்குகால் விலங்குகளும்
மனிதன் உள்ளிட்ட
இரண்டு கால் உடல்களும்
நூற்றாண்டுகள் மீதுதான்
நின்றாடுகின்றன;
எச்சமிடுகின்றன
எச்சில் விடுகின்றன"

(பக்கம் 053)

ஒரு கடுமையான மானுட வரலாற்றின் சாரத்தைப் படிப்படியாக விளக்கிக் கொண்டே செல்லும் திறன் கவிப்பேரரசுக்கு மட்டுமே கைவந்த கலை. ஒன்றை மறுத்து ஒன்றை நிறுவுவது என்பது எளிதான செயல் அன்று! அல்லும் பகலும் மகா கவிதையைத் தம்முள் வளர்த்துக் கொண்டு இருந்ததால் அவருக்கு வாய்க்கப்பெற்ற மாபெரும் திறன் அது.

இந்நூலில் கவிப்பேரரசின் நையாண்டியும், எள்ளலும், நகைச்சுவையும் ஆங்காங்கே மின்னல் கீற்றாய்க் கவிவானில் பிரகாசிக்கின்றன. கடுமையான தலைப்பை நடத்திக் கொண்டிருக்கும் ஆசிரியர்கள், பாடம் சலிப்புத் தட்டாமல் இருக்க இடையிடையே நகைச்சுவையைக் கையாள்வர். அதுபோல விஞ்ஞான உண்மைகளை விளக்கும் கவிப் பெருக்கில் நகைச்சுவைச் சாரல்களையும் அள்ளி வீசியிருக்கிறார் கவிப்பேரரசர். கேட்போர் மனம் சோர்வடையாமல் பாடம் நடத்தும் பேராசிரியராகப் படிப்போர் மூளை சோர்ந்து விடாமல் கவனமாகப் பார்த்துக் கொள்கிறார் கவிஞர்.

வியாழனுக்குக் கவிஞர் தரும் விளக்கத்தில்தான் எத்தனை கிண்டல்?

"பேரரசு கட்டி எழுப்பும் பேராசையோடு
சமருக்குச் செல்லும் வழியில்
சாமியாராகிப் போன

சக்கரவர்த்தியைப்போல
நட்சத்திரமாக முயன்று
பாதி வழியில் கிரகமாகிப்போன
வியாழன்
சூரியனைக் கெஞ்சித்தான்
விளக்குப் போட்டுக் கொள்கிறது வீட்டுக்கு"

(பக்கம் 135)

தனக்கென்று ஒளியற்ற வியாழன், கடன் வாங்கி வெளிச்சம் போட்டுக் கொள்வதற்குச் 'சக்கரவர்த்தி சாமியார்' ஆகிப்போனதை எடுத்துக்காட்டி எள்ளல் வழிந்தோட எழுதுகிறார்.

'காரிகை கற்றுக் கவி பாடுவதை விடப்
பேரிகை கொட்டிப் பிழைக்கலாம்'

என்று ஏட்டுச் சுரைக்காயாய் இருந்து கவிபாடுவோர் முயற்சியைப் பற்றி யாப்பருங்கலக்காரிகை கேலி செய்கிறது.

எல்லோரும் புகழும்படி கவிதை பாடி, அதுவும் அறிவியலைக் கருப்பொருளாக வைத்துச் சுவை மிகுந்த கவிதை பாடித் தமிழை அறிவியல் செய்து அங்கும் நகைச்சுவை வைக்க முயலும் என்றால் அது நம் கவிப்பேரரசைத் தவிர வேறு யாருக்குக் கைவரப்பெறும்?

"புவிச்சூடு அதிகரிக்கும்போது, இறந்து கிடக்கும் இயற்கையின்மீது மனிதனும் கிடப்பான், மடிந்த ஈசலாய். இதை அறிந்து கொண்ட உலக நாடுகளின் நெற்றி ஒருநாள் சுட்டது. உள்ளதற்கே ஊறு வந்து விடுமோ என்று மூளையின் முன்பக்கத்தில் மட்டும் கவலைப்பட்டது" என்று உலக நாடுகளின் அரசியல் பற்றி வருந்துகிறார் கவிப்பேரரசர். (முன்னுரை பக்கம் 09)

"நாகரிக நாட்டின் பண்பாட்டுப் பட்டணத்தில் 2015 -இல் பாரிஸில் பருவநிலை மாநாட்டில் 195 நாடுகளின் பெருந்தலைகள் எல்லாம் ஒன்று கூடின. கட்டுப்படுத்தப்படாவிட்டால் பொங்கி எழும் புவிச்சூட்டில் பூமி என்னும் வெண்ணெய் உருண்டை உருகி ஓடிவிடும் என்பதை அனைத்து நாடுகளும் ஒப்புக்கொண்டன. 2030-க்குள் உலக வெப்பத்தை 1.5 பாகை செல்சியஸ் குறைத்தே ஆக வேண்டும் என்று ஒற்றைக் குரலெடுத்து ஓங்கிக் கூவின. அதன்பின் நிகழ்ந்தது என்ன?" என்றும்,

"சபதத்தின் சப்தத்தால் உஷ்ணப்பட்ட தலைவர்கள் ஊருக்குப் போனதும் ஆறிப் போனார்கள். 1.5 பாகை அல்ல 0.5 பாகையைக் குறைப்பதற்குக்கூட எந்த நாடும் முயற்சியை முன்னெடுக்கவில்லை. உலகத் தீர்மானத்தை மறதிக் குழி வெட்டி மண்ணில் இட்டு மூடிவிட்டன." என்றும் உள்ளம் கொதிக்கின்றார். (முன்னுரைபக்கம்010)

இப்பகுதியைக் கவிஞர் நகைச்சுவையாகக் கூறுவதுபோல் வெளிப்படையாகத் தோன்றினாலும் அவ்வரிகளுக்கிடையில் அவருக்குள் புதைந்து கிடக்கும் அவருடைய தீரா மனவேதனையை நாம்

உணர்ந்துகொள்ளலாம். பிரபஞ்சத்தை ஆழமாக நேசிக்கும் மாந்தர் ஒருவரால் மட்டுமே இவ்றாறு மனங்கசிந்து மாறாத் துயர்கொள்ள முடியும்!

இந்தப் பகுதி எங்கோ எப்போதோ யான் வாசித்த இவ்வரிகளை எனக்கு நினைவூட்டியது.

> 'ஜீவகாருண்ய சங்க கூட்டம் நடக்கிறது
> குழல் விளக்கின் அடியில்
> எண்ணெயில் குளித்த பட்டங்கள்'

உயிர்களிடத்தில் இரக்கம் வேண்டும் என்று சங்க கூட்டம் நடக்கிறது. மழைக்காலத்தில் பறக்கும் ஈசல்களைப் பிடிக்க எண்ணெயில் குளித்த பட்டங்கள் குழல் விளக்கின் அடியில் கட்டப்பட்டுள்ளன. இதில் எங்கே உள்ளது ஜீவகாருண்யம்? அக்கூட்டத்தின் பொருள்தான் என்ன? 2015- இல் நடந்த மாநாடும் அப்படித்தானே? மாநாட்டில் எண்ணெயில் குளித்த பட்டங்களில் மடியக் காத்திருக்கும் ஈசல்களாக மனிதனும் இயற்கையும்!

இயற்கையை நேசிக்காத, இயற்கையின் அழிவுக்கு வருந்தாத வருகின்ற தலைமுறைக்குப் புத்தம் புது பூமியைத் தரவேண்டும் என்று ஆசைப்படாத ஒருவரால் எப்படி இப்படி ஒரு நூலைப் படைக்க முடியும்?

அதே முன்னுரையில் ஓர் உண்மையைக் கவிஞர் கவிச்சபையில் போட்டு உடைத்திருப்பார். என் நெஞ்சை உறைய வைத்த உவமை அது.

"இந்தப் பூமியை நம்பிப் பிறக்கப் போகும் மனித குலத்தின் தொடர்ச்சி குறித்தோ, விலங்குகளின் கொண்டாட்டம் குறித்தோ, பறவைகளின் சங்கீதம் குறித்தோ, மிச்சமிருக்கும் பூமியின் நெடிய யாத்திரை குறித்தோ அவர்களில் யாருக்கும் 'கண்ணீர்த்துளி' அளவேனும் கவலை இல்லை". (முன்னுரை பக்கம் 010)

இங்குக் கவிப்பேரரசர் எந்தச் சொல்லை வேண்டுமானாலும் பயன்படுத்தி இருக்கலாம். 'கடுகளவேனும்' அல்லது 'சிறிதளவேனும்' என்று சொல்லி இருக்கலாம். ஆனால், கவலையின் அடையாளமாகக் கண்ணின் கடை ஓரத்தில் துளிர்க்கும் 'கண்ணீர்த்துளி' என்னும் சொல்லைப் பயன்படுத்தியுள்ளார் என்றால், பூமியில் நிகழ்ந்து கொண்டிருக்கும் அபாயகரமான மாற்றங்கள் கலங்கடிப்பவை என்று காட்டுவதன் அடையாளமாகத்தான் 'கண்ணீர்த் துளியைப்' பயன்படுத்தியுள்ளார்.

இராமனின் மணவிழாவைக் காண வரும் கூட்டத்தைக் காட்டத் தனது காவியத்தில்

> 'உழுந்து விட இடமில்லை உலகம் எங்கணும்'
>
> (பால காண்டம் எழுச்சிப் படலம் - பாடல் 23)

என்று மங்கலச் சொல்லாக உளுந்தைப் பயன்படுத்திய கம்பன், இராவணன் மாண்டு கிடத்தலைக் குறிக்கும்போது இறந்தபின் இறுதிக் கடனில் தெளிக்கும் எள்ளை நினைவில் கொண்டு,

'எள் இருக்கும் இடனின்றி'

(யுத்த காண்டம் - இராவணன் வதைப் படலம்: 10082)

என்று எள்ளைப் பயன்படுத்தியிருப்பான். கவிஞர், கண்ணீர்த் துளி அளவேனும் என்பது கடல் அளவு துயரத்தை அடக்கிப் பெய்த ஒற்றைச் சொல் அல்லவா? இச்சமயத்தில், கவிப்பேரரசர் கண்ணீர் என்னும் வார்த்தையைப் பயன்படுத்தி வாசித்த கவிதை ஒன்று எனக்குள் பசுமையாய் இருக்கிறது.

'தண்ணீர் தண்ணீர் தண்ணீர் அந்தத்
தண்ணீர் போயின் தண்ணீர் போயின்
கண்ணிலும் வராது கண்ணீர்
கண்ணீர்ச் சுரப்பிகள் காய்ந்து கிடக்கும்'

(பக்கம் 084)

ஏனெனில், கண்ணீரும் தண்ணீரின் ஒரு பாகம்தான் என்பதால் அதனைக் கூறும் கவிதை வரிகள் நினைவுக்கு வருவதைத் தவிர்க்க முடியவில்லை.

கவிஞருக்குத் தண்ணீரைப் பார்த்ததும் வரலாற்றுச் செய்திகள் யாவும் வரிசை கட்டி நிற்கின்றன.

புத்தர் தாகசாந்தி செய்ததும்
மற்றும் போதி மரம் குடித்த
மிச்சமும் இன்றைய தண்ணீரின்
அன்றைய பாகம்தான்

சீசர்
வாட்கறை கழுவியதும்
சிலுவையுண்ட பிரான்
கடைசியாய்க் கேட்டதும்
காடியாய்த் தந்ததும்

இன்று நாம் பருகும்
இன்னொரு பாகம்தான்

(பக்கம் 118)

எப்படிப்பட்ட ஆழமான கற்பனை! 'தண்ணீரை அலட்சியம் செய்யாதீர்' என்று உலகோரை எச்சரிக்கின்றார் கவிப்பேரரசர்.

இக்கவிதை நூலில் ஐம்பூதங்களின் ஆற்றலையும் அவை 450 கோடி ஆண்டுகளாக உள்ளன என்றும், அவை இன்னும் 450 கோடி ஆண்டுகள் உலகைக் காக்கும் திறன் பெற்றவை என்றும் உலக வரலாற்றை அறிவியல் கலப்போடு அழகுத் தமிழில் விவரித்துக் கவிப்பேரரசர் நமக்கு விளக்குவது எதற்காக? இந்த உண்மையை மனிதகுலம் புரிந்து நடந்து கொள்ள வேண்டும் என்பதற்காகவே! இயற்கையோடு இயைந்து மனித குலம் மேலும் மேலும் தழைக்க வேண்டும் என்பதற்காகவே!

இன்றைய மனிதனுக்கு அன்பான வார்த்தைகளால் சொல்லும் எந்த உண்மையும் சுடுவதில்லை; மனத்திற்குள் சென்று உறைவதில்லை.

எனவேதான், எல்லாவற்றையும் வெட்ட வெளிச்சமாகக் கூறி கடும் எச்சரிக்கை விடுக்கிறார் கவிஞர்.

மனிதனைச் சுற்றி இயற்கை தந்த செல்வங்கள் ஏராளம். ஐம்பூதங்களும் ஐவிரல்களாய் மாறித் தன் உள்ளங்கையில் மனித குலத்தைக் காக்கின்றன. ஆனால், மனிதன் அதனை அலட்சியம் செய்வதோடு அழிக்கவும் முற்பட்டுவிட்டான். அதனால்தான் கவிப்பேரரசர் மனிதனுக்கு எச்சரிக்கை விடுக்கின்றார்.

"நிகழ்கால மனிதா!
நீ கால்நடையாய் வந்த
ஒரு பயணி

பூமியை
நீ நுகர முடிவது
ஐம்புலன் அளவுக்குத்தான்
நுகர்ந்தாயா
போ....போய்விடு...

வாழும் உயிர்கட்கும்
வந்து கொண்டிருக்கும்
பயணிகளுக்கும் வழிவிடு

மண் கண்டம் சொந்தம் என்று
மமதை கொள்ளாதே

உன் குழி
எவ்வளவு கொள்ளுமோ
அவ்வளவே உன்மண்

அம்மண் எம்மண்ணோ
ஆதலால்,
சகல மண்ணுக்கும்
தலை வணக்கம்

இந்நூல் முழுவதும் கவிப்பேரரசர் எத்தனை வணக்கங்களை வைத்துள்ளார் தெரியுமா? அத்துணையும் தரையில் தலைபடச் செலுத்தும் வணக்கங்கள்!

ஐம்பூதங்களும் உனக்குக் கிடைத்த அரிய செல்வம்; உன்னைக் காக்க வந்த அரும்பெரும் நிதி. ஆனால், இன்றைய மனிதனோ ஆறாம் பூதமாக மாறி ஐம்பூதங்களையும் வதைக்கத் தொடங்கிவிட்டான். ஐம்பூதங்களும் தம்மைக் காத்துக் கொள்ளப் போராடத் தொடங்கி விட்டன. அவை தம்மைக் காக்க வேண்டிக் கவிப்பேரரசுக்கு வைத்த விண்ணப்பத்துக்கு எதிரொலியும் பதிலும்தாம் இம் 'மகா கவிதை'!

ஒரு படைப்பைக் தாம் படைக்க வேண்டும் என்றால் இயற்கையே தம்மைப் பணிக்கும் என்று கவிப்பேரரசர் கூறுகின்றார். "வானத்தில் இருந்து ஓர் அசரீரி கேட்கும். ஒரு பறவை கண் சிமிட்டும், ஒரு மொட்டு

வெடிக்கும்". இந்தச் சமிக்ஞைகள் வந்த பின்புதான் கவிஞர் கவிதைகளைப் படைக்கிறார். தன்னைக் காக்க ஓலமிட்ட இயற்கைக்குக் கவிஞர் தந்த பதில்தான் இந்த 'மகா கவிதை!'

இயற்கை, கவிஞரிடம் காதுக்குள் பேசுமா என்று நினைப்போருக்கு ஒரு நிகழ்வை நினைவூட்ட விரும்புகிறேன். வெளியில் சொல்ல முடியாத வேதனைகளைத் தீர்க்கும் வல்லமை படைத்தவன் எவனோ, அவனிடம் பிறர் அறியாமல் சொல்வதுதானே மரபு.

கம்பராமாயணக் கவியரங்கம் ஒன்றில் நமது கவிப்பேரரசர் ஒருமுறை பாடினார். கம்பனைப் பார்த்துக் கவிப்பேரரசு கேட்ட கேள்வி இது....

"ராமனைப் பிரிந்து அசோகவனத்தில்
சீதை அழுத கதை கதை கதையாப் பாடினையே
கம்பா!
அம்பிகாபதி இழந்து அமராவதி
உன் காதுக்குள் அழுதாளே!
நீ கவி ஒண்ணும் சொல்லலியே!
கம்பன் இங்கிருந்தா கையோட கேட்டிருப்பேன்!'

என்று பாடினார். காதுக்குள் வைக்கின்ற விண்ணப்பங்களுக்கு எல்லாம் பதில் தருவது கடமை என்பதுதானே இதன் பொருள். தமது காதுக்குள் இயற்கை வைத்த விண்ணப்பத்திற்குக் கவிப்பேரரசர் அளித்த ஆறுதல்தான் இந்நூல்.

மறுக்க முடியாத மறைக்கமுடியாத அறிவியல் உண்மைகளைக் கூறும் 'மாகவியின் மகா கவிதை' 'எழுத்து வடிவம் கொண்ட எந்த மொழியிலும் மொழிபெயர்க்கத் தக்கது'. தன்னைப் படைத்த இயற்கைக்கு அரணாக நின்று இயற்கையை மனிதன் நன்றியோடு நேசிக்க வேண்டும் என்பதற்கான காரணங்களைப் பட்டியலிடும் பன்முக நூல் இது.

ஒரு பிரபஞ்சக் கவிஞராகத் தம்மை நிலை நிறுத்தி,

இயற்கை வாழ,
மனிதன் வாழ,
மனிதம் வாழ

ஆசை பற்றி அறையலுற்று அதற்காகப் பணி செய்வதே தமது வாழ்நாள் இலட்சியம் என்பதன் வெளிப்பாடே கவிப்பேரரசரின் 'மகா கவிதை'. மனிதன் தன் செயலுக்காக வருந்துவான், ஒரு நாள் திருந்துவான் என்று கவிப்பேரரசு கொண்ட நம்பிக்கை வாழ இந்நூல் வாழ வேண்டும் என்று கவிப்பேரரசரின் மொழியை முத்தாய்ப்பாய்க் கூறி நிறைவு செய்கிறேன். இந்த நூல் கற்கத்தக்கது; கற்றபின் அதன்படி நிற்கத் தக்கது!

- முனைவர் சரோஜினி செல்லக்கிருஷ்ணன்
அசோசியேட்,
சிங்கப்பூர் சமூக அறிவியல் பல்கலைக் கழகம், சிங்கப்பூர்

❖

9

மகா கவிதையில் திணைவெளி உலகவெளியாதல்
- முனைவர் இரா.அறவேந்தன் -

உலக இயற்கையின் இயக்கத்தை இலக்கியவாதிகள் 'பூதம்' என்றும் 'ஐம்பூதம்' என்றும் அடையாளப்படுத்தினர். இந்தப் பெயர் சூட்டலில் ஒரு வகையான மிரட்சி இருக்கிறது. இந்த மிரட்சி பூதங்களைப் பற்றி அறியாமையால், புரிந்து கொள்ளாமையால் விளைந்ததாகும். இந்த மிரட்சி இன்றும் தொடர்வதன் வெளிப்பாடுதான் கணினிவழிச் சோதிடம், நவகிரக வழிபாடு, ஊடகங்கள் போட்டி போட்டுக்கொண்டு இராசிபலன் வழங்குவது முதலானவை ஆகும். இத்தகு நீண்ட நெடிய இலக்கிய மற்றும் சமுதாய நீரோட்டப் பின்புலத்தில் ஐம்பூதங்களை மட்டும் கருப்பொருளாகக் கொண்டு 'மகா கவிதை' எனும் நூல் தமிழில் உருவெடுத்துள்ளது (2024).

மகா கவிதை, பூதங்களின் இயக்கத்தை இயற்கையின் செயல்பாடு எனும் அறிவியல் பார்வையில் வாசகர்க்கு அறிமுகப்படுத்துகிறது. நிலம் முதலானவை தொடர்பாக அறிவியல் சுட்டும் கருத்துக்களை எல்லாம் திரட்டிக், கவிதை எனும் எடுத்துரைப்புக்குள் கொண்டு வரப் பெரு முயற்சி மேற்கொள்கிறது. நிலம், நீர், தீ, காற்று, வெளி எனும் ஒவ்வொன்று தொடர்பாகவும் அறிவியல் உலகில் அளிக்கப்பட்டுள்ள விளக்கங்களை, அவற்றின் இயல்புகளை விளக்குவதற்கு அடிப்படையாகக் கொள்கிறது. இந்த விளக்கத்தில், அவற்றின் வியப்புறு இயக்கத்தை உச்சப்படுத்தும் வகையில் தாய் என்றும் தெய்வம் என்றும் கடவுள் என்றும் அவை முன்னிறுத்தப் பெறுகின்றன. விதிவிலக்காக வெளி மட்டும் தந்தையாக அடையாளம்

பெறுகிறது. இவ்வகையான தெய்வம் கடவுள் எனும் உயர் அடையாளப் படுத்தங்கள் வாசக நெஞ்சில் அழுத்தமாகப் பதிவாகாதவாறு கவிதையின் எடுத்துரைப்பு கவனமாக நடையிடுகிறது.

எந்த ஒன்றை
இன்னொன்று கொண்டு
நிரப்பவியலாதோ அதைக்
கடவுள் என்பர் சிலர்;
காற்றென்போம் நாம் (ப.241)

பிரபஞ்சத்தின் 'ஒழுங்குவிதி'யைக்
கடவுள் என்பேன்'

அப்படியாயின்,
கடவுள்
'அவர'ல்லர்;
'அது' (ப.297)

என்று இயற்கை முதன்மைபெற்றுக் கடவுள் இரண்டாம் நிலைக்கு உரியவராகிறார்; அல்லது இயற்கையே கடவுள் எனும் முன்மொழிவு முதன்மைபெறுகிறது. ஆக, மகா கவிதை எனும் நூல் ஐம்பூதங்களை அறிவியல் பூர்வமாக அடையாளப்படுத்துவதை அதன் சிறப்புக்கூறு எனலாம். இதற்கு அப்பாற்பட்டு, இத்தகு அடையாளப்படுத்தத்திற்கான காரணத்தையும் இந்த நூல் வழங்குகிறது. அதாவது, நிலம், நீர் என ஒவ்வொன்றின் இயல்புகளையும் அறிவியல் அடிப்படையில் விவரித்து முடிக்கும் போது, அதன் 'காயப்பட்ட நிலை'யைக் கவலையோடு விவரிக்கிறது. சுருங்கச்சொன்னால், காயத்தைக் கவனப்படுத்துவதற்காகவே இயல்புகள் விவரிக்கப்படுகின்றன எனலாம்.

நிலம் முதலான ஐந்தையும் விவரிக்கும் முறையில் ஓர் ஒழுங்குமுறையை மகா கவிதை பின்பற்றுகிறது. ஒன்றின் தோற்றத்தைப் 'பிறப்பு' என்று குறிக்கிறது. அதன் பயன்பாடு தன்மை இயல்பு என்றமையும் விவரிப்புகளை அவற்றின் 'வளர்நிலை' என வாசகர் புரிந்துகொள்ள வழிசெய்கிறது. இவற்றின் தேவையை இந்த மனிதச் சமூகம் சரிவர உணராமல், எதிர்காலச் சமூகத்திற்குப் பயன் தரும் வகையில் கையாளாமல் அதீதமாக நுகர்வதை விமர்சனத்திற்கு உட்படுத்து கிறது. அதாவது, இயற்கையை அழிக்கும் சமூகச் செயல்பாட்டைப்

பொதுவுடைமைப் பொருளை
தனியுடைமைப் பொருளாய்ப்
பெண்டாளப் பார்க்கிறான்
சண்டாள மனிதன் (ப.96)

என்கிறது. இந்த நிலையில், இந்தக் கவிதை நூல் ஓர் சமூக அக்கறைமிகு பனுவலாக உருவெடுக்கிறது. இன்னும் சுருக்கமாகச் சொல்வது என்றால் ஐம்பூதம் எனத் தமிழ் இலக்கியப் பரப்பில்

பேசப்பட்ட கருத்தியலை உலக அரங்கிற்கு விரித்துச் செல்கிறது. மொழி, இன, சாதி, மத வேறுபாடுகள் கடந்து உலகில் வாழ்கின்ற ஒவ்வொரு தேசிய இனமும் கவனத்தில் கொள்ள வேண்டிய சமூக நோய்நிலையாக அர்த்தப்படுத்துகிறது.

> முதுகில் ஏறி
> முதுகுத்தண்டு வழியே
> ரத்தம் குடிக்கின்றன
> வளர்ந்த நாடுகள்
>
> ஓசை இல்லாமல் ஒலிக்கிறது
> 'கார்ப்பொரேட் வேதம்
>
> ...
>
> டாலர் தெய்வம்
> நமக்களித்த ஆசீர்வாதம் (பக்.102,103).

என்று இயற்கையின் 'நோய்நிலை'க்கான காரணத்தை உலக அளவிலான சந்தைப் பொருளாதாரப் பின்புலத்தில் பதிவிடுகிறது. இதுபோன்ற கருத்துகள் சில பத்தாண்டுகளாகப் பொதுவெளியில் பேசப்பட்டும் அவை பயனற்றுப் போய்விட்டதை நூலின் முன்னுரை,

"2015-இல் பாரீசில் பருவநிலை மாநாட்டில் 195 நாட்டு... உஷ்ணப்பட்ட தலைவர்கள் ஊருக்குப் போனதும் ஆறிப் போனார்கள்... வணிகப் பேராசை, துய்ப்புக் கலாச்சாரம், முந்திவர வேண்டும் என்னும் முதலாளித்துவ மூர்க்கம், கூட்டாண்மைகளின் நாட்டாண்மை எல்லாம் கூடி உலகத் தீர்மானத்தை மறதிக் குழி வெட்டி மண்ணிட்டு மூடிவிட்டன.

இந்த பூமியை நம்பிப் பிறக்கப் போகும் மனித குலத்தின் தொடர்ச்சி குறித்தோ, விலங்குகளின் கொண்டாட்டம் குறித்தோ, பறவைகளின் சங்கீதம் குறித்தோ மிச்சமிருக்கும் பூமியின் நெடியாத்திரை குறித்தோ அவர்களில் யாருக்கும் கண்ணீர்த் துளி அளவேனும் கவலை இல்லை" (பக்.09,10).

என்று தெளிவுபடுத்துகிறது. அதாவது, நேர்ந்துள்ள நோய்நிலை அறியாமல் விளைந்தது அன்று; அறிந்தே உருவாக்கியது என்று குற்றம் சாட்டுகிறது. இங்குதான், இந்த நூல் தன் பங்கிற்கு ஆக்கபூர்வமான விழிப்புணர்வை வாசகரிடம் உருவாக்க விழைகிறது எனும் புரிதலும் வெளிப்படுகிறது. பிரான்சு மற்றும் ரஷ்யப் புரட்சிகளும் பல நாட்டு விடுதலைகளும் இலக்கிய வேள்வியில் விளைந்தவை என்பதால், மகா கவிதையின் நம்பிக்கையை, ஐந்தில் ஒன்றாகவும் ஐந்துடன் நெருக்கம் கொண்டதாகவும் திகழும் நிலம் எனும் பூமிவழி விவரிக்க முனைகிறது இந்த எழுத்துரை.

மகா கவிதை எனும் இந்த நூல் இன்று பெருவழக்கில் இருக்கின்ற புதுக்கவிதை எனும் இலக்கிய வகையில் படைக்கப்பட்டுள்ளது. புதுக்கவிதைக்குரிய நேரடியாகச் சொல்லுதல், சமூகப் பிரச்சனையைப் பேசுதல் என்பவை இந்த நூலிலும் இழையோடுகின்றன. இவற்றினூடே மரபார்ந்த கதை சொல் முறையையும் இந்த நூல் தன்னுடைய கவிதையாக்கத்திற்கு எடுத்துக் கொண்டுள்ளது. விவரம் வருமாறு:

பண்டைய அல்லது முந்தைய தமிழ்க் காப்பியங்களில் கதை மாந்தர்களை அறிமுகம் செய்தல், அவர்களின் வாழ்வியல் வளர்ச்சி நிலைகளைச் சுட்டுதல், அவர்கள் எதிர்நோக்குகின்ற பிரச்சனைகளைப் பற்றிப் பேசுதல் என்ற முக்கியக் கூறுகள் இடம் பெறும். அதே போன்றுதான் இந்த நூலின் விளக்கமுறையும் அமைந்துள்ளது. கவிதை என்று சொல்லப்பட்டாலும் ஒரு காவியத்திற்கான எடுத்துரைப்பியலை இந்த நூலின் நீரோட்டத்தில் கவனிக்க முடிகிறது. இந்த நூலின் தொடக்கமாக அமையும் 'ஆதியிலே ஒரு மேகம் இருந்தது' என்ற வெளிப்பாட்டுமுறை, ஒன்றைப் பற்றிப் படைப்பாளி தன்னுடைய நிலையிலிருந்து எடுத்துரைக்க முற்படுகிறார் என்பதனைச் சுட்டுவதாக உள்ளது. பழங்காப்பியங்களில் கதை மாந்தர்கள் பேசுவார்கள். அதைத் தன்னுடைய கூற்றாகத்தான் படைப்பாளி அமைப்பார். நேரடியாக இன்றைய உரைநடை இலக்கியம் போன்று ஒரு கதை மாந்தர் மற்றொரு கதை மாந்தரிடம் பேசும் படைப்பாக்க முறை பழைய இலக்கியப் படைப்பு முறையில் பெரிதும் இடம் பெறுவதில்லை. அதே போன்றுதான் மகா கவிதையும் அமைந்துள்ளது. மகா கவிதையின் பிற்பகுதியில் இடம்பெறுகின்ற வளி எனும் காற்றுத் தொடர்பான விளக்கத்தின் விவரிப்புமுறையில், ஒரு மாந்தர் காற்றோடு உரையாடுவதாகக் கவிதைப்போக்கு உள்ளது. ஏனைய இடங்களில் படைப்பாளி நிலம், நீர், தீ, வெளி என்பவற்றுடன் பேசுகிறார். இவற்றால், ஐம்பூதங்களுமே ஐந்து முக்கியமான கதை மாந்தர்களாக வாசகர் மனக்கண்ணில் உருவெடுத்து நிற்கின்றனர்.

புதுக்கவிதை வாசிப்பில் கவிதையாக்கத்தில் இடம்பெறும் மொழியாளுகையும் குறியீடுகளும் அர்த்த விரிவாக்கத்திற்கு உதவும். மகா கவிதையைப் பொருத்தவரை, கவிதைக்கான மொழியாளுகையுடன் நூலின் முன்னுரையையும் அருஞ்சொற்பொருள் அளிப்பையும் இணைத்து வாசிக்கையில் கவிதைப் பொருண்மை விரிவு பெறுகிறது. மகா கவிதையின் முன்னுரையில் பூமி எனும் ஒற்றைக் கதை மாந்தர் முதன்மைப்படுத்தப் பெறுவதனைக் காண முடிகின்றது. இந்த ஒற்றைக் கதை மாந்தரின் வாழ்வியலைச் சிதைக்கும் முதலாளித்துவ வர்க்கம் வில்லனாக எதிர்நிலைப்படுகிறது. அதே நேரத்தில் பூமி அல்லாத பூமி போன்று ஆற்றல் வாய்ந்ததாகத் தோற்றமுடைய ஏனைய கோள்களில்

மனிதர்கள் வாழ முடியாது என்ற புரிதலையும் முன்வைக்கிறது. அந்தக் கோள்களிலிருந்து பூமி எனும் கோள் மட்டும் தனித்த பெருமைக்குரியதாக எவ்வாறு உள்ளது என்பதைக் கவனத்திற்கு உட்படுத்துகிறது. இந்த பூமியில் நீர், தீ என்பவை மனித சமூகத்தை மேம்படுத்துவருக்கு ஏற்ற வகையில் அமைந்துள்ளதை எடுத்துரைக்கிறது. அதாவது, இந்த நூலின் முன்னுரையைக் கவிதைப் போக்குடன் இணைத்து வாசிக்கையில், பூமியை இந்த நூல் ஒரு முதன்மைக் கதா மாந்தராக மாற்றி விடுவதை அறியமுடிகிறது. சிலப்பதிகாரத்தில் முதன்மைக் கதைமாந்தர் கண்ணகியா, கண்ணகியின் சிலம்பா என்றமைவது போன்று, இந்த நூலில் பூமியா நீரா காற்றா என்ற தொனி இருந்தாலும், பூமிதான் முதன்மைக் கதைமாந்தர் என்ற புரிதலை முன்னுரை வெளிப்படையாகவும் கவிதைப் போக்கு உள்ளார்ந்தும் தெளிவுபடுத்துகின்றன.

மகா கவிதை, தான் எடுத்துக்கொண்ட ஐந்து பொருண்மைகளுக்கும் ஏறக்குறைய சம அளவிலான பக்கங்களை முறையே 56, 56, 54, 60, 54 என்று ஒதுக்கியுள்ளது. ஆனால், ஒரு புதுக்கவிதையை மதிப்பீடு செய்வதற்கோ புதுக்கவிதையினுடைய ஆற்றலை உணர்ந்து கொள்வதற்கோ பக்கங்களைவிட ஒற்றை வரிகளே வலிமையாக இருக்கும்; போதுமானவையாக இருக்கும். அத்தகு வலிமையை இந்த நூலின் பூமி எனும் நிலம் தொடர்பான கவிதையாக்கத்தில் காணமுடிகிறது.

நிலம் - அதாவது, இந்த பூமிப்பந்து எவ்வாறு உருவாகிற்று என்பதனை அறிவியல் தன்மையோடு கவிதையில் பதிவிடுவதற்கு மகா கவிதை பெருமுயற்சி எடுக்கிறது. ‘ஆதியிலே ஒரு மேகம் இருந்தது’ என்று சொல்லி, அந்த மேகம் தும்பை மேகம் அன்று என்று அதனுடைய ஆற்றலைப் பதிவிட்டு, வரங்கொண்டுவந்த பெருங்கொண்ட மேகம், நில்லா நெடுஞ்சுழற்சியால் மனிதனையும் கடவுளையும் சூலில் சுமந்த மேகம் என்றெல்லாம் அதன் ஆற்றலை உச்சப் படுத்துகின்றது. இங்கு, மேகம் முதலான எல்லாவற்றையும் படைத்தவர் கடவுள் என்ற கருத்தியலிலிருந்து மாறுபட்டு, மேகம் கடவுளுக்குத் தாயாக உருவகம் செய்யப்பட்டது கவனத்திற்குரியது. இந்த மேகத்தைக் கருக்கொண்டதாக அடையாளப்படுத்த தூசுகள், உலோகத் தூள்கள், வாயுக்கள் அதனோடு இணைத்துப் பேசப் பெறுகின்றன.

> அந்த மேகவட்டத்தின்
> கருவறைக்குள் கண்வளர்கிறது
> ஒரு பேருலகம் (ப.21)

என்று சொல்லி, அந்தப் பேருலகம் ஆற்றல் மிக்கது. ஆற்றல்மிக்க விதையானது எல்லாத் தடைகளையும் மீறி முளைக்கும் என்பதனை ‘கிழிபடு விதையும் உளிபடு சிலையும் உடைபடு அணுவும் பிறிது பிறிதாதல் எதற்கு?’ (ப.22) என்ற வினாவோடு அதன் மற்றொரு பரிணாமத்தைச் சுட்டுகிறது. தூசு, வாயு, உலோகம் மூன்றும் கூடிய

கூட்டணியில் இரும்பு ஒரு முக்கியத்துவம் பெறுகிறது. இதிலிருந்து மற்றொன்று பரிணாமம் பெறுவதனை

>ஒரு கூட்டுப்புழுவைப் போல்
>தன்னுருவம் தான் புனைந்து
>தன்னைத்தான் வனைந்து வனைந்து
>தகவமைக்கிறது
>
>(ப.23)

என்று மனிதக் கருவுறுதலுக்கு நிகராக, கருவுற்ற குழந்தை வளர்வதற்கு நிகராக, பூமியின் பிறப்புநிலை பேசப்படுகிறது. பூமியை ஒரு கதை மாந்தராக உருவகப்படுத்திக் கொள்வதற்கு ஏற்ப, மலைகளையும் சமவெளிகளையும் மேடுகளையும் பள்ளங்களையும் பூமிக்கான கண், காது, மூக்கு என்று உருவப்படுத்தி, அடுத்த கட்டத்தில் தாய் என்று வெளிப்படையாக அது விளிக்கப்படுகிறது. ஒரு வகையில் பூமிக்குத் தாய் மேகம் என்ற அடையாளப்படுத்தம் நிறைவு பெறுகிறது. அடுத்து, பூமியும் வானமும் பேசிக்கொள்வதாகவும், அந்த பேச்சு மழையாகவும் அந்த மழை மாமழையாகவும் மழையின் வீரியத்தில் வெள்ளக்காடு உருவாவதாகவும், அதன் தொடர்ச்சியாகப் பூமியில் உயிர்கள் பரிணமிப்பதாகவும் மகா கவிதை நடையிடுகிறது. அதாவது, பூமி பிறந்து தானே ஒரு தாயாக வளர்ந்து விட்டதனை

>அக்கினி பூமி
>மேலும் மேலும் ஆவியெழுப்பி
>மீண்டும் மீண்டும் மழை பரப்ப
>நெருப்புக் கோளம்
>நீர்க் கோளமாயிற்று
>...
>பாறைகள் உடைந்துடைந்து
>துகள்களாயின
>...
>மணல் மண்ணாயிற்று
>
>மண்
>தாவரங்களின்
>சர்வதேச சமூகத்தை வளர்த்தபோது
>கரியமில வாயு உட்கொள்ளப்பட...
>காற்றில் உயிர்வளி பெருக...
>
>(பக்.30,31)

என்று விவரித்து அடுத்த கட்டமாக, 'அன்னை மண்ணாள், பிரபஞ்சக் கூவல் கூவினாள்' என்று எல்லாப் படைப்புகளுக்கும் எல்லா உயிரினங்களுக்கும் பூமி தாயான கதை விவரிக்கப்படுகிறது. பூமியின் அடிவயிற்றுக் குலுங்கலுக்குப் பூகம்பம் என்று பெயர் வைத்து, அதனால் 'பேன்ஜியா' எனும் ஒரு கண்டமாக இருந்த பூமி, கோண்ட்வானா - லாரேசியா என இரண்டு துண்டுகளாக உருவான அறிவியலோடு இணைக்கிறது. இந்தக் கண்டங்கள் 'பதினேழு கோடி ஆண்டுகளுக்கு

முன்பு கண்ணாடி சில்லுச் சில்லாய் உடைந்ததாக வயதையும் சுட்டுகிறது. இந்த வயது சுட்டுதலில் அல்லது இதுபோன்று ஆண்டுகளை ஒவ்வொரு கோளுக்கும் சுட்டுதலில் ஏதேனும் கருத்துப்பிழை நேர்ந்திருந்தால் அது படைப்பாளியுடையதன்று; தரவுகளின் பிழை என்று தெளிவாக எடுத்துரைக்கவும் முன்னுரை தவறவில்லை.

'மண்ணென்னும் மங்காய் ...
தாயே! நீ நல்லை
பொய்யொன்றுமில்லை,
பிறப்புக்கும்
சுகமான இருப்புக்கும்
சந்தேகமில்லாத இறப்புக்கும்
இந்தச் சூரியக் குடும்பத்தில்
உன்மடி விட்டால் ஏது இடம்? *(பக்.35,36)*

-என்றெல்லாம் பூமியைச் சொல்லும்போது, தன்னை அறியாமலேயே மகா கவிதை ஏனைய கோள்களிலிருந்து பூமியைப் பிரித்துக் காட்டிக்கொள்கிறது; முதன்மைப்படுத்திக் கொள்கிறது; அனைத்திற்கும் தாயாக்கிக் கொள்கிறது மனத்தளவில். வேறு கோள்களில் பிறந்திருந்தால் என்ன ஆகும் என்பதனைத் தனித்தனி எடுத்துரைப்புகள்வழி விளக்கி,

'பூமியே தாயே
என் தங்கமே
நீ மட்டும்தான்
கோளாறில்லாத கோளம்,
தாயே உன் சாகசம் கருதினால்
இறந்த பிறகும் வியந்து கிடப்போம்
எம்மையெல்லாம் ஈன்றெடுக்க
மூன்று உத்திகளை முன் வைத்தாய்' *(ப.37,38)*

-என்று மூன்று அடுக்குகளை உருவகப்படுத்துகிறது. ஒன்று சூரியனுக்கும் பூமிக்கும் நிச்சயித்த தூரம். இந்தத் தூரம் குறிப்பிட்ட இடைவெளி இல்லாமல் இருந்திருந்தால் நேரும் சோகத்தையும் கவனத்தில் கொள்கிறது; அணுகாது அகலாது தீக்காய்வது என்ற வள்ளுவனின் வாக்கைத் துணையாக்குகிறது.

இந்த பூமி ஐந்து முறை பனிக் கல்லறைக்குள் படுத்து இருந்தது என்று சொல்லி ஒவ்வொன்றையும் 'முற்றழிவு' என்று தனித்தனியே விளக்குகிறது. ஒவ்வொரு காலகட்டத்திலும் பூமியில் உயிரினங்கள் எவ்வாறு படிப்படியாகத் தோன்றின என்பதனைக் கவனத்தில் கொள்கிறது. ஒவ்வொரு காலகட்டத்திற்குமான ஆண்டுகளையும் சுட்டுகிறது. அர்டோவிசியன் காலம், டெவோனியன் காலம், பெர்மியன் காலம், ஜூரசிக் காலம்,கிரிட்டேசியஸ் காலம் என ஒவ்வொரு காலத்தையும் அறிவியல் வரலாற்றுப் பின்புலத்தில் கவிதைக்குள் கொண்டு வருகிறது. அதாவது, பூமிக்கான பிறப்பையும் வளர்ச்சியையும் பேசி முடிவுக்குக் கொண்டு வருகிறது. தொடர்ந்து, அந்த பூமியினுடைய இயல்பை ஆற்றலைச் சொல்வதற்காகப், ' பூமித் தாயே உன் பொறுமை என்

சொல்வேன்' (ப.47) என்று தொடங்கி ஒவ்வொன்றாக அதன் இயல்புகளை விளக்குகிறது; 'பொறுமை என்பது குணம் அல்ல; தவம்' என்கிறது. இந்த இயல்புகள்தான் இந்த நூலுக்கான அடிப்படை. இந்த இயல்புகள் மனித வாழ்க்கையை எவ்வாறு வளப்படுத்துகின்றன என்பதனை ஒவ்வொரு அலகாக மகா கவிதை சுட்டிச் செல்கிறது.

      ஒற்றைக்கால் தாவரங்களும்
      நான்குகால் விலங்குகளும்
      மனிதன் உள்ளிட்ட
      இரண்டுகால் உடல்களும்
      நூற்றாண்டுகள் மீதுதான்
      நின்றாடுகின்றன;
      எச்சமிடுகின்றன;
      எச்சில் விடுகின்றன   (ப.53)

என்று எல்லா உயிர்களுக்கும் தாயாக இருந்து தாங்குவதனையும் சுட்டிக்காட்டிப் பூமியைப் பெருமைப்படுத்தித் தன்னுடைய சமூக அக்கறைக்குள் மகா கவிதை நுழைகிறது.

      மண்ணையும் தாய்ப்பாலையும்
      மதிப்பதில்லை மனிதன்
      மலிந்து கிடப்பதனால்   (ப.54)

என்று தன்னைத் தானே நொந்து கொள்கிறது. 'இதுதான் மனிதா மண்ணின் கதை' என்று மண்ணின் தோற்றமும் வளர்ச்சியும் பற்றி விளக்கும் மகா கவிதை பூமியின் வடிவ மாற்றங்களையும் பேசுகிறது. பூமிக்கு ஒரே தோற்றத்தில் நம்பிக்கை இல்லை, மலையானது கடலாகிறது, கடலானது மலையாகிறது என்று சொல்லும்போது, 'புத்தர், இயேசு, நபி சீசர், அலெக்ஸாண்டர் எனப் பலரும் ஒரு நாள் பூமிக்கு வந்து போனால் அவர்களுக்கு அவர்கள் வாழ்ந்த இடம் கூடத் தெரியாது' (ப.62) என்று சுட்டுகிறது. அதாவது, இந்தப் பூமியினுடைய மாற்றத்தை உணர வேண்டும் என்று சுட்டிக்காட்டி விவரிக்கின்ற மகா கவிதை, பூமிக்கு நேருகின்ற இன்னல்களுக்குக் காரணமாகத் திகழும் மனிதக் கூட்டத்தை வில்லனாக உருவகப்படுத்துகிறது. பூமி என்ற ஒரு கோளைப் பெண் கதை மாந்தராக உருவகப்படுத்தி, தாயாக உருவகப்படுத்தி, தாய்க்கு அந்தப் பெண்ணுக்கு எதிராக ஒரு வில்லனாக மனிதனை இக்கவிதை நூல் உருவாக்குகிறது. சுருங்கச் சொன்னால், திரைப்படத்தில் வருகின்ற கதாநாயகியை வில்லன் ஒருவன் விரட்டி விரட்டி அவளுடைய கற்பைச் சூறையாடுவதைக் காட்சி செய்வது போன்று பூமி என்ற பெண்ணின் பூமி என்ற தாயின் கற்பு எனும் வளத்தை இந்த மனிதக்கூட்டம் சூறையாடிக் கொண்டிருக்கிறது என்கிறது. இதனை,

      மனிதன்
      கோடரியோடு வருவதுகண்டு
      காற்றைக் கட்டிக் கொண்டு
      அழுகிறது காடு

...
வந்துற்ற மனிதன்
விருந்தாளியோ
விரோதியோவெனும் கேள்வியைச்
சுற்றும் தலையில் தூக்கிக்கொண்டு
ஆகாயத்தின் தெருத்தெருவாய்
அலைகிறது பூமி (ப.69)

என்ற விவரிப்பில் சிலப்பதிகார வாசகனுக்கு, மதுரை நகரில் கண்ணகி அலைந்து திரிந்தது மனக்கண்ணில் வந்து செல்கிறது. இந்த பூமி நிலம் நீர் காற்று எனப் பல்வேறு வகையில் சூறையாடப்படுவதனை 'வாய்வழி வழிகிறது அதே நச்சு' என்று சுட்டிக்காட்டி,

மனிதா
பூமியை நீ நுகர முடிவது
ஐம்புலன் அளவுக்குத்தான்,
நுகர்ந்தாயா போ ... போய்விடு ...
வாழும் உயிர்கட்கும்
வந்து கொண்டிருக்கும் பயணிகட்கும்
வழிவிடு ...
மமதை கொள்ளாதே
உன் குழி எவ்வளவு கொள்ளுமோ
அவ்வளவுதான் உன் மண்
அம் மண் எம் மண்ணோ ஆதலால்,
சகல மண்ணுக்கும் தலை வணக்கம் *(பக்.71,72)*

-என்று மனிதனுக்கான அறிவுறுத்தத்தை வழங்கி நிறைவு கொள்கிறது. அதாவது, பெண்ணின் கற்பைச் சூறையாடுகிற வில்லனுக்கு நீதிபதி அறிவுறுத்தித் தண்டனை வழங்குவது போல மகா கவிதை மனிதனுக்கு அவன் மனம் நோகுகின்ற அளவில் அவன் மனத்தில் தைக்கின்ற அளவில் சொற்களைப் பதிவிட்டு அந்தச் சொற்களையே அவனுக்கான தண்டனையாக அளித்து நிறைவுகொள்கிறது.

இங்கு, பூமி தொடர்பான மகா கவிதைக்குள் விரவிக்கிடக்கும் கருத்தையும் கருத்து விளக்கமுறையையும் கீழ்வருமாறு வருவிக்கலாம்.

- தோற்றம் பற்றிப் பேசுதல், அதாவது அதற்கான பழம்பெருமையைப் பேசுதல்.
- வளர்ச்சி பற்றிப் பேசுதல், அதாவது அதற்கான செழிப்பைப் பேசுதல்.
- இயல்பு பற்றிப் பேசுதல், அதாவது அதற்கான தேவையை நினைவூட்டுதல்.
- சிதைவு பற்றிப் பேசுதல், அதாவது அதற்கான வறுமைநிலையைச் சுட்டுதல்.
- திருந்துமாறு அறிவுறுத்துதல், அதாவது வறுமையிலிருந்து மீளும் வழியைச் சுட்டுதல்.

இந்த வருவித்தல்தான் மகா கவிதைக்குள் 'மூல படிமாக' அமைந்து கிடக்கும் 'படைப்பூக்கப்' பின்புலத்தை அறியத் துணைநிற்கும். இந்தக் கவிதை விவரிப்புப் படிநிலைகள், தமிழ் இலக்கியப் பரப்பில் பரிணமித்த பல்வேறு இலக்கிய வகைமைகளில் 'ஆற்றுப்படை' எனும் வகைமையை நினைவூட்டுகின்றன. பெரும்பாணாற்றுப்படையில் வறுமையுற்ற கலைஞனைப் பார்த்துச் சொல்லப்படும் வழித்தடம் ஐந்து திணைநிலங்களையும் அந்தணர் வாழ்விடத்தையும் கொண்டதாக அமையும். இதற்குப் பின்பு எழுதப்பட்ட திருமுருகாற்றுப்படையில் திணை நிலங்கள் கோவில்களாக வழிபாட்டு இடங்களாக மாற்றம் பெறுகின்றன. இதுவே, மகா கவிதையில் ஐம்பூதங்களாக மாற்றம் பெற்றுள்ளது.

இந்த மூன்று பனுவல்களிலும் பேசப்பட்டது என்னவோ ஒன்றே ஒன்றுதான். அது, வளர்ச்சி எனும் பெயரில் இயற்கை அழிப்புவழி நேர்ந்த வறுமை. திணைச் சமூகம் வீழ்ந்து பேரரசு உருவாகும்போது திணைச் சமூகத்தின் இயல்புகளைப் பேசி அதனோடு இயைந்த மண்ணின் கலைமரபைப் பெரும்பாணாற்றுப்படை மீட்டெடுக்கத் துடித்தது. இதே மன உணர்வில் திணைவழிபாடு சார்ந்த முருகவழிபாடு வழக்கற்றுப் பெருங்கோவில் உருக்கொண்ட போது திருமுருகாற்றுப்படை வெறியாட்டை நினைவுபடுத்திற்று. இன்றோ மகா கவிதை. ஆக, மூன்று படைப்புகளுமே, தம்தம் சமகாலப் பிரச்சனைகளைப் பேச ஒற்றைக் களத்திற்கு அப்பாற்பட்ட வேறுபட்ட களங்களை ஒருங்கிணைக்கின்றன எனலாம். வறுமை என்பது, பொருள் இன்மையாக, கலை வீழ்ச்சியாக ஒருகாலத்தில், பண்பாட்டு வீழ்ச்சியாக, மற்றொருகாலத்தில், இயற்கை அழிவாக இன்று எனத் தொடர்ந்துகொண்டே உள்ளது. அன்று தமிழ் எனும் அடையாள எல்லையில் நின்றன தமிழ்ப் படைப்புகள். அந்த மரபு இன்று எல்லை கடந்து தன் சமூக அக்கறையைக் கவனத்தில் கொள்கின்றது என்பதற்குச் சான்றாக உள்ளது மகா கவிதை. இந்த நூலின் உவமையாளுகையில் எடுத்துரைப்பில் இடம்பெறும் மொழிப்போர் தொடர்பாக ஒற்றைப் பதிவுதான் தமிழ் மட்டும் சார்ந்ததாக உள்ளது. ஏனையவை எல்லாம் இந்தியாவின் வடக்கையும் தெற்கையும் ஜெர்மனி, சீனா எனப் பல்வேறு அயல் நாடுகளையும் கவனத்தில்கொள்கின்றன. ஆக, பலநூறு ஆண்டுகளுக்கு முன்னரே தமிழ்ச் சிந்தனை மரபில் உருக்கொண்ட 'திணைவெளி' எனும் கருத்தாக்கம், அறிவியல் கண்ணோட்டத்தோடு மகா கவிதையில் இன்று உலக வெளியாக விரித்தெடுக்கப்பட்டுள்ளது எனலாம். இங்கு, தமிழ்த்திணை அழகியலைத் திராவிட அழகியலுக்குரியதாகப் பேசும் ஐயப்ப பணிக்கரின் 'மக்களின் மரபான வடிவக் கொள்கைகள் புதிய வடிவை வரவேற்கவும் உள்வாங்கவும் மாற்றி அமைக்கவும் தூண்டுகோலாக அமையும். இலக்கிய வடிவச் சிறப்புகளை வரையறை செய்வதற்கு மரபான வடிவ அறிவு ஆதிக்கம் செலுத்தும்' (2018) என்ற கருத்து நினைவுகூரத் தக்கது.

மகா கவிதையில், பூமிக்குரியதாக அமையும் பிறப்பு, வளர்ப்பு, சிதைவு, மீட்டெடுப்பு எனும் கருத்து விளக்கமுறை அடுத்தடுத்த பூதங்களுக்கான விளக்கங்களிலும் பின்பற்றப்படுகிறது. இது, நீர், காற்று தொடர்பான விவரிப்புகளில் தெளிவாக இடம்பெறுகிறது. தீ, வெளிக்கான சிதைவு விரிவாகப் பேசப்படவில்லை. வருங்காலத்தில் செவ்வாயிலும் சந்திரனிலும் மனிதன் குடிகொள்ளத் தொடங்கிவிட்டால் மகா கவிதையின் அடுத்த பாகம் வெளிவருவது உறுதி. அன்று, ஒரு கடியலூர் உருத்திரங்கண்ணனார் அல்லது நக்கீரர் அல்லது வடுகபட்டி வைரமுத்து அதை எழுதுவார். அதில், அறிவியல் கட்டுரைக்கான செய்திகள் எல்லாம், 'ஒற்றைக் கால் தாவரம், இரட்டைக் கால் மனிதன், நான்கு கால் விலங்கு' என்பது போன்ற உருவகங்களின் துணையோடு மீண்டும் மறு உரு பெறலாம்;

திணைவாழ்வியல் x அந்தணர்
உலகவளம் x முதலாளிவர்க்கம்

என்றமைந்த முரண்கள் நவீனத்துவம் பெறலாம்; பறவை, விலங்கு முதலான மனித வாழ்வியல் சார்ந்தவற்றுள் ஒன்றாகத் 'தெய்வத்தையும்' கருதும் தொல்காப்பியக் கருப்பொருள் சிந்தனை, இயற்கையே கடவுளென மகா கவிதையில் மறு ஆக்கம் பெற்றது போன்று மீண்டும் புதுப்பிக்கப் பெறலாம். ஆம், மனிதனின் நுகர்வு வேட்கை நாளுக்குநாள் கூடிவருகிறது. அதனூடே, அந்தந்த மண்ணின் மக்களுக்குத் தேவையான மரபுகளும் புதையுண்டு வருகின்றன. வேட்கையின் வடிவங்கள் மாறுகின்றன. வேட்கையின் வேகம்?

துணைநின்றவை

ஐயப்ப பணிக்கர், கே., 2018, "திணை அமைப்பும் வடிவவியலும்", திணைக் கோட்பாடுகளும் தமிழ் ஆய்வுச் சூழல்களும், சு.இராமர் (தொ.ஆ.), பிறழ் பதிப்பகம், மதுரை.

வைரமுத்து, 2024, மகா கவிதை, சூர்யா லிட்ரேச்சர்(பி) லிட், சென்னை 600 090.

-இரா.அறவேந்தன்
பேராசிரியர்,
தலைவர் - சிறப்புநிலைத் தமிழ்த்துறை,
ஜவகர்லால்நேரு பல்கலைக்கழகம்
புதுதில்லி - 110 067
aravendan68@gmail.com

10

அந்த விதைக்குள்தான் இந்த விருட்சம்

மறுவாசிப்பில் 'திருத்தி எழுதிய தீர்ப்புகள்'
- இயக்குநர், கவிஞர், பிருந்தாசாரதி -

"சமூக வீணையில் சரிந்து கிடக்கும் நரம்புகளை அவிழ்த்துக் கட்டுவோம்; அவசியமென்றால் அறுத்தும் கட்டுவோம்"

என்ற பிரகடனத்தோடு 1979 - ஆம் ஆண்டு வெளிவந்த கவிதை நூல் 'திருத்தி எழுதிய தீர்ப்புகள்'. இன்றைக்கு 45 வருடங்களுக்கு முன்பு வெளிவந்த நூல்.

இதுதான் நான் முதன்முதலாகப் படித்த புதுக்கவிதைப் புத்தகம். அதற்கு முன்பு பாடப் புத்தகத்தில் இருக்கிற செய்யுள்களும், திரைப்படப் பாடல்களும், கலைஞரின் கவியரங்கக் கவிதைகளும்தான் எனக்கு அறிமுகமான கவிதைகள். கவியரசர் கண்ணதாசன் அவர்களின் கவிதைத் தொகுதிகளைப் பின்னர் படித்தேன். அவை முற்றிலும் மரபுக்கவிதைகள். மரபில் எழுதப்பட்டிருந்தாலும் அவை என்போன்ற சாதாரண வாசகனையும் ரசிக்க வைக்கும் எளிய மொழியில் இருந்தன.

அந்தக் காலகட்டத்தில்தான் ஒரு நாள் கும்பகோணம் 'மார்க்கண்டேயா புத்தக நிலைய'த்தின் ஸ்டாண்டில் தொங்கவிடப்பட்டிருந்த புத்தகங்களில் இரண்டு புத்தகங்கள் வித்தியாசமான அட்டைப் படங்களோடு என்னைக் கவர்ந்தன. ஒன்று 'திருத்தி எழுதிய தீர்ப்புகள்'; மற்றொன்று 'இன்னொரு தேசிய கீதம்'. இரண்டிலும் ஆசிரியர் பெயர் வைரமுத்து என்று இருந்தது.

ஓவியர் ஆதிமூலத்தின் அட்டைப் படத்தோடு அரக்கு வண்ணப் பின்புலத்தில் ஒரு கருப்பு உருவம் கொடிபிடித்துக் கொண்டிருப்பது போன்ற ஓவியத்தோடு வித்தியாசமான

எழுத்து வடிவத்தில் எழுதப்பட்ட தலைப்புடன் 'இன்னொரு தேசிய கீதம்' இருந்தது. 'திருத்தி எழுதிய தீர்ப்புகளும்' ஒரு புதுமையான ஓவிய அட்டைப்படத்தோடு இருந்தது. அதைத் திரைப்பட விளம்பரங்களை அமைப்பதில் வல்லவரான உபால்டு வரைந்திருந்தார்.

இரண்டையும் எடுத்துப் புரட்டிப் பார்த்தேன். படிக்கப் படிக்க அவற்றின் சொற்களின் சுகம் என்னை ஈர்த்தது. அதன் மொழியும் கருத்துக்களை வெளிப்படுத்திய விதமும் கற்பனையும் சுண்டி இழுக்கும் சுவையோடு இருந்தன. அந்த மார்க்கண்டேயா புத்தக நிலையத்தின் அருகில்தான் என் தந்தையார் கடை வைத்திருந்தார். அந்தப் பழக்கத்தில் புத்தகங்களை எடுத்துப் படித்து விட்டு மீண்டும் அதே ஸ்டாண்டில் மாட்டி விடுவது என் வழக்கம்.

'திருத்தி எழுதிய தீர்ப்புகளை' உடனே எடுத்துச் சென்று படிக்கத் தொடங்கினேன். படித்து முடித்த பின் விலை கொடுத்து வாங்கி எனக்குச் சொந்தமாக்கிக் கொண்டேன். பின்னர்தான் கவிஞரின் 'இன்னொரு தேசிய கீதம்', கவிஞர் நீண்ட முன்னுரை எழுதிய சேஷாசலத்தின் 'ரப்பர் மரத்திற்கு ரணங்கள் புதிதல்ல', போன்ற நூல்களை எல்லாம் ஒவ்வொன்றாக வாங்கிப் படித்தேன். இவை அனைத்தும் கலைஞன் பதிப்பகத்தோடு மார்க்கண்டேயா வணிகத் தொடர்பு வைத்திருந்ததால் அங்கு கிடைத்தன.

அதன் பின்னர் என் தேடலின் விளைவாகக் கவிஞர் மு. மேத்தா, கவிக்கோ அப்துல் ரகுமான், கவிஞர் சிற்பி, கவிஞர் மீரா, கவிஞர் ஈரோடு தமிழன்பன் போன்ற கவிஞர்களின் நூல்களை எல்லாம் நூலகங்களில் தேடித்தேடிப் படித்தேன்.

'திருத்தி எழுதிய தீர்ப்புகள்' இன்று நான் மீண்டும் நினைவுகூர்வதற்குக் காரணம் நான் படித்த முதல் புதுக்கவிதைப் புத்தகம் அதுதான் என்பது மட்டுமல்ல; நான் கவிதை எழுத வருவதற்குப் பிள்ளையார் சுழி போட்ட நாற்றங்காலே அதுதான் என்பதுதான்.

கவிதையின் மீது எனக்குப் பள்ளிக்கூட நாட்களிலேயே காதல் உருவாகிவிட்டது. கலைஞரின் மேடைப் பேச்சால் தமிழ் மீது ஆர்வமும், என் தமிழ் ஆசிரியர்களால் கவிதையின் மீது ஆர்வமும் உண்டானது. என்றபோதும் 'திருத்தி எழுதிய தீர்ப்புகளி'ன் இந்தப் புதுக்கவிதை வடிவம் நானும் எழுத முடியும் என்ற நம்பிக்கையை என் நெஞ்சில் விதைத்தது. என்னைப்போல் ஏராளமானவர்களை எழுத வைத்த நூல் அது என்று சொன்னால் மிகையில்லை. என் வயதை ஒத்த என் தலைமுறையைச் சேர்ந்த தமிழ் இலக்கிய ஆர்வம் கொண்டவர்கள் அனைவருமே அந்த நூலைப் புரட்டாமல் கடந்து வந்திருக்க முடியாது.

அதன் பிறகு வசனமும் கவிதையும் கலந்த வடிவத்தில் கொஞ்சம் கற்பனைகளோடு நான் எழுதியவற்றை நண்பர்களுக்கு வாசித்துக் காட்ட அவை கவிதைகள் தான் என்று அவர்கள் நம்பிக்கை அளித்தார்கள். அந்த

நம்பிக்கையில் தொடர்ந்து எழுதி இலக்கிய உலகிற்குள் நுழைந்து இன்று ஓரளவுக்கு அறியப்பட்ட கவிஞனாக வளர்ந்து இருக்கிறேன். அதற்கு ஆரம்ப காலத் தூண்டுகோலாக அமைந்தது 'திருத்தி எழுதிய தீர்ப்புகள்'தான்.

ஓர் எழுத்தாளரைப் படித்து ரசிக்கிற வாசகன் வேறு வேறு எழுத்தாளர்களை, கவிஞர்களைப் படித்ததற்குப் பிறகு முதலில் படித்த ஆசிரியரை விட்டு விலகி வேறு பாதைகளில் பயணித்துப் பிறகு மீண்டும் அவரைத் தேடி வருவானா என்பது பல சமயங்களில் சந்தேகம்தான். ஆனால் வாசகன் வளர வளர அவனுடைய அறிவு, ரசனை முதிர்ச்சிக்கு ஏற்ப முதல் ஆசிரியரும் அவரது படைப்பும் வளர்ந்து கொண்டே இருந்தால், அந்த ஆசிரியரை விட்டு அந்த வாசகனும் எந்த நாளும் விலகிச் செல்ல மாட்டான். அதுதான் கவிஞருக்கும் எனக்கும் என்னைப் போன்ற பிறருக்கும் நிகழ்ந்து வருவது.

'திருத்தி எழுதிய தீர்ப்புகள்' என்ற இந்தக் கவிதை நூலை வெளியிடுகிறபோது கவிஞருக்கு வயது 25-க்குள்தான். அந்நூல் வெளிவந்து ஐந்து ஆண்டுகளுக்குப் பிறகு என் கல்லூரி நாட்களில் அந்த நூலை நான் படித்தேன். 25 வயதில் அவர் சிந்தித்து இருக்கிற பாடுபொருட்களும் பாடுபொருளுக்குத் துணையாகக் கலந்திருக்கும் ஊடுபொருள்களும் நம்மை வியக்க வைக்கின்றன.

பொதுவுடைமை, சமதர்மம், சனநாயகம், சுதந்திரம், பெண்ணியம், முதலான கொள்கைகள்; பாரதி, பாரதிதாசன், கம்பன் முதலான தமிழின் மகத்தான கவிஞர்கள்; காரல் மார்க்ஸ், மகாத்மா காந்தி, ஆபிரகாம் லிங்கன், மார்ட்டின் லூதர் கிங் முதலான உலகச் சிந்தனையாளர்கள்; ராமன், அகலிகை, கௌதமன், துஷ்யந்தன், சகுந்தலை, அமராவதி, சம்யுக்தா, பாஞ்சாலி, மனுநீதிச் சோழன் முதலான புராண இதிகாசப் பாத்திரங்கள்; கோவலன், கண்ணகி, அனார்கலி, லைலா, தேவதாஸ் முதலான என்றும் அழியாத காவியக் கதாபாத்திரங்கள்; விக்கிரமாதித்யன், அசோகவனம், சாப விமோசனம் முதலிய தொன்மக் கதைகள்; பிரமிடு, தாஜ்மஹால் முதலான உலக அதிசயங்கள்; வாஸ்கோடகாமா போன்ற உலக சாதனை புரிந்த பயணிகள்; வானம், பூமி, இயற்கை, எனும் கவிதைக்கு ஆதாரமான அழகியல் ஆராதனைகள் என அந்த நூலில் ஒரு முழுமையான விருந்து படைத்திருக்கிறார் கவிஞர்.

காதல், சமூகம், அரசியல் பொருளாதாரம், இலக்கியம் ஆகிய அனைத்துத் துறைகளைப் பற்றிய விவாதங்களை அந்த வயதிலேயே இந்தத் தொகுதியில் நிகழ்த்தியிருக்கிறார். இந்திய சுதந்திரத்தைப் பற்றிய பெருமிதமும் விமர்சனமும் ஒரு கவிதையில் காணப்படுகின்றன. வரலாறு, புவியியல், அறிவியல் என மனித அறிவின் பல படித்துறைகளிலும் இந்த நதி பயணித்துச் சென்றிருப்பதைப் பார்க்க முடிகிறது.

இலக்கிய உக்திகள் என்று பார்த்தால் படிமம், குறியீடு, முரண், அங்கதம் முதலிய வடிவ உத்திகள் பயன்படுத்தப்பட்டுள்ளன.

சிறுகதை வடிவத்தில் எழுதப்பட்ட கவிதை 'மன்னிப்பு பரிகாரம் அல்ல'. விலைமகளாகிவிட்ட ரோஸி கர்த்தரிடம் தன்னைப் பாவியாக்கியவர்களைப் பட்டியல் போட்டுச் சுட்டிக்காட்டும் கவிதை இது. இறுதியில் கர்த்தரும் அதில் குற்றம் சாட்டப்படுகிறார்.

நாடக வடிவத்தில் எழுதப்பட்ட கவிதை 'அவன் கலைமகளுக்கு பாடம் சொல்லுகிறான்.' கலைமகளிடம் ஒரு வேலையில்லாப் பட்டதாரி உரையாடுவதைப் போன்ற உத்தியில் எழுதப்பட்ட கவிதை.

பெண்ணியம் பேசும் கவிதை ஒன்று:

> பாவம் மனைவி
> இந்த இல்லற கிரிக்கெட்டில்
> கட்டில் அறைக்கும்
> சமையல் அறைக்கும் ரன்கள் எடுத்தே
> ரணமாய்ப் போனாள்"

(வித்தியாச அன்னங்கள்)

பெற்ற சுதந்திரம் நசுக்கப்பட்டவர்களை நோக்கி நகராதபோது,

> "என்ன தந்ததாம் இந்த சுதந்திரம்?
> அப்பனின் திருவோட்டை
> புத்திரனுக்கு அது புதுப்பித்துத் தந்தது."

(உறக்கம் கலைவதெப்போ மயக்கம் தெளிவதெப்போ)

இது இந்திய சுதந்திர வெள்ளி விழா கொண்டாட்டங்களின்போது எழுதியது. சமூக விமர்சனமாக கவிஞர் பதிவு செய்திருக்கிற வரிகளில் ஒன்று:

> நதிக்கரையில் பிறந்ததாம் நாகரிகம்
> நதிக்கரையில் பிறந்துமா
> அதன் மேல்
> இத்தனை அழுக்கு...
> இத்தனை அழுக்கு...

(நிறமொரு நாள் சிவக்கும்)

> "இவர்கள் தூவும்
> விதைக்கு மட்டும்
> புதைத்த பிறகும்
> உயிர் இருக்கிறது
> இவர்கள் வாழ்வோ
> உயிர் இருக்கும்போதே புதைந்து போகிறது"

என்று உழவர்களின் வாழ்வைப் பற்றியும்

> "பாவத்தின் சம்பளம் மரணம் என்றால்
> இவர்கள் உழைப்பதே பாவமோ"

என்று தொழிலாளர் துயரம் குறித்தும் எழுதிய கவிஞர் அதற்கான தீர்வாக

"ஒருவேளை தீப்பந்தம்
கொளுத்தினால்தான்
ஏழையின் அடுப்பு
இனி எரியுமோ?"

என்றும் எழுதுகிறார். 'ஒரு பிரளயம் உசுப்பலாமா?' என்ற கவிதையில்.

"சுதந்திர வெளிச்சம் சேரிகள் மீது விழாமல்
மாளிகை நிழல்களே மறைத்து விட்டன"

என்று பொருளாதார ஏற்றத்தாழ்வுக்கான காரணத்தை 'வெயில் மறைவு பிரதேசங்கள்' கவிதை பேசுகிறது.

"இந்திய மண்ணில்
வியாபாரம் செய்ய வந்தவர்கள்
அரசியல் நடத்தினார்கள்
அரசியல் நடத்த வந்தவர்கள்
வியாபாரம் செய்கிறார்கள்."

கடந்தகால வரலாற்றையும், நிகழ்கால அரசியலையும் பதிவு செய்திருக்கும் இந்தக் கவிதையை உச்சரிக்காத இலக்கிய மேடையும் இல்லை; பேசாத அரசியல் மேடையும் இல்லை. கவிஞரின் வரிகள்தான் இவை என்று தெரியாத அளவுக்கு எல்லா மேடைகளிலும் எல்லோராலும் எடுத்தாளப்பட்டு வருகின்றன.

"இங்கு பல துறவிகள்
தம் மௌன விரதங்களை
முத்தமொழி பேசித்தானே
முடித்துக் கொள்கிறார்கள்,"

என்று போலி சாமியார்கள் குறித்தும்,

"விதியை எழுதும் பேனாவில்
ஆயிரம் காதலரின்
ரத்தந்தான் மையாகும் என்றால்
அந்தப் பேனாவை
ஒரு பிணத்தின் கைகளில்
கொடுத்து விடுங்கள்,"

என்று சாதி மறுப்புத் திருமணம் செய்து கொண்டவரை சமூகம் புரியும் ஆணவக் கொலை பற்றியும்,

"லிங்கனின் ரத்தமும்
காந்தியின் ரத்தமும்
லூதர் கிங் ரத்தமும்
கலக்கும் திரிவேணி சங்கமத்தில்
குளித்துவிட்டு நிறவெறி
தன் கூந்தலை
கோதிக்கொண்டு நிற்கிறது,"

என்று நிறவெறி குறித்தும்,

சமகால உலகப் பிரச்சினைகள் அனைத்தையும் கவிதையாக்கி இருக்கிறார். நிலக்காட்சியைக் கவிதை வரிகளில் காட்டும் ஒரு கவிதை:

"ஊரில் ஒதுக்கத்தில்
செல்லாத காசுகளைச்
சேமிக்கும் உண்டியலாய்
ஓர் இடுகாடு.

தூரத்து வயல்களில்
தொலைந்து போன தங்கள் வாழ்வை
நிலங்களில் குனிந்து
நிமிராமல் தேடும்
நிரந்தர கூலிகள்

அங்கே சேற்றுச் செருப்பணிந்து
வரப்பு நடை பயிலும்
வயல் மயில்கள்."

(வடுகப்பட்டி முதல் பெரிய குளம் வரை)

கள்ளிக்காட்டு இதிகாசம், கருவாச்சி காவியம், முதலிய நாட்டுப்புற மண்வாசனை சார்ந்த புதினங்களை எழுதுவதற்கான முன்னோட்டம் இந்தக் கவிதையிலேயே அமைந்திருப்பதை நாம் காண முடியும்.

"நீல வானில்
நீள அகலங்களை
ஒரு நட்சத்திரம்
மூளையிலிருந்து
முழம் போடுகிறது"

என்று மகாகவி பாரதியார் குறித்தி எழுதிய கவிதையே பின்னர் பாரதி மீது எழுதப்பட்ட 'கவிராஜன் கதை' என்ற காவியமாக உருவானது.

புரட்சிக் கவிஞர் பாரதிதாசன் குறித்து,

விதவைகளின்
அமாவாசை நெற்றிகளில்
திலக நிலவுகள்
தீட்டிய புலவன் நீயல்லவா?

என்றும்,

உன்னை நான் நேசிக்கிறேன்
ஒரு தாமரைப் பூவில்
பரணன் முதல் பாரதி வரை
பெண்ணின் கன்னச் சிவப்பையே
காண்கையில்
உழைக்கும் தோழரின்
கைகளின் சிவப்பைக்
கண்டவன் நீ என்பதால்
உன்னை நான் நேசிக்கிறேன்"

என்றும் எழுதினார்.

கம்பனின் காவியத்துக்கும் அவன் வாழ்க்கைக்கும் இடையே இருந்த இடைவெளியை ஒரு கவிதையில் கேள்விக்கு உள்ளாக்குகிறார்.

அசோக வனத்திருந்து அழுதாளே
அவளை நீ கண்ணால் பார்க்கலையே
கவிமட்டும் சொன்னாயே

அம்பிகாபதி இழந்து
அமராவதி உனது
காதுக்குள் அழுதாளே
கவியெதுவும் பாடலையே

அம்பிகாபதி அழுக
அமராவதி அழுக
கம்பாநீ அழுத
கணக்கெங்கே காட்டலயே?

இது 'கம்பனுக்கு ஒரு கேள்வி' எனும் கவிதை.

காந்தியம் விமர்சனத்துக்கு உள்ளாகி காந்தி போற்றப்படும் காலத்தில்

மகாத்மா காந்தியிடம்,

"நீ நல்ல நாணயம்தான்
உன் பொருளாதாரப் பக்கத்தில்
புள்ளி விழுந்தாலும்
ஆன்மீகப் பக்கத்தில்
பாசி படிந்தாலும்
நீ நல்ல நாணயம்தான்"

என்று அனுதாப வார்த்தைகள் கொண்டு வஞ்சப் புகழ்ச்சியோடு அணுகுகிறார்.

உத்திகள் என்று பார்த்தால் அங்கதக் கவிதைக்கு ஒரு எடுத்துக்காட்டு 'வீடுபேறு'.

"அரசாங்கத்திற்கு
ஏழைக் கவிஞன்
இருமிக் கொண்டே எழுதினான்
இப்படி:

வாடகை தர இயலாமல்
வருகிற சண்டையால்
இப்போது நான் இருப்பது
இருபத்தேழாவது வீடு

இன்றோ நாளையோ
நான் இருமி செத்ததும்
நீங்கள் எனக்கு
நினைவகம் அமைக்க
எத்தனை வீட்டைத்தான்
வாங்கித் தொலைப்பீர்கள்?"*

மெழுகுவர்த்தியை பற்றிய கவிதையில் வரும் படிமம் இது.

"இந்த ஒற்றைப்
பூக்கொண்டை
செடியையே தின்னுகிறதே"

"மௌனத்தைத்
திரவ வார்த்தைகளால்
அந்தத் தீநாக்கு
எத்தனை அழகாய் உச்சரிக்கிறது?"

அதேபோல இன்னொரு அபாரமான படிமக்கவிதை இலையுதிர் காலம் பற்றியது.

"ஆண்டுக்கு ஒரு முறை
வெளிநாடு போனவள்
வீட்டுக்கு வருவாள்

வந்ததும் வராததுமாய்
மரக் காலண்டரின்
அத்தனை தாள்களையும்
மொத்தமாய் கிழிப்பாள்."

காட்சிப் படிமமாகக் கவிதையின் கருப்பொருள் கண்ணெதிரில் தோன்றுவதற்கு வசதியாக இலையுதிர் காலம் என்ற தலைப்பை மரத்தில் இருந்து இலைகள் உதிர்வதைப்போல காகிதத்தில் இருந்து எழுத்துக்கள் உதிர்வது மாதிரி வடிவமைத்திருப்பார்.

"ஆலைகளில்... அலுவலகங்களில்...
கழனிகளில்... கட்டில்களில்...
சாலைகளில்... சமூக சந்ததிகளில்...
இன்னும் உன் சாபக் கல்
இங்கேதான் கிடக்கிறது"

அகலிகையின் கதை குறியீடாகக் காட்டப்பட்டுள்ள கவிதை 'அது ஒரு கல்வெட்டு'.

"நெருப்புப் பாசனம் அங்கு
நீர்ப்பயிர் வளர்கிறது"
"கொள்ளி வைத்த பிறகுதான்
இந்தப் பிணத்திற்கு
உயிர் வருகிறது"

மெழுகுவர்த்தி கவிதையில் வரும் முரண்தொடைகள் இவை.

★

அதேபோல பின் நாட்களில் கவிஞர் பாடலாசிரியராக வெற்றி பெற்ற பல பாடல்களுக்கான மூல விதைளை இந்த நூலிலேயே விதைத்து வைத்திருக்கிறார்.

"வானமகள் நாணுகிறாள்
வேறு உடை பூணுகிறாள்"

என்று அந்திப் பொழுதைப் பற்றிய அபாரமான கற்பனைகளோடு கவிஞரின் முதல் பாடல் பொன்மாலைப் பொழுது. அதன் விதையாக ஒரு கவிதை இந்த நூலிலேயே இருக்கிறது.

'வானம் நாணும் அந்தி' (என்னை உனக்குள் தேடிய போது)

"இத்தனை
வர்ணப் புடவைகளைக்
கலைத்துப் போட்டும்
கடைசியில் இரவு
கறுப்பைத்தானே
கட்டிக் கொள்கிறது." (அந்தி)

'பாலைவனச் சோலை' படத்தில் எழுதிய "எனக்கொரு மலர் மாலை நீ வாங்க வேண்டும் அது எதற்கோ?" என்ற வரிகளுக்கான முன்னோட்டமாக

"காதலீ எனக்கு நீ கட்டத் தொடங்கு
மாலைகள் அல்ல மலர் வளையங்கள்"

என்று இந்த நூலில் அவர் எழுதியிருப்பது குறிப்பிடத்தக்கது.

சூப்பர் ஸ்டார் ரஜினிகாந்த் நடித்து ஏ.ஆர். ரஹ்மான் இசையமைத்த 'முத்து' படப் பாடலான 'ஒருவன் ஒருவன் முதலாளி'யில் 'வானம் உனக்கு பூமியும் உனக்கு வரப்புகளோடு சண்டைகள் எதற்கு?' பாடல் வரிகளின் கருவும் இந்த நூலிலேயே இருக்கிறது.

"குனிந்து குனிந்து
கூன் விழுந்த மனிதா!
வான் பார்க்க நிமிர்
வானம் உனக்கு
ஏன் வரப்புக்குப் போராடுகிறாய்?"

★

"அந்தக் கூந்தலில்
இரவில் ஒரு பகுதி
இன்னும் விடியாமலே
இருக்கிறதா?"

எதார்த்தம் என்ற கவிதையில் கவிஞர் எழுதிய இந்த வரிகள்தான் பிறகு

"உலகமெலாம் விடிந்த பின்பும் விடியாத பாகம் எது?
அது உன் கூந்தலடி!"

என ஏ.ஆர்.ரகுமான் இசையில் கண்டுகொண்டேன் கண்டுகொண்டேன் படப் பாடலானது.

★

"பூ பூக்கும் ஓசை அதைக் கேட்கத்தான் ஆசை" இந்தப் பாடலின் மூல வரிகள் 'ஒரு மனிதகுமாரன் சிந்திக்கிறான்' என்ற கவிதையில் வருவதுதான்.

“ஒரு மொட்டு பூவாய் வெடிக்கும்
ரகசியச் சப்தத்தை
ஒலிப்பதிவு செய்ய முடியாதா?”

★

இப்படிக் கவிஞர் பின்நாட்களில் எழுதிய பல இலக்கியப் படைப்புகளுக்கும், பாடல்களுக்குமான விதை ‘திருத்தி எழுதிய தீர்ப்புகளி’ல் காணப்படுவதை அந்நூலை மறுவாசிப்பாக மீண்டும் படித்தபோது உணர முடிகிறது.

இயக்குநர் பாரதிராஜா அவர்களை முதன்முதலாகச் சந்தித்தபோது கவிஞர் கொடுத்த புத்தகம் ‘திருத்தி எழுதிய தீர்ப்புகள்’. அதைப் படித்துவிட்டுதான், கவிஞர் மீது நம்பிக்கை வைத்துப் பாடல் எழுத அழைத்திருக்கிறார் பாரதிராஜா.

இவற்றையெல்லாம்விட கவிஞரின் காதல் சுவடுகளாகப் பல காதல் கவிதைகள் இந்த நூலில் இடம் பெற்று இருக்கின்றன. கிளிஞ்சல், நான் காதலுக்காக வழக்காடுகிறேன், கண்ணீர் மருந்தாமோ? ஆகியவற்றில் அவரது சொந்த வாழ்க்கையின் சுவாசங்கள் பொதிந்து வைக்கப்பட்டுள்ளன.

இப்படி எண்ணற்ற பெருமைகளைக் கொண்ட நூல் ‘திருத்தி எழுதிய தீர்ப்புகள்.’

‘தீர்ப்புகளைத் திருத்த முடியுமா?’ எனும் கேள்வி எதிர்காலத்தில் எழுந்தால் அதற்கும் பதிலை முன்கூட்டியே சிந்தித்து இருக்கிறார் கவிஞர். கவிஞன் என்பவன் நிகழ்காலத்தின் சட்ட திட்டங்களுக்கு உட்பட்டவன்தான். என்றாலும், அவன் எதிர்காலத்தின் கருப்பையைச் சுமப்பவன் என்பதால் மாறும் காலங்களின் நியாயங்களை உரைப்பவனும் கூட. ஆகவே எதிர்காலத்தின் சட்ட திட்டங்களை வகுப்பவர்களும் அவர்கள். நிகழ்காலத்தின் நியாயங்கள் கேலிக்குள்ளாகிறபோது அதைக் கேள்வி கேட்கத் தயங்காதவர்கள். ஆகவே திருத்தி எழுதிய தீர்ப்புகளை எழுதுவதற்கு உரிமை படைத்தவர்கள்தான் கலைஞர்கள். இந்த நூலை ஜஸ்டிஸ் மகாராஜன் அவர்களை அழைத்து வெளியிட்டு இருக்கிறார் கவிஞர். கீழமை நீதிமன்றங்களின் தீர்ப்புகளை உயர் நீதிமன்றத்தின் நீதிபதி திருத்திப் புதிய தீர்ப்புகள் வழங்குவதற்கு உரிமையுள்ளவர் என்பதால் திருத்தி எழுதிய தீர்ப்புகளை வெளியிடப் பொருத்தமாக உயர் நீதிமன்ற நீதிபதியையே கவிஞர் அழைத்து இருக்கிறார்.

“நம் இலக்கியங்கள் எல்லாம் அரண்மனை நந்தவனத்துப் பூக்கள் என்பதையும், மனித குலத்தின் பிரச்சனைகள் மேலும் மேலும் கூர்மையாகிவிட்ட இந்த நூற்றாண்டில் மக்கள் இலக்கியம் மலர்வது தவிர்க்க இயலாதது என்பதையும் எண்ணிப் பாருங்கள்,” என்று கவிஞரே தன்னுடைய தன் வரலாற்றுப் புத்தகமான ‘இதுவரை நானி’ல் எழுதியுள்ளார் அல்லவா? அதற்கு ஒரு மிகச்சிறந்த உதாரண நூலாக

திருத்தி எழுதிய தீர்ப்புகளே அமைந்திருப்பதை அதன் பக்கங்கள் ஒவ்வொன்றும் பறைசாற்றுகின்றன.

புதுக்கவிதை, மரபுக்கவிதைப் போராட்டம் நடந்து வந்த அந்த நாட்களில் புதுக்கவிதையின் போர் முரசாகக் கவிஞர் எழுதிய கவிதைதான் 'திருத்தி எழுதிய தீர்ப்புகள்' என்ற கவிதை. அதுவே நூலுக்கும் தலைப்பாகவும் ஆயிற்று.

> மரபுக்கவிதைகள் ஜாதகங்கள்
> புதுக்கவிதைகளோ முகவரிகள்
>
> சமூகத்தின் தளைகளை விடவும் நாம்
> கவிதையின் தளைகளுக்குத்
> கவலைப்பட்டது அதிகம்.
>
> எம் புத்திலக்கியத்தில்தான்
> வாழ்க்கை விசாரணைக்கு வருகிறது
>
> இங்கு பழையது ஒவ்வொன்றும்
> பரிசீலிக்கப்படும்
>
> எங்கு உதித்தால் வெளிச்சம்
> எல்லோருக்கும் கிட்டும் என்று
> திசைகளை நாங்களே
> தீர்மானித்து உதிப்போம்
>
> இதுவரை நம் சமூகத்தில்
> ஊமை விசாரணையில்
> உரைக்கப்பட்டதெல்லாம்
> கிழட்டுச் சட்டங்களைப் பார்த்து
> எழுதிய பழந் தீர்ப்புகள்.
>
> அந்தச் சட்டங்களையே
> தண்டிக்க இவை
> திருத்தி எழுதிய தீர்ப்புகள்.

என்று தன் கவிதைக் கொள்கையை மலை மீது நின்று பிரகடனம் செய்து எழுதுகோலை எடுத்திருக்கிறார். அதனால்தான் அந்த விதையிலிருந்து இந்த விருட்சம் இப்படி விஸ்வரூபம் எடுத்து இலக்கியத் திசைகளில் எல்லாம் வியாபித்து நிற்கிறது.

11

பிரபஞ்ச ரகசியங்களைப் பரிமாறும் ‘மகா கவிதை’

- முனைவர் ஆதிரா முல்லை -

‘கவிதைகளுக்கெல்லாம் சாரம் தரும்
மகா கவிதை ஊற்று
இங்கே தான் பிரவகித்துக்கொண்டிருக்கிறது
இந்தப் பூமியின் இரகசிய பகுதியும்
சூரியனின் அதி ரகசிய பகுதியும்
இங்கே தான் திறந்து கொள்ளப் போகின்றன
இங்கு நிகழும் பிரபஞ்ச இரகசியத்தை
இரண்டாவது மூன்றாவது நபர்களின் வழி அல்ல
குவிக்கப்பட்ட புத்தகங்களின் வழி அல்ல
நீங்களே நீங்கள் மட்டுமே
நேரடியாக அனுபவிக்கும் காலம் மிக அருகில்’

(Song of Myself: 2, (Walt Whitman)

என்று எழுதிய எதார்த்தவாதக் கவிஞரான இயற்கைக் காதலன் வால்ட் விட்மனின் வாக்கின்படி ஐம்பூதங்களின் தரிசனங்களைத் தம் அறிவியல் மற்றும் கலைக் கண்களால் கண்டு அவற்றின் முழுப் பரிமாணங்களை அப்படியே கவிதையாக்கி மானுடப் பரப்புக்குக் கொடுத்துள்ள மாக்கவிஞனின் அதிஉன்னதப் படைப்புதான் மகா கவிதை. நிலம், நீர், தீ, வளி, வெளி இன்னும் ஐந்தும்தான் உயிர்க் குலத்தைப் பாதுகாக்கும் பூதங்கள். பயிர்களே வேலியை மேயும் கதையாய் மனிதனோ இப்பூதங்களையே தின்னத் தொடங்கினான். விளைவு பூதங்கள் மனிதனைத் தின்னத் தொடங்கிவிட்டன. அழிவுப் பாதையிலிருந்து மனிதனைக் காப்பதும் மனிதனிடமிருந்து இயற்கையைக் காப்பதும் காலத்தின் கட்டாயம். இதனை உணர்ந்து ஒரு தாய்மையின் கரிசனத்தோடு மானுடப் பரப்புக்குப் புத்தி புகட்டப் புறப்பட்டுள்ளது கவிப்பேரரசு வைரமுத்து அவர்கள்

படைத்துத் தந்துள்ள மகா கவிதை. முட்டி மோதி அருந்த வேண்டிய தேவையின்றி, கன்றினை நினைத்த மாத்திரத்தில் தானாகச் சொரியும் தாய் மடியைப்போல பஞ்சபூதங்களை மாசாக்கி, சிறுகச் சிறுக மடித்து, தாமும் மடிந்துகொண்டுள்ள மக்கள் திரளை நினைத்த மாத்திரத்தில் சுரந்துள்ளது கவிஞரின் தாய்மடி.

"உலகம் இனிது; அதன் உள்ளடக்கம் இனிது.
உருவம் இனிது; அதன் ஒழுங்கியல் இனிது"

என்று இன்பமாகத் தொடங்கும் 'மகா கவிதை' படிக்கப் படிக்கப் பெரும் துன்பமாக இதயத்தை அழுத்திப் பிசைகிறது. கவிதையழகை ரசிக்கும் அதே வேளையில் மனத்தில் ஒரு பீதி உண்டாவதைத் தவிர்க்க இயலவில்லை. உயிர்கள் உறையும் இந்த உலகம் குறித்ததான ஆகப்பெரும் துன்பியலை ஓர் இன்பியலாகப் பரிமாறுகிறது மகா கவிதை.

'நமது நாட்டின் பண்களில் ஒரே விதமான மரணத்தின் சோக பாவமே தொனிக்கிறது. இந்த இராகத்தின் சுரங்களில் ஓர் அழுகையின் விம்மல், 'உலகில் எதுவுமே நிலையானதல்ல' என்று அறிவிப்பதுபோலவே ஓர் உருக்கம் ஒலிக்கின்றது. உலகில் எதுவுமே நிற்காது என்பது அதில் வாழ்வோருக்குப் புதிய விஷயமே அன்று. இது அவர்கள் விரும்புவதுமன்று. இது அசைக்கவொண்ணாத கடின உண்மை. ஆனால் அப்படி இருந்தும் அந்தக் குழலிசை வாயிலாகக் கேட்கும்போது இவ்வளவு நன்றாக இருக்கக் காரணம் என்ன? காரணம், உலகின் மிகவும் கடினமான உண்மையைக் குழலிசை மிகவும் இனிமையாக எடுத்துச் சொல்வதுதான்' என்ற இரவீந்திரநாத் தாகூரின் கருத்தையே இங்கு நினைவுகூர வேண்டி உள்ளது.

450 கோடி ஆண்டுகள் சுழன்றும், மேலும் 450 கோடி ஆண்டுகள் சுழலப் போவதுமான இந்த உலகமெனும் மண்ணுருண்டை குறித்து இன்று காணக் கிடைக்கும் கவலை கொள்ளத்தக்க அறிகுறிகளை, ஆறாவது அழிவை அது தாங்குமோ என்ற அச்சத்தை, வளரும் நாடுகளைத் துச்சமாக மதிக்கும் வல்லரசுகளின் மெத்தனப் போக்கை, வாழ் தகுதியை இந்தப் பூமி இழந்துவிடில் எது நேரும்? இருக்கும் உயிர் கூட்டம் எங்ஙனம் தப்பிப் பிழைக்கும்? தப்பிப் பிழைக்கத் தகுதியுள்ள உயிர்கள் எவ்விடம் புகும்? முதலான வலி நிறைந்த எண்ணற்ற விடை தெரியாக் கேள்விக் கணைகளைத் தாங்கியுள்ள இந்நூல் ரசனையாக மிளிரக் காரணம் அச்சம் தரக்கூடிய மிகக் கடினமான உண்மைகளை, கவிப்பேரரசு அவர்கள் எளிமையும் இனிமையும் நிறைந்த கவிதைகளாக நயத்தோடு வடித்துத் தந்ததுதான்.

"The poet's eyes in a fine frenzy rolling, doth glance from Earth to Heaven and from Heaven to Earth" (Shakespeare, A Midsummer Night's Dream) என்பார் ஷேக்ஸ்பியர். ஐம்பூதங்களின் தோற்றம், வளர்ச்சி மாற்றம், மனிதனின் கவனக்குறைவால் அவை கொள்கின்ற கொள்ள இருக்கின்ற சீற்றம், அதனால் விளைய இருக்கும் நாசம், அழிவிலிருந்து பாதுகாக்க வேண்டிய தேவை ஆகியவற்றையெல்லாம் தம் உளக்கண்களால் கூர்ந்து

நோக்கி ஆழமான ஆய்வின் அடிப்படையில் அக்கறையோடு படைக்கப் பட்டுள்ள கலை வடிவம் மகா கவிதை.

"வந்துற்ற மனிதன்
விருந்தாளியோ
விரோதியோவெனும் கேள்வியைச்
சுற்றும் தலையில் தூக்கிக்கொண்டு
ஆகாயத்தின் தெருத்தெருவாய்
அலைகிறது பூமி"

என்று பூமியே ஐயம் கொள்வதாகச் சொல்லி சுயநலத்துக்காகப் பூமியைக் கூறுபோடும் மனிதனை மிரட்ட,

"வாழும் உயிர்கட்கும்
வந்து கொண்டிருக்கும்
பயணிகட்கும் வழிவிடு"

என்று மனிதனை வெறுட்ட,

"பூமியை
நீ நுகர முடிவது
ஐம்புலன் அளவுக்கே.
நுகர்ந்தாயா
போ.... போய்விடு"

என்று அவனை விரட்ட கவிப்பேரரசு அவர்களால் படைக்கப்பட்ட மாக்கவிதையே மகா கவிதை.

உயிர்கள் வாழத் தகுதியான கோள் பூமி மட்டுமே. "புதனில் பிறந்திருந்தால் எலும்புக்கூடுகள் உறைந்திருக்கும், வெள்ளியில் பிறந்திருந்தால் கரியமில வாயு கைது செய்திருக்கும், செவ்வாயில் பிறந்திருந்தால் அதன் குளிர் தாங்க சூரியனின் தோல் வேண்டும், வியாழனில் நச்சுக் குழம்பைத் தவிர திடப்பொருளே இல்லை" என்று மனிதன் வாழத் தகுதியற்ற இதர கோள்களின் தீய அம்சங்களை அடுக்கி, மானுடம் பெற்ற இம்மண்ணின் மகிமையை, "எரிமலைக் குழம்புகளை மலை செய்தாய் மழை நரம்புகளால் மலையறுத்தாய்/ மலையைத் துருவியும் கல்லை உருவியும் மணல் செய்தாய்/ அதில் தாவரம் நுழைத்து மண் செய்தாய்/ மண்ணிலிருந்து மானுடம் செய்தாய்" என்று வரிசைப் படுத்துவது இற்றைய ஞானசம்பந்தன் கவிப்பேரரசு வைரமுத்து பாடியருளிய கோளறி பதிகமாக இசைக்கிறது.

"சலனமற்ற வெப்ப மண்டலக் கடலில்/ ஓர் உயிர் உண்டாவதற்கும் – அது ஒருசெல் தாவரமாய் உயர் பதவி பெற்றதற்கும்/ பரிணாமப் பாதையில் பாசிகளாய்/ கடற் பஞ்சுகளாய்/ ஜல்லி மீன்களாய்ப் பரிணாமப் பட்டதற்கும்/ கால்நடையாகவே கடல் தாண்டி வந்து பூமியில் படையெடுத்ததற்கும்/ தாவரங்கள் பாறைகளின் வெடிப்பில் புக/ பாறைகள் வெடித்து மண் தோன்றுவதற்கும்/ நீர் வாழ் உயிர்கள் நிலத்தில் சுவாசிக்கும் நுரையீரலை வடிவமைத்துக் கொண்டதற்கும்/ ஊர்வன வம்சத்தில் விஸ்வரூபமாய் டைனோசர் மிரட்டியதற்கும்/ உடல் ஒடுங்கிய

டைனோசர்கள்/ பறவைகள் ஆனதற்கும்/ முட்டையிட்டு குஞ்சு பொரிக்கும் / இரட்டை வேலை பாராமல்/ ஒரே வேலையாய்ப் பாலூட்டிகள்/ குட்டிகள் ஈன்றதற்கும்/ பாலூட்டிகள் இனத்திலிருந்து குரங்கு வந்து தாவுதற்கும்/ குரங்கிலிருந்து மனிதன் குதிப்பதற்கும் இடையே எத்தனை லட்சம் ஆண்டுகளைக் காலம் தன் கடைவாயில் மென்று தின்றிருக்கிறதோ" என்று பரிணாம வளர்ச்சியைப் பட்டியலிட்டுக் காட்டுவது,

"புல்லாகிப் பூடாய்ப் புழுவாய் மரமாகிப்
பல்விருக மாகிப் பறவையாய்ப் பாம்பாகிக்
கல்லாய் மனிதராய்....

என்னும் திருவாசகத்தின் மறு வாசகம்.

"முட்டையிட்டு குஞ்சு பொரிப்பது இரட்டை வேலை
பாலூட்டிகளுக்கு ஒரே வேலை"

என்று கவிப்பேரரசு கூறுவது இதுவரை ஒருவரும் சிந்தித்திருக்காத தாய்மையைப் போற்றும் திறனாய்வு சார்ந்த அழகியல்.

"The loss of biodiversity is a tragedy, and it's happening on our watch. Humanity is facing a crisis of unprecedented proportions, and it's essential that we take immediate action to protect the planet and ensure a sustainable future" (Stephen Hawking) (பல்லுயிர் இழப்பு ஒரு சோகம், அது நம் கண்காணிப்பில் நடக்கிறது. மனித குலம் முன்னெப்போதும் இல்லாத ஆபத்தைச் சந்திக்க இருக்கிறது. கிரகத்தைப் பாதுகாக்கவும் நிலையான எதிர்காலத்தை உறுதிபடுத்தவும் உடனடியாக நடவடிக்கை எடுப்பது அவசியம்) என்று தம் கவலையை வெளிப்படுத்துவார் ஸ்டீபன் ஹாக்கிங். அர்டோவிசியன் காலத்தில் பனிப்பாறைகள் உருகின; டெவோனியல் காலத்தில் காடுகளின் பெருக்கத்தால் பெருவெள்ளம் ஏற்பட்டது; பெர்மியன் காலத்தில் சைபீரிய எரிமலைக் குழம்புகளால் தாவரங்களும் விலங்குகளும் அழிந்தன; ஜுராசிக் காலத்தில் டைனோசர்களும் பாலூட்டிகளும் அழிந்தன; கிரிட்டேசியஸ் காலத்தில் விண்கல் விழுந்து பல்லுயிர்களும் அழிந்தன என்று பல்லுயிர் அழிவை வரிசைப் படுத்துகிறார் கவிப்பேரரசு. அத்துடன் அவ்வளவு அழிவையும் தாங்கியபடி இன்றும் சுழன்று கொண்டிருக்கும் பூமியிடமிருந்து மானுடம் கற்றுக்கொள்ள வேண்டிய பொறுமையை,

"பூமிபோல் பொறுமை கொள்' ளெனக்
கூறியது கூறும் ஆதி கவிகளுக்குப்
பொருள் தந்த பெரும்பொருள் நீ
பொறுமை என்பது
குணம் அல்ல; தவம்"

என்று பெருமைப் படுத்துகிறார். இந்த ஐம்பெரும் அழிவுகளை மகா கவிதை கூறாவிடில் சம்பந்தப்பட்ட ஆய்வாளர்களன்றி சாதாரணன் எவ்வாறு அறிவான்?

அடுக்களை முதல் எல்லா அறைகளிலும் உள்ள பொருள்களை இடம் மாற்றிக் கொண்டே இருப்பது இல்லத்தரசியரின் பொழுதுபோக்கு. அதுபோல வையத்தரசியும் நிலத்தையும் நீரையும் இடம் மாற்றிக் கொண்டே இருப்பாள். கடலில் மூழ்கியதுதானே முச்சங்கங்கள். ஒரு காலத்தில் நிலப் பகுதியாக இருந்து, பின்னர் கடல் கொண்ட தென்னாடுதானே இன்றைய குமரி முனை. இதனை எப்படிச் செய்வாளாம் வையத்தரசி? சுனாமி, பூகம்பம், எரிமலை என்னும் தன் முரட்டுப் பணியாட்களைக் கொண்டாம். நீர்ப் பகுதியை நிலப் பகுதியாக மாற்றுவதும், நிலப் பகுதியை நீர்ப் பகுதியாக மாற்றுவதும் இந்த முரட்டுப் பணியாட்களின் கொள்ளை விளையாட்டாம். இந்த விளையாட்டுக்குக் ‘கடல்கோள்’ என்று பெயரிட்டான் ஆதித்தமிழன். பூமித்தாயின் இந்த விளையாட்டை,

“கடலை நிலம் செய்வதும்
நிலத்தைக் கடல் செய்வதும்
பூமியின் யுகப் பொழுது போக்கு”

என்கிறார் கவிப்பேரரசு.

யுத்தத்திற்கும் பிரிவினைக்கும் நீரே காரணமாக இருக்கும் என்று கவிப்பேரரசு எழுதிய நூலே மூன்றாம் உலகப் போர். மூன்றாவது மட்டுமல்ல, முதலிலும் கண்டங்களின் பிரிவினைக்குக் காரணமாக இருந்தது நீரே என்கிறது மகா கவிதை. ஒரே கண்டமாக இருந்த பேன்ஜீயாவை கோண்ட்வானா, லாரேசியா என்று இரண்டாகப் பிரித்தது நீர்(கடல்). இரண்டான சகோதரர்களைச்(கண்டங்களை) சில்லுச் சில்லாய் உடைத்து, பல கண்டங்களாக்கியது. இதனை,

“தென்னமெரிக்கா ஆப்பிரிக்கா
இந்தியா அண்டார்டிகா
ஆஸ்திரேலியா மடகஸ்கார்
ஒரே கண்டத்தில் அமைந்து
ஒரு தட்டில் உணவு உண்ட நாடுகள் இவை”

என்றும்; அதன் பின்னும் ஆப்பிரிக்காவிலிருந்து இந்தியாவும் ஆஸ்திரேலியாவிலிருந்து அண்டார்ட்டிகாவும் பிரிந்தது; இதுவும் நிலையல்ல, சலிப்பு ஏற்படும்போதெல்லாம் நீரையும் நிலத்தையும் இன்னும் இன்னும் மாற்றி மாற்றி வைத்துக் கொண்டே இருப்பாளாம் நிலமகள். இதனை,

“பூமித்தாய்
அக புற மாற்றங்களை
நிகழ்த்திக் கொண்டே இருப்பாள்
யுகச்சலிப்பு எழுகிற போதெல்லாம்”

என்று சலிக்காமல் படிக்கும்படி வடிப்பார். பூமியின் சமவெளிக் கன்னத்தில் பர்வதமாய் வந்த பருக்கள் ஜப்பான், ஃபியூஜியாமா, ஆப்பிரிக்கா, கிளிமஞ்சாரோ முதலானவை. தென்னமெரிக்க, ஆப்பிரிக்கத்

துண்டுகளை நெருக்கி நேர் செய்தால் நிலையும் கதவும்போல ஒட்டிக்கொள்ளும் என்றெல்லாம் உவமிக்கும் அழகு வரைபடத்தைப் பார்க்காதவர்களையும் பார்க்கத் தூண்டுகிறது. பூமியின் நிறம், வடிவம், அமைப்பு, மண்ணின் நிறங்கள் என்று எல்லாவற்றையும் கண் முன் வரைபடமாக விரிக்கிறது நிலம் என்னும் முதல் அத்தியாயம்.

நீரே கடவுள். அது வானாகி, மண்ணாகி, வளியாகி, ஒளியாகி இருக்கும் உண்மைக் கடவுள். அதனால்தான் கடவுள் வாழ்த்தை அடுத்து வான் சிறப்பினை வைத்தார் வள்ளுவர். இதற்குக் காரணத்தைக் கூறும் கவிப்பேரரசு,

"முதல் அதிகாரம் கிழிந்து படில்
மழையே கடவுளாகும்
சகல சாத்தியம் கருதித்தான்"

என்கிறார். "தூணிலும் துரும்பிலும் இருப்பவன் இறைவன்" என்பது காலத்தால் அழியாத பழமொழி.

"தூணோடும் துரும்போடும்
துளைத்தோடி உறைவதனால்
கடவுளுக்கும் ஐய்யுறாத
கடவுள் நீதான்" (நீர்தான்)

என்பது கவிப்பேரரசுவின் நீர்க்கடவுள் குறித்தான புது மொழி. அங்கு இங்கு எனாதபடி எங்கும் நிறைந்திருப்பது தண்ணீர்.

"I've known rivers:
I've known rivers ancient as the world and older than the
flow of human blood in human veins.
My soul has grown deep like the rivers"
(The Negro Speaks of Rivers, Langston Hughes)

என்னும் கவிதையில் மனித நரம்புகளில் பாயும் இரத்தத்தை விட பழமையான நதிகளை நான் அறிவேன்; என் ஆன்மா நதிகளைப் போல ஆழ்ந்து செல்கிறது என்பார் அமெரிக்கக் கவிஞர் லாங்ஸ்டன் ஹியூக்ஸ். கவிப்பேரரசு நரம்பும் அதில் பாயும் இரத்தமுமே நதிகள்தான் என்கிறார். கவிதை இதோ,

"ரத்தம் உமிழ்நீர் வேர்வை விந்து கண்ணீர்
எல்லாம் வேறென்ன?
மாறுவேடம் பூண்ட தண்ணீர்"

அதுமட்டுமல்ல, கருக்கலைப்புத் தாமதித்தால் பெண்ணின் உயிர்க்கு அபாயம் என்பது யாவரும் அறிந்தது. ஆனால் நீர் அதனையும் தள்ளிப்போட வைக்கிறதாம்.

"கழுவ நீரின்றிக்
கருக்கலைப்பைத் தள்ளிப் போடும்
கருப்பினப் பெண்ணின்
அவசரத்தையும் கணக்கில் சேருங்கள்"

என்று சொல்லும்போது கண்ணீர் வராத கண்களிலும் தண்ணீரே இல்லை என்றே கூறலாம். தண்ணிரின் குறியீடு அன்பு, இரக்கம், கருணை ஆகியவை. அம்பேத்கர் முதல் அப்துல்கலாம்வரை எண்ணற்றோர் குரல் கொடுத்ததும் போராடியதும் நீர் மேலாண்மைக்காக.

> 'உலக நீரில்
> தொண்ணூற்றேழு விழுக்காடு
> உப்புக் கரைசல்
> மொத்த நீரில் சுத்த நீரோ
> மூன்றே விழுக்காடு
> அதில் துருவங்களில் உறைந்தது
> தொலையாழத்தில் மறைந்தது
> ஒவ்வொரு விழுக்காடு"

என்று ஒரு சின்னக் கணக்கைக் கொடுக்கிறார். மூன்று விழுக்காடே சுத்த நீர் என்பது பேரதிர்ச்சியில் ஆழ்த்துகிறது வாசிப்போரை. அந்த நீரையும் பாழ்படுத்தும் மனிதனின் சுயநலத்தை,

> "ஆனாலும் இந்த மனிதக் கூட்டம்
> உன் கல்லீரலை
> இப்படி கசக்கி இருக்கக் கூடாது
> உன் சிறு நீரகத்தை
> இப்படி சிதைத்திருக்கக் கூடாது
> கடவுளின் கண்ணீரில்
> கழிவுநீர் கலந்திருக்கக் கூடாது
> எங்கள் ஊரில்
> நதியின் நிறம் கருப்பு
> அது தண்ணீரின்
> துக்கமாகக் கூட இருக்கலாம்
> தாயின் புடவையாய் இருந்த நதி
> இன்று அவள் முட்டுச் சீலையாய்"

என்று மானுடம் நீருக்குச் செய்த அநியாயங்களின் பெரும் கணக்கைப் பட்டியல் போடுகிறார்.

சுட்டெரியும் தீயைக் கடல் நீரில் அணைத்த அனுமனின் வால்போல அந்தக் கணக்கு நீள்கிறது. இவற்றிற்கெல்லாம் முழு முதல் காரணம் வளர்ந்த நாடுகள். கார்ப்பரேட்டுகளின் உற்பத்தித் தந்திரத்தை; கழிவுகளை நமக்கு அளித்து, செறிவுகளை அவர்கள் பெறும் விற்பனை சூக்குமத்தை "டாலர் தெய்வம் நமக்கு அளித்த ஆசீர்வாதம்" என்று சுட்டவும் தவறவில்லை.

> "ஒன்று பலவாதல் அறிவியல்
> பலவும் ஒன்றாதல் சமயம்
> சமயம் அறிவியல் இரண்டுக்கும்
> சமரசம் செய்வதே நீ தான்" (நீர்தான்)

என்று அறிவியல், சமயம் இரண்டுக்கும் நீர் சமரசம் செய்விக்கிறார்.

"Old pond.....
A frog leaps into
water's sound" (Matsuo Basho)

என்னும் ஜப்பானியக் கவிஞர் பாஷோவின் ஹைக்கூ வெறும் தவளையைப் பற்றியதும் அல்ல; அது குதித்த குளத்தைப் பற்றியதும் அல்ல. தவளை குதித்த குளத்தில் எழுந்த ஒலி, நீரலையின் வட்டங்கள், வட்டங்களால் குறிக்க நினைக்கும் அவரின் வாழ்க்கை, வாழ்க்கை சுழற்சியில் பதிந்துள்ள அவரது அடையாளம், அது குறிப்பிடும் காலம், அவரது தனிமை என்று பிரபஞ்சத்தின் இயக்கத்தில் நிகழும் பல மாற்றங்களைப் பதிவு செய்கிறது.

"தண்ணீர்ச் சட்டங்களை மீறுகிற மனிதன்
தாகத்தின் கைதியாவான்"

என்று அச்சுறுத்தும் மகா கவிதையின் இவ்விரண்டு அடிகள், நீரின்றி அமையாது உலகு; நீரை நீரைப்போல பயன்படுத்த வேண்டும்; நீரை மடிக்கும் மனிதன் நீராலேயே மடிவான்; நீரே வரவிருக்கும் போருக்குக் காரணமாக இருக்கும் என்று நீர் குறித்தான பல அச்சுறுத்தல்களை அறிவுறுத்தல்களாகத் தந்துள்ளதை வாசகன் எளிதாக உணர முடியும்.

கோள்களின் தாய் பூமி என்றால் தந்தை சூரியன். அதன் பிறப்பு 500 கோடி ஆண்டுகளுக்கு முன்பு. தன் ஒளியைக் கோள்கள் எட்டுக்கும் பந்தி வைக்கிறது சூரியன். பிற கோள்கள் எட்டும் சுற்றுவது சூரியனை. தமக்கெனச் சொந்த ஒளியற்றுச் சுழியமாகச் சூரியனையே சுற்றி வரும் எட்டு கோள்களை,

"கவிஞனுக்குப் பிறக்கும்
சில கைநாட்டுப் பிள்ளைகள் மாதிரி
நெருப்புக்குப் பிறந்தாலும்
இருளின் குழந்தைகள்
இந்தக் கோள்கள்"

என்கிறார் கவிஞர். எதைச் சொல்லும்போதும் வரிசையில் வந்து எனைச் சொல் என்கின்றன உவமைகள். ஒளிக்குப் பிறந்தது ஒளியாகத்தானே இருக்க வேண்டும்? இருளாக இருந்தால் கவிஞனுக்குப் பிறந்த கை நாட்டாம். கைநாட்டுக்கு வாழ்வு இருள்தானே என்னும் வாழ்வியல் தத்துவம் இது.

புவி ஈர்ப்பே கனி வீழ்வது; ஈடன் தோட்டத்துக் கனி ஈர்ப்பே மனித குலம் வாழ்வது. இந்த உலகமே ஈர்ப்பின் அச்சாணியில்தான் இயங்குகிறது. இதுதான் ஈர்ப்பறம். இந்தக் கருதுகோளை நிறுவ நீண்டதொரு ஆய்வை நிகழ்த்தி இருக்கிறார் கவிஞர். ஆய்வின் நிறைவாக,

"ஒரு வகையில்
ஈர்த்தல் அறம்
ஈர்ப்பே இறை"

என்று ஈர்ப்புக் கோட்பாட்டுக்கு முடிவுரை தருகிறார். அறைந்து சொல்லும் இந்த முடிவுரை வாசகனை ஈர்க்காமலா இருக்கும். புவி ஈர்ப்பைப்போல அவ்வளவு கவி ஈர்ப்பு அந்தப் பகுதி முழுமையும்.

> "ஈன்று புறந்தந்த பிள்ளைகளுக்குச்
> சூரியனைப் போலவே
> சுற்றித் திரியும்
> சுதந்திரம் கொடுங்கள்
> சுயமாய் வாழும்
> சுழல் விசை கொடுங்கள்
> தூரம் நின்று
> கண்காணியுங்கள்
> கொடுக்கும் பொருளை
> நிறுத்தாதீர்கள்
> பட்டம் பறக்கட்டும்
> பிடி உங்கள் கையில்
> பேரண்டத்தின்
> மனித மறை இதுதான்"

என்று எந்தப் பிடிப்பும் இல்லாமல் சுயமாய், ஒழுங்காய்ச் சுற்றிவரும் கோள் குழந்தைகளையும் எந்தக் கட்டுப்பாடும் செய்யாமல் குழந்தைகளைச் சுற்றவிட்டு தூர இருந்து கண்காணிக்கும் சூரியத் தந்தையையும் எடுத்துக்காட்டி தமிழ்க் குடும்பங்களுக்கு ஒரு தகப்பனாகக் குழந்தை வளர்ப்புக் கலையைக் கற்றுக் கொடுக்கிறார்.

சூரியக் குடும்பத்திலிருந்தும் சூரியனிலிருந்தும், சூரியனைச் சுற்றிவரும் கோள்களில் இருந்தும் மனிதன் பெற்றுக்கொள்ள இன்னொரு தத்துவமும் உண்டு என்றுரைக்கிறார் கவிஞர். அது,

> "அதிகாரம் உள்ளவனும்
> அள்ளிக் கொடுப்பவனும் எவனோ
> அவனைச் சுற்றியே
> அகிலம் சுழலும் என்பது
> சூரிய சாரம்
> மேலும் உலகாசாரம்"

என்பதாம். அதுமட்டுமல்ல, என்னதான் பிள்ளைகள் சுற்றிச் சுற்றி வந்தாலும் தனக்கென்று பூரண ஒளியை வைத்துக்கொண்டிருக்கும் சூரியனைக் காட்டி,

> "எல்லாமே பிள்ளைகளுக்கே
> ஆயினும்
> தான் தீரக்கூடாது தகப்பன்"

என்று எல்லாச் சொத்தையும் பிள்ளைகளுக்கு எழுதி வைத்துவிட்டு நடு வீதிக்கு வந்து அல்லல்படும் பெற்றோர்க்கு சூரியனை முன்னிறுத்தி ஒரு புது சொத்து விதியைக் கற்றுக் கொடுக்கிறார் கவிஞர்.

> "சூரியன் மையத்திலும் இல்லை
> தூரத்தில்
> அதுவும் ஓர் ஓரத்தில்
> அண்மையானவை விரைவாக
> சேய்மையானவை மெதுவாக
> ஆக...
> சூரியனைச் சுற்றியே கோள்கள்"

என்று எழுதும் போதும்,

> சூரியன் தான் எங்கள்
> ஒற்றை உயிர் விளக்கு
> ஒரே நம்பிக்கை"

என்று எழுதும் போதும் கவிப்பேரரசுவின் வைர வரிகள் ஆகாய வெளியை மட்டுமல்ல; தமிழ்நாட்டின் அரசியல் வெளியையும் கண்களுக்குத் தெரியாமல் ஒரு சுற்று சுற்றி வருகிறது.

> *"Some say the world will end in fire,*
> *Some say in ice.*
> *From what I've tasted of desire*
> *I hold with those who favour fire"* (Robert Frost)

என்பார் ராபர்ட் ஃப்ராஸ்ட். ஆக்கலும் அழித்தலும் மட்டுமல்ல தீயின் வேலை. அதற்கு மற்றொரு அதிமுக்கிய வேலையும் உண்டு என்கிறார் கவிப்பேரரசு. அது பெண்ணின் கற்பைச் சோதித்துத் தீர்ப்பு வழங்குவது. தொன்று தொட்டு பெண்ணின் கற்புக்கு நீதிதேவனாகக் கருதப்படும் தீயை,

> "தன்னுள் இறங்கிய பெண்ணைத்
> தடவி எடுத்து
> நரம்பு வழி நடந்து
> குருதிவழி ஓடி
> மனம் மொழி மெய்களின்
> சந்து பொந்து புகுந்து
> கற்பெனும் நுண்பொருள்
> உறைந்துற்ற உருப்பறிந்து
> மெய்யோ பொய்யோவெனத்
> தீர்ப்பறிவித்தல்
> தீயின் வேலை"

என்று எழுதி, பெண்ணை ஊடுருவிக் கற்பைச் சோதிக்கும் அதன் தலையில் ஒரு கொட்டு வைக்கிறார். "மனம் மொழி மெய்களின் சந்து பொந்து புகுந்து சோதிக்கும்" என்று சொல்லி மனத்தாலும், மொழியாலும், உடலாலும் பெண் கற்பிழந்ததாகச் சொல்லப்படும் அகலிகை, ரேணுகா ஆகிய தொன்மக் கதை மாந்தர்களைச் சுட்டிக் காட்டுகிறார். சிறுமை கண்டவிடத்து பொங்குவதும் அதனைப் போக்கக் கவி புனைவதும் கவிஞனின் கடமை. அதனால்தான்,

கற்புடையாளை
எரிப்பதில்லை என்பது
பழைய நெருப்பு.
காசுடையாளை
எரிப்பதில்லை என்பது
புதிய நெருப்பு”

என்று தம் கவிதை என்னும் சூட்டுக் கோலால் தீர்ப்பு சொல்லும் தீயின் நாவில் (மூடப் பழக்க வழக்கத்தின் நாவில்) சூடு வைக்கிறார்.

வடக்கில் இருந்து வீசும் காற்று வாடை, தெற்கில் இருந்து வீசும் காற்று தென்றல், கிழக்கில் இருந்து வீசும் காற்று கொண்டல், மேற்கில் இருந்து வீசும் காற்று கச்சான் என்று காற்று வீசும் திசையை வைத்து அதன் பெயர் அமைந்ததாகக் கூறுவர். தழுவுவது தென்றல், வீசுவது காற்று, அடிப்பது புயல், சுழன்று அடிப்பது சூறாவளி என்று அதன் மென்மையாலும் வன்மையாலும் வேகத்தாலும் வெவ்வேறு பெயர் பெறுகிறது. உருவமற்று உயிர் காக்கும் காற்றை,

“உன்அரும் உருவம் காணேன்
ஆயினும் உன்றன் ஒவ்வோர்
சின்னநல் அசைவும் என்னைச்
சிலிர்த்திடச் செய்யும்! பெற்ற
அன்னையைக் கண்டோர், அன்னை
அன்பினைக் கண்ணிற் காணார்,
என்னினும் உயிர்க் கூட்டத்தை
இணைத்திடல் அன்பே அன்றோ?”

என்று உருவமில்லா அன்னையாகச் சுட்டுவார் பாவேந்தர் பாரதிதாசன். இன்னும் ஒரு படி மேலே சென்று,

“நாசி வாசல் வந்து
உயிரூட்டும் தாய்
கண் காணாமல்
உணரப்படும் கடவுள்”

என்று வளியைக் கடவுளாக அறிமுகம் செய்கிறார் கவிப்பேரரசு. எது கரியமில வாயு? எது உயிர் வாயு? அதாவது எது ஆக்சிஜன், எது கார்பன் – டை – ஆக்சைடு? எதை யார் சுவாசிக்கிறார்கள்? இது தொடரும் குழப்பம். இந்தக் குழப்பத்தை,

“வேர்கொண்ட உயிர்க்கெல்லாம்
கரியமில வாயு
கால் கொண்ட உயிர்க்கெல்லாம்
உயிர்வளி”

என்று வெகு எளிதாகத் தீர்த்து வைக்கிறார். உயிர் மூச்சு பற்றிய அறிவியலைப் புரிந்துகொள்ள மிக எளிமையான இலக்கணம் இது. மாணவர்களுக்குப் பள்ளிகளில் சொல்லிக் கொடுப்பதற்கு எளிய முறைப் பயிற்றுவித்தலாக இது இருக்கும்.

உயிர்க் காற்றின் அசைவைப் பொருத்தே உயிரின் நிலைப்பாடு என்பார்கள். அதனையே வாசி என்பர் சித்தர்கள். பிராணாயாமம் அல்லது மூச்சுப் பயிற்சி என்று கூறுவார்கள் யோகக் கலைஞர்கள். இவையெல்லாம் மூச்சை எத்தனை முறை உள்ளிழுத்து எத்தனை முறை வெளி விட வேண்டும் என்பதைப் பற்றிப் பேசும். ஆனால் எத்தனை எடை காற்றினை மனிதன் சுவாசிக்கிறான் என்பதை இதுவரை எந்த சித்தரும் எந்த யோகக் கலைஞரும் கூறவில்லை. இதோ கூறுகிறார் இந்த அறிவியல் சித்தர் கவிப்பேரரசு. கவிதை இதோ,

"ஒரு நாளில்
ஒரு மனிதன் உண்ணும் உணவு
ஒன்றரை கிலோ
உறிஞ்சும் நீர்
இரண்டு கிலோ
உள்ளே இருக்கும் காற்று
ஒன்பது கிலோ
மனித தேவையில் காற்று தான்
முன்னிற்கும் முதல் மூலம்"

காற்றலை இல்லை என்றால் செவிகளுக்குள் பாட்டொலி கேட்பதில்லை என்று, தாம் திரைத்தமிழில் கூறிய அறிவியலை,

"என் மண்டலத்துக்கு வெளியே
குயில் கூவட்டுமே
இடி இசைக்கட்டுமே
கோள்கள் உரசட்டுமே
சிற்றொலியும் செவி சேராது"

என்று கவித்தமிழாக மாற்றுகிறார். மீத்தேன் வாயுக்கள், கரிமச் சேர்மங்கள், ஹைட்ரஜன் சல்ஃபைடு, அமில மழை, நிலக்கரி எரிப்பும் எண்ணெய் சுத்திகரிப்பும் துப்பும் சல்பர் டை ஆக்சைடு, வாகனப் புகை, எந்திரக் கழிவு என்று எங்கு காற்றில் மாசு படிந்தாலும் அது எல்லா நாட்டுக் காற்றையும் தாக்கும். காற்று மாசு காப்பது நாடுகள் அனைத்துக்கும் உள்ள கடமை. இதனை நீளமான பட்டியலை இட்டு அதன் நிறைவாகக்

"எந்நாட்டில் மாசு விளைந்தாலும்
நோய்வாய்ப்படுகிறது
பன்னாட்டுக் காற்று"

என்று கூறுகின்றார் கவிஞர். இப்படி மாசுபடும் காற்றை மாசிலிருந்து காப்பதற்கு,

"மூளை கொழுத்த விஞ்ஞானிகள்
மாற்று எரிபொருள்
கண்டறியும் காலம் வரை தொழில் சக்கரங்கள்
காயப்பட்ட யானைகளாய்க் கதறாது கழிக
எந்திரப் புகையைக்
காற்றின் முகத்தில் ஊதாதொழிக"

என்று, தம் சொந்தக் குரலை விடுத்து, "புலவர் பாடாது ஒழிக என் நிலவரை" என்று வெஞ்சினம் உரைத்த சங்கத் தமிழன் குரலில், ஒரு ஆக்ஞை விடுக்கிறார் கவிஞர்.

> "எந்த ஒன்றை
> இன்னொன்று கொண்டு
> நிரப்பவியலாதோ அதைக்
> கடவுள் என்பர் சிலர்
> காற்றென்போம் நாம்'

என்று மாற்று இல்லாத காற்றைக் கடவுளாக்கி வளி வழிபாடு செய்கிறார் கவிஞர்.

உலகம் உருண்டை வடிவமானது. பிரபஞ்சத்தில் நூற்றியொரு கோடிக்கும் அதிகமான கோள்களும் விண்மீன்களும் பூமிகளும் சூரியன்களும் சந்திரன்களும் இறைந்து கிடக்கின்றன. அவை ஒன்றுக்கு ஒன்று போட்டியிட்டுக் கொண்டு வண்ணம் காட்டுகின்றன. உலகம் உருண்டை என்று கலிலீயோ, கெப்ளர் ஆகியோர் சொல்வதற்குப் பல நூறு ஆண்டுகளுக்கு முன்னரே சோப்பு நுரையைச் சிறு குழல் கொண்டு ஊதினால் சிறியதும் பெரியதுமாகப் பல வண்ணம் காட்டும் அழகிய கண்ணாடிப் பந்துகளைப்போல நூற்று ஒரு கோடிக்கும் அதிகமாகக் காணப்படும் அண்டங்களின் அழகிய காட்சியை திருவாசகத்தின் திருவண்டப் பகுதியில் வியப்போடு பதிவு செய்வார் மணிவாசகர். அவரைப் போலவே,

> "ஒன்றல்ல இரண்டல்ல
> பல்லாயிரமாயிரம் அண்டங்கள்
> ஒட்டியும் விலகியும்
> விரைந்து கொண்டே செல்லும்
> வெளிச்சப் பந்தல்கள்"

என்று வெளியில் உலவும் அண்டங்களை வியப்பின் எல்லையில் நின்று காட்சிப் படுத்துகின்றார் கவிப்பேரரசு.

> "The stars shone brightly in the midnight sky,
> And Venus, like a diamond, shone on high" (Lord Byron; Don Juan)

என்பார் பைரன்.

> "O Divinest Star of heaven!
> Thou in power above the seven;
> Thou sweet kindler of desires
> Till they grow to mutual fires;
> Thou, O gentle Queen, that art
> Curer of each wounded heart;
> Thou the fuel and the flame;
> Thou, in heaven and here, the same;
> Thou the wooer and the wooed;

Thou the hunger and the food;
Thou the Prayer and the prayed;
Thou what is, or shall be, said;
Thou still young and golden dressed
Make me by thy answer blessed" (John Fletcher)

என்று பசியாகவும் உணவாகவும் வசீகரமாகவும் தோற்றம் கொண்ட வீனஸ் கோளை பதினாறாம் நூற்றாண்டில் ஜான் ஃபிளட்சர் விவரிப்பார். வீனஸ் என்னும் ரோமானியச் சொல் காதல் மற்றும் அழகுக்கான கடவுளைக் குறிக்கும் பெயர். அந்தப் பெயரை ஒரு சூடான கோளுக்கு வைத்ததை கவிப்பேரரசு,

"திடுக்கிடும் பேரழகு
மின்னிடும் மேனி ஒளி
தூரத்து அழகில் அறிவிழந்து
வீனஸ் என்றான் ரோமானியன்
கிட்டச் சென்று தொட்டுப் பார்த்துச்
சுட்டுக் கொண்டிருந்தால்
பூதகி என்று புனைந்திருப்பான்"

என்று சொல்லி இதழோரம் புன்னகையை வரவைக்கிறார். கோள்களில் மிகச்சிறியது புதன். ஒரு சாதாரண மனிதரால் இப்படித்தான் சொல்ல முடியும். மிகச் சிறிய கோளான புதனை,

"கிரகங்களின் கையடக்கப் பதிப்பு புதன்
இழுத்துப் பிடிக்க
இடுப்பில் சதையற்ற கிரகம்"

என்று வர்ணிக்கிறார். இப்படியொரு வர்ணனையைச் சொல்ல கவிஞனால் மட்டுமே முடியும். அதுவும் இந்தக் கருப்புக் கவிஞனால் மட்டுமே முடியும். மெல்லிடையைப் படைத்த பிரம்மனைக் கஞ்சன் என்று வைதவராயிற்றே. குழந்தையின் கன்னத்தை லேசாகக் கிள்ளி சிரிக்க வைப்பது போன்ற உவமைகளால் இதழோரம் சிரிப்பை வரவழைத்து விடுகின்றன இந்நூலில் நிறைந்துள்ள உவமைகள்.

படைப்பின் ஒவ்வொன்றிற்கும் காரணத்தோடு பெயர் சூட்டுபவன் தமிழன். ஒரு நாமம் ஓர் உருவம் ஒன்றும் இல்லார்க்கு ஆயிரம் திருநாமம் சூட்டி மகிழ்ந்தவர் தமிழர். அதனால்தான் தமிழன் கோள்களுக்குப் பெயர் சூட்டிய பெருமையை,

"கோளின் குருதி நிறம் கொண்ட
ரோமானியன்
போர்க்கடவுள் பெயரே பொருத்தம்
என்று 'மார்ஸ்' என்றான்
சிந்தனைக்குப் பிறந்தவனோ
'செவ்வாய்' என்றான்"

என்று பெருமிதமாகக் கூறுகிறார் கவிப்பேரரசு.

சங்கச் சான்றோரின் அழகிய சொல்லாடல்கள், வள்ளுவனின் அறக் கருத்துகள், தொன்மங்களின் பயன்பாடுகள், அறிவியல் தரிசனம், ஆன்மிகத் தத்துவம் என்று சூரியனைச் சுற்றிவரும் ஒன்பது கோள்கள் போல கவிஞரின் கற்பனைகளும் ஐம்பூதங்களைச் சுற்றி வலம் வருகின்றன. ஒவ்வொருவருக்கும் சொந்தமான இடத்தை ஒரு காலத்தில் அதன் நீள, அகலத்தைக் கொண்டே கணக்கிட்டு, “ஆறடி நிலமே சொந்தமடி” என்று கவிஞர் சுரதாவும், “சட்டப்படிப் பார்க்கப் போனா எட்டடிதான் சொந்தம்” என்று பட்டுக்கோட்டையாரும் பாடிச்சென்றனர். காலப்போக்கில் அதுவும் சொந்தமில்லை என்றானதை,

“உன் குழி
எவ்வளவு கொள்ளுமோ
அவ்வளவே உன் மண்”

என்று பாடி அதிர்வைத் தருகின்றார் கவிப்பேரரசு.

“தாய்க்குடம் உடைந்து பிறக்கிறோம்
தண்ணீர் குடம் உடைத்து முடிக்கிறோம்”

முதலான தத்துவத் தெறிப்புகள் சித்தர்கள் பாணியில் மகா கவியின் பக்கங்கள் தோறும் நட்சத்திரங்களாய்க் கண் சிமிட்டுகின்றன.

நாத்திகவாதிகள் கடவுளை மறுக்கவில்லை. கடவுள் யார் அல்லது எது என்பதில் ஏற்பட்ட குழப்பமே கடவுள் மறுப்பாளர்களின் பிரச்சனை. எதனை வணங்க நினைக்கிறோமோ அதனைப் போற்றுவர். கண்களுக்குத் தெரிந்த ஒன்றை விடுத்து கண்களுக்குப் புலப்படாத ஒன்றை எப்படி வணங்குவது? இது போன்றதான குழப்பமே ஆத்திகம், நாத்திகம் இரண்டுக்கும் இடையிலான பிரச்சனைகளுக்குக் காரணமாகிறது. எது கடவுள்? இயற்கையா? செயற்கையா? என்றால்,

“வெயிலளிக்கும் இரவி, மதி, விண்மீன், மேகம்
மேலுமிங்குப் பலபலவாம் தோற்றங் கொண்டே
இயலுகின்ற ஜடப் பொருள்கள்
அனைத்தும் தெய்வம்”

என்பார் மகாகவி பாரதியார். “பிரபஞ்சத்தின் ஒழுங்கு விதிதான் கடவுள்” என்று கூறுகிறார் கவிப்பேரரசு வைரமுத்து. அதாவது, கடவுள் என்பது உயர்திணை அல்ல; அஃறிணை என்கிறார்.

“கடவுள்
‘அவர’ ல்லர்
அது”

என்று மகா கவிதையை முடித்து புதிய ஆன்மிகத்துக்கு, புதிய வழிபாட்டுக்கு வழி வகுத்துள்ளார் இந்த மகா கவிஞன். அந்த அது எது? கவிப்பேரரசு வணங்கச் சொல்லும் கடவுள் எது?

“கோள்கள் எதிலும்
கடவுள் வாசனை இல்லை
எட்டு கோள்களும் மனிதக் கூட்டத்தை

அறைந்து சொல்லும் வாசகம்
'சூரியனே கடவுள் பூமியே தெய்வம்'

என்பதே.

பஞ்ச பூதங்கள் பற்றி இத்தனை அறிவியல் செய்திகளையும் கட்டுரையாக வடிப்பதே அரிது. அதற்கே எத்தனை வாசித்திருக்க வேண்டும் என்ற வியப்பில் அகல விரிகின்றன விழிகள். அதனையும் அழகியலாகக் கூற வேண்டின் எத்தனை யோசித்திருக்க வேண்டும் என்று உவப்பில் மலர்கின்றது நெஞ்சம்.

மானுடம் வாழ்வதற்கு என்று தொடர்ந்து சிந்திப்பவன்தான் ஆகச் சிறந்த படைப்பாளியாக, மகாகவிஞனாக இருக்க முடியும். அந்த வகையில் கவிப்பேரரசு அவர்களின் மானுடச் சிந்தனையில் உதித்தது தான் முந்தைய நூல்களான தண்ணீர் தேசம் மற்றும் மூன்றாம் உலகப் போர் முதலியவை. "மகா கவிதைகள் சத்தியத்திலிருந்து ஜனிப்பது" (236) என்று கவிப்பேரரசு வைரமுத்துவே சொல்வது போல, மகா கவிதையின் மையக்கருத்தும் ஒவ்வொரு சொல்லும் ஒவ்வொரு எழுத்தும் சத்தியத்தில் இருந்து ஜனித்தவை. ஆகவேதான் எல்லாச் சொல்லும் பொருள் குறித்து, தலைமுறைகளைக் காக்க இயற்கையைப் போற்றும் அக்கறையோடும் அறச்சீற்றத்தோடும் ஜனித்துள்ளன. கவிப்பேரரசு அவர்களின் எல்லாப் படைப்புகளும் மானுடம் போற்றும் பருப்பொருளையும் அதனூடாகக் கவிதைக் கலையாம் நுண் பொருளையும் புவிக் கோளத்தைத் தாங்கிக் கொண்டிருக்கும் அரவு போலத் தன் சிரம் மேல் தாங்கிக் கொண்டிருப்பவைதான். அவற்றில் தலையாயது 'மகா கவிதை'.

- முனைவர் ஆதிரா முல்லை
உதவிப் பேராசிரியர் (ப.நி.)
கவிஞர், எழுத்தாளர்

பார்வை நூல்கள்

மகா கவிதை
பாரதியார் கவிதைகள்
பாரதிதாசன் கவிதைகள்
புல்லின் இதழ்கள் – வால்ட் விட்மன்
ரவிந்தரரின் தேர்ந்தெடுத்த கட்டுரைகள்
Song of Myself-Walt Whitman
A Brief History of Time – Stephen W. Hawking
Stephen Hawking - Brief Answers to the Big Questions
The Weary Blues - Langston Hughes
Common Wealth: Economics for a Crowded Planet – Jeffrey.D.Sachs

❖

12

வைரமுத்து கவிதைகளில் இலக்கியக் கோட்பாடுகள்
- தமிழாசிரியர் ஆ.வெண்ணிலா -

"எள்ளிலிருந்து எண்ணெய் எடுப்பதுபோல
இலக்கியத்திலிருந்து எடுத்தப்பட்டது இலக்கணம்."

ஈராயிரம் ஆண்டுகளுக்கு முற்பட்ட தமிழ் இலக்கணத்துக்கே இலக்கியக்கட்டமைப்பு தேவைப்பட்டது, கருத்தாளுமையும் சொல்லாளுமையும் கொண்டவை இலக்கியப் படைப்புகள் என்று கருதப்பட்டன.

அறிவாலும் அன்பாலும் அமைத்துக்கொண்ட ஒரு கூட்டுறவு அமைப்பே மானுட வாழ்க்கை. வாழ்க்கையின் இயக்க வெளிப்பாடே இலக்கியம்.

இலக்கியக் கோட்பாடு:

உலக உயிர்களின் திறன்கள் கொண்டு வகைப்படுத்தினார் தொல்காப்பியர். "எப்படியும் வாழலாம்" என்ற நிலையை உடைத்த மனிதன் "இப்படித்தான் வாழவேண்டும்" என்ற கோட்பாட்டை வரையறுக்கும்போதே "கோட்பாடு" என்பதன் பொருள் பிறந்து விட்டது.

படைப்பாளி தன்னை உணர்ந்து வசப்படுத்திய பொருளை, நிகழ்வை அதே உணர்வோடு நமக்குக் காட்டும் வடிவமே இலக்கியம் ஆகும். "உலகியலின் சராசரித் தளங்களிலிருந்து மாறுபட்ட ஒரு மனோபாவத்திலிருந்து கவிஞன் தோன்றுகிறான். அந்த மனோபாவம் தான் முக்கியம். கவிஞனுக்கு மொழி கூட இரண்டாம் பட்சம் தான்"

(வைரமுத்து, கேள்விகளால் ஒரு வேள்வி. ப.81) என்று இலக்கியக்கவிஞனை இடம் சுட்டுகிறார் கவிப்பேரரசு வைரமுத்து.

கவிதைக் கட்டமைப்பு:

கவிஞன் என்பவன் காலத்தை மக்களுக்குக் காட்டும் கண்ணாடியாகத் திகழ்கிறான். தொடர்ந்து படைப்பாற்றல் மிக்க கவிஞன் சமுதாயத்திற்கு நல்ல ஊடகமாகக் கூட விளங்குகிறான்.

"கவிதை என்பது மேசை மீதுள்ள இயற்கைக் காட்சி
இயற்கைக் காட்சி என்பது பூமியின் மீதுள்ள கவிதை"

என்று சீனக் கவிஞர் வரையறுப்பதுபோல கட்டமைப்போடு கூடிய புதுக்கவிதையை வரையறுக்கிறார் கவிஞர்.

"புதுக்கவிதை என்பது
சொற்கள் கொண்டாடும்
சுதந்திர தினவிழா" (வை.மு)

என்று கூறிச் செல்கிறார். மொழியின் துணையுடன் இயற்கையை இலக்கியத்தில் அமைக்கும் கவிஞர்,

"நெளியும் நாற்றும், அசையும் கீற்றும்
நகரும் மேகமும், மாலையின் மஞ்சள் வெளிச்சமும்
எனக்குள் ஏற்படுத்திய பரவசத்தை இறக்கி வைக்க
நான் மொழியைத் துணைக்கழைத்தேன்" (வை. மு)

என்று இலக்கியக் கோட்பாட்டுக்குள் புதுமையைப் புகுத்தி மொழியின் களம் காட்டுகிறார். இது

"சொல் புதிது சுவை புதிது
சோதி மிக்க நவகவிதை
எந்நாளும் அழியாது"
என்ற பாரதியை நினைவுகூர வைக்கிறது.
மரபுக்கவிதையில் கட்டமைப்பு:
"மரபுக்கவிதை படைத்தல் போல்
மண்டபம் திருமலை கட்டியதால்" (வை. மு.க.ப.814)

மரபுக்கவிதை என்பது சாகும் சங்கதி அன்று "ஈராயிரம் ஆண்டுகளாய் விழுதிறக்கிய விருட்சம் அது; அதன் வேர் கரையான்களால் அழிக்க முடியாத ஆழத்தில் இருக்கிறது" (ரத்த தானம்) என்று கூறுகிறார் கவிஞர் வைரமுத்து.

கவிப்பேரரசின் கவிதைகளில் மரபின் செல்வாக்கு மிகுந்து இருக்கிறது.

"மண் திணிந்த நிலனும்
நிலன் ஏந்திய விசும்பும்
விசும்பு தைவரு வளியும்
வளி தலை இய தீயும்
தீ முரணிய நீரும் என்றாங்கு
ஐம்பெரும் பூதத்து இயற்கை போல" (புறநானூறு)

என்று மேற்கணக்கில் எட்டுத்தொகையில் ஐம்பூதங்கள் அலங்கரிக்கப் படுகின்றன. நமது கவிஞர்,

“நிலத்தின் முதல் துகளே
நீரின் முதற் துளியே
தீயின் முதல் பொறியே
காற்றின் முதல் அணுவே
வானின் முதல் வெளியே
உங்களின் நீட்சியே நாங்கள்”

என்று பஞ்சபூதங்களின் பண்பை மாட்சிமைப் படுத்துகிறார்.

இதிகாசத்தில் கட்டமைப்பு:

“ஒருத்தி சிரிக்க வேண்டிய இடத்தில்
சிரிப்பைத் தொலைத்தாள்
எழுந்தது ராமாயணம்
ஒருத்தி சிரிக்கக் கூடாத இடத்தில்
சிரித்துத் தொலைத்தாள்
எழுந்தது மகாபாரதம்” (வை. மு.)

என்று இதிகாசங்கள் எழுந்ததற்கான காரணங்களை இரண்டு வரிகளில் எழுதுகிறார். கண்ணகியின் கற்பு இன்றுவரை இருக்க வேண்டும் என்று இதிகாசம் சார்ந்தும் பேசாமடந்தையாக இருந்து இறுதியில் பேசுவது பயனற்றது என்பதைக் கூறும் கவிஞர்

“கற்பொன்றில் மட்டும்
அந்தக் கண்ணகியைப் போலிருங்கள்
மற்றவற்றில் அந்த மடமகளை மறந்திடுங்கள்” (வை.மு.)

என்று இயல்பான வாழ்க்கையில் இருக்கும் மகளிரை இதிகாசத்துடன் இணைத்த பெருமை ஆசிரியரையே சாரும்.

இயற்கையின் கட்டமைப்பு:

பஞ்ச பூதங்களை உள்ளடக்கியது உலகம் என்பது யாவரும் அறிந்ததே. அதில் கவிஞர் நிலம், நீர், காற்று, நெருப்பு, ஆகாயம் என்று பூமியை நிர்ணயிக்கும் பஞ்சபூதங்களுடன் ஒப்பிட்டுச் செல்வார். இயற்கையின் ரசிகன் நம் கவிஞன். நமக்கு அவர் இயற்கையின் வரம் என்றே கூற வேண்டும்: உலகத்தின் முதல் கவிதையாக மரத்தை அறுத்த மனிதர்கள் பற்றி எழுதுகிறார்.

“மரம் சிருஷ்டியில் ஒரு சித்திரம்
பூமியின் ஆச்சிரியக்குறி.”

என்று மரத்தின் பெருமை கூறி அதனை மறந்த மனிதர்கள் பற்றிக் கூறுவார்

“மரம்தான் மரம்தான்
எல்லாம் மரம்தான்
மறந்தான் மறந்தான்
மனிதன் மறந்தான்.” (இ.பூ.வி.அ.)

என்று உலகியலோடு இயற்கையை இணைத்துச் செல்கிறார். இது மட்டுமல்லாமல் ஐம்புலன்களையும் உலகியலோடு உறவாட விடுவார். இசை பற்றி கவிஞர் "ஒரு புல்லாங்குழலின் பூர்வீகம்" என்னும் கவிதையில்

"அது
வெயிலில் காய்ந்த தவத்துக்கு
வரும் இசையே வரம்
நெருப்பில் சுட்ட கருப்புக் காயத்துக்குக்
கசியும் இசையே களிம்பு" (கொ.மா.வே.96)

புல்லாங்குழலின் துளைகூடக் கஷ்டத்தால் கிடைத்த இஷ்டமே என்கிறார் ஆசிரியர். "ஞானத் தீ" என்னும் கவிதையில்,

"நெருப்பு கண்டு
வியந்தவன் தீ என்றான்
பயந்தவன் பகவான் என்றான்
யோசித்தவன் திரியில் அடக்கி தீபமென்றான்." (த. நி. உ.32)

இப்படி சரியாய் எரிந்த நெருப்பை ஒருவன் தப்பாய் வேலை வாங்கினான் என்று அவரது ஞானத்தீயை நமக்குள் செலுத்துகிறார்.

"கற்பைக் கண்டறியும் தர்மா மீட்டராய்
அழுக்குச் செய்தான் அயோத்தி மன்னன்"
என்று நெருப்பை நிராகரிக்கும் மனிதர்களிடம்
"காற்றுக்கேது வடக்கு தெற்கு?
நெருப்பிற்கேது கிழக்கு மேற்கு?"
ஒன்று மட்டும் புரிந்தது நமக்கு
"உள்ளே நெருப்பு இல்லாதவர்க்கு
சூரியனும் ஒரு கரித்துண்டு
உள்ளவருக்குக்
கரித்துண்டும் ஒரு சூரியன்" (த. நி. உ.32)

என்று இயற்கையின் தீ கொண்டு மனிதனிடம் ஞானத்தீ வளர்க்கிறார்.

பெண்கள் பற்றிய கட்டமைப்பு:

உலகம் தோன்றிய நாள் முதலாய் ஆண், பெண் கண்டறியப்பட்ட மணித்துளி முதல் பெண்மை போற்றப்படுகிறது. வார்த்தைகளில் மட்டும் வாழ்ந்து வாழ்க்கையில் வதைக்கப்படுகிறார்கள். வேலைக்குச் செல்லும் பெண்களின் வேதனை

"நகரப் பேருந்தில்
நகரவே இடம் இருக்காது
இந்தக் கூட்டத்தில் சிக்கினால்
நிலா கூட
நசுங்கி நசுங்கி நட்சத்திரம் ஆகிவிடும்"

என்று பேருந்தில் பயணிக்கும் பெண்களின் நிலையைக் காட்டிச் செல்கிறார்.

பெண்களைக் 'கொடி' என்று இலக்கியம் வர்ணிக்கும். பெண்களே உங்களை நீங்களே உயர்த்துங்கள் என்று கூறுவார் கவிஞர்.

"கொடிகளாம் நீங்கள்...
ஆம் கொடிகள்தாம்
கொழுக்கொம்பைப்
பற்றிப் படரும் பச்சைக் கொடிகள் அல்ல
இந்திய நாட்டின் தேசியக் கொடிகள் என்று
தெரியப்படுத்துங்கள்"

என்றும் தேசம் காக்கும் மங்கையராய் மகளிரைச் சுட்டுகிறார்.

"இல்லறக் கிரிக்கெட்டில்
கட்டில் அறைக்கும்
சமையல் அறைக்கும்
ரன்கள் எடுத்தெடுத்தே
ரணமாய்ப் போனாள்"

என்று இல்வாழ்க்கையில் இருந்து துன்பத்தையும் இன்பமாக நேசிக்கும் பெண்மையைப் போற்றுகிறார். இவை மட்டுமல்லாமல் ஆசிரியர் பெண்களை வர்ணிக்கும்போது வைரமுத்துவின் வர்ணஜால வார்த்தைகள்போல் இலக்கியவானில் நிச்சயமாக இல்லை; அற்புதம் தொடரட்டும்.

மனிதம் வளர்க்கும் கவிஞன்:

மனிதனால் உருவாக்கப்பட்ட உலகம் படைக்கப்பட்ட கடவுள்; சேதப்பட்ட காடுகள் என்ற அனைத்தையும் கவிதைகளால் அளந்த கவிஞன் உளிகொண்டு சிலை வடிப்பதுபோல கவிகொண்டு மனிதம் வளர்க்கிறார். மனிதர்களிடம் "மனிதம்" இல்லை என்பதைப் பல இடங்களில் சுட்டிச் செல்லும் கவியரசு,

"தாழ்த்தப்பட்டவர் ஒடுக்கப்பட்டவர்
சண்டை பிடிக்கையிலே அங்கே
வீழ்த்தப்படுவதும் வெல்லப்படுவதும்
வேறோர் இனம் அல்லவே " (வை.மு.க.693)

என்று மனிதர்களுக்குள் நடக்கும் சண்டைகளைச் சாடுகிறார்.

"எந்த விலங்கும்
இன்னொரு விலங்கின்
காலில் விழுவதில்லை" (த.நி.உ)

என்று அடிமையாக்கிய நிலையை அழகாகச் சுட்டுகிறார்.

"மதம் ஓர் பிரமை
மதம் ஓர் அருவம்
அருவத்தோடு என்ன ஆயுத யுத்தம்!

மதம் என்பது ஒரு வாழ்க்கை முறை
சரி
வன்முறை என்பது எந்த முறை?" *(வை. மு. க 576)*

என்று மதம் கொண்டு மனிதம் இழக்கும் இழிசெயல்களைக் கவிதைகளில் துளைத்தெடுக்கிறார்.

எந்தக் கடவுளையும்
விலங்கு சுமந்தது அன்றி
மனிதன் சுமந்ததில்லை.
மனிதனைச் சுமக்கச் சொன்னால்
கடத்தி விடுவான் என்று
கடவுளுக்குத் தெரியாதா *(த. நி. உ.37)*

என்று எதற்கும் பயப்படாத கலங்காத மனிதர்கள் பற்றிச் சிந்தனைக் கவிதைகளை எழுதிச் செல்கிறார். கலைகளையும் கற்பனைகளையும் வளர்க்கும் கவிஞர்களிடையே வித்தியாசமான கவிஞன் எப்படித் தோன்றினார், ஏறத்தாழ 60 ஆண்டு காலமாக எழுத்து உலகிலும் திரையுலகிலும் எப்படி நிலைத்து நிற்கிறார் என்றால், உண்மைகள் ஒருபோதும் மறைவதில்லை என்றே சொல்ல வேண்டும்.

"விவசாய குடும்பம்
மண்ணை நேசிக்கும் மனிதர்கள்
வானம் பார்த்த பூமி
இளைத்த கறவை மாடுகள்
கம்பளியோடு பிறந்த செம்மறி ஆடுகள்
தேய்ந்த கலப்பை
மழுங்கிய மண்வெட்டி
மீசை போன்ற அரிவாள்
சோளக்கூழ்; சுட்ட மிளகாய்
தண்டட்டி ஆடும் பெண்கள்,
கண்ணீர் சிந்தும் சுற்றம்,
எழுத்தறிவில்லாத தாத்தாவின்
இதிகாச உதாரணங்கள் ,
பழைய நம்பிக்கையுடன் கூடிய மரபுகள்" *(இ.கு.க.ஏ.210)*

இவை கலந்த மானுடப் பிறவி தன்னை வேர் நிறுத்திக் கொள்கிறது இலக்கிய பீடத்தில். நிகரில்லாப் படைப்பு. தமிழுக்குக் கிடைத்த பெருமை.

"எந்த தேவதையும்
இவனை ஆசீர்வதிக்கவில்லை
கண்ணீரிலும் ரத்தத்திலும்
கவிதைக்கு மை தயாரித்தவன்
என்று எழுதுங்கள்" *(வை. மு.க.558)*

என்று தனது நிலையை உலகிற்குப் பிரகடனம் செய்த தனிக்கவிஞர். இந்த உலகம் பஞ்சபூதங்களால் நிறைந்தவையா, இல்லையா என்பதெல்லாம்

தெரியாது. தமிழ் உலகம் வைரமுத்து கவிதைகளாலும் கதையாலும் இலக்கியத்தாலும் திரை இசைப் பாடல்களாலும் சுற்றிச் சூழ்ந்து படர்ந்து இருக்கிறது என்பதைப் பெருமையுடன் கொண்டாடுவோம்.

"சுடும் வரை சூரியன்
சுற்றும் வரை பூமி "

சூரியனும் பூமியும் இருக்கும் நாள் வரை கவிஞரது புகழும் பெருமையும் வாழும் என்பதில் ஐயம் இல்லை.

நாவல்கள்

13

கவிதைச் சாயல் கொண்ட நாவலாசிரியர்
கவிஞர் வைரமுத்துவின் இலக்கியச் சொல்லாட்சி
- முனைவர் தமிழச்சி தங்கப்பாண்டியன் -

தமிழ் இலக்கியத்தின் முன்னணி கவிஞரான வைரமுத்துவின் படைப்புகள், தமிழின் பாரம்பரியமான கவிதை வடிவங்களில் இருந்து விலகி, புதுக்கவிதை வழி புதிய சாத்தியங்களை வெளிப்படுத்தியவை. இக்கட்டுரை, கவிஞர் வைரமுத்துவின் முக்கியமான படைப்புகளான கவிராஜன் கதை, மகா கவிதை, தண்ணீர் தேசம், வில்லோடு வா நிலாவே, ஒரு போர்க்களமும் இரண்டு பூக்களும், காவி நிறத்தில் ஒரு காதல் ஆகியவற்றை மையமாகக் கொண்டு, அவரது படைப்புகளின் வளர்ச்சியையும் அதன் தனித் தன்மையையும் ஆராயும் நோக்கத்துடன் எழுதப்பட்டுள்ளது.

தமிழ் இலக்கியத்தின் களத்தில், புதுக்கவிதை என்பது ஒரு பரிணாம வளர்ச்சியாகும். இவை மரபுக்கவிதைகளின் கட்டுப்பாடுகளை மீறி, இலக்கியத்தில் புதிய பாதைகளை உருவாக்கியுள்ளன. புதுக்கவிதைகள் சமூக மாற்றங்களைப் பிரதிபலிப்பதுடன், மொழி மற்றும் இலக்கியத்தில் புதுமைகளை அறிமுகப்படுத்துகின்றன. கவிஞர் வைரமுத்து, தனது கவிதைகளின் மூலம், இதைப் புதிய உயரங்களுக்குக் கொண்டு சென்றவர். புதுக்கவிதையின் தோற்றம், பாரம்பரிய வசன கவிதையிலிருந்து புறம்பாக, கவிதைக்கு ஒரு புதிய சுதந்திரத்தை அளிக்க முயன்றது. இது, மொழியின் செறிவையும், கவிதையின் சுயவலியையும் வெளிப்படுத்த ஒரு திறவுகோலாக அமைந்தது. கவிஞர் வைரமுத்து, தனது கவிதைகளில் புதுக்கவிதையின் இந்த இயல்புகளைப் பயன்படுத்தி, தனித்துவமான நடைமுறையை உருவாக்கியவர்.

ஆரம்பத்தில் யாப்பு முறைகளுக்குக் கட்டுப்படாமல் கவிதை உணர்வுகளுக்கு சுதந்திரமான எழுத்து உருவம் கொடுக்கும் முயற்சி 'வசன கவிதை' என்று அழைக்கப்பட்டது, பின்னர் 'யாப்பில்லா கவிதை' ,'இலகு கவிதை' , 'கட்டிடங்கள் கவிதை' போன்ற பெயர்களை இது அவ்வப்போது தாங்க நேரிட்டது என்று வல்லிக்கண்ணன் புதுக்கவிதையைப் பற்றிக் குறிப்பிடுகிறார். கவிஞர் வைரமுத்துவின் கவிதைகள், பாரம்பரியத்தின் வேர்களைப் பறிக்காது, புதுமையுடன் கலந்துள்ளன.

சுவை புதிது, பொருள் புதிது, வளம் புதிது,
சொற்புதிது, சோதிமிக்க
நவகவிதை

என்று பாரதியார் தன் கவிதைகளைப் பற்றிப் பெருமையோடு பேசுகிறார். புதுக்கவிதை என்ற வடிவத்திற்கு அடிக்கல் நாட்டிய அந்தக் கவிராஜனுக்கு புதுக்கவிதையால் அஞ்சலி என்பது மற்றொரு சிறப்பம்சம். சா.வி. அவர்களின் சாவி வார இதழில் 53 வாரங்கள் தொடராக வெளிவந்த, பலரைக் கட்டிப் போட்ட கவிஞர் வைரமுத்துவால் எழுதப்பட்ட பாரதியின் சரிதம் கவிராஜன் கதை, அவரது படைப்புகளில் என்னை மிகக் கவர்ந்த ஒன்று. அது, இன்றைய தலைமுறை பலருக்கும் தெரியாதிருப்பது அதிர்ச்சி அளிக்கிறது. வாழ்க்கைச் சரிதத்தைக் கவிதையாக்குவது அத்தனை சுலபமல்ல. பாரதியின் பிறப்பு முதல் இறப்பு வரையிலான நிகழ்வுகளை எளிய அழகிய வரிகளில் எத்தனை முறை வாசித்தாலும் அலுப்பூட்டாதபடி தனது காத்திரமான வரிகளால் பாரதிக்கு மகுடம் சூட்டி அக்கவிதைகள் மூலம் நம் மகாகவிக்கு மகத்தான அஞ்சலியை உரித்தாக்கியுள்ளார். பாரதியின் வாழ்க்கை வரலாற்றைப் புதுக்கவிதை வடிவில் சித்தரிக்க, கவிஞர் வைரமுத்து எடுத்த முயற்சி தமிழின் புதுக்கவிதை வடிவத்திற்கு அசாதாரணமான அடையாளமளிக்கிறது.

அது எப்படி?
எட்டயபுரத்தில் மட்டும்
ஒருத்திக்கு நெருப்பைச் சுமந்த
கருப்பை?
ஏகாதிபத்ய எரிமலையை ஒரு தீக்குச்சி எரித்ததே
எப்படி?
முளைக்கும் போதே விதை மண்ணை ஜெயிக்கிறதே அப்படி!

எனும் வசீகரமான மொழிக்குச் சொந்தக்காரர் கவிஞர் வைரமுத்து. பாரதியின் இறுதி ஊர்வலத்தைப் பற்றிய வரிகளில் எத்தனை கொந்தளிப்பு!

இறுதி ஊர்வலத்தினரின்
எண்ணிக்கை -
இருபதுக்கும் குறைவாக
இருந்ததாம் தோழர்களே
மகாகவிஞனுக்கு
மரியாதை பார்த்தீரோ

அவன் உடம்பில் மொய்த்த
ஈக்களின் எண்ணிக்கையில் கூட
ஆட்கள் இல்லையே

இது புலிகளை மதிக்காத
புழுக்களின் தேசமடா

... இன்று நினைத்தாலும்
தலையறுந்த சேவலாய்த்
தவிக்கிறது நெஞ்சு
என் கண்ணீர் எரிந்த உன் சடலம் தேடி
எங்கெங்கோ அலைகிறது.

தலையறுந்த சேவல் என்னும் இந்த உவமை என்னைப் போன்ற கரிசக்காட்டுக்காரிகளுக்குத் தான் முழு வலியோடு புரியும்!

மதுரை தமிழாசிரியர் பணியை விட்டுவிட்டு சுதேசமித்திரன் பத்திரிகையில் இணைகிறார் பாரதி. ஒரு பத்திரிகையாளனாய்த் தனது பயணத்தைத் துவங்கித் தனக்குள் இருந்த எழுத்துத் தாகத்தைத் தணித்துக் கொள்கிறார். ஆயினும், மிதவாதம் பேசும் மித்திரனில் பாரதியால் தனது நெருப்பு விதைகளைத் தூவ முடியவில்லை.

பத்திரிகைதான்
அவனுக்குத்
தேசிய வரலாற்றைச்
சரியாய்க் காட்டிய
சாளரம்!

அவனது
அடி நெஞ்சின் அணுக்களில்
உறங்கிக் கிடந்த
ஒரு யுக நெருப்பை
உசுப்பிவிட்டதும்
அதுவே தான்.

ஒரு பத்திரிகையின்
ஆழ அகலங்களை
அவன்
அறிந்து கொண்டதும்
அங்கேதான்!

ஆயினும் மித்திரன்
அவனது
தினவுக்கு முழுவதும்
தீனியிடவில்லை.

ஆனால்
என் தோழர்களே,

சராசரி மனிதனை
மரணம்
மரிக்க வைக்கிறது
கவிஞனை அதுதான்
பிரசவிக்கிறது

எனக் கடைசி வரிகளில் பாரதிக்கு மரணமில்லை என்கிறார். கவிராஜனின் சரிதத்தை இவரை விட வேறு யாரால் சாகாவரம் பெற்ற கல்வெட்டாய்ச் செதுக்க முடியும்?

என்னைப் பொருத்தவரை இவரது கவித்துவ நேர்மை மிகவும் எளிமையாக வெளிப்படுகிறது கவிராஜன் கதையில். ஆடம்பரம் இல்லை. அலங்காரம் இல்லை. உள்ளார்ந்த அனுபவம், தனது நோக்கம், தனது இலக்கிய இயக்கம், தேடல் போன்ற கூறுகளை முன்வைத்து அதில் கவிராஜன் கதையைக் கட்டமைத்து, அதற்குப் பின்பான படைப்புகளுக்கு இதனைத் திறவுகோல் படைப்பாக முன்மொழிகின்றார்.

தமிழ்க் கவிதை இயக்கத்தில் மரபு, புதுக்கவிதை, நவீன கவிதை என்ற மூன்றும் இன்றும் புழக்கத்தில் இருக்கின்றன. கவிதையைப் பொருத்தவரை இந்தப் பரவலாக்கம் ஆரம்பம் முதலே தானாக இயங்கி வளர்ந்திருக்கிறது. யாரும் யாருடனும் இல்லை என்பதே கவிதை சொல்லிக்கும், கவிஞருக்கும் இன்னும் தனியாக தனித்து இயங்கும் வேகத்தைக் கொடுக்கிறது. கவிதை, மொழியின் மிக நுட்பமான வேலைத்தளம். நவீன கவிதை இன்னும் பலமான உள்ளுணர்வை உருவாக்கும் போக்கையே கொண்டது; தொடர்ந்து உரையாட விரும்புவது. கதையோ, கவிதைகளோ, கட்டுரைகளோ, படைப்புமொழி களத்தில் எழுதும் போது, நம்மை நமது எழுத்து காட்டிக்கொடுத்துவிடும்.

க.நா.சு. ஒரு முறை சொன்னார்: "கவிஞனுடைய கற்பனா சக்திக்கும், வெற்றிக்கும் ஓரளவு சுதந்திரம் அவசியம்தான். ஆனால் கவியானது சப்பாத்திக்கள்ளி பறந்தது போல் சட்டதிட்டங்களுக்கு உட்படாமல் திமிரு கொண்டு செல்லுமே - ஆனால் அது உயர்த்தும் ஆகிவிடும் என்பது திண்ணம். ஆனால், தமிழில் முதல் முதலாகக் கையாண்டவர் சுப்ரமணிய பாரதிதான்." காட்சிகள் என்ற அவர் எழுதியிருக்கும் சித்திரங்களைப் படிப்பவர்கள் வசனம் எதுவென்றும் வசன கவிதை எதுவென்றும் தெளிவாக அறியலாம். வசன கவிதை செய்யுளின் முன் நிற்க முடியாதென்றோ, அது கவிதையாகாதென்றோ யாரும் சொல்ல முடியாது. எட்வர்ட் கார்பென்ட்டரும், வால்ட் விட்மனும் ஆங்கிலத்தில் பெற்ற வெற்றிக்குப் பிறகு, பாரதியே தமிழில் பெற்ற வெற்றிக்குப் பிறகு, கவிஞர் வைரமுத்து ஒருவரே வசன கவிதையை எந்தக் கற்பனை உச்சியிலும் கையாளலாம் என்று நிரூபித்துள்ளார்.

கவிஞர் வைரமுத்துவின் மகா கவிதை ஒரு மிக முக்கியமான கவிதைத் தொகுப்பாகும். காதல் மற்றும் உறவுகளிலிருந்து, சமூக நீதி மற்றும் அரசியல் வரை பல்வேறு கருப்பொருள்களை இந்தக் கவிதைகள் ஆராய்கின்றன. வார்த்தைகள், சொற்றொடர்கள், உருவகங்கள் அனைத்தையும் ஒருங்கிணைத்து, ஒளி மற்றும் பொருள் செழுமையாக விளக்கப்படுகின்றன. இதன் மூலம், கவிஞர் வைரமுத்துவின் தனித்துவமான ஆளுமையும் வெளிப்படுகின்றது. மகா கவிதை என்ற தலைப்பு அதன் வடிவத்திற்காக மட்டுமே அல்ல, உள்ளடக்கத்தின் ஆழத்திற்காகவும் பொருள் பெற்றது என்பதை முன்னுரையில் கவிஞர் வைரமுத்துவே தெளிவுபடுத்துகிறார். இந்தப் பிரபஞ்சம் அளவிட முடியாத பரந்த வெளியாக, எல்லையற்ற அகலமாக இருந்து கொண்டே இருக்கிறது. “நிலம்தீ நீர்வளி விசும்பொடு ஐந்தும் கலந்த மயக்கம் உலகம்” என்ற தொல்காப்பியப் பாரம்பரியத்தை ஆதாரமாகக் கொண்டு, அதை நவீனமாக விரிவாக்கும் வகையில் மகா கவிதை உருவாக்கப் பட்டுள்ளது. முப்பது மாதங்களாக ஒரு அஞ்சிறைத் தும்பியாய் உலகமெங்கும் தேடித் திரட்டிய அரிய தகவல்களை கவிதையின் வடிவில் உயிர்ப்பித்துள்ளார் கவிஞர் வைரமுத்து. இதன் மூலம் அவரது ஆழ்ந்த ஆராய்ச்சியும் சிந்தனையும் வெளிப்படுகின்றன.

தமிழ்ப் புதுக்கவிதையைத் தமிழ்த் தன்மையோடு இயங்கச் செய்தவர்களில் கவிஞர் வைரமுத்து முக்கியமானவர். வடிவம், உள்ளடக்கம் என இரண்டிலுமே மிகப்பெரிய வித்தியாசங்களைக் காட்டியவர். அவரது படிமங்கள் எளிமையானவை; ஆனால் உணர்ச்சிப் பூர்வமானவை. தன்னுடைய கவிதைகள் வழியாக சங்க இலக்கியத்தின் நிலக்காட்சிகளின் சித்திரிப்பை இன்னொரு தளத்துக்குக் கொண்டு சென்றவர் அவர். வண்ணமயமான மொழியையும், உள்வாங்கிய வலுவான உவமைகளையும் கொண்ட கவிஞர் வைரமுத்துவின் கவிதைகள், அது ஒரு சமூக மாற்றத்திற்கான கருவியாகவும் உள்ளதென்பதை நிரூபிக்கின்றன. அவருடைய படைப்புகள், தமிழ் இலக்கியத்தின் வளர்ச்சிக்கு ஒரு முக்கிய தளமாகவும், புதிய பார்வைகளுக்கு வழிகாட்டியாகவும் இருக்குமென்பதில் ஐயமில்லை.

காப்பிய மரபின் நீட்சிதான் நாவல் எனக் கொண்டால், நாவல்கள் வாழ்வின் முழுமையை எழுதும் ஒரு வடிவமாக இருக்க வேண்டும். இந்த ‘முழுமை’ என்பதை வரையறுப்பதுதான் விமர்சகர்களுக்கு உள்ள சவால். சிறுகதைகள் பொதுவாக ஒரு தெளிவான தொடக்கம் மற்றும் முடிவைக் கொண்டவை; ஆனால் நாவல் அப்படியில்லை. ஒரு நாவல் எங்கேயும் தொடங்காது, எங்கேயும் முடிவடையாது; அது ஒரு தொடர்ச்சியான பயணமாக நீடிப்பது. நாவலாசிரியன் அந்தக் கதையை ஒரு பாம்பின் சட்டையைப் போல விரிவாக்கி நகர்த்த வேண்டும். வாசகன் அந்தப் பயணத்தின் போதெல்லாம், தன் சொந்த இடைவெளியில், அவனுக்கே

உரிய தரிசனங்களை அடைவான். ஒவ்வொரு வாசகனும் கதையை வேறுபாடாக அனுபவிப்பான். ஆகவேதான் நாவலின் சாத்தியங்கள் எண்ணற்றவை. இதனால்தான் நாவல்கள் இலக்கியத்தின் மிக உயர்ந்த வடிவமாகக் கருதப்படுகின்றன. கவிதை தெரிந்தவன் நாவல் எழுதும்போது கண்ணுக்குத் தெரியாமல் ஊடுபாவாக கவிதையின் நிழல் படிந்து செல்லும்.

என்னைப் பொருத்தவரையில் வெறும் அழகு என்பது பகல் நிலா! அந்த நிலாவால் பயனில்லை. ஒரு பெண்ணுக்குள் அறிவின் வெளிச்சம் அடிக்க வேண்டும். அவளைத் தொட்டால் தமிழின் தணலடிக்க வேண்டும். அறிவில் குளிப்பாட்டிய அழகுதான் என் வணக்கத்துக்குரியது; வாசிப்புக்குரியது. (வில்லோடு வா நிலாவே) - எனும் வரிகளைப் பாருங்கள்.

சேரர்களின் சரித்திரத்தை வெகுவாகப் படம் பிடித்துச் சித்திரிக்கிறது வில்லோடு வா நிலாவே. பொதுவாக, சில நூல்கள் மற்றும் நாவல்கள் மட்டுமே வாசகனை மீண்டும் மீண்டும் அவற்றைத் திறந்து வாசிக்க தூண்டக்கூடியவை. அதுபோல என்னை மீண்டும் வாசிக்க ஈர்த்த நூல்களில் இதுவும் ஒன்று. இயற்கையான வரலாற்றையும், காதலையும், இலக்கியத்தின் சுவையையும் ஒரு மென்மையான காவியமாக உருவாக்கி நமக்கு அளித்த கவிஞர் வைரமுத்து தமிழ் நல்லுலகின் பாராட்டிற்குரியவர் என்பதை இந்த நூல் நம்மிடம் மீண்டும் நிரூபிக்கிறது.

ஒரு போர்க்களமும் இரண்டு பூக்களும் 1991இல் இவர் எழுதிய உண்மையும் கற்பனையும் கலந்த நாவல். தேனி வட்டாரத்தைக் களமாக கொண்டு எழுதப்பட்ட அரண்மனைக் காலத்துக் கதை இது. காதலைப் பற்றி நூலின் முன்னுரையில் கவிஞர் வைரமுத்து கீழ்க்கண்டவாறு கூறுகிறார்:

காதலை இன்னும் இந்த மண்ணில் யாரும் சரியாகப் பார்க்கவில்லை. மொழி அதை வெறும் வார்த்தையாய்ப் பார்க்கிறது. விஞ்ஞானம் அதை வெறும் ஹார்மோன்களாய்ப் பார்க்கிறது. மதம் அதை வலக்கையில் தண்டித்துவிட்டு இடக்கையில் ஆசீர்வதிக்கிறது. தத்துவம் அதைத் தனக்குள் சேர்த்துக் கொள்ளலாமா, வேண்டாமா என்று இன்னும் தீர்மானம் போடவில்லை. பெற்றோர் காதலைத் தங்களோடு முடிந்துவிட்ட சமாச்சாரமாகவே கருதுகிறார்கள். சமூகம் இன்னும் அதை ஓர் ஒழுக்கக் கேடு என்றே உறுதியாக நம்புகிறது. எனவே இந்தியாவில் காதல் இன்னும் நம்பிக்கை வைத்திருப்பது காதலர்கள் மீதுதான். அவர்கள் மட்டுமே அறிவார்கள் அது சக்தி என்று. அதன் அவஸ்தைகள், சந்தோஷங்கள் எல்லாம் எரிப்பொருள்கள் என்று.

கள்ளங்கபடமில்லாத காதலை, தங்களின் கௌரவத்திற்கும் சுயநலத்திற்கும் கருவியாகப் பயன்படுத்தி, இன்றும் நம் சமூகம் அதனை, பிரிவுகளை உருவாக்குவதற்காகத் தேர்ந்தெடுக்கிறது. இவை நமது சமூகத்தில் கவுரவக் கொலைகளாக வேரூன்றி நம்மை இன்னமும் அச்சுறுத்திக் கொண்டிருக்கின்றன.

காதலிப்பவர்களுக்காகவே எழுதி அளித்துள்ள வைர வரிகளே இந்த நாவலில் அமர்ந்திருக்கின்றன. இதன் கடைசி சில பக்கங்களில், நிச்சயம் உங்கள் கண்ணீர்த் துளிகளின் ஈரத்தை உணரலாம்.

காதலின் ஆசைகள் அர்த்தமில்லாதவை. ஆனால் ஆழமானவை. பைத்தியக்காரத்தனங்களே காதலின் சபையில் கௌரவிக்கப்படும்.

பலாப்பழம் உரிப்பது வரை கஷ்டம்
ரயிலில் ஏறுவது வரை கஷ்டம்...
முதலிரவில் அணைப்பது வரை கஷ்டம்...
அதாவது விளக்கை...
காதலில் மட்டும் தான் தொடங்குவது கஷ்டம்... முடிப்பது கஷ்டம்...
முடிந்தாலும் கஷ்டம்.

காதலர்களுக்கு சாவுண்டு;
காதலுக்கு சாவேது

நிறைவேற்றக் கூடியவர்கள் மட்டுமே காதலிக்கலாம் என்று சட்டமிட முடியுமா?

காய்க்கிற மரங்கள் மட்டுமே பூக்கலாமென்றால் தாவரங்களுக்கு
இலையுதிர்காலத்திற்குப் பிறகு இன்னொரு பருவம் இருக்க முடியாது.

கவிஞர் வைரமுத்துவின் தண்ணீர் தேசம் ஒரு தனித்துவமான இலக்கிய முயற்சியாக மிளிர்கிறது. கடல் குறித்த தகவல்களால் நிரம்பிய ஒரு களஞ்சியமாகக் கருதலாம். கடல் சார்ந்த முதல் கவிதையே அற்புதமாகும். இந்நாவல் மனிதன், இயற்கை, மற்றும் சமூகத்தின் மத்தியில் உள்ள தத்துவ, உளவியல், மற்றும் அரசியல் உரையாடல்களைத் திறக்கும் முறையில் அமைந்துள்ளது.

கடல்!
உலகின் முதல் அதிசயம்
சத்தமிடும் ரகசியம்
காலவெள்ளம் தேங்கி நிற்கும்
நீலப் பள்ளம்
வாசிக்கக் கிடைக்காத வரலாறுகளைத்
தின்றுச் செரித்து
நின்று சிரிக்கும் நிஜம்
கடல்!
ஒருவகையில் நம்பிக்கை
ஒருவகையில் எச்சரிக்கை...

மணல் நகர்ந்து நகர்ந்து காலை உள்ளிழுக்கும் கடலை விரும்பாதவர் தான் யார் உளர் என்பது ஆழமான ஒரு பார்வையைத் தரும். அதேபோல்,

பொறுமை குறித்த கவிதையும் அருமையாக அமைந்துள்ளது. 'பொறுமையிருந்தால் தண்ணீரைக் கூட சல்லடையில் அள்ளலாம்; அது பனிக்கட்டியாகும் வரை பொறுத்திருந்தால்...' என்பது ஓர் எளிமையான ஆழமான தெறிப்பு!

நடுக்கடலில் பழுதடைந்து நிற்கும் படகில், கொண்டு வந்த உணவும் நீரும் முடிந்துவிட, ஒரு பக்கம் ஆழ்ந்த நீர்க்கடல் இருந்தும் குடிக்க முடியாமல், மற்றொரு பக்கம் மீன்கள் மிதந்தாலும் உண்ண முடியாமல், நம்பிக்கையை மட்டும் துணையாகக் கொண்டு காத்துக்கொண்டிருக்க, நாட்கள் வாரங்களாக மாற, அந்த நம்பிக்கையும் கானல் நீராக மாறிய வேளையில், வாழ்வின் கடைசி நொடிகளில் கூட காத்திருக்கும் உயிர்களுக்குக் கடல் எமனாய் மாறுகிறதா என்று கவிஞர் வைரமுத்துவின் ஒவ்வொரு வரியும் நம்மை நங்கூரமிட்டு, நம்மைத் திணறச் செய்கிறது. பதைப்புமூட்டும் நிமிடங்கள், கடிதம் எழுதும் போது விழும் கண்ணீர்த்துளிகள், கடலின் மர்மங்களை ஆழமாக அறிய தகவல் களஞ்சியங்கள், பாசப் போராட்டங்கள், கடலில் பயணம் செய்யும் மீனவர்களின் துயரமும் போராட்டமும் நிறைந்த வாழ்க்கை, ஏழு உயிர்களின் கடல் பயணத்தின் வாழ்வா? சாவா? என்ற போராட்டத்துடன் கூடிய கதைக் கரு. கடலே கதைக்களம். அவர்கள் பயன்படுத்தும் படகு பழுதடைந்து, எடுத்துச் சென்ற குடிநீரும் உணவுப் பொருட்களும் முடிந்ததால், நாட்களை எண்ணிக்கொண்டே வெறும் நம்பிக்கையுடன் காத்திருப்பது மனித வாழ்வு பிடிபடா மர்மமான அவலத் திருப்பங்களைக் கொண்டது என்பதை வெளிப்படுத்துகிறது. கண்கூடாகத் தண்ணீர் இருக்கும் என்றாலும் அருந்த முடியாத அவலமே நாவலின் அடிநாதம்!

கடல் குறித்த பல்வேறு சுவாரஸ்யமான தகவல்கள் இந்நூலில் இடம்பெற்றுள்ளன. ஒரு டன் கடல் நீரில் எவ்வளவு தங்கம் இருக்கிறது, ஒரு படகில் தேசியக் கொடியை ஏற்றுவது ஏன் அவசியம், பெர்முடா முக்கோணத்தின் மர்மம் என்ன, மீன்களைப் பிடிக்க முயன்றபோது எந்த வகையான தட்டுப்பாடுகள் ஏற்படுகின்றன, மீன் கிடைக்கும் வாய்ப்பு எவ்வாறு கணிக்கப்படுகிறது, கடலில் உருவாகும் சூறாவளிகளின் தன்மையும், அமாவாசை இரவில் கடல் நீர் ஏன் கொந்தளிக்கிறது என்பதற்கான விஞ்ஞானமான விளக்கங்களும் இங்கு சேர்க்கப்பட்டுள்ளன.

மேலும், நிலாவின் உருவாக்கம் பற்றிய விவாதங்களும் ஆராய்ச்சிகளும் நூலில் இடம்பெறுகின்றன. (பசுபிக் கடலின் பிரிந்து சென்ற ஒரு பகுதியாய் நிலா உருவானது என்பது முழுமையாக ஏற்கப்பட்ட கருத்தாக இல்லை; இதற்கான வேறுவேறு கருத்துகளை விஞ்ஞானிகள் முன்வைத்துள்ளார்கள்) இந்தத் தகவல்களின் மூலம் கடல் வாழ்க்கையின் மர்மங்களையும், மீனவர்களின் துயரங்கள் நிறைந்த வாழ்க்கை முறையையும் தெளிவாகப் புரிந்துகொள்ள முடிகிறது. தமிழ் வாசிப்பில்

புதிதாய்ப் பயணத்தைத் தொடங்குபவர்களுக்கும் தமிழ் மொழியின் மீது காதல் பிறக்க வைக்கும் அற்புதமான படைப்பு இது.

இதுபோன்ற அறிவியல் தகவல்களை இலக்கியத்தின் ஆதாரமாக மாற்றி கற்பனையையும் உணர்ச்சிகளையும் நயமாகத் தொகுத்துக் கொண்டு வரலாம். ஒரு சாகசக் கதையில் புவியியல் மற்றும் வானியல் கருத்துக்களைப் பின்னணியாக அமைத்து நம்பகத்தன்மையுடன் புதுமைக்கதை ஒன்றை எளிய கதை வடிவில் சொல்லும்போது, அறிவியல் தெரியாத வாசகர்களுக்கும் ஈர்க்கக்கூடிய சுவாரஸ்யமான படைப்பாக மாறுமெனக் கவிஞர் இதன் மூலம் நிரூபித்துள்ளார்.

கவிஞர் விஞ்ஞானத் தகவல்களையும், மனிதன் மற்றும் இயற்கை இடையே இருக்கும் ஒற்றுமையையும் அழகான கவிதை நடையில் பிணைத்துள்ளார். குறிப்பாக, மரத்தின் வேர்களைப் போலே, மனிதனின் ஆழங்களும் தேடலுக்கே உண்டாக்கப்பட்டவை போன்ற வரிகள் நாவலின் கலைநயத்தைக் காட்டுகின்றன. மொழியியல் திறனைக் காட்டும் விதமாக ஒவ்வொரு வரியும் கவிதையின் கனத்தைச் சுமக்கின்றது. "இயற்கை தாலாட்டினால் கடல் தொட்டில்; இயற்கை தள்ளிவிட்டால் கடல் கல்லறை" என்ற வரிகளின் செறிவு கவிஞரது முத்திரை!

டெரிடாவின் அகழ்வியல் கோட்பாட்டின் கீழ், இந்நாவல் பல அடுக்குகள் கொண்ட கதைகளாகச் செயல்படுகிறது. இதன் முக்கிய கூறுகள் அநியாயமாகக் கருதப்படும் சமூகங்களின் வாழ்வியல் நிலைகளை உடைத்துப் பார்க்கின்றன.

நியாயமும் அநியாயமும் சூழ்நிலைகளால் அமையப்படுகின்றன என்பதையே வாழ்வின் உண்மையாகச் சொல்கிறார் கவிஞர். நான் சைவம்; அசைவம் சாப்பிட மாட்டேன் என்று உறுதியுடன் கூறும் நாயகி, பின்னர் ஆமை இரத்தத்தைக் குடித்து உயிர்வாழ முயல்கிறாள். ஒன்றும் கிடைக்காத நிலையில் கிடைப்பதெல்லாம் ஒன்றாகவே மாறும் உண்மை இது. ஒரு நாவல் எந்த வடிவில் கூறப்பட்டாலும், ஒரு வாசகனின் ரசனையைப் புரிந்து, அதன் சுவாரஸ்யத்தைக் குறைக்காமல் நகர்த்தத் தெரிந்தால், அது முழுமையான வெற்றியாகவே கருதப்படுகிறது. தண்ணீர் தேசம் அப்படியொரு நாவல்தான். அனுபவித்து வாசிக்கும் போது, நாமும் அந்தக் கவிஞருடன் கடல் பயணத்தை மேற்கொள்வதுபோல் ஓர் அதிசயம் நிகழும்; சிறந்த கடலனுபவமும், கவிதையனுபவமும் நமக்குக் கிடைக்கும் இந்தப் புதினத்தில் கவிஞர் நீரைச் சொற்களாக வடித்துள்ளார். அந்தச் சொற்களில் ரகசியங்கள் ஆடிக் குலுங்குகின்றன. விடுதலையும் நெகிழ்வும் ஒன்றாகக் கலந்திருக்கின்றன. நீர் வற்றினாலும், அது ஆற்றாமையாக ஊற்றெடுக்கிறது. ஞாபகங்களில் மழை, அருவி, ஆறு, நீர் எல்லாம் விரிந்தோடும். நான் ருசித்த, அருந்திய தண்ணீர்த்துளிகள் ஞாபகங்களாகத் தொண்டைக்குள் விழுங்கிக் கொள்கிறேன்.

ஓர் உண்மையை ஆய்ந்து புரிந்துகொள்ளச் செல்லும் முயற்சியில், கதையுடன் திரும்பி வருவது, அல்லது ஒரு கதையை எழுதத் தொடங்கி, அதன் வழித்தடங்களை ஆராய்ந்து புதிய உண்மைகளுடன் திரும்பி வருவது, கவிஞர் வைரமுத்துவின் பயணத்தில் மாறி மாறி நிகழும் ஆர்வமூட்டும் அனுபவங்கள். இதனைத் தொடர்ச்சியாக இவரது புதினங்களின் வாசிப்பில் உணர்ந்திருக்கிறேன்.

கவிஞர் வைரமுத்துவின் காவி நிறத்தில் ஒரு காதல், ஒரு காதல் கதையாகத் தொடங்கி, மனித மனத்தின் ஆழங்களை ஆராயும் நுணுக்கமான படைப்பாக மாறுகிறது. ஒரு தீர்க்கமாகிய காதல், சமூக மாற்றங்களைச் சுற்றிய கதையமைப்பு, பல நேர்த்தியான இலக்கியக் கருக்களோடு ஒத்துப் போகின்றன. நாயகனின் பயணம், ஹெர்மன் ஹெஸ்ஸின் சித்தார்த்தாவில் இருக்கும் அதேவிதமான வாழ்க்கைத் தேடலுடன் ஒத்துப் போகிறது. உலக வாழ்க்கையைத் துறந்து ஆன்மீகத் தெளிவைத் தேடும் சித்தார்த்தா போல, இந்நாவலின் நாயகனும் தனது காதலின் நினைவுகளை ஒதுக்க முடியாமல், வாழ்க்கையின் உண்மையைத் தேடுகிறான். இந்த நாவல் எலியட்டின் தி வேஸ்ட் லேண்ட் பாடலின் அடிப்படைக் கருத்துகளுடன் ஒத்துப்போகிறது. எலியட்டின் சிதைந்த உலகம் போலவே, நாயகன் சந்திக்கும் சமூகமும் சுயநலத்தால் பாதிக்கப்படுவதைக் காட்டுகிறது.

எல்லா ஜீவராசிகளுமே அங்கீகாரத்துக்குத் தான் ஆசைப்படுது. தன்னைப் பார்க்கணும், தன்னை மதிக்கணும், தன்னோடு பேசணும். இந்த பூமியில் தனக்கும் ஒரு இடம் இருக்கிறதப் புரிஞ்சிக்கணும். அப்படித்தான் எல்லா உயிர்களுமே நினைக்குதுங்க.

> உண்மைகளைக் கண்டுபிடிக்கிற அவசரத்துல
> உண்மைகள் காயப்படுத்தப்படுற கட்டாயம் நேர்ந்து போகுது.
>
> நான் மலை மேலே போனேன் கடவுளையும் பார்க்க முடியல:
> மலையை விட்டு வந்தேன் காதலியையும் பார்க்க முடியல.
>
> காதல்னா சந்தோசம்,காதல்னா சக்தி, காதல்னா பரவசம்,
> காதல்னா பரிணாமம், ஆனா நம்ம சமூகத்துல காதல்னா என்ன?
>
> நம்ம சமூகத்துல காதல்னா பயம், நம்ம சமூகத்துல காதல்னா இழிவு, காதல்னா கெட்ட வார்த்தை, காதல்னா துக்கம், காதல்னா சோகம், காதல்னா தற்கொலை. இந்த சமூக அமைப்புல காதலர்கள் அல்லாதவங்கத்தான் காதலைத் தீர்மானிக்கிறாங்க.

காதலின் மீது இருக்கும் சமூகப் பார்வைகளையும், தனிமனித வாழ்க்கையின் சிக்கல்களையும் வலியுறுத்தும் விமர்சனமாக இது செயல்படுகிறது. பெண்நாயகி மதுபாலா, ஹென்றி ஐப்சனின் அ டோல்ஸ் ஹவுஸ் என்ற நாடகத்தில் வரும் நோராவைப் போல் சமூகக் கட்டமைப்பு களுக்கு எதிராக மானுட சுதந்திரத்தை நாடுபவராக சித்தரிக்கப்படுகிறார். தனது காதலை விட, சமூகத்தில் தன்மையை நிலைநிறுத்தும் போராளியாக

மதுபாலாவின் திருப்பம், நோராவின் புரிதல் மற்றும் தன்னறிவை ஒத்ததாகும். ஷெல்லி மற்றும் கீட்ஸ் ஆகியோரின் பாடல்களில் உள்ள காதல், ஆழமான எண்ணங்கள் மற்றும் கனவுகள் இக்கதையில் நெடுங்காலக் காதலின் ஊடாக வெளிப்படுகின்றன. கவிஞர் வைரமுத்துவின் கவிதைமிகு எழுத்து, இந்த இலக்கியத் திறன்களை மேலும் வளமாக்குகிறது.

தொட்டதையெல்லாம் பொன்னாக்கிய மிதாஸ் அரசனைப் போல, தொட்டதையெல்லாம் புதுக்கவிதையாக்கியவர் கவிஞர் வைரமுத்து. காதல் உணர்வுகளை வார்த்தைகளாய்க் கொடுத்தவர். உறவின் வலிகளை உணர வைத்தவர். எளிய வார்த்தைகளால் ரசிக்க வைத்தவர். தமிழ்த் திரைப்படங்களுக்குக் காலத்தால் அழியாத பாடல்களைக் கொடுத்தவர். திரைப்படப் பாடல்கள் மட்டுமல்ல; கவிதைத் தொகுப்புகள், நாவல் என பல பரிமாணங்களில் வாழ்கின்ற படைப்பாளி. அள்ள அள்ளக் குறையாத வெள்ளம் நம் தமிழின் அடர்சுவை மொழி. சரியாகக் கையாள வேண்டுமெனில் இரண்டாயிரமாண்டுத் தொன்மைக்குள் நீச்சல் பழக வேண்டும். இவர் அதில் கை தேர்ந்த நீச்சல்காரர். இந்த உலகின் சுழல் அச்சு முறிந்துவிடாமல் தாங்கிக் காத்திருக்கும், மானுட அறமெனும் சுடுமட்சிலைக்கு, தன்கதையிழைகளால் ஒரு சேலை நெய்துகொண்டிருக்கும் நெசவாளர். புதுமையின் வழியே பழமை மீது வெளிச்சத்தையும், பழமையின் வெளிச்சத்தில் புதுமையின் இருட்டையும் கண்டறியும் பணியைத் தனது படைப்புகள் மூலமாகத் தொடர்ந்து செய்து வருகின்ற கவிஞர் வைரமுத்து எம் மண்ணின் வானுயர் பெருமை. தமிழை உலக அரியாசனத்தில் அமர்த்திய படைப்பாளியின் ஆளுமைக்கு, கரிசல்காட்டின் தனிப் பெரும் கவிமகனுக்கு இக்கட்டுரை ஒரு சோறு பதம் போன்ற மஞ்சணத்திப் பூ மாலை!

Primary Sources:

1. வைரமுத்து; கவிராஜன் கதை; 1982
2. வல்லிக்கண்ணன்; புதுக்கவிதையின் தோற்றமும் வளர்ச்சியும்; 1977
3. வைரமுத்து; வில்லோடு வா நிலாவே; 1993
4. வைரமுத்து; ஒரு போர்க்களமும் இரண்டு பூக்களும்; 1991
5. வைரமுத்து; தண்ணீர் தேசம்; 1996
6. வைரமுத்து; காவி நிறத்தில் ஒரு காதல்; 2003
7. வைரமுத்து; மகா கவிதை

- முனைவர் தமிழச்சி தங்கப்பாண்டியன்

நாடாளுமன்ற உறுப்பினர்

❖

14

கள்ளிக்காட்டு இதிகாசம்:
ஆங்கில மொழிபெயர்ப்பு அனுபவங்கள்
- நாகலட்சுமி சண்முகம் -

எந்தவொரு நல்ல ஆங்கிலப் புத்தகத்தை வாசித்தாலும், அதைத் தமிழில் கொண்டுவர வேண்டும் என்ற ஆவல் என்னுள் எழும். அதுபோலவே, கள்ளிக்காட்டு இதிகாசத்தை நான் வாசித்து முடித்த போது, அதை ஆங்கிலத்தில் மொழிபெயர்க்க வேண்டும் என்ற பேரார்வம் என்னை ஆட்கொண்டது. அப்பணியில் நான் எதிர்கொண்ட சவால்கள், என்னைப் புல்லரிக்கச் செய்த வர்ணனைகள், நெகிழ வைத்த, அழ வைத்த மற்றும் வாய்விட்டுச் சிரிக்க வைத்த தருணங்கள் மறக்கமுடியாதவை.

கள்ளிக்காட்டு இதிகாசத்தில் இடம்பெற்றுள்ள வட்டார வழக்குகளில் பல எனக்கு ஏற்கெனவே அறிமுகமானவைதாம். முண்டாசு, நொள்ள, விளங்கல, பொட்டக்காடு, தூக்குச்சட்டி, கஞ்சித் தண்ணி, வாரேன், பெருசு, வெந்நித்தண்ணி, இத்தந்தண்டி, தண்டட்டி, பொழப்பு, எத்தி, புள்ளத்தாச்சி, ஏலே, வெவரங்கெட்டவன், செம்மம், வயக்காடு, சீம, சொச்சம், எம்புட்டு, பவுசு, சங்காத்தம், ஆவலாதி... போன்ற சொற்கள் திருநெல்வேலிப் பகுதியில் சர்வ சாதாரணமாக வளைய வருபவை. ஆனால், வேறு சில வட்டார வழக்குகளை நான் முதன்முதலாக அப்போதுதான் தெரிந்து கொண்டேன். எடுத்துக்காட்டாக, மறுமாத்தம், பெரியாம்பளை, உருமால், கம்புக்கூடு, கோழிச்சாறு, ஆக்குப்பாரை, கமலை போன்றவற்றைச் சொல்லலாம். வட்டார வழக்குகள் ஒரு மொழியை அதிக வசீகரமானதாக ஆக்குகின்றன என்பதை எல்லோரும் ஒப்புக் கொள்வர். இந்த வட்டார வழக்குகளை ஆங்கிலப்படுத்துவது நான் சந்திக்காத சவாலாகவே எனக்குப் பட்டது.

ஒவ்வொரு மண்ணுக்கும் அதற்குரிய மரபுகளும் விழுமியங்களும் உள்ளன. கள்ளிக்காடும் அதற்கு விதிவிலக்கல்ல. மார்க்க கல்யாணம், கைம்பெண் மறுமணம், அம்பலக்கல் பஞ்சாயத்து, நாட்டு வைத்தியம் போன்றவை கள்ளிக்காட்டு மக்களின் வாழ்க்கைமுறையின் சில அம்சங்கள்.

கள்ளிக்காட்டுக் கலாசாரத்தின் இன்னோர் அம்சம், இறந்தவர்களின் உடல்களை மயானத்திற்குக் கொண்டு செல்லும்போது அவர்களை 'அமர்ந்த கோலத்தில்' எடுத்துச் செல்வது. அதன்படி, அழகம்மாளின் உடலை எடுத்துச் செல்வதற்கான தேர் கட்டப்பட்ட முறையை நான் மொழிபெயர்த்தபோது, நூலாசிரியரின் விவரிப்பை என் மனத்தில் காட்சிப்படுத்துவதற்கு நான் சிரமப்பட்டேன். எனவே, நான் மீண்டும் அவருடைய உதவியை நாடினேன். இம்முறை, அவர் ஓர் ஓவியரைக் கொண்டு அந்தத் தேரை வரைந்து எனக்கு அனுப்பி வைத்தார். அதன் அடிப்படையில் அழகம்மாளுக்கு ஆங்கிலத்தில் நான் அந்தத் தேரைக் கட்டியெழுப்பினேன். இப்படி, நூலாசிரியரின் அர்ப்பணிப்பும், மொழிபெயர்ப்பு நன்றாக வர வேண்டும் என்ற என்னுடைய நோக்கமும், எங்கள் இருவரின் கடின உழைப்பும் சேர்ந்துதான் கள்ளிக்காட்டு இதிகாசத்தின் ஆங்கில மொழிபெயர்ப்புக்கு உருவமும் உயிரும் கொடுத்தன.

கள்ளிக்காட்டு இதிகாசம் ஒரு கதை என்பதை நான் உணர்ந்திருந்தும்கூட, மொழிபெயர்ப்பின்போது பல இடங்களில் என் மனம் வலித்தது.

தன் மனைவி அழகம்மாளின் புடவையில் அவளுடைய வாசனை இன்னும் ஒட்டிக் கொண்டிருப்பதாக நம்புகின்ற பேயத்தேவர், வெள்ளாவியில் வைக்கப்பட்டுவிட்ட அந்தப் புடவையை அவசர அவசரமாக வெளியே எடுத்துக் கவலையோடு அதை மோந்து பார்ப்பதைக் கவிஞர் விவரிக்கின்ற காட்சியில், "புடவையின் வெந்து போகாத ஆன்மாவின் அடிமடிப்பில் இன்னும் ஒட்டியிருந்தது அழகம்மாவின் அந்த வாசம்," என்ற வரிகளைப் படித்தபோது ஒரு கணம் என் தொண்டை அடைத்துக் கொண்டது. இதைப் படிக்கின்ற பெண்களில் எத்தனை பேர் 'அழகம்மாள் அதிர்ஷ்டக்காரிதான்' என்று எண்ணித் தங்கள் மனத்திற்குள் மாய்ந்து போவார்களோ என்று நான் யோசித்தேன்.

கள்ளிக்காட்டு இதிகாசத்தின் இன்னொரு சிறப்புக் கூறு அதன் உருவகங்கள், ஒப்புமைகள் மற்றும் கற்பனைகள். செல்லத்தாயி பற்றிப் பேசும்போது, ஓரிடத்தில், "வறட்டு ஓட்டில் வறுபட்ட கல்லுப் பயறு மாதிரியே கடுகடுவென்றிருப்பாள்," என்று கவிஞர் குறிப்பிட்டிருப்பார். வறட்டு ஓட்டில் வறுபட்ட கல்லுப் பயறு! "செல்லத்தாயியின் தோற்றத்தை நம் கற்பனையெனும் தூரிகையைக் கொண்டு நம் மனமெனும் திரையில் தீட்டுவதற்கு இந்த ஒற்றை ஒப்புமை போதுமே!" என்று எண்ணி நான் வியந்தேன். மற்றோர் இடத்தில், சின்னுவுக்கு வாழ்க்கைப்பட்டவள் வயதில் மிகவும் சிறியவள் என்பதையும், சின்னுவைப் போன்ற ஒரு

பேய்ப்பயலுக்கு அவளை எப்படி நடத்துவது என்பது தெரியவில்லை என்பதையும் குறிப்பிடும் இடத்தில், "மல்லிகைப் பூப்பந்தைச் சாணிக்கூடை போட்டு மூடி வைத்த மாதிரி மூச்சுத் திணறிப் போனாள் சின்னு பொண்டாட்டி சிறுமி கலுவாயி," என்ற நூலாசிரியரின் வர்ணனை, அவர்களுக்கு இடையேயான பொருத்தமின்மையை நெற்றிப் பொட்டில் அடித்தாற்போலப் பறைசாற்றுகிறது. மொழிபெயர்ப்பின்போது ஆங்கிலம் சற்று மருண்ட இடங்களில் இதுவும் ஒன்று.

பின்வருவனவற்றையும் அவற்றின் காரம் குறையாமல் மொழிபெயர்ப்பதற்கு நான் மிகவும் மெனக்கெட வேண்டியிருந்தது.

கடைசி இரண்டு அத்தியாயங்களில், அணை நீர் கள்ளிக்காட்டுக்குள் வெள்ளமெனப் புகுந்து அப்பகுதி முழுவதையும் கோரப் பசியோடு விழுங்கிச் செல்வது பற்றிய விவரிப்பு, கல்நெஞ்சக்காரர்களையும் கலங்க வைத்துவிடும். குறிப்பாக, பேயத்தேவர்மீது மண்சுவர் இடிந்து நொறுங்கி விழுந்து அவரை அமுக்கியவுடன், "மண்ணவிட மாட்டேன், மண்ணவிட மாட்டேன்னு கடைசிவரைக்கும் கருமாயப்பட்ட ஆள, கடைசியா மண்ணு விடல," என்றும், "இன்னைக்கும் வைகை அணை மேல அடிக்கிற வருசநாட்டுக் காத்து மட்டும் ஒப்புச்சொல்லி அழுது போகுது 'ஓ'ன்னு," என்றும் கவிஞர் எழுதியுள்ளது என்னை மிகவும் உணர்ச்சிவசப்பட வைத்துவிட்டது. அந்த உருக்கமான வரிகளை மொழிபெயர்த்துவிட்டு நான் ஒரு சில நொடிகள் மௌனமாக அழுதேன்.

கள்ளிக்காட்டு இதிகாசத்தின் மொழிபெயர்ப்பின்போது பல இடங்களில் என்னை அழ வைத்த நூலாசிரியர், அந்தக் காவியம் நெடுகிலும் தனக்கே உரிய பாணியில் நகைச்சுவையையும் தாராளமாகக் குழைத்துக் கொடுத்து என் மனத்திற்கு ஒத்தடம் கொடுத்திருந்தார்.

அழகம்மாளின் மரணச் செய்தி கேள்விப்பட்டுத் துக்கம் விசாரிக்க வருகின்ற பிற கிராமத்துப் பெண்கள், ஊர் எல்லை வரும்வரை புறணி பேசிவிட்டு, ஊர் எல்லை மிதித்தவுடன், "அதுவரைக்கும் இருந்த உற்சாகம், சிரிப்பையெல்லாம் வெற்றிலையோடு சேர்த்துத் துப்பிவிட்டு, 'சட்'டென்று சோகத்துக்குள் கூடுவிட்டுக் கூடு பாய்ந்து 'ஆத்தா போயிட்டியே! ஆலமரம் சாஞ்சிருச்சே!' என்று எட்டுக்கட்டையில் ஏறி இரண்டு கட்டைக்கு இறங்கிக் கொசுவம் குதிக்க ஓடி வந்தார்கள்," என்ற வர்ணனையைப் படித்துவிட்டு யாரால் சிரிக்காமலும் சிலாகிக்காமலும் இருக்க முடியும்? 'கூடுவிட்டுக் கூடு பாய்தல்' என்ற சொற்றொடரை, அப்பெண்கள் தங்கள் மனநிலையை உற்சாகத்திலிருந்து 'சட்'டென்று துக்கத்திற்கு மாற்றிக் கொள்வதைச் சொல்வதற்குக் கவிஞர் குறும்புத்தனமாகப் பயன்படுத்தியிருப்பதை நான் இரசித்ததைப்போல, அக்காட்சியின் ஆங்கில மொழிபெயர்ப்பை அவரும் இரசித்துப் பாராட்டினார்: ***"They spat out the laughter and banter they were indulging in along with the betel leaves they were chewing and sported grieving faces, as if they were suddenly transported into different bodies."*** கொசுவம்

ஆடி அசைந்ததைக் 'கொசுவம் குதித்தது' என்று கவிதை நயத்தோடு நூலாசிரியர் குறிப்பிட்டிருப்பதும் அழகு. ஆனால் 'கொசுவம்' என்றவுடன் முன்கொசுவம்தான் என் மனத்தில் தோன்றியது. எனவே, முன்கொசுவம் எப்படிக் குதிக்கும் என்று யோசித்து நான் குழம்பிப் போனேன். அது குறித்து நான் கவிஞரிடம் தெளிவு வேண்டியபோது, கிராமங்களில் பெண்கள் பின் கொசுவம்தான் வைப்பார்கள் என்று அவர் சொன்னவுடன்தான், "அடடா! நம் ஊரிலும் முதிய பெண்மணிகள் அப்படிப் புடவையுடுத்தி நான் எத்தனை முறை பார்த்திருக்கிறேன்! இதை எப்படி நான் மறந்து போனேன்?" என்று என்னை நானே கடிந்து கொண்டேன்.

பதினேழாம் அத்தியாயத்தில், சாராயம் காய்ச்சுவது எப்படி என்பதை விருமாண்டி சின்னுவுக்குக் கற்றுக் கொடுக்கிறான். அந்த வழிமுறை எனக்குப் புரியவில்லை. கவிஞரிடம் அது பற்றி மேலும் விளக்கும்படி நான் கேட்டேன். அவருடைய கூடுதல் விளக்கமும் எனக்குப் போதவில்லை. "என்னடா இது, மதுரைக்கு வந்த சோதனை!" என்று நொந்து கொண்டு, பிறகு நான் யூடியூபைத் துழாவினேன். ஒரு நீண்ட தேடலுக்குப் பிறகு, ஒரு வழியாக ஒரு கச்சிதமான காணொளி என் பார்வையில் சிக்கியது. அதைக் கொண்டு அந்தச் சாராயம் காய்ச்சும் படலத்தை நான் மொழிபெயர்த்து முடித்தேன். என் மொழிபெயர்ப்பு வாழ்க்கையில் இதுபோல வேறு எதுவும் எனக்கு இவ்வளவு சவாலானதாக விளங்கியதில்லை. ஆனால், அதே நேரத்தில், அந்த 'ஆராய்ச்சி' அனுபவம் சுவாரசியமாக இருந்தது என்பதை மறுப்பதற்கில்லை

கள்ளிக்காட்டு இதிகாசத்தின் ஆங்கில வடிவத்தில் நூலாசிரியர் மெச்சியவற்றில் ஒரு சிலவற்றை இங்கே நான் குறிப்பிட விரும்புகிறேன். அவருடைய ஊக்குவிப்பு, மொழிபெயர்ப்பின்போது எனக்கு மிகவும் உற்சாகமளித்து.

பேயத்தேவர் ஒரு பசுவுக்குப் பிரசவம் பார்ப்பது பற்றிய விவரிப்பிலிருந்து: *Just like someone sliding their hand into a snake hole looking for treasure, Peyathevar cautiously slid his hand into the birth canal and tried to reach further inside the cow, hoping to locate the calf.*

முத்துக்கண்ணி ஆற்றில் குளிப்பது பற்றிய வர்ணனையிலிருந்து: *A short distance away, with water dripping from her hair like pearls, her silk clothes glistening in the setting sun, and the water soaking up all her beauty and sending it downstream, Muthukanni was merrily swimming, tumbling head over heels, and bathing in the river looking like a luminous young moon.*

கள்ளிக்காட்டு இதிகாசம் என்ற சோக கீதத்தின் ஆணிவேராக அமைந்துள்ள உறவுகள் வெளிப்படுத்தியுள்ள, மனித இயல்பின் பல்வேறு பரிமாணங்கள், நான் மொழிபெயர்ப்பில் ஈடுபட்டிருந்தேன் என்பதையே மறக்கடித்து என்னை அந்த உலகத்திற்குள் கடத்திச் சென்றுவிட்டன.

ஒரு மொழி வளரவும், செழித்துத் தழைக்கவும், அழிவின்றி நெடுங்காலம் நிலைத்திருக்கவும் வேண்டுமென்றால், பிற மொழி இலக்கியங்களுடன் அதற்குக் கொடுக்கல்-வாங்கல் இருத்தல் வேண்டும். முண்டாசுக் கவி பாரதியின் கட்டளையான "இறவாத புகழுடைய புதுநூல்கள் தமிழ்மொழியில் இயற்றல் வேண்டும்," என்ற கட்டளையை நூலாசிரியர் அமர்க்களமாக நிறைவேற்றிவிட்டு, "மறைவாக நமக்குள்ளே பழங்கதைகள் சொல்வதிலோர் மகிமை இல்லை; திறமான புலமையெனில் வெளிநாட்டார் அதைவணக்கம் செய்தல் வேண்டும்" என்ற அவனின் கோரிக்கையை நிறைவேற்றும் பொறுப்பை என்னிடம் ஒப்படைத்துவிட்டார்.

உலகத்தின் முக்கியமான நூல்கள் பலவற்றை வாசித்தவள், நூற்றுக்கு மேற்பட்ட ஆங்கில நூல்களை மொழிபெயர்த்தவள் என்ற முறையில் சொல்கிறேன்: *Black Literature* என்று சொல்லப்படும் கறுப்பு இலக்கியங்களின் படைப்பாண்மைக்குச் சற்றும் குறைந்ததல்ல கவிப்பேரரசு வைரமுத்துவின் கள்ளிக்காட்டு இதிகாசம்.

- நாகலட்சுமி சண்முகம்
மொழிபெயர்ப்பாளர், மும்பை

❖

15

வைரமுத்துவின் மூன்றாம் உலகப் போரும், வையகத்தின் மூன்றாம் உலகப் போரும்
- முனைவர் நாகேஸ்வரன் அருள்ராசா -

உலகமும் போர்களும்

இரண்டாம் உலகப் போர் முடிந்து இப்போது 77 ஆண்டுகள் முடிந்துவிட்டன. உலகின் பல நாடுகளில் உள்நாடு மற்றும் பிற நாடுகளுடனான போர் என்று பல காலமாக நடந்து வருகின்றன. சில ஓய்ந்தன. சில தொடர்கின்றன.

இந்தியா, பாகிஸ்தான், ஆப்கானிஸ்தான், மெக்சிகோ, சிரியா, சூடான், ஈராக், மியான்மர், நைஜீரியா, சோமாலியா, கென்யா, துருக்கி, ஈராக், காங்கோ, புருண்டி, அங்கோலா, தாய்லாந்து, இந்தோனேசியா, பிலிப்பைன்ஸ், வங்காளதேசம், நைஜீரியா என நீளும் பட்டியல் நவீன காலத் துயரம். போரின் நோக்கம் எதுவென்றாலும் பாதிப்புக்குள்ளாவது மக்கள்தான். தற்போது உக்ரேனிற்கும் ரஷ்யாவுக்கும் இடையில் நடந்து வருகிறது; தொடர்ந்து வருகிறது.

அவ்வப்போது உலகில் போர் மேகங்கள் சூழும் அபாயம் நேரும் போதெல்லாம் மனிதநேயமிக்க கருணை உள்ளம் கொண்ட தலைவர்களால் அது தவிர்க்கப்பட்டுள்ளது.

இப்படிப்பட்ட சூழலில் மூன்றாம் உலகப் போர் என்பது வருமா என்றால்... வரும், வரக்கூடும் என்பதையே இந்த நாவல் சொல்கிறது.

அது எப்படிப்பட்ட போர் என்று சிந்தித்தால், அது கண்ணுக்குத் தெரியாத யுத்தம். கைகுலுக்கிக் கொண்டே நடக்கும் யுத்தம். கொல்கிறவன் கொல்கிறான் என்றும், சாகிறவன் சாகிறான் என்றும் அறிந்துகொள்ள அவகாசம் தராத யுத்தம். இது மனிதனுக்கும் மனிதனுக்கும்

மட்டுமல்லாமல், மனிதனுக்கும் இயற்கைக்குமான போர்; மண்ணுக்கும் மண்ணுக்குமான போர். மூன்றாம் உலக நாடுகளுக்கும் முன்னேறும் நாடுகளுக்கும் இடையே நிகழும் முடிவு தெரியாத போர் என்று கூறித் தொடங்குகிறது இக்கதை.

கதை மையம் கொள்ளும் கருத்து

உலகமயமாக்கலின் போக்கு உள்ளூர் வரை பாதிப்பை ஏற்படுத்தி, புவிச்சூட்டின் விளைவாக வேளாண்மை நலிவுறுவதில் இருந்து தொடங்கி, புவி வெப்பமயமாதல் தடுக்கப்பட வேண்டும் என்பதில் முடிகிறது கதை.

இந்த மனிதர்கள் பூமியின் முகத்தில் அறைவதையும் முதுகில் குத்துவதையும், வயிறு கீறுவதையும் கருவறையில் கம்பி நுழைப்பதையும் ஓசோன் கூரை ஓட்டை வழி எட்டி எட்டிப் பார்த்துவிட்டு ஓர் அழுக்கு மேகத்தை இழுத்து முகம் பொத்திக்கொண்டது சூரியன். - இது ஒரு காட்சி.

ஜப்பானின் ஷென்டாய் நகரம் சுனாமியால் பாதிக்கப்படுகிறது. எந்த அளவுக்கு? 35 ஆயிரம் அடி உயரத்தில் 700 கி.மீ. வேகத்தில் பறக்கும் ஆயிரம் விமானங்கள் அதே வேகத்தில் ஊருக்குள் புகுந்து தரையில் பறந்தது போல் நகரத்தில் புகுந்த தண்ணீரின் வேகம் இருந்தது என்றவர், அதன் பாதிப்பின் தீவிரம் பற்றிக் கூறும்போது, உடம்பு உணர்ந்த செய்தி மூளைக்குள் சென்று சேர்வதற்குள் எல்லாம் முடிந்து விட்டது. - இது ஒரு காட்சி.

அப்படியே கதை தேனி மாவட்டம், அட்டணம்பட்டிக்கு வருகிறது. நிலத்தை உயிரெனக் கருதும் ஏழை விவசாயி கருத்தமாயியில் இருந்து காட்சிகள் விரிகின்றன. அவருக்குச் சில கனவுகள் உள்ளன.

'கருத்தமாயி கனவு நனவாவது அவரு கையில மட்டுமா இருக்கு? ஆகாயத்தோட கையில இருக்கு; பூமாதேவி கையில் இருக்கு; அரசியல்வாதிக கையில இருக்கு, அமெரிக்கா, ஐரோப்பா கையில இருக்கு; ஐநா சபை கையில இருக்கு; அமெரிக்கப் பத்திரிகையில் அந்த மாசம் எமிலி எழுதி இருக்காளே அந்தக் கட்டுரைக்குள்ள இருக்கு' என்று உள்ளூர் வரை உலகமயமாக்கல் விளைவு பிணைந்திருப்பதை இணைத்துச் செல்கிறது கதை.

கதை மாந்தர்கள்

கதையின் தோற்றுவாயாகத் திகழும் சீனிச்சாமிக்கு மூன்று மகள்கள், இரண்டு மகன்கள். மூத்த பிள்ளை சுழியன், இளையபிள்ளை கருத்தமாயி, தந்தை சீனிச்சாமியை அவமானப்படுத்தியதால் தாய், தந்தை, தங்கை என மூவரும் சாவதற்குக் காரணமான கவட்டைக்காலனைக் கொன்றுவிட்டுச் சிறை சென்று வந்த கருத்தமாயி, அவரது பணத்தாசை பிடித்த பெரிய

மகன் முத்துமணி, வேளாண்மையை மீட்கப் போராடும் இளைய மகன் சின்னப்பாண்டி, ஒரு சந்தேகத்தால் 30 ஆண்டுகளுக்கு மேல் பேசாமல் இருக்கும் மனைவி சிட்டம்மா, இயற்கை ஆர்வலர்களாக அமெரிக்காவில் இருந்து வந்துள்ள எமிலி, ஜப்பானிலிருந்து வந்த இஷிமுரா ஆகிய இவர்கள்தான் பிரதானமாகக் கதையில் வருபவர்கள். கதை மாந்தர்களைச் சுற்றிக் கதை இடைவெட்டி இடைவெட்டி ஒரு முழு நீளத் திரைப்படம் போல் இங்குமங்குமாகத் தாவித்தாவிச் செல்கிறது. கதைக்குள் கதை மாந்தர்கள், அவர்களது குணச்சித்திர காதல், மோதல்கள் எனப் பரபரப்பான படைப்பாக உருவெடுக்கிறது.

ஒரு மாபெரும் தேரில் கடையாணிக்கு மட்டுமல்ல, சிறு திருகாணிக்கும் பங்கு உண்டல்லவா?

இவர்கள் தவிர இன்னும் எத்தனையோ பேர். முத்துமணி மனைவி லச்சுமி, பிள்ளைகள், அஜய் தேவ், ரூப்கலா, வட்டிக்கு விடும் கவட்டைக்காலன், வெள்ளரிக்காக்காரி, தேனு, கசாப்பு சுப்பு, காசி நாடார், பொக்கப் பாண்டியன், சில்வார்பட்டி சொக்கரு, பெரிய குளம் ராவுத்தரு, பொன்முத்துப் பிள்ளை, காளவாசல் குருசாமி, அனைவரையும் சிரிக்க வைத்த பொன்னுச்சாமி, கருத்தமாயி மாமனார் முத்துமாணிக்கம், கோவிந்த நாயக்கரு, அவர் மனைவி சங்கிலியம்மா, இப்ராகிம் ராவுத்தரு, வீரணத்தேவரு, கண்ணப்பக் கோனாரு, ஒத்த வீட்டு மூளி, கோணிச்சாக்கு, மொளக்குச்சி, முள்ளுவாயன், சொள்ளயன், பரமனாண்டி, கெடா வீரன், ராமுத்தாயி, மாயக்கா, அவள் மகள் கனகராணி, பவளாங்கி, மில்லுக்காரன், பொட்டிக்கடை ராசு, வெள்ளச்சாமி, கிழங்குகாரி, சவுத்தய்யன், கொம்புராமன் இப்படிப் பலர் வருகிறார்கள்.

மரங்களில் சந்தனம், தேக்கு, தோலகத்தி, கருநொச்சி, இமிழ் மரம், மஞ்சள் கடம்பு, சந்தன வேம்பு, பலா மரம், கருங்காலி, குங்கிலியம், கள்ளி, கொடுக்காப்புளி, வேலி காத்தான், காட்டாமணக்கு, செங்கிலுவை, அரசங்குட்டி, வேப்பங்குட்டி, ஊணாங்கொடி, கோவங்குடி, மிதுக்கங்கொடி போன்றவையும், மூலிகைகளில் கருநெல்லி, கல்லுருக்கி, ஒந்தாழை, சரக்கொன்றை, நத்தை சூரி, ரத்தவேங்கை, ஆங்காரவல்லி, நீர்ப் பூண்டு, காட்டுச் சீரகம், நறுந்தாழி, நரிவிழி, மலைவேம்பு, கருந்துளசி, கரும்பூதாளம், கஸ்தூரி, கல்தாமரை, மலைச் சடையான், மலையன்கிழங்கு போன்றவையும், மீன் வகைகளில் அயிரை, ஆரா, உளுவை, கெண்டை, கெளுத்தி, கெளுரு, விரால், மணிக்குரவை, பறவைகளில் கோழி, கொக்கு, நாரை, மயில், மைனா, காகம், குருவி, மரங்கொத்தி, பருந்து மற்றும் ஓணான், தவளை, எலி, முயல், பெருச்சாளி, தண்ணி பாம்பு எல்லாமும் வருகின்றன.

ஊர்களில் அட்டணம்பட்டி, சோழவந்தான், வெட்டுவங்குளம், செம்பட்டி, தேவதானப்பட்டி, கோடங்கிப்பட்டி, தெப்பம்பட்டி,

எழுவனம்பட்டி, மார்க்கயன்கோட்டை, ஆனைமலையான்பட்டி, கொண்டாலப்பட்டு, அலங்காநல்லூர், வத்தலகுண்டு, சென்றாயப் பெருமாள் மலை எனப் பலவும் வருகின்றன.

மூன்றாம் உலகப் போர் நாவல் பல்லுயிர் ஓம்புதல் நோக்கத்தில் எழுதப்பட்டுள்ளது.

எனவே இக்கதையில் வரும் கதை மாந்தர்களாக உயர்திணை, அஃறிணை பிரிவுக்குட்படுத்தாமல் எல்லாமும் ஒன்றாகப் பட்டியலிடப்பட்டுள்ளன. உணவுகளில் தலப்பாக்கட்டி பிரியாணி, அயிரை மீன் குழம்பு, குடல் குழம்பு, இருட்டுக்கடை அல்வா, பால்கோவா, கடலை மிட்டாய், காராச்சேவு, பஞ்சாமிர்தம். பரோட்டா, மாம்பழம், மான்கறி, ஆட்டுக்கறி, பன்றிக் கறி, முயல் கறி, சக்கரைச் சேவு எல்லாமும் உண்டு.

இயற்கையும் எச்சரிக்கையும்

நீருக்கு எதிரான உலகப் போர் பற்றிய பல்வேறு தகவல்களையும் எச்சரிக்கைக் குறிப்புகளையும் உள்ளடக்கியது இந்நாவல்.

பூமிக்கு வந்துபோன உயிர்களிலும், வந்து வாழும் உயிர்களிலும் வல்லமையும் வஞ்சகமும் உள்ள உயிர் மனிதன்தான். மனிதன் வினைப்படும் வரைக்கும் இயற்கைக்கு எதிராய் பூமி அழிக்கப்பட்டதில்லை, வானம் கிழிக்கப்பட்டதில்லை. இங்கிலாந்தில் என்று தொழிற்புரட்சி தோன்றியதோ அன்று விழுந்தது வானத்தில் வடு.

காற்று மண்டலத்தின் அடுக்குகளைப் பற்றி கவிஞர் கூறிவிட்டு, 'ஆண்டுக்கு 200 மில்லியன் டன் கார்பன் மோனாக்சைடும், 50 மில்லியன் டன் சல்பர் டை ஆக்சைடும், 190 மில்லியன் டன் சாம்பலும் காற்றில் கலந்து உடைந்த ஓசோன் கூரையை மேலும் மேலும் உடைக்கின்றன' என்கிறார்.

ஓர் ஆய்வறிக்கையின்படி, 1997 முதல் 2011 வரை இந்தியாவில் தற்கொலை செய்து கொண்ட விவசாயிகளின் எண்ணிக்கை மட்டும் 2 லட்சத்து 14 ஆயிரத்து 500 பேர்.

இன்று மூன்றாம் உலக நாடுகளின் வானத்தில் வைத்த வாளையும் கழுத்தில் வைத்த கத்தியையும் வளர்ந்த நாடுகள் அகற்றிவிட வேண்டும். ஒவ்வொரு மனிதனும் உலகச் சங்கிலியில் ஒரு கண்ணி என்று எண்ணிப் பார்க்க வேண்டும் என்ற எச்சரிக்கைக் குறிப்பும் உள்ளது.

இந்நாவலில், தேனி மாவட்டம் சார்ந்த வாழ்வை உள்நாட்டு வட்டார மொழியிலும், பிற இடங்களில் வெளிநாட்டுக் கதாபாத்திரங்கள் கொண்டு நிகழ்வனவற்றை உலக சிந்தனை கொண்ட உயர் மொழியிலும் என்று எழுதியுள்ளார் கவிஞர்.

கவித்துவம், கலைத்துவம், வட்டார வழக்கு, புதுமைச் சொல்லாட்சி என்று அனைத்தையும் கலந்து, மாறிவரும் புவிச்சூழலையும், அது உலக

நாடுகளில் ஏற்படுத்தும் புறச்சூழலையும், மனித உயிரினத்தில் உண்டாக்கும் அகச்சூழலையும் ஏராளமான தரவுகளைக் கொண்டு தறியில் நெய்த ஆடையாக இந்த நாவலை உருவாக்கி இருக்கிறார் கவிஞர். இந்தத் தரவுகள் நெய்த ஆடையில் ஒளிரும் பொன்னிழை போல் கதைப்போக்கில் கூடுதல் அழகு தருகின்றன -நாவலில் இடம்பெறும் ஏராளமான உவமைகள், சொலவடைகள்; மெய்யியல் கருத்துகள் புது வண்ணம் பாய்ச்சுகின்றன.

நாட்டு நடப்பு

கதையினூடே நாட்டு நடப்பும் பகிரப்பட்டுள்ளது. சிலவற்றைப் பகடியாகவும் கூறியுள்ளார்.

'உழைத்த தலைமுறை உளுத்த தலைமுறை ஆக்கப்பட்டுவிட்டது, துய்ப்புக் கலாச்சாரம் உழைக்கும் நேரத்தை உறிஞ்சி விட்டது' என்று கவலைப்படுபவர். 'இலவசத்தில் வாழப் பழகியவர்கள் மதுரசத்தில் மூழ்கிப் போனார்கள்' என்றும் 'மதுக்கடை வாசல்களில் தவணை முறையில் செத்துக் கொண்டிருக்கிறார்கள் பல விவசாயத் தொழிலாளிகள்' என்றும்,

'மது என்பது உலகக் கலாச்சாரம்தான். ஒழிக்க முடியாததுதான், மனித சமுதாயத்தின் பழம்பானம்தான். ஆனால் அருந்துபவனுக்கும் அருந்தப்படுவதற்குமான இடைவெளியில் இருக்கிறது மதுவின் நன்மை, தீமை.மேட்டுக்குடி மக்கள் மதுவை அருந்துகிறார்கள்; உழைக்கும் மக்களை மது அருந்துகிறது, மேல்தட்டு மக்கள் உபரிப் பணத்தில் கை வைக்கும் மது, அடித்தட்டு மக்களின் உணவுப் பணத்தில் கை வைக்கிறது' என்றும் கூறுகிறார்.

'சாராயத்திலும் தொலைக்காட்சியும் இலவசத்திலும் கிறங்கிக் கிடக்கும் கிராமத்து மக்கள் , ஒத்த ரூபா அரிசி வாங்கி உலை வச்சுட்டு சாராயக்கடைல நிக்குது சாதிசனம் எல்லாம்.

இன்று களை எடுக்கும் மூதாட்டிதான் கடைசித் தலைமுறை. இன்று கலப்பை பிடிப்பவன்தான் கடைசி மனிதன்.

விவசாயத்தை விட்டு வெளியேறுகிறான் படித்தவன். அவனுக்கு விவசாயம் என்பது அழுக்கு அல்லது இழுக்கு அல்லது இழப்பு என்றும் கூறி, கார்ப்பரேட் நிறுவனங்கள் என்னும் நிலங்கொத்திப் பறவைகள் இன்னும் எத்தனை நாளைக்குக் கொத்தாமல் விட்டு வைக்கும் எங்கள் குறுந்தோட்டத்தை?' என்றும் கவலைப்படுகிறார்.

நாவல் வெளிப்படுத்தும் கசக்கும் உண்மைகள்

'உணவே தொழில், தொழிலே உணவு என்றானது வேட்டை. புற்றுக்குள் கைநீட்டி ஈசலைத் தின்னும் கரடியைப் போல் இயற்கையைக் கொள்ளை கொண்டு வந்தான் மனிதன்.

1.4 டிகிரி செல்சியஸ் வெப்பநிலை வரைக்கும்தான் சமன் செய்து கொள்ளும் சக்தி பூமிக்கு இருக்கும். அது இரண்டு டிகிரி தொட்டுவிட்டால் எதிர்ப்பு சக்தியை இழந்துவிடும். புவிச்சூடு ஆண்டுக்கு மூன்று லட்சம் மக்களைக் கொல்கிறது.

46 சதவீத குழந்தைகள் சத்துணவு இன்மையால் வயதுக்கு ஏற்ற வளர்ச்சியடைவதில்லை' என்றவர்,

மாற்றம் பற்றிக் கூறும்போது 'குரங்கிலிருந்து மனிதன் குதித்தது மாறுதல், கூட்டுப் புழுவிலிருந்து பட்டுப்பூச்சி பறப்பது மாறுதல், கல்லிலிருந்து சிற்பமாவது மாறுதல்; சிற்பம் உடைந்து கல்லாவதல்ல மாறுதல்' என்கிறார்.

பொருளாதாரம் பற்றிக் கூறும்போது, 'நானூறு மூட்டை நெல் விற்றால் ஒரு டிராக்டர் வாங்கலாம் 40 ஆண்டுகளுக்கு முன்பு. இன்று ஒரு டிராக்டர் வாங்க 1200 மூட்டை நெல் விற்க வேண்டும். விலைவாசிக்கேற்ப வளர்ந்துள்ளானா விவசாயி?' எனக் கேள்வி எழுப்புகிறார்.

2050-இல் தங்கம் இருக்கும் ஒவ்வொரு கையிலும் தக்காளி இருக்காது. இந்நிலை மாற இரண்டு வழிகள் உள்ளன. இந்தியாவிற்கு விவசாயத்தை மீட்டெடுத்தல் அல்லது விவசாயத்தில் இருந்து விவசாயிகளை மீட்டெடுத்தல்.

இந்திய நிலை குறித்தும், பூமிக்கு நேரும் பேராபத்து குறித்தும் தன் கூற்றாகவும் பாத்திரங்களின் கூற்றாகவும் கட்டுரைகளில் உள்ளடக்கமாகவும் இந்தத் தகவல்களையும் கவலைகளையும் கலந்து வெளிப்படுத்தியுள்ளார். பெரும்பாலும் கதை மாந்தர்களின் கூற்றாக வெளிப்படுவது கூடுதல் அழுத்தம் தருகிறது.

பதினெட்டாம் அத்தியாயத்தில் இடம் பெயர்தல் பற்றி வருகிறது. அந்த உணர்வுகளை, என்னைப் போன்ற புலம் பெயர் மக்களால் இதயம் நொறுங்காமல் எளிதில் கடந்துபோக முடியாது.

அறிவியல் வளர்ச்சி பற்றியும் பேசும் இந்நாவலில் இந்தியத் தொன்மங்களைப் பற்றியும் பேசுகின்றன. இந்திய மக்களின் ஆழ்மனதில் கலந்துவிட்ட தொன்மக் கதைகளான நீலகண்டன், எமதர்மர், நாரதர், விஷ்ணு, சிவபெருமான், தருமன் பீமன், ராமர், சீதை கதைகளெல்லாம் வருகின்றன.

பாத்திரங்களின் சித்திரிப்புகள்

இந்நாவலில் உலவும் கதை மாந்தர்களின் பாத்திரச் சித்திரிப்புகள் அவர்களை உயிர்ப்போடு நம் உள்ளங்களில் உலாவரச் செய்கின்றன. அவற்றில் ஒரு சோற்றுப் பதமாக சில:

கருத்தமாயிக்கு 'சும்மா செக்குல ஆட்டுன எண்ணெய எடுத்து சிவலிங்கத்துக்குப் பூசுன மாதிரி தேக்கங்கட்ட மாதிரி திரேகம்' என்றும்,

அவரது குணத்தைப் பற்றிக் கூறும் போது,

'பங்குக்கு வந்தது அப்பன் பாட்டன் வழிவந்த பூமி மட்டுமல்ல, மண்ணைக் கிண்டுற சாதிக்குண்டான பரம்பரை ஞானமும் பட்டாவோட வந்திருக்கு' என்றும் கூறுகிறார்.

முத்துமணி பொய்சொல்லக் கற்றுக்கொள்வதைக் கூறும்போது 'குரங்கு குட்டியாய் இருக்கிறபோதே கரணம்போடச் சொல்லிக் கொடுத்துப் பழகுற மாதிரி சின்ன வயசிலிருந்து கண்ணுக்குப் பொய் சொல்லப் பழகிக் கொடுத்துவிட்டான் முத்துமணி'.

சின்னப்பாண்டி பற்றி, 'செத்து செத்துப் பிழைக்கும் ஒரு தகப்பன், செத்தும் சாகாத ஒரு பெரியப்பன், குடும்பத்தை ஏற்றுக் கொள்வதற்காக வாழ்க்கய புறந்தள்ளிய ஒரு தாய், இப்படிப்பட்ட வாழ்க்கை அவன் குடும்பத்தில்'.

சுழியன்: வாய்க்கு வெளியே முளைச்ச பல்லு மாதிரி, அடங்காத பய சுழியன். காலம் ஓடி ஓடி கடல்ல விழுகுது, பொழப்பு மட்டும் நின்ன இடத்துலயே நிக்குது என்கிற சுழியன் வாழ்வு.

எமிலியை நட்சத்திர நந்தவனம் என்கிறார். அவளது தோற்றம் பற்றிக் கூறும்போது, 'தங்கப்பாறை குடைந்து செய்த சிற்பச்சிலை' என்றும், 'அட்லாண்டிக் கடல்காரிக்கு அரபிக் கடல் மார்பகங்கள், சூரியகாந்தி செடியில் இளநீர் காய்த்ததுபோல் என்று சொன்னால் சொன்னவனுக்கு சொர்க்கம் கிடைக்கும்' என்றும் கூறுகிறார்.

கசாப்பு சுப்பு: மோசமான ஆளு, சந்தை ஆட்டையே சல்லிசா வாங்குற ஆளு, வந்த ஆட்டை விடுவானா?

நகைச்சுவை உணர்வுள்ள பொன்னுச்சாமி: எழவு வீட்டுக்குப் போனாலும் பிணத்தைத் தவிர எல்லாரும் சிரித்து விடுவார்கள்.

பொட்டிக்கடை ராசு: அழுதாலும் சிரிச்சாலும் பெரிய வித்தியாசம் காட்டாத பிறவி. சிரிப்ப செலவழிக்க வசதி இல்லாத மூஞ்சி.

குப்தா: அகிம்சா தொண்டு நிறுவனத்தின் வழிகாட்டியவன். உன் வயது 30 இருக்குமா என்று கேட்டால் மகிழ்ச்சி அடைகிற 40 வயதுக்காரன்.

'சில கட்டுரைகள் வாசத்தால் மட்டுமே தங்களை அடையாளம் காட்டும் மூலிகைகளைப் போல. தங்கள் முகத்தை முன்னிலைப் படுத்தாமல் குணத்தை முன்னிலைப்படுத்தும் எமிலியின் கட்டுரை அந்த வகை' என்கிறார்.

பாத்திரங்கள் பேசுகின்றன!

கதாபாத்திரங்களின் கூற்று மொழிகளிலேயே அவர்களது குணச்சித்திரம் வெளிப்பட்டு விடுகிறது.

பேச்சில் கெட்டிக்காரனான முத்து மணி கூறுகிறான். "இந்தா பாரு வேதாந்தம் பேசி வெட்டியா செத்துப் போகாத. நிலத்தை வித்து பேங்க்ல போடு; வட்டிக் காசுல வாழ்க்கை நடத்து, ஓடி ஓடி சாகாத, ஒக்காந்து தின்னு".

குடும்ப பாரம், லட்சிய பாரம் சுமக்கும் சின்ன பாண்டியின் கூற்று:

'மலையிலிருந்து விறகு சுமந்து இறங்கும் ஒரு கர்ப்பிணிபோல இரு பாரம் சுமந்து பயணிக்கிறேன் நான்'.

கருத்தமாயி சிறை மீண்டு வந்தபின், "ஊரு இருக்கு உறவில்லையே, நிலமிருக்கு பலம் இல்லையே, வீடிருக்கு ஆள் இல்லையே!"

கோவிந்த நாயக்கரு: "ஊரப் பிரிஞ்சு போற வலி இருக்கே அது, சம்பவம் பார்க்கிற ஆளுகளுக்குத் தெரியாது; சம்பந்தப்பட்ட ஆளுகளுக்குத்தான் தெரியும். உசுரு விட்டு போறதுதான் சாவா? ஊரு விட்டு போறதுவும் சாவுதான் ஐயா".

எப்போதும் நேர் நிலை எண்ணம் கொண்ட கருத்தமாயி கூறுவது: "சாமிதான் ஏய்க்குது. பூமியும் ஏச்சுப்போடுமா? பார்த்திடுவோம், மம்பட்டி தேஞ்சுருச்சு, மனசு தேயல."

உவமைகளும் சொலவடைகளும்

களவாணிப் பூனை இருக்கிற வீட்ல கருவாட்டுக்கு எத்தனை நேரம் காவலுக்கு நிக்கிறது?

ஆறாம் மாசம் புள்ளதாச்சி மாதிரி லேசா வெளுக்குது கிழக்கு.

வெள்ளத்துல விழுந்த ஈ ஊறுகாய் பானையில் விழுந்த கதை.

சீலை கட்டுன கருவாடு மாதிரி நொந்து நூலா போன பொம்பள.

பட்டுக் குஞ்சத்தை போய் விளக்கமாத்துல கட்டுனா விளங்குமா?

உச்சிமலை தீப்பிடிச்சா ஊருக்காத் தெரியாம போயிரும்? கழுதைக்குக் கூட தெரியுமே நாங்க கரும்பு நட்ட கதை!

புதைச்சாலும் நிலம் வேணும் விதைச்சாலும் நிலம் வேணும் மனுசப் பொறப்புக்கு.

மொசக்கறியில முக்கால்வாசி தண்ணீர் தானா? தண்ணிய கழிச்சுட்டா லோகமும் இல்லை தேகமும் இல்ல போலிருக்கு.

சேவல் உறங்கும்போது குஞ்சு பொரித்து விடும் கோழியைப்போல சில அரசியல்வாதிகள் உறங்கும்போது இந்தியா முன்னேறி விடுகிறது.

நலிவுற்ற சுழியனின் தோற்றத்தைப் பார்த்து தலையோடு பிறந்த தார்க்குச்சி என்கிறார் கவிஞர்.

சின்னப்பாண்டி எமிலியிடம் தன் காதலைக் கூறாமல், நேரம் கூடி வந்தபோது நெஞ்சை மூடி வைத்த கோழையாக இருந்தது பற்றி, இப்படி நினைக்கிறான்:

‘எண்ணெய் பூசிய கம்பத்தில் ஏறி ஏறி வழுக்கும் சிறுவனைப்போல ஒரு 100 முறையாவது வழுக்கி விழுந்திருப்பேன்’.

கொஞ்சம் கொஞ்சமா நிமிர்ந்து உட்கார்ந்த முத்து மணி அடிச்சு வேலியில் தூக்கி எறிஞ்ச பாம்பு, காத்த குடிச்சு குடிச்சு கொஞ்சம் கொஞ்சமா உயிர் பொழைக்கிற மாதிரி வெறியோடு எந்திரிச்சு ஒரு முடிவு எடுத்துட்டான்.

எண்ணெய விட்டால் தொன்னைக்கு வேற இடமில்லை, தொன்னைய விட்டால் துணைக்கு வேற பொருளும் இல்ல. சேர்ந்துடுச்சு. ஆனா ஒன்னுக்கு ஒன்னு ஒட்டல. இப்படித்தான் இருந்தார்கள் சுழியனும் கனக ராணியும்.

சுவை நுகர் கனிகள்

ஆட்டுக்குட்டி முன்னே அவன் தன்னைக் கழுத்தறுக்கிறான் -தெரிஞ்சு போச்சு கருத்தம்மாயிக்கு.

வறுமைக்கும் துப்புரவின்மைக்கும் சம்பந்தமில்லை. மண்ணுக்குள் கிடந்தாலும் வைரம் தன் முதுகில் மண் ஒட்ட விடுவதில்லை. நீங்கள் நினைத்தால் உங்களைப்போலவே உங்கள் ஒவ்வொருவரையும் குளிப்பாட்டி வைக்கலாம்.

மௌனம்தான் பிரபஞ்சத்தின் ஆடை, சத்தம் துகிலுரிப்பு.

கண் மூடிக்கொண்டே பிறந்து கண்மூடிகொண்டே மரிக்கும் இவர்களுக்குக் கண் திறக்க வந்தவரே என்று புத்தரை நினைத்து இஷிமுரா சொல்கிறான்.

இஷிமுரா இந்தியாவில் புத்தரை ஏற்றுமதி செய்துவிட்டு ஆயுதங்களை இறக்குமதி செய்வது குறித்து ஆச்சரியப்படுகிறான்.

ஆங்கில மொழி பற்றி பேசும்போது ‘எல்லா சுகமும் ஒரு சோகத்தில் முடிகிறது. எல்லா சோகமும் ஒரு சுகமாய் கனிகிறது. காலனிஆதிக்கம் உலகச் செல்வத்தை அள்ளிச் சென்றது சோகம். உலகெங்கும் ஆங்கிலத்தை விட்டுச் சென்றது சுகம்’ என்கிறான்.

மூன்றாம் உலகப் போர் என்கிற அபாயம்

மூன்றாம் உலகப் போர் வந்திருக்கலாம், ஆனால் தோன்றவில்லை. காரணம் உலகச் சமநிலை என்று ஒன்று கடந்த 77 வருடங்களாக இப்போதும் பேணப்பட்டு வருகிறது என்று நான் கருதுகிறேன்.

இன்னும் சில நாட்களில் அமெரிக்காவுக்குப் புதிய அதிபர் வருகிறார். அவர் வியாபாரத்தில் வெற்றிபெற்ற பெரிய வணிகர் என்று நான் கருதுகிறேன்.

வணிகர்கள் எப்பொழுதும் யுத்தங்கள் செய்வதை விரும்புவதில்லை. அவர்கள் அமைதியாக எப்பொழுதும் தங்கள் வசதிகளைப் பெருக்கிக் கொள்ளவே பார்ப்பார்கள்.

அவருடைய வருகை என்பதை நான் நல்ல வருகையாகவே பார்க்கிறேன். எதிர்காலத்தில் மூன்றாம் உலகப் போர் வருவதற்கான எந்த வாய்ப்பும் இல்லை என்பது என்னுடைய ஒரு முடிந்த முடிவாக இருக்கிறது. எதிர்காலத்தில் ஆயுதங்கள் கொண்டு நாடுகளுக்கு இடையில் யுத்தங்களைச் செய்வது என்பது நடக்கிற வாய்ப்பு இல்லை. மூன்றாம் உலகப் போர் இயற்கை அழிவுகளால் தோன்றலாமே தவிர அது ஒரு செயற்கையான அழிவாக வராது என்பது என்னுடைய எண்ணம்.

ஆயுதங்கள் ஏந்தாத இயற்கைக்கு எதிரான இப்படிப்பட்ட மூன்றாம் உலகப் போருக்கான சூழல் இறுகிக்கொண்டே இருக்கிறது. அதை மனிதர்கள் சிந்தித்துத் தடுக்க வேண்டும். இந்த பூமியைக் காப்பாற்ற வேண்டும். கவிப்பேரரசரின் அந்த அபாய எச்சரிக்கையைப் பல்லுயிர்களுடன் வாழும் மனித உயிரினம் கண்டுகொள்ள வேண்டும். அது சார்ந்த விழிப்புணர்வு பெறவேண்டும். இந்தப் புவியைப் பசுமை கொண்டதாக மாற்ற வேண்டும் என்பதுதான் நாவல் சொல்லும் செய்தி.

இந்த மூன்றாம் உலகப் போருக்கான சாத்தியங்கள் இன்றும் இருக்கவே இருக்கின்றன. நிகழாமல் போக அனைவர் கையிலும் சமாதானப் புறா இருக்கிறது. அதைப் பறக்க விடுவதும் இறக்க விடுவதும் அவரவர் கையில்தான் உள்ளது.

- முனைவர் நாகேஸ்வரன் அருள்ராசா (கல்லாறு சதீஷ்)

சுவிட்சர்லாந்து

16

கருவாச்சி காவியம்
கோபுரத்தில் ஏற்றி வைக்கப்பட்ட செழுந்தீபம்
- பேராசிரியர் எழில் முதல்வன் -

காவியம் எனினும் காப்பியமெனினும் ஒன்றையே சுட்டும். தமிழ் இலக்கிய வரலாற்றைப் பாகுபாடு செய்து காட்டும் ஆராய்ச்சியாளர்கள் காவியங்கள் மிகுதியாகத் தோன்றிய காலப் பகுதியைக் 'காவிய காலம்' என்றே பெயரிட்டுள்ளனர். அறிஞர் எஸ்.வையாபுரிப் பிள்ளை அவர்கள் 'தமிழ் இலக்கிய சரிதத்தில் காவிய காலம்' (1962) என்னும் நூலை எழுதியுள்ளார். கடந்துபோன இருபதாம் நூற்றாண்டில் எழுந்த காவியங்களில் குறிப்பிடத்தக்கன கவியோகி சுத்தானந்தபாரதியின் 'பாரதி சக்தி மகா காவியம்'(1948), புலவர் குழந்தையின் 'இராவண காவியம்' (1946), கவிஞர் கண்ணதாசனின் இயேசு காவியம் (1982), கவிஞர் வாய்மைநாதனின் நேதாஜி காவியம் (1983) என்பன. இவை முறையே கடந்தகால வரலாற்று நாயகர்களையும் இலங்கையை ஆண்ட ஒரு பேரரசனையும் சமயத் தலைவர் ஒருவரையும் தம் மறைவையே சர்ச்சைக்கும் விவாதத்துக்கும் உரியதாக்கிவிட்டு மறைந்த அரசியல் தலைவர் ஒருவரையும் பாட்டுடைத் தலைவர்களாகக் கொண்டவை. (நேதாஜி காவியம் என்னும் நூலை 1983-ஆம் ஆண்டு, தஞ்சை இராமநாதன் செட்டியார் ஹாலில் நானே வெளியிட்டு உரையாற்றினேன். வாய்மைநாதன் இடதுசாரிச் சிந்தனைகளை மணந்து கொண்டவர். தமிழ்நாடு கலை இலக்கியப் பெருமன்றத்தோடு தொடர்புடையவர். பன்னூலாசிரியரான அவர் காலமாகிவிட்டார்.

கவிப்பேரரசு வைரமுத்து அவர்கள் எழுதிய 'கருவாச்சி காவியம்'. உலக அரங்கில் சரியான முறையில் இது கவனம் பெற்றிருக்குமானால் அது நோபல் பரிசே பெற்றிருக்க வாய்ப்புண்டு. நோபல் பரிசு பெற்ற நூல்களுள் மிகப் பலவற்றை ஆங்கிலம் வாயிலாகவும், தமிழ் மொழிபெயர்ப்பு வாயிலாகவும் நான் படித்திருக்கிறேன் என்னும் அடிப்படையிலேயே இதனை நான் உறுதியாக முன்மொழிகிறேன்.

கருவாச்சி காவியத்தை நான் பலமுறை படித்தேன். கதையைத் தெரிந்துகொள்ள ஒருமுறை, அதன் அழகை அனுபவிக்க ஒருமுறை, நுட்பங்களைப் புரிந்துகொள்ள ஒருமுறை, குறிப்புகள் எடுக்க ஒருமுறை, கட்டுரையாக வடிவுகொடுக்கும்போது, சரிபார்த்துக்கொள்ள பிறிதொருமுறை எனப் பலமுறை படித்த காரணத்தால் கருவாச்சி போலவே என்னை முழுதும் ஆட்கொண்டு விட்டது. மௌனமாகப் படிக்கும்போதும், சிலநேரம் வாய்விட்டுப் படிக்கும்போதும் 'ஐயோ... ஐயோ...' என்று வாய்விட்டுச் சொன்னேன். "மையோ, மரகதமோ மறிகடலோ மழைமுகிலோ ஐயோ இவன் வடிவென்பதோர் அழியா அழகுடையான்" என்னும் கம்பராமாயணப் பாட்டில் (அயோத்தியா காண்டம், கங்கைப்படலம், முதற்பாடல்) வரும் 'ஐயோ'வுக்கு என்ன பொருளோ அதே பொருளில்தான் என் வாயும் 'ஐயோ' என்று சொல்லிற்று.

★

தண்டியலங்காரத்தில் பெருங்காப்பியத்தின் இலக்கணம் பேசப்படுகிறது. தன்னிகரில்லாத தலைவனைக் காப்பியம் கொண்டிருக்க வேண்டும். மலை, கடல், நாடு, வளநகர், பருவம், இருசுடர்த்தோற்றம், சிறுவரைப் பெறுதல், புலவியிற் புலத்தல், கலவியிற் களித்தல் முதலியன இடம்பெறுதல்வேண்டும்என்றெல்லாம்அதில்சொல்லப்பட்டிருக்கின்றன. பழங்காவியங்கள் எல்லாவற்றிலும் ஞாயிறு, திங்கள் ஆகியவற்றின் தோற்றமும் மறைவும் தவறாமல் சொல்லப்படும். நுகத்தடியின் ஒருபுறம் மாட்டையும் மறுபுறம் மகளையும் பூட்டி பெரியமூக்கி நிலத்தை உழுகிறாள். இந்தக் காட்சியை எழுதும்போது "இந்த வேதனையைக் காணப் பொறுக்காமல் சூரியன் தன் நெஞ்சைப் பிடித்துக் கொண்டே மலைக்குப் பின் போய் விழுகிறான்" என்கிறார் கவிஞர். இது ஒரு காவிய உத்தி.

இராமன் காட்டுக்குப் புறப்படும்போது அதைப் பொறுத்துக்கொள்ள முடியாமல் கதிரவன் மறைகிறார் என்று பாடுகிறார் கம்பர் (அயோத்தியா காண்டம், தைலமாட்டுப் படலம்,3)

மீன் பொலிதர, வெயில் ஒதுங்க, மேதியொடு
ஆண்புக, கதிரவன் அத்தம் புக்கனன்
'காண்புகக் காண்கிலேன்' என்று கல்லதர்
தான் புக முருகினன் என்றும் தன்மையான்

கவிஞர் வைரமுத்து தமிழ் படித்தவர், காவியங்களைக் கற்றவர். எனவே, இவ்வுத்திகள் தாமே வந்து புகுந்து அவரெழுத்துக்கு அணி சேர்க்கின்றன.

பஞ்சாயத்து நடக்கும் அரச மரத்தடி மந்தையில் ஆங்காங்கே குழிகளைத் தோண்டி அரிவாள், வேற்கம்பு முதலியவற்றை ஆங்காங்கே புதைக்கிறான் கட்டையன். இந்தக் கொடுஞ்செயலைப் பார்த்து "அரச மரத்துக் கிளையிடுக்கு வழியாக வானத்து நிலா பயந்து தேய்ந்து போகிறதாம்."

முப்பத்தேழு வருட கால இடைவெளிக்குப் பிறகு, தான் வாழ்க்கைப்பட்ட வீட்டுக்கு முதலில் தயங்கியும் பின்னர் துணிவோடும் கருவாச்சி தனியாகப் போகிறாள். கவிஞர் எழுதுகிறார். "இன்னைக்கு என்னவோ நடக்கப் போகுது இந்த பூமியிலேன்னு மேகத்தின் சந்துவழியே உத்து உத்துப் பார்க்குது நிலா"

இயல்பாக நடக்கும் நிகழ்வில் தன் கற்பனையை ஏற்றிப் பேசும் போக்கு இது.

> "பெயர் பொருள் அல்பொருள் என இரு பொருளிலும்
> இயல்பின் வினைதிறன் அன்றி அயலொன்று
> தான் குறித் தேற்றுதல் தற்குறிப் பேற்றம்"

ஒரு காவியத்துக்கு வலுவான கதை வேண்டும். பல தலைமுறைகளுக்கு முன் ஏற்பட்ட பகையே இக்காவியத்துக்கும் கடைக்காலாக அமைந்துள்ளது.

சடையத்தேவரோடு உடன்பிறந்தவர்கள் எழுவர். அவர்களுள் கடைசியாகப் பிறந்தவர் மாறுகண்ணுத் தேவர். அவர் மகள் சொர்ணக்கிளி. அவளை அறிமுகப்படுத்தும்போது 'பாவாடை கட்டிய குத்துவிளக்கு' என்று அறிமுகப்படுத்துகிறார். எரியும் விளக்கைச் சுற்றிப் பாவாடை கட்டினால் அது எரிந்து கரியாமலா இருக்கும்? பெரிய மூக்கியின் அண்ணன் செயில்ராசு என்பவனால் அவள் கம்பங்காட்டில் சீரழிக்கப்பட்டுக் கொலை செய்யப்படுகிறாள். சொர்ணக்கிளியைக் கொன்றவன் அவனே என்று நிரூபணம் ஆனதும் அவன் எங்கோ போய் தற்கொலை செய்து கொள்கிறான். நம் பரம்பரையில் பிறந்த சொர்ணக்கிளியைக் கொன்றார்களே அவர்தம் குடும்பத்தைப் பழிக்குப் பழி வாங்கவேண்டும் என்று சடைத்தேவர் வன்மம் கொள்கிறார். அதை மாறுகண்ணுத் தேவரிடம் வெளிப்படுத்துகிறார்.

> "செப்பின் புணர்ச்சிபோல் கூடினும் கூடாதே
> உட்பகை உற்ற குடி" (887)
> "எட்பக வன்ன சிறுமைத்தே யாயினும்
> உட்பகை உள்ளதாம் கேடு(889)"

என்னும் திருக்குறட் பாக்கள் நம் நினைவுக்கு வருகின்றனவல்லவா?

★

கட்டையன் - கருவாச்சி ஆகிய இருவரது வாழ்க்கை ஒத்துப் போக முடியாத வாழ்க்கை.

"உடம்பாடு இலாதவர் வாழ்க்கை குடங்கருள்
பாம்போடு உடனுறைந் தற்று" (890)

என்பார் திருவள்ளுவர். "Living with one not in concord is like dwelling in a hut with a cobra as companion" என்பது எம்.எஸ்.பூர்ணலிங்கம் பிள்ளையின் மொழிபெயர்ப்பு. கட்டையனை எங்காவது பாம்போடு கவிஞர் ஒப்பிட்டிருக்கிறாரா என்று நுணுகி நோக்கினேன். ஆம்! கவிஞர் அவ்வாறே கூறியிருக்கிறார்.

'கட்டையன் வேட்டியை வரிந்து கட்டினால்தான் விசேஷம். நடந்துபோகிற தூண்கள் மாதிரி கால்கள். கட்டுவிரியன் குட்டி சுருண்டு கிடப்பதுபோல் முடிச்சு முடிச்சாக முண்டுகட்டிக் கிடக்கும் நரம்புகள்." மேலே காட்டிய திருக்குறளின் கருத்துக்கேற்பக் கட்டையனைப் பாம்பென்றே சொல்லிவிட்டார். (கவிஞர் செய்யும் ஒவ்வொரு வருணனையிலும் இதுபோன்ற சின்னஞ்சிறு குறிப்புகள் கொட்டிக் கிடக்கும். கூர்ந்து நோக்கினால்தான் அதன் பொருள் புலனாகும்.)

கருவாச்சியின் கால்களில் கட்டைவிரலும் அதற்கு அடுத்த விரலும் ஒன்றையொன்று தொடுவதுபோல் இருக்காது. இந்த ஜென்மத்தில் சேரமாட்டோம் என்பதுபோல் இருக்கும் என்கிறார் கவிஞர். இதுபோன்ற விரலமைப்பு கொண்டோர் தாம்பத்திய வாழ்வில் பல சிக்கல்களை எதிர்கொள்ள நேரலாம் என்று சாமுத்திரிகா இலட்சணம் என்னும் பழைய நூல் கூறுகிறது. இதையறிந்தே கவிஞர் அத்தகு வருணனையை அமைத்தார் போலும்.

இடையிலே ஒரு செய்தி. செய்தித்தாள்களிலும் காட்சி ஊடகங்களிலும் இப்போது சில முதியவர்கள் சிறுமிகட்குப் பாலியல் தொல்லை கொடுப்பதாக வருகின்றனவே, அதையும் கூடக் கவிஞர் விட்டுவிட வில்லை. கருவாச்சிக்குப் பத்துப் பதினைந்து வயதிருக்கும்போது ஒரு கிழவன் அவளுக்குச் சோளக்கதிர் ஒன்றை வாங்கிக் கையில் கொடுத்துவிட்டு, அவளை மடியிலே வைத்து, அங்கும் இங்குமாக அசைத்துக் கொண்டிருக்கிறார். திடீரென அங்கு வந்த பெரியமூக்கி, அந்தக் கிழவனைப் பார்த்து, 'நீயெல்லாம் மனுஷனாடா?' என்று அதட்டி விடுகிறாள். பாலியல் வக்கிரங்கள் காலந்தோறும் இருந்து வருவனவே, இக்காலத்தில் ஊடகங்கள் மிகுதியாக இருப்பதால் நிகழ்வுகள் உடனுக்குடன் பொதுவெளியை எட்டி விடுகின்றன.

★

கவிஞர் தாம் காணும் ஒன்றைப் படிப்போரின் மனத்தில் ஆழமாகப் பதிந்துவிடும் வண்ணம் வருணிப்பதில் பெரும் வெற்றி பெறுகிறார். சில நிகழ்ச்சிகள் நாம் அறிந்தனவாகவே இருக்கலாம். நாம் பார்வை யாளனாகவோ - பங்குபெறுபனாகவோ இருந்தாலும் நம்மால் அவற்றை முழு விவரங்களோடு சொல்லிவிட முடியாது.

தெரியாத ஒன்றைத் தெரிந்துகொள்ள வேண்டுமானால் 'எப்படி?' என்றுதானே கேள்வி கேட்போம். பல எப்படிகளுக்குக் கவிஞர் விடையிறுக்கிறார். ஆட்டை வெட்டி அதன் தோலை உரிப்பது எப்படி? விலங்குகளுக்கு அவற்றின் ஆண்மைத் தன்மையை அகற்றக் காயடிப்பது எப்படி? கருவாட்டுக் குழம்பு வைப்பது எப்படி? இளந்தாய்மார்களுக்கு மார்பில் பால்கட்டிக்கொண்டால் அதற்குச் சிகிச்சையளிப்பது எப்படி? இறந்தவர்களை ஈமப்பெருங்காட்டுக்கு எடுத்துப்போகப் பாடை கட்டுவது எப்படி? இவற்றை மட்டுமா...? பெண்கள் சேலை உடுப்பது எப்படி என்பதையும்தான் சொல்கிறார். எந்த வினாக்கள் நம்முள் எழுந்தாலும் அனைத்துக்கும் ஒரு கலைக் களஞ்சியம் (Encyclopaedia) போல அவருள் பதில்கள் பொதிந்து கிடக்கின்றன.

மூட்டுவலிக்கான சிகிச்சை முறை, வாங்கி வந்த மீன்களைச் சுத்தம் செய்யும் முறை, பிள்ளை பெற்ற மகளிர்க்கு உடனடியாகச் செய்ய வேண்டிய கடன்முறை இவற்றையெல்லாம் நாம் அருகிருந்து பார்ப்பதுபோல் சொல்லிச் செல்கிறார். கைகால் அமுக்கிவிடுவதைக்கூட ஏதோ ஒரு தொழில்நுணுக்கச் செய்திபோல் சொல்லும்போது 'ஓகோ, இதில்கூட இவ்வளவு இருக்கிறதா?' என்கிற வியப்பே ஏற்படுகிறது. பேன் பார்ப்பதை எடுத்துச் சொல்லும்போது, 'பேன்களில் ஆண்பேன்' பெண்பேன் என்று இருவகை உண்டு. பெண்பேன் உருவில் பெரியது, விரைவாக ஓடாது. ஆண்பேன் விரைந்து ஓடி கூந்தற்காட்டுக்குள் ஒளிந்து கொள்ளும். இச்செய்திகளை அவர் சொல்லும்போது 'இத்தனை விவரங்களையும் இவர் எப்படித்தான் சேகரித்து, நினைவுக் கிடங்கில் போட்டுக் கொள்கிறாரோ?' என்று மலைத்துப் போகிறோம்.

மேலே காட்டியனவெல்லாம் கூட பலர் அறிந்தனவாக இருக்கலாம். நாம் பார்க்காத - அல்லது பார்க்கவே முடியாத காட்சிகளையும் அல்லவா அவர் நம் கண்கள் முன் கொண்டு வந்து காட்டுகிறார். சினிமாத் துறையில் சில கேமராமேன்கள் சிலவற்றை *long shot, middle shot, closeup* என் மூவகையாகக் காட்டுவதுண்டல்லவா? கவிஞர் பாம்பு சட்டையுரிக்கும் காட்சியை மிகவும் *closeup* காட்சியாகவே விவரிக்கிறார். படிக்கும்போது ஆர்வமும், அச்சமும், ஒருவகையான அருவருப்பும் நம்முள் ஏற்படுகின்றன. ஆறடி நீளச் சட்டையைக் கீழே போட்டுவிட்டு அதிலிருந்து பாம்பு வெளியேறுகிறது. குகை இருந்த இடத்தை விட்டு, இரயில்மட்டும் வெளியே வருவதுமாதிரி என்று கூறுகிறார். பார்க்கமுடியாத காட்சியை விளக்குவதற்கு எல்லாரும் பார்க்கமுடிந்த நிகழ்வை உவமையாக்குகிறார். டில்லிக்கு ரயிலில் போவோமேயானால் மத்தியப் பிரதேசத்தில் மிக நீண்ட குகைகளைக் கடந்துபோகும் அனுபவம் கிட்டும்.

திரும்பாம்புரம் திருக்கோயிலில் மிக நீளமாக பாம்புச் சட்டையைக் கண்ணாடியில் வைத்து, பிரேம்போட்டு எட்டாத உயரத்தில் காட்சிக்கு வைத்திருக்கிறார்கள். கோயில் கருவறையில் இலிங்கத் திருவுருவின் மீது

உரிக்கப்பட்ட பாம்புச் சட்டையாம். நான் அதனை ரசனையோடு பார்த்து ஆச்சரியப்பட்டேன்.

புறக்காட்சிகளை எளிதாகச் சித்திரித்துவிடலாம் என்றாலும் எல்லாமும் எல்லார்க்கும் அனுபவத்தில் ஏற்படாது. தேடிப்போனால்தான் உண்டு. கோடாங்கிகள் தாம் அடிக்கிற உடுக்கையை (உடுக்கை - a small cylindrical drum with a slender middle) எவ்வாறு உருவாக்குகிறார்கள் என்பது விவரமாகச் சொல்லப்படுகிறது. மற்றோரிடத்தில் பொன் நகைகளை எப்படி உருக்குவது, எப்படிச் சுத்திகரிப்பது, சேதாரங்களை முன்கூட்டியே எப்படி கணிப்பது என்பதைப் பொற்கொல்லரின் பட்டறைக்கே அழைத்துப்போய் நம்மையும் பார்க்க வைக்கிறார். கதையில் வரும் பொற்கொல்லர் தங்கமோதிரம் செய்கிற பொறுப்பை வீட்டோடு வைத்திருக்கும் தன் புதுமாப்பிள்ளையிடம் ஒப்படைத்துவிட்டு வெளியே போகிறார். அப்போது செய்யப்படும் வைரமோதிரத்தை வாங்கிப்போக வேண்டும் என்கிற அவசரம் அவசியம் கருதி சுப்பன்செட்டி கடையிலேயே பழியாய்க் கிடக்கிறார். அந்த நிலையில் மாப்பிள்ளைப் பொற்கொல்லர் உள்ளே போவதும் வெளியே வருவதுமாய்ப் பணியை மேற்கொள்கிறார். 26-ஆம் அத்தியாயத்தை நீங்களே படித்துப் பாருங்கள். கவிஞரின் அங்கதத்தொனி (Satire) உங்களுக்குப் புலப்படாமல் இருக்காது. அங்கதத்தைத் தமிழில் நையாண்டி என்பர்.

★

வைத்தியரிடம் செல்லும் ரங்கம்மா வாயிலாகக் கருக்கலைப்பு முறை பற்றி மிகப்பல செய்திகளைப் படிப்போர்க்குத் தெரியப்படுத்துகிறார் கவிஞர்.

முதல்வகை, சிலாம்பூ விதையை வறுத்து உரலில் இட்டு இடித்து, கருப்பட்டி கலந்து உருட்டி உண்ணக் கொடுத்து, வெந்நீரைக் குடிக்கச் செய்வது.

இரண்டாம் வகை, வாயில் வைக்கமுடியாத அளவுக்கு மிகுந்த கசப்புச் சுவையுடைய கச்சேந்திர இலையைக் கொண்டுவந்து, அதைக் கசக்கிச் சாறெடுத்து, அடுப்பில் கொதிக்கவைத்து, கொஞ்சம் கருப்பட்டி கலந்து, கசாயம் என்னும் பெயரில் கொடுப்பது.

மூன்றாம் வகை, இது கடினமானது. துன்பத்தை உண்டாக்குவது. வெள்ளெருக்கம் பாலை மெல்லிய துணியால் வடிகட்டி, அதில் ஒரு சிறுபகுதியை எடுத்துக்கொண்டு, வெள்ளெருக்கு இலையில் காணப்படும் நரம்பையே பயன்படுத்தி, அதை ஜீவதுவாரத்தில் செலுத்துவது. (இந்த முறைகள் எதையுமே கருவாச்சி ஏற்க மறுக்கிறாள்.)

★

கருவுயிர்த்த பெண்ணின் மனவோட்டங்களையும் சிந்தனைப் போக்கையும் நாவலின் பதினைந்தாம் அத்தியாயத்தில் கவிஞர்

எழுதிப்போகிறார். அடுத்தடுத்து வரும் ஒவ்வொரு மாதத்துக்கும் அவர்களது எண்ணப்பிரதிபலிப்பை நன்கு சொல்லிச் செல்கிறார். திருவாசகத்தில் வரும் மணிவாசகப் பெருமானின் கூற்று.

"மானுடப் பிறப்பினுள் மாதா உதரத்து
ஈனமில் கிருமிச் செருவினுட் பிழைத்தும்
ஒருமதித் தான்றியின் இருமையிற் பிழைத்தும்
இருமதி விளைவின் ஒருமையிற் பிழைத்தும்
மும்மதி தன்னுள் அம்மதம் பிழைத்தும்
ஈரிரு திங்களிற் கட்டமும் பிழைத்தும்
அஞ்சு திங்களில் முஞ்சுதல் பிழைத்தும்
ஆறு திங்களில் ஊறலர் பிழைத்தும்
ஏழு திங்களில் தாழ்புவி பிழைத்தும்
எட்டுத் திங்களில் கட்டமும் பிழைத்தும்
ஒன்பதில் வருதரு துன்பமும் பிழைத்தும்
தக்க தசமதி தாயொடு தான்படும்
துக்க சாகரத் துயரிடைப் பிழைத்தும்
ஆண்டுகள் தோறும் அடைந்தஅக் காலை....

(போற்றித் திருவகவல் வரி 13-26)

அறிவியல் என்ற ஒன்று வளராத நிலையில் அருளாளராகிய மாணிக்கவாசக சுவாமிகள் தம் ஞானக் காட்சியால் கண்டு வெளிப்படுத்திய உண்மை இது.

இப்போது விஞ்ஞானம் வளர்ந்துவிட்டது. தேவைப்படும்போது வயிற்றில் வளரும் சிசுவை ஸ்கேன் செய்து அதன் முறையான வளர்ச்சியை மருத்துவர்கள் கண்டறிகிறார்கள். கணவனையும் மனைவியையும் ஒன்றாகவே எதிரே உட்காரவைத்து தேவையான அறிவுரைகளை வழங்குகின்றனர். "எட்டு அல்லது ஒன்பது மாதம் வரை கணவன் மனைவியோடு சேர்ந்து படுத்து, செல்ல விளையாட்டுகளில் ஈடுபட்டுவந்தால் பிள்ளை வெளியே வருகிறவழி மென்மையான பூவைப்போல் மலர்ந்துபோகும். பிறக்கும் குழந்தை சற்றே எடைமிகுதியாக இருந்தாலும் வெளிவருவதில் சிரமம் இருக்காது. இதுபோன்ற உண்மைகளை திறம்பெற்ற கதாசிரியர்கள் யாவரேயாயினும் எழுதிக்காட்டி விட முடியும்.

கதைத் தலைவி கருவாச்சி, ஆட்களே இல்லாத ஒரு அத்துவானக் காட்டில் தனக்குத் தானே பிரசவம் பார்த்துக் கொள்வதாக எழுதியிருக்கிறாரே, அதை வேறொருவர் எழுத முடியுமா? எவ்வளவுதான் பிறர் வாயிலாகக் கேட்டுத் தகவல்களைத் தெரிந்துகொண்டிருந்தாலும் மற்றொருவரின் உள்ள நிலையில் நின்று அவரைப்போலவே உணரும், ஆற்றல் வாய்க்காத நிலையில் எழுதமுடியாது. பிறிதின் நோய் தன் நோய் போல் உணரும் ஆற்றல் உள்ளவர்களே அதைச் செய்ய முடியும். இதனை

ஆங்கிலத்தில் '*Empathy*' என்றும் தமிழில்' 'ஒத்துணர்வு' என்றும் சொல்வர். கவிஞர் வைரமுத்து ஒத்துணர்வு மிக்கவராகவே இருந்ததால்தான் அதைச் சாதிக்க முடிந்திருக்கிறது. கருவாச்சியின் மனஉரத்தை மெச்சுவதா, அவள் துயரத்தை எண்ணி உருகுவதா என்று தெரியவில்லை. கவிஞரின் படைப்பாற்றல் உச்சி முகட்டை எட்டும் நிலைகளில் இதுவும் ஒன்று. முந்தானையில் கட்டப்பட்ட தொட்டிலில் பிறந்த குழந்தையையும் தலையில் விறகுக் கட்டைகளையும் சுமந்தபடி வீட்டுக்குத் திரும்பி வருகிறாளே கருவாச்சி, அது எத்தகைய கம்பீரமான காட்சி! இந்த அத்தியாயத்தை எழுதியதற்கே கவிஞர் வைரமுத்து கர்வப்படலாம்.

காவியங்களை ஆராயும் அறிஞர்கள் அக்காவியக் கதையின் நிகழ்வுகள் எத்தனை ஆண்டுகள் என்றும் ஆராய்ந்து முடிவு செய்வதுண்டு. சிலப்பதிகாரம் ஏறத்தாழ இருபத்தைந்தாண்டு காலக் கதையைச் சொல்கிறது. மணிமேகலை ஏறத்தாழ ஐந்தாண்டுகாலக் கதையைச் சொல்கிறது. நளவெண்பாவும் நைடதமும் சுமார் பதினைந்தாண்டுக் காலக் கதையை விவரிக்கின்றன. கருவாச்சி காவியத்தின் கதை - நிகழ்காலம் (*Time - span of the Story*) எத்தனை ஆண்டுகள்?

கருவாச்சி முப்பத்தேழு வருடத்திற்குப் பிறகு தான் வாழ்க்கைப்பட்ட வீட்டைத் தேடிப் போவதாகக் கவிஞர் சொல்கிறார். இது ஒரு காலக் குறிப்பு. அறியாப் பருவத்தவளாக இருந்தபோது ஒரு முதியவர் பாலியல் தொல்லை கொடுத்ததாகச் சொல்லப்பட்டபோது அவளுக்கு வயது பதின்மூன்று. இது ஒரு குறிப்பு. அவள் வயதுக்கு வந்து நான்கு ஆண்டுகள் ஆகியும் சூதுவாது தெரியாதவளாகவே இருந்தாள் என்பது மற்றொரு குறிப்பு. திருமணமாகிக் கணவனோடு வாழ்ந்த நாட்கள் பத்தே நாட்கள்தான். இக்குறிப்புகளையெல்லாம் மருங்குவைத்து ஒருங்கே நோக்கினால், தோராயமாகக் கணக்கிட்டால் காவியத்தில் கதை - நிகழ்காலம் 51 ஆண்டுகள் மட்டுமே எனலாம். ஒரு மழைக்காட்சியோடு கவிஞர் கதையை முடித்து விடுகிறார். அதற்கு மேலும் அவள் வாழ்ந்திருக்கலாம், அது நமக்குத் தெரியாது. கவிஞர் சொல்லவில்லை.

> "கொண்டான் குறிப்பறிவான் பெண்டாட்டி கொண்டன
> செய்வகை செய்வான் தவசி - கொடிது ஒரீடு
> நல்லவை செய்வான் அரசன் இம்மூவர்
> பெய்யெனப் பெய்யும் மழை. (திரிகடுகம்)"

கணவனுடைய உள்ளக் குறிப்பினை உணர்ந்து நடப்பவளாகிய மனைவியும், தான் மேற்கொண்ட விரதங்களை முறைப்படி செய்பவளாகிய தவமுடையோனும் தீமையை விலக்கி குடிமக்களுக்கு நன்மையானவற்றைச் செய்யும் அரசனும் ஆகிய இந்த மூவரும் பெய் என்று சொல்ல மழையானது பெய்யும். சலவைக்காரப் பெண் வாயிலாகக் கணவன் அழைக்கிறான் என்று தெரிந்தும் கருவாச்சி போகிறாளே, அதுவே அவள் பெருந்தகையைக் காட்டி விடுகிறது.

★

எழுதப்பட்ட இலக்கியம் வேறு, வாய்மொழி இலக்கியம் வேறு. சொல்லப்போனால் வாய்மொழி இலக்கியமே மூல இலக்கியம். முதலில் எழுந்த இலக்கியம். ஹோமரால் எழுதப்பட்ட இலியாதும் (*Illiad*), ஒடிசியும் (*Odyssey*) முதலில் வாய்மொழி இலக்கியங்களாகவே வெளிப்பட்டன. அவை மனப்பாடம் செய்யப்பட்டு, பேச்சு வாயிலாகவே அடுத்தடுத்தத் தலைமுறையினர்க்கு முன்னெடுத்துச் செல்லப்பட்டன. காலப்போக்கில் புதிய புதிய கண்டுபிடிப்புகள் வந்தன. பதினைந்தாம் நூற்றாண்டில்தான் அச்சியந்திரம் கண்டுபிடிக்கப்பட்டது. அது வந்தபிறகு வாய்மொழிப் பாடல்களும் அச்சேற்றப்பட்டு புது வாழ்வு பெற்றன. இதுவே வரலாறு. 'கருவாச்சி காவியத்தில் வாய்மொழி மரபும் உண்டு' என்பதைக் காட்டுவதற்கே இக் கருத்துக்களை முன்மொழிகிறேன்.

கருவாச்சி காவியத்தின் ஆசிரியர் கவிப்பேரரசு என்பதைத் தற்காலிகமாக மறந்து விடுவோம். அப்படியானால் அவருக்குப் பெயர் வேண்டாமா? வேண்டாம். கதைசொல்லி (**Story Teller**) என்றும் பெயரிட்டு வழங்குவோம். இக்கதைசொல்லியின் குரல் அவ்வப்போது ஒலித்து அடங்கும் தொழிற்சாலையின் சங்கொலிபோல் கேட்கிறது.

> "அந்த மிருகம் கூடுதய்யா மனிதப் பொம்பளைய" *(பக்கம் 46)*
>
> "ஊரே ஒத்தாசை பண்ணக் குடிசை கட்டுறான்யா கொன்னவாயன்" *(பக்கம் 204)"*
>
> "காவல் காக்கிற மாதிரி உட்கார்ந்திருக்காய்யா கருவாச்சி" *(பக்கம் 261)*
>
> "அழகு சிங்கத்த இடுப்பிலே வச்சி, பூலித்தேவனைக் கையிலே புடிச்சு, கருவாச்சி நடந்துட்டா, காளியம்மன் கோயிலுக்கு சாமி கூடச் சண்டை போட ...*(பக்கம் 176)*

தெருக்கூத்து நாடகங்களில் வரும் கட்டியங்காரன் குரல்மாதிரி இக்கூற்று ஒலிக்கிறது. 'என் கைப்பட நான் இக்கதைக்கு எழுத்துவடிவம் தந்திருந்தாலும் இது வாய்மொழி இலக்கியமே' என்று கவிஞர் சொல்கிறாரோ என்ற ஐயமே எனக்குத் தோன்றுகிறது.

வாய்மொழி இலக்கியம் என்னும் வகைப்பாட்டில் தாலாட்டுப் பாடல்கள், ஒப்பாரிப்பாடல்கள், தொழில் சார்ந்த பாடல்கள், பழமொழிகள், விடுகதைகள், போல்வன அடங்கும். இக்கதை சொல்லி கூடுவிட்டுக் கூடுக் கூடு பாய்ந்து, கதாபாத்திரங்களாகவே மாறி கதையை நடத்திச் செல்கிறார்.

தன்னோடு உடன்வந்த இருளாயி என்பாளுக்குக் கள்ளிப்பழத்தை உண்ணக்கொடுத்து அவளைப் பார்த்து பொழுதுபோக்காக ஒரு கதை சொல்லு என்று கேட்கிறாள் கருவாச்சி. "வெறுங்கதை என்னத்துக்கு? விடுகதையே சொல்றேன், விடுவி" என்கிறாள்.

> "கத்திபோல் எலையிருக்கும்
> கவரிமான் பூப்பூக்கும்

திங்கப் பழம் பழுக்கும்
திங்காத காய் காய்க்கும்”

என்னும் விடுகதையைச் சொல்லி அவளே ‘வேப்பமரம்’ என்பதையும் சொல்லிவிடுகிறாள்.

காளையன் கிழவன் இறந்தபோது ரங்கம்மா முதலிய சொக்கத்தேவன்பட்டிப் பெண்கள் ஒப்பாரி வைக்கிறார்கள்.

“காக்கா பறக்காத
கள்ளிக்காட்டு பூமியிலே
கர்ணன் வந்து பொறந்தீரே
காளையனார் ரூபத்திலே

ஊரெல்லாம் அன்னமிட்டு
உறவுக்குக் காசுதந்து
எமனுக்குத் தானமிட
ஏறிட்டீரோ பூந்தேரு?”

இவ்வொப்பாரியின் பாடலைக் கேட்கக் கேட்க, கேட்டுக் கொண்டிருந்த கிழவர்களுக்கு ‘நாம் இறந்தாலும் இப்படித்தானே பாடுவார்கள்’ என்னும் நினைப்பில் சாகும் ஆசை வந்துவிட்டதாம். சாவுக்கு ஆசையைத் தூண்டும் அளவுக்கு ஓர் ஒப்பாரிப் பாட்டு ஒலிக்கிற தென்றால், அது சாகாத இலக்கியமாகத்தானே கருதப்படவேண்டும்?

★

கவிஞருக்கு எழுத்திலக்கியத்தின் இலக்கணமும் தெரியும். வாய்மொழிப்பாட்டின் வனப்பும் தெரியும்.

அழகுசிங்கம் தான் வாங்கிய கடனுக்காக சோலைமலைத் தேவருக்குக் கிரயப்பத்திரம் எழுதித் தருகிறான்.

வழக்குமன்ற வாசலில், மரத்தடி நிழலில், பத்திரங்கள் எழுதித் தரும் பலரை நான் பார்த்திருக்கிறேன். பத்திரமோ மனுவோ எதுவாயிருந்தாலும் மிகச் சரியாக எழுதிக்கொடுத்து விடுவார்கள். அத்தொழில்முறை வல்லுநர்கள் போலக் கவிஞரும் ஒரு கிரயப் பத்திரத்தை எழுதிக் காட்டுகிறார்

“பிரம தூத வருசம் புரட்டாசி மாதம் 17 ஆந் தேதி” என்று தொடங்கி, “எனக்கும் பூர்வீகப் பாத்தியப்பட்ட நான் அனுபவித்துவரும் அடியிற்கண்ட வீட்டை நான் தங்கள் பெயருக்குக் கிரயம் செய்து கொடுத்துவிட்டேன். இதுமுதல் அடியிற்கண்ட வீட்டைத் தாங்களே சர்வ சுதந்திரமாய் ஆண்டனுபவித்துக் கொள்வீர்களாகவும்...” என்று முடிகிற அந்தக் கிரயப் பத்திரத்தைத் திரும்பத் திரும்பப் படித்தேன். கவிப்பேரரசு வைரமுத்துவின் கவிதைபோலவே அதுவும் கனியமுதாய் இனித்தது.

★

இடையிலே விடுபட்டுப்போன செய்தியை இங்கேயே சொல்லிவிடுவதே பொருத்தமாக இருக்கும். வாய்மொழி இலக்கியத்தில் சில இடங்களில் விரித்துப் பேசும் செய்தியை அவ்வப்போது சுருக்கிச் சொல்வார்கள். கேட்போர் அவற்றை மறந்துவிடக்கூடாதல்லவா? இதனை மீளவும் கூறுதல் (*repetition*) என்பர். விரிப்பிற் பெருகுமென சில சான்றுகளைக் காட்டுகிறேன்.

"வெந்நியிலே சாச்சுட்டா கெழவன
தண்ணியிலே சாச்சுட்டா புருசன
கண்ணீர்லே சாச்சுட்டா மகன *(பக்கம் 240)*

காடு இருக்கு - உழுக மாடு இல்ல
வீடு இருக்கு - ஆள் இல்லே
பிள்ளை இருக்கு - புருசன் இல்லே
கைகாலு இருக்கு - காசில்லே"

தொகுத்துச் சுட்டலும் வகுத்துக் காட்டலும் வாய்மொழி இலக்கிய மாண்புகளுள் ஒன்று.

★

கருவாச்சி காவியத்தில் இடம்பெறும் கதைமாந்தர் மிகப் பலர். அவர் கதை மாந்தர்களை அறிமுகம் செய்யும் முறையே நம் கவனத்தைக் கவர்ந்துவிடும். எடுத்துக் காட்டாக ஒன்று: அவர் பேயம்மா என்னும் இயற்பெயர் கொண்ட திம்சுவை அறிமுகம் செய்யும் அழகைக் காணுங்கள்:

"மஞ்சக் குளிச்ச மாங்கொழுந்து மாதிரி ஒருநெறம். வளந்து மலந்து நிக்கிற திரேகம். வசதியான உயரம். உருண்டை மூஞ்சி. ஓயாம சிமிட்டுற கண்ணு. அவ ஓதட்டில வெத்தல படிஞ்சிருக்கா அல்லது வெத்தலைய ஓதடு புடிச்சிருக்கான்னு வெவகாரம் தீராத செவப்பு. நான் சண்டைக்குப் போகிற சாதிக் குதிரைன்னு போறா டக் டக்குன்னு எட்டு வச்சி" *(பக்கம் 234)*

இவள் மட்டுமா? எல்லாக் கதை மாந்தர்களுமே நம் மனதில் சிம்மாசனம் போட்டு உட்கார்ந்து கொள்கிறார்கள். சிலர் கல்வெட்டுக்கள் போல ஆழமாகப் பதிந்துவிடுகிறார்கள். சுப்பஞ்செட்டியாரை மறக்க முடியுமா? பவுனு செந்துருக்கம் போன்றோரை மறக்க முடியுமா? யாரைச் சொல்வது? யாரை விடுவது?

இக்கதையில் வரும் அத்தனை பேரும் ரத்தமும் சதையுமாக நம் முன் நின்று நம்மையே சுற்றிச் சுற்றி வருகின்றனர். நம் சொந்த உறவினராக மாறி விடுகின்றனர். (கதைத் தலைவி கருவாச்சி பற்றிப் பின்னர் பேசுவேன்.)

★

இக்காவியத்தின் தொடக்கமும் முடிவும் மிக அற்புதமாக அமைந்து விட்டன. முதல் அத்தியாயத்தில் 'எனக்கும் என் மனைவிக்கும் ஒத்துப் போக முடியல்லே. எங்களை அறுத்துவிட்டுவிடுங்கள்' என்று

பஞ்சாயத்துப் பிரமுகர்களிடம் முறையீடு செய்கிறான். கதையின் கடைசியில் அதே கட்டையன் அவளை வீட்டுக்கு வருகை தரும்படி தூது விடுகிறான். காலில் விழுந்து கதறுகிறான். மன்னித்துவிடும்படி மன்றாடுகிறான். இது எவ்வளவு தலைகீழ் மாற்றம்? அவனது வாழ்க்கை சுரதாவின் கவிதை வரிகளில் சொன்னால் ஆடி அடங்கும் வாழ்க்கை. அவன் ஆட்டம் ஓய்ந்துவிட்டது. கடைசியில் அவனைத் தன் வீட்டுக்கே அழைத்து வந்து விடுகிறாள் கருவாச்சி.

தாமஸ் ஹார்டி (*Thomos Hardy*) என்னும் ஆங்கில நாவலாசிரியர் தம் நாவல்களுக்கு வெஸ்சக்ஸ் (*Wessex*) என்னும் நிலப்பரப்பைக் கதைக் களமாக அமைத்துக் கொண்டார். அது உண்மையான களம் அல்ல, அவரது கற்பனையில் பிறந்தது. அக்களத்தைப் படிப்போர் புரிந்துகொள்ள வேண்டுமே என்பதற்காக ஒரு வரைபடத்தையும் வரைந்துகாட்டினார். அப்படத்தில் மலை, காடு, ஆறு முதலியனவும் காட்டப்பட்டிருந்தன. அவரது நாவல்கள் ‘வெஸ்ஸெக்ஸ் நாவல்’ என்றே வழங்கப்பட்டன.

கவிஞர் வைரமுத்து காவியக்களம் என்று தலைப்பிட்டு முதலில் இந்தியாவின் படத்தை வரைந்து தமிழ்நாடு எதுவெனக் காட்டுகிறார். அதற்குக் கீழே தேனிமாவட்டத்தின் படத்தை வரைந்து பெரியகுளம், வடுகபட்டி, உசிலம்பட்டி, தேனி, போடிநாயக்கனூர், கம்பம் முதலாய ஊர்களைக் குறித்துப் போகிறார். கருவாச்சி காவியத்தின் கதை நிகழ்ந்த காலத்திய படம் இது. (இப்போதெல்லாம் மாவட்டங்கள் பிரிக்கப் படுகின்றன. மாநகராட்சி, நகராட்சி, பேரூராட்சி என்று பெயரிடப் படுகின்றன. தாலுக்காக்களும் மறுவரையறை செய்யப்பட்டுப் புதுப்பெயர் பெறுகின்றன. எதிர்காலத்தில் தண்ணீர்ப்பற்றாக்குறை மிக்க கள்ளிக்காடுகள் கூட வற்றா வளம்கொழிக்கும் பூமியாக மாற வாய்ப்புண்டு. எது எப்படியானாலும் கவிஞர் வரைந்து காட்டியிருக்கின்ற வரைபடம் கதையைப் புரிந்துகொள்ள உதவியாகவே இருக்கிறது.

★

‘கருவாச்சி காவியம்’ ஒரு காவியம் என்பதால் அதற்கான முதல் கரு உரிப்பொருள்கள் பேசப்பட வேண்டியது இன்றியமையாத ஒன்றே. “முதல் எனப் படுவது நிலம், பொழுது என இரண்டாகும்”. கருப்பொருள் என்பன நிலத்தின்கண் வாழும் மக்கள் கூட்டம், அவர்கள் உண்ணும் உணவு வகைகள், அந்நிலத்தின் கண் வாழும் மக்கள் கூட்டம், அவர்கள் உண்ணும் உணவு வகைகள், அந்நிலத்தின் கண் வாழும் விலங்குகள், மரங்கள், பறவையினங்கள், மக்கள் செய்யும் தொழில்கள், அங்கே பாடப்படும் இசை முதலியன.

கருப்பொருள் சித்தரிப்பில் கவிஞர் தம் கைவண்ணம் முழுவதையும் காட்டுகிறார். கற்களும் முட்களும் நிறைந்த காட்டுப்பகுதியை வருணிக்கும்போது ஆறுவகையான கற்பனைகளையும் பதினைந்து வகையான முட்களையும் குறித்துப் பேசுகிறார். காவியம் முழுதும்

பரவலாகப் பயிரினங்களையும் உயிரினங்களையும் தவறாமல் கூறிச் செல்கிறார். பூவுலகின் நெருங்கிய நண்பனாக நின்று அவற்றைப் பற்றிப் பரிவோடு பேசுகிறார். (விரிவஞ்சி விடுக்கின்றேன்) சுருங்கக் கூறின், இக்காவியத்தில் நிலமும் பொழுதும் கருப்பொருள்களும் உரிய இடத்தில் உரிய அளவுக்கு இடம் பெறுகின்றன. "எந்நில மருங்கிற் பூவும் புள்ளும் அந்நிலம் பொழுதொடு வாராவாயினும் வந்த நிலத்தின் பயத்தவாகும்" (பொருளதிகாரம் - அகத்திணை இயல், நூற்பா 21) என்னும் நூற்பாவிற்கு இணங்க, கருப்பொருள்கள் மயங்கிவருவதையும் என்னால் காண முடிகிறது. (நோக்கரிய நோக்கும் நுணுக்கரிய நுண்ணுணர்வும் இருந்தால் புள்ளி விவரங்களைக் கொண்டே நிறுவமுடியும். அதுவேண்டா முயற்சி என்பதால் விட்டுவிட்டேன்.) எனவே, காவியக் கூறுகள் அனைத்தையும் உள்ளடக்கியதே இந்நூல் என்பதில் கடுகளவும் ஐயமில்லை.

★

இக் காவியம் உணர்த்தும் கருத்து யாது? அதுவே நாம் செய்ய வேண்டிய முக்கியமான ஆய்வாகும். காவியம் உணர்த்தும் உண்மையைப் பாவிகம் என்பர். "பாவிகம் என்பது காவியப் பண்பே" என்பது தண்டியலங்காரச் சூத்திரம் (சூத்திர எண் 94).

பிறனில் விழைவோர் கிளையொடும் கெடுவர் என்பது ராமாயணத்தின் பாவிகம். பொறையிற் சிறந்ததோர் கவசம் இல்லை என்பது பாரதக் கதையின் பாவிகம். வாய்மையிற் சிறந்ததோர் வாளி (அம்பு) இல்லை என்பது அரிச்சந்திர புராணத்தின் பாவிகம். இந்த நோக்கோடு பார்த்தால் கருவாச்சி காவியத்தின் பாவிகம் யாது? கருவாச்சியின் வாழ்வை வைத்தே அதைக் காண முடியும்.

★

கருவாச்சி வாயிலாக நாம் அறிந்து கொள்ள வேண்டிய முக்கியமான செய்தி 'வாழ்க்கை வாழ்வதற்கே' என்பதுதான். ஆயிரம்கோடி துன்பங்களும் துயரங்களும் நம்மை எதிர்கொண்டாலும் அவற்றை எதையும் தாங்கும் இதயத்தோடு ஏற்றுக் கொள்வதே நாம் செய்ய வேண்டிய செயலாகும். ஒற்றை வரியில் சொல்வதானால் 'வாழ்ந்து காட்டுவோம்' என்பதே நம் வாழ்வின் தாரகமந்திரமாக இருத்தல் வேண்டும்.

கருவாச்சி எதிர்கொண்ட இன்னல்கள் ஒன்றா, இரண்டா? வாய்விட்டுச் சொல்ல முடியாத சில அதிர்ச்சிகளாலும் மன அழுத்தத்தாலும் அவள் *'Histeria'* என்னும் மனநோய்க்கு ஆளாகிறாள். ***Histeria*** என்பதற்கு, ***'Longman Dictionary Of Contemporary English*** என்னும் அகராதி பின்வருமாறு விளக்கம் தருகிறது: ***'Extreme excitement that makes people cry, laugh, shout etc in a way that is out of control'.*** இதைப் புரிந்துகொள்ள முடியாதோர் அவளுக்குப் பேய் பிடித்திருப்பதாகக் கருதி அதற்கான

சடங்குகளை மேற்கொள்கின்றனர். அது ஒரு குரூரம் கலந்த சடங்கு. சாங்கியப்படி சடங்கு என்பது அதன் பெயர்.

ஒரு கட்டத்தில் தூக்குப் போட்டுக் கொண்டு சாகலாமா? அரளி விதையை அரைத்துக் குடித்து வாழ்வை முடித்துக் கொள்ளலாமா? என்று யோசிக்கிறாள். பிறகு ஒரு முடிவுக்கு வருகிறாள். 'ஒவ்வொரு பிறவிக்கும் ஒரு காரணம் உண்டு. என் பிறவிக்கும் அது இருக்கும். அதைத் தெரிந்து கொண்டுதான் சாக வேண்டும். சாவு வரும்போது வரட்டும். அதை ஒரு கை பார்க்கலாம்' என்று நினைக்கிறாள். அவள் மனம் இறுகிக் கெட்டிப்பட்டுவிடுகிறது.

ஊராரின் பஞ்சாயத்து நடக்கும்போது அவர்களது தீர்ப்பை ஏற்றுக் கொண்டு, 'இந்தப் பிறவியில் நீ எனக்குக் கணவனுமல்ல. எந்த ஆணும் எனக்குக் கணவனாகப் போவதும் இல்லை. நான் வாழ்க்கையில் ஜெயிக்கிறேனோ இல்லையோ நான் தோற்க மாட்டேன்' என்று வஞ்சினம் உரைக்கிறாள்.

பெரியமூக்கி அவளுக்குத் தெரியாமலே மறுமணத்துக்கு ஏற்பாடு செய்கிறாள். பெண்வீடு பார்க்க வந்தவர்களைக் கேள்விமேல் கேள்விகேட்டுச் சாதுரியமாக விரட்டியடிக்கிறாள். தான் வயிறு வாய்த்திருந்ததை எல்லார்க்கும் தெரியப் பறைசாற்றுகிறாள். கருவாச்சியின் கருவைக் கலைக்க பெரியமூக்கி முயன்றபோது அதை ஏற்க மறுக்கிறாள். "என் வயிறு. நான் சுமப்பேன். பெற்றுக் கொள்வேன். கடவுளே குறுக்க வந்தாலும் கருவாச்சி மாற மாட்டேன்" என்று உறுதிபடப் பேசுகிறாள்.

கழுத்திலே கிடந்த தாலியை ஒருவன் அறுத்துக் கொண்டு ஓடியபோது அவன் பின்னாலேயே ஓடிப்போய்ப் போராடி மீட்டு வருகிறாள். மானத்தோடு வாழவேண்டுமானால் அதற்குப் பங்கம் வராமல் எந்த வேலைகளையும் செய்யத் தயாராகிறாள். நாற்று நடுகிறாள். களை எடுக்கிறாள். அறுவடைக்குப் போகிறாள். ஏன்? கூலிக்கு மாரடிக்கவும் போகிறாள். அப்படிப் போனபோது கூலியாக வாங்கிவந்த சேலையைத் தாயின் இறப்புக்குக் 'கோடி' சேலையாகப் பயன்படுத்துகிறாள். மயானம் வரை போய், தாய்க்குக் கொள்ளி வைக்கிறாள். அவள் மரபையும் விடாமல் போற்றுகிறாள். தேவைப்படும்போது மரபை மீறியும் செயல்படுகிறாள். வாழ்க்கையில் வெற்றிபெற அறத்தொடு பட்ட எதனையும் அவள் ஏற்கத் தயங்கவில்லை. அதே சமயம் மரபு என்று சொல்லப்படும் எதனையும் உதறித் தள்ளவும் அவள் தயாராயிருக்கிறாள்.

★

ஒரு முறை சில மகளிர் அவளிடம் ஏதோ ஒன்றிற்கு யோசனை கேட்க அவள் அவர்களுக்கு நல்ல முறையில் அறிவுரை சொல்கிறாள். அவர்கள், 'உனக்கு எப்படியடி இந்த அறிவு வந்தது?' என்று வியந்து நிற்கிறார்கள். கருவாச்சி படிக்கவில்லையென்றாலும் உலகியல் வாழ்வு என்னும்

கலாசாலையில் அனைத்தையும் புரிந்துகொள்கிறாள். அனுபவத்தைவிட வேறு யார் சிறந்த ஆசானாக விளங்கமுடியும்?

★

கருவாச்சி இரக்கமே வடிவானவள். தான் வளர்த்து வந்த பூலித்தேவன் என்னும் ஆடு ஒருவனைக் கொம்பால் குத்திவிடுகிறது. அவனுக்கு ஒன்றும் நேர்ந்துவிடக் கூடாதே என்பதற்காகக் குலதெய்வத்தை வேண்டிக் கொள்கிறாள்.

மழையே இல்லாமல் பருகும் நீருக்கும், உண்ணும் உணவுக்கும் பஞ்சம் ஏற்பட்ட காலத்தில் ஊராருக்குத் தன்னாலான உதவிகளைச் செய்ய வேண்டும் என்று கருவாச்சி முடிவெடுக்கிறாள். பாறையில் தேங்கியிருந்த - பாசிபடர்ந்த - அசுத்தமான தண்ணீரைத் தானறிந்த முறையில் சுத்திகரிக்கிறாள். கற்றாழைக் கிழங்கை உப்புப் போட்டு பக்குவம் செய்து சமைத்து முடிக்கிறாள். காகம் தனது உறவுகளையெல்லாம் கரைந்து கரைந்து அழைப்பதுபோல் மக்களைக் கூட்டுகிறாள். தண்ணீரைக் கொதிக்கவிட்டு ஆறியபின் கலன்களில் நிறைக்கிறாள். எல்லாருக்கும் படைக்கிறாள். மணிமேகலைக் காப்பியத்தில் அமுதசுரபி என்னும் பாத்திரம் கொண்டு பசிப்பிணி தீர்ப்பது நினைவுக்கு வருகிறதல்லவா? 'வயிற்றுக்குச் சோறிட வேண்டும் - இங்கு வாழும் மனிதருக்கெல்லாம்' என்று பாரதி பாடினானல்லவா? வையம் முழுமைக்கும் வழங்க முடியாதெனினும் தன்னோடு நல்லது கெட்டதுகளில் கலந்துகொள்ளும் ஊர்க் காரர்களுக்கு உதவுவது கடமையல்லவா?

இப்பகுதியை நான் படித்தபோது திருவையாற்றில் எழுந்தருளியுள்ள அறம் வளர்த்த நாயகியையும் காசி மாநகரில் கோயில் கொண்டுள்ள அன்னபூரணியையும் நினைவு கூர்ந்தேன்.

'அன்னதாதா சுகிபவ' -பசிப்போர்க்கு உணவு தருபவர் என்றென்றும் சுகமாக வாழ்வார்கள் என்பது வடமொழியில் வழங்கிவரும் மூதுரை.

மானம், குலம், கல்வி முதலான பத்தும் பசி வந்திடப் பறந்து போம் என்று பழந்தமிழ் நூல்கள் பறைசாற்றுகின்றன. எனவே, பசிதீர்த்தலே பேரறம். வள்ளல் இராமலிங்கரும் அதைத்தானே தம் காலத்து மக்களுக்கு அறிவுறுத்தினார். இப்பேரறத்தைச் செய்து காட்டிய கருவாச்சி காணக் கிடைத்த தெய்வமல்லவா?

★

கருவாச்சி தன் வாழ்வில் மூடநம்பிக்கைக்கு இடம் கொடுக்காதவள். கழுதைக்கும் கழுதைக்கும் கல்யாணம் செய்துவைத்தால் மழைவரும் என்று சொல்லப்பட்டபோது, 'மழை வராது; இன்னொரு கழுதைதான் வரும்' என்று எள்ளி நகையாடுகிறாள். அவள் கற்பித உலகில் வாழவில்லை; நடைமுறையை அறிந்து சாதாரணப் பெண் போலவே வாழ்கிறாள்.

தன்னம்பிக்கையும் துணிவுமே வாழ்வின் மூலதனம் என்று நம்பினாள்; அவை அவளிடம் இருந்ததால் அல்லவோ, அத்துவானக் காட்டில், யாரும் துணையில்லா நிலையில் தனக்குத்தானே பிரசவம் பார்த்துக் கொள்ள முடிந்தது.

★

கருவாச்சி சமையற் கலையிலும் வல்லவள். தன்னிடம் இருக்கிற திறமையைக் கண்டு, அதை வைத்து வாழ்ந்தால்தானே வாழ்க்கையில் வெற்றிபெற முடியும்? கருவாச்சி பெரிய மனுஷியான சமயத்தில் ஆத்தா பெரியமூக்கி பருத்திப்பால் பாயசம் வைத்துத் தந்தாள். அது நினைவு வந்தது. பிழைப்பதற்கு ஒரு தொழில் வேண்டுமே! எனவே, பருத்திப் பாயசம் வைத்து வியாபாரம் செய்தாள்(பக்கம் 160). அதில் நல்ல வருவாய் வந்தது. அதிலும், கட்டையன் போட்டியை ஏற்படுத்தி வியாபாரத்தை ஒரேயடியாக மூடும்படி செய்தான். நேர்மையான போட்டியென்றால் அதில் கலந்துகொள்வதையே கம்பீரமாகக் கருதலாம். அது அவ்வாறு இல்லையெனில், அதைவிட்டு விலகி நிற்பதுதானே விவேகம். கருவாச்சி ஒரு விவேகி.

★

கருவாச்சி உலகத்தோடு போராடுகிறாள்; தனக்குத்தானே போராடவும் செய்கிறாள். முன்னது புறவுலகப் போராட்டம்; பின்னது அகவுலகப் போராட்டம். அவள் இளம் பருவத்தினள். அவ்வப்போது ஆண்களோடு கூடும் சுகம் தலைநீட்டாமலா இருக்கும்? அந்த ஆசையை எரித்து, சாம்பலாக ஆக்கி, அதைப் பூசிக்கொள்ள விரும்புகிறாள். அதுமாதிரி எண்ணங்கள் மனத்துள் எழக்கூடாதென்று காளியாத்தாளை வேண்டிக் கொள்கிறாள். இணைவிழைச்சு என்னும் எண்ணத்தை மடைமாற்றம் செய்கிற (Sublimation) முயற்சி இது. நாவலில் மற்றோரிடத்தில் வரும் சாமியார், தபசிகளும் யோகிகளும் வென்றெடுக்க முடியாத இந்திரியங்களை எப்படி வென்றெடுத்தாய் மகளே? என்று வினவியபோது அவள் சொல்கிறாள்: "கடவுள் வருகிற வழியும் கழிவுத் தண்ணீர் வருகிற வழியும் ஒரே வழியாகவா இருக்க முடியும் என்று நினைத்தேன். அன்றைக்கு என்னுள் அடங்கிய ஆசை, பிறகு எழவே இல்லை" என்கிறாள். எவ்வளவு வெளிப்படையான - தெளிவான பதில் இது.

இந்திரியங்களை வென்றெடுத்தவனே யோகியருள் யோகி என்று பகவத்கீதை பிரகடனப் படுத்துகிறது. கருவாச்சி ஒரு யோக மாதா. எனவேதான் லோகமாதாவாக அனைவரிலும் மேலானவளாக-கதையிறுதியில் நிற்கிறாள்(அதன் விவரத்தை பின்னர் காட்டுவேன்).

கருவாச்சியிடம் இருந்த ஒரே பலகீனம் அளவு கடந்த பிள்ளைப்பாசம். மகன் செய்வன பலவும் தவறு என்று தெரிந்தும் கண்டிக்கத் தவறினாள்.

கண்டிக்காதது மட்டுமல்ல; அதை ஊக்குவிக்கவும் செய்தாள். செய்தக்க செய்யாமையானும் கெடும் என்பது உண்மையாயிற்று. மகன் அழகுசிங்கம் தடம்மாறிப் போகக் காரணமாயிற்று. உலகை வென்று மகனிடம் கொடுக்க முடியாது. மகனை வைத்து உலகை வெல்லலாம் என்னும் நம்பிக்கை கானல் நீராயிற்று.

அம்புலிப்புத்தூரில் உள்ள பரத்தையர் வீட்டுக்கு மகன் அழகுசிங்கம் போயிருக்கிறான் என்று தெரிந்தபோது கருவாச்சி அங்கே போய், அவன் வரும் வழி இதுவே என்று அறிந்து தூரத்தே காத்திருக்கிறாள். அவன் திரும்பி வந்ததும், "ஏண்டா! தங்கம் ஏதுடா உனக்கு இம்புட்டுக் காசு?" என்றுதான் கேட்கிறாள். கேட்க வேண்டிய கேள்வி இதுவா? 'கடந்த ஞானியரும் கடப்பரோ மக்கள் மேல் காதல்?' என்னும் கம்பராமாயண அடியே என் நினைவில் படிகிறது.

★

திம்சுவால் மனம் மாற்றப்பட்டு அழகுசிங்கம் பட்டுக்குஞ்சம் என்பாளை மணந்துகொண்டு வீட்டோடு மாப்பிள்ளை ஆகிவிட்டான் என்கிற செய்தியை அறிந்ததும் கருவாச்சி நிலைகுலைந்து போகிறாள். இது ஒரு இடி. தனக்கு உற்ற துணையாக இருந்த கொண்ணையன் பாம்புகடித்து இறந்துவிட்டான் என்பது மற்றொரு இடி. இப்படி இடிமேல் இடியாக அடுத்தடுத்து பல நிகழ்வுகள் நடந்தாலும், பிள்ளைப் பாசத்தால் அவன் இருக்குமிடம் தேடிப் போய்ப் பார்த்துவர விரும்புகிறாள். அழகுசிங்கத்தின்மீது இக்காவியக் கர்த்தாவுக்கே ஒரு கோபம் இருக்கும் போலும்! 'விளக்குமாற்றுக் கட்டைக்குப் பட்டுக்குஞ்சம் வேறயா?' என்பது நம் நாட்டுப் பழமொழி. அவளுக்குப் பட்டுக்குஞ்சம் என்று பெயர் வைத்ததன் வாயிலாகவே அவனைத் துடைப்பக்கட்டை என்று சொல்லாமற் சொல்லிவிடுகிறார்.

★

மகன், மருமகள், இரண்டு பிள்ளைகள் எல்லாரையும் பார்க்கவேண்டும் என்னும் பேராவலில் சகல சம்பிரதாயங்களோடும் சம்பந்தி வீட்டுக்குப் போகிறாள். போன இடத்தில், கஞ்சாப் பழக்கத்துக்கு அடிமையாகி, மதியிழந்து, உணர்வுகள் பேதலித்து, நடைப்பிணமாக சங்கிலியால் கட்டப்பட்டிருக்கும் மகனைக் காண்கிறாள். கருக்குழியில் தீப்பற்றியது போல் கதறுகிறாள். 'உன்னைப் பார்க்காமல் நான் இறந்திருக்க வேண்டும்; இன்றேல், நான் வருவதற்கு முன்பே நீ இறந்திருக்க வேண்டும்" என்கிறாள். அவள் கண்ட காட்சி அவள் மனத்தில் சில வேதியியல் மாற்றங்களை உருவாக்கி அவளைப் புதுப்பிறவியாக்கி விடுகிறது.

சைவ சித்தாந்தத்தில் பதி, பசு, பாசம் என்னும் முப்பொருள் உண்மை பேசப்படும். பதி என்பது கடவுள்; பசு என்பது உயிர்; பாசம் என்பது உலகியல் பற்றுகள். பசுவாகிய உயிர் உலகியல் பற்றுகளை முற்றும் துறந்தாலன்றி பதியை அடைய முடியாது. 'பற்று நீக்கம்' என்பது

அவ்வளவு எளிதன்று. எனினும் பக்குப்பட்ட உயிர்களுக்கு அது திடுமென வரவும் கூடும். கருவாச்சிக்குப் பற்றறுத்தல் உருவாகிவிட்டது. அவள் இறைநிலையை அடைவதே எஞ்சியிருப்பது.

கருவாச்சியின் பற்றற்ற நிலையைக் காட்டுவதற்கென்றே படைக்கப்பட்டது காவியத்தின் 41-ஆவது அத்தியாயம். இங்கு நாம் தரிசிக்கும் முதியவர் ஒரு ஞானப்பிழம்பு. பழுத்த புலமை, பன்மொழித் திறன் வாய்க்கப் பெற்றவர். அவருடைய ஆத்மவிசாரத்தில் அவர் தமக்குள்ளே எழுப்பிக்கொண்ட எல்லா விவரங்களுக்கும் விடை கிடைக்க, 'ஞானம் என்பது அறிவா? அனுபவமா?' என்ற கேள்விக்கு மட்டும் விடை கிடைக்கவில்லை. வாழ்வே தவமாய் வலிகளே வரமாய் வாழ்ந்து கொண்டிருக்கும் பாமரச்சியிடம் அதைத் தெரிந்துகொள்ள விழைகிறார்.

அறிவு என்பது கற்பதன் மூலம் நாம் சேமித்து வைத்துக்கொண்ட உண்மைகளும் தரவுகளும் (Data) எனலாம். ஞானம் என்பது மற்றவர்களால் - அல்லது பெரும்பாலோரால் புரிந்துகொள்ளப்படாத - மதிநுட்பம். அனுபவம் என்பது அறிவு, மதிநுட்பம் ஆகிய இரண்டினையும் கொண்டு நாம் துய்க்கும் உலக வாழ்வு. இந்தப் பாலைவன வழி பன்னிரண்டு கிலோமீட்டர் தூரம் என்று அறிவது அறிவு. மதிநுட்பம் என்பது அதைக் கடத்தற்கு ஏற்ப நாம் செய்துகொள்ளும் முன்னேற்பாடுகள். நாம் போகும் வழி குறுமையானதா? நெடியதா? சுமைகளைக் குறைத்துக் கொள்வது எப்படி என்று கேட்டறிவது அனுபவம். ஞானப்பிழம்பாய் நிற்கும் முதியவர் அறியாததா? எனினும் அதற்கான விளக்கத்தை கருவாச்சியின் வாய்வழியே வரவழைப்பதே அவர் நோக்கம்.

1. நான் சண்டைக்குப் போவதில்லை. சண்டையிடுகிறவர்களே வெற்றி - தோல்வி பற்றிக் கவலைப்பட வேண்டும்!
2. அடியைத் தாங்குகிறவர்களுக்கு பலம் வேண்டும். எது பெரிது? அடிக்கிற சிற்றுளியா? அடிதாங்குகிற பாறையா?
3. எல்லோரையும் அழித்துவிட்டு ஓர் ஆள் மட்டுமே பிழைப்பது வெற்றியாகாது.
4. தீயை வைத்துத் தீயை அணைக்க முடியாது. நான் தண்ணீராகவே இருந்துவிட்டேன்.
5. பிறக்கும்போது உயிர் அழுதுகொண்டே பிறக்கும். அங்கே இருப்பவர்கள் மகிழ்ச்சியால் சிரிப்பார்கள்.இறக்கும்போது உயிர் மகிழ்ச்சியோடு பிரிய வேண்டும். இருப்பவர்கள் அழ வேண்டும். அதுவே நல்ல மரணம்.

சாமியார் விடுத்த வினாக்களுக்கெல்லாம் பதில் 'சட்'டென வருகிறது. அவர் அசந்து போகிறார். ஞானமென்பது அறிவா? அனுபவமா? என்கிற வினாவுக்கு 'மற்றவர்கள் சொல்லிவிட்டுப் போனது அறிவு; அனுபவிச்சு அறிவது ஞானம்' என்று ரத்தினச் சுருக்கமாக விடை சொல்கிறாள். அவள்

தன்னை ஒரு கர்மயோகி என்றும், மாதர்குல மாதரசி என்றும் நிரூபணம் செய்துகொள்கிறாள்.

இனி, காவியகர்த்தா முதன்முதலாகக் கருவாச்சியை நமக்கு அறிமுகப்படுத்தி வைக்கிறாரே அங்கே போகலாம். நினைவில் இருத்தவேண்டிய சில தொடர்கள் இவை.

கருவாச்சி உயரமானவள் அல்லள்; குள்ளமானவளே. தீபங்களைப் போல் மின்னுகிற கண்கள். மதுரை மீனாட்சிக்கு இருப்பதுபோன்ற செப்பு உதடு. நாவற்பழத் தோலின்மீது ஒரு மின்னல் அடிக்குமே அதுபோன்ற கறுப்புநிறம்.

வடிவில் வாமனர்போல் தோற்றம் தரும் கருவாச்சி கதை முடிவில் திரிவிக்கிரம அவதாரம் எடுத்து நம் கவனத்தையெல்லாம் கவருகிறாள்.

கண்களைத் தீபம் என்று சொல்வதிலும் ஒரு குறிப்புண்டு. தெய்வ சந்நிதானத்தில் போடப்படும் விளக்கையே தீபம் என்கிறோம்.

மானுடப் பெண்ணைப் பற்றிப் பேசும் காவியகர்த்தா மதுரையில் எழுந்தருளியுள்ள தேவியின் திருவுருவை நம்முன் வலியக் கொண்டுவந்து காட்டுவதேன்?

வருணனையில் நாவற்பழம் வருவானேன்? நாவல் தலவிருட்சமாக இருப்பது திருவானைக்காவல். அங்கு அருளாட்சி செய்பவள் அகிலாண்டேசுவரி.

★

மத்தேயுவின் சுவிசேஷம், பர்த்ருஹரியின் நீதிசதகம், கர்மயோகத்தின் பெருமை பேசும் பகவத்கீதை, அன்புடையோனும் அருளாளனுமாகிய நபிகள் நாயகம் இறக்கி அருளிய திருக்குர்ஆன், ஆதிசங்கரரின் ஆத்மபோதம் இவற்றுள் எதையுமே படித்தறியாத கருவாச்சி இவற்றின் சாராம்சத்தைத் தன்னுள் ஸ்வீகரித்துக் கொண்டு ஞானக் குன்றமாய் வாழ்கிறாளே அவளை அகிலாண்டேசுவரி (அகிலம் + அண்டம் + ஈஸ்வரி) என்று போற்றுவதில் தவறென்ன?

கருவாச்சி காவியம் ஒரு குடிமக்கள் காவியம். ஒரு குறிப்பிட்ட நிலப்பகுதியில் வாழ்ந்த குடிமக்களின் காவியம். இது சேற்றில் மலர்ந்த செழுந்தாமரை. குப்பையில் தோன்றிய குருக்கத்தி. கோபுரத்தில் ஏற்றி வைக்கப்பட்ட செழுந்தீபம்.

❖

17

மூன்றாம் உலகப் போர்

கவிப்பேரரசு சித்திரிக்கும் வேளாண் அறிவியற் கூறுகள்

- முனைவர் பா.பொன்னி -

படைப்பாளனின் பணி தன் உள்ளத்து எழுச்சிகளைப் படைப்பாகப் படைப்பதோடு மட்டும் நிறைவு பெறுவது இல்லை. தன் கால மக்களின் வாழ்வியலை, அதன் நிறைகுறைகளை எதிர்கால சமூகம் அறிந்து கொள்ளும் வகையிலும், பயன்பெறும் வகையிலும் பதிவு செய்வதும் படைப்பாளனின் பணியாகும். அந்தப் பணியினைச் சிறப்பாகத் தன்னுடைய படைப்புகளின் வழி மேற்கொண்டு வருபவர் கவிப்பேரரசு ஆவார். அவரது படைப்புகளுள் ஒன்றான மூன்றாம் உலகப் போர் அப்பணியின் மைல்கல்லாக அமைந்துள்ளது எனலாம். இந்நாவலின் தொடக்கத்தில் ஆசிரியர் விவசாயிகள் என்னும் சபிக்கப்பட்ட தெய்வங்களுக்கு உரியதாக இப்புதினத்தைக் குறிப்பிடுகிறார். இப்புதினம் குறித்த தன்னுடைய உரையில் மூன்றாம் உலகப் போர் குறித்து, இது மனிதகுலம் சந்தித்திராத மோசமான முகமூடிப்போர் புவி வெப்பமாதல் – உலகமயமாதல் என்ற இரண்டு சக்திகளும் வேளாண்மைக்கு எதிராகத் தொடுத்திருக்கும் விஞ்ஞானப்போர் என்று குறிப்பிடுகிறார். இப்புதினத்தில் அவர் பதிவு செய்துள்ள வேளாண் மக்களின் வாழ்வியல் மற்றும் அறிவியற் கூறுகளையும் இப்புதினம் வாயிலாக வெளிப்படும் கவிப்பேரரசு அவர்களின் பல்துறை அறிவுத் திறனையும் ஆராய்வதாக இக்கட்டுரை அமைகிறது.

நடப்பியல்சார் புதினம்

கவிஞர் வைரமுத்துவின் மூன்றாம் உலகப் போர் தேனிமாவட்டத்தில் உள்ள அட்டணம்பட்டி என்ற பகுதியினைக் கதைக்களமாகக் கொண்டது. மனித சமூகம்

வேட்டைச்சமூக நிலையில் இருந்து நிலவுடைமைச் சமூகத்திற்கு மாற்றம் பெற்றது. நிலவுடைமைச் சமுதாயத்தில் கூட்டுக் குடும்பமுறை எளிதாக இருந்தது. வேலைப் பகிர்வு, உணவுப் பகிர்வு, பொருளாதாரப் பகிர்வு ஆகியன வாழ்வியல் சிக்கலுக்குத் தீர்வு தருவனவாக அமைந்தன. ஆங்கிலேயர் வருகையால் புதிதாக உருவான படித்த வர்க்கம் தனது தொழிலுக்காக நகரத்தை நோக்கி நகர ஆரம்பித்தது. இதன் விளைவாகக் கூட்டுக்குடும்பம் என்ற அமைப்பு சிதையத் தொடங்கியது. இக்கூட்டுக்குடும்பச் சிதைவுமுறை விவசாயிகள் வாழ்வில் ஏற்படுத்திய தாக்கம், இயற்கை வஞ்சித்த நிலை, பொருளாதாரச் சீர்குலைவு, புவிவெப்பமாதல், உலகமயமாதல் போன்ற பல்வேறு நிலைகளை கவிஞர் வைரமுத்து அவர்கள் தன்னுடைய மூன்றாம் உலகப் போர் புதினத்தில் பதிவுசெய்துள்ளார்.

அதுமட்டுமல்லாது, இப்புதினத்தில் ஆசிரியரின் மொழி ஆளுமைத் தன்மையை சிறப்பாகக் குறிப்பிட்டே ஆகவேண்டும். எமிலி, இஷிமுரா ஆகியோரின் மொழிநடையில் ஆசிரியரின் கவித்திறன் ஊடாடுகிறது. தேனி மாவட்ட மக்களின் மொழிநடை நம்மை விவசாயிகளின் உலகத்திற்கே அழைத்துச் செல்கிறது. இப்புதினத்தின் குறிப்பிடத்தக்க சிறப்பு அம்சம் என்னவென்றால் புதினத்தின் போக்கில் கவிஞரும் ஒரு பாத்திரமாக உள்ளே கரம்கோக்கிறார். தன்னைச் சார்ந்த மக்களின் வலி, தான் இரசித்த மலைகளின் அழிவு, தான் நேசிக்கும் இயற்கையின் மாற்றம் என்ற தனிப்பட்ட எண்ணத்தின் விளைவில் தவிர்க்க முடியாமல் ஆசிரியரும் உள்ளே பயணித்துவிட்டார் எனலாம்.

நடப்பியல், சமகாலச் சமுதாயத்தை அதன் முரண்பாடுகளுடன் காரணகாரியத் தொடர்புபடச் சித்தரிப்பது. அறிவியல் நோக்குடன் அணுகுவது; சமுதாயத்தைப் புறவயமாக ஏற்றுக்கொண்டு அதனை ஆய்வு செய்வது; சமுதாயத்தைக் கலைஞன் தான் உணர்ந்தவாறு படைப்பது என்று நடப்பியலின் தன்மைகளை விளக்குவர். இத்தன்மைகள் அனைத்தினையும் நாம் மூன்றாம் உலகப் போர் புதினத்தில் காணமுடிகிறது. ஆகவே இப்புதினத்தினை நடப்பியல்சார் புதினம் எனலாம்.

மூன்றாம் உலகப் போர் நாவலின் அடிநிலைப் பதிவு:

சமூகத்தின் இருப்பையும் விசித்திரக் காரணங்களையும் எழுதிக் காட்டுவதை விட, சமூகம் எப்படி இருக்க வேண்டும் எனக் கூறி, அப்படியான மாற்றத்தைச் சாத்தியமாக்கும் சக்திகள் எவை என அடையாளப் படுத்திக் காட்டும் பொறுப்பும் படைப்பாளிகளுக்கு உண்டு எனும் முறையில் 'மூன்றாம் உலகப் போர்' அமைந்துள்ளது. விவசாயிகள் பயன்படுத்திய வேளாண் - மேலாண்மைக் கூறுகள், அவர்களின் வாழ்க்கைமுறை, அவ்வாழ்க்கை முறையில் அவர்களையும் அறியாது மறைந்திருக்கும் அறிவியல் சிந்தனைகள், எதிர்காலத்தை அச்சுறுத்தும்

புவிவெப்பமாதல், உலகமயமாதல் என்று அத்தனையையும் கவிப்பேரரசு அழகான சங்கிலித் தொடராகக் கொண்டு இப்புதினத்தைப் படைத்து இருக்கிறார்.

வேளாண் மேலாண்மைக் கூறுகள்

வானம் பார்த்து வாழும் விவசாயிகளின் வாழ்வில் நிலமே முதலிடம் வகிக்கிறது. வேளாண் - மேலாண்மையில் மழைவளம் காத்தல், நீர் மேலாண்மை, மூலதனங்களைப் பெருக்குதல், மண்வளம் பேணுதல், விளைநிலம் விரிவாக்கத்திட்டம், தரமான வித்துகளைப் பயன்படுத்துதல், தேவையான நீர் பாய்ச்சுதல், களையெடுப்பு, எருவிடல், பயிர்ப் பாதுகாப்பு, காலத்தே அறுவடை செய்தல், சுழற்சிமுறை வேளாண்மை, மானாவாரி பயிரிடுமுறை, இரண்டாம்நிலை உற்பத்திப்பொருள், வேளாண்கருவிகளின் பயன்பாடு, வேளாண்மை சார்ந்த பொருள் மேம்பாடு போன்ற படிநிலைகள் இன்றியமையாதன. இப்புதினத்தில் இவ்வேளாண் - மேலாண்மைக் கூறுகளோடு விவசாயியின் வாழ்வு மண்ணோடும் மழையோடும் பயிரோடும் வீட்டு விலங்குகளோடும் பின்னிப் பிணைந்து இருப்பதையும் ஆசிரியர் படைத்துக் காட்டியுள்ளார்.

நீர் மேலாண்மை

வேளாண்தொழிலில் மண்ணுக்கு அடிப்படையாக அமைவது நீர். ஆகவே அந்த நீரைப் பாதுகாப்பதில் மக்கள் அதிக கவனம் செலுத்துகிறார்கள். அட்டணம்பட்டி கிராம மக்களுக்குப் பாசனத்திற்கு அடிப்படையாக அமையக்கூடிய கிணறுகளில் மில்லில் இருந்து வெளிவரும் சாயக்கழிவுகள் கசிந்து கசிந்து கலப்பதால் அந்த நீர் பாசனத்திற்கு ஏற்றதாக இல்லாத நிலை அடைகிறது. இந்நிலையில், அவர்களது கூற்று நீரைப் பாதுகாக்க அவர்கள் முயற்சி செய்வதைக் காட்டுகிறது.

"பூமி பெறந்த நாள்ல இருந்து எங்க ஊர்ல மாடுகன்னு செத்திருக்கு, மரம் மட்டை செத்திருக்கு, மனுசன் செத்திருக்கான். ஆனா மண்ணையும் தண்ணியையும் மட்டும் நாங்க சாகவிட்டதில்ல. கொன்டு புடாதீங்க சாமின்னு கும்பிட்டுக் கேட்டுப்பாப்போம். கேட்டாப் பாப்போம், இல்லேன்னா கடப்பாரை புடிச்ச கைக்குக் கத்தி புடிக்கவா தெரியாது" (ப.27) என்ற வரிகளில் நீரினைப் பாதுகாப்பதற்காக அவர்கள் எந்த எல்லைக்கும் செல்லத் தயாராக இருப்பதைக் காணுமிடங்களில் நீரைப் பாதுகாக்கும் நீர்மேலாண்மைச் சிந்தனையை அறியலாகிறது. இன்றும் எத்தனையோ இடங்களில் தொழிற்சாலைகளில் இருந்து வெளியேறும் கழிவுநீரால் மக்கள் பாதிக்கப்படுவது கண்கூடு.

கருத்தமாயி தன் வீட்டில் குளிக்கும்போது நீரை வீணாக்கவும் கூடாது; பயனுடையதாகவும் இருக்க வேண்டும் என்பதற்காக வீடு வாசல் முழுவதும் ஓடி ஓடி குளிப்பதனைக் கண்டு எமிலியும், இஷிமுராவும் நீர்

மேலாண்மை என்று ஆச்சரியம் கொள்வதாக (ப.221) ஆசிரியர் பதிவிட்டுள்ளார். மேலாண்மை என்றால் என்ன என்றே அறியாத அந்தக் கிராமப்புற மக்களின் மேலாண்மைச் சிந்தனைகளை ஆசிரியர் பல இடங்களில் பதிவு செய்துள்ளார்.

செயற்கை உரத்தின் தீமை

விவசாயிகள் அறியாமையால் உரம் என்ற பெயரில் மண்ணின் சக்தியை மலடாக்கும் நிலையினை மாற்ற வேண்டும் என்னும் கருத்தினை இஷிமுரா பாத்திரத்தின் வழி வெளிப்படுத்துகிறார். வெடிகுண்டுத் தயாரிப்பில் மிச்சப்பட்ட அம்மோனியா சூப்பர் பாஸ்பேட் போன்ற வெடி உப்புகளை எங்கு கொட்டித் தொலைப்பது? அல்லது இந்தக் கழிவுகளை எப்படிச் சந்தைப்படுத்துவது? வியாபார மூளைகளில் கந்தகம் எரிந்தது. எந்த உலோக உப்புக்கள் மனிதச் சந்தையை இழந்து விட்டனவோ அதே உலோக உப்புகளுக்கு ஒரு மண் சந்தை தயாரிக்கப்பட்டது. அவை ரசாயன உரங்களாய் ரசவாதம் பெற்றன. மனிதனைக் கொன்ற மிச்சம் மண்ணைக் கொன்றது". (ப. 258) என்று செயற்கை உரத்தின் தீமையை ஆதங்கத்துடன் வெளிக்காட்டுகிறார்.

இயற்கை உரத்தயாரிப்பு முறை

செயற்கை உரத்தின் தீமையை விளக்கிச் சென்றதோடு மட்டுமல்லாமல் இயற்கை உரம் தயாரிக்கும் முறையினையும் ஆசிரியர் பதிவு செய்துள்ளார். "பதினைந்தடி நீளம் நான்கடி அகலத்திற்கு அகத்திக்கழிகள் ஐந்தாறு கேட்டான். அந்தக் கழிகளை நட்டு அதில் மக்கத்தக்க பாலித்தீன் பையொன்றைத் தொட்டில் போல் கட்டித் தொட்டி ஒன்று தயாரித்தான். அதில் மக்கும் குப்பைகள் கொட்டினான். ஒவ்வோர் அடுக்கையும் சாணத்தால் மெழுகி மெழுகி ஆறு அடுக்குகள் தயாரித்தான். ஒரு டன்னுக்கு ஒரு கிலோ மண்புழு வீதம் கழிவுகளில் கலந்து பரப்பினான். வெயில் படாத நிழல் காத்து அதில் எப்போதும் ஈரப்பதம் இருக்குமாறு நீர்தெளித்தான்". (பக். 250 - 251) என்ற பகுதியில் இயற்கை உரத் தயாரிப்பினை எளிமையாக விளக்கிச் செல்கிறார்.

பயிர் பாதுகாப்பு முறை

பயிர்களுக்கு ஏற்படக்கூடிய நோய்கள், அந்நோய்களுக்கான மருந்துகள் என்று ஒரு தேர்ந்த விவசாயியின் மருத்துவமுறைகளை இப்புதினம் முழுவதிலும் பரக்கக் காணமுடிகிறது.

தக்காளிச் செடிக்கு ஏற்படக்கூடிய நோயினைக் கருகல்நோய் என்று தேனி வட்டாரத்தில் குறிப்பிடுகின்றார். அதற்கான மருந்தினை, "கருத்தமாயி ஒரு மஞ்சட்டி எடுத்தாரு. வேப்பம்பட்டையும் புளியம்பட்டையும் நெப்பிச் சட்டியில கங்கள்ளிப் போட்டாரு. அதுல 'பொசு பொசு'ன்னு புகைவரவும் மஞ்சட்டியில கயிறு கட்டித் தோட்டம்

பூராப் புடிச்சு நடந்துட்டாரு" (ப.21) என்ற பகுதியில் அந்நோய்க்கான தீர்வினையும் ஆசிரியர் பதிவிட்டுள்ளார். "இளந்தென்னைக்கு மாட்டெருவு ஆகாது. புழுவு வந்தாலும் வந்துரும். ஆட்டு எருவு தாய்ப்பால் மாதிரி; ஒரு சீக்கும் வராது. (ப. 114) என்று பயிர்ப் பாதுகாப்புமுறை பற்றிக் குறிப்பிடுகிறார்.

பயிர்களுக்கு ஏற்படும் நோய்கள்:

ஆசிரியர் விவசாயிகளால் எதுவும் செய்ய முடியாத நிலையிலும் பயிர்களை நோய்கள் தாக்குவதனைப் பல இடங்களில் பதிவிட்டுச் செல்கிறார். "தலைசாய்ஞ்சு ஒடிஞ்சு சடைசடையா மெதக்குது தண்ணியில. தண்டழுகல் நோய் வந்து, நட்ட நாத்தெல்லாம் செத்துப் போச்சு". (34) "வாழை போட்டா குழை நோய் தாக்குது. கரும்பு போட்டா செந்தாழை அடிக்குது. தென்னைய நட்டா மண்டைப்புழுவு குருத்து அழிஞ்சு போகுது. செவட்டை அடிச்சா செத்தே போகுது தக்காளி, கத்தரி. வெண்டை நட்டா கத்தாழைச் சீக்கு. சக்கர வள்ளிக்கெழங்கு நட்டா அரக்கு அடிக்குது. காம்பழுகல் நோய் வந்து மொண்ணையாப் போயிருது மௌகாச் செடி". (ப. 101) "நெல்பழம்னு ஒரு சீக்கு வந்திருச்சாம். நெல்லு இருக்க அரிசி கூடி வரமாட்டேங்குதாம்". (ப. 103) என்று செடிகளுக்கு ஏற்படக் கூடிய நோய்களை ஒரு தேர்ந்த விவசாயியாக ஆசிரியர் பல இடங்களில் படம் பிடித்துக் காட்டியுள்ளார்.

விலங்குகளோடான இணைப்பு

வேட்டைச்சமூகம் தொட்டே மனிதர்களோடு நெருங்கிப்பழகி வருபவை விலங்குகள். ஆகவே, நாட்டுப்புற மக்கள் இன்றும் தங்கள் வாழ்க்கையினை அவ்விலங்குகளோடு இணைத்தே நடத்தி வருவதனைக் காணமுடியும். கருத்தமாயி இறப்புச்சடங்கிற்காக வீட்டில் இருந்த வெள்ளாட்டை விற்றபோது சிட்டம்மாள் துடித்துப் போகிறாள். "சிட்டம்மா வெள்ளச்சாமிக்கு அழுதாளே அது பொய்யி. இப்ப வெள்ளாட்டுக்கு அழுகிறா பாருங்க... இது தான் மெய்யி.." (ப. 147) என்ற பகுதி விலங்குகளோடான அவர்களது உறவினை வெளிக்காட்டுகிறது.

கருத்தமாயியும் சிட்டம்மாளும் பேசிக்கொள்ளாத தாம்பத்தியத்தில் அவர்களுக்கு இடையிலான இணைப்பு ஊடகங்களாகவும் அவை விளங்கியமையை, "இப்போது புரிந்து கொண்டாள். அவள் வளர்த்த ஆடு மாடு கோழிகள் வெறும் பிராணிகள் அல்ல. தாம்பத்ய வாழ்வின் ஊடகங்கள்" (ப. 232) என்ற பகுதி காட்டுகிறது.

அறிவியல் கருத்துகள்

கவிப்பேரரசு விவசாயிகளின் வாழ்க்கைமுறையைப் படம் பிடித்துக் காட்டும் இடங்களில் அவர்களுக்கே தெரியாத அவர்களின் அறிவியல் சிந்தனைகளையும், பொதுவான அறிவியல் சிந்தனைகளையும்

ஆங்காங்கே எடுத்துச் சொல்கிறார். கோலம் போடுவது என்பது "முதுகுத்தண்டு வளைத்து ரத்தம் பரப்பும் யோகாசனமும் இது" (ப.251) என்று கோலமிடுதலின் பின் உள்ள அறிவியலைக் குறிப்பிடுகிறார். ஏழைகளின் வீட்டில் அதிகமாக பயன்படுத்தப்படும் உணவாக இருப்பது ரசம். அந்த ரசத்தில் உள்ள துணைப்பொருட்களான மிளகு, சீரகம், பூண்டு, கடுகு, புளி, தக்காளி, மிளகாய், கருவேப்பிலை, மல்லித்தழை போன்றவற்றின் மருத்துவ குணங்களை இரு பக்க அளவுக்கு (பக். 212 – 213) ஆசிரியர் பட்டியல் இட்டுக் காட்டுகிறார்.

உளவியற் சிந்தனை

மனிதனின் நடவடிக்கைகளுக்கான காரணங்களை அறிவியல் பூர்வமாக ஆராயும் உளவியற் சிந்தனையையும் எமிலி வாயிலாக ஆசிரியர் குறிப்பிடுகிறார். உளவியலில் தாய் மீது மகனுக்கு ஏற்படும் அதீத அன்பினை ஒடிபஸ் சிக்கல் என்பார்கள். பெண்ணுக்குத் தந்தை மீது ஏற்படும் அதீத அன்பினை எலெக்ட்ரோ சிக்கல் என்று குறிப்பிடுவர். இப்புதினத்தில் ஆசிரியர் எமிலி தன்னைவிட வயதில் மூத்தவர்கள் மீது மட்டுமே எப்போதும் ஈர்ப்பு ஏற்படுவதாகக் குறிப்பிடுகிறாள். "யாருக்கெல்லாம் மூளையில் ஆக்சிடோசின் அதிகம் சுரக்குமோ அவர்களுக்கெல்லாம் நேருமாம் இது. பகிர்தலும் பாதுகாப்பும் உள்ள இடத்தில் மனசு கூடாரம் கட்டுமாம்". (ப. 64) என்று உளவியல் அறிவியலைத் தெரிவிக்கிறார்.

மூன்றாம் உலகப் போர் என்ற இப்புதினத்தில் நாம் காண்பது ஒரு புதின ஆசிரியரை மட்டும் அல்ல; மழைவளம் காத்தல், நீர் மேலாண்மை, மூலதனங்களைப் பெருக்குதல், மண்வளம் பேணுதல் ஆகியவற்றை அறிந்த வேளாண் - மேலாண்மையாளர். வெப்பமயமாதல் குறித்த புரிதல் கொண்ட வானியலாளர். மனித நடவடிக்கைகளுக்கான காரணங்களை விளக்கும் உளவியலாளர். இலக்கிய நடையில் வளம் சேர்க்கும் இலக்கியவாதி. அண்டை நாடுகளின் நிகழ்வுகள் குறித்து அறிந்திருக்கும் வரலாற்று அறிஞர். எளிய மக்கள் வாழ்வில் காணப்படும் அறிவியலை விளக்கும் அறிவியலாளர் என்று பல்துறை அறிவுப்பெட்டகமாகக் கவிப்பேரரசு வைரமுத்து அவர்கள் திகழ்வதனை இதன்வழி அறியலாகிறது.

-முனைவர் பா.பொன்னி

இணைப்பேராசிரியர் மற்றும் துறைத்தலைவர்
முதுகலை மற்றும் தமிழாய்வுத்துறை
தி ஸ்டாண்டர்டு ஃபயர் ஒர்க்ஸ் இராஜரத்தினம் மகளிர்
கல்லூரி(தன்னாட்சி), சிவகாசி.

❖

18

கருவாச்சி காவியத்தில் நாட்டுப்புற மருத்துவம்

- முனைவர் வே.தனுஜா -

பண்டைத்தமிழர்கள் ஆயகலைகள் அறுபத்து நான்கினையும் அறிந்தவர்கள். அதனை அவர்கள் அடுத்த தலைமுறையினருக்குக் கொண்டு செல்லாததன்காரணமாகவே பல்வேறு கலைகள் அழிந்தன எனலாம். அவ்வகையில் நாட்டுப்புற மக்களின் மருத்துவக் குறிப்புகளும் இன்று படிப்படியாக அழிந்து வருவது கண்கூடு. ஆனால் அவற்றை முழுமையாக அழியாமல் பாதுகாப்பதில் இலக்கியங்களுக்குத் தனி இடம் உண்டு. அவ்வகையில் கவிப்பேரரசு வைரமுத்து அவர்கள் கருவாச்சி காவியத்தில் ஆவணப்படுத்தியுள்ள நாட்டுப்புற மருத்துவக் குறிப்புகளை ஆராய்வதாக இக்கட்டுரை அமைகிறது.

கருவாச்சிகாவியத்தில் மருத்துவக் குறிப்புகள்

கருவாச்சி காவியத்தின் கதைக்களம் தேனி மாவட்டம் ஆகும். அங்கு உள்ளபடிக்காத மக்களின்வாழ்க்கைமுறையினை அடித்தளமாகக் கொண்டு படைப்பாசிரியர் இப்படைப்பினை உருவாக்கியுள்ளார். நாட்டுப்புற மக்கள் இயற்கையோடு இயைந்த வாழ்க்கைமுறையினைப் பின்பற்றுபவர்கள் ஆதலால் அவர்களது மருத்துவ முறையும் இயற்கையோடு இயைந்ததாகவே அமைகிறது. "அறிவியல் நாகரிக இயந்திர வளர்ச்சி பெற்ற இக்காலத்திலும்கூட கிராமப்புறங்களில் நாட்டுப்புற மருத்துவமுறை வழக்கில் உள்ளது குறிப்பிடத்தக்கது" (சு.சக்திவேல், நாட்டுப்புற இயல் ஆய்வு, ப. 264) என்பதால் நாட்டுப்புற மருத்துவத்தின் முதன்மையை அறியலாகிறது.

கவிஞர் வைரமுத்து அவர்கள் நாட்டுப்புற மக்களின் வாழ்வோடு பின்னிப் பிணைந்த வாழ்க்கை முறையினை முழுமையாக அறிந்தவர். அவரது நாட்டுப்புற மருத்துவச் சிந்தனையினை கருவாச்சி காவியத்தில் நாம் காணமுடிகிறது. கிராமங்களில் நாட்டுப்புற மருத்துவத்தை சில குடும்பத்தினர் பரம்பரையாகச் செய்து வருவது உண்டு. அந்த அடிப்படையில் படைப்பாளர் இப்புதினத்தில் ரங்கம்மா என்னும் பாத்திரத்தினைப் படைத்து அதன் வழியாக நாட்டுப்புற மருத்துவச் சிந்தனைகளைப் பதிவு செய்துள்ளார் எனலாம். கருவாச்சி காவியத்தில் காணப்படும் மருத்துவக் குறிப்புகளை பெண்களுக்கான மருத்துவம், பொதுவான மருத்துவம் என்று இரண்டு நிலைகளில் ஆராய இயலுகிறது.

பொதுவான மருத்துவம்

மக்களுக்கு தட்பவெப்பத்தினாலும், நோய்க்கிருமிகளின் தாக்கத்தினாலும் ஏற்படுகின்ற நோய்களுக்கான மருத்துவத்தினைப் பொது மருத்துவம் எனலாம்.

தலைவலி மருத்துவம்

தலைவலி மிகுந்த வேதனை தரக்கூடிய நோய் எனலாம். அதிலும் ஒற்றைத்தலைவலி மிகவும் துன்பம் தரக் கூடியது.

“வேலிகள்ல படர்ந்திருக்கிற ஒரு கொழைய உருவி அது கொழைன்னு யாரும் கண்டுபிடிக்க முடியாத படிக்கிக் கசக்கிட்டே வீட்டுக்கு வருவா. தலவலி தாங்காம அனத்துற ஆளப் படும்பா. எலயக் கையிலயே கசக்கிச் சாறெடுப்பா. புழிஞ்ச சாற எடதுபக்கம் தலைவலின்னா வலது காதுல விடுவா. வலது பக்கம் வலின்னா எடது காதுல விடுவா.இப்படி மூணுநாள் ஊத்துனான்னா மண்டவலி இருந்துச்சா... இல்ல, மண்டையே இருந்துச்சான்னு சந்தேகம் வந்திரும் - சம்பந்தப்பட்ட ஆளுகளுக்கு” (கருவாச்சி காவியம்., பக்.,79,80) என்ற பகுதியின் வாயிலாக ஒற்றைத் தலைவலிக்கான மருத்துவத்தை அறியமுடிகிறது.

இதன் வழி கிராமப்புறங்களில் மருத்துவம் செய்வோர் சிலமூலிகைகளின் பெயரை வெளியில் சொல்வதில்லை என்பதனையும் அம்மூலிகைகள் எவை என்பதைப் பிறர் தெரிந்து கொள்வதை அவர்கள் விரும்பவில்லை என்பதையும் அறியமுடிகிறது. மருந்தின் பெயரை வெளியிட்டால் நோய் தீராது என்ற நம்பிக்கையின் அடிப்படையே இதற்குக் காரணம் எனலாம்.

மூட்டுவலி மருத்துவம்

ஆண்டுகள் பலவாகியும் மக்களுக்கு மாறாதிருக்கும் நோய்களுள் ஒன்று மூட்டுவலி. இவ்வலிக்கு ஆண், பெண் என்ற வேறுபாடு கிடையாது. அனைவரும் மூட்டுவலியினால் பாதிக்கப்படுவது இயல்பு. இம்மூட்டுவலிக்கான மருத்துவக் குறிப்பினை,

“வெள்ளெருக்கம் பூவு – கத்திரி மஞ்சள் – கருஞ்சீரகம் – கருமொளகு – பச்சக் கர்ப்பூரம் அஞ்சையும் அம்மியில் வச்சு நசநசன்னு நசுக்கி பூப்போலப் பொடி பண்ணி அத ஒரு படி நல்லெண்ணெய்யில் போட்டு மூணுநாள் ஊறவைச்சா நாலாம் நாள் எடுத்து அடுப்புக் கூட்டிப் புளிய வெறகெரிச்சு ஒருபடி நல்லெண்ணெய் அரப்படியாச் சுண்ட வைச்சா” (கருவாச்சி காவியம்., பக்.,80) என்ற பகுதியில் காணமுடிகிறது.

வெள்ளெருக்கின் பயன்பாடு குறித்து இன்றைய சித்தமருத்துவத்தில் குறிப்புகளைக் காணமுடிகிறது. இவ்வெள்ளெருக்கு குறித்து “இலை நஞ்சு நீக்குதல், வாந்தியுண்டாக்குதல், பித்தம் பெருக்குதல், வீக்கம் கட்டிகளைக் கரைத்து வேதனை குறைத்தல் ஆகிய குணங்களையுடையது”. (*https://tamil.webdunia.com/other-festivals/tulsi-vandana-in-hindi-116110700041_1.html*) என்று குறிப்பிடப்படுகிறது. வீக்கம், கட்டிகளைக் குறைக்கும் வெள்ளெருக்கின் மருத்துவப் பயன்பாட்டினை அறிந்து கிராமப்புற மக்கள் அதனைப் பயன்படுத்தி இருப்பது சிறப்பானதொன்று எனலாம்.

காய்ச்சல் மருத்துவம்

காய்ச்சல் பெரியவர்கள், சிறியவர்கள் என்ற வேறுபாடு இல்லாமல் அனைத்து வயதினருக்கும் ஏற்படக் கூடிய ஒன்றாகும். அக்காய்ச்சலுக்குக் கிராமப்புறங்களில் பற்றுப்போடுவதனை மருத்துவமாகக் கொண்டுள்ளனர். இதனை,

“அடுப்புல வறட்டோட்ட வச்சு அளவாக் கேப்ப மாவ வச்சா. வேணுங்கற தண்ணி விட்டுக் கெட்டிப்படாமக் கிண்டுனா. களிப்பதத்துக்கு அது கூடிவாரப்ப ஒரு சிட்டிகை குங்குமத்தப் போட்டுக் கொழ கொழன்னு எறக்குனா. ராமர் அணிலுக்குக் கோடுபோட்டார்ன்னு சொல்ற மாதிரி அதை எடுத்து பின்ன உச்சந்தலையில மூணு வெரலு இழுகிவிட்டா. நெற்றியில பத்துப் போட்டா. அடிக்காது வரைக்கும் இழுத்து இழுகிவிட்டா” (கருவாச்சி காவியம்., பக்.,141) என்ற பகுதி வாயிலாக அறியமுடிகிறது.

கேழ்வரகின் சிறப்பு குறித்து “ஆன்டி ஆக்ஸிடன்ட்கள், முக்கியமாக டிரிப்டோபன் மற்றும் அமினோ அமிலங்கள் இருப்பதால் அது இயற்கையான வகையில் ஓய்வு நிலையைத் தருகின்றது. 2000 -ஆம் ஆண்டில் *Medindia* நடத்திய ஆய்வின் படி கேழ்வரகு நுகர்வு ஒற்றைத் தலைவலிக்கும் பயனுள்ளதாக இருக்கும்” (*https://tamil.news18.com/photogallery/lifestyle/health-do-you-know-the-health-benefits-of-ragi-for-daily-esr - 576829-page-4.html*) என்று தற்கால ஆய்வில் கண்டுபிடித்து உள்ளனர். அறிவியல் இன்று கண்டுபிடித்த பயன்பாட்டினை நாட்டுப்புற மக்கள் தொன்று தொட்டு கடைபிடித்து வருவது வியப்பிற்குரியது.

பெண்களுக்கான மருத்துவம்

பெண்களின் உடல் வலிமை வாய்ந்ததாக இருந்தாலும் கரு உண்டாதல், பிள்ளைப்பேறு, கருக்கலைதல், மாதாந்திரத் தீட்டு போன்ற நிலைகளில் பெண்களின் உடல் வலுவினை இழக்கும். அச்சூழல்களில் பெண்களுக்கு மருத்துவம் தேவையான ஒன்றாக அமைகிறது. அம்மருத்துவத்துள் பேறுகால மருத்துவம், பிள்ளை பெற்ற தாய்க்கான மருந்து, கருக்கலைப்பு தொடர்பான மருத்துவக் குறிப்புகளைக் கருவாச்சி காவியத்தில் காணமுடிகிறது.

பேறுகால மருத்துவம்

குழந்தைப்பேறு என்பது பெண்களுக்கு மற்றொரு பிறப்பு போன்றது. பெண் கருவுற்றிருக்கும்போது அடையும் வருத்தத்தினை சங்க இலக்கியங்கள் வயா என்று குறிப்பிடுகின்றன. பேறு காலத்தின்போது பெண் உடல் அளவில் மிகுந்த துன்பம் அடைவதனை (நாலடியார் 201 1 2) (புறம் 20 14 – 15) இலக்கியங்கள் பதிவுசெய்துள்ளன. கருவாச்சி காவியத்தில் குழந்தை பெற்ற பெண்ணுக்கு அளிக்கப்படும் மருத்துவமுறைகள் பற்றிய குறிப்பினைக் காணமுடிகிறது.

தாய்ப்பால் சுரக்க மருத்துவம்

பிறந்த குழந்தைக்குத் தாய்ப்பாலே இன்றியமையாத உணவாகக் கருதப்படுகிறது. குழந்தையின் உடல் வளர்ச்சிக்கும் ஆரோக்கியத்திற்கும் தாய்ப்பாலே மிகவும் முதன்மையானது. குழந்தை பிறந்தவுடன் சில தாய்களுக்கு உடல் மற்றும் மனதில் ஏற்படுகின்ற சோர்வின் விளைவாகத் தாய்ப்பால் சரிவரச் சுரப்பது இல்லை. அந்நிலையில் அவர்களுக்கு குறிப்பிட்ட உணவுப் பொருட்களே மருந்தாக அமைகின்றன.

“திருக்கை மீன் கருவாடும் நெத்திலியும் வாங்கிட்டு வரணும். அதுல பச்சப்பூடு போட்டுக் கொழம்பு வச்சுக் குடுத்தாப் பால்கட்டும் பச்ச ஒடம்புக்காரிக்கு” (கருவாச்சி காவியம்., ப.138) என்ற வரிகளில் குழந்தை ஈன்ற பெண்களுக்குப் பால் சுரக்க அளிக்கப்படும் உணவுகளை அறிந்து கொள்ளமுடிகிறது.

“திருக்கை மீன் கர்ப்பிணிப் பெண்களுக்கும் பாலூட்டும் தாய்மார்களுக்கும் நல்லது. இது கர்ப்பிணிப் பெண்களுக்கு ஏற்படும் மனச்சோர்வைக் குறைக்கிறது”. ***(https://www.herzindagi.com/tamil/web-stories/health/benefits-of-thirukkai-meen-in-tamil-ws-7059)*** என்று திருக்கை மீனின் சிறப்பினைக் குறிப்பிடுவர். மேலும் “திருக்கை என்றாலே, அது தாய்மார்களின் மீன் என்று சட்டென சொல்லிவிடுவார்கள். காரணம், தாய்ப்பால் சுரப்பை அதிகப்படுத்தக்கூடிய தன்மை இந்த மீனுக்கு உள்ளது”. ***(Read more at: https://tamil.oneindia.com/health/do-you-know-the-excellent-health-benefits-of-thirukkai-meen-and-can-diabet-***

ics-take-the-super-thirukk-565507.html) என்பதால் பாலூட்டும் தாய்மார்கள் இம்மீன் உண்ண வேண்டியதன் முதன்மையை அறிந்து கொள்ளமுடிகிறது.

ஊட்ட மருந்து அளித்தல்

குழந்தை ஈன்ற மகளிர் அதிக இரத்தப்போக்கினால் உடல்நலம் குன்றிக் காணப்படுவர். பிறந்த குழந்தையும் தாயின் மூலமாகவே தனக்குத் தேவையான ஊட்டச்சத்தினைப் பெறும். ஆகவே தாய்க்கு ஊட்ட மருந்து அளிப்பது அவசியமாகிறது. அம்மருந்து முறையினை கவிஞர் தெளிவாகத் தன்னுடைய படைப்பில் விளக்கியுள்ளார்.

மஞ்சள் - கடுகு - சுக்கு - மெளகு - திப்பிலி - தேசாவதாரம் - ஓமம் - சதகுப்ப - சித்தரத்த - வசம்பு - பெருங்காயம் - வால்மெளகு எல்லாத்தையும் வறட்டோட்ல போட்டு வறுத்தாக. ஒரல்ல போட்டு நொறுங்க இடிச்சாக. ஒரு சிரட்டை மேல எளந்துணி போட்டு அதுல இடிச்சதப் போட்டுச் சலிக்காக. அரை வீச வெள்ளப்பூட எடுத்துப் பல்லு பல்லா உரிச்சு எளஞ்சூட்ல நல்லெண்ணெ விட்டு அரைவேக்காடா வதக்குனாக. இடிச்ச பொடிய அதுல கொட்டி ஒடைச்ச கருப்பட்டிய உள்ள போட்டு பெரட்டு பெரட்டுன்னு பெரட்டியெடுத்தாக. ஒரு பஞ்சாமிர்தப் பதத்துக்கு வந்ததும் மாமியாளுக்கு மருமக ஊத்துற மாதிரி பட்டும் படாம நெய்விட்டு விளாவி ஒரே பதமா எறக்கி உறியில தூக்கி வச்சுட்டாக" (கருவாச்சி காவியம்., ப. 110) என்ற வரிகளில் ஊட்ட மருந்தினைப் பற்றிய குறிப்பினைக் காணமுடிகிறது.

கருக்கலைப்பு மருத்துவம்

கிராமப்புறங்களில் பல்வேறு காரணங்களுக்காகக் கருக்கலைப்பு செய்ய வேண்டிய சூழல் ஏற்படுகிறது. அச்சூழல்களில் ஆங்கில மருத்துவத்தை நாடாமல் பிறருக்குத் தெரியக் கூடாது என்பதற்காக அவர்களுக்குள்ளகவே சிலமுறைகளைக் கையாளுகின்றனர். அம்முறைகள் குறித்த விரிவான விளக்கத்தினைக் கவிஞர் பதிவு செய்துள்ளார்.

கருஉருவாகி முதல் மூன்று மாதங்கள் என்றால் அதற்கான கருக்கலைப்பு முறையாக, "ஒரு பப்பாளிப் பழத்தை வாங்கி தோல் சீவிக் கனியெடுத்து அதத் தண்ணி ஊத்திப் பெணஞ்சு கூழ்ப்பதமாக்கி அதுல அரவீசச் சீனியும் போட்டு அடிச்சுக் கையில் கொடுத்திட்டா ரங்கம்மா"

(கருவாச்சி காவியம்., 81) என்ற முறையைக் காணலாகிறது.

பப்பாளிப்பழத்தின் தன்மைகளை "நன்கு பழுத்த பப்பாளி சாப்பிடுவது நல்லது மற்றும் கர்ப்பத்திற்கும் அது நல்லது. ஆனால் பழுக்காத மற்றும் அரைகுறையாக பழுத்த பப்பாளி தீங்கானது. பழுக்காத பப்பாளியில் பாப்பைன் மற்றும் லேடெக்ஸ் என்கிற உட்பொருட்கள் உள்ளன. பப்பாளியில் உள்ள லேடெக்ஸ்தான் பாப்பைன், புரோஸ்டாகிலான்டின்ஸ் எனப்படும் இந்தக் காரணியைச் சுரக்கச் செய்து

பிரசவத்தை ஊக்குவிக்கும் ஒன்றாக உள்ளது, எனவே இது பெரும்பாலும் கருச்சிதைவுக்கு வழிவகுக்கும். பழுக்காத பப்பாளியில் உள்ள பப்பைன் வளரும் கருவுக்குத் தீங்கானது. இது கருவைச் சுற்றி இருக்கும் சவ்வை பலவீனப்படுத்துகிறது" (*https://www.starhealth.in/blog/ta/is-it-safe-to-eat-papaya-during-pregnancy-tamil.*) என்று இன்று ஆய்வில் கண்டுபிடித்துள்ளனர். ஆனால் நாட்டுப்புற மக்கள் தொன்று தொட்டு இப்பழம் கொண்டு மருத்துவமுறையினை மேற்கொண்டு வருவதனை வைரமுத்து அவர்கள் பதிவு செய்துள்ளதனைக் காணமுடிகிறது. இதைத் தவிர்த்து இன்னும் நான்கு முறைகளையும் ஆசிரியர் இதே இடத்தில் பதிவு செய்துள்ளார்.

படைப்பாளன் அடுத்த தலைமுறைக்கு விட்டுச் செல்வது தன் காலத்திய எழுத்துகளை மட்டும் அல்ல. அவர்களுக்குப் பயன்படக் கூடிய தன் காலத்திய வாழ்க்கை முறைமைகளையும் எனலாம். அவ்வகையில் வைரமுத்து அவர்கள் கருவாச்சிகாவியத்தில் பதிவு செய்துள்ள மருத்துவக்குறிப்புகள் இன்றைய மருத்துவமுறைக்கு ஏற்புடையதாக அமைந்திருப்பதோடு எதிர்காலச் சந்ததியினர் அறிந்துகொள்ளும் வகையிலும் அமைந்திருப்பதைக் காணமுடிகிறது.

- முனைவர் வே.தனுஜா
இணைப்பேராசிரியர் மற்றும்
ஸ்ரீ இராமசாமி நாயுடு ஞாபகார்த்தக் கல்லூரி (தன்னாட்சி)
சாத்தூர்

19

கள்ளிக்காட்டு இதிகாசமும் புலம்பெயர் தமிழர்களும்

- முனைவர் மு.இராசேந்திரன் -

'கள்ளிகாட்டு இதிகாசம்'- கவிப்பேரரசு வைரமுத்து படைப்புகளில் முக்கியமான ஒன்று. இருபதாம் நூற்றாண்டின் மையப்பகுதியில் நிகழ்ந்த உண்மைச் சம்பவத்தின் இலக்கியப் படைப்பு இது. வாழ்க்கையைத் தரவேண்டிய தண்ணீரே விவசாயிகளை விரட்டிய வினோதக் கதை (ப.4). இது நாவல் மட்டுமல்ல, நவீன காவியமும் கூட. தமிழ்ச் சமூகத்தின் நவீன இலக்கிய மரபில் தவிர்க்கவியலாத ஒரு படைப்பாகும். இந்நாவல், தமிழ்நாட்டின் கிராமப்புற வேளான் சமுதாய மக்களின் வாழ்க்கையை, அவர்கள் எதிர்கொண்ட பிரச்சினைகளை, குறிப்பாக அவர்தம் வாழ்விடத்தில் இருந்து வலுக்கட்டாயமாகப் புலம்பெயரச் செய்த சர்க்காரின் வைகை நதியில் அணை கட்டும் திட்டத்தின் விளைவைப் பேசுகிறது,

இந்தப் புதுமைத் திணிப்பின் விளைவாக அவர்களை உள்ளும் புறமுமாக உருட்டி எடுத்த வேதனைகளையும் போராட்டங்களையும் உணர்வுப்பூர்வமாக வெளிப் படுத்துவதுடன், அவர்களின் உழைப்பையும் துயரத்தையும் கவிதையாக்குகிறார் கவிப்பேரரசு. இதுவே இந்த நாவலை உணர்ச்சிகரமான ஒரு சித்திரமாக மாற்றுகிறது. பேயத்தேவர் எனும் ஒற்றைச் சட்டகத்தில் வடிக்கப்பட்ட யதார்த்தக் காவியம்; இது குடியானவனின் இதிகாசம்.

மலேசியப் புலம்பெயர் தமிழர்கள்:

பெரும்பாலும் தென்னிந்தியாவில் இருந்து 19-ஆம், 20-ஆம் நூற்றாண்டு வரை வேலைவாய்ப்புக்காக மலேசியாவுக்குக், (சிங்கப்பூர், மொரிசியசு, தென் ஆப்பிரிக்க போன்ற இன்னபிற நாடுகளுக்கும்) காலனித்துவ ஆட்சிக்

காலத்தில் புலம்பெயர்ந்தவர்கள். புலம்பெயர்ந்த தமிழர்களும் புதிய சூழலில் தங்களின் பண்பாட்டு அடையாளங்களை இழக்கின்றனர். புதிய சமூகத்தில் ஒத்துழைக்கும் இடங்களை அமைத்துக்கொள்ள முடியாமலும், அவர்கள் பண்பாடு மற்றும் பாரம்பரியங்களைத் தொடர முடியாமலும், அவர்களின் வாழ்வு ஒரு துன்பக் களமாக மாறுகிறது. கேட்பார் அற்றுக் கிடக்கும் அவல நிலைக்கு வலுக்கட்டாயமாகத் தள்ளப்பட்ட வாழ்வுதான் அந்நிய மண்ணில் அவர்களுக்குச் சொந்தமானது. இந்த வரலாற்றுப் பின்புலத்திலிருந்து, அவர்களில் ஒருவனாக கள்ளிக்காட்டு இதிகாசம் நாவலை இணைத்துப் பார்க்கும்போது, நாவல் பேசும் நிலம் சார்ந்த வாழ்வு எங்களுக்குள் வேறொன்றாகத் தெரிகிறது.

இயற்கைச் சூழல்: முரண்கள்

கள்ளிக்காட்டு இதிகாசத்தைத் தொடங்கும்போதே, "அது வேறு உலகம், பூமிப் பரப்பில் இன்னொரு கிரகம், மேகங்களால் நிராகரிக்கப்பட்டு இயற்கையால் சபிக்கப்பட்டு, கடக்கும்போது தேவதைகள் கண்மூடிக்கொள்ளும் வறண்ட நிலம்" (ப.15) எனும் அறிமுகம் தமிழ் நாட்டவர் பலருக்கும் புதிதான ஒன்றாக இருக்க வாய்ப்பில்லை. மாறாக அயல் நாட்டுத் தமிழர்களுக்கு, குறிப்பாக மலேசியத் தமிழர்களுக்கு இது மிகவும் அதிர்ச்சியளிக்கக்கூடியக் காட்சியாகும்.

மலேசியாவிலும் கூட வறண்ட நிலப்பரப்புகள் இல்லாமல் இல்லை. செத்தியாவான் பேராக் (*Setiawan, Perak*); தாவாவ், சபா (*Tawav, Sabah*) மற்றும் குவாலா பிலா, நெகிரி செம்பிலான் (*Kuala Pilah, Negeri Sembilan*) ஆகிய பகுதிகளை மலேசிய அரசு வறண்ட நிலபபரப்புகளாகப் பிரகடனப்படுத்தி உள்ளது. இந்த வறண்ட நிலப்பரப்பில் கூட வருடத்திற்குக் குறைந்த பட்சம் 45.3 அங்குலம் / 1,151 மில்லி மீட்டர் மழையும், கூடிய பட்சமாக 65 அங்குலம்/ 1,650 மில்லி மில்லி மீட்டர் மழைப் பொழிவும் இருக்கும்,

எனவே, வறண்ட நிலப்பரப்பு என பிரகடனப்படுத்தப்படும் வகையிலேயே, கள்ளிக்காட்டிற்கும், மலேசியாவிற்கும் உள்ள முரண் பெரியதாகத் தெரிகின்றது. மலேசியாவில் வறண்ட நிலப்பரப்புக்குக் கிடைக்கும் மழை, தமிழக வறண்ட பகுதிகளுக்குக் கிடைத்தாலே போதும் அவர்கள் வாழ்வு பல மடங்கு வளம் பெறும்.

பேயத்தேவரின் ஊரடித் தோட்ட நஞ்சை நிலத்தை வண்டி நாயக்கரின் இறப்பிற்குப் பிறகு அவரின் வைப்பாட்டி கடன் வசூலிக்கும் காரணம் காட்டி அபகரித்துவிடுகிறாள். பேயத்தேவர் தனது புஞ்சை நிலத்தையே நல்ல விளைச்சல் நிலமாக்க உறுதி பூண்டார். அதற்குக் கிணறு வெட்டவேண்டும், பணம் இல்லை. தீவீரமாக சிந்தித்த அவர், வேறு வழி இல்லாமல் மொக்கராசுக்கு 'மார்க்கக் கல்யாணம்' செய்து அதன் வழி வரும் மொய்ப்பணத்தில் கிணறு வெட்ட முடிவு செய்கிறார். மார்க்கக் கல்யாணம் நடந்தது. மொய்ப்பணம் வந்தது. அனைத்தையும் பறித்துவிட்டான் பேயத்தேவரின் மகன் சின்னு(ப.282–288).

இவ்வளவு துன்பங்களையும் தாண்டி, பேயத்தேவர் தானே அந்தக் கிணற்றை வெட்ட மறு உறுதி கொள்கிறார். அரும்பாடுபட்டு மொக்க ராசுவின் உதவியுடன் அதனைச் செய்தும் முடிக்கிறார்; அதிலும் பாறையை வெடித்து உடைக்கவேண்டிய கட்டாயதில் தன் பேத்தியின் கடுக்கனையும் பிறகு பேத்தியையும் இழக்கிறார்(ப.290–298). இப்படியொரு வன்கொடுமையை மலேசியத் தமிழர் வரலாற்றில் காண்பது அரிது. தண்ணீர்ப் பஞ்சம் என்பது மலேசியாவில் விளை நிலங்களுக்கு இல்லை, சில இடங்களில் தண்ணீர் போதுமான அளவு இல்லாமல் இருக்கலாம், அதைத் தீர்ப்பதற்கு வெம்பாடு பட வேண்டிய அவசியம் இருக்காது. மலேசியாவில் விளைச்சல் நிலம் வாங்க எண்ணம் கொண்டவர்கள், தண்ணீர் வசதி பக்கத்திலா, சற்றுத் தள்ளி இருக்கிறதா என்றுதான் கேட்பது வழக்கம் - இது முரண்.

இழப்புகள்

பேயத்தேவரின் முன்னோர்கள் கள்ளிக்காட்டுக்குப் புலம் பெயர்ந்த வரலாறு ஒன்றும் இவ்விதிகாசத்தில் பேசப்படுகின்றது (ப,146– 152). கள்ளிப்பட்டியிலிருந்து கிழக்கே 70 கிலோமீட்டர் தூரத்தில் இருந்த ஆற்றோர ஊர், செழிப்பு மிகுந்தது. காயாம்பூத் தேவர்ன்னு ஊர்ப் பெருசு. அவருக்கு ஆறு ஆண்கள், ஒரு பெண். மகள் பெயர் முத்துக்கண்ணி, நல்ல அழகி. அப்பகுதி சமீந்தாரு, வழி மாறி ஊருக்குள் வந்து, அங்கே ஓடையில் குளித்துக்கொண்டிருந்த முத்துக்கண்ணியைப் பார்த்ததும் பித்தானார். வலுக்கட்டாயமாக அவளைத் தூக்க முயன்ற சமீந்தாரின் கையை வெட்டினான் அவள் அண்ணன்.

சமீந்தார் ஒற்றைக் கையுடன் சென்று தன் ஆட்களுடன் வந்து தாக்கினான். தங்கையை அழைத்துக்கொண்டு ஆறு தாண்டும் முயற்சியில் தோற்று, அவள் மானம் காக்க வேண்டி அண்ணனே அவளைக் கொன்றான், தானும் கழுத்தறுத்து மாண்டான். இந்தக் கடும் சண்டையில் உயிர் பிழைத்தவர்கள்தான் பிறகு கள்ளிக்காட்டுக்கு வந்து குடியேறினர். முத்துக்கண்ணிக்குக் கோயில் அமைத்து முத்தாலம்மன்னு பெயரிட்டார்கள்.

இந்தப் புலப் பெயர்வுகூட மிகக் கொடூரமான விளைவால் ஏற்பட்டதுதான். மானம் கருதி தன் உடன் பிறந்தாளை உடன் பிறந்தானே கொல்வது எவ்வளவு கொடுமை! சமீந்தார்களின் அழிச்சாட்டியக் கதைகளுள் இதுவும் ஒன்று. இது போன்ற கொடுமைகள் நடப்பதற்கு மலேசியாவில் சமீந்தார்கள் இல்லாமல் போனது ஒரு நல்வாய்ப்புதானே.

மண்ணின் பாசம் மற்றும் மானிட உறவுகள்:

பொதுவாக தமது முன்னோர்கள் வழி வந்த உரிமை - மானம் - உணர்வுகளோடு பிணைந்த "மண்ணை" அதன் பண்பாட்டு விழுமியங்களை அடிப்படையாக்கி அங்கு வாழும் மனிதக் கூட்டத்தின் பார்க்கப்படாத மண் - மக்கள் - இயற்கைப் பிணைப்பை ஒரு கருத்துருவமாகக்

காட்டப்படுவதை ஒரு முக்கியமான அடித்தளமாக வைத்துச் செயல்படுகிறது கள்ளிக்காட்டு இதிகாசம். ‘மண்’ என்பது நம்முடைய அடையாளத்தை உருவாக்குகிறது. அதன் இழப்பு என்பது ஒருவரின் உணர்வு, இன, வரலாறு ஆகியவற்றின் அழிவு.

ஊர் பிடிமண்ணை எடுத்துச் செல்லும் வழக்கம் (ப.358). அணை கட்டியதில் ஊருக்குள் வெள்ளம் திரண்டு வர ஆரம்பித்தது. பேயத்தேவரின் நண்பன் செவத்தவீரன், சொல்லிவிட்டுப் போகும் தறுவாயில் வாழ்ந்த ஊரின் பிடிமண்ணைப் பேயத்தேவரின் கையால் எடுதுக்கொடுக்க வேண்டி நின்றான். அந்தப் பிடி மண்ணை வீடு, கோயில் கட்டும் புதிய மண்ணில் சேர்ப்பது புலம்பெயர்வோரின் ஒரு முக்கியமான பண்பாட்டு அடையாளமாக இருக்கிறது, தனது ஊர் பிடிமண் என்பது இவ்விடத்தில் தங்களின் அனைத்துப் பண்பாட்டு விழுமியங்களையும், அவர்தம் இறை நம்பிக்கை உட்பட, கொண்டுவந்து குடிபோகும் புதிய மண்ணில் சேர்த்து புனிதப்படுத்தி, பண்படுத்தி, பாதுகாப்புபெரும் அரிய வழக்கம்.

தொடக்க காலத்தில் மலாயாவுக்குப் புலம் பெயர்ந்த தமிழர்களிடமும் இந்த வழக்கம் இருந்தது. 1986ஆம் ஆண்டு மலேசியாவில் எழுத்தாளர் மேற்கொண்ட கள ஆய்வில், தமிழர்கள் தமிழகத்தில் தங்கள் ஊர்களில் இருந்து பாதுகாப்பாகக் கொண்டுவரப்பட்ட பிடிமண்ணை வைத்துத்தான் கோவில்களை எழுப்பினர் எனும் தரவு, ஆய்வுக்கு உட்படுத்தப்பட்ட அனைத்துப் பகுதி மக்களிடம் இருந்தும் கிடைத்தது என்பது அரிய செய்தி **(Rajantheran.M.1991)**. இந்தப் பிடிமண்தான் இறைவனுக்கே இடம் தந்தது. எனவே மண் சார்ந்தே வாழ்வு, நம்பிக்கை, பண்பாடு எல்லாம் என்பது தெளிவு. பேயத்தேவர், தானே கிணறு வெட்டிப் புஞ்சை மண்ணை நஞ்சையாக்கிப் படைத்த சாதனை மிகப் பெரியது. அந்தப் புஞ்சை நிலம் மனித முயற்சியில் தோன்றியது, அது அந்த மண்ணிண் மக்களது பண்பைக் காட்டிவிடும் அல்லவா? அதனால்தான் ஒரு நிலம் என்பது அவ்விடத்து வாழும் ஆடவரின் ஒழுக்கம் சார்ந்தே மேம்படும் எனும் கருத்தை ஔவையாரின் “நாடா கொன்றோ, காடா கொன்றோ” எனும் சங்கப் பாடல் பேசுகிறது (புறநானூறு,187). இது வீட்டிற்குப் பெண்ணும், நாட்டிற்கு ஆணும் என சமூகம் அமைந்த காலத்துப் பாட்டாகும்.

ஊர்ப் பொதுக்கிணற்றில் சில சாதியருக்குத் தண்ணீர் மொள்ளத் தடை இருந்ததைக் கள்ளிக்காட்டு இதிகாசம் சுட்டுகிறது. இதில் சலவைத் தொழிலாளி, சவரம் செய்யும் நாவிதர், தோல் தைக்கிறவர்கள், வெட்டியான் ஆகியோர் இத்தடைக்கு / சாதி கட்டுப்பாட்டிற்கு உட்பட்டவர்களாவர். இந்தக் கட்டுப்பாட்டை மீறுவதைத் தீட்டு என்றும் அதனைச் சாமி பொறுக்காது என்றும் நம்பினர் (ப.242). பேயத்தேவர், தண்ணீர் முகந்துக் கொடுக்க ஆளில்லாமல் இருந்த முருகாயியின் குடத்தைப் பிடுங்கித் தனது கயிறு கொண்டு கிணற்றில் தண்ணீர் முகந்தார். வைரக்கண்ணு பெண்டாட்டி இதனைப் பார்த்துவிட்டாள். பஞ்சாயத்து

கூடி, பெரியதேவர் மகன் பேயத்தேவர் செய்தது தப்பு என முடிவெடுத்து, அதற்கு தண்டனையாக பேயத்தேவர் தீட்டுப் பட்டுவிட்ட கிணற்று நீர் முழுவதை இறைக்க நேர்ந்த சம்பவத்திலிருந்து தெரியவருகிறது. சாமியப் பகைச்சாலும் சாதிசனத்தைப் பகைக்கக்கூடாது எனும் நடைமுறை யதார்த்த வாழ்வினர். இன்றும் தமிழகத்தில் சாதியம் உள்ளது என்பதை மறுக்கவியலாது.

மலேசியா புலம்பெயர்ந்த தமிழர்கள்: அவர்கள் தங்கள் சொந்தத் தாயகம், சமுதாயம், குடும்பம், மற்றும் ஆன்மிக நிலைகள் இவற்றை விட்டுப் புறப்பட்டுப் புதிய இடத்தில் புது வாழ்க்கையைத் தொடங்க முயற்சிக்கின்றனர். ஆனால், அந்தப் புதிய இடத்தில் அவர்கள் தங்கள் அடிப்படைத் தேவைகளைக் கூடச் சரிசெய்துகொள்ள முடியாத நிலை.

இன்றைய மலேசியாவைப் பொருத்தமட்டில், சாதி என்பது பல நிலைகளில், பல இடங்களிலும் தனது தாக்கத்தைக் கொண்டிருந்தாலும், அதனை வெளிப்படையாகப் பேசுவதை அநாகரிகமாகக் கருதுவர்.

சாதிய அடிப்படையில் கள்ளிக்காட்டு இதிகாசம் முன்வைக்கும் செய்திகளும், மலேசியாவுக்குப் புலம்பெயர்ந்த தமிழர்களிடையே இருந்த சாதிய உணர்வுகளும் ஒற்றுமையைக் காட்டுவதாக இருந்தாலும், சாதியத்தின் கடுமை, கெடுபிடி மலேசியாவில் பெரிதாகத் தலைதூக்கவில்லை எனலாம். இதற்கு அன்றைய பிரித்தானிய காலனித்துவ ஆட்சியாளர்கள் கொண்டிருந்த சட்ட ஒழுங்கு முறைகளைச் சொல்ல வேண்டும். அன்றைய தோட்டப்புற வாழ்வு பெருவாரியாக அனைவருக்கும் பாதுகாப்பளித்திருந்தது, எந்தச் சமீந்தரும் ஊருக்குள் புகுந்து எளிதில் அட்டூழியம் செய்யமுடியாது.

முடிவாக:

இரண்டு நிலைகளிலும் பொதுவாகவே, ஒரே பொது அடையாளம் காணப்படுகிறது. அவற்றுள் சில முரண்கள் தனித்துத் தெரிகின்றன. புலம்பெயர்ந்தவர்களின் துன்பம் என்பது ஒட்டுமொத்த நாட்டைத் தாண்டி கடல் கடந்து வாழ்ந்த அனுபவம். அங்கே அடையாள இழப்பு, ஆதரவற்ற நிலையில் துன்பம் முதன்மையாகிறது. கள்ளிக்காட்டின் மக்கள் தண்ணீர் வரவால் இருப்பிடம் விட்டு விரட்டப்பட்டவர்கள், ஆதரவு அற்று போனவர்கள். அவர்களைப் போலவே, மலேசியாவுக்குப் புலம்பெயர்ந்த தமிழர்களும், குறைவான ஆதரவு, அடையாள இழப்பு, அடிப்படை மனித உரிமை மற்றும் கலாசார இழப்புகளுடன் பயணித்து வந்திருக்கின்றனர். இன்று நிலைமை மாறிவருகின்றது. வாழ்வு வளம் பெறும் என நம்புவோம்.

- முனைவர் மு.இராசேந்திரன்
மதிப்புறு பேராசிரியர்
எய்ம்ஸ் பல்கலைக்கழகம், மலேசியா

❖

சிறுகதைகள்

20

வைரமுத்துவின் சிறுகதைகள்: ஓர் உலகப் பார்வை

- முனைவர் ம.திருமலை -

தமிழில் சிறுகதை இலக்கியம் தோன்றி ஒரு நூற்றாண்டுக்கும் மேலாகிவிட்டது. வ.வே.சு. ஐயரின் 'மங்கையர்க்கரசியின் காதல்' சிறுகதைத் தொகுப்பு 1917-ஆம் ஆண்டில் வெளியிடப்பட்டதாக ஆய்வாளர்கள் கூறுவர். மகாகவி சுப்பிரமணிய பாரதியார் 'ஆறில் ஒரு பங்கு', 'காந்தாமணி' போன்ற கதைகளின் மூலம் தமிழ்ச் சிறுகதைக்கு வித்திட்டார் என்பது சி.சு. செல்லப்பாவின் வாதம். இவர்களுக்குப் பின்னர் பன்னூறு படைப்பாளிகள் தோன்றித் தமிழ்ச் சிறுகதை இலக்கிய வகைமையை வளப்படுத்தி யுள்ளனர். இப்பெருமை மிகு படைப்பாளிகளின் வரிசையில் வைரமுத்துவுக்கு ஓரிடம் உண்டு. புனைவியல், நடப்பியல், குறிக்கோளியல் என்ற பல்வேறு இலக்கிய நெறிகளின் தாக்கங்களினூடாகத் தமிழ்ச் சிறுகதை வளர்ந்து வந்துள்ளது. எனவே பல்வேறு இலக்கிய 'இச'ங்களின் சாயல்களும் சாரமும் வைரமுத்துவின் சிறுகதைகளில் உண்டு.

கவிஞர் வைரமுத்துவின் சிறுகதைகள் 2015-ஆம் ஆண்டில் நூல் வடிவம் பெற்று 'வைரமுத்து சிறுகதைகள்' என்ற பெயரில் வெளிவந்தன. வைரமுத்து அவர்கள் தமிழ்ச் சிறுகதையுலகில் நுழைவதற்கு முன்னரே பல்வேறு செல்நெறிகள் நிலவியிருந்தன. நீதியுரைக்கும் பண்பு, சமூக விமரிசனப் பாங்கு, காந்திய அலை, திராவிட இயக்கங்களின் எழுச்சி, நவீனத்துவம், பின் நவீனத்துவம், புனைவியல் பாங்கு, குறிக்கோள், பண்பு போன்ற பல இலக்கியப் போக்குகள் தமிழ்ச் சிறுகதை இலக்கிய வகையை வழி நடத்தின. பின்நவீனத்துவ நெறி (Post Modernism) சிறுகதையில்

மேலாதிக்கம் பெற்றிருந்த காலப்பகுதிகளில் கூட, சமூக விமரிசனப்பாங்கும் உடனிகழ்வாகச் சிறுகதைகளில் திகழ்ந்து வந்தது. சமூக விமரிசனம் என்பதே நடப்பியலின் ஓர் அடிப்படைப் பண்பாகும். இத்தகையதான ஓர் அகலுலகச் சூழலில் தமிழ்ச் சிறுகதையுலகில் கவிஞர் வைரமுத்துவின் வருகை அமைகிறது. ஏற்கெனவே திராவிட இயக்கச் சிந்தனைகளில் ஊற்றம் கொண்டிருந்த வைரமுத்துவின் சிறுகதைகளில் சமூக விமரிசனம் தவிர்க்கவியலாத ஒரு கூறாக அமைந்தது. சமூக விமரிசனப் பாங்கின் இலக்கிய அடையாளம் நடப்பியலாகும் (Realism). எனவே வைரமுத்துவின் சிறுகதைகளில் நடப்பியல் பாங்கினைக் காண்பது பயனுள்ள பணியாகும்.

கலை என்பது யாது? என்ற வினாவை எழுப்பிக்கொண்டு விடை தேடும் முறையில், "தன் உடலைத் திருப்தி செய்வதிலேயே வாழ்வு கழிக்கும் மனிதக் கூட்டத்திற்கு உடலுக்கு வெளியே உள்ள உலகத்தின் வலியையும் வலிமையையும் எடுத்துச் சொல்லும் ஏற்பாடா?" என்ற வினாவையே விடையாகக் கூறுகிறார் வைரமுத்து. இந்த விடையில் வலி, வலிமை என்ற இரண்டு சொற்கள் குறிப்பாகக் கவனிக்கத்தக்கன. உலக வாழ்வின் வலிகளைக் கண்டு உணர்ந்து உற்றுநோக்கி அவற்றைக் களையப் போராடும் மனநிலையைக் கொடுப்பது இலக்கியத்தின் பணி என்பது வைரமுத்துவின் விடையில் புலனாகிறது. உலக வாழ்வின் துன்பங்களுக்குத் தன்னை ஒருவன் பழக்கப்படுத்திக் கொள்ளக்கூடாது என்று கற்றுக்கொடுப்பது நவீனத்துவத்தின் வேலையல்ல. தீமைகளை எதிர்க்க வேண்டும் என்ற உணர்வை, நடப்பியலை அடிநாதமாகக் கொண்டு நவீனத்துவம் கற்பிக்கிறது. பின் நவீனத்துவம், புனைவியல் போன்ற இலக்கியச் செல்நெறிகள் செல்வாக்கு பெற்றிருந்த காலங்களிலும் இலக்கியங்களில் நடப்பியலின் கூறுகள் இடம்பெற்றிருந்தன.

கவிஞர் வைரமுத்துவின் சிறுகதைகளில் சமூகத்தின் விளிம்பு நிலையில் வாழும் மக்கள்கதைமாந்தர்களாகப்படைக்கப்பட்டிருக்கின்றனர். 'அன்றைக்கு அவள் பெயர் காஞ்சனா' என்ற சிறுகதையின் நாயகி ஒரு விலைமகள். அவளிடம் இன்பம் நுகர வந்தவன் ஒரு புதிய இளைஞன்; இதுவரை பெண் உடலைத் தீண்டாதவன். வந்தவன் பெருந்தயக்கத்துடன் காஞ்சனாவுடன் பழக முயற்சி செய்கிறான். அவனது இடுப்பில் ஒரு தங்க அரைஞாண் அணிந்திருக்கிறான். விலை மாதர்களுடன் பழகுவது குறித்துப் பலவிதமான ஆலோசனைகளை அவனுடைய நண்பர்கள் கூறியிருக்கின்றனர்; அவையெல்லாம் அவனுடைய நினைவில் தோன்றுகின்றன. ஆனால் காஞ்சனா தான் பெற்ற ரூபாய்க்குரியவாறு அவனை மகிழ்வித்துத் தன் கடமையை நிறைவேற்ற முயற்சி செய்கிறாள். அவனோ, ஒரு மரக்கட்டையைப்போல விலகி நிற்கிறான். சலிப்புற்ற அப்பெண் கோபத்துடன் அவனை ஒதுக்கித் தள்ளி விடுகிறாள். அதற்கு முன்னர் அவனது ஆடைகளைக் களைந்து அவனுடைய உணர்வுகளைத்

தூண்ட முயற்சி செய்கிறாள். ஆனால் அவன் ஒத்துழைக்கவில்லை. பயத்துடன் விலகி நிற்கிறான். கோபமுற்ற அவள் துரத்துகிறாள்; அவன் அறையை விட்டு நீங்கிச் செல்லும்முன், தனது தங்க அரைஞாண் கயிற்றை அவள் தனது கையில் சுற்றிக்கொண்டிருப்பதைப் பார்த்து, 'அரைஞாண் கயிறு போய்விடுமோ?' என்று அஞ்சுகிறான். ஏமாற்றத்தோடு அவன் அறையை விட்டு வெளியேறும்போது அவனுடைய அரைஞாண் கயிற்றைத் திருப்பிக் கொடுத்து அனுப்புகிறாள். அவளைச் சந்தேகப்பட்டதைக் குறித்து வெட்கி அழுகிறான். அப்பெண் அவனை இழுத்து ஆறுதலுடன் தனது திறந்த மார்புகளுக்குள் அணைத்துக் கொள்கிறாள். அங்கே காமம் இல்லை; அன்பு திகழ்கிறது; அவள், "செக்சுங்கறது உடலோட சம்பந்தப்பட்டதில்ல; மூளையோட சம்பந்தப்பட்டது" என்று கூறுகிறாள். அப்பெண்ணுக்குக்கும் இது புதுவகை அனுபவமாகிறது. இக்கதையில், பலரும் வெறுத்து ஒதுக்கக்கூடிய பாலியல் தொழிலாளி ஒருத்தியின் நேர்மை உணர்வு சித்திரிக்கப்படுகிறது. ஜெயகாந்தனின் 'இலக்கணம் மீறிய கவிதை' என்ற குறுநாவலின் முக்கியக் கதைமாந்தரான சரளாவின் சாயல் பெற்ற கதைமாந்தராக 'அன்றைக்கு அவள் பெயர் காஞ்சனா' என்ற சிறுகதையின் தலைவி படைக்கப்பட்டிருக்கிறாள் என்று கூறலாம்.

நடப்பியல் புனைவுகளின் இன்றியமையாத பண்புகளுள் ஒன்று கதையின் சித்திரிப்பில் நம்பகத்தன்மையும் துல்லியமும் ஆகும். 'ஒரு கேள்வியோடு அலையும் காற்று' என்ற சிறுகதையில் காவல்துறை உயர் அதிகாரி ஒருவரையும் அவரது இல்லத்தில் பணிபுரியும் ஓர் 'ஆர்டர்லி' காவலரையும் படைத்துக் காட்டுகிறார் வைரமுத்து. பொதுவாக அரசுத் துறையில் உயர் பதவி வகிப்பவர்கள் அதிகாரத்தையே மூச்சுக் காற்றாகச் சுவாசித்து வருபவர்கள். இக்கதையில் வரும் டி.ஐ.ஜி., எதிர்மறைப் பண்புகளின் மொத்த உருவமாகப் படைக்கப்பட்டிருக்கிறார். ஆர்டர்லியை அனுப்பி மீன் வாங்கி வரச் சொல்கிறார். மீனை வாங்கி வந்ததும் அவற்றைத் தரையில் வீசியெறிந்து விட்டு நல்ல மீன்களாக வாங்கி வரச் சொல்கிறார். மீண்டும் மீண்டும் மூன்று முறைகள் திருப்பி அனுப்புகிறார். ஆர்டர்லி 'அன்று மீன் செத்துப்போகவில்லை. நான் செத்துப்போனேன்' என்று நொந்து கூறுகிறார். அதிகாரியின் மனைவி ஏற்கெனவே கல் நீக்கிச் சுத்தம் செய்யப்பட்ட அரிசியில் மீண்டும் கல்லைக் கலந்து ஆர்டர்லியிடம் கொடுத்து மீண்டும் கல்லை நீக்கிச் சுத்தம் செய்ய வைக்கிறாள். வேலைக்காரன் ஓய்வாக இருந்துவிடக்கூடாதென்ற எண்ணத்தில் இவ்வாறு செய்கிறாள். ஒரு குறிப்பிட்ட நாளில் தன் பெயர்த்தியின் பிறந்த நாளினைக் கொண்டாட விரைவாக வீட்டுக்குப் போகவேண்டும் என்று ஆர்டர்லி கேட்க, பிறந்த நாளை ஒருநாள் தள்ளி வைத்துக்கொள்ளும்படிக் கூறுகிறார் அதிகாரி. அதிகாரியின் செயல்களிலேயே மிகவும்

கொடுமையானதாக இதை உணர வைக்கிறார் வைரமுத்து. அதிகாரியும் ஆர்டர்லியும் ஒரே சமயத்தில் பணியிலிருந்து ஓய்வு பெறுகின்றனர்; அதன் பின்னர் ஓரிடத்தில் சந்திக்கும்போது அதிகாரி அந்த ஆர்டர்லியைப் பார்த்து, 'என்னா மேன் மரியாதை குறையுது? சமமாயிட்டீரா? என்ன இருந்தாலும் ஆயிரம் ரூபாய் நோட்டும் அஞ்சு ரூபாய் நோட்டும் ஒண்ணாயிடுமா?" என்று கேட்டு அவமதிக்கிறார். அதற்கு ஆர்டர்லியாக இருந்து ஓய்வு பெற்ற காவலர், 'நீங்க சொல்றது உண்மைதான். நீங்க ஆயிரம் ரூபாய் நோட்டுதான். நான் அஞ்சுரூபாய் நோட்டுதான். இப்ப ரெண்டுமே செல்லாத நோட்டு. செல்லாத நோட்டுல சிறுசென்ன பெருசென்ன சார்?' என்று எதிர்க்கேள்வி கேட்டு மடக்கிவிடுகிறார். நன்கு சிந்தித்துப் பார்த்தால், இக்கேள்வியில் எதிர்ப்பின் சாயலும் குமுறுகின்ற உள்ளத்தின் உணர்ச்சிகளும் வெளிப்படுவதை உணரலாம். இக்கதையில் அரசு அலுவலகப் படிநிலையின் ஏற்ற இறக்கங்கள், அதன் விளைவுகள் மிகத் துல்லியமாகச் சித்திரிக்கப்பட்டுள்ளதை உணரலாம்.

நடப்பியல் இலக்கியம் ஏற்கெனவே இருந்து வருகின்ற ஓர்அமைப்பின் கூறுகளை உள்ளவாறே ஏற்றுக் கொள்ளுமாறு வழிகாட்டுவதல்ல; இருக்கும் அமைப்பின் சீர்கேடுகளை விமரிசிப்பதும் அதனை மாற்றுவதற்குக் கற்றுக்கொடுப்பதுமாகும். இக்கதையில் இறுதியாகக் காவலர் கேட்கும் கேள்வி அதிகாரத்திற்கு எதிராகக் கேட்கப்பட்ட கேள்வியாகும்.

இன்றைய உலகமயமாதல் சூழ்நிலையில் மனித உறவுகள் - புனிதம் என்று இதுவரை கருதப்பட்டு வந்தவை - அனைத்தும் பொருளற்றனவாக மாறிவிட்ட அவல நிலையை ஒரு தவிப்புடன் சிறுகதைகளில் புனைந்து காட்டுகிறார் கவிஞர் வைரமுத்து.

'தூரத்து உறவு' என்ற சிறுகதையில் அமெரிக்காவில் கணினித் துறையில் பணிபுரியும் சிவராமன் தன் தந்தையின் இறப்புக்கு இந்தியாவிற்கு வருகிறான். இறுதிச் சடங்குகள் முடிந்த பின்னர் தன் தாயை ஒரு முதியோர் இல்லத்தில் சேர்த்துவிட்டு அமெரிக்காவிற்குப் போய்ச் சேர்கிறான். அவனுடைய தாய் தான் வாழ்ந்த வீட்டைப் பிரிய மனமில்லாமல் பிரிந்து முதியோர் இல்லத்திற்குப் போகிறாள். சிவராமன் அமெரிக்காவில் இறங்கியதும் அவன் மனைவி வந்து விமான நிலையத்திலிருந்து அவனை அழைத்துக்கொண்டு போகிறாள். வீட்டுக்குப் போனதும் அவன் மனைவி, 'நான் கேட்ட இனிப்பை வாங்கி வந்தீர்களா?' என்று கேட்டு வாங்கி இலையில் வைத்து உண்ண முயற்சி செய்கிறாள். தனக்கும் அந்த இனிப்பில் சிறிது வைக்குமாறு மனைவியிடம் சிவராமன் கேட்கிறான். அதற்கு அவள், 'ஸாரி! துக்க வீட்டுக்காரங்க இனிப்பு சாப்பிடக் கூடாது' என்று பதில் கூறுகிறாள். சிவராமன், 'எங்க அப்பா செத்துத்தான் மூணு மாசமாச்சே. இப்ப சாப்பிட்டா என்ன தப்பு?' என்று

கேட்கிறான். 'ஓங்க அம்மா இறந்து மூணு மணி நேரம் கூட ஆகல' என்று மனைவி பதில் கூறுகிறாள். அவன் பதறி எழுந்து என்னவென்று விசாரித்தபோது மனைவி நிதானமாக, 'நீங்க அட்லாண்டிக் கடல்ல பறந்துகிட்டிருக்கும்போதே எனக்குச் செய்தி வந்தது. வந்தவுடனே உங்களை 'மூட் அவுட்' பண்ணக்கூடாதுன்னுதான் சொல்லாம இருந்தேன்' என்று பதில் கூறுகிறாள். நவீன கால மருமகள் மாமியாரின் உடலை எரியூட்டத் தேவையான செலவுகளுக்குத் தான் பணம் அனுப்புவதாகவும் உடலை அடக்கம் செய்துவிடுமாறும் முதியோர் இல்லத்தின் நிர்வாகிகளுக்குத் தொலைபேசி வழியாகக் கூறிவிடுகிறாள். கதை பின்வருமாறு முடிகிறது. 'மறுநாள் அதேநேரம் தோளோடு தோளுரசக் கணவனும் மனைவியும் கண்ணிமைக்காமல் கணினித் திரையையே பார்த்துக் கொண்டிருந்தார்கள். பெசன்ட் நகர் மயானத்துக்கும் மென்ஹாட்டனுக்குமான 13462 கிலோமீட்டர் தூரத்தில் ஸ்கைப்பில் எரிந்துகொண்டிருந்தாள் அம்மா. இந்த முடிப்புப் பகுதி மிக இன்றியமையாதது. இச்சிறுகதை சிறந்த வடிவ நேர்த்தியும் உணர்ச்சி வெளிப்பாடும் அமைந்தது என்று குறிப்பிடலாம். இச்சிறுகதையில் பல செய்திகளை வைரமுத்து விவாதிக்கிறார். முதற்கண் புனிதமான உறவுகள் இன்றைய நாள்களில் மதிப்பிழந்துபோயின என்பது கூறப்படுகின்றது; டாலர்களில் சம்பாதிக்கும் பணம் முக்கியத் தேவையாகிவிட்டது. தாய், தந்தையின் நினைவுகள் மனிதனின் மனத்திற்கு ஊக்கம் தரும் ஊற்றுக்கண்களாகக் கருதப்பட்ட பழமையான மனநிலை தகர்ந்து போயிற்று. ஊரில் மாமியார் காலமாகிக் கிடக்கும் நிலையில் அதைக் குறித்த சிறு அதிர்ச்சியோ, குற்றவுணர்வோ இல்லாமல் இனிப்பைக் கேட்டு வாங்கிச் சாப்பிடும் மனநிலை கொண்ட மருமகள் இன்றைய மருமகள்களின் வகைமாதிரிப் (Typical Character) பாத்திரமாவாள். இந்த மனநிலை இருபதாம் நூற்றாண்டின் மிகையான பொருளாதார வளர்ச்சியின் வெளிப்பாடாகும். எல்லையற்ற பண வருமானம் மனித மனங்களில் அன்புணர்ச்சியையும் பாசத்தையும் வற்றச் செய்து பாலைவனமாக்கிவிட்டது என்ற நிகழ்கால நடப்பினைக் கலைவடிவம் சிதையாமல் அழுத்தந்திருத்தமாகப் பதிவு செய்துவிட்டார் வைரமுத்து.

ஒரு வகையில் கு.ப.ராஜகோபாலனின் 'விடியுமா' சிறுகதை முடியும்போது மனத்தில் ஏற்படும் தாக்கத்தைப் போன்ற ஓருணர்ச்சியும் அதிர்வும் திகைப்பும் இச்சிறுகதையின் எதிர்பாராத முடிவினால் நாம் மனத்தில் ஏற்படுவதைத் தவிர்க்க முடியவில்லை. சிறந்த நடப்பியல் பாங்கும் சமூக விமரிசனமும் ஒருங்கே அமைந்த கதை என்று இதனைக் குறிப்பிடலாம்.

ஒரு படைப்பாளி மிகுதியான எண்ணிக்கையில் கதைகளைப் படைக்க வேண்டுமென்பதில்லை. மனித வாழ்வைப் பற்றிய ஆழமான பார்வையை வெளிப்படுத்தும் சிலவாகிய கதைகளே அப்படைப்பாளியை

இலக்கிய உலகில் நிலைநிறுத்திவிடும் ஆற்றல் கொண்டனவாகும். இதற்குத் தமிழ்ச் சிறுகதை வரலாற்றில் சான்றுகள் பலவுண்டு. கு.ப.ரா. வின் 'நூருன்னிசா', கந்தர்வனின் 'மங்கலநாதர்', வண்ணதாசனின் 'கலைக்க முடியாத ஒப்பனைகள்' போன்ற கதைகள் இன்றளவும் வாசகனின் மனத்தைப் பிசைந்து தூய்மைப்படுத்தும் கதைகளாகத் திகழ்கின்றன. கவிஞர் வைரமுத்துவின் சிறுகதைகள் இவ்வகையில் எதிர்காலத்தில் பல்லாண்டுகளுக்கு நிலைத்து நிற்கக் கூடியவை.

- முனைவர் ம.திருமலை
முன்னாள் துணைவேந்தர்,
தமிழ்ப் பல்கலைக்கழகம்,
தஞ்சாவூர்.

❖

21

நடப்பியல் நோக்கில் வைரமுத்து சிறுகதைகள்

- முனைவர் ரா.நாகேந்திரன் -

நவீன இலக்கியமென்பது கவிதை, சிறுகதை, புதினம், உரைநடை என நீண்டதொரு வடிவமாகக் காணப்படுகின்றது. கவிதை தொடங்கி புதினம் வரை பல்வேறு இலக்கிய வகைமைகளை எழுதிய, எழுதிக் கொண்டிருக்கின்ற பல்வேறு படைப்பாளர்களின் வரிசையில் வைரமுத்துவும் ஒரு சிறந்த எழுத்தாளராக அறியப்படுகின்றார். கவிதை முதலான பல்வேறு படைப்புகளைப் படைத்தவராக அறியப்படுகின்ற அவர் சிறுகதைக்கும் தமது பங்களிப்பினை வழங்கியிருக்கின்றார். ஏறக்குறைய நாற்பது சிறுகதைகளை இலக்கிய உலகிற்குப் படைத்தளித்துள்ளார்.

யதார்த்தவாதம்

நடப்பியல் என்பதனைக் கற்பனையினைத் தவிர்த்து ஒரு நிகழ்வின் உண்மைத் தன்மையினைச் சுட்டிக்காட்டும் ஒரு நிலையாகக் கொள்ளலாம். அதாவது ஒரு நிகழ்வு எவ்வாறு நடந்தேறியதோ அதனை அவ்வாறே கூறுவதனை யதார்த்தவாதம் என்பதாகக் கொள்ளலாம். கற்பனைவாதத்தினைத் தவிர்த்து வாழ்க்கையினுடைய யதார்த்தத்தினைக் குறிப்பிடுவதனை யதார்த்தமாகக் கொள்ளலாம். இத்தகைய யதார்த்தவாதம் இலக்கியங்களில் இடம்பெறுகிற நிலை பல ஆண்டுகளுக்கு முன்னரே தோன்றியதாகக் குறிப்பிடப் படுகின்றது. பழங்கால இலக்கியங்கள் மட்டுமல்லாது குறிப்பிட்ட கால இடைவெளியில் தோன்றிய பக்தி, காப்பியம், சிற்றிலக்கிய இலக்கிய வகைமைகளில் இருந்த கற்பனை நவீன கால இலக்கியங்களில் காணப்படுவதில்லை. மாறாக, நிகழ்வதை

அல்லது நிகழ்ந்ததை அவ்வாறாகக் கூறுவதை யதார்த்தவாதம் என்னும் கொள்கை குறிப்பிடுகின்றது. அத்தகைய யதார்த்தம் யதார்த்தவாதமாக நவீன இலக்கியங்களில் இடம்பெறத் தொடங்கியது. சாதாரணமான அன்றாட அனுபவங்களை நிஜ வாழ்க்கையில் உள்ளவாறு சித்தரிப்பதன் மூலம் யதார்த்தவாதம் என்பது வெளிப்படுகின்றது. வைரமுத்து தம்முடைய கதைகளில் அவரின் நிலம் சார்ந்த, மண் சார்ந்த மக்களின் வாழ்வு நிலைகளை வெளிப்படுத்தியுள்ளார்.

நவீன இலக்கியமும் சிறுகதையும்

தமிழ் இலக்கிய வரலாற்றில் கவிதை, சிறுகதை, புதினம் முதலானவை நவீன இலக்கியத்தில் இயங்குபவையாகக் கருதப்படுகின்றன. குறுநிகழ்ச்சி, அனுபவம், சிக்கல், பண்பு, வெற்றி என்ற மனித வாழ்வின் சிறுபகுதிகள் கருவாக அமைவது சிறுகதை என்று குறிக்கப்படுகின்றது. இக்கதை மரபானது தொல்காப்பியத்தில்,

'பொருள்மர பில்லாப் பொய்ம் மொழி' *(தொல்.1429 பக்.491)*

என வழங்கப்படுகின்றது.

'பாட்டிடை வைத்த குறிப்பு, உரையிடையிட்ட பாட்டுடைச் செய்யுள், உரை வகை' போன்ற உரை சார்ந்த கருத்துக்கள் தொல்காப்பியம் முதற்கொண்டே கூறப்படுகின்றன. மேலை நாட்டினரின் வருகைக்குப் பின்னர் குறிப்பாக ஐரோப்பியர்களின் படைப்புகளின் தாக்கமாக தமிழில் முழுமையான உரைநடை இலக்கியங்கள் தோன்றியதாகக் கூறப்படுகின்றது. ஐரோப்பியர்கள் தங்களின் புதினங்களுக்கு 'சரித்திரம்' என்னும் சொல்லாட்சியினைப் பயன்படுத்தினர். இத்தகைய மேலை நாட்டினரின் வருகையாலும் அவர்களின் படைப்புக்கள் அக்கால கட்டத்தில் வாசிப்புக்கு உட்படுத்தப்பட்டதாலும் தமிழ்மொழியில் புதினங்கள் தோன்றின. அத்தகைய புதினங்கள் தனிநபர் சார்ந்ததாகவும், அத்தனிநபர் சமூகத்தோடு கொண்ட உறவுகளைப் பேசுவதாகவும் அமைந்தன.

நிலமானிய அடிப்படையில் இயங்கிய ஐரோப்பிய சமுதாயத்தில் ஏற்பட்ட முதற் சிந்தனை மாற்றத்துடன் கதையானது புனைகதையாகத் தோன்றுகின்றது. காலப் போக்கில் புனைகதையின் பிரிவாக சிறுகதை தோன்றியதாகக் கருதப்படுகின்றது.

தமிழ்ச்சிறுகதை குறித்து கா.சிவத்தம்பி தம்முடைய நூலில், 'மேனாடுகளில் நிலமானிய அமைப்பு சிதையத் தொடங்கிய காலத்து தோன்றியது. வணிக விவசாயமும் கைத்தொழில் வளர்ச்சியும் நிலமானிய அமைப்பின் சிதைவுக்குக் காரணமாயின. நிலமானிய அமைப்பில் நிலவிய கூட்டு வாழ்க்கை சிதையத் தொடங்கியது"[1] என்று குறிப்பிடுகின்றார்.

நமது இந்திய நிலத்தினைப் பொருத்தவரை வங்காள மொழியில் முதற்சிறுகதைகள் உருவாயின. தாகூர், பங்கிம் சந்திரர் போன்றோர் சிறுகதைகளைப் படைத்தனர். மதன காமராசன் கதை, விக்கிரமாதித்தன்

கதை, பஞ்சதந்திர கதைகள், பரமார்த்த குரு கதைகள், விநோதரச மஞ்சரி, அபிநயக்கதைகள்போன்றகதைகள்தமிழ்மொழியில்தோன்றியிருக்கின்றன. இருப்பினும் இவை சிறுகதைகளாக ஏற்றுக்கொள்ளப்படவில்லை.

இத்தகைய சூழலில் வ.வே.சு. ஐயரின் 'குளத்தங்கரை அரசமரம்' என்ற கதை சிறுகதைக்குரிய சிறப்பு இயல்புகளோடு வெளிவந்ததாகக் குறிப்பிடப்படுகின்றது. 1927 ஆம் ஆண்டு வெளியான 'மங்கையர்க்கரசியின் காதல்' என்ற சிறுகதை தொகுப்பில் மேற்கண்ட கதை உட்பட எட்டு சிறுகதைகளைக் கொண்டிருந்ததாக அமைந்திருந்தது.

வ.வே.சு. ஐயரைத் தொடர்ந்து பாரதியார், கல்கி, புதுமைப்பித்தன், குபரா, ந.பிச்சமூர்த்தி பி.எஸ்.ராமையா, ராஜாஜி, கு.அழகிரிசாமி, சி.சு.செல்லப்பா, வல்லிக்கண்ணன்; சிதம்பரகுநாதன், மு.வரதராசன், அகிலன், ஜெயகாந்தன், கோவி.மணிசேகரன், தி.ஜானகிராமன், லா.ச.ராமமாமிர்தம், ஜெகசிற்பியன் போன்றோர் சிறுகதை ஆசிரியர்களாகக் குறிப்பிடப்படுகின்றனர். இருப்பினும், மேற்கண்ட எழுத்தாளர்களுள் ஒரு சிலர் சிறுகதைத் துறையில் மட்டுமில்லாமல் புதின இலக்கியத் துறையிலும் கால் பதித்தவர்களாகக் கருதப்படுகின்றனர். மேற்கண்ட சிறுகதைப் படைப்பாளர்களோடு வைரமுத்துவும் சிறுகதை ஆசிரியராக அறியப்படுகின்றார். தூரத்து உறவு, வேதங்கள் சொல்லாதது, யாருக்கும் வாழ்க்கை பக்கமில்லை, இறந்த காலங்கள் இறந்தே போகட்டும், மார்க்கம், பகல் இருட்டு, அப்பா, மகாதர்மம் முதலான வேறுபட்ட தலைப்புகளில் தமது சிறுகதைகளைப் படைத்திருக்கிறார்.

சிறுகதைகளின் யதார்த்த நிலை

இன்றைய படித்த இளைஞர்கள் வெளிநாட்டு வேலைவாய்ப்பின் மோகத்தால் தமது உறவுகளைத் துறந்து வெவ்வேறு நாடுகளில் பணியாற்றிக் கொண்டிருக்கின்ற சூழ்நிலைகளைக் காண்கின்றோம். 'தூரத்து உறவு' என்னும் கதையில் வரும் சிவராமன் தமது தந்தை, தாய் ஆகிய உறவுகளைக்கூடத் தூரத்து உறவுகளாக நினைக்கும் யதார்த்த நிலையினை வைரமுத்து படைத்திருக்கிறார்

தந்தையின் இறப்புச் சடங்கிற்காக அமெரிக்காவில் இருந்து வரும் சிவராமன் தந்தைக்கான இறுதிச்சடங்கினை கடைசி நிமிடங்களில் அவசர அவசரமாக நிறைவேற்றிய கையோடு தமது தாயைப் பழத்தோட்டம் என்று அழைக்கப்படுகின்ற முதியோர் இல்லத்தில் தங்க வைத்துவிட்டு, தமது நாட்டுக்கு வந்து சேர்கிறான். அதோடு வந்தவுடன் தாயின் இறப்பு பற்றிய செய்தியினை தமது மனைவி மூலம் அறிந்து கொள்கின்றான். தாய், தந்தை உறவுகள் அவர்களுக்குத் தூரத்து உறவுகளாக அமைந்து விடுகின்றன. சிவராமனிடம் மனைவி கௌரி அவனுடைய தாய் இறந்த செய்தியைத் தெரிவிக்கும் நிலையானது சாதாரண நிலையாகக் கதையில் பதிவு செய்யப்பட்டு உள்ளது.

'ஸாரி துக்க வீட்டுக்காரங்க ஸ்வீட் சாப்பிடக்கூடாது'

'ஏய்! அப்பா செத்துதான் மூணுமாசமாச்சே. இப்ப சாப்பிட்டா என்ன தப்பு?'

'வேணாம். ஒங்க அம்மா செத்து இன்னும் மூணு மணி நேரம்கூட ஆகல'

'ஏய் என்ன சொல்ற?'

'நீங்க அட்லாண்டிக் கடல்ல பறந்து கொண்டிருக்கும்போதே எனக்கு செய்தி வந்தது. வந்தவுடனே ஒங்கள 'மூட் அவுட்' பண்ணக்கூடாதுன்னுதான் சொல்லாம இருந்தேன்' (வைரமுத்து சிறுகதைகள் பக். 22) என்று கணவனும், மனைவியும் பேசிக்கொள்ளும் நிலையைக் கதையில் வைரமுத்து பதிவு செய்கின்றார். காலச்சூழலில் நெருங்கிய உறவுகள் கூடத் தூரத்து உறவுகளாக மாறிவிட்ட யதார்த்த நிலையினை எடுத்துக்காட்டும் விதமாக இக்கதை அமைந்துள்ளது.

காலங்காலமாகப் பின்பற்றப்படுகின்ற வேதங்களில் சொல்லப்பட்டுள்ள மரபுகள், சாஸ்திரங்கள், சம்பிரதாயங்கள் போன்றவை தற்காலத்தில் தேவையற்றவை என்னும் கருத்தமைந்த கதையாக 'வேதங்கள் சொல்லாதது' என்னும் கதையினை வைரமுத்து படைத்திருக்கின்றார். நடேசஅய்யரிடம் விலைக்குப் பெற்ற தோட்டத்துடன் கூடிய ஒரு மடத்தினைப் பராமரிக்கும் பொறுப்பை காளியப்பன் என்னும் தலித்திடம் ஒப்படைக்கிறார் தோட்டத்தை வாங்கிய கதையின் நாயகர். இதனை அறிந்த அய்யர், 'தேனிக்குப் போற வழியிலே ஸந்நிதானத்த ஸேவிச்சுட்டுப் போயிடலாமன்னு வந்தேன். அபச்சாரம்... சொல்லவே நா கூசறது. பரமாச்சாரியாள் படத்தக்கு ஒங்க பண்ணயாளுல்ல தீபம் போட்டிண்டிருக்கா' என்றூ கூறுகிறார். இருப்பினும், இறுதியாக கதையின் நாயகர், 'தீபத்தை ஒரு பிராமணன் ஏற்றினாலென்ன? தலித் ஏற்றினாலென்ன? சங்கராச்சாரியார் சொன்னதாய் அய்யர் சொன்னாரே. ஆசை என்பது மற்றவர்கள் மூலம் நீ சந்தோசப்படுவது. காளியப்பன் இருளாயி விளக்கேற்றியதில் பரமசந்தோசம்தானே அடைந்திருக்க முடியும் பரமாசாரியார்' (வைரமுத்து சிறுகதைகள் பக். 33) என்கிறார். இவ்வாறாக நடைமுறை யதார்த்தத்தினைப் பதிவு செய்துள்ள நிலையினை இக்கதையில் காணமுடிகின்றது.

கிராமங்களில் காணப்படும் சாதாரண வாழ்வினைப் பிரதிபலிப்பதாகவும், அண்ணனின் இறப்பினால் வாழ்வை இழந்த தன் அண்ணிக்கு வாழ்வை வழங்க முன் வரும் கருவாயனின் நினைப்பிற்கு மாறாக வேறொரு வாழ்வு அமையப்போகும் யதார்த்த நிலையினை வெளிக்காட்டும் கதையாக 'யாருக்கும் வாழ்க்கை பக்கமில்லை' என்னும் கதை அமைகின்றது.

அண்ணன் இறந்த பிறகு அவனுடைய மனைவிக்கு வாழ்வு தர நினைக்கும் கருவாயனிடம், 'ஒங்கள நம்பித்தான் வைகாசி ஏழுக்குக்

கல்யாணத்த வச்சுப்புட்டேன். கல்யாணமே வேணாம்னு ஒத்தக் கால்ல நின்னவள ஒத்துக்கவச்சேன். ஊத்துப்பட்டி மாப்பிள்ள ஒரே ஒரு கண்டிசன் போட்டான். பொண்ண அவக எடுத்துக்கிறாகளாம். பையன நாங்க வச்சிக்கிறணுமாம். பெரிய எடம்' (வைரமுத்து சிறுகதைகள் பக். 52) என்று அண்ணியின் தந்தை கூறுவதாகப் பதிவு செய்கிறார் கதையின் ஆசிரியர். கருவாயனின் எண்ணத்திற்கு ஏற்பட்ட தடையினை கிராமத்து நடையோடு அமைந்த யதார்த்த நிலையினை இக்கதை எடுத்துக்காட்டுவதாகக் கூறலாம்.

நீண்ட நாட்களாகத் திருமணமாகாத தன் தங்கையின் இறப்பினால் தம்முடைய மனைவியின் உண்மை நிலையினை அறிந்து கொள்கின்ற கிராமத்துக் கணவனாக கோட்டைச்சாமியின் யதார்த்த நிலையினை வெளியிடும் கதையாக 'இறந்த காலங்கள் இறந்தே போகட்டும்' என்ற கதையும், வறுமை நிலையையுடைய கவி அப்துல்லா தம்முடைய எண்ணத்தினை மாற்றாமல் பணத்திற்காக மாறாத தன்மையினை வெளிப்படுத்தும் யதார்த்தத்தை வெளிப்படுத்தும் கதையாக 'மார்க்கம்' என்னும் கதையும் அமைகின்றன.

இவ்வாறாக, நிகழ்ந்தவற்றை நிகழ்ந்தவாறே கூறுவதாகவே யதார்த்தவாதம் என்னும் கொள்கை அமைந்துள்ளது. அத்தகைய யதார்த்தவாத அம்சங்கள் அடங்கியிருக்கக் கூடிய கதைகளாக வைரமுத்துவின் கதைகள் அமைந்திருக்கின்றன.

அடிக்குறிப்புகள்

1. கா.சிவத்தம்பி தமிழில் சிறுகதையின் தோற்றமும் வளர்ச்சியும் பக்.14
2. வைரமுத்து சிறுகதைகள்
3. தொல்காப்பியம்

துணைநூற் பட்டியல்

1. கா.சிவத்தம்பி, 1967, தமிழில் சிறுகதையின் தோற்றமும் வளர்ச்சியும், பாரி நிலையம், சென்னை
2. வைரமுத்து, 2018, வைரமுத்து சிறுகதைகள், சூர்யா லிட்ரேட்சர்ஸ் பி லிட் சென்னை
3. தொல்காப்பியம்

-முனைவர் ரா. நாகேந்திரன்
கௌரவ விரிவுரையாளர்,
தமிழ்த்துறை, அரசு கலை மற்றும் அறிவியல் கல்லூரி,
அருப்புக் கோட்டை, விருதுநகர் மாவட்டம் 626134
rrnagendran62@gmail.com

❖

22

வைரமுத்து சிறுகதைகள்:
மாந்தர் இயல்பும்,
உலகக் கதை இலக்கிய வரிசையும்
- முனைவர் ஜெ.குணசீலி -

சமகாலப் படைப்பாளர்களுள் கவிதை, சிறுகதை, புதினம், கட்டுரை ஆகிய துறைகளில் தனக்கெனச் சிறப்பிடம் பெற்று விளங்கும் படைப்பாளர்களுள் ஒருவர் வைரமுத்து. அவர் படைத்த 'வைரமுத்து சிறுகதைகள்' என்னும் நாற்பது சிறுகதைகளைக் கொண்ட தொகுப்பு, கதைக்கரு - கதை அமைப்பு - கதையின் போக்கு முதலான கூறுகளின் வாயிலாகக் கதைகள் வடிவ நேர்த்தியிலும், சிறுகதைகளுள் இடம்பெறும் மாந்தர்களின் இயல்புகளை வெளிப்படுத்து வதிலும் தனிச் சிறப்பு பெற்று விளங்குகிறது.

வைரமுத்துவின் கதைகளில் மாந்தர்கள்:

வைரமுத்துவின் சிறுகதைகளில் அமைந்துள்ள மாந்தர்கள் சமகாலச் சிந்தனையுடன் ஒட்டிப் போகின்றவர்கள். வாழ்க்கையின் எதார்த்தத்தை ஏற்றுக்கொண்டு இயைந்து நிற்பவர்கள். ஒரு படைப்பில் உண்மைத் தன்மை இருக்கும்போது தான் அதில் வெளிப்படும் மாந்தர்களின் இயல்பும் வாசகர்களால் ஏற்றுக் கொள்ளப்படும்; படைப்பும் வெற்றியடையும். வைரமுத்து எடுத்தாண்டிருக்கும் மாந்தர்கள் சமுதாயத்தில் அன்றாடம் வாழ்கின்றவர்கள் என்பதால், அம்மாந்தர்கள் சமுதாயத்தின் உண்மையான முகத்தை எடுத்துக் காட்டுபவர்களாகின்றனர்.

"கதை மாந்தர் பண்பைப் பொருத்தே கதை நிகழ்ச்சிகள் அமையும். அக்கதை நிகழ்ச்சிகளால்தான் கதை மாந்தர் பண்பு வெளியாகிறது." என்னும் சிந்தனை பாத்திரப் படைப்பின் இன்றியமையாமையினை உணர்த்துகிறது.

கவிஞர் கண்ணதாசன் பாத்திரங்களின் முக்கியத்துவம் குறித்துக் குறிப்பிடும்போது, "பாத்திரங்கள் காலத்தின் சாத்திரங்கள்"[2] என்பார். வைரமுத்துவின் கதை மாந்தர்கள் மாறுப்பட்ட குணநலன்களையும் சமுதாயச் சிந்தனையும் உடையவர்கள் என்பதையும் பாத்திரங்கள் எடுத்துக்காட்டுகின்றன. வைரமுத்து படைத்துள்ள மாந்தர்களை,

1. ஆண் மாந்தர்கள்
2. பெண் மாந்தர்கள்

என வகைப்படுத்திக் கொள்ளலாம்.

லியோ டால்ஸ்டாய் - தாஸ்தயெவ்ஸ்கி - வைரமுத்து கதைகளில் மாந்தர்கள்:

நமக்குத் தீமையைச் செய்தவருக்கும் நன்மையே செய்யவேண்டும் என்பது புத்தர் மையக் கொள்கைகளுள் ஒன்றாகும். அந்தச் சிந்தனைகளின் இழையோட்டத்தையும், கருத்துகளையும்தான் டால்ஸ்டாய் தன் கதைகளில் வலியுறுத்தி உள்ளார். தான் கற்றறிந்த, கேட்டறிந்த வாழ்க்கை நெறிகளைத் தன் வாழ்க்கையில் பின்பற்ற முயன்றது மட்டுமின்றி, தம் கதைகளின் மாந்தர்களின் மீதும் வெளிச்சம் பாய்ச்சினார்.

அதே போன்று 'தி இடியட்' நாவலில் தாஸ்தயெவ்ஸ்கி தன் கிறித்தவ லட்சியவாதக் கற்பிதங்கள் அனைத்தையும் அவற்றின் நேர்மறைப் பொருளில் மிஷ்கின் என்ற துயர உருவத்தைக் கொண்டு உருவகிக்க முயல்கிறார். தன் வாழ்வின் நிகழ்வுகள் பலவற்றை உள்ளடக்கி, அவர் எழுதியவற்றில் மிக அதிக அளவில் சுயசரிதத் தன்மை கொண்ட நாவல் இது - தனக்கு உயிர் வாழ இன்னும் மூன்று நிமிடங்களே உள்ளன என்ற அறிதலுடன் தூக்குமேடையில் நிற்கும் அந்த மூலாதார நிகழ்வு உட்பட பலவும் அவர் தன் வாழ்வில் எதிர்கொண்டவை. அசாதாரணப் புரிந்துணர்வு அமையப்பெற்ற இளவரசன் மிஷ்கின், வாழ்வின் ஆனந்தத்தை இழக்காமலே மரணத்தை மீளுருவாக்கம் செய்துகொள்ளும் கற்பனைத்திறன் கொண்டவனாய் இருக்கிறான். ஆளுமைச் சிதைவுக்குட்படாமல் 'சஹிருதய' உணர்வாழம் அனிச்சைத்தன்மை கொண்டு விரிவடைதலின் விவரிப்பு என்று முதற்பகுதியையும், இந்தப் புரிந்துணர்வின் அதிதீவிரச் செறிவாக்கம் காரணமாக அகவுணர்வு மெல்லச் சிதிலமடைவதன் விவரிப்பு என்று இதன் இரண்டாம் பகுதியையும் வாசிக்க முடியும். தாஸ்தயெவ்ஸ்கியின் முரணியக் கற்பனை எதிர் துருவங்களுக்கிடையே ஓர் இறுக்கமான இணைப்பைத் தோற்றுவித்து இயங்கியது. அந்த முரணியக்கத்தின் உடைதளம் மற்றும் நெகிழ்தளங்களைக் கொண்டு இவை கூடும் ஒரு தரிசனத்தால் ருஷ்யச் சிக்கலுக்கான தீர்வை அடைய அவர் முயன்றார்.

மேற்கண்ட படைப்பாளர்களின் படைப்புகளில் இடம்பெறும் பாத்திரங்களைப்போல, வைரமுத்துவின் கதைகளிலும் இடம்பெறும்

ஆண் மாந்தர்கள் சமுதாயத்தில் உலவும் மக்களைப் பிரதிபலிப்பவர்கள். அவர்கள் மூலம் வைரமுத்து எடுத்துக் காட்டும் சிந்தனைகள் மக்கள் வாழ்க்கைக்கு உதவுபவை. இலக்கியத்தின் பண்புகளுள் ஒன்று விழுமியத்தை உணர்த்துதல். அவ்வகையில் வைரமுத்துவின் சிந்தனைகள் சிறந்த நோக்கங்களின் அடிப்படையில் படைக்கப்பட்டுள்ளன.

கருவாயன் - இப்ராகிம் - சங்கல்பன் - கவி அப்துல்லா - காடையன் - சின்னமணி போன்ற கதைமாந்தர்கள் வைரமுத்துவின் சிறுகதைகளில் நுட்பமாகப் பதிவு செய்யப்பட்ட கதை மாந்தர்கள் ஆவர்.

வைரமுத்து தன் சிறுகதைகளில் சமூக வாழ்வில் தோன்றும் பல்வேறு குணநலன்களும் இயல்புகளும் கொண்ட பெண்கள் பலரையும் பாத்திரங்களாகப் படைத்துக் காட்டியிருக்கின்றார். முத்துராணி - தியா - மனோகரி - அமிர்தமீனாள் - பச்சைக்கிளி - மோகனா போன்ற பெண் கதை மாந்தர்கள் ஆண் மாந்தர்களுக்கு இணையாக வாசகனின் மனங்களை விட்டு நீங்காத இடங்களைப் பெற்றவர்களாக இருக்கின்றனர்.

இப்ராகிம்

தாஜ்மஹால் உலக அதிசயமாகக் கருதப்படுவது, "1631ஆம் ஆண்டில் முகலாயப் பேரரசின் உயர் நிலையில் அப்பேரரசை ஆண்ட ஷாஜகானின் மூன்றாம் மனைவி மும்தாஜ் அவர்களது பதினான்காவது பிள்ளையான குகாராபேகம் பிறந்தபோது இறந்துவிட்டார்கள். பெருந்துயரம் அடைந்த மன்னன் அவளது நினைவாக இந்தக் கட்டிடத்தைக் கட்டத் தொடங்கியதாகவே வரலாற்றுக் கதைகள் கூறுகின்றன." என்று விக்கிப்பீடியா தாஜ்மஹாலின் தோற்றத்திற்கான காரணத்தைக் குறிப்பிடுகிறது.

தாஜ்மஹால் இழப்பில் தோன்றிய கலைவடிவம் என்பதால் அது துயரத்தை வெளிக்காட்டும் வடிவில் அமைந்திருக்கிறது என்பர். "குற்றம் செய்தவன் இதனைத் தஞ்சம் அடைந்தால் மன்னிக்கப்பட்டவனைப் போல் அவன் தனது பாவங்களிலிருந்து விடுதலை பெறுவான். ஒரு பாவி இந்த மாளிகைக்கு வருவானேயானால் அவன் செய்த பாவங்கள் அனைத்தும் நீங்கிவிடும். இதனைக் காணும்போது துயரத்துடன் கூடிய பெருமூச்சு உண்டாகும். சூரியனும் சந்திரனும் கண்ணீர் வடிப்பர். படைத்தவனைப் பெருமைப்படுத்தவே இக்கட்டிடம் எழுப்பப்பட்டுள்ளது"[4] என்னும் சிந்தனைகள் தாஜ்மஹாலின் சிறப்பினை அறிவிக்கின்றன.

தாஜ்மஹால் பணிகள் நடந்து கொண்டிருந்த காலத்தில் தாஜ்மஹாலைச் சுற்றி வந்த பைத்தியக்காரனாக இப்ராகிம் அறிமுகம் செய்யப்படுகிறான். ஷாஜகான் அவனைத் தாஜ்மஹால் வளாகத்தில் கண்டு அவன் பைத்தியம் என்னும் அடையாளத்தை மட்டுமே பிறரிடம் இருந்து பெறுகிறான். அவன் யார் என்று அறிந்து கொள்ளும் ஆவல்

ஷாஜகானுக்கு எழுந்தும் அதற்கான சூழல் அப்போது இல்லை. தாஜ்மஹால் வளாகத்தில் பைத்தியத்தை உள்ளே விட்டது யார் என்று ஷாஜகான் கேட்டபோது தலைமைக் காவலர் ஷாஜகானிடம் "மகாலின் வளாகத்திற்குள்ளேயே சுற்றித் திரியும் ஒரு பைத்தியம். குரங்குகளை யெல்லாம் துரத்தியடித்த எங்களால் இந்தப் பைத்தியத்தை வெளியேற்ற முடியவில்லை."[6] என்றவாறு பாத்திர அறிமுகம் நிகழ்கிறது.

யமுனையின் மறுகரையில் தாஜ்மஹால்போல ஷாஜ்மஹால் கட்ட வேண்டும் என்று கூறும்போது இப்ராகிம் அலிமாவுக்கு யார் கட்டுவது என வினாவை எழுப்பி மறைகிறான். ஷாஜகான் அவன் குறித்த தகவல்களைத் திரட்டுமாறு ஆணையிட்டபோது அதற்கான காரணங்கள் கிட்டுகின்றன. தாஜ்மஹாலுக்கான கட்டடப் பணி நடைபெற்றபோது அவன் காதலி அலிமா கொல்லப்பட்டோ இறந்தோ புதைக்கப்பட்ட நிகழ்வை அவன் எடுத்துக்கூறி ஷாஜகானிடம் 'உங்களுக்கு இது தாஜ்மஹால், எனக்கு இது அலிமாமஹால்' என்று கூறுவது உண்மைக் காதலை எடுத்துக்காட்டுவதாக உள்ளது. இப்ராகிம் பாத்திரத்தின் உண்மைக் காதல் "சக்கரவர்த்தியே கேளுங்கள்! சர்க்கார் அதிகாரிகளே கேளுங்கள்! என் காதலி அலிமா ஒரு செருப்புத் தொழிலாளியின் மகள். அவளும் நானும் உயிருக்குயிராய்க் காதலித்தோம். இந்த ஆக்ராவின் தெருக்களில் எங்கள் கால் படாத இடமில்லை. பிரிக்கப்பட்டோம். மொகலாய ராணுவத்தில் சேர்ந்து நான் மண் காத்தேன். என்னைப் பிரிந்த அவளோ இந்தக் கல்லறைக்கு மண் சுமந்தாள். காதல் வெறியோடு திரும்பி வந்தேன். காணவில்லை என் கண்மணியை"தாஜ்மஹாலில் மும்தாஜிக்கு முன்பே புதைக்கப்பட்டவள் அலிமாதான். அவளைப் பலியிட்டது உங்கள் கட்டடக்கலையின் மூடநம்பிக்கையா 'இல்லை உங்கள் அதிகார வர்க்கத்தின் காமச்சேட்டையா... உங்களுக்கு இது தாஜ்மஹால்; எனக்கோ இது அலிமாமஹால்' என்னும் பகுதி தெளிவுபடுத்தும். அதிகாரம், மூடநம்பிக்கை, வக்கிரம் என்னும் அனைத்தும் ஏழையின் காதலைப் பிரிக்கின்றன என்னும் சிந்தனை பைத்தியக்காரன் பாத்திரத்தின் வழி வலிமையாக உணர்த்தப்பட்டுள்ளது.

கருவாயன்:

அண்ணன் இறந்த பின் அவன் மனைவியைத் திருமணம் செய்ய நினைத்து ஏமாற்றம் அடைந்த கருவாயனின் வாழ்வை மையப்படுத்தும் சிறுகதை 'யாருக்கும் வாழ்க்கை பக்கமில்லை' என்னும் சிறுகதை எடுத்துக்காட்டுகிறது.

கருவாயனின் தோற்றம்

"கொட்டாவி விடும்போது சிரிப்பு வந்தாலோ சிரிப்பு வரும்போது கொட்டாவி வந்தாலோ முகத்துக்கு ஒரு இடைஞ்சல் வரும் பாருங்க அப்படி ஒரு மூஞ்சி அவனுக்கு. சற்றே வளர்ந்தவன் சாட்டைக் கம்புபோல

ஒல்லியாயிருப்பான். முதுகு மட்டும் சொளகுபோல் அகலம். அதில்தான் தன் முதல் எழுத்தான கூனாவை மட்டும் இப்போது எழுதியிருந்தது" என்றவாறாக எடுத்துக்காட்டப்பட்டுள்ளது.

கருவாயனின் அண்ணன் இறந்த பின்பு அண்ணன் மனைவி தன் மகனுடன் பிறந்தகம் சென்று விடுகிறாள். கருவாயன் தன் அண்ணன் மனைவியைப் பெண் கேட்டுச் செல்ல இவனை நான் நன்றாக வளர்க்கிறேன் என்று அவளைத் திருமணம் செய்து கொள்ளும் எண்ணத்தை மனதில் கொண்டு கேட்கும்போது கருவாயனின் மாமா "பெரிய மனுசப் பேச்சுப் பேசிட்டீங்க மாப்ள. ஒங்கள நம்பித்தான் வைகாசி ஏழுக்குக் கல்யாணத்த வச்சுப்புட்டேன். கல்யாணமே வேணாம்ன்னு ஒத்தக் கால்ல நின்னவள ஒத்துக்கவச்சேன். ஊத்துப்பட்டி மாப்ள ஒரே கண்டிசன் போட்டான். பெண்ணை அவக எடுத்துக்கிறாகளாம் "பையன நாங்க வச்சிக்கிறனுமாம். பெரிய எடம் விட்டுற முடியுமா.... அதான் பயல ஒங்ககிட்ட ஒப்படைச்சிட்டுக் கல்யாணத்துக்குக் கூப்பிட வரலாம்னு நெனச்சேன்" என்று கூறியதும் கருவாயன் கடுமையான ஏமாற்றம் அடைகிறான். அண்ணன் மகன் அவனுடன் ஆடு மேய்க்கிறேன் என்று கூற அவனைப் பள்ளிக்கு அனுப்ப முடிவு செய்கிறான். வாழ்க்கை அனைவருக்கும் நினைத்ததுபோல அமைவது இல்லை என்னும் சிந்தனையைக் கருவாயன் பாத்திரத்தின் வழி வைரமுத்து விளக்கியுள்ளார்.

சங்கல்பன்

இந்தியாவில் தோன்றி உலகெங்கும் பரவிய மதம் புத்தமதம். தோற்றுவித்தவர் கௌதமபுத்தர். புத்தர் தன் வாழ்நாளில் வாழ்க்கை குறித்துச் சிந்திக்கும் சூழலில் ஒரு வயதான தள்ளாடும் கிழவர், ஒரு நோயாளி, அழுகிக்கொண்டிருக்கும் பிணம், நான்காவதாக ஒரு முனிவன் ஆகியோரைக் கண்டு வாழ்க்கையின் உண்மை நிலையினை உணர்கிறார். புத்தர் வாழ்க்கை துன்பம் நிறைந்தது என்பதை உணர்கிறார். துறவில் மனம் செல்கிறது. புத்தர் துறவு பூண்ட பின்பு அவருக்குச் சீடர்கள் கிடைத்தனர்.

"புத்தர் என்றுமே தன்னை ஒரு தேவன் என்றோ கடவுளின் அவதாரம் என்றோ கூறிக் கொண்டதில்லை. தான் புத்த நிலையை அடைந்த ஒரு மனிதன் என்பதையும் புவியில் பிறந்த மானிடர் அனைவருமே இந்த புத்த நிலையை அடைய முடியும் என்பதையும் தெளிவாக வலியுறுத்தினார். ஆசையே துன்பத்தின் அடிப்படை என்று அவர் கூறினார்" என்னும் புத்தரின் சிந்தனை வாழ்வின் இயல்பினை எடுத்துக்காட்டுவதாக அமைகிறது. புத்தர் தன் தந்தையைத் துறவியாக்கியதற்காகப் புத்தர்மேல் வெறுப்புக்கொண்டு புத்தரைக் கல்கொண்டு தாக்க முற்படுகிறான் சங்கல்பன். புத்தர் மீதான அவனது வெறுப்புக்குணம் "நீ புத்தனாவது உன் தனிப்பட்ட விருப்பம். அல்லது முட்டாள்தனம். அதை ஏன் ஊர்

ஊராகப் பரப்புகிறாய்! எங்கள் குடும்பத்தை ஏன் குலைத்தாய்? என் தந்தையின் தலை மழித்தாய். துவராடை பூணவைத்தாய். நோயுற்ற மனைவி மணமாகா மகள்கள் - பொறுப்பற்ற நான் எல்லாரும் அழுதுருக எங்கள் வீட்டு வாசலுக்கே பிக்குவாய் வந்து பிச்சை கேட்டு நிற்கிறான் என் தந்தை. எங்கள் வலியை உணர்த்த எனக்குத் தெரிந்த வழி கல்" என்றவாறாக எடுத்துக்காட்டப்படுகிறது.

இந்தத் துயரங்களைப் பதிவு செய்கின்ற பாத்திரமானது ஜப்பானிய எழுத்தாளர் ஹாரு முகராமியின் 'ஜன்னல்' சிறுகதையில் வரும் ஒரு பாத்திரத்தை நினைவூட்டுவதாக இருக்கின்றது. "உங்களின் சமீபத்திய கடிதம் மகிழ்ச்சியைத் தந்தது. ஹம்பர்கருக்கும் ஜாதிக் காய்க்குமான உறவைச் சொல்லும் பகுதி நன்றாக எழுதப்பட்டிருக்கிறதென்று எனக்குத் தோன்றியது. வெங்காயத்தைப் பலகையில் வைத்து நறுக்குவதான சமையலறையின் மணம் அன்றாட வாழ்க்கையின் உண்மைத்தன்மையைச் மிக இயல்பாய் சொல்வதாயிருந்தது."

கவி அப்துல்லா

கவி அப்துல்லா கவிஞராகவும் பாடலாசிரியராகவும் சமயச் சொற்பொழிவாளராகவும் தேசியச் சிந்தனையாளராகவும் இருந்தவர். முதுமையிலும் வறுமையிலும் அவர் துன்புற்றும் நேர்மையின் வடிவமாக அறியப்பட்டவர். அத்தனை திறமை இருந்தும் வறுமை வாட்டும் வாழ்க்கையாக அவரது வாழ்க்கை இருப்பதை மூன்று மாத மளிகை பாக்கி அறிவிக்கிறது. கடன் கொடுத்தவன் கேட்கத்தான் செய்வான் என்று தன் மகளை அவர் கடிந்து கொள்ளும்போது நேர்மை தென்படுகிறது. "நீ உள்ள போ ஆயிஷா. கடன் கொடுத்தவன் கடுமையான மொழியைப் பயன்படுத்தலாமின்னு நபிமொழியில் இருக்கிறது. அதான் அவரு பேசுறாரு, பேசட்டும். கடனைத் திருப்பிக் கொடுக்கணும்ங்கிற திட சித்தம் உள்ளவனுக்கு ஆண்டவன் அள்ளிக் கொடுப்பான்னு அதே நபிமொழி சொல்லுது"[12] வறுமையான சூழலாக இருந்தபோதும் அவர் நம்பிக்கை இழக்கவில்லை என்பதை அவரது சிந்தனை காட்டுகிறது.

காடையன்

கெட்டவன் எப்போதும் கெட்டவனாக இருப்பதில்லை. அவனுக்கும் மனம் உண்டு என்னும் சிந்தனையை வைரமுத்து காடையன் பாத்திரத்தின் மூலம் எடுத்துக்காட்டியிருக்கிறார். வைகை ஆற்றில் வெள்ளம் பெருக்கெடுக்கும் காலத்தில் அதில் மிதந்து வரும் பொருள்களை எடுத்துப் பங்கிட்டுக் கொள்வதும் விற்றுப் பணமாக்கிப்பிரித்துக் கொள்வதும் காடையனுக்கும் வாத்துராமனுக்கும் வழக்கம். இவ்வாறாக, இருவரும் ஒருநாள் ஆடு ஒன்று படகில் மிதந்து வருவது கண்டு எடுத்துப் பங்கிடப் பேசிக்கொண்டிருக்கும்போது இளம் பெண்ணின் பிணம் நகைகளோடு ஆற்றில் மிதந்து வருகிறது. காடையன் ஆட்டை வாத்துராமனுக்குக்

கொடுத்துவிட்டுப் பிணத்தைக் கைப்பற்றி நகை காதணி மூக்கணி ஆகியவற்றை எடுத்துக்கொண்டு சேலையை உருவிக் கொண்டு ஆற்று மணலில் புதைத்துத் திரும்புகிறார்கள். மறுநாள் பெண்ணை மணம் செய்த மாமியார் வீட்டார் காடையனைத் தேடிவந்து விசாரிக்கிறார்கள். அவர்கள் விசாரணையில் அன்பில்லை என்பதை உணர்ந்த அவன் இவர்கள் அவள் அணிந்திருந்த நகையைப் பெற வந்திருக்கிறார்கள் என்பதைப் புரிந்துகொண்டு "ஏய் என்ன பேச்சுப் பேசுறீக? முப்பது மைல் நீளமிருக்கு ஆத்தங்கரை. இதுல எந்தப் பொணம் எங்க ஒதுங்கிச்சு? எந்தப் பொணத்த எவன் எடுத்தான் யாருக்குத் தெரியும்? மீனுக்குப் போட்ட வல ஆத்தோட போச்சேன்னு நானே ஈரக்கொல வெந்து கெடக்கேன் வெந்த புண்ல வேல் குத்துறீகளே."[13] என்று அவர்களைத் துரத்தினான். மறுநாள் இறந்த பெண்ணின் பெற்றோர்கள் வருகிறார்கள். அவர்கள் அவளது பொன்னும் வேண்டாம் பொருளும் வேண்டாம், என் மகளைத் திருப்பிக்கொடு என்று மன்றாடும்போது அவனது மனம் நடுங்குகிறது. அவனுக்குள்ளும் ஈரமனம் இருப்பதை ஆசிரியர் "ரெண்டு நாளைக்கு முன்னால அங்காள பரமேஸ்வரி குடுத்ததை ஆத்தா வந்து பறிக்கிறாளே! காடையா சத்தத்த அள்ளி விடு சனம் ஓடிப்போகும். ம்...கத்து...கத்து...வரலையே சத்தம் வரலையே நெஞ்சாங்குழி அடைக்குதே நேத்து இருந்த தாட்டியம் இன்னைக்கு ஏன் எனக்கு இல்லாமப் போச்சு? நேத்து வந்தவுக மாமனாரும் மாமியாரும்; சொத்தத் தேடி வந்தவுக; அவுக நோக்கமெல்லாம் நகை நட்டு மட்டும்தான். இப்ப வந்திருக்கவுக பெத்தவுக. சொத்துத் தேடி வரல; சொந்தம் தேடி அழுகுதுக. வேணாம்டா காடையா பொணத்தோட நகை நட்டப்பறிச்சா பாவமில்ல. பொணத்திலிருந்து ஆத்தாளைப் பறிக்காதே! போடா போய்; எடுத்துக்குடுத்துவிடுடா பொசகட்ட பயலே."

இவ்வாறு எடுத்துக் காட்டுகிறார். அதற்குக் காரணம் காடையனின் மனசாட்சி. அவளது சேலை, நகைகளை ஒப்படைக்கிறான். எல்லோரும் கயவர்கள் இல்லை; கயவர்களுக்குள்ளும் உண்மையைப் புரிந்து கொண்டு நடக்கும் நல்ல மனம் இருக்கிறது என்பதை வைரமுத்து உணர்த்துகிறார். இந்தப் பாத்திரம் ஆன்டன் செகாவின் *"The Old Age"* சிறுகதையில் வருகின்ற யுஸெல்கோவ் என்ற பாத்திரத்தை ஒத்திருப்பதை உணர முடியும்.

முத்துராணி

'இறந்த காலங்கள் இறந்தே போகட்டும்' என்னும் சிறுகதையில் இடம்பெறும் பாத்திரம் முத்துராணி. அவளது இறப்பு உறவுகளால் ஏற்றுக் கொள்ளத்தக்கதாக இருக்கிறது. முத்துராணியைப் பெண் பார்க்க வந்தவர்கள் அவளது வயிற்றில் சுருக்கங்கள் வெண்கோடுகள் இருக்கக் கண்டு இவள் திருமணத்தின் முன்பே கெட்டவள் என்று திருமணப் பேச்சை நிறுத்தி விட்டுச் செல்கிறார்கள். ஆனால் முத்துராணி கெட்டவள் இல்லை. அதற்கான காரணம் பெண் பார்க்க வந்தவர்களுக்குத் தெரியாது.

அவர்களைப் பொருத்தவரை அவள் குற்றவாளி ஆனால் முத்துராணியிடம் இருந்த சுருக்கம் அவளது இறுதியாகவும் இருந்தது. "சின்ன வயசுல இந்தக் கரம்ப மண்ணத் தின்னு தின்னுதான் ஒரேயடியா ஊதி வயிறு பெருத்துப் போனா. தாயி என் ஒத்தமக. இந்த மாவு உருண்டையைத் தின்னு ஊதிக் கனத்துப் போச்சு ஒடம்பு. கொடி மாதிரி இருந்த பொண்ணு குந்தாணியாகிப் போனா. சாலு மாதிரி பெருத்துப் போச்சு வயிறு... வயித்தியம் பார்த்துச் சரியாச்சு; ஆனா பிள்ளப் பெத்தவளுக்கு அடி வயித்துத் தடம்மாதிரி ஆகிப்போச்சு."[15] என்னும் பகுதி முத்துராணியின் நிலைக்கான காரணத்தை விவரிக்கிறது. தனக்கு ஏற்பட்ட அவமானத்தைத் தாங்க இயலாமல் முத்துராணி தற்கொலை செய்து கொள்கிறாள். தவறு செய்தவர்கள் உலகில் வாழ்வதும், தவறு செய்யாமல் தவறு செய்து விட்டதாய்த் தூற்றப்படுவார்கள் மானத்தை இழந்து வாழ இயலாமல் இறப்பதும் உலக இயற்கை என்பதை வைரமுத்து முத்துராணியின் பாத்திரத்தின் வழியாக விளக்குகிறார்.

தியா

நவீன உலகில் எப்படி வேண்டுமானலும் வாழலாம் என்னும் சிந்தனை கொண்டவள். ஒருவனைக் கண்ணைக் கட்டிக் கொண்டு மணம் செய்யக் கூடாது, நான்கு பேரைப் பார்க்க வேண்டும், காதலிக்க வேண்டும், பொருந்தினவனைத் திருமணம் செய்து கொள்ள வேண்டும் என்னும் எண்ணம் கொண்டவள். "ஆறு மாதங்களுக்கு ஒருமுறை கூந்தலை கைலைட் செய்துக் கொள்வாள். லாரியல் பர்கண்டி வண்ணத்தையே தன் கூந்தலுக்குக் கொடுப்பாள். புருவ திரெடிங் செய்து கொள்வாள்." என்றவாறு அவளது நவீனத்துவம் காட்டப்படுகிறது

"நான் பாஞ்சாலியில்ல. ஏன்னா எவனும் எனக்குப் புருசன் இல்ல. மூணு பேரோட பழகுறேன். காதலுக்கும் நட்புக்கும் மத்தியில நிக்கிறேன். மூணுபேர்ல யார் எனக்குப் பொருத்தமானவனோ அவனைக் கல்யாணம் பண்ணிக்குவேன்" என்று தியா கூறுவது அவளது மனத்தை வெளிக்காட்டுகிறது. அவளது தோழி மனோகரி கூறும் எதனையும் ஏற்றுக் கொள்ளாத தியா அவளது மனம்போன போக்கிலேயே செயல்படுகிறாள். தியாவின் நண்பன் வெங்கட் தன் குடும்பத்தின் மீது பற்றுக் கொண்டவன் என்பதை அவள் வெறுக்கிறாள். இரண்டாம் நண்பன் சேகர்மேனன் அவளது ஆடை முறை சரியில்லாததால் அவனே விலகிச் செல்கிறான். இவ்வறாக அனைவரும் அவளை விட்டு விலகி விடுகின்றனர். தியா தன் மனத்தில் கொண்ட தவறான சுயநலத்தின் காரணமாகத் தனிமைப்படுகிறாள். கால் ஊனமான தன் தோழி மனோகரி கண் இல்லாத ஒருவனை மணம் செய்து கொண்டு குழந்தையும் பெற்றதைக் கண்டதும் தன் மனத்தில்தான் ஊனம் என்பதைப் புரிந்து கொள்கிறாள். பெண்கள் உலக இயல்பைப் புரிந்து கொள்ள வேண்டும். நவீனம் என்று மாயைகளின் பின் சென்றால் வாழ்க்கை வீணாகும் என்னும் சிந்தனை தியா பாத்திரம் மூலம் அறியலாம்.

மாப்பசானின் 'ஒப்புதல்' சிறுகதையில் வருகின்ற பெண் பாத்திரங்களை நினைவூட்டுகின்ற போக்கு காணப்படுகின்றது. "மகளுக்குப் பெயர் செலேஸ்த், நல்ல வளர்த்தி, செம்பட்டை முடி, உடலும் கன்னங்களும் வெயிலில் காய்ந்து அடர்ந்த பழுப்புநிறம்; முகத்தில் வெயிலில் ஒருநாள் கடுமையாக உழைத்ததன் பலனாக தீச் சொட்டு விழுந்தது போல கன்னங்களில் ஆங்காங்கே புள்ளிகள். இன்று அவள் அடிவாங்கிய குழந்தை போல திடீரென்று மெல்லிய குரலில் முனகிக்கொண்டு விசும்புகிறாள்." [18]

நல்ல குணம் கொண்டவர்களால் சமுதாயம் வாழும் முறைமையும் ஆசாரங்களை விடவும் மனிதம் உயர்ந்தது என்னும் சிந்தனையும் முன்வைக்கப்பட்டு வைரமுத்துவின் சிறுகதைகள் பயணிக்கின்றன. அவரது படைப்புகளில் ஏழைகளின் காதல் வலிய தாக்குதல்களால் அழியும் நிலை எடுத்துக்காட்டப்படுகிறது. மனித வாழ்வின் போக்கில் நினைத்த செயல் நினைத்தவாறு நிறைவேறாத் தன்மை விளக்கப்படுகிறது. ஆனால் ஒரு கதைக்கரு எவ்வளவுதான் வற்புறுத்துவதாக இருந்தாலும், ஒரு முக்கிய கற்பனைப் பாத்திரத்தைப் படைத்து அதன் மூலம்தான் கருவைக் கதையாக வளர்க்கமுடியும். இந்த முக்கியப் பாத்திரத்தின் எண்ணங்கள், உணர்வுகள், தூண்டுதல்கள், எதிர்வினைகள்-இவையே கருவாக இருந்து, கதையை வளர்த்து உருவாக்கி நகர்த்துகின்றன. கதையின் முரண்பாடு, உச்ச நெருக்கடி, இறுதித் தீர்வு யாவும் இந்த முக்கிய பாத்திரத்திற்கே நிகழ்கின்றன. வைரமுத்து அவர்களின் சிறுகதைகளும் அவரது பாத்திரங்களும் உலகக் கதை இலக்கியங்களின் பாத்திரப் படைப்புகளோடு ஒப்பிட்டுக் கூறும் அளவிற்கு இலட்சியம் மிக்கவையாக, உணர்வுகளின் பிரதிபிம்பங்களாக, நம்மோடு பயணிக்கும் சம மாந்தர்களாக இருப்பதை அவதானிக்க முடியும்.

பயன்பட்ட வைரமுத்து சிறுகதைகள்:

1. ஏழையின் தாஜ்மகால்,
2. யாருக்கும் வாழ்க்கை பக்கமில்லை,
3. புத்தருக்கும் அடிசறுக்கும்,
4. மார்க்கம்,
5. அன்றைக்கு அவள் பெயர் காஞ்சனா,
6. இறந்த காலங்கள் இறந்தே போகட்டும்

-முனைவர் ஜெ.குணசீலி,
உதவிப்பேராசிரியர்,மொழித்துறை,
பிராவிடென்ஸ் மகளிர் கல்லூரி(தன்னாட்சி), குன்னூர்.

❖

திரையிசைப் பாடல்கள்

23

தமிழர் வாழ்க்கையில் திரையிசைப் பாடல்கள்:
வைரமுத்துவின் பாடல் வரிகளை முன்வைத்து...
- ஆய்வாளர் ந.முருகேசபாண்டியன் -

> அகவன் மகளே அகவன் மகளே
> மனவுக்கோப் பன்ன நன்னெடுங் கூந்தல்
> அகவன் மகளே பாடுக பாட்டே
> இன்னும் பாடுக பாட்டே அவர்
> நன்னெடுங் குன்றம் பாடிய பாட்டே.
>
> - ஔவையார்

இசை, பூமியில் மனிதர்கள் மொழியைக் கண்டறிந்து பேசுவதற்கு முன்னர் தோன்றிய உடல் மொழியுடன் நெருங்கிய தொடர்புடையது. இயற்கை வெளியில் காற்றில் மிதந்திடும் இசை, கேட்பவரின் உள்ளத்தில் நுண்ணிய தாக்கத்துடன் மகிழ்ச்சியை ஏற்படுத்துகிறது. ஒவ்வொரு சொல்லுக்கும் சொற்றொடருக்கும் பின்னர் ஏதோவொரு சந்தம் பொதிந்திருப்பதால்தான் கவிதை வரிகளில் இசையொழுங்கு வெளிப்படுகிறது. பண்டைக்காலத்தில் கருத்தினை முன்வைத்துப் பாணர் இயற்றிய பாடல் வரிகள் மீண்டும் மீண்டும் இசையில் தோய்ந்து ஒலித்தபோது, அவை கேட்பவரின் மனதில் அழுத்தமாகப் பதிவாகின. தமிழ் மொழிக்கும் இசைக்குமான நெருங்கிய தொடர்பு, சங்க காலம் முதலாக இன்றுவரையிலும் தொடர்கின்றது. இரண்டாயிரமாண்டு வரலாற்றுத் தொன்மையான தமிழர் வாழ்க்கையில் இசையுடன் பாடலைப் பாடுகின்ற பாணர் மரபில் வாய்மொழியாகப் பாடிய பாடல்கள், காலங்கடந்து இன்றளவும் நிலைத்திருக்கின்றன. தொல்காப்பியர் இசை, இசைக்கலைஞர்கள், இசைக் கருவிகள் பற்றிப் புறத்திணையியலில் குறிப்பிட்டிருக்கிறார். சங்க நூல்களில் இசை இலக்கியமாகக் கருதப்படும் பரிபாடலில் இடம் பெற்றுள்ள பாடல்கள் பெரிதும் இசையுடன்

இசைக்கப்பட்டவை. சங்க இலக்கியப் படைப்புகளில் குறிப்பிடப்படும் ஆம்பல் பண், பாலைப்பண், குறிஞ்சிப் பண், முல்லைப் பண், விளரிப் பண், காஞ்சிப் பண் போன்றவை இசைக்கு நெருக்கமானவை. கபிலர் குறிஞ்சிப் பாட்டில் இசையுடன் தொடர்புடைய பல்வேறு தகவல்களைப் பதிவாக்கியுள்ளார். இயற்கையிலிருந்து இசையைக் கேட்கின்ற மரபினுக்கு முன்னோடியாகக் குறிஞ்சிப் பாடல் விளங்குகிறது. தமிழில் பாட்டு என்ற சொல் இசைப் பாவைக் குறித்துப் பின்னர் இசைப் பாடல் என்று மாறியது. சிலப்பதிகாரத்தில் இடம் பெற்றுள்ள கானல் வரி, ஆய்ச்சியர் குரவை போன்ற பாடல் வரிகள் முழுக்க இசையை மையமிட்டுள்ளன. யாப்பின் அடிப்படையில் எழுதப்பட்ட வெண்பா, விருத்தப் பா போன்ற பா வகைகளும் புலவரின் மனதில் தோய்ந்திருக்கும் இசைப் பின்புலத்தினால்தான் ஆயிரக்கணக்கான பாடல்களாக எழுதப்பட்டன. இறைவனைப் போற்றி வழிபடுவதற்காக எழுதப்பட்ட நாலாயிரத் திவ்வியப் பிரபந்தம், தேவாரம் போன்ற இறைமைப் பனுவல்களும் இசைக்கு முதன்மையளித்து இறையடியார்கள் பாடிய பாடல்கள்: இவை உள்ளத்தை உருக்குகின்றன. செவ்வியல் இசைப் பின்புலத்தில் வளர்ச்சியடைந்த இசைத் தமிழ் மரபும் தமிழ்ப் பாடல் வரிகளும் இடைக்காலத்தில் புறக்கணிப்பிற்குள்ளாயின. கர்நாடக இசை தெலுங்குக் கீர்த்தனைகளுடன் புனிதமாகக் கருதப்பட்டுத் தமிழ்நாட்டு இசை மேடைகளில் பாடப்படுவது முக்கியமாகக் கருதப்பட்டது. கர்நாடக இசைக் கச்சேரிகளில் தமிழ்ப் பாடல்கள் இரண்டாம் நிலைக்கு ஒதுக்கப்பட்டன. கர்நாடக இசையை இறைவனுடன் தொடர்புபடுத்திப் புனிதமானது என்ற குரலுக்குப் பின்னர் சநாதன அரசியல் பொதிந்துள்ளது. இருபதாம் நூற்றாண்டின் முற்பகுதியில் தமிழ்ப் பாடல்களுக்கு முக்கியத்துவம் தந்து தமிழிசையை மீட்டுருவாக்கிட நடைபெற்ற தமிழிசை அரசியல், தனிக்கதை.

பண்டைத் தமிழர் வாழ்க்கையில் ஊர் ஊராகச் சுற்றியலைந்து இசையுடன் பாடல்களைப் பாடிய பாணர் மரபு பெற்றிருந்த இடம், சங்க காலத்தின் பிற்பகுதியிலே சிதலமடைந்து விட்டது. என்றாலும், எனக்குத் தெரிந்த அளவில் வயலில் அறுவடை நடைபெற்றுக் களத்தில் நெல் அரிகளைக் குவித்திருக்கும்போது புலவர் மரபினருக்கு புலவர் அரி வழங்கும் வழக்கம் அறுபதுகளில்கூட நிலவியது. ஓலைச்சுவடிகள் இருந்தாலும் மனனம்மூலம் பல நூல்களை நினைவில் வைத்திருக்கும் புலவர்களுக்குக் கிராமப்புறங்களில் மரியாதை இருந்தது. ஒரு சொல் வெல்லும், ஒரு சொல் கொல்லும் என்று நம்பிய கிராமத்தினர், புலவர் ஏதாவது பாடினால் அது நிச்சயம் பலிக்கும் என்ற நம்பினர். தமிழ்ப் பாடல்கள் என்றாலே வாய்மொழியாகக் காலந்தோறும் பாடப்பட்ட பாடல்கள்தான். ஒருவிதமான சந்தத்துடன் பாடப்பட்ட பாடல்கள் இசையினால் பலரின் நினைவில் பதிந்து தலைமுறைகள் தோறும் தொடர்ந்து பாடப்படுகின்றன.

பார்ப்பனர்கள் உள்ளிட்ட உயர்சாதியினர் கர்நாடக இசையைத் தங்களுடைய அடையாளமாகவும் பெருமையாகவும் கருதியபோது, உழவுப் பாடல்கள், ஒப்பாரி, தாலாட்டு போன்ற பாடல்கள்மூலம் வாய்வழியாகப் பாமரர்கள் தங்களுக்கான இசைப் பாடல்களைப் பாடினர்; கொண்டாடினர். பெரும்பாலானோர் எழுத்தறிவு இல்லாவிடிலும் வாய்மொழி மரபில் பாடப்பெற்ற பாடல்களின் வரிகளை நினைவின் வழியாக அடுத்தத் தலைமுறைக்குக் கடத்தினர். குழந்தைகள் விளையாடும்போது பாடல்களைப் பாடி மகிழ்ந்தனர். நாட்டுப்புற ஆட்டக் கலைகள், தெருக்கூத்து போன்றன நிகழ்த்தப்படும்போதும் சங்கரதாஸ் சுவாமிகளின் இசை நாடகங்களிலும் பாடப்பட்ட இசைப் பாடல்கள் வெகுஜனரீதியில் பிரபலமாக விளங்கின. குறிப்பிட்ட வட்டாரத்திற்குள் செவ்வியல் இசை என்று கர்நாடக இசை போற்றப்பட்டபோது பெரும்பான்மையினர் வாய்மொழி மரபில் தமிழ்ப் பாடல்களைப் பாடி மகிழ்ந்தனர். 1930 களில் அறிமுகமான தமிழ்த் திரைப்படங்களில் இடம் பெற்ற திரையிசைப் பாடல்கள் தமிழ்நாடு முழுக்கப் பரவின. நாளடைவில் இசைத் தட்டுகள் ஒலித்தபோது தமிழ்த் திரைப்படப் பாடல்கள் இசையுடன் தமிழர் மனதில் ஊடுருவின. சுருங்கக்கூறின், தமிழர் இசைப் பாடல்கள் காலந்தோறும் பல்வேறு மாற்றங்களை எதிர்கொண்டு இன்று திரையிசைப் பாடல்களாகியுள்ளன. கர்நாடக இசை, இந்துஸ்தானி இசை, மேற்கத்திய இசை போன்ற பல்வேறு இசை மரபுகளை உள்வாங்கிக்கொண்டு, தமிழ்த் திரையிசைப் பாடல்கள், சமகாலத் தமிழரின் அடையாளமாகியுள்ளன. பொதுவாகத் திரையிசைப் பாடல் என்றால் கேவலமானது என்ற மேல்தட்டுக் கருத்தியல் பொருட்படுத்தக் கூடியதல்ல; ஒருவகையில் மடத்தனமானது. இசையைக் குறுகிய வட்டத்திற்குள் சுருக்கி, இசையை ரசிக்கும் மனப்பான்மை தங்களுக்கு மட்டும் சொந்தம் என்று கொண்டாடுகிறவர்களும்கூட இன்று திரையிசையை இசைக்கவும் பாடல்களைப் பாடிடவும் முயலுகின்றனர் என்பதுதான் யதார்த்தம். திரையிசைப் பாடல்கள் மக்களிடம் அடைந்திருக்கிற புகழும் மதிப்பும் காரணமாகப் புலமையாளர்கள் பாடல்களை எழுதிப் பொருள் ஈட்டுகின்றனர்.

திரைப்படத்தில் திரைக்கதையில் இடம் பெற்றுள்ள காட்சிகளைக் காட்சிப்படுத்துகிற திரைமொழியில் சம்பவங்களுக்கு முக்கியத்துவம் தரும் வகையில் பாடல்கள் இடம் பெறுகின்றன. காலங்காலமாக நிகழ்த்தப்பட்ட நாடகங்களின் தொடர்ச்சியினால்தான் புராண, இதிகாசக் கதையம்சம்கொண்ட தமிழ்த் திரைப்படங்களில் ஐம்பது பாடல்கள்கூட இடம் பெற்றன. மக்கள் திரையிசைப் பாடல்களை விருப்பத்துடன் கேட்டு உற்சாகமடைந்தனர். இசையமைப்பாளர், திரைப்படத்தில் இடம் பெறும் சம்பவத்தை முன்னிறுத்திப் போடுகின்ற மெட்டுக்கு ஏற்றவாறு கவிஞர்

பாடல் வரிகளைப் புனைவது ஒருவகையில் சவால்தான். பாடல் வரிகள், திரைக்காட்சியை வெளிப்படுத்திடும் வகையில் செறிவுடன் எழுதப்படுவதுடன் இசையமைப்பாளரின் இசைக்கோவைக்கு மெருகூட்டிடும் வகையில் அமைந்திடுவது அவசியம்.

இதுவரை தமிழில் பல்லாயிரக்கணக்கான திரையிசைப் பாடல்கள் வெளியாகியுள்ளன. இசையினால் திரைப்படப் பாடல் வரிகள் பிரபலமடைந்து பரவலாகக் கவனம் பெறுகின்றன. எனினும், ஒவ்வொரு காலகட்டத்திலும் சில பாடல்கள்தாம் காலங்கடந்து நிலைத்திருக்கின்றன. பொதுவாக, இசையுடன் ஒலிக்கிற பாடல்கள், திரைப்படத்தின் கதையாடலுடன் இசைந்திடும்போது பார்வையாளர்களுக்கு உற்சாகம் பீறிடுகிறது. காதல், சோகம், இழப்பு, கொண்டாட்டம், மகிழ்ச்சி, பிரிவு, வீரம் போன்ற அடிப்படையான உணர்ச்சிகளை முன்வைத்து எழுதப்படுகின்ற பாடல் வரிகள், திரையிசைப் பாடல்களைக் கேட்கிறவர்களின் மனதில் ஆழமான பாதிப்புகளை ஏற்படுத்துகின்றன. ஒவ்வொருவரும் தான் கடந்த வந்த பாதையில் எதிர்கொண்ட அனுபவங்களும், கேட்டு ரசித்த பாடல்களும் ஒரு புள்ளியில் ஒன்றிணைந்து நினைவில் எப்பொழுதும் பசுமையாக இருக்கின்றன. நாற்பதாண்டுகளுக்கு முன்னர் பதின்பருவத்தில் கேட்டு ரசித்த பாடல், எழுபது வயதிலும் மனசுக்குள் பூவாய் மலர்ந்திடுவது இயல்பாக நிகழ்கின்றது.

தமிழ்த் திரைப்படங்களுக்குப் பாடல்கள் புனைந்திட்ட பாபநாசம் சிவன், கா.மு.ஷெரீப், பட்டுக்கோட்டை கல்யாணசுந்தரம், உடுமலை நாராயண கவி, மருதகாசி, மாயவநாதன், ஆலங்குடி சோமு, கண்ணதாசன், வாலி, முத்துலிங்கம், புலமைப்பித்தன் போன்ற கவிஞர்கள் தொடக்ககாலப் பாடலாசிரியர்களில் குறிப்பிடத்தக்க சிலர். எழுபதுகளில் கவிஞர்கள் கண்ணதாசனும் வாலியும் திரைப்படப் பாடல்கள் எழுதுவதில் ஜாம்பவான்களாக விளங்கினர். அந்த வரிசையில் போட்டிகள் நிரம்பிய திரையுலகில் 27 வயதான கிராமத்து வாலிபரான வைரமுத்து பாடல்கள் எழுதிட முயன்றபோது சூழலின் வெக்கை, அவருக்கு நிச்சயம் புலப்பட்டிருக்கும். ஓயாத எதிர்ப்பு அலைகள் வலுவாக வீசிக்கொண்டிருந்த திரையுலகில் வைரமுத்து தன்னுடைய எழுத்தின் மீதான நம்பிக்கையுடன் பாடலை எழுதிட முயன்றார். 1980 ஆம் ஆண்டு 'பொன் மாலைப் பொழுது' என்று பாடல் எழுதித் தமிழ்த் திரையுலகில் காலடியெடுத்து வைத்த வைரமுத்துவின் பாடல் புனைந்திடும் திறன் தொடக்கத்திலேயே தனித்து விளங்கியது. அவர் எழுதிய முதல் பாடலின் வரிகள், அதுவரை நிலவிய திரையிசைப் பாடல் வரிகளைக் கேள்விக்குள்ளாகின. வைரமுத்து என்றொரு ஆளுமை எப்படி உருவானது என்ற கேள்வி முக்கியமானது. வைரமுத்துவின் திரையுலக நுழைவுக்கு முந்தைய பத்தாண்டுகளில் தமிழ்த் திரைப்படங்களின் நிலையைக் கண்டறிந்திட வேண்டியுள்ளது.

அப்பொழுதுதான் வைரமுத்து என்ற திரைப்பட ஆளுமையின் தனித்துவமும் சிறப்பும் புலனாகும்.

எழுபதுகள் காலகட்டத்தில் தமிழ்த் திரைப்படங்கள் மாறிவரும் புதிய சூழலுக்குத் தாக்குப் பிடிக்க முடியாமல் தத்தளித்தன. குறிப்பாக, தமிழ்த் திரைப்படப் பாடல்கள் இளைய தலைமுறையினரை விட்டு விலகியிருந்தன. திரைப்படக் கதாநாயகர்களாக ஜொலித்த எம்.ஜி.ஆர்., சிவாஜி ஆகிய இருவரின் கட்டுப்பாட்டுக்குள் இருந்த தமிழ்த் திரைப்பட உலகு, ஒருவகையில் முடங்கி இருந்தது என்பதுதான் உண்மை. அறுபது வயதான நடிகர்களின் கிழத் தோற்றமும், இளம் பெண்ணுடன் சேர்ந்து ஆடிய காதல் டூயட்களும் செயற்கையான கதையமைப்பும் இளம் ரசிகர்களுக்கு எரிச்சலை அளித்தன. அன்றைய காலகட்டத்தில் சகிக்க முடியாதவாறு வெளியான வறண்ட தமிழ்த் திரைப்படங்கள் பார்வையாளர்களால் புறக்கணிக்கப்பட்டன. தமிழ் சினிமாவின் அழிவை யாராலும் தடுக்க முடியாது என்ற நிலை உருவாகிக்கொண்டிருந்தது. அப்பொழுது ஷோலே, யாதோங்கி பாரத், பாபி, குர்பானி, ஆராதனா, ஆகலே லக் ஜா போன்ற ஹிந்தித் திரைப்படங்களும் எண்டர் தி டிராகன் போன்ற ஆங்கிலத் திரைப்படங்களும் தமிழ்நாட்டுத் திரையரங்குகளில் நூறு நாட்களைக் கடந்து வெற்றிகரமாக ஓடின. பெரும்பாலான தமிழ்த் திரைப்படங்கள் நான்கு வாரங்கள்கூட திரையரங்குகளில் ஓடவில்லை. ஹிந்தித் திரைப்படங்களின் பாடல்கள் தமிழ்நாடெங்கும் ஒலித்தன. கல்லூரி மாணவர்கள் பிரபலமான ஹிந்திப் படங்களைப் பாடல்களுக்காக மீண்டும்மீண்டும் பார்த்தனர். கல்லூரி விடுதியில் தங்கியிருந்த மாணவர்கள் கிட்டார், புல்புல் தாரா போன்ற இசைக் கருவிகளில் 'சுராலியே', 'தம்மரே தம்' என்று ஹிந்திப் பாடல்களை வாசித்து மகிழ்ந்தனர்.

திருவிழாக்களில் நடத்தப்பட்ட இசைக்கச்சேரிகளில் ஹிந்திப் பாடல்கள் கணிசமான இடத்தைப் பிடித்தன. பாபி, ஷோலே, குர்பானி போன்ற ஹிந்தித் திரைப்படங்களின் பாடல்கள் பெரும்பாலான இசைக்கச்சேரிகளில் பாடப்பட்டபோது, இளைஞர்கள் உற்சாகத்துடன் கேட்டனர்; நடனமாடினர். ருப்பு தேரா மஸ்தானா, யாதோங்கி பாரத் போன்ற ஹிந்தித் திரையிசைப் பாடல் வரிகளை முணுமுணுக்கும் இளைஞர்களின் எண்ணிக்கை கணிசமாகப் பெருகியது. சுருங்கக்கூறின், அன்றையத் தமிழ்த் திரையிசைப் பாடல்கள் தட்டையாகவும் மொக்கையாகவும் இருந்தன. இசையமைப்பாளர் எம்.எஸ்.விஸ்வநாதன் களத்தில் இருந்தாலும், ஹிந்திப் பாடல்கள் பிரபலமடைவதைத் தடுக்க முடியவில்லை. தமிழ்த் திரைப்படம் என்றால் போர், பாடல் என்றால் அறுவை என்ற நம்பிக்கை எங்கும் பரவலாக இருந்தது. தமிழ்த் திரைப்படம் தன்னிருப்பைத் தக்க வைத்துக்கொள்ளத் தடுமாறுகின்ற சூழல் வலுவாக நிலவியது.

திடீரென ஒலித்த 'மச்சானைப் பார்த்தீங்களா?' என்ற ஜானகியின் குரலினால் ஒட்டுமொத்தத் தமிழ்நாட்டு இளைஞர்களும் திரும்பிப் பார்த்தனர். அன்னக்கிளி, கவிக்குயில், 16 வயதினிலே, ஜானி என இளையராஜா இசையமைத்த திரைப்படப் பாடல்கள், தமிழர்களின் ரசனையை மாற்றியமைத்தன. இளையராஜாவின் தனித்துவமான இசைப் பயணம், இளைஞர்களின் ஏக்கத்தையும் தேடுதலையும் புதிய மொழியில் சொன்னது. மேடைக் கச்சேரிகளில் தமிழுக்குக் கிடைத்த முக்கியத்துவம் ஒருபுறம் எனில், அதுவரை கொடிகட்டிப் பறந்த ஹிந்தித் திரையிசைப் பாடல்கள் காணாமல் போனது இன்னொருபுறம் நிகழ்ந்தது. நகரங்கள்தோறும் புதிதாக உருவான ஆர்க்கெஸ்டரா குழுக்கள் தமிழ்நாடெங்கும் இளையராஜா இசையமைத்த காதல், மெலோடி, சோகம், குத்துப்பாட்டு என இசையோடு பயணித்தன. இசைக் கச்சேரிகளில் சில பாடகர்கள் உடலை அசைத்தவாறு பாடிய தோற்றம், பெரும் வரவேற்பைப் பெற்றது. அழகான பெண் பாடகி திரையிசைப் பாடலைப் பாடும்போது, ரசிகர்கள் ஆர்வத்துடன் கேட்கவும் பார்க்கவும் செய்தனர். அந்த வகையில் இளையராஜா ஒப்பீடு அற்ற சாதனையாளர்.

வெறுமனே பேசிக்கொண்டிருந்த சினிமாவைக் கேமரா மொழிமூலம் காட்சிபடுத்திய பாரதிராஜா, மகேந்திரன் போன்ற இயக்குநர்களும் பாலு மகேந்திரா, நிவாஸ், அசோக் குமார் போன்ற ஒளிப்பதிவாளர்களும் புதிய தடத்தை வகுத்தனர். அன்றைய காலகட்டத்தில் கூட்டுக் குடும்ப அமைப்புச் சிதைவு, நகரமயமாதல், தொழில்மயமாதல், உயர் கல்விப் பரவல் காரணமாகச் சமூக விழுமியங்களில் ஏற்பட்ட மாற்றங்கள் திரைப்படங்களின் போக்கினை மாற்றியமைத்தன. உருக்கமான குடும்பப் பின்புலத்தில் சோகமான பாட்டு, தத்துவப் பாட்டு போன்றவற்றை ரசிக்கின்ற மனப்பான்மையில் மாற்றம் ஏற்பட்டது. இத்தகு சூழலில்தான் வைரமுத்து, பாடலாசிரியராகத் தமிழ்த் திரைப்பட உலகில் நுழைந்தார்.

இயக்குநர் பாரதிராஜா, இசையமைப்பாளர் ஆகிய இருவரும் சேர்ந்து அறிமுகப்படுத்திய கவிஞர் வைரமுத்துவின் பாடல் எழுதும் பணி, நிழல்கள்(1980) திரைப்படத்தில் இருந்து தொடங்குகிறது. திரையுலகில் ஏற்கெனவே இருந்த இசையமைப்பாளர்களிடம் இருந்து விலகி, மாறுபட்ட கோணத்தில் இசையமைத்த இளையராஜா புதிய மொழியில் பாடலை எழுதும் கவிஞரைத் தேடியபோது வைரமுத்துவின் கவித்துவமான மொழியினால் ஈர்க்கப்பட்டார் என்றுதான் சொல்ல வேண்டும். வைரமுத்துவின் பாடல் வரிகள் இளையராஜாவின் இசையுடன் இசைந்து பாடப்பட்டபோது கேட்கிறவர்களுக்குச் சிறகுகள் முளைத்தன. புதுமையான இசை, மாறுபட்ட பாடல் வரிகள் கேட்பவர் மனங்களில் பெரும் பாதிப்பை ஏற்படுத்தின. அன்றையக் காலகட்டத்தில் நிலவிய நெருக்கடிக்குள்ளான திரைப்படச் சூழல்தான் தேவையின் காரணமாக வைரமுத்து என்ற பாடலாசிரியரை உருவாக்கியது. அதேவேளையில்,

வைரமுத்து தனிமனிதராகத் திரையிசைப் பாடலாக்கத்தைக் காத்திரமாக மாற்றியமைத்ததும் நடைபெற்றது. வைரமுத்து எழுதியுள்ள பாடல் வரிகள் கடந்த 45 ஆண்டுகளாகத் தமிழர் வாழ்க்கையுடன் ஒன்றிணைந்துள்ளன. இதுவரை 7,500 - க்கும் கூடுதலான திரைப்படப் பாடல்கள் எழுதியுள்ள வைரமுத்து ஏழு தடவைகள் பாடல்களுக்காகத் தேசிய விருதும் பெற்றுள்ளார்.

வைரமுத்து கவிஞராகத் திரைப்படப் பாடல் ஆக்கத்தில் செய்த சாதனைகள் எப்படி நிகழ்ந்தன? வைரமுத்துவின் கவித்துவம் தோய்ந்த சொற்கள் எங்கிருந்து உருவாகின? யோசிக்க வேண்டியுள்ளது. வைரமுத்து எழுதிய பாடல்களில் இடம் பெற்றுள்ள புதிய மொழியிலான கவித்துவப் பின்புலம் ஆய்விற்குரியது. எழுபதுகளில் தமிழில் மரபுக்கவிதைகள் ஒருபுறம் எனில், இருண்மையான மொழி நடையில் 'எழுத்து' சிற்றிதழ் சார்ந்த புதுக்கவிதைகள் இன்னொருபுறம் வெளியாகின. அன்று நாடெங்கும் வீச்சாகப் பரவிய இடதுசாரிக் கருத்துக்களின் விளைவாகக் கோவையில் இருந்து பிரசுரமான 'வானம்பாடி' சிற்றிதழ், முற்போக்குக் கவிதைகளுக்கு முன்னுரிமை அளித்தது. நேரடியான இடதுசாரிக் கருத்துகளும் புரட்சிகரமான அறைகூவல்களும் மிக்க கவிதைகள் வானம்பாடி இதழில் பிரசுரமாகின. தமிழ்ப் புதுக்கவிதையை எளிமைப்படுத்தி மக்கள்மயமாக்கிய வானம்பாடி இதழ் காரணமாக வானம்பாடி மரபு என்ற புதிய கவிதைப்போக்கு தமிழில் உருவானது. இந்தியாவில் சோசலிசப் புரட்சி நிகழவிருக்கிறது என்ற எண்ணம் பரவலான சூழலில், வடுகபட்டி என்ற கிராமத்தில் இருந்து தமிழிலக்கியக் கல்வி பயின்றிடச் சென்னைக்குச் சென்ற இளைஞரான வைரமுத்து சமுதாய மாற்றத்திற்கு ஆதரவான கருத்துகளால் ஈர்க்கப்பட்டார்.

"திராவிட இயக்கம் தந்த பகுத்தறிவுப் பாசமும் சோசலிசக் காதலும் நெஞ்சில் நிறைந்து நின்றன." என்ற வைரமுத்துவின் கூற்று, கவனத்திற்குரியது. வைரமுத்து எழுதியுள்ள பாடல்களும் கவிதைகளும் புனைவுகளும் விளிம்புநிலையினர்க்குச் சார்பாக எழுதப்பட்டிருப்பதை அவதானிக்கும்போது அவருடைய அரசியலையும் சமூக அக்கறையையும் அறிந்திட முடியும். அன்று கலங்கலாகவும் மங்கலாகவும் எழுதப்பட்ட இருண்மைக் கவிதைகளுக்கு எதிராக எழுதப்பட்ட வானம்பாடிக் கவிதைகளில் இடம் பெற்றிருந்த வசந்த மின்னல்கள், அமுத தாரை, சிகரங்கள் பொடியாகும், புழுதிகளும் பிரளயங்களாகும், மகரந்த ஒப்பனை, அக்கினி வயல்கள் போன்ற சொற்கோலங்கள் தமிழ்க் கவிதையுலகில் புத்தொளியைப் பாய்ச்சின. இத்தகைய சூழலின் தாக்கம் வைரமுத்துவின் தொடக்ககாலப் பாடல்களில் வெளிப்பட்டிருப்பது தற்செயலானது அல்ல. மரபும் புதுமையும் கலந்த மொழியில் தனக்கான கவிதை மொழியை உருவாக்கிய வைரமுத்துவின் இலக்கிய ஈடுபாடு வானம்பாடிக் கவிதை மரபின் தொடர்ச்சியாகும்.

நிழல்கள் திரைப்படத்திற்காக வைரமுத்து முதன்முதலாக எழுதிய பாடல் வரிகள்:

ஆயிரம் நிறங்கள் ஜாலமிடும்
ராத்திரி வாசலில் கோலமிடும்
வானம் இரவுக்குப் பாலமிடும்
பாடும் பறவைகள் தாளமிடும்
பூமரங்கள் சாமரங்கள் வீசாதோ

கவிஞர் வைரமுத்து புனைவு மொழியில் செதுக்கிய சொற்கள் மூலம் உருவான பாடல் வரிகள், ஏற்கெனவே திரைப்படப் பாடலாசிரியர்கள் எழுதிய பாடல்களில் இருந்து முற்றிலும் மாறுபட்டு விளங்கின. இளையராஜாவின் இசையில் தோய்ந்து வெளியான பாடல், வைரமுத்துவின் படைப்பாக்கத்தினை வெளிப்படுத்தியது. பாடலைக் கேட்கிறவர்களுக்குப் பாடும் பறவைகள், பூமரங்கள், பொன் மாலைப்பொழுது போன்ற சொற்கள் கிளர்ச்சியை ஏற்படுத்தின. வெறுமனே சொற்கள் என்று கடந்து சென்றுவிடாமல் சிலர் சொற்களுக்குள் பயணித்துப் போதைக்குள்ளாயினர். பின்நவீனத்துவம் குறிப்பிடுகின்ற பிரதி தரும் வாசிப்பு இன்பம் என்பது வைரமுத்துவின் பாடல் வரிகளைப் பொருத்தவரையில் கேட்டல் இன்பமாக மாறியுள்ளது.

வைரமுத்து பல்லாண்டுகளாகத் தொடர்ந்து திரையிசைப் பாடல்களை எழுதுவதும் அவை பிரபலம் அடைந்திருப்பதும் நிச்சயமாகச் சாதனைதான். திரைப்பட உருவாக்கத்தில் யார் வேண்டுமானாலும் பாடல்கள் எழுதிடலாம் என்ற சூழலில் வைரமுத்துவின் உழைப்புதான் திரைத்துறையில் அவரை நிலைத்திருக்கச் செய்துள்ளது. பொதுவாக, திரையிசைப் பாடலுக்கான வரிகளை எழுதுவதில் பாடலாசிரியர் சிரமங்களை எதிர்கொள்ள வேண்டியுள்ளது. பாடலாசிரியர் திரைப்படத்திற்காகப் பாடல்கள் எழுதும்போது இயக்குநர், இசையமைப்பாளர் போன்றோரைத் திருப்திபடுத்தும் வகையில் வரிகளை எழுத வேண்டியது அடிப்படையானது. கவிஞர், புதிதாக எழுதுகிற பாடல், திரைப்படத்தின் காட்சிக்குப் பொருத்தமாக எழுத வேண்டிய நெருக்கடியில், அம்மியைக் கொத்திட சிற்பி தேவையா என்று தோன்றுகிறது. பாடலாசிரியர், தான் புனைந்திடும் பாடல் வரிகளையும் சொற்களையும் எப்படி வேண்டுமானாலும் மாற்றிட அனுமதிக்கிற மனநிலையுடையவராக இருத்தல் வேண்டும். எல்லாத் தடைகளையும் மீறிப் பாடலாசிரியர் தன்னுடைய கவித்துவத்தையும் படைப்பாக்கத்தினையும் பாடல் வரிகளில் பதிவாக்கிடப் பெரும் ஆற்றல் தேவைப்படுகிறது. கவிஞரின் கவித்துவம் பொங்கிடும் பாடல் வரிகள் என்றாலும், அவை பொதுவெளியில் பிரபலமடைந்தால்தான் அவருக்கு அடுத்தடுத்துப் பாடல்கள் எழுதிட வாய்ப்புக் கிடைக்கும். அண்மைக்காலத்தில் பெரிதும் முணுமுணுக்கப்படும் பாடலின் வரிகள், ஓரிரு வாரங்களில் மறக்கடிக்கப்படுகிற சூழலைக் கவனத்தில்கொள்ளாத

பாடலாசிரியரின் இருப்பு, நிரந்தமற்றதுதான். திரைப்படம் என்ற படைப்பு, பல்வேறு கலைஞர்கள், தொழில்நுட்பக் கலைஞர்கள், இயக்குநர் போன்றோரின் கூட்டு முயற்சியில் உருவாகி அது திரையிடலில் வெற்றிபெற வேண்டிய நெருக்கடிக்குள் இருக்கிறது. இந்நிலையில், வைரமுத்து 7,500-க்கும் கூடுதலான திரையிசைப் பாடல்களை எழுதியிருக்கிற செயல், அவரைச் சாதனையாளராக்கியுள்ளது.

1983 ஆம் ஆண்டு சென்னையில் நாவலாசிரியர் வண்ணநிலவனைச் சந்தித்தபோது, அவர் திரைப்படப் பாடல் வரிகளைச் சிலாகித்துப் பேசினார். 'தேவதாஸ்' திரைப்படத்தில் இடம் பெற்றுள்ள 'எல்லாம் மாயை தானா' என்று தொடங்கிடும் பாடல் வரிகளான 'என் ஏழ்மையினாலே பிரேமக் கபாடம் தானே மூடியதோ விதிதான் விளையாடியதோ' என்பதைச் சொல்லி "உடுமலை நாராயண கவி எப்படி எழுதியிருக்கார் பார்த்தீங்களா?" என்றார். 'பிரேமக் கபாடம்' என்ற சொல்லாட்சியைப் புகழ்ந்தார். அவருடைய பேச்சுத்தான் திரைப்படப் பாடல் பற்றிய என் புரிதலை மாற்றியது. மேலும் அவர், நாடோடி மன்னன் திரைப்படத்திற்கு இசையமைத்த இசையமைப்பாளர் எம். எஸ். சுப்பையா நாயுடு அவர்களைச் சந்தித்தபோது திரையிசை, பாடல்கள் பற்றி நாயுடு சொன்னதை என்னிடம் சொன்னார்: "எந்த உரைநடை என்றாலும் அதை இசையுடன் பாட முடியும். ஒவ்வொரு வாக்கியத்திற்குப் பின்னாலும் இசை இருக்கிறது." அப்புறம் நாயுடு அவர்கள் ஒரு வாக்கியத்தைச் சொல்லி இசையுடன் பாடிக் காட்டியதை வியப்புடன் வண்ணநிலவன் சொன்னார். திரையிசைப் பாடல் பற்றிய பிரமை நீங்கியபோது எனக்குள் மூடியிருந்த கபாடம் திறந்தது.

காத்திரமான இலக்கியப் படைப்புகளை வாசித்தாலும் விமர்சித்தாலும் இன்றுவரை எனக்குள் ஓய்வான பொழுதில் திரையிசைப் பாடல் வரிகள் மெல்ல ஒலித்துக் கொண்டிருக்கின்றன. இசையுடன் ஒலித்திடும் பாடல் வரிகள் தரும் மகிழ்வுக்கு இணை எதுவுமில்லை. துன்பம் நேர்கையிலும், சலிப்பான பொழுதுகளிலும் விருப்பமான திரையிசைப் பாடல்களைக் கேட்டால் மனம் சமநிலை அடையும் என்பது என்னுடைய அனுபவம். சரி, இருக்கட்டும்.

வைரமுத்து எழுதியுள்ள திரைப்படப் பாடல்களை ஆராய்ந்திடும்போது, அவருடைய பாடல் புனைந்திடும் படைப்புத்திறன் இளையராஜா, ஏ.ஆர்.ரகுமான் என்ற இரு இசையமைப்பாளர்களுடன் நெருக்கமாக இருப்பதை அறிந்திட முடியும். இளையராஜாவுடன் இணைந்து வெற்றிகரமாகப் பாடல்களை எழுதிய வைரமுத்து, கருத்து வேறுபாடு காரணமாகப் பின்னர் பிரிய நேர்ந்தது. 1992 ஆம் ஆண்டு இசையமைப்பாளர் ஏ.ஆர்.ரகுமான் இசையமைப்பில் ரோஜா படத்திற்காகப் பாடல்கள் புனைந்தபோது வைரமுத்துவின் இரண்டாவது பயணம் தொடங்கியது. இளையராஜாவின் இசையமைப்புப் பாணியில்

இருந்து விலகித் தனக்கெனப் புதிய இசைத்தடத்தை ரகுமான் வகுத்தபோது, வைரமுத்துவின் பாடல்கள் அருமையாகப் பொருந்தின. ரகுமான் இசையில் வெளியான கிழக்குச் சீமையிலே, ஜென்டில்மேன், இந்தியன், திருடா திருடா, கருத்தம்மா போன்ற திரைப்படங்களுக்கு வைரமுத்து எழுதிய பாடல்கள் இளைஞர்களைக் கவர்ந்தன. ரகுமானுடன் சேர்ந்த பின்னர் இலக்கிய நயத்துடன் கவிதைபோல் பாடல்களை எழுதிய வைரமுத்து தனக்கான அடையாளத்துடன் பாடல்களைப் புனைந்து கொண்டிருக்கிறார். வைரமுத்து எழுதியுள்ள திரையிசைப் பாடல்கள் பற்றிப் பருந்துப் பார்வையில் என்னுடைய அபிப்ராயங்களைப் பதிவாக்கிட விழைந்துள்ளேன்.

நவீனப் பாணரான வைரமுத்து, சங்க மரபில் தோய்ந்து எழுதிய பாடல் வரிகள் முக்கியமானவை. அவை:

ஆண்: நறுமுகையே நறுமுகையே
நீயொரு நாழிகை நில்லாய்
செங்கனி ஊறிய வாய் திறந்து
நீயொரு திருமொழி சொல்லாய்

... ...

பெண்: அற்றைத் திங்கள் அந்நிலவில்
கொற்றப் பொய்கை ஆடுகையில்
ஒற்றைப் பார்வை பார்த்தவனும் நீயா

... ...

பெண்: யாயும் யாயும் யாராகியாரோ
நெஞ்சில் நேர்ந்ததென்ன

ஆண்: யானும் நீயும் எவ்வழி அறிதும்
உறவு சேர்ந்ததென்ன

பெண்: ஒரே ஒரு தீண்டல் செய்தாய்
உயிர்க்கொடி பூத்ததென்ன

ஆண்: செம்புலம் சேர்ந்த நீர்த்துளிபோல்
அன்புடை நெஞ்சம் கலந்ததென்ன

வைரமுத்து எழுதியுள்ள திரையிசைப் பாடல் வரிகளின் தனித்துவம் என்னவென்று கண்டறிந்திடும்போது அவருடைய பன்முக ஆற்றல்களை அறிந்திட முடியும். வைரமுத்துக்குள் இயற்கையாகப் பொதிந்துள்ள கவித்துவ ஆற்றல், மரபிலக்கியமான சங்கப் பாடல்களை உள்வாங்கி கொண்டு அருமையான வரிகளாக வெளிப்பட்டுள்ளது. அற்றைத் திங்கள் அவ்வெண்ணிலவில் என்று அங்கவையும் சங்கவையும் இணைந்து பாடிய புறத்திணைப் பாடலில் தொனிப்பது சோகத்தின் உச்சம். அந்தப் பாடல் வரிகள் தந்த உணர்ச்சிப் பெருக்கில் வைரமுத்துவின் மனம் தத்தளிக்கிறது. அவர், அற்றைத் திங்கள் என்ற சொல்லைக் காதல் உணர்வில் ததும்பிடக் கட்டமைத்திருப்பது அவருடைய மொழி ஆளுகைக்குச் சான்று.

வைரமுத்து யாயும் யாயும் யாரோகியாரோ, யானும் நீயும் எவ்வழி அறிதும், செம்புலம், அன்புடை நெஞ்சம் போன்ற சங்கப் பாடல் வரிகளைக் காதல் உணர்வில் மகிழ்ந்திருக்கிற காதலர்கள் பாடுகின்ற பாடலில் பொருத்தமாக இணைத்திருக்கிறார். இரண்டாயிரமாண்டுகளுக்கு முன்னர் எழுதப்பட்ட சங்கப் பாடல் வரிகளை இளைய தலை முறையினரிடம் அறிமுகப்படுத்துவதுடன் பண்டைத் தமிழரின் அக மரபினை மீட்டுருவாக்கிடும் வைரமுத்துவின் முயற்சி, கவனத்திற்குரியது. வைரமுத்துவின் மரபிலக்கியப் புலமை, நவீன மொழியில் அழுத்தமாக வெளிப்பட்டுள்ளது.

யதார்த்த வாழ்க்கையில் சாதி, மதம், பொருளாதார ஏற்றத்தாழ்வு காரணமாகத் தமிழர் வாழ்க்கையில் அண்மைக்காலம் வரையிலும் காதல் என்ற சொல் பாவிக்கக்கூடாத சொல்லாக இருந்தது. ஆனால் தமிழ்த் திரைப்படங்கள் பெரிதும் காதலை மையமிட்டுத்தான் தயாரிக்கப் படுகின்றன. ஆண்-பெண் உறவில் காதலை முன்னிலைப்படுத்திடுகின்ற பெரும்பாலான தமிழ்த் திரைப்படங்களில் காதலைக் கொண்டாட்ட மானதாகவும் கிளுகிளுப்பானதாகவும் மாற்றுதல் நடைபெறுகின்றது. அத்தகைய திரைப்படங்களில் இடம் பெறுகின்ற டூயட் பாடல் அல்லது பிரிவினால் வருந்திடும் காதலர் துயரப் பாடல் போன்றவற்றை வைரமுத்து இடைவிடாமல் எழுதிக் குவித்துள்ளார். காதல் என்ற ஒரே பொருண்மையை வைத்து எவ்வளவு பாடல்கள்தான் ஈரம் ததும்பிட எழுதிட முடியும்? என்றாலும் வைரமுத்து வெவ்வேறு விதமாகப் புனைந்திட்ட காதல் பாடல்கள் தனித்துள்ளன. இசையுடன் இசைந்திடும் காதல் பாடல் வரிகளை பல்வேறு தொனிகளில் எழுதிடும் ஆற்றல் வைரமுத்துவிடம் இயற்கையாகவே இருக்கிறது. காதல் மனநிலையை முன்வைத்து எழுதப்பட்ட பாடல் வரிகள், பாடலைக் கேட்கிறவர்களைக் காதல் போதைக்குள் தள்ளுகின்றன. வைரமுத்துவின் பாடல் வரிகள் யதார்த்தத்தில் காதலுடன் முரண்படுகின்ற பெரும்பான்மைத் தமிழர்களின் ஆழ்மனதில் பெருக்கெடுத்தோடுகின்ற காதல் நினைவுகளைக் கிளறிடவும் அமைதிப்படுத்திடவும் முயலுகின்றன. வைரமுத்து எழுதிய காதல் பாடல் வரிகளை இசையுடன் கேட்கும்போது ஏற்படுகின்ற உணர்வு, காதலர் ஒவ்வொருவருக்குள்ளும் ஆழமாக ஊடுருவுகின்றது. ஒருவகையில் பாடலுக்குள் இருந்து வெளியேறிய காதலர்களுடன் அசலான காதலர்கள் ஒத்திசைந்து வாழ்கின்ற விந்தை நிகழ்கின்றது. எனக்குத் தெரிந்த அளவில் காதலர் சிலருக்குக் காதல் உச்சாடனம்போல வைரமுத்து எழுதிய காதல் பாடல் வரிகள் விளங்குகின்றன. வைரமுத்து எழுதியுள்ள சில காதல் பாடல்களில் இருந்து எனக்குப் பிடித்த வரிகளைத் தொகுத்துத் தந்துள்ளேன். ஒவ்வொருவரும் அவரவருக்கான பாடல் வரிகளைக் கண்டறிந்திட முடியும்.

அந்தி மழை பொழிகிறது
ஒவ்வொரு துளியிலும் உன் முகம் தெரிகிறது

காதல் வயப்பட்ட இளைஞியும் இளைஞனும் சேர்ந்து பாடுகின்ற பாடலில் அந்தியில் பெய்கின்ற ஒவ்வொரு மழைத்துளியிலும் காதலியின் முகம் தெரிகின்றது என்று புனைவின் உச்சமாகக் காதலன் பாடுகின்றான். காதலில் திளைத்திடும் உள்ளங்களுக்குக் காணுமிடம் எல்லாம் இணையரின் முகம் தோன்றும். ஒருபோதும் வற்றாமல் பெருக்கெடுத்தோடும் காதல் ஆற்றில் நீந்துகிறவரின் மனதில் தோன்றுகின்ற கேள்வியை வைரமுத்து இலக்கிய நயத்துடன் பாடலாக்கியுள்ளார்.

கண்ணுக்குள் முள்ளை வைத்து யார் தைத்தது
தண்ணீரில் நிற்கும்போதே வேர்க்கின்றது

காதலர்களின் கண்களைப் பற்றிப் பழந்தமிழ் இலக்கியப் படைப்புகள் பதிவாக்கியுள்ளவற்றில் இருந்து வைரமுத்துவின் 'கண்' மாறுபட்டுள்ளது. கண்ணோடு கண் நோக்கும்போது காதலர் இருவரிடமும் தோன்றுகின்ற உணர்வுகளைக் கண் பார்வையின் கூரிய நோக்குமூலம் மனதில் தைப்பதால், கண்ணுக்குள் முள் என்ற புனைவு, காதலைக் கொண்டாட்டமாக்கியுள்ளது.

யாருக்கு யார் உறவு
யார் அறிவாரோ
என் பெயரில் உன் பெயரை
இயற்கையும் எழுதியதோ

அகக் கவிதை மரபில் யாராகியரோ என்று காதலின் சிலிர்ப்பைச் சொல்லிட முயன்றுள்ள வரிகள், இயற்கையைத் துணைக்கு அழைத்துள்ளன. 'ஒன்றி உயர்ந்த பாலதாணையின் ஒத்த கிழவனும் கிழத்தியும் காண்ப' என்று காதல் தோற்றப் பின்புலம் குறித்துத் தொல்காப்பியம், பொருளதிகாரம், களவியலில் இடம் பெற்றுள்ள நூற்பா என் நினைவுக்கு வருகிறது. காதலர் இருவரும் ஊழினால் சந்தித்துக் காதல் வயப்பட்டனர் என்று தொல்காப்பியர் குறிப்பிட்டுள்ளார். பகுத்தறிவுச் சிந்தனையாளரான வைரமுத்து காதலுக்குக் காரணமாக இயற்கையை முன்னிறுத்தியுள்ளார்.

எவ்விதமான இலக்கண வரையறைக்கும் கட்டுப்படாத காதலில் மூழ்கிய காதலன்,

சிறகைத் தானடி யாசித்தேன்
சிறையை எனக்கு நீ தந்தாய்

என்று தன்னிருப்பைப் பதிவாக்கிட முயலுகிறான். காதல் சிறகு X காதல் சிறை மூலம் வைரமுத்து காதலின் மறுபக்கத்தைக் காட்டியுள்ளார்.

குறுந்தொகை நூலில் இடம் பெற்றுள்ள சங்கப் புலவர் இறையனார் பாடல், காதலியின் அழகைப் பாராட்டுகிறது.

செறி எயிற்று அரிவை கூந்தலின்
நறியவும் உளவோ நீ அறியும் பூவே.

அஞ்சிறைத் தும்பியிடம் கேள்வியாகக் கேட்ட புலவரின் தேடல், பின்னர் தொன்மக் கதையானது. பெண்ணின் கூந்தலுக்கு வாசமுண்டா என்ற ஆய்வில் ஈடுபட்ட பாண்டிய மன்னன், நக்கீரர், சிவன் ஆகிய மூவரும் தேடிக் கண்டடைந்த மெய்மை யாது? என்ற கேள்விக்கு நவீன அறிவியல் மயிர்க்காலுக்கு வாசமுண்டு என்று துல்லியமாகப் பதிலளித்துள்ளது. வைரமுத்துவின் கவிதை மனம் பெண்ணுக்கு வாசமுண்டா என்ற தேடலில் ஈடுபடாமல் சேலை கட்டும் பெண் என்று குறிப்பிடுவதில் ஏதும் சூட்சுமம் இருக்கிறதா என்று கண்டறிந்திட வேண்டியுள்ளது.

சேலை கட்டும் பெண்ணுக்கொரு
வாசமுண்டு கண்டதுண்டா
கண்டவர்கள் சொன்னதுண்டா

வைரமுத்துவின் பழந்தமிழ் இலக்கிய ஈடுபாடும் ஆர்வமும் வணிக நோக்கிலான திரைப்படப் பாடல் புனைவிலும் மரபின் தொடர்ச்சியைப் பதிவாக்கியுள்ளன.

பெண் மனதின் தேடலைச் சொல்லிடும் பின்வரும் பாடலை இசையுடன் கேட்கும்போது துள்ளாத மனமும் துள்ளும். சமூகரீதியாகப் பால் அடிப்படையில் இரண்டாம் நிலையில் ஒடுக்கப்படும் பெண்ணின் கனவுகளையும் ஏக்கத்தையும் சொல்கின்ற பாடல் காலங் கடந்து நிலைத்திருக்கும்.

மார்கழிப் பூவே மார்கழிப் பூவே
உன் மடிமேல் ஓரிடம் வேண்டும்
மெத்தை மேல் கண்கள் மூடவும் இல்லை
உன் மடி சேர்ந்தால் கனவுகள் கொள்ளை

திரைப்படப் பாடல் என்பது மெட்டுக்கான பாட்டு என்றாலும் வைரமுத்து தான் எழுதியுள்ள பாடல்களில் தன்னுடைய கவித்துவ அடையாளத்தைக் கருத்தியலுடன் எளிய மொழியில் பதித்துள்ளார்.

இலைகளின் பனித்துளி
உருண்டு விழும்
இலைகளும் பழுத்தபின்
உதிர்ந்துவிடும்

மிகவும் மெனக்கெடாமல் ஜென் கவிதை போலச் சொல்லியுள்ள முறையினால் பாடல் எளிமையாகக் கேட்பவரின் மனதில் பதிந்திடும்.

அன்றாட வாழ்க்கை பற்றிய வைரமுத்துவின் மதிப்பீடுகள் அழுத்தமானவை.

கனவு என்பது கண்களின் உரிமை
கனவு கலைப்பது காலத்தின் உரிமை
சிதைந்த கனவைச் சேர்த்துச் சேர்த்து
அரண்மனை கட்டுதல் அவரவர் திறமை

நம்பிக்கைதான் வாழ்க்கை என்ற முறையில் எழுதப்பட்டுள்ள பாடல் எங்கும் அவநம்பிக்கை பரவிடும் இன்றையச் சூழலுக்குத் தேவையானதாகும்.

ஈழப் போராட்டத்தின்போது இருப்பதா? இறப்பதா? என்ற துயரமான காலகட்டத்தில் வைரமுத்து அஃறிணை உயிர்களை முன்வைத்துப் புனைந்திட்ட வரிகள், வாழ்வின் பேரவலத்தைச் சொல்கின்றன. சக மனிதரிடம்கூட பிரிவு சொல்ல முடியாத சூழலில் யாரை எப்பொழுது சாவு தழுவும் என்று அறிந்திடாத வாழ்க்கை வாழ நேர்ந்திட்ட கவிதைசொல்லி, சடப் பொருட்கள், அஃறிணை உயிரிடமிருந்து விடை பெறுகின்றான்.

கடல்நீர்ப் பறவைகாள்
இருந்தால் சந்திப்போம்
வனமே மலைகளே
வாழ்ந்தால் சந்திப்போம்

வைரமுத்து நேரிடையாக வன்முறையைச் சித்திரிக்காத போதிலும் பாடல் வரிகள் வாசிப்பில் துயரமளிக்கின்றன.

வைரமுத்து சோசலிசக் கனவுடன் இருந்தாலும் குறைந்த எண்ணிக்கையில் இடதுசாரிக் கருத்தியல் போக்கினுக்குச் சார்பான பாடல்களை எழுதியுள்ளார்.

எரிமலை எப்படிப் பொறுக்கும்நம்
நெருப்புக்கு இன்னுமா உறக்கம்?
சிங்கக் கூட்டம் நிமிர்ந்தால் - துன்பச்
சிறையின் கதவு தெறிக்கும்

முழுக்க வணிக நோக்கத்துடன் தயாரிக்கப்படுகின்ற திரைப்படங்களில் பாடலாசிரியராக எந்த அளவு சிறப்பாக எழுத முடியுமோ அந்த வரையறைக்குள் 'எரிமலை எப்படிப் பொறுக்கும்?' என்று குமுறுகின்ற வைரமுத்துவின் பாடல், உழைக்கும் வர்க்கத்தின் குரலை ஓங்கி ஒலித்துள்ளது.

ஒருவிதமான ஃபார்முலாவில் அமைந்த வெகுஜனப் படங்களையே உற்பத்தி பண்ணுகிற தமிழ் சினிமா ஃபாக்டரியில் மக்கள் பிரச்சினைக்கு முக்கியத்துவம் தந்திட்ட திரைப்படங்களின் எண்ணிக்கை மிகவும் குறைவு. ஒரேமாதிரியான மசாலாத் திரைப்படங்களைத் தயாரித்துவிட்டு, அதற்கென்று சந்தையை உருவாக்கி, மக்களின் ரசனை இப்படியாகத்தான் இருக்கிறது என்று முந்தைய படங்களை நகலெடுக்கிற முயற்சியில் தமிழ்த் திரைப்படத் துறை சிக்கியுள்ளது. எத்தகைய இலக்கிய மேதையாக இருந்தாலும், திரையுலகு தனக்கேற்ற வகையில் மாற்றியமைத்திடும் வல்லமையுடையது. கவிஞர் வைரமுத்து விதிவிலக்காக இருந்திட வாய்ப்புள்ளதா? திரையுலகில் கவிஞராகச் சுயமரியாதையுடன்

செயல்பட்டபோது அவர் எதிர்கொண்ட அனுபவங்கள், அவருடைய படைப்பாக்கத்தின் மறுபக்கமாக விளங்குகின்றன. கடந்த 45 ஆண்டுகளில் கவிஞராக வைரமுத்து எழுதியுள்ள திரையிசைப் பாடல்களை மறுவாசிப்பிற்குள்ளாக்கியபோது அவர் தமிழரின் அன்றாட வாழ்க்கையில் பாடல்கள்மூலம் அழுத்தமான தாக்கத்தை ஏற்படுத்தியிருப்பதை அறிய முடிகிறது. அவர் எழுதியுள்ள திரையிசைப் பாடல்கள், அவருடைய மொழி ஆளுகைக்கும், பன்முகத் தேடலுக்கும், புலமை வீர்யத்திற்கும் சான்றாக வெளிப்பட்டுள்ளன.

24

வைரமுத்துவின் கவி பாடி, தமிழ் படிக்கும் சீனத்து மாணவர்கள்
- நிறைமதி (Zhang Qi)-

கவிப்பேரரசு வைரமுத்து படைப்புகளை நாம் திரை இசைப் பாடல்கள் மற்றும் ஆழமான கவிதைகள் என்று நோக்கலாம். தமிழ் நல்லுலகின் வரவேற்பைப் பெற்ற கவிதைகளிலும் பாடல்களிலும் சொல்வளம் பொதிந்து, சொற்சுவை, பொருட்சுவை அழகுற அமைந்திருக்கும்.

தனது 20 வயதிற்குள்ளாகவே "வைகறை மேகங்கள்" என்ற தொகுப்பிலுள்ள கவிதைகளையும், "என் பழைய பனை ஓலைகள்" என்ற தொகுப்பிலுள்ள கவிதைகளையும் எழுதி முடித்துள்ளார். அனைத்துக் கவிதைகளும் மரபுக்கவிதைகளால் ஆனவை. அறுசீர்க் கழிநெடிலடி, ஆசிரியப்பா, விருத்தப்பா, கலிப்பா, வெண்பா போன்ற பா வடிவங்களில் சிறு வயதிலேயே இலக்கியப் பண்பை முன்வைத்தவராக இருக்கிறார்.

நான் வசிக்கும் சீன தேசத்தில் தமிழ் மொழி மீது ஆர்வம் கொண்ட மாணவர்கள் பலர் இருக்கின்றனர். அவர்கள் மத்தியில் கவிப்பேரரசு வைரமுத்து பாடல்களும் கவிதைகளும் பிரபலம் பெற்றவையாக இருக்கின்றன. குறிப்பாக, வைரமுத்துவின் 'சின்னச் சின்ன ஆசை' என்னும் பாடல், நாடுகடந்து நான் பணியாற்றும் சீனப் பல்கலைக்கழகம் வரை மாணவர்களைக் கவர்ந்ததாக உள்ளது. வளம் பொதிந்த இந்தப் பாடலை நானே மாணவர்களுக்குக் கற்றுக் கொடுத்தேன். சீன மாணவர்கள் மிகவும் ஆர்வத்துடன் பாடலைக் கற்றுக் கொண்டதுடன், பல்கலைக்கழகத்தில் மாணவர்களால் சிறப்பாகப் பாடப்பட்டது. இந்தப் பாடல் மூலம் தமிழ் மொழி மீதான ஆர்வம் தங்களுக்கு மேலும் அதிகரித்ததாக மாணவர்கள் தெரிவித்தனர்.

பாடலில் இடம்பெற்ற சின்னச் சின்ன ஆசைகள் அனைத்தும் எல்லாருக்குமானதாக இருந்தாலும், இளம் வயது மாணவர்களுக்கு மிகவும் நெருக்கமாக அமைந்தது. பிறகு பல்கலைக்கழகத்தில் இடம் பெறும் பல நிகழ்வுகளில் எமது மாணவர்கள் இந்தப் பாடலைப் பாடியுள்ளதை நினைவு கூர்கிறேன். கடல்கடந்து, நாடுகடந்து தமிழ்க் கவியின் புகழ் சென்று சேர்ந்துள்ளது. 'கவிப்பேரரசு' என்று கூறியவுடன் பல்கலைக்கழக மாணவர்கள் 'வைரமுத்து' என்று கூறுவார்கள். தமிழின் சிறந்த சமகாலக் கவிஞர் யார் என்று கேட்டால் அனைத்து மாணவர்களும் வைரமுத்து எனும் பெயரை உச்சரிப்பார்கள்.

அனைத்து உயிர்களின் வாழ்விலும் தாய் என்பவர் மிகவும் முக்கியமான இடத்தைப் பிடிக்கின்றார். அப்படிப்பட்ட அம்மாவைப் பற்றி கவிப்பேரரசு வைரமுத்து அவர்கள் 'முதன்முதலாய் அம்மாவுக்கு' என்ற தலைப்பில் எழுதிய கவிதை இன்றளவும் பிரபலமாக உள்ளது.

"ஆயிரந்தான் கவிசொன்னேன்
அழகழகாப் பொய் சொன்னேன்
பெத்தவளே ஒம்பெரும
ஒத்தவரி சொல்லலியே!

காத்தெல்லாம் மகன்பாட்டு
காயிதத்தில் அவன் எழுத்து
ஊரெல்லாம் மகன் பேச்சு
ஓங்கீர்த்தி எழுதலையே!

எழுதவோ படிக்கவோ
ஏலாத தாய்பத்தி
எழுதிஎன்ன லாபமின்னு
எழுதாமப் போனேனோ?

பொன்னையாத் தேவன்
பெத்த பொன்னே! குலமகளே!
என்னைப் புறந்தள்ள
இடுப்புவலி பொறுத்தவளே!

வைரமுத்து பிறப்பான்னு
வயித்தில்நீ சுமந்ததில்ல
வயித்தில்நீ சுமந்த ஒண்ணு
வைரமுத்து ஆயிருச்சு,"

இந்தக் கவிதையைப் படிக்கும் போது என்னை அறியாமலேயே எனது கண்களில் நீர் பெருகும். ஒரு மனிதனின் தாய்ப் பாசத்தைத் தூண்டக்கூடிய வகையில் மேற்கண்ட கவிதை காணப்படுகின்றது.

கவிப்பேரரசு வைரமுத்துவின் பல நூறு காதல் கவிதைகளில் என்னால் எப்போதும் நினைவு கூரத்தக்கதாக இருப்பது 'காதலித்துப்பார்' என்னும் தலைப்பிலான கவிதை.

"காதலித்துப்பார்
உன்னைச் சுற்றி ஒளிவட்டம் தோன்றும்...

உலகம் அர்த்தப்படும்...
ராத்திரியின் நீளம் விளங்கும்...
உனக்கும் கவிதை வரும்...
கையெழுத்து அழகாகும்...
தபால்காரன் தெய்வமாவான்...
உன் பிம்பம் விழுந்தே கண்ணாடி உடையும்...
கண்ணிரண்டும் ஒளி கொள்ளும்..."

காதலிக்க ஆரம்பிக்கும் இளைஞர் - யுவதிகளின் உணர்வுகளும் எண்ண ஓட்டங்களும் இந்தக் கவிதையிலே நன்கு புலப்படுகின்றன.

ஒரு சராசரி மனிதன் ஆரோக்கிய வாழ்வுக்குப் பின்பற்றவேண்டிய எளிய வழிமுறைகளை அழுத்தமாகச் சொல்கிறது ஒரு கவிதை. கவிஞர் வைரமுத்து 'மருத்துவ அறிக்கை' என்ற தலைப்பில் எழுதியது.

"டாக்டர்
மருத்துவ முறையை
மாற்றுங்கள்"
"வாயைத்திற என்பீர்கள்
வயிறு தெரியும்படி
வாய் திறப்போம்...
சுவாசிக்கப்படும் சுத்தக்காற்று
நுரையீரலின்
தரைதொட வேண்டும்..."

இயற்கை என்பது மனிதனின் இருப்புக்கு மிகவும் ஆதாரமான ஒன்றாக இருக்கின்றது. அத்தகைய இயற்கையையும் நமது கவிப்பேரரசு மறக்கவில்லை. மரங்கள் இல்லையேல் நாம் இல்லை. உலக மக்களுக்குத் தேவையான ஆக்சிஜனில் மூன்றில் இரண்டு பகுதியை அமேசான் காடு உற்பத்தி செய்கின்றது. இவற்றுக்கு எல்லாம் மரங்கள் ஆதாரமாக இருக்கின்றன. ஐயா அவர்கள் மரங்களைப் பற்றிப் பாடிய கவிதையும் என்னைக் கவர்ந்த கவிதைகளுள் ஒன்றாக இருக்கின்றது.

இயற்கை அன்னையின் கொடைகளுள் ஒன்றான மரத்தின் பெருமை கூறப்பட்டுள்ளதுடன் மரங்கள் இல்லையேல் மனிதனும் இல்லை என்பதே கவிதை.

"மரத்திற்கும் வழுக்கை விழும்
மறுபடி முளைக்கும்
நமக்கோ
உயிர் பிரிந்தாலும்
மயிர் உதிர்ந்தாலும்
ஒன்றென்றறிக
மரங்கள் இல்லையேல்
காற்றை எங்கேபோய்ச்
சலவை செய்வது?

"மரங்கள் இல்லையேல்
மழைக்காக எங்கேபோய்
மனுச் செய்வது?

மரங்கள் இல்லையேல்
மண்ணின் மடிக்குள்ளே
ஏதப்பா ஏரி?

பறவைக்கும் விலங்குக்கும்
மரம்தரும் உத்தரவாதம்
மனிதர்நாம் தருவோமா?

மனிதனின் முதல் நண்பன்
மரம்
மரத்தின் முதல் எதிரி
மனிதன்

ஆயுதங்களை மனிதன்
அதிகம் பிரயோகித்தது
மரங்களின் மீதுதான்

உண்ணக்கனி - ஒதுங்க நிழல்
உடலுக்கு மருந்து - உணர்வுக்கு விருந்து
அடையக்குடில் - அடைக்கக் கதவு
அழகு வேலி - ஆடத்தூளி
தடவத் தைலம் - தாளிக்க எண்ணெய்
எழுதக் காகிதம் - எரிக்க விறகு

மரந்தான் மரந்தான்
எல்லாம் மரந்தான்

மறந்தான் மறந்தான்
மனிதன் மறந்தான்"

கவிப்பேரரசு வைரமுத்து அவர்கள் தாம் எழுதிய முதலாவது திரை இசைப் பாடலிலேயே பிரபலமானார். முதலாவது திரை இசைப் பாடல் பிரபலம் ஆவது என்பது மிகப்பெரும் ஒரு விடயமாகும். இசைஞானி இளையராஜா அவர்களின் இசையில் பின்னணிப் பாடகர் எஸ்.பி.பாலசுப்பிரமணியம் அவர்களின் இனிய குரலில் அந்தப் பாடல் வெளிவந்ததை நாம் அறிவோம். மாலை வேளையின் இயற்கை அழகை எடுத்தியம்பும் இனிமையான வரிகள் அவை.

"பொன் மாலைப் பொழுது - இது ஒரு
பொன் மாலைப் பொழுது
வானமகள் நாணுகிறாள்;
வேறு உடை பூணுகிறாள்.
....
வானம் எனக்கொரு போதி மரம்
நாளும் எனக்கது சேதி தரும்..."

இந்த வரிகள் கற்பனையின் உச்சம் என்று நான் கூற வேண்டும். தொல்காப்பியர் உள்ளிட்ட ஆதித் தமிழ்ப்பேராசான்கள் சங்கம் அமைத்துப்

பாதுகாத்த தமிழ் அன்னைக்குக் கவிப்பேரரசு வைரமுத்து அவர்களின் வைர வரிகள் அணிகலன்களாகத் திகழ்கின்றன என்பது யதார்த்தமான உண்மை.

'இருவர்' திரைப்படத்தில் ஐயா வைரமுத்து அவர்கள் எழுதிய 'நறுமுகையே...' என்னும் பாடல் சங்க காலப் பாடல்களை மீண்டும் நம் கண் முன்னே கொண்டு வந்து நிற்கிறது.

"நறுமுகையே நறுமுகையே
நீ ஒரு நாழிகை நில்லாய்.....
செங்கனி ஊறிய வாய் திறந்து
நீ ஒரு திருமொழி சொல்லாய்......
அற்றைத் திங்கள் அந்நிலவில்
நெற்றித்தரள நீர்வாடிய
கொற்றப் பொய்கை
ஆடியவள் நீயா..."

என அந்தப் பாடல் நீண்டு செல்கின்றது. சங்ககாலத் தமிழின் அழகும், இனிமையும், காதலும் நிறைந்து நிற்கும் இந்தப் பாடலும், வகுப்பில் மாணவர்களுடனான உரையாடலில் அடிக்கடி இடம்பிடிக்கக்கூடிய ஒன்றாக உள்ளது.

வைரமுத்துவின் கவிதைத் தொகுப்பிலிருந்த பல பாடல்கள் சினிமாவில் எடுத்துக் கையாளப்பட்டுள்ளன. குறிப்பாக, "யாக்கை திரி" "மூங்கில் காடுகளே" போன்றவை கவிதைகளாக இருந்து பின் பாடலானவை.

எளிமைத்தன்மையை ஆதாரமாகக் கொண்ட வைரமுத்து வரிகளில் பல கவிதைத் தொகுதிகள், எமது பல்கலைக்கழகத் தமிழ்த் துறையை அலங்கரிக்கின்றன. சீனப் பல்கலைக்கழகம் ஒன்றில், வைரமுத்துவின் கைப்பிடித்து தமிழ் நுழைந்திருக்கிறது அல்லது அவரின் தமிழ் பிடித்துதான் தமிழ் இங்கே தடம் பதிக்கிறது என்பதில் தமிழ்த் துறைத் தலைவர் என்ற வகையில் பேருவகை கொள்கிறேன்.

யாதும் ஊரே யாவரும் கேளிர்!

- நிறைமதி *(Zhang Qi)*
தமிழ்த்துறைத் தலைவர்,
யுனான் தேசியப் பல்கலைக்கழகம், சீனா.

❖

25

தமிழ்த் திரையிசைப் பாடல்களின் திருப்புமுனை – வைரமுத்து

- முனைவர் பா.இரவிக்குமார் -

ஏறத்தாழ நாற்பத்தைந்து வருடங்களுக்குமேல் தமிழ் இலக்கிய உலகில் இயங்கி வருபவர் கவிஞர் வைரமுத்து. தமிழ் இலக்கிய உலகில் அவருடைய பெயர் கல்வெட்டைப் போல் நிலைத்துவிட்டது. எழுத வந்த காலத்திலிருந்து புகழ், நிழலைப்போல் அவருடைய பெயரைத் தொடர்ந்தபடி இருக்கிறது.

வைரமுத்து மரபுக்கவிதைகளை எழுதிய காலத்திலிருந்து இன்றுவரை தமிழ் இலக்கிய உலகம் எத்தகைய மாறுதல்களை அடைந்தது என்பதையும் இணைத்துப் பார்க்க வேண்டும். மரபுக்கவிதை, புதுக்கவிதை, திரையிசைப்பாடல்கள், நாவல்கள், மொழிபெயர்ப்புகள், சிறுகதைகள், கட்டுரைகள் முதலிய பல்வேறு இலக்கிய வகைமைகளில் இயங்கி வருகிறார். சோர்வில்லாத, தொடர்ச்சியான இயக்கமாகச் செயல்படும் வைரமுத்துவின் எழுத்துகளைத் தொடர்ந்து கவனித்து வரும் விமர்சகனே வைரமுத்துவின் எழுத்துகளின்மீது ஒரு மதிப்பீட்டை உருவாக்கவிட முடியும்.

திராவிட இயக்கங்கள் தமிழ்ச்சமூகத்தின்மீது மிகப்பெரிய தாக்கங்களை உருவாக்கிய காலம். மரபுக்கவிதைகள் ஆதிக்கமும், புதுக்கவிதையின் போராட்டமும் செய்துகொண்டிருந்த காலம். இலக்கிய உலகில் வானம்பாடி இயக்கம் கோலோச்சிக் கொண்டிருந்த காலம். எழுத்து, வானம்பாடி, கசடதபற போன்ற சிற்றிதழ்கள் பெருகிக் கொண்டிருந்த காலம். இப்படி இலக்கிய வானம் இடி மின்னல்களால் நிறைந்திருந்த 1972-இல் மரபை மீறாத

‘வைகறை மேகங்கள்’ முற்றிலும் புதிய தொனியில் பொழிந்தது. பிறகு எண்பதுகளின் தொடக்கத்தில் ‘என் பழைய பனை ஓலைகள்’, ‘திருத்தி எழுதிய தீர்ப்புகள்’, ‘இன்னொரு தேசிய கீதம்’ போன்ற புதுக்கவிதைத் தொகுப்புகள் வெளியாயின.

தன் வாழ்க்கை அனுபவங்களையும், இலக்கிய அனுபவங்களையும் வைரமுத்து ‘இதுவரை நான்’ என்கிற சுயசரிதை நூலாக எழுதியபோது அவருக்கு அகவை முப்பது. அதற்குள் வைரமுத்து புகழின் உச்சியை அடைந்துவிட்டார் என்றே கூறவேண்டும். தற்காலத் தமிழ் இலக்கிய உலகில், இது நினைத்துப் பார்க்கவே இயலாத வெற்றி.

தன்னுடைய முதல் இருபது வயதுகளில் தனக்குக் கிட்டிய பள்ளிக்கூட மற்றும் கல்லூரி நாள்களில் அவர் கற்ற தமிழ்தான் வைரமுத்துவின் சுரங்கம். வள்ளுவன், இளங்கோ, திருத்தக்கத்தேவர், கம்பன், புகழேந்தி, சித்தர்கள், பாரதி, பாரதிதாசன் போன்ற மரபிலக்கிய ஆளுமைகளைச் செரித்துக் கொண்டதன் வாயிலாக, மரபுக்கவிதையில் மிகப் பெரிய தேர்ச்சியைப் பெற்றார். சொல்லப்போனால், மரபுக்கவிதையில் வைரமுத்துவிற்கு இருந்த பயிற்சிதான், திரையிசைப் பாடல்களில் அவருக்கு நீடித்த புகழை இன்றுவரை வழங்கிக் கொண்டிருக்கிறது.

வைரமுத்து தொடக்க காலத்திலிருந்தே வெகுசன ஊடகங்களை சரியாகப் பயன்படுத்தி வந்தார். ஆனந்த விகடன், குங்குமம், குமுதம், சினிமா எக்ஸ்பிரஸ், சாவி போன்ற வெகுசனப் பத்திரிகைகளில் தொடர்ந்து எழுதினார். பெய்யெனப் பெய்யும் மழை, கொஞ்சம் தேநீர், நிறைய வானம் முதலிய கவிதைத் தொகுப்புகளுக்குப் பிறகு, சிறுகதைகளைத் தன்னுடைய அறுபதாவது அகவையில்தான் எழுதத் தொடங்கினார். திரையிசைப் பாடல்களில் உச்சம் தொட்டவர், புனைகதைகளின்மீது கவனத்தைத் திருப்பியது ஆச்சரியம்தான். ‘என் ஜன்னலின் வழியே’, ‘கல்வெட்டுகள்’, ‘மௌனத்தின் சப்தங்கள்’ போன்ற கட்டுரை நூல்கள் அவருடைய உரைநடை வளத்தை அறிந்து கொள்வதற்கான ஆதாரங்கள். பிறமொழி இலக்கியங்களில் கலீல் ஜிப்ரான் அவரை வசீகரித்த கவிஞர். தெலுங்குக் கவிஞர் ஸ்ரீஸ்ரீ, ஆப்ரிக்கக் கவிஞர் லாங்க்ஸ்டன் ஹக்ஸ், சிலிக் கவிஞன் பாப்லோ நெரூதா, பஞ்சாப் கவிஞர் அம்ரிதா ப்ரீதம் போன்றவர்களை அறிந்தவர்.

திரையிசைப் பாடல்கள் என்பது தனித்ததொரு இலக்கிய வகைமை. திரையிசைப்பாடல்களை ஆராய்வதற்கான கோட்பாடுகள் இன்னும் சரியாக வரையறுக்கப்படவில்லை. இக்கட்டுரை அவருடைய திரையிசைப் பாடல்களை மட்டுமே ஆய்வின் எல்லையாக வரையறுத்துக் கொண்டுள்ளது.

வைரமுத்துவின் தனித்தன்மை:

வைரமுத்து, திரைத்துறையில் காலடி எடுத்து வைத்த நாள்களில் கவிஞர் கண்ணதாசன், வாலி, புலமைப்பித்தன், முத்துலிங்கம், நா.காமராசன், கங்கைஅமரன், எம்.ஜி.வல்லபன் முதலியோர் எழுதிக் கொண்டிருந்தனர். இவர்களிடமிருந்து வேறுபட்டு ஒரு தனித்த நடையை உருவாக்கிக் கொண்டதில்தான் வைரமுத்துவின் தனித்தன்மை இருந்தது. வைரமுத்துவிற்குப் பிறகு பாடல்கள் புனைய வந்த அறிவுமதி, பழநிபாரதி, நா. முத்துக்குமார், கபிலன், யுகபாரதி, பா. விஜய் போன்ற கவிஞர்கள் பேரளவு வைரமுத்துவைப் போலவே எழுதவேண்டி இருந்தது. அந்த வகையில் தமிழ்த் திரையிசைப் பாடல்களின் திருப்புமுனையாக அமைந்தவர் வைரமுத்து. இதற்கான காரணங்களை நீண்ட திரைப்பட வரலாற்றில் தேட வேண்டும்.

திரைக்கதையில் ஒரு சம்பவத்தை, கதைமாந்தரை அல்லது கொள்கையை அடிப்படையாகக் கொண்டு, எம்.ஜி.ஆர்., சிவாஜி கணேசன், ஜெமினி கணேசன் போன்ற நாயகர்களுக்கு ஏற்ற வகையில் கதைகள் உருவாக்கப்பட்டன பாடல்கள் புனையப்பட்டன. குடும்ப அமைப்பின் வலிமையைத் திரைப்படவுலகம் பறைசாற்றிக் கொண்டிருந்தது. அது அறுபதுகளின், எழுபதுகளின் காலம்.

வைரமுத்து எழுத வந்தபோது, இவை யாவுமே உடைந்துவிட்டன. கண்ணதாசன் எழுதிய பிறகு, காதலைப் புதிதாக எழுதுவதற்கு எதுவுமே இல்லை என்ற நிலை. தாலாட்டை, தத்துவத்தை, உறவுகளின் முரண்பாடுகளை, எதையுமே புதிதாக எழுத இயலாது. மெட்டுகளுக்கு வரிகளை நிரப்பலாம். இந்தச் சவாலை ஏற்றுக்கொண்டு இயற்கையைப் பின்புலமாகப் படைத்துக் கொண்டு, புதிய தமிழில் பாடல்கள் புனைந்தவர்தான் வைரமுத்து.

“நெஞ்சு பொறு கொஞ்சம் இரு
தாவணி விசிறிகள் வீசுகிறேன்
மன்மத அம்புகள் தைத்த இடங்களில்
சந்தனமாய் எனைப் பூசுகிறேன்” [1]

(ஆயிரம் பாடல்கள் - ராஜபார்வை, ப36)

என்ற பாடல், திரையுலகைத் திரும்பிப் பார்க்க வைத்தது.

“ஊத்துமலைத் தண்ணீரே - என்
உள்ளங்கைச் சர்க்கரையே - நீ
நான் பெத்த தங்கரதம்
இடுப்பிலுள்ள நந்தவனம்” [2]

(ஆயிரம் பாடல்கள் தண்ணீர் தண்ணீர், ப.38)

என்று தாலாட்டில் கற்பனை மழையைப் பொழிந்தவர்.

‘தண்ணிதந்த மேகமின்று
ரத்தத்துளி சிந்துதடா

> காத்திருந்த பானைக்குள்ளே
> கண்ணீர்த்துளி பொங்குதடா" [3]

(ஆயிரம் பாடல்கள் - தண்ணீர் தண்ணீர், ப. 38)

என்று எழுதி, கண்ணதாசன் எழுதிக்கொண்டிருக்கும்பொழுதே தன் வருகையை அழுத்தமாகப் பதித்தவர் வைரமுத்து.

வைரமுத்து திரைத்துறைக்குள் நுழைந்தபொழுது, இந்தச் சமூகத்தை மாற்றிவிட வேண்டும் என்ற கனவு அவருக்குள் இருந்தது.

> "எரிமலை எப்படிப் பொறுக்கும் - நம்
> நெருப்புக்கு இன்னுமா உறக்கம்?" [4]

(ஆயிரம் பாடல்கள் - சிவப்புமல்லி, ப. 39)

என்ற கேள்வி சிவப்புமல்லியில் வெளிப்பட்டது.

> "ஏழை வர்க்கம் வேர்வைக்குள்ளே
> முத்துக்குளிக்கும்: பின்பு செத்துப் பிழைக்கும்
> உழவன் வீட்டுத் தேனும் கூட
> உப்புக் கரிக்கும்: அதில் கண்ணீர் மிதக்கும்
> செருப்பென உழைத்தவர்: வரப்பென இளைத்தவர்
> சுடச்சுட அழுதவர்: அடிக்கடி இறந்தவர்
> வெற்றிச் சங்கு ஊதும் போது
> தர்மங்கள் தூங்காது" [5]

(ஆயிரம் பாடல்கள் - சிவப்புமல்லி, ப. 39)

என்னும் வரிகளில் தெரிவது பாதி பாரதிதாசன். மீதி பட்டுக்கோட்டை. ஆனால், தனித்த அந்த மொழிநடைக்குச் சொந்தக்காரர் வைரமுத்து. அதே திரைப்படத்தில்,

> "நனைந்த மலர்களுக்குக் குளிரெடுக்காதோ
> வண்டுகள் பறந்துவந்து தலைதுவட்டாதோ" [6]

(ஆயிரம் பாடல்கள் - சிவப்புமல்லி, ப. 40)

> "பனிவிழும் மலர்வனம் - உன்
> பார்வை ஒரு வரம்
> இனிவரும் முனிவரும்
> தடுமாறும் கனிமரம்" [7]

(ஆயிரம் பாடல்கள் - நினைவெல்லாம் நித்யா, ப. 75)

> "வசந்தங்கள் வாழ்த்தும் பொழுது
> உனது கிளையில் பூவாவேன்
> இலையுதிர் காலம் முழுதும்
> மகிழ்ந்து உனக்கு வேராவேன்" [8]

(ஆயிரம் பாடல்கள் - நினைவெல்லாம் நித்யா, ப. 78)

என்று புதிய சொற்களைக் கொண்டு, இலக்கியச் சுவை குன்றாமல், எளிய மொழி நடையில் பாடல் புனைந்தவர் வைரமுத்துதான்.

வைரமுத்துவின் திரையிசைப்பாடல்களின் வெற்றிக்குப் பெருமளவு இளையராஜாவின் இசையும் காரணமாக அமைந்தது என்பதை இங்குப்

பதிவு செய்தாக வேண்டும். இளையராஜாவின் இசையில் பலரும் பாடல்கள் எழுதி வந்தாலும், வாய்ப்புக் கிடைத்த பொழுதெல்லாம் காவிய வரிகளைப் புனைந்தவர் வைரமுத்து.

"மனங்களின் நிறம் பார்த்த காதல்
முகங்களின் நிறம் பார்க்குமோ?"
"வரையறைகளை மாற்றும் போது
தலைமுறைகளும் மாறுமே" [9]

(ஆயிரம் பாடல்கள் - புதுக்கவிதை, ப. 83)

"புத்திகெட்ட தேசம்
பொடி வெச்சு பேசும்
சாதி மத பேதமெல்லாம்
முன்னவங்க செஞ்ச மோசம்" [10]

(ஆயிரம் பாடல்கள் - முதல் மரியாதை, ப. 204)

"களங்கம் வந்தால் என்ன பாரு
அதுக்கும் நெலான்னுதான் பேரு
அட, மந்தையில நின்னாலும்
நீ வீரபாண்டி தேரு..." [11]

(ஆயிரம் பாடல்கள் - முதல் மரியாதை, ப. 204)

என்று ஆயிரக்கணக்கான வரிகளை உதாரணம் காட்டலாம்.

தமிழ்த் திரையிசை வரலாற்றில் கண்ணதாசனைப் போல அனுபவ வரிகளை எழுதியவர் எவருமில்லை. கண்ணதாசனின் மேதைமையை உணர்ந்தவர் வைரமுத்து. கண்ணதாசனைப் போல எழுதினால், தனக்கான அடையாளம் தொலைந்துவிடும் என்பதையும் உணர்ந்தே இருந்தார். அதனால்தான் தனக்கென ஒரு மொழிநடையை அமைத்துக் கொண்டார்.

"தூரிகை எரிகின்ற போது
இந்தத் தாள்களில் ஏதும் எழுதாது" [12]

(ஆயிரம் பாடல்கள் - பாலைவனச் சோலை, ப. 48)

"இதயம் உறங்காது
இமைகள் இறங்காது......" [13]

(ஆயிரம் பாடல்கள் - இளமைக் காலங்கள், ப. 102)

"இரவும் பகலும் உரசிக் கொள்ளும்
அந்திப் பொழுதில் வந்துவிடு" [14]

(ஆயிரம் பாடல்கள் - அலைகள் ஓய்வதில்லை, ப. 44)

முதலியவை யாவும் வைரமுத்து உருவாக்கிக் கொண்ட மொழி.

கண்ணதாசனின் வேர் வாழ்க்கை அனுபவம் என்றால், வைரமுத்துவின் வேர் அவர் கற்ற தமிழ். வைரமுத்துவின் அனைத்துப் பாடல்களிலும் ஓர் உயர்வு நவிற்சியைக் காணலாம். அந்த உயர்வு நவிற்சி, அவர் கம்பனிடத்திலிருந்து பெற்றுக்கொண்டது என்று அனுமானிக்கலாம்.

"நீ அன்று சிந்திய கண்ணீரில்
இந்த பூமியும் வானமும் நனைந்ததம்மா" [15]

(ஆயிரம் பாடல்கள் - சிப்பிக்குள் முத்து, ப. 235)

"மன்னவன் உன்னை மறந்ததென்ன
உன் கண்ணீரில் கானகம் நனைந்ததென்ன" [16]

(ஆயிரம் பாடல்கள் - சிப்பிக்குள் முத்து, ப. 235)

என்று சீதையை எழுதும்போது, இருபதாம் நூற்றாண்டில் கம்பனே மீண்டும் பேசுவதுபோல் இருக்கிறது. இந்த உயர்வு நவிற்சியை இன்றுவரை கைவிடவில்லை.

"மனிதா மனிதா இனி உன் விழிகள்
சிவந்தால் உலகம் விடியும்
விழியில் வழியும் உதிரம் முழுதும்
இனி உன் சரிதம் எழுதும்
அசையும் கொடிகள் உயரும் உயரும்
நிலவின் முதுகை உரசும்" [17]

(ஆயிரம் பாடல்கள் - கண் சிவந்தால் மண் சிவக்கும், ப.116)

என்ற பாடலில் உள்ள சந்தத்தை வாசகர்கள் கவனிக்க வேண்டும். நிலவின் முதுகை உரசும் அளவிற்கு உயரமான கொடிகளைக் கற்பனை செய்கிறார் வைரமுத்து என்றால், அந்தத் தமிழ் கம்பன் அவருக்குத் தந்த சீதனம்.

கனவு காணும் வாழ்க்கை யாவும் கலைந்து போகும் கோலங்கள்தாம். என்றாலும், கடமையைச் செய்வதில்தான் ஆனந்தம் இருக்கிறது

"எரிகின்ற தீபம் ஒளிதரும் போதும்
விளக்கின் அடியில் இருள் வட்டம் போடும்
தீபத்திற்கே இரண்டு முகங்கள்
மனிதர்க்கிங்கே எத்தனையோ?" [19]

(ஆயிரம் பாடல்கள் - பொய் முகங்கள், ப.)

என்ற அழகான கேள்விதான் வைரமுத்து வடித்த தத்துவம்.

ஒரு பாடலாசிரியராக, அந்தந்தக் கதைகளுக்கு அல்லது கதை மாந்தர்களுக்கு ஏற்றபடி வைரமுத்து பாடல்களைப் புனைந்தார். ஆனால், தனக்கேயுரிய பகுத்தறிவுப் பார்வையை வாய்ப்பு கிடைக்கும் பொழுதெல்லாம் வெளிப்படுத்தத் தவறவில்லை.

"அன்பைக் கொன்றுவிட்டு
ஆசாரம் வாழ்வதென்ன" [20]

(ஆயிரம் பாடல்கள் - வேதம் புதிது, ப.)

என்ற கேள்வி, சாதியத்தை எதிர்க்கும் கேள்வி.

"கொல்லைத் துளசி எல்லை கடந்தால்
வேதம் சொன்ன சட்டங்கள் விட்டுவிடுமா?" [21]

(ஆயிரம் பாடல்கள் - வேதம் புதிது, ப. 314)

என்ற வரிகளைத் திரைக்கதைக்குத் தகுந்தபடி எழுதினாலும், வேதமறுப்பு என்றும் முற்போக்கு அம்சம் அவருக்குள் இருந்ததையே

இது புலப்படுத்துகிறது.

> "ஊரையெல்லாம் காப்பாத்தும்
> தாண்டவக்கோனே -முதலில் உன்
> உண்டியலைக் காப்பாத்து
> தாண்டவக்கோனே" 22

(ஆயிரம் பாடல்கள் - துளசி, ப. 304)

என்ற கடவுள் மறுப்புக் கோட்பாட்டை அவ்வளவு எளிதில் திரையிசையில் எழுதிவிட முடியாது.

> "கட்சிக்காக உயிரைக் கொடுக்கும்
> கொள்கை வகுத்ததும் அரசியல்
> காசுக்காகக் கொள்கை விற்று
> வயிறு வளர்ப்பதும் அரசியல்" 23

> "ஈசன் என்பதும் அரசியல் - இங்கே
> ரேசன் என்பதும் அரசியல்
> தொண்டர்கள் மீது தலைவர்கள் காட்டும்
> பாசம் என்பதும் அரசியல்" 24

என்ற வரிகள் தற்கால அரசியல் குறித்து திரைப்படப் பாடல்களில் வைரமுத்து வைத்த விமர்சனம்.

வைரமுத்துவின் சாதனை:

இரண்டாயிரத்திற்குப் பிறகு, தமிழ்த்திரையிலகின் முகம் மாறிவிட்டது. மென்மையான இசையில்லை; அல்லது அது அபூர்வமாக வெளிப்பட்டது. கதைமாந்தர்களின் பண்புகளை வெளிப்படுத்தும் கதை அநேகமாக இல்லை. குத்துப் பாடல்களின் ஆதிக்கம் திரையிசையில் நுழைந்தது. 'ஓ... போடு...' என்ற பாடலை வைரமுத்து எழுதினார்.

> "செல்லரிக்கும் தேகத்தில் புல்லரிக்கும் ஆசைகள்
> உள்ளிருக்கும் வரையிலே உலகம் உள்ளது
> காற்றடைத்த பையடா! கட்டி லின்பம் பொய்யடா!
> ஆண்மை தீர்ந்து போனவன் அன்று சொன்னது" 25

(ஆயிரம் பாடல்கள் - ஜெமினி, ப. 831)

என்ற குத்துப்பாடல் வரிகளிலும் வைரமுத்துவின் சாதனை தொடர்ந்தது எனலாம்.

> "மொட்டுகளே மொட்டுகளே
> மூச்சுவிடா மொட்டுகளே!
> கண்மணியாள் தூங்குகிறாள்
> காலையில் மலருங்கள்......." 26

(ஆயிரம் பாடல்கள் - ரோஜாக்கூட்டம், ப. 840)

என்னும் பாடலில், காதலியின் துயில் கலைந்தால் இதயம் தாங்காது என்று கலீல் ஜிப்ரானைத் தமிழ்க் காற்றில் உலவவிட்ட பெருமை

வைரமுத்துவின் தமிழுக்குரியது. மிக நுட்பமான உணர்வுகளையும் திரைப்படப் பாடல்களில் பெய்ததுதான் வைரமுத்துவின் ஆகப் பெரிய சாதனைகளில் ஒன்று.

"பொதிமாட்டு வண்டி மேலே
போட்டு வெச்ச மூட்டை போலே
போறாளே பொன்னுத்தாயி" [27]

(ஆயிரம் பாடல்கள் - கருத்தம்மா, ப. 470)

என்ற வரிகளில் இருக்கும் பெண்களின் கண்ணீர்த்துளிகளை அவ்வளவு எளிதாக எவராலும் எழுத இயலாது.

"காலம் கரைந்தாலும் கோலம் சிதைந்தாலும்
பாசம் வெளுக்காது மானே" [28]

(ஆயிரம் பாடல்கள் - பூவே பூச்சடவா, ப. 198)

என்ற வரிகள், உலகில் பாசம் இருக்கும் வரை என்றும் நிலைத்திருக்கும்.

"அழகிய திருமுகம் ஒருதரம் பார்த்தால்
அமைதியில் நிறைந்திருப்பேன்" [29]

(ஆயிரம் பாடல்கள் - கண்டுகொண்டேன் கண்டுகொண்டேன், ப. 735)

என்றும் வரியை எழுத, ஒரு வாழ்க்கையே வேண்டும்.

"கடலில் ஒருவன் கரையில் ஒருவன்
அவனோ உயிரில் இவனோ மனதில்
இரண்டில் எதுதான் வெல்லுமோ" [30]

(ஆயிரம் பாடல்கள் - இயற்கை, ப. 883)

என்னும் உணர்வைதான், தாஸ்தாய்வ்ஸ்கி தன்னுடைய 'வெண்ணிற இரவுகள்' என்னும் நாவலில் மிக நுட்பமாக எழுதினார். அந்த உணர்வை வார்த்தைகளில் சிறை பிடித்ததில்தான் வைரமுத்துவின் வெற்றி உள்ளது.

"வாழ்வு தொடங்கும் இடம் நீதானே
வானம் முடியுமிடம் நீதானே
காற்றைப் போல நீ வந்தாயே
சுவாசமாக நீ நின்றாயே" [31]

(ஆயிரம் பாடல்கள் - கன்னத்தில் முத்தமிட்டால், ப. 833)

என்று குழந்தையை அவ்வளவு அழகாக எழுதினார் வைரமுத்து.

"காயம் கண்ட இதயம் - ஒரு
குழந்தை போல
வாயை மூடி அழுமே - சொல்ல
வார்த்தை இல்லை" [32]

(ஆயிரம் பாடல்கள் - யூத், 843)

என்று உணர்வு ததும்பும் வரிகளை இன்றைக்கும் எழுத வைரமுத்துவால் முடிகிறதென்றால், அதற்கு அவர் பெற்ற மரபிலக்கியப் பயிற்சிதான் காரணம்.

வேறு பாடலாசிரியர்களிடமிருந்து வைரமுத்து எப்படி வேறுபடுகிறார் என்ற கேள்வியும் முக்கியமானது. அனைவரும் கவிஞர்கள்தாம். அனைவரும் சிறந்த பாடலாசிரியர்கள்தாம். ஆனால்,

"கண்கள் மூடிய புத்தர் சிலை என்
கனவில் வருவது பிடிக்கும் என்பேன்" [33]

(ஆயிரம் பாடல்கள் - யூத், 843)

"அன்னை தெரசா.... அவரைத் தவிர
யாரும் தீண்டக் கூடாது.....?" [34]

(ஆயிரம் பாடல்கள் - இந்தியன் 1, ப. 540)

என்று எவருமே எதிர்பாராத சில கற்பனைகளை, சில சொல்லாட்சிகளை, வைரமுத்து கண்டுபிடிப்பார்.

திரையிசையில் வைரமுத்துவின் நீண்ட பயணம்

1980களில் இளையராஜாவைப் பிரிந்த பிறகு, வைரமுத்து பல்வேறு இசையமைப்பாளர்களின் இசையில் பாடல்களை எழுதினார். உண்மையில், அத்தகைய இசையமைப்பாளர்களின் பாடல்களிலும், வைரமுத்து தன் முத்திரையைப் பதிக்கத் தவறவில்லை.

"நீ காற்று நான் மரம்
என்ன சொன்னாலும் தலை யாட்டுவேன்...
நீ இரவு நான் விண்மீன்
நீ இருக்கும் வரைதான் நான் இருப்பேன்" [35]

(ஆயிரம் பாடல்கள் - நிலாவே வா, ப. 623)

என்னும் பாடலை, உலகில் எந்த மொழியில் மொழிபெயர்த்தாலும் உன்னதமான பாடலாக இருக்கும். எனினும், ஏ.ஆர்.ரஹ்மானின் இசையில் வைரமுத்து தன் முழு ஆற்றலையும் வெளிப்படுத்தினார்.

"எங்கே எனது கவிதை கனவிலே
எழுதி மடித்த கவிதை
விழியில் கரைந்து விட்டதோ - அம்மம்மா
விடியல் அழித்து விட்டதோ" [36]

(ஆயிரம் பாடல்கள் - கண்டுகொண்டேன் கண்டுகொண்டேன், ப. 735)

உண்மையில் கவிஞர்களுக்குக் கவிதைகள் இரவில், கனவுகளில் வரும். உடனே எழுதி வைத்தால் உண்டு. இல்லையென்றால், விழியில் கரைந்துவிடும். விடியலில், விழிக்கும்போது மறந்துவிடும். இந்த அனுபவத்தைக் கதைமாந்தரின் உணர்வு வெளிப்படும் வகையில் எழுதியிருப்பார் வைரமுத்து. வைரமுத்துவின் திரையிசைப் பயணம் மிக நீண்டது. மரபுத் தமிழையும், நாட்டுப்புறப் பாடல்களின் பண்பாட்டையும், புதுக்கவிதையின் புதுமைகளையும், கலந்த கலாச்சார அடையாளம் வைரமுத்து. இருபது நூற்றாண்டின் தமிழைத் தனக்குள் சேமித்து வைத்திருக்கிறார் கவிஞர் வைரமுத்து. வெற்றிக்கொடி கட்டு என்ற பாடலில் இருந்தது அருணகிரிநாதரின் தமிழ்.

> "நீங்கள் மட்டும் நீங்கள் மட்டும்
> விந்து விழுந்து பிறந்தவர்கள்
> நாங்கள் என்ன நாங்கள் என்ன
> எச்சில் விழுந்தா பிறந்தவர்கள்" [37]

(ஆயிரம் பாடல்கள் - பெரியார், ப.1051)

என்று 'பெரியார்' திரைப்படத்தில் வைரமுத்து எழுதியபோது, அவருக்குள் இருந்த கோபம் பாரதிதாசனுடையது.

> "மோகம் என்னும் மாயப் பேயை
> நானும் கொன்று போட வேண்டும்
> இல்லை என்ற போது எந்தன் மூச்சு
> நின்று போக வேண்டும்" [38]

(ஆயிரம் பாடல்கள் - சிந்து பைரவி, ப. 211)

என்ற கற்பனை, மகாகவி பாரதியினுடையது. எனினும், கம்பனின் செல்லக் குழந்தையாகவே தமிழ்த் திரையிசையில் கோலோச்சினார் வைரமுத்து.

இன்றும் திரையிசையில் பாடல் புனைய வருபவர்கள் வைரமுத்துவின் பாடல்களைத் தங்களுடைய அந்தரங்க அகராதியாகக் கையாள்கிறார்கள் என்பது கண்கூடு. கண்ணதாசனுக்குப் பிறகு தனக்கென ஒரு பாதையைத் தேர்ந்தெடுத்ததும், அந்தப் பாதையில் தனக்குப் பின்னால் வந்தவர்களைப் பயணம் செய்ய வைத்ததும் வைரமுத்துவின் அரிய சாதனை. அதனால்தான் அவர் தமிழ்த் திரையிசை வரலாற்றில் ஓர் அற்புதமான திருப்புமுனை.

கட்டுரைக்குப் பயன்பட்ட நூல்கள்:

1. குமரன் தாஸ், திரையின்றி அமையாது உலகு (தமிழ் சினிமாவின் ஜாதிய முகம்), கருப்புப் பிரதிகள் வெளியீடு, சென்னை. முதற்பதிப்பு 2019.
2. கொஞ்சம் சினிமா நிறைய வாழ்க்கை - திரைக்கலைஞர்கள், அந்திமழை வெளியீடு, சென்னை. 2017.
3. பிச்சை அ., தொண்ணூறுகளில் தமிழ் சினிமா, கபிலன் பதிப்பகம், சென்னை. முதற்பதிப்பு 2020
4. வைரமுத்து, ஆயிரம் பாடல்கள், சூர்யா லிட்டரேச்சர், சென்னை. முதற்பதிப்பு 2009.
5. வைரமுத்து, பாற்கடல், சூர்யா லிட்டரேச்சர், சென்னை. 2008.

- முனைவர் பா.இரவிக்குமார்
இணைப் பேராசிரியர்,
சுப்பிரமணிய பாரதியார் தமிழியற்புலம்,
புதுவைப் பல்கலைக்கழகம், புதுச்சேரி.

26

பாட்டுலகில் வைரமுத்து அமைத்த புரட்சிப் பாதை

- கவிஞர் பழ.புகழேந்தி -

ஒவ்வொரு சராசரி மனிதனும் ஏதோவொரு கோட்பாட்டியலைச் சார்ந்தே இயங்குகிறான். அக்கோட்பாட்டைத் தன் வாழ்விற்குள் அவன் அனுமதிக்கிற தீவிரத்தன்மையின் அளவுகோல் வேண்டுமானால் மாறுபடலாம். சராசரி மனிதனே அவ்வாறெனில் ஒரு கலைஞன் எப்படி அதிலிருந்து விடுபட முடியும்? "தூய கலை" என்று பேசுகிற கலைஞன்கூட தன்னை அறியாமல் தன் படைப்பிற்குள் தனது அரசியலை முன்வைத்து விடுவதைப் பார்க்கத்தான் செய்கிறோம். அரசியலைத் துறந்த கலை என்பது வாசனையற்ற காகிதப்பூ. இதைப் புரிந்துகொண்ட எந்தவொரு கலைஞனும் தன் கலைப்படைப்புக்குள் தனது அரசியலைப் பேசத் தவறுவதே இல்லை. அப்படிப் பேச விரும்புகிற ஒரு படைப்பாளன், பாடலாசிரியனாகத் திரைத்துறையில் பரிணமித்து விடுவதென்பது ஒரு மாபெரும் சவாலுக்குத் தன்னைத்தானே ஒப்புக் கொடுப்பது. திரையிசைப் பாடலென்பது பாடலாசிரியன் மட்டுமே முடிவு செய்துவிடுகிற ஒன்றல்ல. அங்கே பாடலாசிரியன் சேவகன் மட்டுமே. அவனுக்கு இடப்படுகிற பணி என்பது சூழலை மொழிபெயர்ப்பது. அதுவும் கதாபாத்திரத்தின் குண இயல்புகளோடு இயைந்து அவன் குரலாய் ஒலிப்பது. இதற்குள் ஒரு பாடலாசிரியன் தன் கருத்தியல்களைப் பேசுவது என்பது ஒவ்வாத ஒன்று. ஆனால், சமூக அக்கறையுள்ள ஒரு படைப்பாளன் பாடலாசிரியனாய் வெளிப்படும்போது 'ஒவ்வாது' என்று கருதி ஒதுங்கிப்போக மாட்டான். அப்படி ஒரு சமூக

அக்கறையுள்ள கவிஞனாய்த் திரைப்பாட்டுக்குள் வைரமுத்து பேசிய, தான் சார்ந்த கோட்பாட்டு வெளிப்பாடுகள் ஏராளம்!

வைரமுத்து பாட்டெழுத வருவதற்கு முன்னால் தமிழ்த் திரைப்பாடல்கள் ஒரு குறிப்பிட்ட வட்டத்திற்குள் மட்டுமே இயங்கி வந்தன. காதல் பாடல்கள், தத்துவப் பாடல்கள், சோகப் பாடல்கள் என்கிற எல்லைக்குள்ளேயே பெரும்பான்மையான பாடல்கள் சுற்றிச் சுற்றி வந்தன. உடுமலை நாராயணகவி, பட்டுக்கோட்டை கல்யாணசுந்தரம் என்று மிக அரிதாக கோட்பாட்டியல் சார்ந்த பாடல்களை அவ்வப்போது எழுதித் தந்தார்கள். அந்தப் பாடல்களிலும் ஒரு மென் தன்மை இருந்தனவே அன்றி, வீரியம் மிக்க சொற்களால் அவை புனையப்பட வில்லை என்பதே உண்மை. உணர்வூட்டும் தன்மை மட்டுப்பட்டு மக்களின் மொழியிலேயே அவை மக்களோடு உரையாடிக் கொண்டிருந்தன. புரட்சிக்கவிஞர் பாரதிதாசனின் கவிதைகள் திரைப்பாடலாக உருமாற்றம் பெற்ற போதுகூட, சூடான சொற்களால் எழுதப்பட்ட அவரது கவிதைகளை விட்டுவிட்டு, கொஞ்சம் வெதுவெதுப்பான கவிதைகளையே தேர்ந்து கொண்டது திரையிசை. 'சித்திரச் சோலைகளே உமை நன்கு திருத்த இப்பாரினிலே' என்கிற பாடலைக் கேட்டால் ஏதோவொரு சோகப்பாட்டைக் கேட்கிற உணர்வுதான் வரும். இப்படியான சூழலில்தான் ஒரு புதிய பாட்டு வடிவம் தமிழ்த்திரையிசைக்கு அறிமுகமாகிறது. அது உக்கிரமான தீயின் வெப்பச் சொற்களோடு பொதுவுடைமைக் கருத்தியலைப் பாடியது. பாடல் ஒலிபரப்பாகும் போதெல்லாம் காற்றெல்லாம் அனலடித்தது. அப்படி ஒரு பாட்டு அதற்கு முன் தமிழ்த்திரையிசையில் இல்லை. ஆனால், அதற்குப்பிறகு அவ்வடிவிலான பாடல்கள் பலராலும் எழுதப்பட்டு தற்போது வெளிவந்த "விடுதலை 2" படத்தில் வந்த "பொறுத்தது போதும்" பாடல் வரை தொடர்ந்து வந்தபடியே உள்ளன. அந்த முன்மாதிரிப் பாடல்தான் "சிவப்பு மல்லி" திரைப்படத்தில் இடம்பெற்ற "எரிமலை எப்படிப் பொறுக்கும்" என்ற பாடல். பிறகு "சிவந்த கண்கள்" படத்தில் "முரசுகள் முழங்கட்டும்" என்ற பாடலை எழுதி, அவ்வகையான பாடல்களுக்கு என்று ஒரு பாதையை அமைக்கிறார் வைரமுத்து. அதன் பிறகுதான் "கூவுங்கள் சேவல்களே, செந்நிறக் கொண்டைகளே" என்று அந்தப் பாதைக்குள் வாலி நுழைகிறார். "மனிதர்களே ஓ மனிதர்களே" என்று புலமைப்பித்தன் அந்தப் பாதைக்கு வந்து சேர்ந்தார். அதே பாணியிலான உணர்வு மேலிடும் பாடல்களை ஏராளமாய் எழுதி அப்பாதையை வைரமுத்து விரிவுபடுத்திக் கொண்டே வர, இன்னபிற பாடலாசிரியர்களும் அதற்குள் பயணப்படத் தொடங்கினார்கள்.

சமூகத்தின் மீதான அக்கறையைக் கைவிட்டுவிடாத ஒரு படைப்பாளிக்குள்ளிருந்துதான் இப்படியான வீரியமிக்க சொற்கள் வெளிப்பட முடியும். வாய்ப்பு கிடைக்கும் இடங்களில் எல்லாம் தன் கருத்தியல்களைப் பதிவு செய்துவிட அவனுக்குதான் தோன்றும். தன் 'ஆயிரம் பாடல்கள்' தொகுப்பின் முன்னுரையில் இப்படிக் குறிப்பிடுகிறார்

வைரமுத்து. 'வாய்ப்புகளின் சின்னச் சந்து பொந்துகளிலும் பகுத்தறிவு, சோசலிசம், பாட்டாளி வர்க்கம் என்ற என் இதயக் கனவுகளை ஈடேற்றினேன்'. இக்கருத்தோடு எனக்கு உடன்பாடில்லை. வாய்ப்புகள் கிடைப்பதற்காக அவர் காத்திருக்கவில்லை. வாய்ப்புகளை உருவாக்கிக் கொண்டு தன் இடதுசாரிக் கருத்தியல்களை நுணுக்கமாக உள்நுழைத்தார். உண்மையில், அது அவர் தொழிலுக்கு எதிரானது. ஆம், சூழல்கள் கோராதபோதும், அல்லது தான் எழுத நேர்கிற சூழல் தன் கோட்பாடுகளுக்கு எதிரானதாக அமைந்து விடுகிறபோதும், தன்னைச் சமாதானப் படுத்திக்கொள்ள இரண்டொரு வரிகளை சாமர்த்தியமாய் நுழைத்து விடுவதென்பது அவரது சமூக அக்கறைக்குச் சான்று. எதிர்க்கருத்துகளைப் பேச நேர்கிற பாடல்களுக்குள்ளும் தன் கருத்துகளை அவர் எப்படி நுழைக்கிறார் என்பதற்குச் சான்றுகளாய் இரண்டு பாடல்கள் மட்டும். அருணாச்சலம் என்று ஒரு திரைப்படம். ரஜினிகாந்த் கதாநாயகன். ரஜினியின் பிம்பம் அனைவரும் அறிந்தது. நாயகத்தன்மையோடு ஆன்மீகமும் சேர்ந்த அடையாளம் ரஜினியுடையது. அந்தப் படத்தில் ரஜினியின் அறிமுகப் பாடல். ஒரு கோவிலுக்குள் கடவுளை வணங்கியபடி லிங்கத்தின் முன்னால் ஆடிக்கொண்டு பாடும் ஒரு பாடல். "அதாண்டா இதாண்டா" என்று தொடங்கும் அந்தப் பாடலுக்குள் இப்படி எழுதுகிறார் வைரமுத்து:

"தாயென்ற ஒரு தெய்வம் வீட்டோட இருக்கு
நீ தனித்தனியா கோவில் குளம் அலைவதுவும் எதுக்கு?
உன் அம்மாவின் பாதத்தில் கற்பூரம் கொளுத்து
வரும் ஆனந்தக் கண்ணீரில் அபிஷேகம் நடத்து"

காட்சிச் சூழலுக்கு நேர் எதிரான வரிகள் அல்லவா இவை? ரஜினி என்கிற வலதுசாரி அடையாளத்தின் வழியாகவே தன் இடதுசாரிச் சிந்தனைகளைப் பொதுச்சமூகத்திடம் பரப்பியவர் வைரமுத்து.

"பாவம் தீர்க்க ஒரு கேள்வி கேட்க
இங்கு தெய்வம் நேரில் வரவில்லை பாவம் நேரம் அதற்கில்லை"

- இதுவும் ரஜினியின் வாய் வழியாகத்தான். (படம்: மிஸ்டர் பாரத்)

"கடவுள் மனிதனைப் படைத்தானா? கடவுளை மனிதன் படைத்தானா?
ரெண்டு பேரும் இல்லையே ரொம்பத் தொல்லையே"

- இதுவும் ரஜினியின் குரலாகத்தான். (படம்: மனிதன்)

"விதியை நினைப்பவன் ஏமாளி - அதை வென்று முடிப்பவன் அறிவாளி"

- இதை உச்சரித்தவரும் ரஜினிதான் (படம்: முத்து)

"இந்த பூமி சமம் நமக்கு
நம் தெருவுக்குள் மதச்சண்டை ஜாதிச்சண்டை வம்பெதுக்கு?"

இந்தக் கேள்விக்கு உதடசைத்தவரும் அவரேதான். (படம்: படையப்பா)

எவ்வளவு நுணுக்கமான உத்தி இது! இன்னொரு பாட்டு - "ஊர்வசி ஊர்வசி டேக் இட் ஈசி ஊர்வசி" என்று. பாடலின் சூழல் - ஒரு மகளிர் பேருந்தில் ஏறிக்கொண்டு கல்லூரி மாணவர்கள் பெண்களைக் கிண்டல் செய்து பாடுவது. உண்மையில் அந்தப் பாடல் எப்படி இருக்க வேண்டும்?

அது பெண்களை ஓர் அழகுப் பொருளாகப் பார்க்க வேண்டும். பெண்களை ஆணுக்கான போகப் பொருளாகச் சித்திரிக்க வேண்டும். வெறும் இளைஞர்களின் கொண்டாட்டத்தை மையப்படுத்தி இருக்க வேண்டும். அதுதானே சூழலுக்குச் செய்கிற நியாயம்? இல்லை, அது சமூகத்திற்குச் செய்கிற அநியாயம் என்று வைரமுத்துவுக்கு உள்ளிருக்கும் கோட்பாட்டாளன் உடன்பட மறுக்கிறான். தொழில் தர்மத்தை ஒதுக்கி வைத்துவிட்டு, எவரும் முரண்படா வண்ணம் தன் கருத்தை இப்படி நுழைக்கிறார்:

"புரட்சிகள் ஏதும் செய்யாமல் - பெண்ணுக்கு நன்மை விளையாது
கண்ணகி சிலைதான் இங்குண்டு சீதைக்குத் தனியாய் சிலையேது?"

கண்ணகியும் சீதையும் அவரது பல பாடல்களில் குறியீடுகளாக வந்து போவதை நீங்கள் அடிக்கடி பார்க்கலாம். கற்புக்கரசி என்று இச்சமூகம் பூசி வைத்திருக்கிற அடையாளம் அல்ல கண்ணகியுடையது. கற்பே பெருமைக்குரிய அடையாளம் ஆகுமென்றால் அக்காலத்தில் வாழ்ந்த மற்ற பெண்களுக்கு அச்சிறப்பு இல்லையா என்கிற கேள்வி எழுமில்லையா? சீதையும் கற்புக்கரசிதானே? ஏன் சீதைக்குத் தனியாய்ச் சிலை இல்லை? என்கிற கேள்வியைப் பிடித்துக்கொள்ளச் சொல்லி, பதில் தேடிப் பயணப்பட வைக்கிறார் வைரமுத்து. கண்ணகியின் பெருமை என்பது கற்பில் இல்லை. அவளது போராட்டக் குணத்தில் இருக்கிறது என்கிற பதிலை நோக்கி நம்மை நகர்த்தி, போராட்டக் குணத்தோடு இருப்பதுதான் பெண்ணுக்குப் பெருமை என்கிற புரிதலை உண்டு பண்ணுகிற அடர்த்தியான வரிகளை, பெண்களைக் கிண்டல் செய்கிற பாட்டுக்குள் வைக்கத் தோன்றுகிறதே, அது சமூகத்தின்மீது உள்ளார்ந்த அக்கறை உள்ளவர்களுக்கு மட்டுமே தோன்றுகிற ஒன்று. வெறுமனே காசுக்குப் பாட்டெழுதுகிறோம் என்று எழுதியிருந்தால் அப்படித் தோன்ற வாய்ப்பே இல்லை.

'அமர்க்களம்' என்கிற படத்தில் "காலம் கலிகாலம் ஆகிப் போச்சுடா" என்றொரு பாட்டு. அதில் இப்படி எழுதுகிறார் வைரமுத்து:

"பொய்யும் சத்தியம் செய்யும் - இந்த பூமி எப்படி உய்யும்?
பார்க்க பார்க்க மனுஷன் கொண்ட பக்தி குறையுது
வினை தீர்க்க வந்த சாமி கூட ஆற்றில் கரையுது"

இவ்வரிகளுக்கான காட்சிச் சூழல் என்ன தெரியுமா? ஒரு விநாயகர் சதுர்த்தி ஊர்வலப் பாடல். பிரம்மாண்டமான பிள்ளையார் சிலை முன் எல்லோரும் ஆடிப்பாடுகிறார்கள். 'டிஸ்கோ டான்ஸர்' என்றொரு இந்திப்படம் தமிழில் 'பாடும் வானம்பாடி' என்று மறுஉருவாக்கம் செய்யப்பட்டது. இந்திப் படத்துக்காகப் போடப்பட்ட அதே மெட்டுகளை அப்படியே தமிழ்ப் படத்திற்கும் பயன்படுத்திக்கொண்டார்கள். எந்தவிதச் சமூக அக்கறையுமற்ற வெறும் டிஸ்கோ நடனக் கொண்டாட்டத்திற்கான பளபளப்பான படம் அது. அதில் ஒரு டிஸ்கோ பாடலுக்கு இப்படி எழுதுகிறார்:

"அட மாடி வீட்டு ஜன்னலும் கூட சட்டையப் போட்டிருக்கு - அட
சேரிக்குள்ள சின்னப்புள்ள அம்மணமா இருக்கு"

தனது சித்தாந்தத்தோடு சமரசம் செய்துகொள்கிற கட்டாயத்துக்கு ஆட்பட்டாலும், அந்த இடத்திலேயே எதிர் சித்தாந்தத்தோடு சண்டையிட்டு சமாதானம் தேடிக் கொள்கிற சாமர்த்தியத்தை வைரமுத்துவிடம் அடிக்கடி பார்க்கலாம்.

'தத்துவம்' என்கிற சொல்லுக்குத் திரையிசை உலகம் அளித்திருக்கிற பொருளும், அரசியல் உலகம் அளித்திருக்கும் பொருளும் எதிரெதிரானவை. திரையிசையில் 'தத்துவம்' என்பது யாதொன்றையும் இழப்பது பற்றிக் கவலைப்படாதே என போதிப்பது. அரசியலில் 'தத்துவம்' என்பது, எதையும் இழக்க விடாமல், இழந்ததையும் மீட்பதற்கான குரலாய் ஒலிப்பது. அதன் அடிப்படையில் பார்த்தால் திரையிசையில் தத்துவப் பாடல்களுக்கு அதன் அசலான முகத்தைக் கொடுத்தன வைரமுத்துவின் வரிகள். "தண்ணீர் தண்ணீர்" படத்தில் "ஒன்றுபட்ட மக்களுண்டு..." என்றொரு பாடல் இப்படி முடிகிறது,

"வறுமை எங்கள் வீட்டில் வந்து வசதியாக வாழுதே
கண்சிவந்து போனபின்பு மண் சிவந்து போகுமே"

வசதியாய் வாழ்கிற வறுமை - ரசிப்பதற்கான முரணா? அல்லது சிந்திப்பதற்கானதா? இப்பாடலின் அடுத்த வரிதான் பிறகொரு படத்திற்கே தலைப்பாகிறது. "கண் சிவந்தால் மண் சிவக்கும்" என்கிற அந்தப் படத்தில்தான் உணர்வுமேலிட நான் கேட்டுக் கேட்டுச் சிலிர்த்த "மனிதா மனிதா" பாடல். சூழல் அனுமதிக்காத இடத்திலேயே அத்துமீறி தன் கருத்துகளை உள்நுழைத்துவிடுபவருக்கு சூழலே வாசல் திறந்து விட்டால்...? அது - வைரமுத்துவுக்கு சொந்த மைதானத்தில் விளையாடுவது மாதிரி.

"பசியால் பல ஏழைகள் சாவது என்பது தேசியமானதடா - இனி
தேன் வரும் என்பதும் பால் வரும் என்பதும் ஜோசியமானதடா" -

அப்பாடலின் சரணத்திற்குள் இரண்டு வரிகள் இவை. இங்குதான் ஒரு கோட்பாட்டாளன் பாட்டெழுதுவதற்கும், தொழிலாய் மட்டும் கருதி பாட்டெழுதுவோருக்குமான வேறுபாட்டைப் புரிந்துகொள்ள முடியும். எவ்வகைக் கோட்பாடுகளாய் இருப்பினும் அவற்றைப் புரிந்துகொண்டு பரப்புரை செய்கிற கூட்டம் சொற்ப சதவிகிதம்தான். வெகுமக்கள் சிந்தனை என்பது ஒரு பொதுப்புத்தியில் செயல்படுவது. செயல்பாட்டாளர்களின் புரிதலுக்கும் பொதுச்சமூகத்தின் யதார்த்த வாழ்வின் நடைமுறைகளுக்கும் பெரிய இடைவெளி உண்டு. அப்படித்தான் 'ஜோசியம்' என்கிற சொல்லுக்கான பொருளும். இங்கு பெரும்பான்மை மக்களின் நம்பிக்கை என்பது "ஜோசியம்" நடக்கக் கூடியது என்பதுதான். பகுத்தறிவாளர்களுக்குதான் அது மூடநம்பிக்கை. ஒரு திரைப்பாட்டு என்பது பொதுமக்களைச் சென்று சேர எழுதப்படுவது.

ஆயின், ஜோசியம் என்பதை நடக்கக்கூடிய ஒன்று என்று நம்புகிற பொதுச்சமூகத்திடம் "தேன் வரும் என்பதும் பால் வரும் என்பதும் ஜோசியமானதடா" என்கிற இவ்வரி எதிர்மறைப் பொருளில் அல்லவா போய்ச்சேரும்? பாட்டெழுதுவதைத் தொழிலாய் மட்டுமே கருதுகிற பாடலாசிரியன்தான் அது குறித்து யோசிப்பான். சித்தாந்தவாதிக்கு அந்தச் சிந்தனை வராது. ஓர் உணர்வு உள்ளே ஊறிப்போய்விட்டால் அனிச்சையாய் நிகழ்வது போலவே அது வெளிப்படும். வைரமுத்துவின் புரட்சிகரமான பாடல்களுக்குள் நிகழ்வதெல்லாம் அதுதான்.

கருத்தியல்களை உரத்துப் பேசுகிற இடங்களில் பெரும்பாலும் கவிதை கொஞ்சம் ஓரமாக ஒதுங்கிக்கொள்ளும் எவருக்கும். ஆனால், வைரமுத்துவுக்கு உள்ளிருக்கும் கவிஞன் ஒருபோதும் அப்படி ஒதுங்கிக் கொள்வதில்லை. வெப்பமூட்டும் பாடல்களை அவர் எழுதுகிற போதெல்லாமும் அக்கவிஞன் எரிகிற கொள்ளியில் எண்ணெய் ஊற்றும் வேலையைக் கச்சிதமாகத் செய்தபடி இருப்பான்.

"ஏழை வர்க்கம் வேர்வைக்குள்ளே முத்துக் குளிக்கும்
பின்பு செத்துப் பிழைக்கும்
உழவன் வீட்டுத் தேனும் கூட உப்புக்கரிக்கும்
அதில் கண்ணீர் மிதக்கும்"

(படம்: சிவப்பு மல்லி, பாடல்: எரிமலை எப்படி...)

-இது கவிதையால் மூட்டப்பட்ட கனலல்லவா?

"தாயின் புதல்வர்கள் உறங்குதல் முறையா?
சிங்கத்தின் மீசையில் சிலந்தியின் வலையா?"

(படம்: சிட்டிசன், பாடல்: மேற்கே விதைத்த சூரியனே...)

அந்த இரண்டாவது வரியை விரித்துரைத்தால் எவ்வளவு எழுதலாம்? சுருக்கிச் சொல்லும் கவிதையின் குணத்தை பாடலின் மீது ஏற்றி எழுப்பப்பட்ட வீரியமுள்ள கேள்வி அல்லவா அது?

நிகழ்காலத்தின் அரசியலையும் பாடல் வழியாகப் பேச அவர் தயங்கியதில்லை. எல்லாத் தேசிய இனங்களின் அடையாளங்களையும் ஒற்றை அடையாளமாக்கிவிடத் துடிக்கும் தற்கால அரசியல் மீதும் அவரது எழுதுகோல் எச்சில் துப்பத் தவறவில்லை.

"ஒற்றை தேசம் என்றும் ஒற்றை வாழ்க்கை என்றும்
யார் நினைத்தாலும் திணித்தாலும் நிறைவேறுமா?
பல வண்ணங்களால் செய்த ஓவியம் போல்
ஒரு நிறம் கொண்ட படம் என்றும் அழகாகுமா?"

(படம்: காப்பான், பாடல்: விண்ணில் விண்மீன்...)

என்று மறுக்க முடியாத ஒப்புமையோடு கூடிய ஒரு கேள்வியைப் பாடல் வழி அவர் முன்வைத்தது காலத்தின் தேவை கருதியது.

'புரட்சிப் பாடல்கள்' என்றொரு புதிய வடிவத்தை தமிழ்த் திரையிசைக்குக் கொடுத்ததோடு நில்லாமல், அவ்வடிவத்தை சீரான

இடைவெளிகளில் காப்பாற்றிக் கொடுத்து, அத்தகைய பாடல்களை ஏராளமாய் எழுதிய வைரமுத்து, வரப்போகிற படமொன்றில் எழுதிய பாட்டு வரிகளை சமூகவலைத்தளத்தில் பகிர்ந்திருந்தார். அது மருத்துவமனை இல்லாத மலைக்கிராமம் ஒன்றில் அடிக்கடி நிகழும் மகப்பேறு மரணங்கள் குறித்து கவலைப்படுகிற பாட்டு. இப்படி எழுதியிருக்கிறார் அதில்:

"குள்ள நரியும் ஆடு மாடும் குட்டி போடும் காட்டுல
புள்ளத்தாச்சி புள்ள பெக்க நல்ல வழியும் காட்டல
இங்க அன்னாடம் போகுதடா அஞ்சாறு சவப்பெட்டி
அஞ்சாண்டுக்கு ஒருவாட்டி வருகுதடா ஓட்டுப்பெட்டி" (படம்: கெவி)

ஆண்டுக்கணக்கில் எழுதிக்குவித்த கவிஞர்கள் காலநீட்சியில் நீர்த்துப்போய் விடுவதைப் பார்த்திருக்கிறேன். ஆனால், அரை நூற்றாண்டுக்கும் மேலாக எழுதிக் கொண்டிருக்கும் ஒருவர் இன்னும் அதே வீரியத்தோடு இயங்குகிறார் என்பதற்கு வரவிருக்கும் மேலுள்ள வரிகளே சாட்சி.

தன் பாட்டுப்பயணம் முழுவதிலுமே பெரியாரிய, மார்க்சிய, அம்பேத்கரியச் சிந்தனைகளைத் தூவியபடியேதான் பயணப்படுகிறார் என்பதை அவர் பாடல்களை உற்றுக் கேட்கும் யாரும் எளிதில் புரிந்து கொள்ள முடியும். தனக்கு வாய்ப்பு கிடைத்த முதல் பாடலிலேயே தன்னை அப்படித்தான் வெளிப்படுத்துகிறார். அதில் விடுபட்டுப்போன சரணம் ஒன்றில் இப்படி எழுதி இருக்கிறார்,

"சாலை மனிதரை வாசிக்கிறேன்
தீயின் சிவப்பை நேசிக்கிறேன்
பேதங்களே வேதங்களா கூடாது"

ஆம், அது ஒரு ஒப்புதல் வாக்குமூலம். 'அம்மூன்று தத்துவங்களின் கூட்டுக்கலவைதான் நான்' என்கிற அறிமுகப் பிரகடனம் அது. அதன் பின் அவர் எழுதி வருகிற பாடல்களில் முடிந்தவரை அவற்றைப் பதிவு செய்துவிடுவதை விடாமல் தொடர்பவர் அவர். அது குத்துப்பாட்டாக இருக்கலாம், நடன விடுதிப் பாடலாக இருக்கலாம், கொண்டாட்டப் பாடலாக இருக்கலாம், எதுவாக இருந்தாலும் அப்பாடலுக்குள் எங்காவது வைரமுத்து ஒளிந்தபடி இருப்பார்- ஒரு கவிஞனாகவோ அல்லது சித்தாந்தவாதியாகவோ.

அவரைக் கண்டுபிடிக்க வேண்டியது அவரவர் திறமை.

- கவிஞர் பழ.புகழேந்தி,

'தாய் மண்', சித்த வாத்தியார் தெரு, போடிநாயக்கன்பட்டி, சூரமங்கலம் அஞ்சல், சேலம் - 636005.

27

உள்மனயாகம்

வைரமுத்துவின் ஆயிரம் பாடல்கள்
- எழுத்தாளர் ஆத்மார்த்தி -

திரைப்படம் என்பதைக் கலைகளின் கூட்டமைப்பு எனப் புரிந்து கொள்ளலாம். தொடங்கப்பெற்று நூறாண்டு கடந்த போதிலும் மனிதனின் கண்டடைவுகளிலேயே உன்னத மகிழ்வுச் சாதனமாக விளங்குவது இதன் தனிச்சிறப்பு. திரைப்படம் என்பது நாளும் பொழுதும் பற்பல மாற்றங்களை உள்வாங்கியபடியே உருண்டோடிக் கொண்டிருக்கும் கனவுத் தேர். மனிதகுலம் மனவழி ஒப்பனைகளைத் தனக்குச் செய்துகொள்வதற்கு உறுதுணையாகிற கனவு ஆடி. அதன் வரலாறும், வருங்காலமும் அளவு சொல்லித் தீராப் பெரியது.

ஆரம்பத்தில் பாடல்களின் பிடியில் இருந்தது சினிமா. மூன்று தசாப்தங்களுக்குப் பின்னால்தான் வசனத்தின் கைகளுக்கு அதிகாரம் மாறியது. அதுவரை நின்றால், நடந்தால், அயர்ந்தால், எழுந்தால் பாடல்கள் என்று படம் முழுவதும் பாடல்கள் நிரம்பிக் கிடந்தன. அதனைத் தாண்டவே சென்ற நூற்றாண்டின் பாதி செலவானது. பாடி நடிக்கக்கூடிய நடிகர்களின் உச்ச காலம் நிறைவடைந்த பிறகுதான் வசனங்களின் பேரெழுச்சி தொடங்கிற்று. இதனால் எல்லாம் பாடல் என்ற பண்டத்தின் மாற்று குறைந்து விடவில்லை. பாடல்கள் அடுத்த பாய்ச்சலுக்குத் தயாரானதும் அதே காலகட்டத்தில்தான்.

கருப்புவெள்ளைப் படங்கள் முற்றிலுமாகத் தம் ஆயுளை முடித்துக் கொண்ட பிற்பாடு தமிழ்ப் பா எழுத வந்தவர் வைரமுத்து. அவருக்கு முந்தைய தமிழ் சினிமாவில் பாடல்கள் ஐந்து தசாப்தங்களைக் கடந்து ஆறாவது சதுக்கத்தில் ஓடத் தொடங்கியிருந்தபோது அவர் நதி நனைய

வந்தார். அவர் வந்த நேரம் நதி கடலாக மாறியது. உருவத்தாலும் சொலல் முறையாலும் தமிழ் சினிமா தன் முகத்தைப் பல்வேறு ஒப்பனைகளைப் பூசிப் பார்க்கத் தொடங்கிய காலம் அது. தாம் எழுதிய பாடல்களால் புகழாண்டு கொண்டிருந்தவர்கள் என்று பெரும் பட்டியலையே சொல்ல முடியும். நிழல்கள் திரைப்படத்தில் பொன்மாலைப் பொழுது எனத் தொடங்கும் தன் முதற்பாடலின் காற்புள்ளிகளையும் காதலுக்குரியவையாக நிகழ்த்தியதன் மூலம் பெருங்கவனத்தை வசப்படுத்தினார். அன்று தொடங்கிய பாடல் தேர் பவனி அவனி தீர்ந்தாலும் அதன் பெருவலம் தீர்வதற்கில்லை என்பது மொழிப் பேரரசின் பண் சிறப்பு.

மீட்டருக்குப் பாட்டெழுதினால் போதும் என்று திருப்தி கொண்டவரில்லை; தன் பாடல்கள் சமூகத்தின் நளினத்தை மாற்றியமைக்கும் உளிகள் என்றே மனவார்ப்புக் கொண்டவர் கவிஞர். தன் மொழிமழை சென்று சேர்கிற கலயங்களாகவே பாடல்கள் சென்றுறையக் கூடிய ரசிக மனங்களைக் கண்ணும் கருத்துமாய்ச் சிந்தையில் நிறுத்துவபவர்.

காதல் - சோகம் - குடும்பம் - நட்பு - அரசியல் – அறிவியல் சூழலியல் – விவசாயம் – பூமியியல் கல்வி – தொழில் - தத்துவம் - தேடல் - மரணம் - ஞானம் எனத் தன் பாடல்களினூடாகத் தொட்டுப் பார்க்காத துறைகளே இல்லை. பாடற் சாவிகளால் திறக்க முனையாத கதைக் கதவுகளே இல்லை. இந்திய அளவில் வைரமுத்து அளவுக்கு இத்தனை விரிந்த கருப்பொருள் வரைபடம் ஒன்றினை இன்னொரு கவிஞரின் பாடல்களைப் பகுத்து நம்மால் கண்டுணர முடியாது.

சொல்லத் தொடங்கினால் அவருடைய எல்லாப் பாடல்களையுமே சொல்லியாக வேண்டும். காலம் கருதி ஆயிரக்கணக்கான பாடல்களிலிருந்து வெகு சிலவற்றை மட்டும் இந்தக் கட்டுரையில் கவனப்படுத்த விழைகிறேன். ஆயிரம் மனங்கள் வாய்த்தால் தான் இத்தனை பாடல்களைத் திறன் குன்றாமல் எழுத முடியும். மனம் விட்டு மனம் தாவுகிற மாயவேலை சாத்தியப்பட்டாலொழிய இத்தனை காதலை, கண்ணீரை, கோபத்தை, வீரத்தைப் பாடற்படுத்திவிட முடியாது.

ஆயிரம் பிறை கண்ட காதல் எனும் கருப்பொருள் சினிமாவில் தகர்க்க முடியாத அதிகாரம் வாய்ந்த ஒன்று. பாட்டெழுதுகிறவர்களுக்குப் பெரும் சவாலே காதல் பாடல்களைப் புத்தம் தன்மை குன்றாமல் தயாரித்துத் தருவதுதான். முன்னால் சென்றால் முட்டுவதும் பின்னால் வந்தால் உதைப்பதும் கழுதைகளுக்கு மட்டுமல்ல; காதல்களுக்குப் பொருந்தும். தன் அறிமுகப் பாடலில் இருந்தே காதல் பாடல்களைத் தன்னால் ஆனமட்டிலும் தனித்துவப் படுத்துவதை ஒரு கொள்கையாகவே கொண்டிருப்பவர் கவிப்பேரரசு.

'பூச்சிந்தும் பூமியெல்லாம் நான் வணங்கும் காதலி' என்பதெல்லாம் கண்ணியத் தமிழ் மட்டுமல்ல புண்ணியத் தமிழும் கூட அல்லவா...?

'சட்டை மீது பட்டாம்பூச்சி ஒட்டும்போது வெறுத்தவன் விட்டு விலகி போகும் போது விரல் நீட்டித் துடிப்பதோ' என்ற வரிகளை எங்ஙனம் வியக்க...? ஒரு பாடல் வெறுமனே வார்த்தைகளின் நிரவலாகக் கழிந்து விடக் கூடாது. அது அடுத்தடுத்த காட்சிப்படிமங்களின் கூட்டமைப்பாக நிகழ்ந்து திகழ்வதே தன் லட்சியம் என்பதைப் பல நூறு பாடல்களின் மூலம் மெய்ப்பித்தவர்.

இரண்டே வரிகளில் கேட்பவர் நெஞ்சங்களைத் தன் வசம் செய்யும் மந்திரவாதத்தைத் தன் பல பாடல்களின் வழியாக மெய்ப்பித்தவர் கவிஞர் உதாரணமாக ஒன்றே ஒன்று சொல்வதானால் 'நெஞ்சாங்கூட்டில் நீயே நிற்கிறாய்' எனத் தொடங்கும் பாடலில்

லட்சம் பல லட்சம் என்று
தாய்மொழியில் சொல்லிருந்தும்
ஒத்தச் சொல்லு சிக்கவில்லை எதுபோலே?
பந்தி வெச்ச வீட்டுக்காரி
பாத்திரத்தைக் கழுவிட்டுப்
பட்டினியாக் கெடப்பாளே அதுபோலே

என்று காட்சிப்படுத்துவதைச் சொல்லலாம். இதை முதன் முதலாகக் கேட்ட அன்று 'வானில் நிலவெரிய கண்கள் இரண்டும் சேர்ந்தெரிய முழு இரவு தானுமெரியப்' பலமுறை கேட்ட பிறகே மன நெருப்பு பாதி அணைந்தது. காலங்காலமாய் மீதி நெருப்பு இன்னும் கனன்று கொண்டுதான் இருக்கிறது.

உன்னைப் பார்த்த பின்பு நான் எனத் தொடங்கும் அதில் ஒரு கண்ணி மரபு வேலிக்குள் நீ இருக்க மறக்க நினைக்கிறேன் முடியவில்லை

இந்த ஒரு வரிதான் திரைக்கதையின் முரண் {conflict} என்பதே அதனை மொத்தமாய்ச் சொல்ல முனைந்திருக்கும் இதை எழுதுவது சிறப்பு. கேட்டதைத் தருவது வேலை. யூகத்திற்கு அப்பாற்பட்டதைத் தருவதல்லவா சாகசம்? இங்கே கவிஞரின் சாகசம் இதற்கடுத்த வரியில் இருக்கிறது. முன்னர் சொன்ன அதே விஷயத்தை இன்னும் ஆழமாய், அகலமாய், உயரமாய், தூரமாய்த் தர முனைந்திருக்கும். ஒலிக்கத் தொடங்கிக் கால் நூறாண்டு காலம் கடந்த பின்பும் இன்றைக்கும் கேட்பவர் முகந்தனில் புன்முறுவலொன்றைப் பயிரிட்டுப் பார்க்கும் சொல்வசியம்.

இமயமலை என்று தெரிந்த பின்னும்
எறும்பின் ஆசையோ அடங்கவில்லை.

காதல் என்பது என்ன...? நூறு வாழ்க்கைக்குத் தேவையான பேரன்பை ஒரே வாழ்வாக வாழ்ந்து பார்ப்பது தானே...? மொழியின்றிக் காதல் ஏது?

நெஞ்சுக்குள் தீயை வைத்து மோகம் என்பாய்
தண்ணீரில் மூழ்கிக் கொண்டே தாகம் என்பாய்

என்று அந்திமழை பொழிந்ததும் 'அடிக்கடி தாகம் வந்து ஆளைக் குடிக்கும்' என ஆயிரம் தாமரை பூத்ததும் அவரது சாகசங்களே.

பஞ்ச பூதங்களையும் தன் பாடல் உதவியாளர்களாகவே பயன்படுத்துவது பேரரசரின் பெருஞ்சிறப்பு. வார்த்தைகள் வராமல் முட்டிக் கொண்டிருந்தவர்களுக்கு மத்தியில் பாவரிகளை வரிசை கட்டி விளையச் செய்த அர்த்தவிவசாயி அவர். மொழியே நிலமாக இசையே விதையாக சந்தம் மழையாக மெட்டே பயிராக சொல்லே உரமாகப் பாட்டு முப்போகம். சொல் செழித்ததும் மொழி கொழித்ததும் இசை வலுத்ததும் யார் காலத்தில் என்று ஏடெடுத்தால் எப்போதும் முப்போதும் ஒரே ஒரு பேர் திறக்கும் எனில் அது வைரமுத்து எனும் பாட்டரசனின் பெயர்தான்.

'காலைத் தென்றல் பாடி வரும் ராகம்' பாடலின் ஒரு இடைவரி 'காலையின் புதுமைகள் அறியவே இல்லை' முதல் பார்வையில் எளிய வரி போலத் தோன்றலாம். உண்மையில் அந்த வரி ஒரு மின்னல். அதனை உற்று நோக்குவோரின் உட்புறம் உலகளாவிய மின்சாரம் பாய்ந்தோடும். ஏதோ ஒன்றைக் கண்டு பூவைக் கிண்டும் வண்டு என்று எழுதுவதற்கு அறிவியலின் ஆழத்தில் ஒரு ஆன்ம தரிசனத்தை சாத்தியப்படுத்துகிற மகா மனம் வாய்த்தால்தான் முடியும். எளிதாகக் கடப்போர்க்கு இவ்வரிகள் சாதாரணம். நின்றாடும் நிதானிகளின் கரங்களில்தான் மொழியெனும் பெருந்தனம் சேகரமாகும். ரஜினிகாந்தைப் புகழ்ந்து எழுதப் பட்ட பாடல்கள் நூற்றுக்கணக்கில் இருக்கக் கூடும். நீ ஆயிரம் அரிமா என்று எழுதிய பேரரசரின் வரிக்கு நிகராய் இன்னொரு வரி இல்லவே இல்லை. ரஜினிக்குக் கவிஞர் எழுதிய எத்தனையோ பாடல்களுக்கு நடுவே எனக்கு மிகவும் பிடித்த ஒரு பாடல் புதுக்கவிதை படத்தில் இடம்பெற்ற 'வாரே வா இளம் பூவே வா' என்ற பாடல். அந்தப் பாடலைக் கண்களைத் திறந்து நோக்கினால் அது ரஜினிக்கானதாய்த் தெரியும். அதையே அகவிழி கொண்டு நோக்கினால் அதில் வைரமுத்துவின் முகம் தெரியும்.

சோகப் பாட்டெழுதுவது சுலபம், சிரிக்கப் பாட்டெழுதுவது கடினம் என்பார்கள். சிரி சிரி சிரி என்ற பாடலை ஆளவந்தானுக்காகவும் 'முன்பு ஒரு காலத்துல முருகமலக் காட்டுக்குள்ளே' பாடலை மூன்றாம் பிறைக்காகவும் எழுதினார். பாலைவனச்சோலையில் 'தேன் நிலவே போனாலும் தனியாத்தானே போவானே' என்று கிளைக்கும் அதே பாட்டில் அடுத்த கதுப்பு 'வானொலியின் நாடகத்தில் ஊமை வேடம் போட்டவன்' என்று வரும். விழலுக்கு நீர் இறைத்தாற்போல் என்று பெருங்காலப் பழமொழி ஒன்று உண்டல்லவா..? அதற்குச் சற்று ஓய்வு கொடுத்து விட்டு வானொலி நாடகத்தில் ஊமையாய் நடிச்சாப்போல் என்று இதனைப் புழக்கத்தில் விடலாம். சிரிப்பதற்கானவை சிந்திப்பதற்கும் ஆனவை என்பதை மெய்ப்பிக்கின்றன இவ்வரிகள்.

அம்மா எனும் படத்தில் 'அம்மாவே தெய்வம்' என்ற பாடலில் 'அந்த ஆகாயம் சிறிதே இவள் தியாகங்கள் பெரிதே' என்று எழுதுகிறார். அம்மா எனும் பதத்துக்கான இலக்கணத்தின் முழுக்கனமும் இதில் விளங்குகிறதல்லவா? 'என் விதி அப்போதே தெரிஞ்சிருந்தாலே

கர்ப்பத்தில் நானே கரைஞ்சிருப்பேனே' என்று சிந்துபைரவி கதை மொத்தத்தையும் கவனப்படுத்துகிற இரண்டு வரிகளை அவரால் சொல்ல முடிந்தது. 'இமயமலை ஆகாமல் எனது உயிர் போகாது' என்று அண்ணாமலைக்கு ஆதரவாக வழக்காடும் இரண்டு வரிகளைத் தந்ததும் அவரே.

ஊரான் பிள்ளையை ஊட்டி வளர்ப்பது போலத்தான் மொழிமாற்றப் படங்களுக்குப் பாடல் எழுதுவதும், ஆகக் கடினமான காரியம். மூல மொழிப் பாடலின் சொற்களை உதிர்த்துவிட்ட போதிலும் அதற்கொப்பான வாயசைத்தலை மீறாமல் புதுமொழிப் பாடலை உருவாக்க வேண்டியது சவால். கவிப்பேரரசு வைரமுத்து தானெழுதிய பல மொழிமாற்றப் பாடல்களில் தன் மொழி கொண்டு உக்கிர நடனங்களை நேர்த்தினார் என்று சொல்வது தகும். முக்கியமாக 'சலங்கை ஒலி'யும் 'சிப்பிக்குள் முத்து'வும்.

கண்ணனைப் பாடிய கானங்களின் வரிசையில் தவிர்க்க முடியாத ஓரிடத்தைத் தக்கவைத்துக் கொள்ளும் 'வான் போலே வண்ணம் கொண்டு வந்தாய் கோபாலனே' என்ற பாடலில் முத்தாய்ப்பு வரியாகக் "கவிகள் உனை வடிக்க காலமெல்லாம் நிலைத்தாயே" என்று கவிதையிலிருந்து பெருங்காதை தொடங்கக் கவிப்பேரரசால் மட்டும்தான் முடியும்.

'இரவு தோறும் அழுது என் இரண்டு கண்ணும் பழுது' என்பதைத் தமிழ்தவிர வேறெந்த மொழியிலும் சாத்தியப்படுத்திட முடியாது என்பது திண்ணம்.

சிப்பிக்குள் முத்து படத்தில் 'வரம் தந்த சாமிக்கு' பாடல் எந்தப் பேழைக்குள்ளேயும் அடங்கிவிடாத நறுமண நல்முத்து. மூல மொழியில் இயற்றப்பட்ட வரிகளையும் தமிழ்ப் பாடலையும் அருகருகே வைத்துப் பாருங்கள். மிதாஸ் தொட்டதெல்லாம் பொன்னானது என்பர். வைரமுத்து தொட்ட இடமெல்லாம் தமிழானது. தில்ஸே எனும் படத்துக்காக இந்தியில் எழுதப் பட்ட வரிகளையும் தமிழில் உயிரே எனும் அதன் மொழிமாற்ற வடிவத்துக்கு நம்மவர் எழுதிய வரிகளையும் ஒருங்கே நிறுத்தினால் தெரியும் தமிழின் பேருரு. எல்லாம் வல்ல தமிழ் என்பதை மெய்ப்பிக்கப் பல பாடல்களை இயற்றினார் கவிஞர்.

ரோஜாவில் இடம்பெறுகிற 'சின்னச்சின்ன ஆசை' பாடலில் கவிஞர் சொல்கிற எல்லாமே பேராசைகள்தான். சேற்று வயலாடி நாற்று நட்டுவிட்டு மீன் பிடித்து மீண்டும் ஆற்றில் விடுவது போன்ற சிலவற்றைத் தான் எல்லோருமே சாத்தியப்படுத்திப் பார்க்க முடியும். இந்தப் பாடலில் கவிப்பேரரசர் செய்திருக்கும் மாயவேலை அலாதியானது. பாடல் பூர்த்தியாகிற இடம் அது. 'சித்திரைக்கு மேலே சேலை கட்ட ஆசை' என்பதது. சித்திரத்தின் மேலே சேலை கட்ட ஆசை என்று பிழைபடப் பாடியவர் பலர். கவிப்பேரரசு பாடலைக் கேட்டுப் பழகியவர் பலரும் கவிதை செய்து பார்ப்பது இயல்பான காரியம்தான் இல்லையா..?

வைரமுத்து சமூகத்தின் பல அடுக்குகளைச் சார்ந்த லட்சோப லட்சம் சாமானியர்களின் மனவார்ப்புக்களாகவே தன் பல பாடல்களைப் படைத்தார். உழைக்கும் வர்க்கத்தின் பக்கம் நின்று பேசுவதற்குப் பல பாடல்கள் அவர் தந்தார். உழவர் மேன்மை சிறக்கப் பல கானங்களை யாத்தார். 'சிதறிக் கிடக்கும் நெருப்பைச் சேர்த்துப் பழைய இருட்டைக் கொளுத்துவேன்' எனக் கோபம் பொழியும் கவிஞர், வேறொன்றில் 'ஏழை மகன் கோபம் கொண்டால் சூரியனும் வெந்துவிடும்' என்று சினம் கொட்டுகிறார். 'உழவன் வீட்டுத் தேனும் கூட உப்புக்கரிக்கும் அதில் கண்ணீர் மிதக்கும்' என்று பட்டவர்த்தனம் செய்யும் அவரே வேறொன்றில் 'வேர்வை வருமே அதைத்தான் புது விதையாய் பூமியில் விதைத்தான் தண்ணீர் இல்லை என்பதனால் அவன் கண்ணீராலே வளர்த்தான்' என்று விவசாயிகளின் வழக்குரைஞராக மாறி வாதம் செய்தார்.

ஒரு பாடலைத் தொடங்கும் தொகையறாவைக் கூட மனப்பாடம் செய்யப் பழக்கியவர் கவிஞர். அலைபாயுதே படத்தில் வரும் சினேகிதனே பாடல் உலகளந்தது தெரியும். அதன் பல்லவிக்கு முந்தைய தொகையறா இப்படி நிறையும் 'கூந்தல் நெளிவில் எழில் கோலச் செறிவில் கருவம் அழிந்ததடி என் கருவம் அழிந்ததடி' என்று. தன்னைத்தானே வென்றுயிர்த்து வாழும் தமிழ்க் கொடி கவிப்பேரரசு வைரமுத்து. கருவம் அழிந்ததடி என்ற இந்த வரியை மட்டும் பாடலிலிருந்து உருவிக் கீழே போட்டு விட்டு, இதற்குப் பதிலாக எண்ணாயிரம் வரிகளை எண்ணிப் பார்த்தாலும் பொருந்தாமல் தள்ளும். அதுதான் கலைவேந்தன் கைப்பொருள் மகிமை. யூகிக்க முடியாத பாடல்களைப் புனைந்த புத்துலகப் பாவாணர் வைரமுத்து.

ஒரு பாடலில் 'தள்ளாடும் மனதுக்குக் கண்ணீரும் சாராயம்' என்று அதிர வைத்தவர் இன்னொரு பாட்டின் நடுவே 'திராட்சை தின்பவன் புத்திசாலியா? பழரசம் குடிப்பவன் குற்றவாளியா?' என்று போகிற போக்கில் கேட்டுப் போவார். இதைக் கேட்ட மாத்திரத்தில் அன்றெலாம் அப்படியே அயர்ந்து கிடந்தது இன்றும் நினைவிலாடுகிறது.

'மேடுகள் கடக்கும் நதியினில் தானே மின்சாரம் உண்டாகும்' என அறிவியல் பேசும் அதே பாடலில்தான் 'சமுத்திரம் பெரிதா தேன் துளி பெரிதா தேன் தான் அது நான் தான்' என்று தத்துவமும் பேசுகிறார். தேனடையைப் பாடல்களுக்கு நடுவே பதியனிடுவதில் அவருக்கு நிகர் அவரே. தேனுக்குள்ளே மீனுரெண்டு ஆன மட்டும் நீராட என்று சொல்லிச் செல்கிறார். தேனுக்கும் மீனுக்கும் நல்லது உறவாடலா, பகை மோதலா என்று முடிவடையத் தெரியாமல் அல்லாடுகிறது ரசிக மனம். எது தேனாகும்பொழுது எந்த மீன் ஆன மட்டும் நீராடும் என யோசிக்கையில் தேனே மீனுக்குச் சரியுறவு என்கிற உண்மை புலப்படுகிறது. ஒரு மீன் என்றிருந்திருந்தால் ஒருவேளை தேன் சுமையாக மாறி இருக்கக் கூடும், ஜோடி மீன்களுக்குத் தண்ணீரென்ன தேனென்ன எல்லாம் ஒன்றுதான்

என்று சொல்லத் தோன்றுகிறது. காதலின் சாறு ரசிகனுக்குள் முற்றிலும் இறங்கிச் சேர்கிறது.

> சங்கில் குதித்து விட ஒரு சமுத்திரம் நினைப்பதுபோல்
> அங்கம் நிறைந்துவிட என் ஆவி துடித்ததுகாண்
> தேடிக் கிடைப்பதில்லை என்று தெரிந்த ஒரு பொருளை
> தேடிப் பார்ப்பதென்று மெய்த்தேடல் தொடங்கியதே

இந்தப் பாடலுக்கு முன்னும் பின்னுமாய்க் காதல் மனங்கள் கலாச்சார மேதமை ஒன்றினைக் கண்டுகொள்கின்றன. உலகின் உன்னத மொழியாம் செம்மொழித் தமிழில் மட்டுந்தான் இது சாத்தியம் என்பது உவகை. அதுவும் திரைத்தமிழ் என்பது நம் யாவர்க்குமான பெருமை. காதலைப் பாடுகிற கடினத்தில் பல அற்புதங்களைக் கண்டு சொல்வது கவிஞருக்கு வாடிக்கை.

> உன் தேடலோ காதல் தேடல்தான்
> என் தேடலோ கடவுள் தேடும் பக்தன் போலே

உண்டென்பார்க்கு உண்டு இல்லையென்பார்க்கு இல்லை என்று இருவழி காண்போர்க்கும் நடுவே வழிசொல்லிப் பதாகை ஒன்று பொதுவாந்தரம் இருக்கக் கூடும் தானே...? அப்படித்தான் கவிஞரும் மேற்காணும் வரியில் 'போலே' என்ற ஒற்றைச் சொல் கொண்டு வில் எறிந்து விளையாடிச் செல்கிறார். அந்த ஒரு போலே எனும் சொல் மட்டும் இல்லை என்றால் ஒருவிதம், போலே என்பது வந்த பிறகு மறுவிதம் என இரண்டு வழிகளிலும் பயணித்துப் பார்க்கிற ஆன்மீக மானுடமாய்க் காதலுக்குக் கட்டியம் கூறுவது சிறப்பு.

இந்தியத் தத்துவ மரபு பெரும்பாலும் ஆன்மீகத்தை முன் வைத்து நகர்வது. தமிழின் தொன்மை இலக்கியங்களில் தத்துவார்த்தத் தேடல்கள் சிறப்பு வாய்ந்தவை. திரைப் பாடல்களில் தத்துவஅர்த்தத் தேடல் என்பதன் சாத்தியங்களில் குறிப்பிடத் தகுந்தவை பலவற்றை நம்மால் 1960-களின் இறுதியிலிருந்து தொகுக்க முடியும். அந்த வகையில் எண்பதுகளின் தொடக்கத்தில் எழுத வந்தவரான வைரமுத்து தன் கூர்மை குன்றாத தமிழால் பல தத்துவார்த்த வினவுதல்களைத் தம் பாடல்கள் பலவற்றில் உட்படுத்தி எழுதியுள்ளார்.

'உடம்பு என்பது உண்மையில் என்ன? கனவுகள் வாங்கும் பை தானே...!' என்ற வரி கனவு காணும் வாழ்க்கை யாவும் கலைந்து போகும் காலங்கள் என்ற பாடலின் ஈற்றில் நிகழ்பவை. கண்களும் மனமும் ஒருமித்துத் தொனிக்கிறதல்லவா உடம்பெனும் கனவுப் பை?

மனிதனுக்குள் இருக்கும் மிருகாம்சத்தையும் தெய்வத் தன்மையையும் விதந்தோதும் பல பாடல்களை வைரமுத்து எழுதினார். 'கடவுள் பாதி மிருகம் பாதி கலந்து செய்த கலவை நான்' என்பது அதில் முக்கியமான ஒன்று. 'யார் யார் சிவம்? நீ நான் சிவம்! வாழ்வே தவம், அன்பே சிவம்' என்பதைத் தத்தமது வாழ்கால வாசகங்களாகவே ஆராதித்து மகிழ்வோர்

பலருண்டு. 'ஆத்திகம் பேசும் அடியார்க்கெல்லாம் சிவமே அன்பாகும் , நாத்திகம் பேசும் நல்லவர்க்கெல்லாம் அன்பே சிவமாகும்'. விடையறிந்து சொல்கிற வகையிலும் இந்தப் பாடல் மேன்மை மிகுந்து தொனிக்கிறது. 'விதி என்ற ஆற்றில் நீ ஒரு துரும்பு, வேதங்கள் சொல்லும் அமைந்ததை நீ விரும்பு'. இங்கே விதி எனும் விஷயத்தோடு ஒத்தொழுகும் நம் கவி இன்னொன்றில் 'எல்லாம் விதி என்றால் தவறானது. எல்லாம் பொதுவென்று முடிவானது' எனப் பொதுவுடைமைக்கு வலு சேர்க்கிறார். 'இந்த வாழ்க்கை வாடிக்கை இது வாண வேடிக்கை' என்று எழுதுவதெல்லாம் தத்துவ கனம் மிகுந்த அற்புதம். 'நம்பிக்கையே நல்லது; எறும்புக்கும் வாழ்க்கை உள்ளது' என்ற வரிகளைப் பேருந்துகளிலும் மருத்துவமனைகளிலும் உடற்பயிற்சிக் கூடங்களிலும் ஏன் உழைப்பவர் அரங்கங்களிலும் அரசியல் கட்சி அலுவலகங்களிலும் கூடச் செதுக்கி வைக்கலாம். யார் வாசித்தாலும் அவர்களுக்கான வரிகளாக மாறிக் கொள்ளக் கூடிய மாந்திரீக வார்த்தைகள் இவை.

ஒருபோதும் தன் பாடல்கள் அந்தரத்தில் ஆவிகளைப்போல் அலைந்துவிடக் கூடாது என்று பாடற்குழந்தைகளின் அர்த்தப் பாதங்களைத் தரையில் நின்றுலாவச் செய்வதில் நூறு சதம் கண்டிப்பு காட்டிய ஞானவான் வைரமுத்து. அவருடைய கையெழுத்திலேயே அந்தக் கவிவரிகள் வாசிக்கப்பட்டன. அவருடைய குரலிலேயே அந்தப் பாடல்கள் மனங்களுள் ஒலித்தன. தூரத்திலேயே வந்து கொண்டிருப்பது இன்னார் என்று காட்டித் தருகிற மகாவசியத்தோடு அவரது பாடல்கள் தனித்து ஒலித்தன.

வெகு சில உதாரணங்களை மட்டும் இங்கே முன்வைக்கிறேன்.

'ஆசை நாகம் வந்து தீண்டுதே' என்றெழுதினார். 'ஞாபக வேதனை' என்றுஎழுதினார். 'சுந்தரவார்த்தைகள்' என்றெழுதினார். 'இனிவரும் முனிவரும் தடுமாறும் கனிமரம்' என்று அதிர வைத்தார். 'கண்களிலே உப்புமழை' எனக் கண்ணீருக்குக் கடவுச்சீட்டுத் தந்தார். 'கந்தலிலே முத்துச்சரம் காப்பாற்றிக் கட்டி வைத்தேன் நானே' என்றெழுத வேறாரால் முடியும்..? 'பழைய கனவு உனக்கு எதற்கு?' என்று அதட்டுவதற்குரிய ஆதுரம் ஆயிரங்காலத்து அன்பு. 'பறவைகள் இவளது உறவுகள் என தினம் கனவுகள் பல வளர்த்தேன்' என்று முழங்குவது எத்தகைய சிறந்த மாண்பு? 'சில பூக்கள் தானே மலர்கின்றது' என்று சொல்லும்போது மனங்கள் கசியாதா...? 'கூந்தலுக்குள்ளே ஒரு வீடு கட்டுங்கள்' என்ற வரியைப் பிற வரிகளுக்கு நடுவாந்திரம் ஒளித்து வைத்தார். 'என் பெயரில் உன் பெயரை இயற்கையும் எழுதியதோ?' என்று செதுக்கினார். 'நீ கீர்த்தனை நான் பிரார்த்தனை' என்று திறந்த மொத்தத்தையும் மூடிச் செல்லும் கபடத் தமிழாய்க் கசிந்தார். 'பாறைகள் நீங்கினால் ஓடைக்கில்லை சங்கீதம்' என்று எழுதி அயர்த்தினார். 'வாழ்வென்ன உலகில் நிச்சயமா, வாழ்வோமே இதிலே பத்தியமா' என்று சிதறடித்தார். 'இரு புருவம்

இரவானது இருந்தும் என்ன வெயில் காயுது' என்று மயக்கமருந்து தடவப்பட்ட கைக்குட்டையாய் முகம் வருடினார்.

அறிதலுக்கும் அறியாமைக்கும் இடையிலான நீண்ட பள்ளத்தை தனது மொழி அறிவின் மூலமாகவும் புனைவுத்திறன் மூலமாகவும் இல்லாமல் செய்வது கவிஞனின் பெரும் பொறுப்பு. மனமிளக்கி வில்லைகளைப் பரிந்துரைப்பதன் வழியாக மனநல மருத்துவர்கள் செய்கிற மருத்துவத்தைத் திரைப்பாடல்களின் மூலமாக இசையமைப்பாளரும் பாடகரும் கவிஞரும் கூட்டாகச் செய்து கொதிக்கும் மனங்களை ஆற்றுப்படுத்தி சமூக சேவை செய்கிறார்கள். கவிப்பேரரசு வைரமுத்து ஒரு படி மேலே சென்று, பாடத்திட்டங்களை வகுத்தும் தொகுத்தும் மாணாக்கர்களை மேடேற்றிக் கல்விநிலையங்கள் செய்கிற நற்காரியத்தை தன் பாடல் வரிகளின் மூலமாகச் செய்து உதவுகிறார்.

யாருடன் இணைந்து பணியாற்றினாலும் பேசாப் பொருட்களைப் பேச முனைவதன் மூலமாகவும், இதுவரை வேறாரும் சாத்தியப்படுத்தாத நீள அகல ஆழ உயர கனபரிமாணங்களுடனான பாடல் தூரங்களைச் சென்றடைவதன் மூலமாகவும், அவர்தம் வாழ்வின் மறக்க முடியாத முதலிடப் பாடல் ஒன்றை உருவாக்கிடத் தன்னால் ஆன மட்டிலும் முயல்வதைப் பேதமின்றிச் செய்து வருவது கவிஞரின் மொழிவலம். காலம் கடந்த காலங்கள் யாவிலும் தன் கவிதைகளுக்காக மட்டுமன்றித் தான் எழுதிய திரைப்பாடல்களுக்காகவும் நினைவுகூரப் படவேண்டும் என்கிற உள் மன யாகமாகவே தன் பாடல்களை நிகழ்த்தி வருகிறார். ஏழு முறை தேசியவிருதுகளைப் பெற்ற கவிப்பேரரசுவின் புகழ் தமிழ் உள்ளவரை வாழும்.

வாழ்தல் இனிது

- **ஆத்மார்த்தி**

எழுத்தாளர்

❖

28

வைரமுத்து பாடல்களும், சங்க இலக்கியமும்

- ஆசிரியர் இந்திரா விஜயலஷ்மி -

நம் பைந்தமிழ் நாடு புலத்துறையில் மேலோங்கி வையக விளக்காய் விளங்கிய காலம் ஒன்றிருந்தது. அறமும் மறமும் இரு கண்ணெனத் தக்கதாய் தகைசால் சான்றோர் தாங்கிப் பிடித்த காலமது. ஆயிரமாயிரம் செழுந்தமிழ் செய்யுள்கள் இயற்றப்பட்ட அச்சங்க காலத்தில் தமிழன்னை அகம் குளிர்ந்தாள், புறம் மலர்ந்தாள். இன்றளவும் தமிழ்ச் சான்றோர் பெருமையுடன் கொண்டாடுவது சங்கத் தமிழையே!

தமிழ் கூறும் நல்லுலகில் முடிசூடா அரசராக விளங்குகிற கவிப்பேரரசு வைரமுத்து அவர்கள் சமயம் கிடைக்கும் போதெல்லாம் சங்க இலக்கியச்சாறு பிழிந்து திரைப்படப்பாடல் வழி பரிமாறத் தவறியதே இல்லை.

பாமரர் துவங்கிப் பண்டிதர் கொண்டாடும் பாடல்கள் வரை கவிப்பேரரசர் இயற்றாதவை இல்லை என்றாலும், சங்கத் தமிழில் தோய்த்துக் கவிப்பேரரசர் தந்த பாடல்கள் நாட்படுதேறலாய் எப்போது கேட்டாலும் புலன்களைப் புதுப்பித்துவிடுகின்றன.

கவியரசும் கவிப்பேரரசும் எடுத்தாண்ட கம்பராமாயணம்

காலம் காலமாக நம் தமிழ்க் கவிஞர்கள் சங்கத்தமிழைத் தன் பாடல்களில் சற்று தெளித்தே வந்திருக்கின்றனர். உதாரணமாகக் கம்பராமாயணத்தில் இராமனின் பாதம் பட்டு கல்லாய்க் கிடந்த அகலிகை பெண்ணாகும் காட்சியில் கம்பன் எழுதிய,

மைவண்ணத்து அரக்கி போரில்
மழை வண்ணத்து அண்ணலே உன்
கை வண்ணம் அங்குக் கண்டேன்;
கால் வண்ணம் இங்குக் கண்டேன்

எனும் பாடலில் இழையோடும் வண்ணம் எனும் சொல்லை பின்னாளில் கவியரசு கண்ணதாசன் அவர்கள்,

கண் வண்ணம் அங்கே கண்டேன்
கைவண்ணம் இங்கே கண்டேன்
பெண் வண்ணம் நோய் கொண்டு வாடுகிறேன்

என்று பால் வண்ணம் பருவம் கண்டு... எனும் பாடல் முழுக்க எழிலொழுகப் பயன்படுத்தி இருப்பார். இவ்வாறு ஏதேனுமொரு சங்க இலக்கியப் பாடலின் சொல்லையோ அல்லது பொருளையோ கவிஞர்கள் பயன்படுத்துவது இயல்பான ஒன்றே. ஆனால் ஒரே பாடலில் பல சங்க இலக்கியப்பாடல்களின் சாரத்தைப் புகுத்திப் பாடல் புனையும் வன்மை கவிப்பேரரசு அவர்களுக்கே உரித்தான சிறப்பாகும்.

'நறுமுகையே நறுமுகையே' எனும் இருவர் திரைப்படப்பாடலில் வருகின்ற 'அற்றைத் திங்கள் அந்நிலவில்' எனும் வரிகள் புறநானூற்றுப் பாரி மகளிருடயவை. பாரி மன்னன் இறந்து ஒரு திங்கள் கடந்த நிலையில் தம் தந்தையை எண்ணிப் பாரி மகளிர் பாடுவதாக இப்புறநானூற்றுப்பாடல் அமைந்துள்ளது. அன்றொருநாள் இது போன்ற ஒரு நிறைமதி நாளில் எம் தந்தை எம்முடன் இருந்தார், எம் பறம்பு மலையும் எங்களுடன் இருந்தது என்று வலியுடன் பாரிமகளிர் பாடிய வரிகளை ஓர் அழகிய காதல் பாடலில் காதலன் காதலியின் நினைவு கொண்டாடும் இடத்தில் இன்பத்தைக் குறிப்பதாக மாற்றி எழுதியிருப்பார் கவிப்பேரரசர்.

'எந்தப் புற்றில் எந்தப் பாம்போ என்று பார்க்காதீர்கள். எந்தப் பூவில் எந்தத் தேனோ என்று பாருங்கள்' என்று அறிவுறுத்துபவர் சங்க இலக்கியத்தில் துன்பத்தைக் கூற கையாளப்பட்ட சொற்களை திரைப்படப் பாடலில் காதல் இன்பத்தைச் சொல்ல முரணாகப் பயன்படுத்தியிருப்பதில் வியப்பொன்றும் இல்லை.

மேலும் இப்பாடலில்

'யாயும் ஞாயும் யாராகியரோ
நெஞ்சு நேர்ந்ததென்ன
யானும் நீயும் எவ்வழி அறிதும்
உறவு சேர்ந்ததென்ன'

எனும் வரிகளை கவிப்பேரரசர்

யாயும் ஞாயும் யாராகியரோ
எந்தையும் நுந்தையும் எம்முறை கேளிர்

எனும் குறுந்தொகைப் பாடலிலிருந்து எடுத்து எழுதியிருப்பார். இவை மட்டுமின்றி பசலை, மேகலை எனும் எழில்மேவும் பண்டைய சொற்களையும் உபரி இனிப்பாக ஆங்காங்கே தூவியிருப்பார்.

வளையல் உவமை:

சங்க காலப் பெண்டிர் அனைவரும் வளையல் அணியும் வழக்கத்தினர். இது மங்கல அணிகளுள் ஒன்றாக இன்றளவும் மதிப்புறு இடம் வகிக்கிறது. கைவளை திருத்தும் பாவனையில் கடைக்கண்ணால் ராமனை சீதை கண்டதாக

> ஐயனை, அகத்து வடிவே அல, புறத்தும்,
> கைவளை திருத்துபு கடைக்கணின் உணர்ந்தாள்.

என்று கம்பராமாயணமும் காட்சிப்படுத்துகிறது. சங்க இலக்கியத்தில் வளை அல்லது தொடி எனும் பெயரில் அறியப்பட்ட வளையலை அரச குலப் பெண்கள் முதல், எளிய பெண்கள் வரை அணிந்திருந்தனர். இங்ஙனம் ஒரு பெண்ணின் அணிகலனாக விளங்கிய வளையல் தலைவனின் பிரிவில் நெகிழ்ந்து மண்ணில் விழுவதை அகப்பாடல்களில் புலவர் பலர் பரவலாகப் பதிவு செய்துள்ளனர்.

> கைவளை நெகிழ்தலும் மெய்பசப் பூர்தலும்
> மைபடு சிலம்பின் ஐவனம் வித்தி

எனும் குறுந்தொகைப்பாடலும்

> மணிவளை நெகிழ மாண்நலம் தொலைய
> அணிஇழை மெலிவின் ஆற்றல்கூ றின்று

எனும் புறப்பொருள் வெண்பா மாலையும் தலைவனின் பிரிவால் தலைவி வளை நெகிழும் படி இளைத்ததாகச் சொல்கிறது.

சங்கமம் திரைப்படத்தில் கவிப்பேரரசு எழுதிய சௌக்கியமா பாடலில்

> அன்பு நாதனே அணிந்த மோதிரம்
> வளையலாகவே துரும்பென இளைத்தேன்
> அந்த மோதிரம் ஒட்டியாணமாய்
> ஆகும் முன்னமே அன்பே அழைத்தேன்

எனும் வரிகள் சங்க இலக்கியம் காட்டும் வளையல் உவமைகளை யெல்லாம் விஞ்சி, தலைவன் பிரிவால் தலைவி அணிந்திருந்த மோதிரத்தை வளையலாக அணிந்து கொள்ளும் படி தான் மெலிந்ததையும், இன்னும் இடை மெலிந்து அந்த மோதிரம் ஒட்டியாணமாய் ஆவதற்குள் வந்துவிடு என்று தலைவனை தலைவி அழைப்பதாகவும் கவிப்பேரரசர் எழுதியது சங்க இலக்கியத்தையும் விஞ்சி நிற்கும் உவமை.

உறங்கிய நொச்சி:

இதே போல, குறுந்தொகையில் தலைவன் பிரிவினால் இரவெல்லாம் தூங்காமல் நொச்சி மரத்தின் இலை விழும் சத்தத்தைக் கேட்டுக்கொண்டே விழித்திருந்த தலைவியின் ஏக்கத்தை இயம்பும்

கொன்னூர் துஞ்சினும் யாந் துஞ்சலமே
எம் இல் அயலது ஏழில் உம்பர்
மயிலடி இலைய மா குரல் நொச்சி

எனும் பாடலின் சாரத்தை சற்றே சுவை கூட்டி, கடல் திரைப்படத்தில் நொச்சி மரத்தின் இலை உறங்கியும் தான் உறங்கவில்லை என்று

பட்சி ஒறங்கிருச்சு,
பால் தயிரா தூங்கிருச்சு,
நொச்சி மரத்து மேல இலைகூட தூங்கிருச்சு!
காச நோய்க் காரிகளும்
கண்ணுறங்கும் வேளையில
ஆசை நோய் வந்து மக
அரை நிமிஷம் தூங்கலையே

என்று

பறவைகள் உறங்கி,
பால் தயிராகத் திரிந்துறங்கி,
காச நோய் கொண்ட பெண்களெல்லாம் உறங்கி

கொல்லன் அழிசி குறுந்தொகையில் தூங்காமல் இருப்பதாகச் சொல்லிய நொச்சி இலைகளும் கூட தூங்கிவிட்டதாக கவிப்பேரரசர் எழுதியபோது சங்க இலக்கியமே சர்க்கரைத் தித்திப்பைக் கொண்டது.

மணம் கொள்ளும் மகளின் பிரிவுத்துயர்:

மகளைப் பெற்ற பெற்றோருக்கு அவள் மணம் கொண்டு விடைபெறும்போது நேர்கிற சோகத்தைச் சில சங்க இலக்கியப் பாடல்கள் சொற்தூரிகை கொண்டு தீட்டியிருக்கின்றன.

தொடிமாண் சுற்றமும் எம்மும் உள்ளாள்
நெடு மொழித் தந்தை அருங் கடி நீவி,
நெய் உமிழ் சுடரின் கால் பொரச் சில்கி,
வைகுறு மீனின் தோன்றும்

என்று அகநானூறும்,

பலஉறு நறுஞ்சாந்தம் படுப்பவர்க்கு அல்லதை
மலையுளே பிறப்பினும் மலைக்கு அவைதாம் என் செய்யும்
நினையுங்கால் நும்மகள் நுமக்கும் ஆங்கு அனையளே

என்று கலித்தொகையும் இதைப் பாடுகின்றன.

அன்று தீட்டிய சித்திரம் இன்றும் இம்மியளவும் தேய்ந்துபடவில்லை என்பதற்கு கவிப்பேரரசர் வண்ணமூட்டிய கீழ்க்காணும் வரிகள் கட்டியம் கூறுகின்றன.

அன்புள்ள அப்பா திரைப்படத்தில்,

மலர் என்ற உறவு பறிக்கும் வரை
மகள் என்ற உறவு கொடுக்கும் வரை
உறவொன்று வருவதில் மகிழ்ந்துவிட்டேன்
உறவொன்று பிரிவதில் அழுதுவிட்டேன்

எனும் வரிகளும், அபியும் நானும் திரைப்படத்தின்

> மூங்கில் விட்டுச் சென்ற பின்னே
> அந்தப் பாட்டோடு மூங்கிலுக்கு உறவு என்ன
> பெற்ற மகள் பிரிகின்றாள்
> அந்தப் பெண்ணோடு தந்தைக்குள்ள உரிமை என்ன

எனும் வரிகளும் பெற்றவர்கள் பெண்பிள்ளைகள்மேல் கொண்டிருக்கும் பந்தத்தைக் காலங்கள் சென்றாலும் காவியமாய்ப் பாடிக்கொண்டிருக்கும் சாசனங்கள்.

பெண்மையின் உயர்வு:

பலவிதக் கற்பனைகளின் ஊற்றுக்கண்ணாக கவிப்பேரரசரின் பாடல்கள் திகழ்ந்தாலும் பெண்களின் உயர்வை எழுதும்போது கவிஞரின் எழுதுகோல் வழக்கத்தைவிட அதிகமாகவே ஊக்கம் பெற்று விடுகிறது. உயர்வான பெண்மையின் மாண்பை உயர்த்திப் பிடித்து ஒளி கூட்டுகிறது.

காதலர் இருவர் கனவு பற்றி பேசிக்கொள்வதாக கவிப்பேரரசு எழுதிய புதுமைப்பெண் படத்தில் பாடல் வரிகள் முதன் முறை செவியுறும் போதே கேட்போரை முகிழ்த்தி விடும். காதல் தீண்டியபின் உறக்கம் எப்படிப்பட்டதாக இருந்தது என்பதை

> நான் தூங்கும் வேளை கனவுகள் தொல்லை

என்று காதலன் கூற

> நான் தூங்கவில்லை கனவுகள் இல்லை

என்று காதலி மென் கர்வத்தோடு, நீயாவது தூங்குகிறாய் கனவு வருகிறது. நான் உறங்குவதே இல்லை எனும் பொருளில் தன் காதலின் உயர்வைச் சொல்லாமல் சொல்கையில் இந்த வரிகளின் இலக்கிய வாசம் உயிர்தவச் சிறிது காமமோ பெரிதே எனும் கபிலரின் குறுந்தொகை வரிகளில் உள்ளுறையாய் உறைந்து நிற்பதை உள்ளம் கண்டுகொள்கிறது. அந்த வாசத்தைப் பின்தொடர கம்பன், வள்ளுவன் எனக் கரை தாண்டி அதன் சுகந்தம் நீள்கிறது.

> துயில் எனக் கண்கள் இமைத்தலும் முகிழ்த்தலும் துறந்தாள்;
> வெயிலிடைத்தந்த விளக்கு என ஒளி இலா மெய்யாள்;

சீதை அசோகவனத்தில் துயில்கொள்ளவே இல்லை. இமைகளை மூடுவதையும் திறப்பதையும் மறந்துவிட்டாள் என்று கம்பன் சொல்ல.

> இமைப்பின் கரப்பாக்கு அறிவல் அனைத்திற்கே
> ஏதிலர் எனும் இவ்வூர்

என்று கண்கள் இமைத்தால் உள்ளிருக்கும் தலைவன் மறைவதால் கண்வளர்வதில்லை என்று தலைவி சொல்வதாக வள்ளுவம் சொல்ல நம் உள்ளம் துள்ளுகிறது. இதே போன்று, குறுந்தொகையில் கபிலர் பாடிய

> கான மஞ்ஞை யறையீன் முட்டை
> வெயிலாடு முசுவின் குருளை உருட்டும்

என்று, தலைவனுடைய பிரிவால் தலைவியின் காதல் குரங்குகள் உருட்டி விளையாடும் மயிலின் முட்டையின் நிலை கொண்டது என்று உள்ளுறை உவமமாகவும் அதே சமயம் அக்காதல் ஊராரின் எள்ளளுக்கு உள்ளானது என்பதையும், கோச்சடையான் திரைப்படத்தின் இதயம் பாடலில் தலைவனைப் பிரிந்த தலைவியின் மனம்

> செந்தீ விழுந்த செம்பொற் பாறையில்
> மந்தி உருட்டும் மயிலின் முட்டையாய்

ஆனது என்று எழுதிய கவிப்பேரரசர், மேலும் அதே பாடலில் நிறைவாக,

> சிறுகோட்டு பெரும்பழம் தூங்கி யாங்கு
> என் உயிரோ சிறிதே காதலோ பெரிதே

என்று உயிரைவிடத்தான் கொண்ட காதலே பெரிது என தலைவி சொல்வதாகக் கூறி குறுந்தொகையில் தொடங்கிய பாடலை குறுந்தொகையிலேயே நிறைவு செய்திருப்பது தங்கப் பெட்டகத்துள் வைரக்கற்களை வைத்து வழங்குவதற்கு ஒப்பானது.

மேலும் குறுந்தொகையில், இரவில் தன்னைக் காண வரும் தலைவனுக்கு மிகுதியாகப் பொழியும் நிலவின் ஒளி இடையூறு தரும் என்பதாக நெடுவெண்ணிலவினார் இயற்றிய

> கருங்கால் வேங்கை வீயுகு துறுகல்
> இரும்புலிக் குருளையிற் தோன்றும் காட்டிடை
> எல்லி வருநர் களவிற்கு
> நல்லை அல்லை நெடுவெண்ணிலவே

எனும் பாடலின் நல்லை அல்லை எனும் சொல்லைக் கவிப்பேரரசர் காற்றுவெளியிடை திரைப்படத்தில்

> என்னை நட்சத்திரக் காட்டில் அலைய விட்டாய்
> நான் என்ற எண்ணம் தொலைய விட்டாய்
> நல்லை அல்லை நல்லை அல்லை
> நன்னிலவே நீ நல்லை அல்லை

என்று தலைவன் மீது ஏற்றிக் கூறுவது வெகு சிறப்பு

மறம் பேசும் மாண்பு:

காதல் மட்டுமல்ல வீரத்தையும், ஊக்கத்தையும் கவிப்பேரரசரின் பாடல்கள் வீரியம் குறையாமல் அள்ளித்தந்திருக்கின்றன. 'சிவப்பு மல்லி' திரைப்படத்தில் கவிப்பேரரசர் எழுதிய

> எழுதிய படிதான் நடக்கும் எல்லாம்
> விதிவசம் என்பதை விட்டுவிடு
> இளமை உன் தோள்களில் இருக்கும் போதே
> எதுநிசம் என்பதை எட்டிவிடு

எனும் பாடலில்

> ஊழையும் உப்பக்கம் காண்பர் உலைவின்றித்
> தாழாது உஞற்று பவர்

எனும் திருக்குறள் வரிகளும்

'ராவணன்' திரைப்படத்தின் 'கோடு போட்டா' பாடலின்

கள்ளிக்காட்டு புள்ளத்தாச்சி கல்லாப்பெத்த வீரனடா
ஜல்லிக்கட்டு மாடு கிழிச்சா சரியும் குடலே மாலையடா

என்று ஏறு தழுவுதலைக் கூறும் வரிகளில்

வஞ்சினம் வாய்த்தானும் போன்ம்
சுடர்விரிந் தன்ன சுரிநெற்றிக்காரி
விடரிஅம் கண்ணிப் பொதுவனைச் சாடிக்
குடர்சொரியக் குத்தி குலைப்பதன் தோற்றங்காண்

என்று முல்லைக்கலியின் சுவடுகளும் மிளிர்கின்றன.

இருவரிகளில் சிலப்பதிகாரம்:

'இராவணன்' திரைப்படத்தின் 'காட்டுச் சிறுக்கி' பாடலில் கவிப்பேரரசர் எழுதிய

தண்டை அணிஞ்சவ கொண்டை சரிஞ்சதும்
அண்ட சராசரம் போச்சு

எனும் வரிகளை நோக்கினால் அதன் எதுகைச் சுவை புலப்பட்டாலும் சற்று ஆழ்ந்து நோக்க கண்ணகியின் கூந்தல் சரிய மதுரை எரிந்த சிலப்பதிகாரத்தை இரு வரிகளில் காணலாம். இரு வரிகளில் ஒரு காப்பியத்தை எளிமையாக எடுத்துச் சொல்லும் வன்மை கவிப்பேரரசரின் தமிழ் ஆற்றலுக்குச் சிறந்த சான்று. சங்க இலக்கியச் சுவையை இயன்ற மட்டும் தொடுத்துக் கொடுத்த கவிப்பேரரசர் சில இடங்களில் சுவை மாறாமல் முழுமையாகவே சங்க இலக்கியப் பாடல்களை எடுத்துக் கொடுத்துள்ளார்.

காதலன் திரைப்படத்தின் – "இந்திரையோ அவள் சுந்தரியோ, என் சுவாசக் காற்றே திரைப்படத்தின் கன்றும் உண்ணாது கலத்திலும் படாது", திருட்டுப் பயலே திரைப்படத்தின் தையத்தா பாடலின் இடையிசையில், 'குங்குமம் அப்பிக் குளிர் சாந்தம் மட்டித்து' உள்ளிட்ட பாடல்கள் இவ்வகையே.

மலை உச்சியில் பிறக்கும் நதி இடையறாது ஓடிக் கடல் கலக்க, கடல் கொள்ளும் மேகம் மீண்டும் மலை மீதே பொழிவதுபோல ஆயிரமாயிரம் ஆண்டுகளாய் இடைவிடாது இயங்கிக்கொண்டிருக்கும் பழந்தமிழை, அதன் சங்க இலக்கியச் சுவையை இக்காலத்திற்கு ஏற்ற கலன்களில் பரிமாறி சுவைகூட்டி வழங்கியுள்ளார் கவிப்பேரரசு வைரமுத்து அவர்கள். தமிழ் உள்ள காலம் மட்டும் இப்பாடல்கள் ஒளிவீசி கவிப்பேரரசரின் பெருமை சொல்லும். அவர் புகழ் என்றென்றும் வெல்லும்.

- இந்திரா விஜயலக்ஷ்மி

தமிழாசிரியர் - குயின் மிரா சர்வதேசப் பள்ளி,

மதுரை.

❖

29

வைரமுத்து திரையிசைப் பாடல்கள்: இலக்கியத் தரமும் தாக்கமும்
- முனைவர் சு.தங்கமாரி -

திரைப்படம் கனவுத் தொழிற்சாலை என்று அழைக்கப் படுகின்றது. திரைப்படத்துறை மனிதத் தொழிற்சாலை என்று பெயர் பெற்று இருக்கின்றது. திரைப்படம் படித்தவர் முதல் பாமரர் வரை விரும்பும் கலைப்பெட்டகம். திரையிசைப் பாடல்கள் மனித சமுதாயத்தைச் சுருக்கமாக விளக்குகின்றன. சில திரைப்படங்கள் பாடல்களுக்காக அதிக நாட்கள் ஓடியுள்ளது வரலாறு. திரைப்படம் உணர்த்தும் சிந்தனைகள் சமுதாயத்தில் பிரதிபலிக்கின்றன. படைப்பாளி அறிந்தோ, அறியாமலோ ஓர் இலக்கிய வகையைக் கடைப்பிடிக்கின்றான். அந்த வகையில் வைரமுத்து என்னும் படைப்பாளி, திரைப்படப் பாடல் வகைமையில் ஆற்றியுள்ள இலக்கியப் பங்களிப்பு மிகவும் அசாத்தியமானது.

மனிதச் சிந்தனையும் இலக்கியமும்:

மனிதர்கள் அனைவரும் சிந்திக்கின்றனர். அவர்கள் சிந்தித்தவற்றைச் செயல்படுத்தும் ஆற்றல் சிலருக்கு மட்டுமே வாய்க்கின்றது. அந்த ஆற்றல் இலக்கியப் படைப்பாக மாறும்போது, தான் வாழும் சமுதாயத்தையும் பயனடையச் செய்கிறது. வைரமுத்துவின் திரையிசைப்பாடல்களில் வெளிப்படுத்தியுள்ள கருத்துக்கள் படைப்பாற்றலை வெளிக்காட்டுவனவாகும். வைரமுத்துவின் திரையிசைப் பாடல்களை ஆராய்கின்றபோது அவர் செய்துள்ள இலக்கியத் தாக்கம் புலனாகின்றது. தன் கருத்துக்களை வெளிப்படுத்த தமிழ் இலக்கியப் பரப்பைக் கருவியாகப் பயன்படுத்தி யுள்ளமையைக் காண இயலும்.

வைரமுத்து என்னும் பெரும்கவிஞர்:

1980ஆம் ஆண்டு பாரதிராஜா இயக்கத்தில் 'நிழல்கள்' திரைப்படத்தில் பாடலாசிரியராக அறிமுகமானார். 'பொன்மாலைப் பொழுது' என்ற பாடலே அவர் திரையுலகில் இயற்றிய முதல் பாடலாகும். அதன்பிறகு தொடர்ந்து 45 ஆண்டுகள் திரையிசைப் பாடல்களின் வாயிலாகப் பெரும் புகழினைப் பெற்றார். பல்வேறு தேசிய விருதுகளையும் பெற்றுள்ளார். இத்துணைப் புகழையும் தேடித் தந்த திரையிசைப் பாடல்களில் உள்ள உள்ளடக்கமானது பெரும்பான்மையும் தமிழ் இலக்கியப் பரப்பினைச் சார்ந்ததாகவே அமைந்துள்ளது. இவரது பாடல்களில் சங்க அகப்பாடல்கள், நீதி இலக்கியங்கள், காப்பிய இலக்கியங்கள் ஆகியவற்றின் தாக்கம் காணப்படுகின்றது. காதல், வீரம், நகை போன்ற மெய்ப்பாட்டு உணர்வுகள் வெளிப்பட்டு இலக்கியச் செறிவுடன் உள்ளன.

வைரமுத்து பாடுபொருளாகப் பழந்தமிழ் இலக்கியங்களைப் பயன்படுத்தி இருப்பதோடு மட்டுமல்லாது, தனக்கு முன் வாழ்ந்த கவிஞர்கள், தான் வாழும் காலத்தில் வாழ்ந்த படைப்பாளர்களின் இலக்கியத் தாக்கத்தையும் பெற்றிருந்தார் என்பது அவரது திரையிசைப் பாடல்கள்வழி புலனாகின்றது. தமிழனின் வாழ்க்கையில் திரைப்பாடல்கள் பெரும்பான்மையான நேரத்தை வசப்படுத்தி வைத்துள்ளன. திருமண விழாக்களில் மட்டுமின்றி, சடங்குகளின்போதும் கூடத் திரைப்பாடல்கள் முக்கிய இடம் பிடித்துள்ளன.

பழந்தமிழ் இலக்கியமும் தாக்கமும்:

சங்க இலக்கியம் பழந்தமிழ் நாட்டின் சிறப்புக்களையும் பழந்தமிழரின் பெருமைகளையும் வெளிப்படுத்தும் புகழ் வாய்ந்தது. சங்க இலக்கியத்தில் காதல், நட்பு, வீரம், பாசம், தாய்மை, கொடை போன்ற பண்புகளின் தாக்கம் இருப்பதை உணரலாம். திரையிசைப் பாடல்களில் அகப்பாடல் தன்மை, அகப்பொருண்மை வெளிப்படுவதைக் காணமுடிகின்றது. சங்க இலக்கியமான எட்டுத்தொகையுள் அகப்பாடல் வகையைச் சேர்ந்த நற்றிணை, குறுந்தொகை, கலித்தொகை பாடல் வரிகள் வைரமுத்துவின் திரையிசைப் பாடல்களில் ஏற்படுத்திய தாக்கத்தை அறியலாம்.

திருக்குறள் இரண்டு வரிகளில் உண்மைகளைப் புலப்படுத்துகின்றது. காதலைப் பற்றிக் கூறுகின்றபோது காவியங்கள் அதற்கென ஒரு பகுதியை ஒதுக்கி இருப்பதைக் காணமுடிகின்றது. காதலுக்கு எளிமையான, வளமையான கருத்துக்களால் குறள் உயிரூட்டியுள்ளதை அறிய முடிகின்றது. கவிஞர் திரையிசைப் பாடல்களில் காதலை வெளிப்படுத்தக் குறளின் கருத்துக்களை எடுத்தாள்கிறார்.

தமிழில் உலா, தூது, பரணி, கலம்பகம், பிள்ளைத்தமிழ் போன்ற 96 வகையான சிற்றிலக்கியங்கள் உள்ளன. சிற்றிலக்கிய வரிகளின் சாயலைக் கைக்கொண்டு வைரமுத்து திரையிசைப் பாடல்களை

உருவாக்கியுள்ளதைச் சில திரையிசைப் பாடல்கள் உணர்த்தும். பழந்தமிழ் இலக்கியக் காலம் தொட்டு இன்றுவரை தூதுப் பொருள்கள் மக்கள் வாழும் சூழலுக்கு ஏற்ப மாறுபடுகின்றன. அவ்வகையில் வைரமுத்துவின் திரையிசைப்பாடல்களில் இடம் பெற்றுள்ள கருத்துக்களில் சிற்றிலக்கியப் பாடல்களும் நிரம்பி உள்ளதை அறியலாம்.

சங்க இலக்கியத் தேன்கருப்பஞ்சாறும் வைரமுத்து திரையிசைப்பாடல் வரிகளும்:

நற்றிணைப் பாடல் ஒன்றில் தலைவன் தலைவியைப் பார்க்கிறான். அவளின் அழகு அவனை மயக்குகின்றது. தலைவியின் குளிர்ந்த கண்கள் அவனைத் துன்புறுத்துகின்றன. நீலமணி மேனி அவன் துயரத்தை அதிகமாக்குகின்றது. இவள் யாருடைய பெண்? இவள் யார்? என்று மனம் தடுமாறி அவன் குழம்புவதை,

“அல்கு படர் உழுந்த அரி மதர் மழைக்கண்,
பல்பூம் பகைத் தழை நுடங்கும் அல்குல்,
திருமணி புரையும் மேனி மடவோள்
யார் மகள் கொல்?”

என்று சித்திரிக்கின்றார் கபிலர். காதல் கொண்ட தலைவன் ஒருவன் தலைவியிடம் கூறும் காதலின் உணர்வைத் திரையிசைப்பாடலாக படைக்கின்றார் வைரமுத்து.

“இன்று இன்று எனை நின்று கொன்றதடி பெண்ணழகு –அடி
கொன்று கொன்று உயிர் மென்று தின்றதடி உன்னழகு
உனை எண்ணி உனை எண்ணி உயிரெல்லாம் வீங்குகிறேன்
விழிபார்த்த அழகெல்லாம் விரல் பார்க்க ஏங்குகிறேன்”

(வைரமுத்து. ஆ. பா.எண். 937)

இப்பாடலில் இத்தனை அழகு பொருந்திய பெண்மகளை நினைத்து மயங்கும் தலைவனின் மனநிலையை எடுத்துக் கூறுகிறார் எனலாம். மேலும்,

“கன்னம் என்ன கன்னம் தங்கப்பாளமா
கண்கள் என்ன கண்கள் காதல்பாலமா”

(வைரமுத்து ஆ. பா.எண் 291)

என்ற பாடலடிகளின் வழியாகப் பெண்ணழகு பற்றிக் கூறுகிறார்.

குறுந்தொகையில் இறையனாரால் பாடப்பட்ட பாடல் பெண்களின் கூந்தலுக்கு இயற்கையில் மணமுண்டு என்பதை,

“கொங்குதேர் வாழ்க்கை யஞ்சிறைத் தும்பிக்
காமஞ் செப்பாது கண்டது மொழிமோ!
பயிலியது கெழீஇய நட்பின் மயிலியற்
செறியெயிற்றரிவை கூந்தலின்
நறியவும் முளவோ நீயறியும் பூவே”

என்றவாறு, ‘பூக்களில் தேன் எடுக்கச் செல்லும் வண்டே! நீ கண்ட மலர்களிலே என் தலைவியின் கூந்தலின் மணத்தைப் போல் நீ

நுகர்ந்ததுண்டா? உண்மையைச் சொல்' என்று தலைவன் வண்டுவிடம் பேசுவது போன்று தலைவியின் அழகினை நலம் பாராட்டுகின்றான். இப்பாடல் வரிகள் வைரமுத்துவின் பாடல்களில் வெளிப்படுகின்றன.

"பெண்களின் கூந்தலில்
வாசனை உள்ளதா என்றொரு ஆராய்ச்சி!
கன்னியே உன்னிடம் கூந்தலே
இல்லையே ஏன் தான் ஆராய்ச்சி? " (வைரமுத்து,ஆ.,பா.எண். 99)

என்றும்,

"பாவை மேனி வாசனை
மயங்கச் செய்யும் ஈசனை" (வைரமுத்து,ஆ.,பா.எண். 34)

என்றும்,

"சேலை கட்டும் பெண்ணுக்கொரு
வாசம் உண்டு – கண்டதுண்டா?
கண்டவர்கள் சொன்னதுண்டா? " (வைரமுத்து, ஆ., பா.எண். 278)

பெண்களின் கூந்தலுக்கு வாசனையுண்டு என்ற பொருளில் பாடப்பட்ட சங்க இலக்கியப் பாடலின் தன்மை திரையிசைப் பாடலாக மாற்றம் பெற்றதை அறியமுடிகின்றது. பெண்களின் கூந்தலுக்கு மட்டுமின்றி மேனிக்கும் வாசமுண்டு என்று சிந்தித்துள்ளது அவரின் தனித்தன்மையைக் வெளிக்காட்டுவதாக உள்ளது எனலாம். கற்றோர் ஏத்தும் கலித்தொகையில் புகழ்பெற்ற ஒரு பாடல்,

"பலவுறு நறுஞ்சாந்தம் படுப்பவர்க் கல்லதை
மலையுளே பிறப்பினும் மலைக்கவைதாமென் செய்யும்
நினையுங் கால்நும்மகள் நுமக்கு மாங்கனையளே
சீர்கெழு வெண்முத்த மணிபவர்க் கல்லதை
நீருளே பிறப்பினும் நீர்க்கவைதா மென் செய்யும்
தேருங்கானும் நும்மகள் நுமக்கு மாங்கனையாளே"

இதன் பொருள் மலையில் சந்தனம் பிறந்தாலும் அதனைப் பூசுபவர்க்கு சுகம் தரும். அதனால் மலைக்குப் பயனில்லை. நீருள்ளே முத்து பிறந்தாலும் அதை அணிபவர்க்கு அழகு சேர்க்கும். அதனால் நீர்க்குப் பயனில்லை. அதுபோன்று பெண்மகளும் பயன்படும் பருவத்துப் பெற்றோர்க்குப் பயன்பட மாட்டாள் என்பது சங்கத் தமிழன் கண்ட சிந்தனை.

"முத்துக்கு நேரம் வந்தால் - முத்து அந்தச்
சிப்பிக்குச் சொந்தமில்லை
பெண்மைக்கு நேரம் வந்தால் - பெண்கள் என்றும்
பெற்றவன் சொந்தமில்லை"

(வைரமுத்து, ஆ. பா. எண். 239)

மகளுக்கு மணிவிழா நிகழ்கிறது. மணக்கோலம் கண்டு மறைக்க முடியாத கண்ணீர் வெள்ளம், தந்தையின் கண்களில். தன் மகள் தன்னைவிட்டுப் பிரியப் போகிறாள் என்ற வேதனை. தந்தைக்கு

இச்சூழலுக்கேற்ப உருவாக்கப்பட்ட திரையிசைப்பாடல் இது எனலாம். இதன் பாடுபொருள் பெண் வயது வந்த பின்னர் பிரியும் உறவுடையவள். இந்தத் தத்துவக் கருத்து, 'அன்புள்ள அப்பா' திரைப்படத்தில் கவிஞர் எழுதிய

மலர் என்ற உறவு பறிக்கும் வரை
மகள் என்ற உறவு கொடுக்கும் வரை
உறவொன்று வருவதில் மகிழ்ந்து விட்டேன்
உறவொன்று பிரிவதில் அழுது விட்டேன்

என்ற கருத்தாழமிக்கச் சிந்தனை நம் முன்னோர்கள் சிந்தித்த சிந்தனை என்பதை இதன்வழி உணரமுடிகின்றது.

உலகப் பொதுமறையும் காதல் பொதுமையும்:

திருக்குறள் இரண்டு வரிகளில் உண்மைகளைப் புலப்படுத்துகின்றது. காதலைப்பற்றிக் கூறுகின்ற போது காவியங்கள் அதற்கென ஒரு பகுதியை ஒதுக்கி இருப்பதைக் காணமுடிகின்றது. காதலுக்கு எளிமையான, வளமையான கருத்துக்களால் குறள் உயிரூட்டியுள்ளதை அறியமுடிகின்றது. கவிஞர் திரையிசைப் பாடல்களில் காதலை வெளிப்படுத்த குறளின் கருத்துக்களை எடுத்தாள்கிறார் எனலாம்.

"அனிச்சமும் அன்னத்தின் தூவியும் மாதர்
அடிக்கு நெருஞ்சிப் பழம்"

என்ற குறளின் வரிகள்,

"நீ நடந்தால் பாதம் நோகும்
பூ விரிப்பேன் மானே" *(வைரமுத்து, ஆ.பா.எண். 58)*

எனும் திரையிசைப்பாடலில் வெளிப்பட்டுள்ளதை உணரமுடிகின்றது.

காதலர்கள் தங்களுக்குள்ளே பேசிக்கொள்ளும் முறை அவர்கள் மட்டுமே அறியும் முறையாகும். நிலைத்து நின்ற கண்களோடு, கருத்துக்களைப் பரிமாற்றம் செய்யக் கூடியவர்கள். பார்க்கும் பார்வையிலேயே தலைவன் இதைக் கூறுகிறான் என உணர்பவள் தலைவி. இருவர் உள்ளமும் உணர்வில் உறையும்போது வாய் வார்த்தைகள் பயனற்றுப் போகின்றன என்பதை வள்ளுவர்,

"கண்ணோடு கண்ணிணை நோக்கொக்கின் வாய்ச்சொற்கள்
என்ன பயனும் இல"

என்று குறிப்பிடுகின்றார். இதனைப் பின்வரும் திரையிசைப் பாடலில்

"வாய்வார்த்த பொம்பளைக்குப் போதாது புள்ள
கண் ஜாடை போல ஒரு பாஷை இல்லை"

(வைரமுத்து, ஆ. பா. எண். 194)

என உணர்த்துகிறார். இக்குறளில் உள்ளத்தின் காதல் வேட்கை கண்ணினால் அறியப்பட்டது என்று கூறப்பட்டுள்ளது. இதே கருத்தினை,

"பார்வையாலே நூறு பேச்சு
வார்த்தை இங்கு மூச்சையாச்சு "

(வைரமுத்து, ஆ. பா.எண். 40)

என்னும் பாடலடிகளில், பார்வை நூறு பேச்சுக்குச் சமம். அவ்வேளையில் வார்த்தைகள் தேவையில்லை; வார்த்தை பேசவராது; இது காதல் வாழ்வின் அனுபவம் என்றவாறு காதலில் வாய்ச்சொற்கள் பயனற்றவை என்ற வள்ளுவரின் கருத்தை இங்கு பதிவு செய்துள்ளார்.

இதிகாசக் கருத்தும் இசையும்:

இந்தியக் கவிஞர்களில் மகாபாரதம், இராமாயணத்தை தங்கள் படைப்புகளில் பயன்படுத்தாதவர்கள் இல்லை எனலாம். பெண்ணியப் பிரச்சினைகளைப் பாடும்போது பாரதத்தின் பாஞ்சாலியை, இராமாயணத்தின் சீதையைப் பெண்களின் குறியீடாகக் கொண்டு பாடலாக்கியுள்ளார். பாரதத்தில் இடம்பெற்ற பாஞ்சாலி துச்சாதனனால் துயிலுரியப்படும் கதைப்பகுதி பின்வருமாறு பாடலாக்கப்பட்டுள்ளது.

"பாஞ்சாலி கதறுகிறாள்
பரந்தாமன் வரவில்லை
காலிரண்டில் மானத்தை
மூடிக்கொண்டு
கையிரண்டில் மார்புக்குக்
கவசம் கொண்டு
பாஞ்சாலி கதறுகிறாள்
பரந்தாமன் வரவில்லை
தன் மார்பில் இருந்த கரம்
எடுத்து விட்டாள்.
தலைக்கு மேலே தன்கையைக்
குவித்து விட்டாள்.
என் கையில் ஏதுமில்லை
என்று சொன்னாள்,
காட்சி தந்து கண்ணன் அவன்
காக்க வந்தான் "

(வைரமுத்து, ஆ. பா.எண். 336)

என்றும்

"பஞ்ச பாண்டவர் பகையை வென்று – கொடி
நட்டதும் பெண்ணாலே"

(வைரமுத்து, ஆ. பா.எண். 248)

என்றவாறும் மகாபாரதத்தின் கதைச் செய்திகள், பாஞ்சாலியின் சபதம் போன்றவற்றைத் திரையிசைப் பாடலாக வெளிப்படுத்தியுள்ளதை அறியமுடிகிறது. காதல் மனைவியின் மீது பழிவந்து விழுகின்றது. இச்சூழலை இராமாயணத்துடன் ஒப்பிட்டுப் பாடலாக்கியுள்ளார். இராமன் சீதையின் மீது பழிவந்த போது தீ வளர்த்து அவளின் கற்பைச் சோதித்தான். வைரமுத்து படைத்துக் காட்டும் நவீன இராமன் 'உறவென்ன

சொன்னாலென்ன? நான் உன்னை நம்புகின்றேன்' என்றவாறு நெருப்புக்குப் பதிலாகப் புன்னகைப் பூ வளர்க்கின்றான். இந்தச் சூழலைத் திரையிசைப் பாடலாக்கியுள்ளார்.

> "சீதை மீது பழிவரும் போது
> தசரத ராமனும் தீ வளர்த்தான்
> பேதை மீது பழிவந்த போது
> நான் கொண்ட ராமன் பூ வளர்த்தான்";

(வைரமுத்து, ஆ. பா.எண். 209)

என்று நவீன இராமனைப் படைத்துக்காட்டி, காலங்காலமாய் ஆண் வர்க்கத்தின் மீது ஏற்படுத்தப்பட்ட களங்கத்தை நீக்க முயன்றிருக்கிறார் எனக் கூறலாம்.

தூதிலும் தூதிலக்கியத் தரம்:

தூது வகைகளைத் தமிழ்விடுதூது, நெஞ்சுவிடு தூது, தென்றல்விடு தூது, கிள்ளைவிடு தூது என்று பல வகைப்படுத்தலாம். தமிழைத் தூதாகச் சொக்கநாத இறைவனிடம் தலைவி ஒருத்தி அனுப்புவதாக அமைந்த சிற்றிலக்கிய வகை "தமிழ்விடு தூது" எனலாம். இவ்விலக்கியத்தில் வரும்,

> "துறவாதே சேர்ந்து சுகாநந்தம் நல்க
> மறவாதே தூது சொல்லி வா"

என்னும் பாடலடிகள் மூலம் "என்னை விட்டு நீங்காது, சுகம், ஆனந்தம் தரவேண்டும்" என்கின்ற தலைவியின் விருப்பத்தை மறுத்துவிடாமல் மதுரைச் சொக்கநாதரிடம் கூறுவாயாக! என்று தமிழைத் தூதாக அனுப்புகிறாள். இலக்கியகாலம் தொட்டு இன்றுவரை தூதுப் பொருள்கள் மக்கள் வாழும் சூழலுக்கு ஏற்ப மாறுபடுகின்றன. அவ்வகையில் வைரமுத்துவின் திரையிசைப்பாடலில் வரும் தன் விருப்பத்தை வெளிப்படுத்த தூதுப்பொருளாக "ஆறு" தேர்வு செய்யப்பட்டுள்ளதைப் பின்வரும் பாடலால் அறியலாம்.

> "மேகத்தத் தூதுவிட்டா திசைமாறிப் போகுமின்னு
> தாகமுள்ள மச்சானே தண்ணியை நான் தூதுவிட்டேன்
> தண்ணிக்கு இந்தக் கன்னி தந்தனுப்பும் முத்தமெல்லாம்
> எண்ணிக்கை குறையாம எப்ப வந்து தரப்போற"

(வைரமுத்து, ஆ. பா.எண். 92)

தலைவிதன் காதல் வேட்கையை ஆற்றிடம் தூது சொல்லி அனுப்புகிறாள். தூதாக அனுப்பப்படும் பொருள்கள் பெரும்பகுதி காதலை வெளிப்படுத்துவதற்குப் பயன்படுவதை உணரமுடிகின்றது.

இருபதாம் நூற்றாண்டுக் கவிஞர்களின் இலக்கியத் தாக்கம்:

வைரமுத்து பாடுபொருளாக சங்க இலக்கியம், நீதி இலக்கியம், காப்பியங்கள், புராணங்கள், சிற்றிலக்கியங்கள் போன்றவற்றைப்

பயன்படுத்தி இருப்பதோடு தனக்கு முன் வாழ்ந்த கவிஞர்கள், தான் வாழ்ந்த காலத்தில் வாழ்ந்த படைப்பாளர்களின் இலக்கியத் தாக்கத்தையும் பெற்றிருந்தார் என்பது அவரது திரையிசைப் பாடல்கள் வழி புலனாகின்றது.

பாரதிதாசன், காதல் குறித்துச் சொல்லிய கவிதை வரிகளில் ஒருசில வைரமுத்துவின் காதல் பாடல்களில் காணக்கிடக்கின்றன. சான்றாக,

**"கண்படைத்த குற்றத்தால்
அழகியோன் என்
கருத்தேறி உயிர்ஏறிக்
கலந்து கொண்டான்"**

என்ற பாடலடிகளில், கண்களின் வழி நுழைந்து அழகியவள் நெஞ்சுக்குள் புகுந்து உயிரில் கலந்த காதலனைப் பாரதிதாசன் படைத்துக் காட்டுகின்றார். இதே கருத்தமைந்த வரிகள் வைரமுத்துவின் "அலைகள் ஓய்வதில்லை" திரையிசைப் பாடலில்,

**"விழியில் விழுந்து இதயம் நுழைந்து
உயிரில் கலந்த உறவே"** *(வைரமுத்து, ஆ. பா. எண். 12)*

என்றவாறு பாடலாக்கப்பட்டுள்ளது. காதலி கண்களின் வழி விழுந்து, இதயத்தில் நுழைந்து, உயிரில் கலந்துவிட்டாள் என்று காதல் தலைவன் பாடுவது பாரதிதாசனின் கவிதை வரிகளை ஒத்திருப்பதை அறியமுடிகின்றது.

வாய்மொழி இலக்கியத் தாக்கம்:

எழுத்திலக்கியம் மட்டுமின்றி வைரமுத்து திரையிசைப் பாடல்களில் வாய்மொழி இலக்கியத் தாக்கமும் நிரம்ப உள்ளது. மனித உணர்வுகளின் தன்னுணர்ச்சிக் கூறுகள் நிரம்பிய யதார்த்த வார்த்தைகளைத் திரையிசைப்பாடல்கள் வழி நிலைநிறுத்திய பெருமை வைரமுத்து அவர்களையே சாரும்.

தாலாட்டுக்கு குழந்தைகள் மட்டும் உறங்குவதில்லை, அன்பான குடும்பமும் உறங்கும் என்பதை இப்பாடலடிகளால் உணர்ந்துகொள்ள முடிகின்றது. "சம்சாரம் அது மின்சாரம்" திரைப்படத்திற்காக,

**"கட்டிக் கரும்பே கண்ணா
கன்னஞ் சிவந்த மன்னா
நீ இங்கு வந்த நேரம்
சொந்தம் எல்லாம் தூரம்
ஏனென்று கேட்க ஆளில்லை
வா வென்று சொல்ல வாயில்லை"**

(வைரமுத்து, ஆ. பா.எண். 203)

என்றவாறு தாலாட்டுப் பாடல் மெட்டில் அமைந்த திரையிசைப் பாடல்களை அமைத்திருக்கிறார். கிராமியச் சூழலில் அமைந்த தாலாட்டுப் பாடல்கள் அவரின் இளமைப்பருவச் சூழலின் தாக்கம் என்று அறியமுடிகின்றது.

கிராமப்புற மக்களின் சொலவடைகள், விடுகதைகள், நம்பிக்கைகள், மரபுகள், வழிபாடுகள் என அத்தனையையும் தம் திரையிசைப் பாடல்களில் வைரமுத்து எடுத்தியம்புகின்றார். நடுத்தர வர்க்கத்து மனிதன் தன் இரத்தத்தைச் சிந்திக் குருவி கூடு கட்டுவது போல வீடு கட்டுகின்றான். இதனால் தன் மனைவியின் அன்றாடத் தேவைகளைக்கூட அவனால் பூர்த்தி செய்ய முடியவில்லை. வீடு கட்டி முடித்துப் புதுமனை புகவிருந்த நேரம் அவன் மனைவி இறந்து விடுகிறாள். தன் மனைவி இறந்தவுடன் தன் உயிர் போய்விட்டதாகவும் உடம்பு மட்டும்தான் வெறுமனே இருப்பதாகவும் அவன் பாடுகின்றான்.

"வீடு மனைவி மக்கள்
மூன்றும் வாழ்வில் சிக்கல்
……………………………….

ஓவியம் வாங்கி வந்தான்
கண்களைக் காணவில்லை
தேரொன்று வாங்கி வந்தான்
பாதையைக் காணவில்லை
பூஜைகள் செய்ய வந்தான் –தன்
கோயிலைக் காணவில்லை
………………………………….

கூடொன்று முடியுமுன்னே
குருவி பறந்ததடா
குருவி பறந்ததனால்
கூடும் சரிந்ததடா
பல்லவி தொடங்கு முன்னே -இவன்
சரணம் முடிந்ததடா"

(வைரமுத்து, ஆ. பா. எண். 299)

என்று மனைவி இறந்ததை நினைத்துக் கணவன் புலம்பிப் பாடுவதை வீடு மனைவி மக்கள் திரைப்படப் பாடல் விளக்குவதை அறிய முடிகின்றது. இப்படி, நாட்டுப்புற வடிவிலான ஒப்பாரிப் பாடல்கள் வைரமுத்துவின் திரையிசைப் பாடல்களில் இடம்பெற்றிருப்பதை அறிய முடிகின்றது.

துணைமை நின்றமைகள்:

1. வைரமுத்து ஆயிரம் பாடல்கள், சூர்யா லிட்ரேச்சர் (பி) லிமிடெட், சென்னை.
2. சங்க இலக்கியம் நூல்கள் மொத்த தொகுப்பு, நியூ செஞ்சுரி புத்தக நிறுவனம், சென்னை.
3. கவிப்பேரரசு திரையிசைப்பாடல்கள் ஒரு பன்முகப் பார்வை, டாக்டர் மா.தியாகராஜன், தமிழ் கலை அச்சகம், சிங்கப்பூர்.

- முனைவர் சு.தங்கமாரி,
உதவிப்பேராசிரியர், முதுகலைத் தமிழ்த்துறை,
வி.இ.நா.செந்திக்குமார நாடார் கல்லூரி(தன்னாட்சி), விருதுநகர்.

30

வைரமுத்து பாடல்களில் அறிவியல் ஆளுமை

- முதுமுனைவர் கா.மணிகண்டன் -

தமிழ் இலக்கிய உலகில் தனக்கான தனித்த அடையாளத்தோடு இயங்கித் தம் எழுத்துகள் மூலம் திரைத்துறையில் முத்திரை பதித்து வருபவர் கவிப்பேரரசு வைரமுத்து அவர்கள். இவர் காலத்தால் அழியாத கவிதைகள், கட்டுரைகள், நாவல்கள், சிறுகதைகள், திரைப்படப்பாடல்கள் எனப் பன்முகமொழி வடிவங்களை மெருகேற்றித் தமிழுலகிற்குக் கொடையாக வழங்கி வருபவர். இவருடைய எழுத்தும், சொல்லும் இவை வெளிப்படுத்தும் ஆழமான பொருளும் இவர் கையாளும் மொழிநடையும் இவரது தனித்துவ, கவித்துவத்திற்கான சான்றுகளாய் அமைபவை.

1980 தொடங்கி இன்று வரை தமிழ்த்திரை உலகில் திரைமொழி மீது தொடர்கிறது இவருடைய மொழி ஆளுமை. இதுவரை ஏழு தேசிய விருதுகள் இவரின் திரைமொழி ஆளுமைக்காக வழங்கப்பட்டிருக்கின்றன என்பது கூடுதல் சிறப்பு. திரைப்படப் பாடல்களில் அறிவியலைக் கையாளும் உத்தியைக் கைவரப் பெற்றவர் கவிப்பேரரசு அவர்கள்.

திரைமொழியில் அறிவியல் ஆளுமை

மானுட வாழ்வியலின் உணர்வு சார்ந்த பாடல்களும், அறிவு சார்ந்த தேடல்களும் வைரமுத்து பாடல்களில் இசையோடு இழையோட இயைந்திருக்கும். அறிவியலை உள்வாங்கி தமிழோடு அதனைக் குழைத்துத் தரும் பாங்கு இவருடைய பாடல்களில் மேலோங்கி நிற்கிறது. அதற்குக் காரணம் கவிப்பேரரசின் பல்துறை அறிவு. அவரே தம் பாடல் குறித்து கூறும்போது,

"எனது தலைமுறையில் பெரிதும்
வளர்ந்திருந்த விஞ்ஞானத்தைக் காதல்
பாட்டுக்குள் கவிதைப்படுத்தினேன்" *(ஆயிரம் பாடல்கள்-பக்.22)*

என்று பாடல் எழுந்த சூழலைச் சுருக்கமாகக் கூறியுள்ளார். வளர்ந்துவரும் அறிவியல் தொழில்நுட்பத்திற்கேற்ப மொழியையும் தொழில்நுட்பத்தோடு சேர்த்தே திரைமொழியில் வார்த்தெடுத்தவர் வைரமுத்து.

நிலமும் பொழுதும்

உலகில் உள்ள பொருள்களை ஏதாவது ஒரு வகைப்பாட்டுக்குள் அடக்கிக் கூறுவது அறிவியல் முறை. நிலம் பொழுது என்ற முதற்பொருளையும் புவியியல் குறித்த அறிவியலையும் கவிப்பேரரசு தம் பாடல்களில் கையாண்டு அவை பாடலின் சூழலை உணர்த்தும் வகையில் அறிவியல் பாங்கோடு அவ்விரண்டையும் அமைத்துக் காட்டியிருப்பார். புவியின் சுழற்சியையும் புவியின் இருப்பையும் புவியியல்சார் கருத்துகளைத் தம் பாடல்களில் பதிவு செய்துள்ளார்.

"பூமி சுற்றுவது நின்று விட்டால்
புவியில் என்றுமே மாற்றமில்லை" *(பம்பாய் - 1995)*

என்று புவியின் சுழற்சியைத் தம் கவிதையின் முயற்சியால் பாடலாக வடித்துக் காட்டியுள்ளார். புவியின் சுழற்சிதான் கால மாற்றத்திற்குக் காரணம் என்னும் அறிவியல் உண்மை இவரின் ஆளுமையால் வெளிப்பட்டிருக்கிறது.

கால நிலைகளைப் பல்வேறு பொழுதுகளாகத் தம் பாடல்களில் பல இடங்களில் அடைமொழியிட்டு அழகுபடுத்தியது அவரது அறிவியல் உத்தி.

"பொன்மாலைப் பொழுது" *(நிழல்கள் - 1980)*

"அந்திமழை பொழிகிறது" *(ராஜபார்வை - 1981)*

"அதிகாலை சுபவேளை" *(நட்பு - 1985)*

என்று பெரும்பொழுதும் சிறுபொழுதும் பெரும்பாலும் இவருடைய பாடல்களில் அடைமொழியோடு பகிர்ந்திருப்பார்.

வானியல்

நிலவேந்திய விசும்பு, சூரியன், நிலா, மேகம் நட்சத்திரங்கள் போன்றவற்றையும் வானியல் மாற்றங்களான இடி, புயல், மழை, மின்னல் முதலியவற்றையும் கவிப்பேரரசு தம் பாடலுக்குள் கொண்டுவந்து அவற்றைப் பாடல்வழி பரிமாறியிருப்பார். இவருடைய முதல் பாடலே வானியல் குறித்த பாடல் என்பது குறிப்பிடத்தக்கது ஆகும்.

"வானம் எனக்கொரு போதிமரம்
நாளும் எனக்கது சேதி தரும்" *(நிழல்கள்1980)*

"நிலவுக்குப் போய் வரவே எங்கள்
தோளுக்குச் சிறகுகொடு" *(முகவரி 2000)*

"நட்சத்திர மண்டலத்தில்
நமக்கொரு மண்டபமா" *(புதிய தென்றல் - 1996)*

மனிதனுக்கும் சிறகு கேட்கும் இவருடைய கனவு எதிர்கால அறிவியல் நனவாக்க முயலும் காலம் தொலையில் இல்லை.

டார்வினும் நியூட்டனும்

அறிவியல் சார்ந்த கருத்துகளை அறிவியல் ஆளுமையோடு கையாளும் வைரமுத்து அவர்கள் அறிவியல் அறிஞர்களின் கருத்துகளையும் அவ்வறிஞர்களின் பெயர்களோடு தம் பாடல்களில் பதிவு செய்திருக்கும் விதம் வியத்தகு முயற்சியாகும். சார்லஸ் டார்வினும் சர் ஐசக் நியூட்டனும் முறையே பரிணமாவியல் கோட்பாட்டையும், விசை, இயக்கம், வேகம் ஆகியவற்றின் வினை, எதிர்வினை குறித்தும் தம் கருத்துகளை வெளியிட்டனர். இவர்கள் வெளியிட்ட கோட்பாடுகள் கவிஞரின் திரைப்படப் பாடல்களில் பாடுபொருளாயின.

"குரங்கிலிருந்து பிறந்தானா
குரங்கை மனிதன் பெற்றானா
யாரைக் கேள்விக் கேட்பது
டார்வின் இல்லையே" *(மனிதன் - 1987)*

என்று டார்வின் குறித்த அறிவியல் ஆளுமை இடம் பெற்றுள்ளது. நியூட்டனின் மூன்றாம் விதியைப் பாடலுக்குள்,

"நீ நியூட்டன் நியூட்டன் விதியா உந்தன்
நேசம் நேசம் எதிர் வினையா" *(எந்திரன் - 2010)*

என்ற அறிவியல் ஆளுமை காதலோடு பொருத்திக் காட்டப் பட்டுள்ளது.

மருத்துவம்

மானுட வளர்ச்சியில் மருத்துவத்தின் பங்கு இன்றியமையாததாகும். மானுட உயர்வுக்கும் நல்வாழ்விற்கும் மருத்துவத்தின் அளப்பரிய பங்களிப்பு துணை செய்து வருகிறது. வைரமுத்து பாடல்களில் மருத்துவம், சித்த மருத்துவம், உடலியல், உளவியல், நோய், மருந்து, தாய்ப்பால் ஆகியவற்றைத் தம் பாடல்களிடையே கொண்டுவந்து பாடலோடு பொருத்தி அறிவியல் புதுமை செய்து மானுட நல்வாழ்விற்கு வழிகாட்டியுள்ளார்.

"பனிக்குடங்கள் மெல்ல உடைந்துவிட்டால்
உயிர் ஜனிக்கும் உயிர் ஜனிக்கும்" *(குஷி - 2000)*

"சந்தேகம் என்பது புற்றுநோய்
சண்டைகள் அதனால் தொற்றுநோய்" *(பாட்டி சொல்லைத் தட்டாதே - 1988)*

"ஊசி போல உடம்பிருந்தா
தேவையில்லை பார்மசி" *(காதலன்1984)*

"பிள்ளைக்குத் தாய்ப்பாலத்
தூக்கிக் கொடுக்கச் சொல்லு" (கிழக்குச் சீமையிலே - 1993)

போன்ற மருத்துவம் மற்றும் நல்வாழ்வு செய்திகள் மகத்தான செய்திகளாகும்.

அறிவியல் தொழில்நுட்பம்

வளர்ந்துவரும் அறிவியல் தொழில்நுட்பங்கள் அவற்றின் தாக்கங்கள் பல்வேறு துறைகளிலும் பிரதிபலிக்கும். இது தவிர்க்க இயலாதது. அந்தந்தக் காலப் படைப்புகளில் இவை ஊடுருவி நிற்கும். அப்படித்தான் வைரமுத்துவின் திரைப்பாடல்களில் நவீன தொழில்நுட்பங்களின் பங்கும் கலந்து மரபுக்கும் புதுமைக்கும் பாலம் அமைக்கும். அறிவியல் தொழில்நுட்பத்தையும், தகவல் தொழில்நுட்பத்தையும், உலோகத் தொழில்நுட்பத்தையும், ரோபோ தொழில்நுட்பத்தையும் பாடல்களில் பயன்படுத்தி வெற்றி கண்டவர் கவிப்பேரரசு அவர்கள். இவருடைய பாடல்களில் அறிவியல் தொழில்நுட்பப் பாடல்களாக பரிணாமம் அடைந்தவை.

"டெலிபோன் மணிபோல்
…………………………………………………
டிஜிட்டலில் செதுக்கிய குரலா" (இந்தியன் - 1995)

எந்திரன் தொழில்நுட்பத்தின் உச்சம்.
"எஃகை வார்த்து
சிலிக்கான் சேர்த்து
வயலூட்டி உயிரூட்டி
ஹார்ட்டிஸ்கில் நினைவூட்டி" (எந்திரன் - 2010)

முதலான இடங்களில் மொழியும் தொழில்நுட்பமும் முத்தமிட்டு வளர்ந்த இடம் திரைத்துறை என்றால் அது மிகையில்லை.

'ஒரு மொழிக்கு எழுத்து, ஒலி என இரண்டு வடிவங்கள் உண்டு; எழுத்தை விட ஒலியே விரைவாக ஊடுருவும்' என்கிற அறிவியல் விதி திரைப்படப் பாடல்களுக்கு முற்றிலும் பொருந்தும். மானுட வாழ்வியலோடு அறிவியல் தமிழையும் ஆளுமை செய்யும் தன்மை கவிப்பேரரசின் திரைப்படப் பாடல்களுக்கு உண்டு. போட்டிகள் நிறைந்த இவ்வுலகில் சிலர் மட்டுமே தன்னுடைய ஆளுமையால் இந்த உலகையே திரும்பிப் பார்க்கச் செய்கிறார்கள். அந்த வரிசையில் வைரமுத்து தமது கவிதைகள், பாடல்கள், கதைகள், நூல்கள், பேசும்திறன் எனப் பன்முகத் திறமையால் உலகையே திரும்பிப் பார்க்க வைத்துள்ளார்.

- முதுமுனைவர் கா.மணிகண்டன்,
தமிழ் உதவிப் பேராசிரியர்,
அழகப்பா தொழில்நுட்பக் கல்லூரி,
அண்ணா பல்கலைக்கழகம், சென்னை-25.
vivekamanikandan@gmail.com

❖

31

செழுந்தமிழ்ச்சுடர்
- எழுத்தாளர் நர்சிம் -

எண்பதுகளின் அந்தியும் தொண்ணூறுகளின் முந்தியும் விரிந்து கொண்டிருந்த மதுரைக்குப் பக்கத்து கிராமத்து மந்தை அது. அந்த மந்தையைச் சுற்றி வந்து நிற்கும் பேருந்தில்தான் நாங்கள், மாணவர்கள் 'டவுனுக்குள்' சென்று படிப்பதற்காக நிற்போம். ஏதேனும் முக்கியமான நாள் என்றால், அந்தச் சின்னஞ்சிறிய மந்தையில் ஆளுயர ஒலிபெருக்கி, அதிர அதிரப் பாடல்கள் என மந்தை விழாக்கோலம் பூணும்.

அப்படியான ஒரு காலை அல்லது பொற்காலையில், வழக்கமாக ஒலிக்கும் பாடல்களுக்குப் பதில் ஒரு குரல்!

சித்தம் கலங்கி நின்றிருந்தேன். என் சக மாணவர்கள் பேருந்து வந்துவிட்டது எனக்கையைப் பிடித்து இழுத்தார்கள். நான் நகரவில்லை. அந்த நாட்களில் என்னவானாலும் எனக்கானவள் ஏறிச்செல்லும் பேருந்தின் படியில் நின்றபடி செல்லும் என் அன்றாடம் அன்று மொத்தமாய்த் திரும்பி நின்று கொண்டதுபோல் இருந்தது. ஆம்; அங்கேயே நின்று மொத்தப் பாடல்களையும் கேட்டு முடித்துவிட்டு, வீட்டிற்குத் திரும்பினேன்.

'வானம் எனக்கொரு போதி மரம்,
நாளும் எனக்கது சேதி தரும்'

இதுவரை எழுதப்பட்ட உலகின் அத்துணைத் தத்துவங்களையும் சலித்துப் பிரித்துச் சிறந்தவை இன்னவை எனப் பகுத்தால், அதில் ஒன்றாக மேற் சொன்ன வரிகள் வந்துவிடும். உலகின் எம்மூலையில் நின்று நிமிர்ந்து பார்த்தாலும் வானமும் வைரமுத்துவின் இவ்வரிகளும் வந்து சேர்ந்துகொள்ளும். அக்குரலும் அந்த லயமும் ஒலித்துக் கொண்டே இருக்கின்றன - இத்தனை ஆண்டுகளாக.

இப்படித் தன் முதல் பாடலிலேயே தம்முடைய ஆகச்சிறந்த ஒன்றை எழுதிவிட்ட பிறகு என்ன இருந்துவிடப்போகிறது எனும் எண்ணத்தோடு அணுகினால், கீழ் வான் நோக்கிப் போகும் சிறுவனின் பயணம் போல் அதியற்புத எல்லையற்றதாக இன்று வரை விரிந்துகொண்டே போகிறது.

அந்தக் காலையில் பள்ளிச் சீருடையில் திரும்பி நடப்பவன் மீது மீண்டும் ஓர் ஏவுகணை! ஏந்திவந்தவர் மணிமாறன் அண்ணன். ஏன் பள்ளிக்குச் செல்லாமல் திரும்புகிறாய் எனக் கேட்க, நான் விவரம் சொன்னேன். சிரித்துக்கொண்டேத் தன் மிதிவண்டியில் சொருகி வைக்கப்பட்டு இருந்த புத்தகத்தை எடுத்து நீட்டினார்.

'காவி நிறத்தில் ஒரு காதல்'. வைரமுத்து.

அவ்வளவுதான். அங்கே, நாங்கள் நின்ற மந்தையம்மன் கோயிலின் பக்கவாட்டு வேப்பமர நிழலில் அமர்ந்தேன். சற்றைக்கெல்லாம் புத்தகத்தின் உள்ளிருந்து எழுந்து வந்த 'இளங்கோ' என்னோடு அமர்ந்து கொண்டான்.

'உங்கள் போலிஸ் லத்திக்கு மட்டும் விந்து பீய்ச்சும் சக்தி இருந்தால் இந்நேரம் ஆயிரம் குழந்தைகள் பிறந்திருக்கும்' (நினைவில் இருந்து எழுதுகிறேன்; சொற்கோப்பில் தவறிருக்கலாம்) எனும் வரிகளும் இளங்கோவும் என் மீது விழுந்த வேப்பம்பழங்களின் பிசுபிசுப்பும் அப்படியே இருக்கின்றன - இப்போதும்.

தேடல் துவங்கியது. தொலைந்துபோகத் துவங்கினேன். ஆம்; வைரமுத்து எனும் பெயர் தாங்கி வந்த அத்தனையையும் தேடித் தேடிப் படிக்கத் துவங்கிய பதின்மங்களின் புகையிறுதிக்காலங்கள், இருபதுகளின் இளம் தெறிப்புகள் என அதன்பிறகு வந்தவை எல்லாமே எமக்கு 'வைரமுத்துக்காலம்' தான்.

காந்தத்தை மண்ணில் புரட்டி, ஒட்டிக்கொள்ளும் துகள்களை ஒரு காகிதத்திலிட்டு, காகிதத்தின் அடிப்பகுதியில் காந்தம் கொண்டு தொட்டால் 'சட்'டென சிலிர்த்துக்கொண்டு எழும் அந்தத் துகள்களைப் போலத்தான் வைரமுத்துவின் வரிகள் கொடுக்கும் உயிர்ப்பின் துடிப்பு.

'மூங்கில் காட்டில் தீவிழும்பொழுது
மூங்கில் காடென்று ஆயினள் மாது
இதில் பனித்துளிதான் என்ன செய்யுமோ'

'தாப்பிசைப் பொருள்கோள்' என்பது, ஒரு செய்யுளின் நடுவில் நிற்கும் சொல் ஊஞ்சல் போல் முன்னும் பின்னும் சென்று சேர்ந்து பொருள் தரும்.

இப்போது இந்த வரிகளைப் படித்துப் பாருங்கள். பனித்துளிதான் என்ன செய்யுமோ எனும் ஊஞ்சல் முன்னும் பின்னுமாய் அசைந்து அசைந்து நிகழ்த்தும் அற்புதப் பொருளை. தாப்பிசையை உணரலாம்.

'நறுமுகையே நறுமுகையே' பாடலில் வரும் சொற்கள் சங்கப்பாடல்களுக்கு நிகரானவை. சங்கப்பாடலில் இருந்து எடுத்தாண்ட 'செம்புலம்', 'அற்றைத் திங்கள்' போலவேதான் அப்பாடலின் 'செங்கனி ஊறிய வாய்திறந்து' உட்பட மற்ற சொற்களும் செழுமையான இற்றைத் தமிழ் இலக்கியம். வைரமுத்து இலக்கியம் என்று காலம் தன்னில் நிறுத்திக்கொள்ளும். ஒரு பெண்ணின் விரகதாபத்தைக் குறுந்தொகையில் இப்படி,

முட்டுவேன் கொல்? தாக்குவேன் கொல்?

என ஆரம்பிக்கும், பெண்பாற்புலவர், ஔவையார், இப்படி முடிக்கிறார்.

'உயவு நோய் அறியாது துஞ்சும் ஊர்க்கே'

இதற்குச் சற்றும் சளைத்ததல்ல 'விடியாது திருமகள் இரவுகள்' எனும் தாபத்தின் குரல். 'அந்திப்பூ விரியும் அதன் ரகசியம் சந்தித்தால் தெரியும்' என்பதைப் போலோர் இலைமறை காய் ஆட்டங்கள் வைரமுத்துவின் முத்தாய்ப்புகள்.

போலவே, ஒரு பெண்ணின் காமத்தின்/விருப்பத்தின் அளவை, நிலையை இன்னொரு குறுந்தொகைப் பாடல் இப்படி

'தூங்கியாங்கிவள் சிறுகோட்டுப் பெரும்பழம்,
உயிர்தவச் சிறிது காமமோ பெரிதே'

என்கிறது. மிகப்பெரிய பலா, எப்படி சிறிய வேரில் தொங்குகிறதோ அப்படி இந்தச் சிறிய உயிர் ஆனால் அது கொண்டிருக்கும் காமம் அளப்பறியது எனும் பொருள்.

"இரண்டு புறம் பற்றி எரியும் மெழுகாக மங்கை உருகி நின்றாள்"

என்கிறார் கவிஞர். சிக்கனம் ஆனால் கச்சிதம். மிக எளிதான வரியாகத் தோன்றும் இப்படிமம் மிக ஆழமானது. காமம் பற்றும் காட்சி, மூங்கில் காடு பற்றும் படிமங்கள் என மடிந்து மடிந்து விரிந்து கொண்டே போகின்றன அகக் காட்சிகள்.

சங்கப்பாடல்களில் தலைவி கூற்று பெரும்பாலும் விட்டுப்போன தலைவனைத் திட்டுவதாக, தேடுவதாக, மீண்டும் கூடிவிடமாட்டோமா எனும் புலம்பல்களாக எனப் பல்வேறு பாடுபொருள்களாகக் கொண்டவை. அப்படித்தான் கவிஞரின் தலைவிகளும் அவர்களின் கூற்றும்.

"கொஞ்சம் இரு; நெஞ்சு பொறு;
தாவணி விசிறிகள் வீசுகிறேன்
மன்மத அம்புகள் தைத்த இடங்களில்
சந்தனமாய் எனைப் பூசுகிறேன்"

சந்தங்கள் தாண்டி, இவ்வரிகளில் விரியும் படிமம், தலைவியின் காதல், தன்னையே தலைவன் மீது காயத்தின் களிம்பாகப் பூசிக்கொள்ளத் துடிக்கும் அன்பு, ஏனெனில் அதற்கு முன்னர் தலைவனின் கூற்றாக

‘கண்ணுக்குள் முள்ளை வைத்து யார் தைத்தது’ எனும் அதிர்வை ஏற்படுத்தும் பரிதாபம் எனச் சுழன்று சுழன்று மேலேறிக்கொண்டே போகும்படியான அதீதங்கள் நிறைந்த ஒன்று இப்பாடல் வரிகள்.

இந்த உலகம் தோன்றியது. பெண் தோன்றினாள். அவளில் இருந்து இன்று வரை உலகின் அத்தனைப் பெண்களும் கேட்ட ஒன்று ‘ உன்னைப் போன்ற அழகி இந்த உலகில் இல்லை’. வெகு எளிதான, அனைத்துக் காதலன்களும் தம் இணையை நோக்கிச் சொல்லும், சொல்லிக்கொண்டே இருக்கப்போகும் வரிகள் அவை. ஆனால் இவை யாவிலும் இருந்து தன்னை ஒரு படி மேல் என ஏறிக்காட்டும் இடம் இருக்கிறதல்லவா, அது அந்த அடுத்த வரிதான்.

“உன் போல் அழகி உலகினில் இல்லை
இனிமேல் பிறந்தால் அது நம் பிள்ளை”

இப்படி கவிப்பேரரசின் அனைத்துப் பாடல்களில் இருந்தும் ஒரு சொல்லை, ஒரு வரியை, அது ஏன் சிறந்தது, எதனால் ஒரு படி மேல் எனும் தாக்கத்தை விவரித்துக் கொண்டே போகலாம்.

சங்க இலக்கியத்தில் ‘மடலேறுதல்’ என்ற ஒன்றுண்டு.

‘ஒறுப்பின்யான் ஒறுப்பது நுமரையான் மற்றிந்நோய்
பொறுக்கலாம் வரைத்தன்றிப் பெரிதாயிற் பொலங்குழாய்
மறுத்திவ்வூர் மன்றத்து மடலேறி
நிறுக்குவென் போல்வல்யான் நீபடு பழியே’

என்கிறது கலித்தொகை.

மடலேறுதல் என்பது, ஊரின் நடுவே, மேடையில் ஏறி தலைவி குறித்தும், தம் காதல் நோய் குறித்தும் தலைவன் உரக்கச் சொல்வது.

இவ்வகையில் பதிமூன்று அல்லது பதினாறு பாடல்கள் காணப்படுகின்றன, சங்க இலக்கியத்தில். நம் காலத்தில் இருக்கும் இவ்வகைப் பாடல்

‘உயிரே உயிரே வந்து என்னோடு கலந்துவிடு’.

ஆம். கவிஞர் மடலேறுதலை அவ்வளவு அற்புதச் செய்யுளாகத் தந்திருக்கும் பாடல். ஆனால் வியத்தகு ஒன்று, மடலேறுதலில் தலைவியின் மீது புகார் தொனியில் இயற்றப்படும், இங்கோ கவிஞர் பழியைத் தன் மீது தலைவன் போட்டுக்கொள்வதுபோல்

‘வரும் எதிர்காலம் உன்மீது பழிபாடும் பெண்ணே
அதற்காகத்தான் வாடினேன்’

இந்தப் பாடலை மடலேறுதலோடு ஒப்பிட்டுப் பார்த்தபிறகு, மீண்டும் இப்பாடலைப் பார்க்கும் பொழுது வேறு ஒரு பரிமாணமும், நாயகன் உயரத்தில் நின்று தன் நிலையைச் சொல்லி மடலேறுவதும் உங்களுக்கு வேறு ஓர் அனுபவத்தைத் தரக்கூடும்.

இப்படி, மரபும் சங்கத்தமிழும் உணர்வில் தாங்கி, நாட்டார் வழக்கை அங்கு வாழ்ந்த தன் கைகளில் ஏந்திய தமிழ், கவிஞருடையது. நாட்டார் வழக்குச் சொற்களை நவீனத்தில் கொண்டுவரும்பொழுது அதன் அகடுமுகடுகளில் எந்தச் சிராய்ப்பும் இன்றி அவ்வளவு இலகுவாகக் கோக்கும் லாகவத்தை, 'மானூத்து மந்தையிலே...' போன்ற பாடல்களில் பார்க்கலாம்.

ஞானத்தைப் போதித்தால் ஒவ்வாமை ஆகக்கூடும், ஆனால் அதை போகிற போக்கில் 'பசுவினைப் பாம்பென்று சாட்சி சொல்ல முடியும் காம்பினில் விஷத்தையா கறக்க முடியும்' என்று சொல்லிச் செல்லும்போது, துயர்பட்ட நெஞ்சங்கள் சற்று ஆசுவாசமடைந்து தன்னிலிருந்து, தம் துயரிலிருந்து விடுபட்டுக் கொள்ள உதவக் கூடும். தன்னியல்பாய் ஒரு சிறு விடுபடல் ஏற்படும். விடுபடுதல்கள்தானே ஞானம்.

கலை ஒரு மனிதனை, மனதை ஆற்றுப்படுத்த வேண்டும், எனில், இப்படியான பாடல்கள் மூலம் அதை செவ்வனே செய்து கொண்டிருப்பவர்.

கவிஞரின் பாடல்களை இரண்டு வகைகளாகப் பிரிக்கலாம்.

முதல்வகை என்பது முற்பகுதியால் ஆன காலம். பொன்மாலைப் பொழுதில் பொழிந்த அந்தி மழைக்காலம் அது. அது கவிஞர் வைரமுத்து.

இரண்டாம் வகை என்பது சின்னச் சின்ன ஆசை என்று ஆரம்பித்து ஆனால், கார்குழலில் உலகைக் கட்டிவிட ஆசை என ஆகப்பெரும் பேராசை கொண்ட காலம், நிகழ்காலம். கவிஞர் தன்னைக் கவிப்பேரரசாக நிகழ்த்திக் கொண்ட காலம்.

தமிழுக்கு 'ழ' அழகு என உலகிற்குச் சொன்ன காலம்.

கவிஞரின் ஆரம்பமே பொற்காலமாக அமைந்துவிட்டது எனில், தற்காலம் என்பது வைரம் பாய்ந்துகொண்டிருக்கும் இக்காலம் என்றாகலாம்.

சங்கத்தமிழும் அறிவியலும் கற்பனையும் நிறைந்து ததும்பும் பெருங்கடல், வைரமுத்துவின் பாடல்கள், அது, பாற்கடல்.

சிங்கம் என்று எழுதி ஐம்பது ஆண்டுகள் ஆகிவிட்டதே, அப்படியா, சரி,பிடியுங்கள் 'அரிமா அரிமா' என வற்றாமல் பொங்கும் தமிழ் வைரமுத்துவுடையது.

'ஒன்று சுதந்திரத்தின் வானம்,
இல்லையென்றால் மரணத்தில் பள்ளம்
இடைப்பட்ட வாழ்க்கை விலங்குகளுக்கு இல்லை'

எனும் வரிகள் கொடுக்கும் விஸ்தாரம், வானம்போல் விரிந்து கொண்டே இருக்கும் ஒன்று. 'வெல்லத்தானே வீரம் கொல்வதற்கு இல்லை' எனும் ஞானம் பிறக்கும் இடமும் வைரமுத்துவின் வானம்தான்.

கவிராஜன் கதையெழுதிய இந்த ராஜ கவியைக் காலம் எழுதும். எழுதும் காலம்.

தமிழின் இனிமை மீதும் மொழியின் ஆழம் உணரச் செய்த காரணத்தினாலும், எத்தனையோ ஆண்டுகள் ஆனபிறகும் இன்னும், இக்கட்டுரையின் ஆரம்ப வரிகளில் ஒலித்த அந்தக் குரல்- ஆம், கவிப்பேரரசுவின் வரிகளை அவருக்கே உரித்தாக்கி அன்று காலையில் அறியாச் சிறுவனாக நின்ற பொழுதில் வந்து விழுந்த செழுந்தமிழ் இன்றுவரை செம்மையாய் நிறைந்து பொலிகிறது எனும் மகிழ்வில்,

'உன்னை வணங்காமல் போனால் - வண்ணத்தமிழ்
என்னோடு இணங்காமல் போகும்'

என்று கவிப்பேரரசின் சொற்களிலேயே முடிக்கிறேன்.

பன்முக ஆளுமை

32

Life and Works of Vairamuthu
వైరముత్తు జీవితం మరియు రచనలు

- P.S.Ganesh Moorthy -

ఉపోద్ఘాతం

వైరముత్తు తమిళనాడులోని తేని జిల్లా పెరియకులం సమీపంలోని వడుగపట్టి గ్రామంలో రామసామి-అంగమ్మాళ్ దంపతులకు వ్యవసాయ కుటుంబంలో 1953 జులై 13న జన్మించారు. చెన్నైలోని పచ్చయ్యప్పన్ కళాశాలలో తమిళ సాహిత్యాన్ని అభ్యసించారు. అతను ఒక భారతీయ గేయ రచయిత, కవి మరియు నవలా రచయిత తమిళ చిత్ర పరిశ్రమలో గేయ రచయితగా పనిచేస్తున్నాడు. తమిళ సాహిత్య ప్రపంచంలో ఆయన ప్రముఖుడు. అతను మొదట అనువాదకుడిగా పనిచేశాడు మరియు అతని పాటల రాసినందుకు ఏడు జాతీయ అవార్డులు అందుకున్నారు. అతను తన అనేక సాహిత్య ప్రచురణలకు పద్మశ్రీ, పద్మ భూషణ్ మరియు సాహిత్య అకాడమీ అవార్డులను అందుకున్నాడు.1980లో తొలిసారిగా "నీడలు" సినిమాలో "ఇది బంగారు సాయంత్రం" అంటూ మొదలయ్యే పాటను మెదట్లో పాటలు రాశారు. అతను తమిళ పండితుడు మరియు మీనాక్షి మహిళా కళాశాల మాజీ ప్రొఫెసర్ పొన్మణిని వివాహం చేసుకున్నారు. వీరికి ఇద్దరు కుమారులు మదన్ కర్కి, కపిలన్.

ప్రారంభ జీవితం

1957లో తమిళనాడులోని తేని జిల్లాలోని మెట్టూర్ గ్రామంలో, వైగై నదిపై వైగై డ్యామ్ నిర్మాణం కారణంగా 14 గ్రామాలను (మెట్టూరు తో సహా) ఖాళీ చేయించారు. అతని కుటుంబం తేని జిల్లాలోని మరో గ్రామమైన వడుగపట్టికి బలవంతంగా తరలించబడింది. తన కొత్త పరిసరాల్లో చదువుతోపాటు వ్యవసాయం కూడా చేపట్టాడు.వైరముత్తుకు చిన్నప్పటి నుంచి తమిళ భాష, సాహిత్యంపై ఆసక్తి ఉండేది. 1960లలో తమిళనాడులో

జరిగిన ద్రావిడ ఉద్యమం అతని యవ్వనంపై గణనీయమైన ప్రభావాన్ని చూపింది పెరియార్ ఈ.వె.రామసామి, పండితుడు అన్నాదురై, కళాకారుడు వంటి ఎందరో ప్రముఖుల నుంచి ము.కరుణానిధి స్ఫూర్తి పొందారు పదేళ్ల వయసు నుంచే కరుణానిధి, సుబ్రమణ్యభారతి, భారతీదాసన్, కన్నదాసన్‌లపై కవితలు రాయడం ప్రారంభించాడు. తన యవ్వనంలో అతను పాఠశాలలో ప్రముఖ వక్తగా మరియు కవిగా గుర్తించబడ్డారు .

పద్నాలుగేళ్ల వయసులో తిరువళ్లువర్ తిరుక్కురల్ స్ఫూర్తితో పద్యాలు రాశారు. విద్య మరియు ప్రారంభ వృత్తి అతను చెన్నైలోని పచ్చయ్యప్ప కళాశాలలో అండర్ గ్రాడ్యుయేట్ చదువుతున్న సమయంలో వక్తగా మరియు కవిగా కీర్తిని పొందాడు. తన రెండవ సంవత్సరంలో, అతను తన పందొమ్మిదేళ్ల వయసులో వైకారై మేఘుగన్ ('మేఘాలు ఎట్ డాన్') పేరుతో తన మొదటి కవితా సంకలనాన్ని ప్రచురించాడు. ఉమెన్స్ క్రిస్టియన్ కాలేజీలో పాఠ్యాంశాల్లో భాగంగా ఈ పుస్తకం సిఫార్సు చేయబడింది, ఆమె విద్యార్థిగా ఉన్నప్పుడే పాఠ్యాంశాల్లో భాగమైన రచయితగా వైరముత్తుకు ప్రత్యేకతను ఇచ్చింది. అతను చెన్నై విశ్వవిద్యాలయం నుండి ఆర్ట్స్ విభాగంలో తమిళ సాహిత్య విభాగంలో తన రెండవ సంవత్సరం పోస్ట్-గ్రాడ్యుయేట్ అధ్యయనాలను పూర్తి చేశారు.

విద్యాభ్యాసం తర్వాత, అతను 1970 ల మధ్యకాలంలో తమిళనాడు అధికార భాషా సంఘంలో తన వృత్తి జీవితాన్ని ప్రారంభించాడు.ఇంగ్లీషు నుంచి తమిళంలోకి న్యాయ పుస్తకాలు మరియు పత్రాల అనువాదకుడిగా జస్టిస్ మహారాజన్ ఆధ్వర్యంలో పనిచేశాడు. ఇది కాకుండా అతను కవిత్వం రాయడం కొనసాగించారు మరియు 1979 లో సవరించిన తీర్పులు ('రివైజ్డ్ జడ్జిమెంట్ ') అనే రెండవ కవితా సంకలనాన్ని ప్రచురించారు.

సినిమా జీవితం

అతని కవిత్వం చదివిన తర్వాత, దర్శకుడు భారతీరాజా 1980లో వచ్చిన షాడోస్ చిత్రానికి గేయ రచయితగా సంతకం చేశారు.ఇళయరాజా స్వరపరచిన " పోన్ మాలై పోలుదు " అనే పాట ఆయన రాసిన మొదటి పాట. ఎస్.పి.బాలసుబ్రహ్మణ్యం పాడారు. అతని మొదటి పాట విడుదలైంది, "భద్రకాళి ఉత్తమశీలి" (ఇళయరాజా స్వరపరచినది) నాలుగు నెలల క్రితం విడుదలైన కాళీ చిత్రంలోనిది. వైరముత్తు అనువాదకునిగా తన వృత్తిని విడిచిపెట్టి, చిత్ర పరిశ్రమలో పూర్తి సమయం పనిచేశాడు.నీడల తర్వాత, వైరముత్తు మరియు ఇళయరాజా అర్థ దశాబ్దానికి పైగా కొనసాగిన విజయవంతమైన కూటమిని ప్రారంభించారు.

దర్శకుడు భారతీరాజాతో వారి సహకారం, ఇది అలయం ఒవత్తిల్లై (ఉత్తమ గేయ రచయితగా వైరముత్తుకు అతని మొదటి తమిళనాడు రాష్ట్ర చలనచిత్ర అవార్డును సంపాదించిపెట్టింది), కాదల్ ఓవ్యమిమ్, మన్వాసనై, పుదుమై పెన్, ఎ ఖైదీల డైరీ వంటి చిత్రాలు విమర్శకుల ప్రశంసలు అందుకున్నాయి. సముద్రతీర పద్యాలు. ఇళయరాజాతో కలిసి పనిచేస్తున్న సమయంలో, వైరముత్తు మొదటిసారిగా దర్శకుడు మణిరత్నంతో కలిసి 1985లో ఇతియా కోవిల్ కోసం "నాన్ పదం మౌన రాగం" అనే పాటను రాశారు.

భారతీరాజాతో వారి పనితో పాటు, గేయ రచయిత-స్వరకర్త కలయిక రాజా ప్రవి, నీనివెల్లం నిత్య, నల్లవాణికు నల్లవన్, సళంగై ఓలి మరియు సింధు భైరవి వంటి అనేక సౌండ్‌ట్రాక్‌లతో విజయాన్ని సాధించింది. అతను సంగీత స్వరకర్త ఎం.ఎస్ విశ్వనాథన్ తో కలిసి వైరముత్తు, అచ్చమిల్లి అచ్చమిల్లి మరియు కళ్యాణ అగతిగల్‌లో వి.ఎస్.నరసింహన్ తో న్‌తో సంగీత స్వరకర్తగా పనిచేశాడు. ఈ మూడు చిత్రాలకు కె. బాలచందర్ దర్శకత్వం వహించారు. 1986 లో, అమీర్ జాన్ దర్శకత్వం వహించిన సిద్ధూ చిత్రం ద్వారా అతను స్క్రీన్ రైటర్ గా అరంగేట్రం చేశాడు. తర్వాత తులసి (1987), వర్ణ కనపం (1987) మరియు వళలం వతియారే (1991) చిత్రాలలో దర్శకుడితో రచయితగా పనిచేశాడు. జాతీయ అవార్డు గ్రహీత సినిమాటోగ్రాఫర్ అశోకుమార్ దర్శకత్వం వహించిన ఓని టేత మసియిల్ (1989) చిత్రానికి కూడా అతను డైలాగ్స్ రాశారు.

సృష్టి

వైరముత్తు సృజనాత్మక ప్రపంచం లోతుగా విస్తరించింది. తమిళ సాహిత్యంలో నిమగ్నత, జీవిత చరిత్ర ఆలోచన మరియు భాష యొక్క అందమైన వాస్తవిక ఉపయోగం అతని రచనల లక్షణాలు. కవిత్వం, ఆవిష్కరణ, వైరముత్తు సినిమా పాటలు, వ్యాసాలు, యాత్రా సాహిత్యం, స్క్రీన్ డైలాగ్, చిన్న కథల అనువాదం వంటి విభిన్న రూపాల్లో 35కి పైగా రచనలు చేశారు. పదికి పైగా కవితా పుస్తకాలు, 'వైరముత్తు కవిత' అనే కవితా సంపుటి, పదకొండు కంటే ఎక్కువ గద్య పుస్తకాలు, పదికి పైగా నవలలు, "వైరముత్తు కథానికలు' అనే చిన్న కథల సంపుటిని, తన విదేశీ అనుభవాలను తెలిపే ప్రయాణ పుస్తకాలను రచించారు.

కవిత్వ ప్రపంచం

వైరముత్తు యొక్క మొదటి కవితా సంకలనం, వైకరై మేఘుగన్, వైరముత్తు 19 సంవత్సరాల వయస్సులో రాసిన కవితల సంకలనం. అతని కవితలలో సంఘ సంస్కరణ ఆలోచనలు, మానవతావాదం, తత్వశాస్త్రం, సామాజిక దృక్పథం, స్త్రీవాద దృక్పథం, స్వీయ-అభివృద్ధి ఆలోచనలు, సౌందర్యం, జానపద ఆచారాలు, జానపద ఔషధం, ప్రకృతి, ప్రేమ, స్వావలంబన, మాతృత్వం, సోదరభావం, దేశభక్తి, భాషాభిమానం, తమిళ పండితుల శ్రేష్ఠత మొదలైనవి. అతని క్రియేటివిటీని అందరూ మెచ్చుకుంటున్నారు.

కొత్త ప్రపంచం

వైరముత్తు తొలి ఆవిష్కరణ ఆకాశాన్ని తాకే దూరం, మూడో ప్రపంచయుద్ధం దాకా వచ్చిన ఆవిష్కరణలు సమాజంలోని లోపాలను, అసమాన సమాజ ఆవశ్యకతను, వ్యవసాయ ఔన్నత్యాన్ని,మానవ మనస్సుల స్వభావాన్ని కూడా చాలా చక్కగా వివరించారు. ఒక దేశానికి జీవనోపాధిని పూర్తి చేసేవాడు రైతు. తన జీవితంలో తాను అనుభవించిన సుఖదుఃఖాలను, భూమికి సంబంధించిన సంఘటనలను కళ్లికాటు ఇతిహాసం అనే నవలలో రికార్డు చేశారు. నవలలో వచ్చిన టేతేవర్ ప్రధాన పాత్ర మన

ఊరి రైతుల ప్రతిరూపంగా మన కళ్ల ముందు నిలిచాడు. కరువాచి కావ్యం నవలలో స్త్రీ యొక్క దృఢ సంకల్పం, ఎన్నో కష్టాల మధ్య ఆమె మానవత్వం, మాతృత్వపు ప్రవర్తన. స్త్రీలకు దృఢ సంకల్పం, ఇతర ప్రాణుల పట్ల ప్రేమ, కరుణ ఉంటే జీవితంలో ఏదైనా సాధించవచ్చని ఈ నవల ద్వారా వివరించారు. కళ్లికాటు ఇతిహాసం, కరువాచి ఇతిహాసం రెండు కాపీలని వైరముత్తు పేర్కొన్నారు. ఈ రెండూ నేలపై ఆధారపడిన సామాన్యుల జీవితాన్ని ఎత్తిచూపిన నవలలు. వాటర్ నేషన్ నవల శాస్త్రీయ భావనలతో నిండిన నవల. విన్నోడు వా నిలపే మన తమిళ ప్రజల చారిత్రక మరియు సాంస్కృతిక ఔన్నత్యాన్ని చాటిచెప్పే చారిత్రక నవల. ఒక సృష్టికర్త ద్వారా మూడవ ప్రపంచయుద్ధం ద్వారా నాశనం అవుతున్న వ్యవసాయాన్ని పునరుద్ధరించవలసిన అవసరాన్ని నొక్కిచెప్పే నవల సృజించటడే పాత్రలు భావాలు, రక్తం, ఎముకలు, చర్మం ఉన్న మనుషులుగా, ఇహలోక సుఖదుఃఖాల్లో పాలుపంచుకునే వారు కావడం సృష్టికర్తకు దక్కిన గొప్ప విజయం. అతని నవలలు మరియు చిన్న కథలలోని పాత్రలు దీని ఆధారంగా ఉంటాయి. ఇది అతని సృజనాత్మక నైపుణ్యానికి నిదర్శనం.

ఉపసంహారం

నవలలు, కవిత్వం, కథలు, సినిమా పాటలు వంటి రచనల ద్వారా ప్రపంచానికి తెలిసిన ప్రముఖ సాహితీవేత్తా. ఆయన రచనలు అందరినీ ఆకర్షిస్తున్నాయి.ఆయన వ్రాసిన కొన్ని పుస్తకాలను అనేక విశ్వవిద్యాలయాలలో సిలబస్‌గా ఉంచారు మరియు విద్యార్థులు వాటిని చదివి ఎంతో ప్రయోజనం పొందారు. మరియు అతని రచనలు భవిష్యత్ తరాలకు ఒక ఉదాహరణగా నిలుస్తాయి మరియు యువతకు స్ఫూర్తినిస్తాయి. తమిళ భాషను అభ్యసించిన ఆయన నేడు తమిళ ప్రపంచం మెప్పు పొందడంలో ఉన్నత స్థానానికి చేరుకోవడం విశేషం.

ఉపయుక్త గ్రంథాలు.

1. వైరముత్తు ,కళ్లికట్టు ఇతిహాసం సూర్యా లిటరేచర్ప్రై లిట్ ట్రస్ట్ పురం చెన్నై 600 002, ప్రచురించబడింది 2001.
2. వైరముత్తు , కరువా చ్చి కావియం సూర్యా లిటరేచర్ప్రై లిట్ ట్రస్ట్ పురం చెన్నై 600002, ప్రచురించబడింది 2006.
3. కండయ్యా పిళ్ళై, సెంతమిల్ ఆగారాది , శైవ సింతాంత కళగం. చెన్నై 600 001, ప్రచురించబడింది1962.
4. వైరముత్తు , తన్నీర్ దేశం సూర్యా లిటరేచర్ప్రై లిట్ ట్రస్ట్ పురం చెన్నై 600002, ప్రచురించబడింది 2009.

5. వైరముత్తు , మూన్రాం ఉలగప్పోర్ సూర్యా లిటరేచర్పై లిట్ ట్రస్ట్ పురం చెన్నై 600002, ప్రచురించబడింది 2015.

6. వెత్తిరకంజర్ - కలై కళంజియం తమిళ డెవలప్‌మెంట్ కార్పొరేషన్, చెన్నై -600 009 సంపుటం 9 సంచిక ప్రచురించబడింది1963.

7. తమిళ విశ్వవిద్యాలయ ఎన్సైక్లోపీడియా ఆఫ్ లైఫ్,యూనివర్సిటీ అఫ్ తంజావూర్ ప్రచురించబడింది 1991.

- డా. పి.ఎస్ .గణేష్ మూర్తి,
సహాయ ఆచార్యులు
తమిళ భాష మరియు అనువాద విభాగం,
ద్రావిడ విశ్వవిద్యాలయం
శ్రీనివాసవనం,
కుప్పం ఆంధ్రప్రదేశ్ ఇండియా - 517 426.

- Dr.P.S.Ganesh Moorthy
Assistant Professor, Department of Tamil,
Dravidian University, Srinivasavanam,
Kuppam, Andhra Pradesh - 517 426.
ORCID: https:// orcid.org/0000-0003-3734-2402.
Mail id ; pun.gmoorthy@gmail.com

❖

33

பகுத்தறிவுப் பாவலர் வைரமுத்து

- பேராசிரியர் அருணன் -

மதம் உள்ளிட்ட எந்தவொரு அதிகார பீடத்தையும் அப்படியே பின்பற்றாமல் கேள்விக்கு உட்படுத்துவது, தர்க்கரீதியாகச் சிந்திப்பது, தக்க தரவுகளின் அடிப்படையில் முடிவு கட்டுவது பகுத்தறிவு. இருபதாம் நூற்றாண்டில் அத்தகைய சிந்தனையைத் தமிழருக்கு ஊட்டியவர்கள் கம்யூனிஸ்டு சிங்காரவேலர், தந்தை பெரியார். கவிதையில் உணர்ச்சியைக் கொண்டுவருவது எளிது, அறிவைப் புகட்டுவது கடினம். இரண்டையும் இணைப்பதே மெய்யான கவிதை. பாவேந்தர் பாரதிதாசனுக்குப் பிறகு அந்த வித்தையில் தேர்ந்தவர் கவிப்பேரரசு வைரமுத்து.

பாபர் மசூதியை இடித்தபோது இவரின் உயிர் துடித்தது. “அயோத்திராமன் அழுகிறான்” கவிதையில்

“சீதை சிறைப்பட்டபின்
இப்போதுதான் ராமன்
இரண்டாம் முறை அழுகிறான்”

என்றார். ராமாயணத்தில் ராமன் பெரிதும் அழுது புலம்பியது, மரம்செடிகொடியிடம் எல்லாம் அரற்றியது சீதை பறிபோனபோது தான். அப்படி மீண்டும் அவன் அழுகிறான்-பிற மதத்தவரின் வழிபாட்டுத்தலத்தைத் தான் பிறந்தஇடம் என்று இடித்தது கண்டு என்றார். எங்கும் இருப்பவன் இறைவன் என்றால் அவன் மசூதியில் இருக்க மாட்டானா என்று கேட்காமல் கேட்டார் கவிஞர். பகுத்தறிவின் ஓர் உச்சத்திற்குச் சென்றார்:

“அயோத்தி ராமன்
அவதாரமா? மனிதனா?
அவதாரமெனில்
பிறப்புமற்றவன்

இறப்புமற்றவன்
பிறவாதவனுக்கா
பிறப்பிடம் தேடுவீர்?
மனிதன்தான் எனில்
கர்ப்பத்தில் வந்தவன்
கடவுள் ஆகான்
மனிதக் கோயிலுக்கா
மசூதி இடித்தீர்?"

இதைவிடத் தர்க்கரீதியாகக் கேட்க முடியுமா என்ன!

இன்னும் இடிக்க மசூதிகளைத் தேடித் திரியும் இக்காலத்தில் அன்று அந்தக் கரசேவகருக்குக் கவிஞர் விடுத்த அழைப்பு என் செவிகளில் ஒலிக்கிறது. அது:

"கங்கை காவிரி
இணைக்க வேண்டும்
கரசேவகரே வருவீரா
காடுகள் மலைகள்
திருத்த வேண்டும்
கரசேவகரே வருவீரா
வறுமைக்கோட்டை
அழிக்க வேண்டும்
கரசேவகரே வருவீரா
மாட்டீர்கள் சேவகரே
மாட்டீர்கள்
நாம்
உடைக்கவே பிறந்தவர்கள்
படைப்பதற்கில்லை
வித்துண்ணும் பறவைகள்
விதைப்பதில்லை"

அந்தக் கடைசி வரி அருமையிலும் அருமை. விதையை உண்ணும் அழிவுக்காரர்களால் புது விளைச்சல் இல்லை!

"நிபந்தனைகள்" கவிதையின் கடைசி வரி "நான்கூடக் கோவிலுக்குப் போவேன்". இதிலிருந்து கவிஞர் கோவிலுக்குப் போகாதவர் என்பது தெரிகிறது. இப்படி எத்தனை நவீன கவிஞர்கள் வெளிப்படையாக அறிவித்தார்கள்? இதற்கே ஒரு துணிச்சல் வேண்டும். போகாதவரும் கோவிலுக்குப் போவார். எப்போது தெரியுமா?

"ஓ விநாயகா!
உன்
இன்னொரு தந்தத்தையும்
இரண்டாய் உடைத்து
இந்தியர்
எல்லார்க்கும்
எழுத்தறிவித்தால்"

என்று நிபந்தனை போட்டார். வியாசர் மகாபாரதம் பாட விநாயகர் எழுத்தராகச் செயல்பட்டார், அதற்காகத் தனது தந்தத்தை உடைத்து எழுதுகோல் ஆக்கினார் என்பது புராணம். வியாசருக்கு உதவியவர் அனைத்து பாமரருக்கும் உதவினால் என்ன என்று கேட்டார் கவிஞர்!

இப்படியாக ஒவ்வொரு கடவுளிடமும் ஒவ்வொரு வேலையைச் செய்து முடிக்கச் சொன்னவர் முடிவில் காளியிடம் வந்தார்.

"தாயே மாகாளி!
சூழும் சுயநலமெனும்
பாழும் அரக்கனை உன்
திரிசூலம் கொண்டு
தீர்த்து முடித்தால்
நான்கூடக் கோவிலுக்குப் போவேன்"

என்று உறுதி தந்தார். மகிஷம் என்றால் எருமை. தமது எதிரியை எருமைத்தலையன் என்று இழிவாக அழைத்தார்கள் தேவர்கள். அரக்கர்கள் இந்த மண்ணின் மைந்தர்கள். அவர்களது தலைவனை ஒரு பெண்ணை வைத்துத் தீர்த்துக் கட்டியதுதான் "தேவி பாகவதம்" எனும் காளி புராணம். கவிஞரோ மகிஷன் இடத்தில் சுயநலத்தை வைத்தார். இந்த அரக்கனைத் தீர்த்துக் கட்டு, நானும் கோவிலுக்குப் போவேன் என்றார். பூர்வகுடித் தலைவனை ஒழிக்க முடிந்த தேவியால் மனிதகுலத்தின் பூர்வஎதிரியாம் சுயநலத்தை ஒழிக்க முடியுமோ? சிக்கல்தான், கவிஞர் இப்போதைக்கு கோவிலுக்குப் போக முடியாது!

இந்தக் கவிதை வேதசமயக் கடவுளரைச் சுற்றிக் கட்டமைக்கப் பட்டுள்ள புராணங்களை சமூக-பொருளாதார நோக்கில் விமர்சிக்கிறதே தவிர முரட்டுத்தனமாகத் தாக்கவில்லை. மக்களின் அவல வாழ்வை நெஞ்சில் நிறுத்தி, அவர்கள்மீது நேயம் கொண்டு, அதில் சுரந்த ஈரம் கொண்டு புராண மறுவாசிப்பு செய்துள்ளது. பக்தர்களும் இதை ரசிப்பார்கள். அதுவே இன்றைக்குத் தேவை என்பதால் அதுவே பகுத்தறிவுக்கு இயைந்தது.

பகுத்தறிவு மாளிகையானது கேள்விகள் எனும் செங்கல்லால் கட்டப்பட்டு பதில்கள் எனும் சதையால் பூசப்படும். அப்படிப் பூசாமல் விட்டாலும் தனி அழகுதான். "மற்றும் சில கேள்விகள்" எனும் கவிதையில் கேள்விகளை அடுக்கிவிட்டு பதில்களைச் சொல்லாமல் போய்விடுகிறார் கவிஞர். சற்றே யோசித்தால் கேள்விகளை அடுக்கிய விதத்திலேயே பதில்கள் இருப்பதாகவும் படுகிறது.

"தொடங்கும் ஒவ்வொன்றும்
முடிதல் திண்ணமெனில்
அண்டம் முடிவுறல்
உண்டா இல்லையா?"

என்பது ஆரம்பக் கேள்வி. அண்டம் எப்படி முடியும்? முடிந்தால் எப்படி அது அண்டமாகும்? ஆனால் தொடக்கம் என்றால் முடிவு உண்டல்லவா? தொடக்கம் இருந்தால்தானே? தொடக்கமே இல்லாதது அண்டம்; ஆகவே முடிவும் இல்லாதது. கேள்விக்குள்ளேயே இருக்கிறது பதில்!

"குரங்கின் பரிணாமம்
மனிதனை ஈன்றதெனில்
மனிதனின் பரிணாமம்
எதனை ஈனும்?"

என்று கேட்டார். சூப்பர் மனிதனை ஈனும். துவக்கம் இல்லா பரிணாமம் எனும் வளர்நிலை மாற்றத்திற்கு முடிவும் இல்லை. குரங்கிலிருந்து மனிதன் பிறக்க பல லட்சம் ஆண்டுகளாயின. உழைக்க உழைக்கவே குரங்கிலிருந்து மனிதன் வந்தான். குரங்கைவிட மனிதனின் உழைப்பு ஆற்றல் அதிகம். ஆகவே மனிதனிலிருந்து சூப்பர் மனிதன் பிறக்க குறைந்த காலமே ஆகலாம்; ஆனால் பிறப்பான். கேள்விக்குள்ளேயே இருக்கிறது பதில்.

"கண்காணாக் கடவுள்
தான்தோன்றி யாகுமெனில்
கண்காணும் பிரபஞ்சம்
தான்தோன்றி யாகாதா?"

என்று கேட்டார். கடவுளின் இருப்புக்குத் தேவையாகக் கூறப்படும் காரணகாரிய விதி ஒரு கட்டத்தில் நின்று விடுகிறது. பிரபஞ்சம் எனும் காரியத்திற்குக் காரணம் வேண்டும், அதுவே கடவுள் என்றனர். அப்படியெனில், கடவுள் எனும் காரியத்திற்குக் காரணம் எது எனக் கேட்டால், அது தான்தோன்றி-சுயம்பு-என்றனர். கடவுளை சுயம்பு என்பதற்குப் பதிலாக பிரபஞ்சமே சுயம்பு என ஏன் சொல்லக்கூடாது? ஆக, அதற்கும் கடவுள் தேவையில்லை. கேள்விக்குள்ளேயே இருக்கிறது பதில்.

இந்தியாவில் நிறைந்திருப்பது கடவுள் நம்பிக்கையாளர்களே; நாத்திகர்கள் சிறுபான்மையோர். அதிலும் நாத்திகக் கவிஞர்கள் சிறுபான்மையிலும் சிறுபான்மையோர். அதிலும் அறிவியல் பூர்வமாக நாத்திகம் பேசுவோர் அரிதிலும் அரியவகை. அதிலே ஒருவர் நம் கவிஞர்.

மனிதன் ஆத்திகனாவதற்கு ஒரு காரணம் அவன் நித்தியத்தை விரும்புவது. மரணத்திற்குப் பிறகும் வாழ்வு உண்டு, அது கடவுளின் காலடி என நினைக்கிறான். மரணத்திற்குப் பிறகும் ஏதோவொரு வாழ்வு உண்டு என்றால் அது எப்படி மரணம் ஆகும்? நாத்திகரால்தான் இது விஷயத்தில் தெளிவாக இருக்க முடியும். கவிஞர் கூறினார்:

“உணர்வுள்ள காலை
மரணம் வரப் போவதில்லை
மரணமுற்ற காலை
உணர்விருக்கப் போவதில்லை
சாவு குறித்து அஞ்சுவதேன் சகோதரா?”

மரணத்திற்குப் பிறகு உணர்வில்லை என்பதால் மறுவுலக வாழ்வு பற்றிய கற்பிதம் அர்த்தமற்றது, அதற்கான இகவுலகச் சடங்குகள் அபத்தமானவை என்றார்.

கடவுள் நம்பிக்கைக்கு மரணபயம் ஒரு காரணம் என்றால், மற்றொன்று வாழ்வுபயம். வாழ்வு தரும் நெருக்கடிகள் மனிதனை, மனிதர்களைத் தாண்டி சிந்திக்கத் தூண்டுகின்றன. நாத்திகர் அதிகம் உள்ள நாடுகள் மகிழ்ச்சிகரமான நாடுகள் என்கிறார்கள். அவை மகிழ்ச்சிகரமான நாடுகள் என்பதால்தான் நாத்திகர்கள் அதிகம். வாழ்வின் நெருக்கடிகள் தீர்ந்தால்தான், எதிர்காலம் பற்றிய அச்சம் அகன்றால்தான், சக மனிதர்கள் மீது நம்பிக்கை வந்தால்தான் கடவுள்மீதான நம்பிக்கை போகும்.

“ஆதலால் மனிதா” எனும் கவிதையில் சொன்னார்:

“பிறவியென்பது பெருங்கடலன்று
எண்ணிப் பார்த்தால் சின்ன வாய்க்கால்
அறுபதிலிருந்து நூறடி வரைதான்
அதனின் நீளம், ஆனால் ஆழம்”.

பிறவிப் பெருங்கடல் எனும் கருத்தியல் இங்கே காலங்காலமாய்ச் சொல்லப்பட்டு வருகிறது. ஓர் உயிருக்குப் பல பிறவிகள் உண்டு, அத்தனையிலும் பிறந்து வாழ்ந்து மாண்ட பிறகே பிறப்பற்ற நிலை என்றார்கள். இந்தக் கருத்தியலுக்கு எந்த ஆதாரமும் இல்லை.

ஆன்மா என்று தனித்து இல்லை, உயிரானது உடலின் இயக்கமே, அது நின்றதும் சகலமும் முடிந்து போகிறது. அவனது பரம்பரையும் அவனது செயல்களின் விளைவுகளுமே மிச்சம். எனவே இருக்கும் காலத்தைப் பயனுள்ளதாக்கு என்று காரியார்த்தமான அறிவுரை சொன்னார்.

“இருக்கும் நாட்களை இரட்டிப்பாக்கு
சூரியன் நிலவு இரண்டிலும் விழித்திரு
படுக்கை போட்டுத் துயில் கொள்ளாதே
துயில் வரும்போது படுக்கை போடு”

என்றார். ஆயுளை நீடிக்கும் நம்பகமான வழி தங்க பஸ்மம் அல்ல, விழிப்பு பஸ்மமே! அந்த விழிப்பில் செய்ய வேண்டியது என்ன?

“காலையில் பூமியில் உட்துளையிட்டு
மாலையில் பூமியின் மறுபுறம் வெளிப்படு

> "விண்ணும் மண்ணும் வெற்றியின் இலக்கு
> செவ்வாய்க் கிரகம் சீக்கிரம் உனக்கு".

என்றார். செவ்வாய்க் கிரகம் இலக்கு என்பதால் பிரமிப்பூட்டும் உருவகம் ஒன்று தேவைப்படுகிறது. பூமியின் ஒருபக்கம் புகுந்து மறுபக்கம் வருவது! இத்தகைய நன்னம்பிக்கைச் சிந்தனையே படைப்பை அர்த்தம் உள்ளதாக்குகிறது. பகுத்தறிவு என்பது சகலத்தையும் கைவிடுவது அல்ல, தத்துவம் என்பது அழுகுணிச் சித்தாந்தம் அல்ல. அது செயல்பாட்டுக்கான மந்திரம்.

அதனால்தான் "தத்துவஞானிகள் இதுவரை உலகை விதவிதமாக வியாக்யானம் செய்திருக்கிறார்கள்; செய்ய வேண்டியது என்னவோ அதை மாற்றுவதுதான்" என்றார் மாமேதை மார்க்ஸ். அதற்கான கச்சிதமான பொழிப்புரையாக இந்தக் கவிதை அமைந்துள்ளது.

கவிதையில் உணர்ச்சியோடு அறிவைக் கலப்பது கடினம் என்றேன். அதைவிடக் கடினம் அதைத் திரைப்பாடலில் சேர்ப்பது. மெட்டுக்கே பாட்டு என்றான காலத்தில் பகுத்தறிவுப் பாட்டு பிறப்பது எளிதல்ல. ஆனால் ஆச்சரியமான விஷயம் அங்கும் அதைச் சாதித்துக் காட்டியிருக்கிறார் நமது கவிஞர்.

கவிஞரின் முதல் சினிமா பாட்டு "பொன்மாலைப் பொழுது" என்பதைப் பலரும் அறிவர். படத்தில் இடம்பெறாத ஓர் அழகான சரணம் அதில் உண்டு. அது:

> "சாலை மனிதரை வாசிக்கிறேன்
> தீயின் சிவப்பை நேசிக்கிறேன்
> பேதங்களே வேதங்களா கூடாது".

பிறப்பின் அடிப்படையிலான பேதங்களே இங்கே வேதங்களாக இருந்தன. அவை கூடாது என்றவர் அதற்கான எதிர்ப்பு உருவகமாய் தீயின் சிவப்பைச் சொன்னார். அது இடதுசாரித் தாக்கத்தின் வெளிப்பாடு.

இன்னொரு பாடலில்

> "ஓட்டு வாங்கிப்போன ஆளு
> வீட்டுக்குள்ள தூங்கியாச்சு
> பொங்கல் வாங்கித் தின்னுபுட்டு
> சாமி எங்கு போனதோ"

என்றார். ஏமாற்றும் அரசியல் ஆசாமிகளைச் சாடும்போதே கோயில் சாமிகளையும் சாடும் பாணி பட்டுக்கோட்டையார் கண்டது.

> "அந்த சாமி மறந்தாலும்
> பூமி தந்திடும்
> தகுந்த பலனை"

என்றார் அவர். அந்தச் சாயல் இந்தக் கவிஞரிடமும் உண்டு.

இவர் எழுதிய உழைப்பாளர் வீரநடைப் பாட்டிலும் பட்டுக் கோட்டையாரின் தாக்கம் உண்டு. "உழவன் வீட்டுத் தேனும்கூட உப்புக் கரிக்கும்" என்று அவனது வறுமைக்கு இலக்கிய அழகு ஊட்டியவர்

"எழுதியபடிதான் நடக்கும் எல்லாம்
விதிவசம் என்பதை விட்டுவிடு"

என்றதில் பகுத்தறிவு நோக்கு பளிச்சிட்டது.

"இனி
தேன் வரும் என்பதும் பால்வரும் என்பதும்
ஜோசியமானதடா அட
சாட்டைகளே இனித் தீர்வுகள் என்பது
சூசகமானதடா"

என்று ஜோசிய நம்பிக்கையை ஒரு தட்டுதட்டி, மக்களின் வீரம் செறிந்த போராட்டங்களே விடியலைத் தரும் என்றார்.

தத்துவப் பாடல் என்றாலே வாழ்வின் நிலையாமையைச் சொல்கிற பாடல்கள் என்று ஒரு காலத்தில் இருந்தது. "போனால் போகட்டும் போடா, இந்த பூமியில் நிலையாய் வாழ்ந்தவர் யாரடா?" ரகப் பாடல்களை நாம் கேட்டு வந்தோம். கவிஞரும் ஒரு பாடலில்

"உடம்பு என்பது
உண்மையில் என்ன
கனவுகள் வாங்கும் பைதானே"

என்றார். உடம்பு என்பது ஒன்பது ஓட்டைகள் உள்ள பை என்பார்கள். கவிஞரோ அதையே புதிய கோணத்தில் சொன்னார்.

இப்படி நிலையாமையை நினைவுபடுத்துபவர்கள் இகவாழ்வில் சாதிப்பதற்கான சுயமுனைப்பைச் சாகடித்து, பரலோக வாழ்வுக்குத் தங்களைத் தயார்ப்படுத்திக் கொள்ளச் சொல்வார்கள். இங்கு தனிமனித நிலையாமை எனும் யதார்த்தம் பிற்போக்குத் தத்துவமாகிப் போகிறது. மாறாக, நிலையாமையை நினைவூட்டி காலத்தை வீணாக்காமல் சாதனைகள் செய்யப் புறப்படு என்றால் அது முற்போக்குத் தத்துவம். இதே பாடலில்

"தூக்கத்தில் பாதி
ஏக்கத்தில் பாதி
போனது போக எது மீதம்
பேதை மனிதனே
கடமையை இன்றே
செய்வதில்தானே ஆனந்தம்"

என்று கச்சிதமான முத்தாய்ப்பு கொடுத்தார்.

ஒரு படத்தில் பெரியாரியவாதியும் மார்க்சியவாதியும் ஒன்றுபட்டுப் போராடுவார்கள்.

"சிங்கம் ரெண்டு சேர்ந்ததடா
தீமைகளை வெட்டிச் சாய்க்குமடா"

என்று அவர்களுக்குப் பாட்டு எழுதினார் கவிஞர். அதில்

"அண்ணாச்சி பாடுபட்ட நீ
என்னாத்தச் சேத்துவச்ச
கைசேர்ந்த காசையெல்லாம்நீ
கர்ப்பூரம் காட்டிப்புட்ட"

என்று பெரியாரியம் வெளிப்பட்டது.

"மாடிக்கும் அந்தச் சேரிக்கும்
இங்கு பரம்பரை வழக்கு
மாறணும் நன்மை சேரணும்
வந்த சுதந்திரம் எதுக்கு"

என்றதில் மார்க்சியம் வெளிப்பட்டது. இந்தியாவில் சனாதனிகளின் கை ஓங்கியிருக்கும் காலத்தில் இந்த ஒற்றுமையின் தேவை அதிகமாகிப் போனது.

தெலுங்குக் கீர்த்தனைகளால் மண்டிப் போயிருந்த கர்நாடக இசை உலகில் தமிழிசைக்காகப் போராடியதில் பெரியாரின் பகுத்தறிவு இயக்கத்தவர் உள்ளிட்ட பலருக்கும் பங்கு உண்டு. அதன் தொடர்ச்சியாக அருமையாக வெளிப்பட்டது கவிஞரின் இந்தப் பாடல்:

"கவல ஏதுமில்ல ரசிக்கும் மேட்டுக்குடி
சேரிக்கும் சேரவேணும் அதுக்கும் பாட்டுப்படி
எண்ணியே பாரு எத்தன பேரு
தங்கமே நீயும் தமிழ்ப்பாட்டும் பாடு".

சாமியோடு உரையாடல் நடத்துவது தமிழரின் வழமையே. கவிஞரும் அப்படி நடத்தினார்.

"ஊரையெல்லாம் காப்பாத்தும்
தாண்டவக்கோனே
முதலில்
உண்டியலைக் காப்பாத்து
தாண்டவக்கோனே"

என்று கடவுள் சொத்து திருடு போவதையும் தடுக்க முடியாத அவல நிலையை எடுத்துக்காட்டினார். அடுத்து போட்டார் ஒரு போடு:

"காடுமேடு காவல் காக்கும்
தாண்டவக்கோனே முதலில்

கடவுள் சிலையைக் காப்பாத்து
தாண்டவக்கோனே".

கடவுளே திருடுபோக அதைக் கடவுளே வேடிக்கை பார்க்கும் வினோதத்தைச் சுட்டினார்.

ஆனால் பாடலின் உச்சம் இதுவல்ல. அது:

"கள்ளநோட்ட அடிச்சுப்புட்டுத்
தாண்டவக்கோனே ஒனக்கு
காணிக்கையும் போட்டுப்புட்டான்
தாண்டவக்கோனே
பாத்துப்புட்டுத் தூங்குறியே
தாண்டவக்கோனே ஒனக்கும்
பாவத்தில் பங்கிருக்கா
தாண்டவக்கோனே".

தீயவர்களை ஆண்டவன் தண்டிப்பான் எனும் நம்பிக்கை ஆதிகாலம் தொட்டு இருக்கிறது. ஆனால் அவர்களது காணிக்கையையும் ஆண்டவன் ஏற்க, அதன் மூலம் அவர்கள் குற்றவுணர்வு அற்றவர்களாக வாழ்கிற வினோதம் நடக்கிறது.

கவிஞரைக் காதல் புலவராகத்தான் பலரும் அறிந்திருக்கிறார்கள். அவர் பகுத்தறிவுப் பாவலரும் கூட என்பதை உணர்த்தவே இங்கே சில எடுத்துக்காட்டுகள் தரப்பட்டுள்ளன. நவீன கவிஞர்கள் எனப்பட்ட பலரும் இயற்கை வருணிப்பில், தனிமனித உணர்வுகள் சித்தரிப்பில் தம் திறமையைக் காட்டியிருக்கிறார்களே தவிர, பகுத்தறிவுச் சிந்தனையைக் கவிதையில், பாட்டில் இயல்பாக வெளிப்படுத்துவதில் அல்ல.

அவர்கள் அறிவார்கள் அது ஆபத்தான பாதை, பிற்போக்காளர்களின் எதிர்ப்பைச் சம்பாதிக்கும் நிச்சயமான வழி என்பதை. இவ்வளவு பிரபலமான நம் கவிஞருக்கே ஆண்டாள் பற்றிய ஒரு கட்டுரையை வைத்து எத்தகையத் தாக்குதல் வந்தது என்பதை அறிவோம். ஆனால் அதற்கெல்லாம் அவர் அசரவில்லை; தனது திராவிட இயக்க சார்பில் எழுந்த பகுத்தறிவு நோக்கை விட்டுக் கொடுக்கவில்லை.

சமீபத்திய "எந்திரன்" படப்பாடலில் கூட அவரின் பகுத்தறிவு பளிச்சிட்டது.

"புதிய மனிதா
பூமிக்கு வா"

என்று எந்திர மனிதனை அழைத்தவர், அவன் எந்திரனே என்பதை மறக்காதீர் என்றார்.

"எஃகை வார்த்து
சிலிகான் சேர்த்து

வயலூட்டி உயிரூட்டி
ஹார்ட் டிஸ்கில் நினைவூட்டி
அழியாத உடலோடு
வடியாத உயிரோடு
ஆறாம் அறிவை அரைத்து ஊற்றி
ஏழாம் அறிவை எழுப்பும் முயற்சி"

என்று பிரமாதமாக சித்திரித்தார். எந்திர மனிதனுக்கு ஏழாம் அறிவு என்ன, எட்டாம் அறிவு கூட ஊட்டலாம். ஆனால் அவனுக்கு உணர்ச்சி இருக்காது. அங்கேதான் மனிதன் தனித்துவன் என்கிறது பகுத்தறிவு. இந்தப் பகுத்தறிவைச் சுட்டவும் பகுத்தறிவாலேயே முடியும். பகுத்தறிவுப் பாதையில் கவிஞர் தொடர்ந்து நடைபோட அன்பாய் விழைகிறேன்.

(ஆதாரம்: கவிஞர் எழுதிய தமிழுக்கு நிறம் உண்டு, பெய்யெனப் பெய்யும் மழை, ஆயிரம் பாடல்கள்)

❖

34

Translating Vairamuthu: A Transcendental Meditation

- K.S.Venkitachalam -

Translating Shri. Vairamuthu is a unique experience. It does two things. First, it elevates you to the thinking level of the author; second, it transforms you as a co-traveller of the characters of the story / novel you are translating.

I was born, broughtup, studied in Kerala. My mother tongue is Tamil and the medium of communication outside the house naturally is Malayalam. That means I have two mother tongues- Tamil and Malayalam. I never knew then that would be an added advantage for me, years later, in translating books from Tamil to Malayalam. Because translaton was never in my dream in those days.

I took translation seriously after taking voluntery retirement from State Bank of India in 2001. It is for Kendra Sahitya Akademi I translated Shri. Vairamuthu's Kallikkattu Ithihasam in 2019.The first few pages were difficult. But surprisingly, I found that, I am getting transformed into his style, thinking pattern, and becoming a part of the characters of the novel. I don't know many times I called him, even at odd hours, for clarifications, and to understand certain local usages and customs. He was (and he is) always ready at the other end with an affectionate voice to clear my doubts. "എപ്പോ വേണ്ണാലും കൂപ്പിടുങ്കോ" എ ൻറ്താൻ അവർ ശൊല്ലുവാർ. I used to readout the Malayalam translation to him over the phone. After finising the translation I went to his house and read out few chapters for his final approval. When I finished, he just looked at me and said " റൊമ്പ അഴുകാഇരുക്ക്.

എന്നുടയ റിഥം ഉങ്കൾ മൊഴിപെയർപ്പിൽ വന്തിരുക്ക്." That was the beggining of a long standing relationship; and now I am here in front of you after finishing the translation of 'Karuvachi Kavyam'.

It was in 2017,one of the leading publishers in Kerala, Mathrubhumi, requested me to translate his fifteen stories into Malayalam. When I requested him to select the stories, he said " നീങ്കളെ തേർന്തെടുങ്കൾ". That was a surprise, because, Jayakanthan said the same words when I was assigned to translate his short stories by Mathrubhumi in 2013.It was for that short story collection " അഗ്രഹാരത്ത്പൂനൈ- അഗ്രഹാരത്തിലെ പൂച്ച- I was awarded Kendra Sahitya Akademi Award for translation in 2017.

Translating Shri Vairamuthu's short stories was like moving through different worlds, atmosphere, and perspectives. All the stories are written from his direct experiences. Some of the characters are or were very well known personalities in the film and literary field of Tamil Nadu. The collection was titled " ശിറുത് നേരം മനിതനാക ഇരുന്തവൻ".

So far three editions have come out.

It was for Tamilnadu Government and DC Books, Kottayam, yet another well known publishers in Kerala,that I have translated " KARUVACHI KAVYAM in 2024. Whenever, and Whereever I found it difficult to find the equal and similar words and slangs, Shri.Vairamuthu was ready to help me. I later understood that he told the authorities concerned that വെങ്കടാചലത്തയ് തവിരെ വേറെ ആരും മൊഴി പെയർക്ക വേണ്ടാം." What more award you require? I am happy to tell you that KARUVACHI KAVYAM is doing well in the market.

Presently I am translating Moondravathu Ulagapore. This also a joint venture of Tamil Nadu Government and Poorna Publication- a 75 years old Calicut based publication house. The book expresses the author's concerns on global warming, the organized movements of capitalised countries to destroy the agriculture, change the climatic conditions , pollute the water resources of small developing countries to establish and maintain their supermacy.

Apart from translating his novels, short stories and poems, I have translated some of his articles also. All his articles, especially those collected in " Thamizattru Padai" are study materials to be preserved for future generation.

I have never misused the freedom that Shri Vairamuthu gives me while translating his works. A translator should not guess the meaning of a word. He should not take drastic deviation from the original text. I always consult him before making any changes. I am happy to say that Shri.Vairamuthu always appreciates my views and uses to give valuble suggestions. That shows his magnanimity. In fact, only if you fall in love with a book and establish an excellent relationship and communication with the author, you will be able to bring out a beautiful translation.

Translation is a cultural activity. The basic feelings of the people all over the world are same. The difference is only in the expression. The translator's duty is to travel from one culture to another, understand, appreciate and share it with others in their language. We may call it-A Cultural Exchange.

Let me conclude. Translation, like meditation, increases your awareness, self development, and takes you to higher state of consciousness.

That is what I am achieving and gaining especially whenever I involve myself in translating Shri. Vairamuthu.

Thank you Vairamuthu Sir,

Thank you ladies and gentlemen.

- **K.S.Venkitachalam**
Translator, Kerala

35

வள்ளுவரும் வைரமுத்தும்
- முனைவர் சங்கர சரவணன் -

தமிழ் கூறும் நல் உலகில் திருக்குறள் தெரியாதவர்கள் கூட வள்ளுவரின் பெயரை அறிந்து இருப்பார்கள். அதேபோல ஒரு சிறப்பு நம் காலக் கவிஞர்களில் ஒருவருக்கு உண்டு என்றால் அது கவிப்பேரரசு வைரமுத்து அவர்களுக்குத்தான். அதனால்தான், 'வைரமுத்து கவிதைகள்' என்ற தொகுப்பில் பல்வேறு இலக்கிய ஆளுமைகள் தங்களின் கருத்துக்களைப் பதிவு செய்தபோது மூத்த எழுத்தாளர் அசோகமித்திரன் தன்னுடைய பதிவுக்கு இட்ட தலைப்பு 'வைரமுத்து பாமரரும் அறிந்த கவிஞர்' என்பதாகும். பாமரனுக்குக் கவிதை தெரியாமல் இருக்கலாம்; ஆனால், கவிஞரைத் தெரியும். தன் கவிதைகளின் மூலம், தமது பாடல்களின் மூலம் நம் காலத்தில் நட்சத்திர உயரத்தை எட்டிய ஒரு கவிஞர்; இந்தியத் திரைப்படப் பாடல் ஆசிரியர்களிலேயே அதிக எண்ணிக்கையில் ஆன தேசிய விருதுகளைப் பெற்றவர் - அதுவும் ஏழு தேசிய விருதுகள். வள்ளுவரின் குறள் எப்படி ஏழு என்ற எண்ணோடு இயைந்து இயங்குகிறதோ அதைப்போல கவிப்பேரரசு ஏழு என்ற எண்ணிக்கையிலான தேசிய விருதுகளால் தனித்துவமாக இந்திய அளவில் அறியப்படுகிறார்.

முப்பாலைப்போல வள்ளுவரையும் வைரமுத்துவையும் மூன்று தலைப்புகளின் கீழ் ஒப்பிடலாம்.

1. பள்ளிப் பருவத்தில் அறிமுகம்:

கவிஞர் ஒரு பாடலில் உவமை சொன்ன மாதிரி பிப்ரவரி மாதத்திற்கு நாள் ஒன்று கூடி வருவதற்கு நாலு வருடம் காத்திருக்கிறது; அதுபோல, நான் இந்தக் கட்டுரையை வாசிப்பதற்கு கிட்டத்தட்ட 40 வருடங்கள் காத்திருந்தேன்.

1986 ஆம் ஆண்டு நான் 11 வயதில் இருந்தபோது எனது உடன்பிறந்த சகோதரரும் கவிப்பேரரசு வைரமுத்து அவர்களின் அதிதீவிர வாசகரும் ரசிகருமான கவிஞர் நெல்லை ஜெயந்தா அவர்கள் கவிப்பேரரசின் பிறந்தநாளுக்கு வாழ்த்துக் கவிதை ஒன்றை எழுதி அனுப்ப, அதைப் படித்து ரசித்த கவிப்பேரரசு அவர்கள்,

"ரசிகனே! நீ என் கவிதைகளை விட உயர்ந்தவன்"

என்று எழுதிக் கையொப்பமிட்டு பதில் அனுப்பியிருந்தார். வைரமுத்து என்ற பெயரும் அவரின் முத்து முத்தான கையெழுத்தும் என் உள்ளத்தில் ஒட்டிக்கொண்டன அப்படித்தான். அதன் பின்னர் அவருடைய நூல்களை வாசித்து வாசித்து, படித்துப் படித்து, ரசித்து ரசித்து, பேசிப்பேசிக் காதல் ஆகிக் கசிந்து கண்ணீர் மல்கி நாள்கள் பல கழித்திருக்கிறேன். வள்ளுவர், வைரமுத்து என்னும் இருபெரும் படைப்பாளுமைகளின் கவித்துவம் கண்டு பல நாள் உறக்கத்திலிருந்து விழித்துச் சிந்தித்து இருக்கிறேன். கவிஞரே குறிப்பிடுவதுபோல அவர் பாடல்கள் பல என்னைத் தூங்க விடாமல் தாலாட்டி இருக்கின்றன.

"மற்றவர்கள் காயத்தில் மருந்தாகும் வேளையிலும்
மற்றவர்கள் வேர்களுக்கு மழையாகும் வேளையிலும்
இதற்குத்தான் தமிழென்று எனக்குள்ளே சொல்வேன்
எவருக்கும் தெரியாமல் கைதட்டிக் கொள்வேன்"

என்னும் அவருடைய இலக்கியக் கொள்கை என்னைக் கவர்ந்திருக்கிறது. எனக்குப் பள்ளிப் பருவம் தொட்டே பழக்கமான வான்புகழ் வள்ளுவரின் கொள்கையும் அதேதானே.

2. இருவரும் ஒரு கட்சி:

வள்ளுவர் சொல்வாரே

'யாரினும் காதலம் என்றேனா ஊடினாள்
யாரினும் யாரினும் என்று'

அதைப்போல வள்ளுவர் மீதும் குறள் மீதும் கவிஞருக்கு இருக்கும் காதல் யாரினும் யாரினும் அரிதாகும். தன் கவிதை ஒன்றில் கவிஞர் சொல்வார்

"ஞாலம் கருதினும் கைகூடும் நானும் அவனும் ஒரு கட்சி - காலம் ஒருநாள்
சொல்லட்டும்; நான் கடலை எரித்த தீக்குச்சி"

என்று. தமிழாற்றுப்படையில் கவிஞர் திருவள்ளுவர் பற்றி எழுதுகின்றபொழுது நிறைவாக எழுதுகிறார்

"நிலத்திற்குள் தான் புதைக்கப்படும் நாளிலும்
தன் கரத்திற்குள் இருக்க வேண்டிய நூல் திருக்குறள்"

என்று. இதை விடவும் வள்ளுவர் மீதான கவிஞரின் காதலுக்குச் சான்று என்ன வேண்டும்?

வள்ளுவர் மீதான காதல் என்பது வேறு; வள்ளுவரைப் போன்ற திறமை என்பது வேறு. கவிஞருக்கு வள்ளுவர் மீது காதல் உண்டு. வள்ளுவரோடு போட்டிபோட வேண்டும் என்ற எண்ணம் அவருக்குப் பள்ளிப் பருவத்திலேயே இருந்திருக்கிறது. திருக்குறளில் ஓர் இடத்தில்கூடத் தளை தட்டாதா ? என்று கவிஞருக்கு வியப்பு வருகிறது. அதை, தனது 'இதுவரை நான்' என்னும் வாழ்க்கைச் சரிதத்தில் பதிவு செய்கிறார். இரவு முழுக்க அமர்ந்து திருக்குறளை அசை பிரித்துப் பிரித்துப் பிரித்துப் பார்க்கிறார். அந்த அனுபவத்தை

> "வள்ளுவர் ஜெயித்துக் கொண்டே இருந்தார்;
> நான் தோற்றுக் கொண்டே இருந்தேன்."

என்று. அப்படி வள்ளுவரை எழுத்தெண்ணி வாசித்ததால்தான் தமிழ் இன்று கவிப்பேரரசை உச்சாணிக்கொம்பில் வைத்துக் கொண்டாடிக் கொண்டிருக்கிறது. தமிழ் இலக்கிய வரலாறு என்பதே தமிழின் கவிதை வரலாறுதான். ஈராயிரம் ஆண்டு தமிழ் இலக்கியப் பரப்பில் - இன்னும் சொல்ல வேண்டும் என்றால் தமிழ் இலக்கண நூலான தொல்காப்பியம் தோன்றிய கிமு 500 தொடங்கி அந்த 2,500 ஆண்டிலும் - தொல்காப்பியம் எழுதப்பட்டது கூடக் கவிதையில்தானே. நூற்பாக்கள் என்பது கவிதையின் வடிவம்தானே - அப்படி இருக்கின்ற இந்த 2,500 ஆண்டு இலக்கியப் பரப்பில் தமிழ்ப் படைப்பாளி ஒருவரை நாம் கொண்டாட வேண்டும் என்று சொன்னால் அவர் தமிழ் மரபுக் கவிஞராகவும் இருக்க வேண்டும் என்பது எனது தாழ்மையான கருத்து. இதில் மற்றவர்களுக்குக் கருத்து மாறுபாடு இருக்கலாம். உரைநடை இலக்கியம் என்பது கடந்த இருநூறு ஆண்டுகளில் புகழ்பெற்றது. ஆனால், தமிழ் என்பது ஈராயிரத்து ஐநூறு ஆண்டு பாரம்பரியம் கொண்ட வாழும் உலகச் செம்மொழிகளில் ஒன்று.

தமிழில் ஒரு படைப்பாளியை நாம் கொண்டாட வேண்டும் என்று சொன்னால், தற்காலப் படைப்பாளி என்பவர் தமிழின் பாரம்பரியத்தை, தமிழ் மரபுக்கவிதைகளைக் கட்டிக் காப்பவராக - அதை எழுதத் தெரிந்தவராக - வெண்பா இயற்றத் தெரிந்தவராக இருக்க வேண்டும். அதே சமயத்தில் நவீன இலக்கிய வடிவங்களையும் கையாளத் தெரிந்தவராக இருக்க வேண்டும். நான் அறிந்தவரையில் பழைமைக்கும் புதுமைக்கும் பாலமாக இருந்து இந்த 2500 ஆண்டு. தமிழ் இலக்கிய வரலாற்றின் தனிப்பெரும் படைப்பாளுமையாக இருப்பவர் கவிப்பேரரசு வைரமுத்து அவர்கள்.

அதனால்தான் நான் வள்ளுவரையும் வைரமுத்துவையும் இணைத்து எப்பொழுதுமே எனது இதயக் கூட்டுக்குள் சிறை வைத்திருக்கிறேன். என்னிடம் நண்பர்கள் சொல்வது உண்டு. "நீ கவிஞரைப் பற்றி விவாதம் வரும்போதெல்லாம் கவிஞருக்கான டிபன்ஸ் தரப்பு லாயராக மாறி விடுகிறாய்" என்று. குணம் நாடிக் குற்றமும் நாடி அவற்றுள் மிகை நாடி மிக்க கொளல் என்னும் வள்ளுவத்தின் வழியிலிருந்து கற்றுக்கொண்ட

பாடம்தான் அது. நான் மிகை நாடி மிக்க கொளும் ஆளுமையாகக் கவிப்பேரரசு இருக்கிறார்.

2000 ஆம் ஆண்டில் குமரி முனையில் அய்யன் வள்ளுவர் சிலை நிறுவப்பட்டபோது 'கோட்டம் முதல் குமரி வரை' என்று ஒரு நூலைத் தமிழ்நாடு அரசு வெளியிட்டது. தமிழகத்தின் இலக்கிய ஆளுமைகள் பலரும் அதில் வள்ளுவரைப் பற்றி எழுதித் தீர்த்தார்கள். ஆளாளுக்கு தங்களுக்குப் பிடித்த குறள் எது? வள்ளுவர் தங்களை எப்படி வசப்படுத்தினார்? தமிழ் இலக்கியத்தில் வள்ளுவரின் இடம் என்ன? என்று இலக்கிய ஆளுமைகள் பலர் கருத்துக்களைப் பதிவு செய்திருந்தார்கள். அதில் கவிஞரும் தனது முத்திரை பதித்திருந்தார். மற்றவர்கள் யாருக்கும் தோன்றாத ஒரு யோசனை கவிஞருக்குத் தோன்றியிருந்தது. அதில் பக்கம் பக்கமாக எழுதிய இலக்கிய ஆளுமைகள் பலருண்டு. ஆனால், ஒரே பக்கம் மட்டும்தான் கவிஞர் எழுதினார். அந்தத் தலைப்பே கவிஞரின் தனித்துவத்தைக் காட்டிவிடும் தலைப்பு - 'அதிகாரம் 134'. அந்த அதிகாரத்தின் கீழ் கவிஞர் எழுதியது 10 குறட்பாக்கள். வள்ளுவரைப் பற்றி, வள்ளுவருக்குக் கோட்டமும் குமரியில் சிலையும் வைத்த முத்தமிழ் அறிஞர் கலைஞரைப் பற்றி, வள்ளுவத்தை வாழ்வாக்குவது எப்படி என்பது பற்றி அந்தப் பத்து குறட்பாக்களில் கவிஞர் சொல்லி இருந்தார். குறட்பா படிப்பதற்கு எளிதாக இருக்கலாம்; ஆனால் எழுதுவது மிக மிகக் கடிது. அந்த அதிகாரம் 134 கீழே...

வான்சிறப்புப் பாடிவைத்த வள்ளுவனார் பொன்னுருவம்
வான்பரப்பைத் தொட்டதடா வா!

சீர்தந்த வள்ளுவரின் செம்மாந்தப் பேரழகைப்
பார்வந்து பார்க்குதடா பார்!

திருக்குறளைக் கற்ற திருக்குவளை செய்த
திருப்பணிஈ தென்றே தெளி.

கோட்டமும் கண்டார் குறளுக் குரைகண்டார்
கோட்டையை ஆள்கின்ற கோன்.

குமரியில் காணும் குறளோன் உயரம்
தமிழன் உயரமே தான்!

படையாளும் பைந்தமிழா வள்ளுவரே நம்மின்
அடையாளம் என்றே அறி!

அற்றைநாள் ஆழிக்குள் ஆழ்ந்தமலை ஆறெல்லாம்
இற்றைநாள் கண்டோம் எழு!

முக்கடலும் தீர்ந்தாலும் முப்பால்தான் தீராதே
எக்காளம் இன்றே இடு!

சிலையோடு நில்லாதே செந்தமிழா இன்றே
உலகோடு போராடி உய்!

வள்ளுவரின் சொல்வாக்கு வண்டமிழின் செல்வாக்கு
வள்ளுவரை வாழ்வாக்கு வா!

குறட்பா எழுதும் கவிஞராகக் கவிப்பேரரசு வைரமுத்து மட்டும்தான் இருந்தார் என்பதற்கு அந்த மலர் நமக்குக் கட்டியம் கூறுகிறது. அதே ஐயன் வள்ளுவர் சிலையின் வெள்ளி விழாக் கொண்டாட்டம் அண்மையில் நடைபெற்ற பொழுது, கவிஞர் அந்த விழா மேடையில் வள்ளுவத்திற்கு உரை வகுப்பதாகச் சூளுரைத்து அந்தப் பணிகளில் ஈடுபட்டு இருக்கிறார். வள்ளுவத்திற்கு உரை எழுதிய தொல்லாசிரியர் பதின்மர். அதற்குப் பின் நூற்றுக்கணக்கானோர் உரை எழுதியிருந்தாலும் கவிஞர் எழுதும் உரை காலத்தை வென்று நிற்கும்.

கவிஞர் வள்ளுவர் கட்சி என்பதைச் சொன்னேன். வள்ளுவர் கவிஞர் கட்சி என்பதையும் சொல்ல வேண்டும் அல்லவா? சில மாதங்களுக்கு முன்னால் தமிழகத்தில் அதிகமாக விவாதிக்கப்பட்ட ஒரு தலைப்பு ஒரு திரைப்படப் பாடலில் இசை முக்கியமா? வரிகள் முக்கியமா? என்பது. அது குறித்த வழக்கில் கூட நீதியரசர் அவர்கள் ஓர் அருமையான கேள்வியைக் கேட்டிருந்தார். இசையமைப்பாளர்கள் பாடலுக்கான உரிமை தமக்கு மட்டுமே உரியது என்று சொல்வதைப்போல பாடல் ஆசிரியர்களும் கோரலாம் அல்லவா? என்பதுதான் அந்த நியாயமான கேள்வி. பாடலும் இசையும் கலந்ததுதானே ஒரு திரைப்பாடல். எனவே, இசையை மட்டுமே யாரும் ரசிப்பதில்லை; பாடல் வரிகளையும் சேர்ந்தே ரசிக்கிறோம். இரண்டும் சேர்ந்துதான் முழுமை பெறுகிறது. கவிஞரும் அந்தக் கருத்தை ஆதரித்து நடுநிலைமையோடு இசையும் பாடல் வரிகளும் சேர்ந்துதான் முழுமை என்பதைச் சொல்லியிருந்தார்.

ஆனால், வள்ளுவரோ கவிஞரையும் தாண்டி ஒரு பாடலில் இசையை விடவும் வரிதான் முக்கியம் என்பதை ஒரு குறளில் அழுத்தமாகப் பதிவு செய்திருக்கிறார். 'பண் என்னாம் பாடற்கியை பின்றேல், கண்என்னாம் கண்ணோட்டம் இல்லாத கண்'. இசையால் என்ன பயன் பாடலோடு பொருந்தாவிட்டால்? கண்ணால் என்ன பயன் கண்களில் இரக்கம் இல்லாவிட்டால்? என்று. எனவே, வள்ளுவப் பேராசான் கவிஞரின் கட்சியில் இருக்கிறார் என்பதைச் சொல்வதற்குக் கவிஞரை விடவும் கவிஞரை அதிகமாக ஆதரிப்பவராக இருக்கிறார் என்பதற்கு இதைவிட வேறொரு குறளை நான் சொல்லத் தேவையில்லை.

நான் முழுமையாகப் பேசுவது என்றால் வள்ளுவரும் வைரமுத்தும் என்று ஒரு தனி நூலே எழுத வேண்டும். காலம் எனக்கு அந்த வாய்ப்பைத் தரும் பொழுது கட்டாயம் எழுதுவேன்.

3. எளிமையும் சுருக்கமும்:

வள்ளுவர் எளிமைக்கும் சுருக்கத்திற்கும் பெயர் பெற்றவர். நான் அண்மையில் ஓர் இளைஞரிடம் பேசிக் கொண்டிருக்கின்ற பொழுது கவிஞர் வைரமுத்து அவர்களின் பாடல் வரிகளில் உங்களுக்குப் பிடித்த வரி எது என்று கேட்டேன். அவர் சொன்னார். ஒரு திரைப்பாடலில் கவிஞர் எழுதி இருப்பார்:

தன் காதலியைப் பார்த்து

"உன்போல் அழகி பிறக்கவும் இல்லை -
இனிமேல் பிறந்தால் அது நம் பிள்ளை"

என்று. அந்தப் பாடல் வரி என்னை மிகவும் வியக்க வைத்தது. ஏன் என்று சொன்னால் ஒரு காதலியிடம் முன்மொழிகின்ற பொழுதே ஒருவன் மிக நயமாக நீ தான் என் காதலி; நான் உன்னை மணப்பேன்; நமக்குக் குழந்தை பிறக்கும்; அந்தக் குழந்தை உன்னைபோல் அழகாக இருக்கும் அல்லது உன்னை விடவும் அழகாக இருக்கும் என்று சொல்கிறான். எனவே, சுருக்கமும் தெளிவும் கவித்துவமும் நிரம்பி வழிகிற வரிகள் இவை என்று சொன்னார். இப்படித் திருக்குறள் மாதிரி எழுதக்கூடிய திறமை திரைப்பாடலில் கவிஞருக்கு மட்டுமே இருக்கிறது. இதற்கான எண்ணற்ற உதாரணங்களை நாம் எடுத்துக்காட்ட முடியும். எனவே, வள்ளுவரின் படைப்பிலக்கியக் கோட்பாடுகள் பல வைரமுத்துவோடு பொருந்தியிருப்பதில் இரண்டு செய்திகள் புலப்படுகின்றன. ஒன்று வள்ளுவரின் பெருமை; இரண்டு வைரமுத்துவின் புலமை.

- முனைவர் சங்கர சரவணன்
இணை இயக்குநர் - தமிழ்நாடு பாடநூல் கழகம்

❖

36

Vairamuthu : Voice of the Voiceless
- P.Marudanayagam -

Kavignar Vairamuthu, popularly known as 'Kavipperarasu' (Emperor of Poets) is fast becoming the literary identity of the seventy million Tamil community. Since 1972, when his first volume of poems was first published, he has been ceaselessly making his contributions to Tamil language and literature in the form of film - lyrics, poems, novels, short stories, essays, translations, and critical articles. His profound vision of life as embodied in all his writings is characterized not by facile optimism or pessimism but by tragic optimism which at once takes into account the joys and sorrows of mankind.

As an author who has penned the biography of Bharati in new verse and his own autobiography at the age of twenty-eight, as a speaker capable of keeping any audience spell bound and of inspiring the younger generation, as a writer who has reached the largest number of readers by his output and, above all, as a literary colossus, who has been honoured in all the five continents, Vairamuthu has become a living legend.

Vairamuthu Kavitaikal (Poems of Vairamuthu), containing 184 scintillating pieces, has been translated into many Indian languages. But that is not its chief merit or the greatest honour done to it. To the common public, and even to some insensitive critics, his poems might have been overshadowed by his film - songs. But this volume is enough to show that like an expert driver shifting gears in a car, he can move with the utmost ease from film-lyrics of an easy appeal to the senses and the heart to poems of a profound appeal to the mind and the soul. In an introductory note to the poem, 'Ilai' (Leaf), he describes the ambience which gave birth to it.

> There was no sign of death in any of the leaves; no ray of sadness at all! One of the leaves asked me to write about it. Immediately, I closed the windows of songs and opened the door of poems.

And one of the most exquisite poems of his came into being. This is the astonishing ease with which he can move from one sub-genre to another. He does the same with regard to traditional and new poetry without recognizing any conflict of interests between the two and without experiencing any extraordinary mental strain.

Though he has mastered Tamil prosody, and has to his credit a few poems of complex metrical patterns and is all admiration for ancient Tamil classics such as the Sangam poems, Tirukkural and Kamban's Ramayana, when it comes to a choice between traditional verse and what is called 'Putukkavitai' in Tamil, he would recommend only the latter to contemporary Tamil poets for more than one reason. He, of course, accepts that the first attempts at new poetry by the previous generation of poets writing in the sixties and seventies of the twentieth century were utter failures but, to him, this doesn't mean that for the present generation, traditional poetry is preferable to the other.

In a poem called "Judgements Revised", he enumerates the merits of new poetry, his powerful arguments being couched in a charming series of metaphors. This poem proves to be an eloquent justification of the shift from traditional to new poetry in many of the Indian regional languages.

Vairamuthu, deeply concerned with the pattern and balance of relationships between plants, animals, people and their environment, has several poems on ecological subjects. In "Poison in Nectar", he asks his driver to immediately get out of the town so that he may breathe fresh air!

> O sinners, give life to air;
>
> would science have to survive by killing man?
>
> Or, would it create man without lungs?

There are poems galore in praise of trees, birds, animals, lakes, rivers and stars. "I will sing the trees" is an indirect condemnation of deforestation. A poem on animals claims that they are more dignified than humans, that they are free from superstitions and that their dead bodies are more valuable than those of men and women!

> Have you understood that only the animal deserves to
> be preserved even after death?
> There are some animals which deserve to be worshipped by
> humans;
> Are there humans here who deserve to be worshipped by
> animals?

"An Epic of the Wings" touchingly records his mournful thoughts over the killing of a bird that had migrated to a bird sanctuary in the southern part of Tamilnadu in search of a lake.

> What might have been your thought during the last beatings of the wings? 'Is death to be met with at such a long distance?' you might have felt. 'What kind of a culture is it to make a meal of the guest?' you might have kept wondering.
>
> My only prayer is this:
> May the dead bird not know that
> Emperor Sibi was of this place.

Though there are several humorous poems, long as well as short, for a blaze of wit, "A Dialogue with Ants" is unmatched. It is a hilarious account of an imaginary conversation between the poet and a few ants.

> "Ants, ants, processions of live drops of water; I would like to talk to you; Would you lend me your ears for some time?" "We are not humans to waste our time talking; whatever you may ask, you better crawl with us."
>
> "Were you ever depressed about being a mean creature?"
>
> "Stupid man, in our species there are lives, only a millimetre long; an ant can bear fifty times its weight. Can you do it?"
>
> "What about your pastime?"
>
> "Living itself is pastime; seeking itself is play;
> Crawling itself is rest;
> In a life for six to ten weeks,
> Where is the time for rest?
> Where is the need to lie down?"
>
> "Write a short note on the pride of your species."

"Our hole - valley civilization is older than your Indus valley. A royal apartment for the queen; a living room for the labouring ants; a spacious uncrowded burial ground to bury the dead ants; a storehouse for the rainy days; our kingdom possesses all these; your life is but an extended copy of our life."

"The things you hate... you love...?"

We hate the seas that fall on us when water is sprinkled on the courtyard.

We love the feeding women of perfection who draw ornamental designs on the floor with rice flour."

"If the stored grains sprout, what will you do?"

"While stealing the grains, we sterilize them; when the foreparts are removed, man, grains don't sprout again."

"The reason for your nose-to-nose touch with the ants coming from the opposite side?"

"It is our attempt to sniff out if the ant is of our colony; we will make way if it is, if they are aliens, we will take action against them."

"O Niagara" is a verbal painting of the waterfall and a celebration of its awe-inspiring beauty and grandeur.

Bathing in this waterfall makes life reverential.

Dying in this waterfall makes even death respectable.

In a short poem on the stars, fresh metaphors are used to describe their beauty.

Are these letters of the language of silence written by night on this long blue black board? Who is he who has put so many full-stops in the exultation of having finished writing the one-sentence epic called the moon? Have the letters of warning, "Don't pluck these flowers", written on the board of the moon been erased by the scratching of clouds?

One of the most favourite subjects of poets down the ages has been successfully treated in a novel way avoiding as the poem does all the outworn descriptions and similes.

As a proud and accomplished inheritor of Sangam poems in Tamil, poems on the various moods of love come to Vairamuthu as freely as leaves to a tree. Despite the frustrations it causes, love is glorified in "I Plead for Love". The unfortunate ones who haven't experienced love are advised to fall in love in "Attempt falling in love", which lists its agonies and ecstasies half in earnest and half in jest.

> Are you used to starving when nectar is at a distance of five inches?
>
> Attempt falling in love.

"The Oyster" records, in a series of arresting metaphors, how the poet's heart was broken, mind benumbed and dream shattered, when he was mercilessly rejected by a lady with whom he fell in love.

> Do you know this? I wept on a day when someone pronounced
> your exquisite name harshly?
> Do you know, do you know
> pearl dear, since you have
> fallen out today, this oyster
> has been slit and torn apart?

In the poem "Walk fixing your feet in faith", the poet advises mankind to accept life with all its miseries, to drink life to the lees, not to lose heart on any account and to be ready for any eventuality.

> It is the patience of the earth that moulds the mountain.
>
> It is the patience of carbon that makes diamond.

In a heart-rending piece, a thirty-seven-year-old spinister expresses her genuine grievance against the community that has thoughtlessly denied her and numerous others like her all the pleasures of life to which they are entitled.

> Time has passed.
> Hereafter,
> even if it rains forgetfully, is it going
> to fall on the roots or on the firewood?

An imaginary dialogue between Jesus Christ and a prostitute, who has now become too old to continue her profession, champions the cause of fallen women in the present social set-up.

The caste-system continues to be a blot on our civilization, though the country has seen a large number of social reformers during every century in almost every part of the country. The crux of the whole problem is that political parties vociferously claiming to stand for the abolition of castes, secretly encourage caste-leaders of various pretensions, in order to strengthen their vote-bank. Unfortunately, since the younger generation happens to be more selfish and money-minded than idealistic, the caste-system thrives at the cost of love, peace and harmony. In a long poem, Vairamuthu is pained to note that the age-old taboo on intercaste and interreligious marriages prevails because of the inability of our young men to rise in revolt against all evil customs and practices of the past.

> Would this nation gain the strength to remove the crosses and
>
> the nails together?

The question of individual liberty versus social responsibility is ably discussed by the poet who is concerned with the reality of the situation in the country, where intellectuals in all walks of life, becoming more and more self-centred, are least bothered about their responsibility to society. We don't know if they will pay heed to the poet's warning that their reputation is at stake!

"Unwashed Democracy" is a profound expression of the poet's justifiable disillusionment with the functioning of democracy in the nation as a whole. The immature voter and the unscrupulous politician are making a mockery of the elections ritualistically held every five years.

> This is a child-marriage.
> Knife in the child's hand, gun in the lunatic's hand, child in the
> drunkard's hand, vote in the Indian's hand.

Of the portraits of celebrities, the one of Karl Marx, "That bearded German", is the best.

> His voice shook the walls of the world.
>
> Hereafter, no nation can survive without electricity and
>
> Karl Marx.

"A Girl and an Angel" reminds us of some of the short stories of Tolstoy and Oscar Wilde, emphasizing the divinity of the love for all living beings.

His concern with the future of mankind is sincerely and persuasively expressed in "Twenty Commandments".

"A Son of Man Contemplates" leads the poems which constitute his poetic manifesto declaring as it does his aims and objectives as a poet.

> Isn't it possible to record the secret sound of the bud
>
> exploding into a flower?
>
> Isn't it possible to compile a dictionary of the language of the
>
> waves?

The subject may be nature or love or some social, political or economic problem or the human condition or the future of mankind or anything else under the sun; Vairamuthu can observe it closely, meditate on it wisely and describe it in a series of glowing metaphors, judiciously using the new verse in modern Tamil.

- P. Marudanayagam

Former Professor of English,

Pondicherry University.

37

வடுகபட்டி – நதிமூலம்
- பத்திரிகையாளர் மணா -

நதிமூலம் - பிரபலமான பலரின் பால்ய எழுச்சியான மூலத்தைத் தேடிச் சென்று பதிவு செய்யும் தொடரை 20 ஆண்டுகளுக்கு முன்பு குமுதம் வார இதழில் எழுதத் துவங்கியபோது அதற்குப் பரவலான வரவேற்பு கிடைத்தது.

கலைஞரின் நதிமூலத்திற்காக திருக்குவளை, எம்.எஸ். சுப்புலட்சுமியின் நதிமூலத்திற்காக மதுரை, பாரதிராஜாவின் நதிமூலத்திற்காக தேனி- அல்லி நகரம் என்று பல்வேறு இடங்களுக்குப் பயணப்பட்டதைப் போலவே கவியரசு வைரமுத்துவின் நதிமூலத்தைத் தேடி அவரது சொந்த ஊரான வடுகபட்டிக்குச் சென்றிருந்தேன்.

ஆண்டுகள் பல கழிந்தாலும் இன்னும் வடுகபட்டியில் அன்று காட்டப்பட்ட, ஒரு கனிந்த உபசரிப்பை மறக்க முடியவில்லை. அந்த கிராமத்திற்குப் போனதுமே உருவத்தில் வைரமுத்துவின் சாயலில் இருந்த அவருடைய இளைய சகோதரர் சந்திரமுத்து இருசக்கர வாகனத்தில் வடுகபட்டியின் பல்வேறு பகுதிகளுக்கு அழைத்துச் சென்றார்.

தங்களது தாயாரையும் தந்தையையும் அறிமுகப்படுத்தினார். கவிஞருக்கு மிக நெருக்கமான நண்பர்களை அறிமுகப்படுத்தினார்.

கவிஞரின் பாடலில் இடம்பெற்ற வராகநதிக்கு அழைத்துச் சென்றார். வடுகபட்டிக்குத் தன்னால் இயன்ற கொடையாக அவர் உருவாக்கிக் கொடுத்த நூலகத்திற்கு அழைத்துச் சென்றார்.

கவிஞரிடம் அந்த இளம் வயதில் இருந்த ஒரு எழுச்சியான வேகத்தை அந்த ஊரில் இருந்த பலரும் நேசத்துடன் பகிர்ந்து கொண்டார்கள்.

பிறகு சென்னைக்கு வந்து, கவிஞரை அவரது வீட்டில் சந்தித்தபோது அவருடைய சொந்த ஊரைப் பற்றிய நினைவுகளைப் பகிர்ந்து கொண்டார்.

அந்தக் கவிஞரின் நதிமூலம் பத்திரிகையில் வெளிவந்தபோது தனிக் கவனம் பெற்று உரிய வரவேற்பையும் பெற்றது.

★★★

"மனிதனாக வாழ்ந்திட வேண்டும் மனதில் வையடா!
வளர்ந்து வரும் உலகத்துக்கே நீ வலது கையடா!"

"கறுப்பா இருந்தாலும் முகலட்சணமா துறுதுறுப்பா இருக்கானே." உருண்ட விழியும் நேரான மூக்குடனும் இருந்த அந்த நான்கு வயதுப் பையனின் மேல் விழுந்த ஊராரின் விமர்சனம் இது.

அந்தச் சிறுவனுக்கு, நான்கு வயதிலேயே ஒரு கனமான அனுபவம். வைகை அணை கட்டுவதற்காக அரசு காலி பண்ணச் சொன்ன சில கிராமங்களுள் அவனது கிராமமான மேட்டூரும் ஒன்று. கையில் கிடைத்த கொஞ்சநஞ்ச தொகையுடன், அப்பா ராமசாமித்தேவர் முன்னால் போக, பின்னால் அம்மா அங்கம்மாளின் கைவிரலைப் பிடித்தபடி அந்தச் சிறுவன் வெளியேற, அவன் பிறந்த கிராமம் வைகை நீரில் மூழ்கிப் போனது.

விவசாயக் குடும்பத்தில் பிறந்த அவனது பெற்றோர்களுக்குக் குலதெய்வம் திருமங்கலம் அருகிலிருக்கிற வைரவசாமி. அந்த ஞாபகத்தில் அவர்கள் அவனுக்கு வைத்திருந்த பெயர் வைரமுத்து.

தாமரைக்குளம் என்கிற கிராமத்தில் ஒரு வருடம் பையனைப் படிக்க வைத்து வடுகபட்டிக்குக் குடியேறியது வைரமுத்துவின் குடும்பம். அங்கு முதலாம் வகுப்பு. ஊரிலிருந்த அதே வறட்சி அவனது குடும்பத்திலும். முழங்காலைத் தொடும் சட்டையுடன் பள்ளிக்குப் போகும் அவனுக்குப் பள்ளிச் சூழ்நிலை, அதன் முன்னிருந்த பரந்த மைதானம், அங்கே கொடுக்கப்படும் பவுடர் பால், காதில் விழுந்த பாடச் சத்தம் எல்லாமே பிடித்திருந்தன.

காலையில் வயற்காட்டில் வேலை செய்யும் தகப்பனாருக்குச் சாப்பாட்டுத் தூக்குவாளியைத் தூக்கிக்கொண்டு தலையில் சும்மாடுச் சாக்கு போட்டபடி ஓடிக் கொடுத்துவிட்டுப் பள்ளிக்கு மூச்சிரைக்க ஓடி வருவான். பள்ளிக்கூடம் மேல் அப்படியொரு பிடிப்பு!

"வீட்டிலே வைரமுத்துதான் தலைப்பிள்ளை. இவனுக்கு அடுத்து விஜயா, சந்திரமுத்து, பாண்டியன்னு மூணு பிள்ளைகள். சின்ன வயசிலிருந்தே படிப்பு மேலே ஆசை வைரமுத்துவுக்கு. எந்த வம்பு தும்புக்கும் போறதில்லை. எப்பப் பார்த்தாலும் ஏதாவது கரட்டு மேட்டுக்குப் போய்ப் படிச்சுக்கிட்டிருப்பான்..." நினைவுகூர்ந்து சொல்கிறார் வைரமுத்துவின் தாயான அங்கம்மாள்.

விவசாயக் குடும்பத்தில் படிப்பை மட்டும் கவனித்தபடி இருந்துவிட முடியுமா என்ன? இளம் வயதிலேயே விவசாய வேலை செய்யப் போனான். மாடு மேய்க்கவும் போனான். மாடு மேய்க்கும் போது கூட தூரத்தில் மாடுகள் மேய்ந்து கொண்டிருக்க இன்னொரு எல்லையில் சற்று கவனத்துடன் உட்கார்ந்து புத்தகங்களைப் படித்துக் கொண்டிருந்தான் சிறுவனான வைரமுத்து. கண்கள் புத்தகத்தில் மேல் ஊற, அவனது கால் விரலிடுக்கில் மாட்டின் கயிறு. அந்த அளவுக்கு அவனுக்குப் படிப்பதில் வெறிவரக் காரணம் வடுகபட்டியில் இருந்த நூலகமும், அதன் நூலகரான தாயுமானவரும்.

கல்கி, அகிலன், ஜெயகாந்தன், டால்ஸ்டாய், கார்க்கி இப்படிப் பலரும் அறிமுகமானார்கள். புத்தகத்தில் ஆர்வத்துடன் இருந்த அவனது மனதுக்கு அப்போது நெருக்கமாக இருந்து தூண்டினவர்கள் கண்ணதாசனும், சுரதாவும். அந்த இளம் மனதில் தடம் பதித்த வரிகள் “சின்னப் பயலே சின்னப் பயலே சேதி கேளடா”.

“எங்க ஊர்லே அப்போ டெண்ட் கொட்டகை தான். அண்ணனுக்கு அப்பவே நல்ல வசனமோ, பாட்டோ இருக்கிற படம்னா ரொம்பவும் பிடிக்கும். திரும்பித் திரும்பிப் பார்ப்பார். நாடோடி மன்னன், பராசக்தி, அரசிளங்குமரி படத்தையெல்லாம் பல முறை விரும்பிப் பார்த்திருக்கிறார். பராசக்தி வசனத்தைக் குரலில் ஏற்ற இறக்கத்தோடு மனப்பாடமா அப்படியே ஒப்பிப்பார்.

சாணித்தாளில் அப்போ வெளியான பராசக்தி வசனப் புத்தகத்தைப் பாடப் புத்தகங்களுக்கிடையில் வைச்சிருப்பார். சினிமா, இலக்கியப் புத்தகங்கள் மேலே ஆர்வம் இருந்தாலும் அவர் படிப்பிலே இருக்கிற கவனத்தை விட்டுடலே. எப்பவும் முதல் ரகமா இருப்பார். படிச்சு என்ன தொழிலுக்குப் போகப் போறேன்னு எங்க சமூகத்திலே பலரும் கேட்கறப்போ... ‘காலேஜ் வாத்தியாராகப் போறேன்’னு தான் சொல்வார்” என்கிறார் வைரமுத்துவின் தம்பியான சந்திரமுத்து.

வீட்டுச் சூழ்நிலை ஏழ்மையாக இருந்தாலும், அதற்காகவே விவசாய வேலைகள் நிர்ப்பந்தமாகத் திணிக்கப்பட்டாலும் அதற்கும் மேலாகத் ‘தன்னை நிரூபித்துக்கொள்ள வேண்டும்; மற்றவர்கள் கவனத்தில் நாம் உயர வேண்டும்’ என்பதில் ஈடுபாடு அதிகமாகி படித்ததை உன்னிப்பாக மூளையில் பதிய வைத்துக்கொண்டான்.

லேசான வெண்கலம் அதிர்ந்த மாதிரி இருந்த தனது குரலைத் திருத்தித் தெளிவான தமிழில் பேச முயற்சி செய்தான். நூலகத்தில் பல புத்தகங்களை அலசியதால் மனதுக்குள் வந்து விழும் அடுத்தடுத்த வாக்கியங்களைக் கொஞ்சம் சீர் செய்து தொகுத்துப் பேசிப் பழகினான்.

‘அட... நம்ம கூட இருக்கிறவன் என்னமாய்ப் பேசுறான்’ என்று கேட்கிறவர்கள் சற்று அண்ணாந்து பார்த்தார்கள். ஒரு பேச்சாளன் உருவாகிவிட்டான்.

அதற்குத் தோதாக பள்ளியில் தலைமையாசிரியர் அவனிடம் கொடுத்த வேலையில் மிகவும் இஷ்டம். பள்ளிக்கூடப் பிரார்த்தனை நேரத்தில் தினமும் அன்றைய தினசரியின் முக்கியச் செய்திகளை வாசிக்க வேண்டும். அதற்காக சீக்கிரமே எழுந்து கிணற்றில் மூழ்கி எழுந்து, தலை துவட்டினபடி ஒரு ஓட்டம் ஓடி, நூலகம் முன் காலை எட்டு மணிக்குக் காத்துக் கிடந்து தினப்பத்திரிகை வந்து விழுந்ததும் உள்ளூர்ச் செய்தி முதல் உலகச் செய்தி வரை ஆராய்ந்து குறித்து அன்றைக்கே செய்தி வாசிப்பாளராக செய்திகளை வாசித்தது அவனுக்குப் பிடித்த அனுபவம்.

"வைரமுத்து வடுகபட்டி அரசு உயர்நிலைப் பள்ளியில் படித்தபோது நான் தலைமை ஆசிரியர். பள்ளியில் ஒவ்வொரு வருஷமும் எவ்வளவோ மாணவர்கள் படித்துவிட்டுப் போனாலும் சில மாணவர்கள் மட்டும் தங்களுடைய தனித்திறமையால் தனித்து நம் கவனத்தில் படுவார்கள். அப்படி என் கவனத்தில் பட்ட மாணவன் வைரமுத்து. சராசரியை விட உயர்ந்த மாணவராக இருந்தாலும் பேச்சில் அப்போதே விசேஷ ஈடுபாடு. தானாகவே பேசப்போகும் விஷயங்களைத் தயாரித்துக் கொள்வார். அவரைப் பல பேச்சுப் போட்டிகளுக்கு அனுப்பிப் பரிசும் வாங்கியிருக்கிறார்.

அண்ணாவோட புத்தகங்களைச் சின்ன வயசிலேயே ஆசையாய்ப் படிச்சுக்கிட்டிருப்பார். வசதிக் குறைவே ஒழிய, சுறுசுறுப்பிலும், பேச்சுத் தெளிவிலும் தனியாகத் தெரிவார். 69-இல் நான் வேறு ஊருக்கு மாற்றலாகிப் போகிறபோது ஒரு கவிதையை எழுதிக் கொண்டு வாசித்தபோது அவருக்கு வயது பதினாறு" சொல்கிறார் ஓய்வு பெற்ற தலைமை ஆசிரியரான, அறுபத்தைந்து வயதைக் கடந்தவரான எம். ஆர். விஸ்வேஸ்வரன்.

வடுகபட்டியில் வறண்டு கிடக்கிற கரடு மேடுகளுக்கிடையில் இருந்த வைரமுத்துவின் வீட்டில் வெகு காலமாக மின்சார வெளிச்சம் கூட வராத நிலை. லாந்தர் விளக்குதான். காலை ஐந்து மணிக்கு எழுந்து மாலை ஏழு மணி வரைக்கும் மட்டுமே புத்தகம், படிப்பு எல்லாம்.

இந்தி எதிர்ப்புப் போராட்டம் தீவிரமடைந்திருந்த நேரம். பள்ளிக்கூட மாணவனாக இருந்த போதே போராட்டத்தில் இறங்கின வைரமுத்தையும், இன்னும் சிலரையும் மொத்தமாகக் கைது செய்து பெரியகுளத்திற்குக் கூட்டிக் கொண்டு போயிருக்கிறார்கள். போனதும் அங்கே உள்ள மைதானத்தைச் சில சுற்றுகள் சுற்றச் சொல்லிவிட்டுத் திருப்பி அனுப்பிவிட்டார்கள்.

அப்போது வடுகபட்டிச் சுற்று வட்டார மேடைகளில் நாவலர் நெடுஞ்செழியன், பெரியார், கலைஞர், அண்ணா குரல்களில் வைரமுத்து மாறிமாறிப் பேசுவதும் பிரசித்தமாக இருந்தது. திராவிட இயக்கத்தின் பாதிப்பு கடவுள் நம்பிக்கை, கிராமியச் சடங்குகளுடன் இருந்த

குடும்பத்திலிருந்த இளைஞனான வைரமுத்துவை மாற்ற, சொந்தக்காரர்களிடையே கொஞ்ச காலத்திற்குப் புதிராகத் தெரிய ஆரம்பித்தார்.

அப்போதைய வைரமுத்துவுக்கு இருந்த ஒரே உந்துதல்; நா.பார்த்தசாரதியின் 'பொன்விலங்கு' நாவலில் வரும் சத்தியமூர்த்தி என்கிற கதாபாத்திரம் மாதிரி நாமும் ஒரு நாள் கல்லூரிப் பேராசிரியராகிக் கலைச் சேவை செய்ய வேண்டும்.

கவிதை எழுதுவதில் இவருக்கு இருந்த ஈடுபாடு ஒன்பதாவது வகுப்புப் படிக்கும்போதே துவங்கிவிட்டது. அப்போதே மரபுக் கவிதைகளைப் பிழையில்லாமல் எழுதுவார். அவருக்கு இலக்கணம் சொல்லிக் கொடுத்து உதவியவர் இங்கிருந்த ஆசிரியரான உத்தமன்.

வடுகபட்டியில் இயற்கைச் சூழ்நிலையுடன் இருக்கிற சந்தடி இல்லாத இடங்களுக்குப் போய் உட்கார்ந்து யோசிப்பது, கவிதை எழுதுவது இவருக்கு ரொம்பப் பிடிக்கும். அவருடைய பல கவிதைகளுக்கான மூலம் இந்தக் கிராமச் சூழல்தான். வைரமுத்துவின் பெற்றோர்கள் படிக்க உதவியிருக்கலாம். அவருடைய நண்பர்கள் சிலச்சில உதவிகளைச் செய்திருக்கலாம். இருந்தாலும், வைரமுத்துவின் இந்த வளர்ச்சிக்குக் காரணம் அவருடைய ஓய்வில்லாத சொந்த முயற்சி தான்" என்கிறார் வைரமுத்துவுடன் சிறுவயதிலிருந்து பழகி வருபவரான தலைமை ஆசிரியர் புவனேந்திரன்.

பள்ளி இறுதித் தேர்வு எழுதும்போது உடல்நலக் குறைவு ஏற்பட்டுச் சோர்ந்திருந்தாலும், ஆச்சர்யப்படும்படியான தேர்வு முடிவு. அதிலும் தமிழில் கூடுதலான மதிப்பெண் எடுத்ததற்காக விசேஷமான வெள்ளிக் கோப்பை. சொந்தக்காரர்கள் உதவியுடன் சென்னைக்கு வந்து பி.யு.சி. படிக்கச் சேர்ந்தது பச்சையப்பன் கல்லூரியில். தமிழில் பட்டப் படிப்பும் இங்கேயே.

சென்னை வந்ததும் பலதரப்பட்ட வாய்ப்புகள். கவிஞராகிவிடலாம் என்பதை உணர வைத்தன சில அனுபவங்கள். 70-இல் கலைஞர் முதல்வராக இருந்தபோது நடந்த கவியரங்கத்தில் கலந்து கொண்டவர்களிலேயே வயது குறைந்திருந்தவர் வைரமுத்து. கல்லூரியில் படிக்கும்போது வைரமுத்துவின் கவிதையை முதன் முதலில் அச்சேற்றிய பத்திரிகை 'தேன்மழை'. கவிதைத் தலைப்பு 'இளநெஞ்சின் ஏக்கம்.'

சென்னைக்கு வந்ததிலிருந்தே வைரமுத்து பார்க்க விரும்பின நபர் கவிஞர் கண்ணதாசன். அவருடனான முதல் சந்திப்பு சுமுகமாக இல்லாத நிலையில் சில கவியரங்குகளுக்குப் பிறகு அவருக்கு அறிமுகமாகி, பத்தொன்பது வயதில் 'வைகறை மேகங்கள்' என்கிற தனது முதல் தொகுதிக்காக கண்ணதாசனிடம் முன்னுரை கேட்டபோது, "நல்ல எதிர்காலம் உண்டு" என்று வாழ்த்தி இருக்கிறார். இதைவிட ஒரு

உறவையே ஏற்படுத்திக்கொடுக்க ஆயத்தமாகி வந்திருந்தது இன்னொரு வாழ்த்து. பச்சையப்பன் கல்லூரியில் கட்டபொம்மன் பற்றி ஒரு கவியரங்கம் நடந்தபோது அதில் வைரமுத்து வாசித்த கவிதைக்கு வந்த வாழ்த்துதான் அது. வாழ்த்தியவர் அவரது திருமதியாகியிருக்கிற பொன்மணி.

"வடுகபட்டிச் சூழலில் பிறந்த வைரமுத்துவை ஒரு நல்ல விதை என்று உணர்ந்து அதன் வளர்ச்சிக்கேற்ற சூழ்நிலையை அவரது பெற்றோர் உருவாக்கவில்லை. பல சிரமங்களுக்கிடையில், வீட்டில் இருந்த ஏழ்மையான நிலைக்கிடையில் அவராகவே தன்னை வளர்த்துக் கொண்டார்.

அப்போது பச்சையப்பன் கல்லூரியில் தமிழ்த்துறைத் துணைத் தலைவராக இருந்த முருகேசன் அவர்களின் மகளான பொன்மணியைத் திருமணம் செய்ய முடிவெடுத்தபோது இருவரது வீட்டிலும் கடுமையான எதிர்ப்பு. ஜாதிப் பிரச்சினை குறுக்கே நின்றது. இதையே "யாவர்களும் ஒன்றாகப் போவதாலே தேவர்களும் இல்லை, உடையார்களும் இல்லை மாதே" என்று ஒரு கவிதையில் எழுதினார்.

சென்னையில் வாலாஜா சாலையில் வாடகை வீட்டில் இருந்த வைரமுத்துவுக்கும் பொன்மணிக்கும் திருமணம் ரிஜிஸ்தர் ஆபிஸில் எளிமையாக நடந்தபோது உடனிருந்தவர் என்னைப் போன்ற சிலர் மட்டும்தான்.

திருவல்லிக்கேணியில் சின்னதாக ஒரு வாடகை வீட்டில் குடியேறினார்கள். யாரையும் எப்போதும் சார்ந்திருக்கக் கூடாது. சுயமாக இருக்கணும் என்பதில் அழுத்தமான நம்பிக்கை வைரமுத்துவுக்கு உண்டு என்பதையே அவரது திருமணமும், அவரது வளர்ச்சியும் காட்டுகிறது" என்று பல சம்பவங்களைக் கோவையாகச் சொல்கிறார் வைரமுத்துவுக்கு இளவயதிலிருந்த நெருக்கமானவரான வடுகபட்டியில் விவசாயக் குடும்பத்தில் பிறந்தவரான சின்னராசு.

படித்து முடித்த கையோடு அப்போது வைரமுத்து பணியாற்றியது ஆட்சி மொழி ஆணையத்தில். சட்டத்தைத் தமிழில் மொழிபெயர்க்கிற வேலை. அதிலிருந்தபடியே திரைப்படத்துறைக்கான முயற்சியிலிருந்த போது ஓவியர் உபால்டு அழைத்துச் சென்று அறிமுகப்படுத்திய நபர் பாரதிராஜா.

சில நிமிடச் சந்திப்புதான், கையில் கொண்டு போயிருந்த தனது 'திருத்தி எழுதிய தீர்ப்புகள்' தொகுப்பை அவரிடம் கொடுத்துவிட்டுத் திரும்பினார் வைரமுத்து. மனைவி பொன்மணிக்குத் தலைப்பிரசவ நேரத்தில் பாரதிராஜாவிடமிருந்து அழைப்பு. போனார். பாட்டெழுதச் சொன்னார்கள். சென்னை அட்லாண்டிக் ஹோட்டல் இளையராஜா ஆர்மோனியத்துடன் 'தானானே...' சொல்ல இவர் அதற்கேற்றபடி 'பொன்மாலைப் பொழுது' என்று வார்த்தைகளால் நிரப்பினார்.

இளையராஜாவும் பாரதிராஜாவும் பாட்டு முடிந்ததும் பாராட்ட, 'நிழல்கள்' படத்தில் 80-இல் வந்த அந்தப் பாட்டு திரையுலகிற்கு ஒரு புதுக்கவிஞனை அறிமுகப்படுத்தியது. அடுத்தடுத்து வாய்ப்புகள் வர, ஏற்கெனவே இருந்த வேலையை விட்டுவிட்டு முழு நேரக் கவிஞனாக முடிந்தது.

"கடந்த பதினெட்டு வருடங்களில் திரையுலகிலும், கவிதை வெளியீட்டிலும் தன்னை ஸ்தாபித்துக்கொண்டாலும் வைரமுத்துவுக்கு அடித்தளமாக இருந்தது வடுகபட்டி, இங்கிருந்த சூழல், இங்கிருந்த இயற்கை சார்ந்த இடங்கள் எல்லாம்தான். தான் உருவான மண் மீது மிகுந்த பாசம் அவருக்கு. வடுகபட்டியில் உள்ள நூலகம் இல்லாவிட்டால் வைரமுத்துவே இல்லை என்கிற அளவுக்கு நெருக்கம் கொண்டிருந்ததால் ஒரு லட்ச ரூபாய் நிதி கொடுத்து வடுகபட்டியிலேயே நல்ல நூலகக் கட்டிடத்தை உருவாக்கியிருக்கிறார் அரசு உதவியோடு.

இங்குள்ள வராக நதி அவரது கவிதைகளில் அடிக்கடி தலைகாட்டும். 86-இல் 'முதல் மரியாதை' படத்திற்காக இவருக்குத் தேசிய விருது கிடைத்தபோது கிராமத்திற்குத் தாரை தப்பட்டையுடன் இவரை அழைத்து வந்து பெரிய விழா நடத்தினோம். அந்த விழாவில் மிகவும் நெகிழ்ந்து பேசினார்.

சமீபத்தில் பெரியகுளத்தில் ஜாதிக் கலவரம் நடந்தபோதும், அங்கு கூட்டம் ஏற்பாடு பண்ணி ஜாதி வேற்றுமையைக் கண்டித்து உணர்ச்சி வசப்பட்டார். தனது மண்ணை நேசிப்பதால் தான் இன்றைக்கும் இந்த ஈடுபாடு" நன்றிப் பெருக்குடன் சொல்கிறார் வைரமுத்துவின் நண்பரான வடுகபட்டியைச் சேர்ந்தவரான டாக்டர் செல்வராஜ்.

பொன்மாலைப் பொழுதில் துவங்கி இதுவரை நான்காயிரத்திற்கு மேற்பட்ட பாடல்கள். ஏழு முறை தேசிய விருதுகள். பல முறை தமிழ்நாடு அரசின் மாநில விருதுகள். இதுவரை பல லட்சம் பிரதிகளுக்கு மேல் விற்றிருக்கின்ற இவரது 39 புத்தகங்கள். இதெல்லாம் வைரமுத்துவின் அடையாளங்கள்.

மதன் கார்க்கி, கபிலன் என்று இருமகன்களுடன் நாற்பத்தி நான்கு வயதைத் தற்போது கடந்திருக்கிற வைரமுத்து "எனது கிளைகள் எங்கெங்கோ விரிந்திருந்தாலும் ஆணிவேர் இருப்பது இங்கேதான்" என்று குறிப்பிடுவது தான் உருவான கிராமமான வடுகபட்டியை.

கிராமத்து மனுஷராக வடுகபட்டியை விட்டு வெளியேறின வைரமுத்துவின் கனவுகள் இப்போது நிறைவேறியிருக்கின்றனவா?

"திரைத்துறைக்கு வந்த இந்தப் பதினேழு ஆண்டுகளில் எவ்வளவு தூரம் என்னைத் தேய்த்திருக்கிறேன் என்பது எனக்குத் தெரியும். நான் எப்போதும் வாழ்க்கையைப் பாஸிட்டிவ்வாகப் பார்க்கிறவன். சிந்திப்பது, எழுதுவது எல்லாம் பாஸிட்டிவ்வாகத்தான். ஒரு தன்னம்பிக்கையுடன்

இந்த ஃபீல்டுக்கு வந்தேன். மூன்று முறை தேசிய விருது வாங்கினாலும் எனது வெற்றி இதுவல்ல. நான் செய்யும் பணிக்கு இது ஒரு விளைவு. அவ்வளவுதான். தமிழுக்குக் கிடைத்த ஒரு கருவி நான். இதில்தான் எனக்குத் திருப்தி.

இப்போதுகூட நான் கவிஞனா, இல்லையா என்பதில் கூடச் சிலருக்குக் கருத்து வேறுபாடிருக்கலாம். ஆனால் நான் கவிதை எழுதுகிற முயற்சியில் ஈடுபட்டிருக்கிறேன் என்பதில் யாருக்கும் எந்தக் கருத்து வேறுபாடும் இருக்க முடியாது" என்று மென்மையான குரலில் வைரமுத்து சொல்வதுகூட 'பாஸிட்டிவ்'வாகத்தானிருக்கிறது.

பின்னிணைப்பு: என் மனதில் இருக்கிறது அந்தக் கிராமம்!

வடுகபட்டியைப் பற்றி வைரமுத்துவிடம் பேசும்போது ஒரு தாயைப் போல பரிவுடன் தனது ஊரைப் பற்றிப் பேசுகிறார். வடுகபட்டியை 'நான் வளர்ந்த நாற்றங்கால்' என்கிறார்.

"என்னுடைய குடும்ப வாழ்கை வறட்சியான வாழ்க்கை. வறட்சியான பிரதேசத்தில் உழைப்பிற்கேற்றபடியான ஊதியத்தைப் பூமி கொடுக்க முடியவில்லை. விவசாய வேலைக்கு என்னை வீட்டில் உள்ளவர்கள் திருப்பினாலும் அதில் ஒன்ற முடியவில்லை. காரணம், அதை இழிவாகக் கருதியதால் அல்ல; என் படிப்பு மீதான கவனத்தை அது சிதைத்துவிடுகிறது என்று எண்ணினேன். மாடு மேய்க்கும்போது கூட ஒரு புத்தகத்தைப் படித்துக் கொண்டிருப்பேன். அப்போது ஏதோ கனாக்காரன் என்ற நினைப்பு என் வீட்டில். என்னை யாரும் அப்போது புரிந்துகொள்ளவில்லை. நான் கலைஞன் என புரிந்து கொள்ளப்பட்டது பணம் சம்பாதித்த பிறகுதான். அந்த அளவுக்குப் பொருள் வயப்பட்ட வாழ்க்கை.

அப்போது முதலில் நான் ஒரு தாசில்தாராகவாவது வரவேண்டும் என்று நினைத்தார்கள். நான் கொஞ்சம் பேச ஆரம்பித்த பிறகு கலெக்டராகக் கூட வரலாம் என்று நினைத்தார்கள். படிப்பு வேட்கை, தெரிந்துகொள்ள வேண்டும் என்கிற வெறி இவைதான் என்னை மற்றவர்களிடமிருந்து அந்நியப்படுத்தியது. அதுதான் என்னை முன்னுக்குக் கொண்டுவந்தது.

இப்போதும் அங்குலம் அங்குலமாக என் மனதில் இருக்கிறது என்னை உருவாக்கிய வடுகபட்டி கிராமம். என்னைச் சுற்றி உள்ள உலகை, இயற்கையை ரசிக்கக் கற்றுக்கொடுத்தது அந்தப் பூமிதான். அம்மாதிரி இயற்கையான ரசிப்புக்கு என்னையறியாமலே நான் ஆளாகி இருந்த காரணத்தால் தான் அப்போது நான் தப்பாகப் புரிந்துகொள்ளப்பட்டேன். ஏதோ இவனுக்குக் கர்வம் இருக்கிறது என்கிற தொனியை என்னையறியாமலே மற்றவர்களிடம் ஏற்படுத்தி விட்டேன். இது முன்பு புரியவில்லை. இப்போது புரிகிறது" ஒரு பெருமூச்சுடன் சொல்கிறார் வைரமுத்து.

❖

38

வைரமுத்து கவிதைகளில் மானுடத்துக்கான அறிவியல்

- பத்திரிகையாளர் ஆர்.சி.ஜெயந்தன் -

ஈராயிரம் ஆண்டுக்கு முந்தைய தமிழ் இலக்கிய வரலாற்றில், பாடுபொருள்- மொழிவளம்- உலகப் பொதுமை ஆகிய உயரிய பண்புகளோடு தமிழ்க் கவிதையில் உச்சம் தொட்ட உலகக் கவிஞர்களைப் பத்து விரல்களுக்குள் அடக்கிவிட முடியும். பெரும்பாட்டன் அய்யன் திருவள்ளுவரில் தொடங்கி, அறிவெனும் அக்கினிக் குஞ்சொன்றை வைத்து அறியாமை எனும் காட்டினைக் கவிதை வழி எரிக்க முயன்ற பாரதி வரையில் ஒன்பது உயரங்களைக் கண்டடையலாம். 20ஆம் நூற்றாண்டில் எழுதத் தொடங்கி, புத்தாயிரத்தில் பிறந்தவர்களையும் தகவல் தொழில்நுட்ப யுகத்தின் ‘ஜெனரேஷன் ஆல்ஃபா’ என்கிற *(Gen Z)* நிகழ்தலைமுறைக் குழவிகளையும் தன் கவித்திறத்தால் ஈர்த்து ஆற்றுப்படுத்தும் கவிப்பேரரசு வைரமுத்துவுக்கே, மாற்றில்லாத அந்தப் பத்தாம் அரியணையை தமிழ்த்தாய் விரும்பித் தந்திருக்கிறாள்.

விஞ்ஞானம் விளக்கு வைத்துத் தேடுவதை
கண்களை மூடிக் கண்டறிகிறது கவிதை

எனக் கவிஞானம் பெற்ற வைரமுத்துவின் கவிதைகள், காலம் ஒவ்வொரு பத்தாண்டிலும் முகம் பார்த்துக்கொள்ளும் தமிழ் நில வாழ்க்கையின், அதன் பண்பாட்டின் கண்ணாடி. ‘படைத்தவனை விடவும் படைப்பு மேம்பட்டது’, ‘பிறப்பு இறப்பு இரண்டும் உண்டு- படைத்தவனின் பௌதீக உடலுக்கு’, ஆனால், ‘பிறப்பு மட்டுமே உண்டு நல்ல படைப்புக்கு’. அதேபோல், ‘இளமை முதுமை என்கிற ரசாயன மாற்றங்கள் உண்டு படைத்தவனுக்கு’, ஆனால்,

‘இளமை மட்டுமே உண்டு நல்ல படைப்புக்கு’ என்று படைத்தவனின் மேதா விலாசத்தைப் பின்தள்ளி, படைப்பின் உன்னதம் உருவாக்கும் மேன்மைமிகு மாற்றத்தை வேண்டி நிற்கும் மகத்தான யுகக் கவிஞன் நம் வைரமுத்து. அதனால்தான்..

போர்களை நிறுத்து
புன்னகை உடுத்து
மனிதரை மதி
மண்ணைத் துதி
இன்றாவது

எனக் கவிதையின் வழி புத்தாயிரத் தலைமுறைக்குப் புரிகிற மொழியில் எரிகிற பிரச்சினையை எடுத்துச் சொல்லும் ஊழிக்குரலாக கவிதைக் கலையில் களைப்பின்றி நிலைத்து நிற்கிறார்.

என்னுடைய 24 ஆம் வயதில் வைரமுத்துவின் கல்லூரிப் பருவ ‘வைகறை மேகங்கள்’ கவிதை நூலையும், இறுமாந்து இருந்துவிட்ட பெருமாட்டி கண்ணகியைக் கண்டித்த ‘கறுப்பு நிலா’ கவிதையையும் வாசித்து, வைரமுத்துவின் மொழியாளுமையை நேசித்தபடி பின்தொடரத் தொடங்கினேன். அதன் பின் ‘சேரி’ கவிதை என்னை அதை நோக்கி நடக்க வைத்தது. அங்கே எனக்கு உயிர் நண்பர்கள் கிடைத்தார்கள். ‘சாதி கெட்ட பயககூட என்னடா பழக்கம்?’ என்று பதின்மத்தில் என்னை வசவிய பலரும், இன்று சாதியின் திமிர் வடிந்து சேரியின் மக்களை அணைத்துக்கொள்ளும் மாற்றத்தை என் சொந்த ஊரான தஞ்சையில் காண்கிறேன். சாதி எனும் களையைப் பிடுங்கியெறியக் களமாடிய கள அரசியலர்களின் தொடர்ச்சியான ஊடறுப்புக்குச் சற்றும் குறைந்ததல்ல வைரமுத்துவின் கவிதை ஆயுதம்! என்றாலும் தென்மாவட்டங்களை ‘சாதித்தீ’ கலவரமாய்த் தீண்டிய 90களின் தொடக்கத்தில்..

இன்னும்
தீப்பந்தம் தேவை
ஜாதியின் சடலம் எரிக்க
இன்னும்
ஆயுதம் தேவை
வகுப்புவாதத்தின்
ஆணிவேர் அறுக்க

என்று பகலவனாய்க் காய்ந்து பாடியவர் வைரமுத்து. அவருடைய கவிதை அறிமுகம் வழியேதான் பாரதியின் கவிதைகளை முழுவதுமாய் வாசித்தேன். பூணூலைத் துறந்து பாநூலில் உலகளந்த பாரதியை ஆழமாகக் கற்க வைத்த அவர், வசனக் கவிதை வழியாகப் புதுக்கவிதை வடிவத்துக்குப் படிக்கட்டு அமைத்த பாரதியின் சாதனைகளைக் கடந்து சென்று, புதுக்கவிதை என்கிற வடிவத்தில் நிகரற்ற மைல்கற்களைத் தன்னுடைய தனித்துவக் கவிமொழியால் நட்டு வைத்தார். ‘திருத்தி எழுதிய தீர்ப்புகள்’, ‘இன்னொரு தேசிய கீதம்’, ‘கொடி மரத்தின் வேர்கள்’

தொடங்கி 'பெய்யெனப் பெய்யும் மழை' வரை மூன்று பத்தாண்டுகள் புதுக்கவிதையில் யாரும் எட்ட முடியாத உயரங்களைத் தொட்டுத் தொடர்ந்தார்.

> **வாழும் கவிதை வடிவத்தில் இல்லையடா**
> **சூழும் பகைவருக்குச் சொல்**

என்று பிரகடனம் செய்த மகாகவியிடம் மண்டியிட்ட மொழியின் தொழில்நுட்பம், அவர் எடுத்தாண்ட வெண்பா, விருத்தம் என அத்தனை மரபார்ந்த வடிவங்களிலும் முன்னத்தி மகாகவிகளின் சாதனைகளைத் தொட்டும் கடந்தும் தமிழ்க் கவிதைக்கு உயிர்க்காற்று தந்தது.

இதற்கும் அப்பால், நாட்டார் வாழ்க்கையின் வியர்வை வாசனையை, மகிழ்ச்சியின் வண்ணங்களை, வலியின் உடும்புப் பிடியினை, வாய்மொழி இலக்கியத்தின் பச்சைக் குருதி தொட்டு, தம் தனித்துவ மொழியாடை அணிவித்து, நவீன இலக்கியத்தின் பீடத்தில் அமரவைத்து கவனம் கொள்ளச் செய்த மகத்தான மக்கள் கவிஞன்.

வட்டத்துள் சிக்காத கவி ஞானி

தமிழ்க் கவிதையை அதன் அனைத்துப் பரிமாணங்களிலும் யாராலும் எட்டமுடியாத உயரங்களுக்கு இட்டுச்சென்றவர் வைரமுத்து. 'இதுவரை எழுதப்படாத திரைப்பாடலென்று எதுவுமில்லை; வாழ்க்கையின் அத்தனை தருணங்களையும் கண்ணதாசன் உள்ளிட்ட முன்னோர் எழுதித் தீர்த்துவிட்டனர்' என்றிருந்த நிலையில்தான் 80-களில் எழுத வந்தார். அவர் மெட்டுக்குப் பாட்டெழுத நுழைந்த பொழுதை, தன் பாட்டுத் திறத்தால் 'பொன்மாலைப் பொழுதாக' மாற்றிக் காட்டினார். உண்மையில் 100 பாடல்களைத் தாண்டும் முன்னரே திரைத்தமிழ் தினந்தோறும் புத்தாடை பூண்டது. வைரமுத்துவின் வரவால் அவர் எழுதிய பெரும்பகுதி பாடல்கள் கவிதைக்கு மிக நெருக்கமான இடத்தில் இலக்கியச் செழுமையுடன் கூடிய தகுதியைப் பெற்று உயர்ந்த அதிசயம், திரைத் தமிழில் நிகழ்ந்தது.

திரைப்பாடலுக்கு இலக்கிய அந்தஸ்து பெற்றுக்கொடுத்த தனிப்பெரும் சாதனையுடன் ஆயிரம் பாடல்களைத் தாண்டிச் சென்றுகொண்டிருக்கும் வைரமுத்து, திரைக் கவிஞன் என்கிற வட்டத்துள் சுருங்கிவிட எப்போதும் இடம் தந்ததில்லை. ஏனென்றால், இயற்கையே பரம்பொருள்; அதுவே பாடுபொருள் என்பதில் தன் மொழிக்குள் சூரிய வெப்பத்தைத் தக்க வைத்திருக்கும் கவி ஞானி அவர். அதனால்தான், 'மகா கவிதை' என்கிற உலகக் கவிதையைப் பூமிப்பந்தின் அத்தனை மனிதர்களுக்கும் கையளித்து நிற்கிறார். நோபல் பரிசுக்கு இதைவிடத் தகுதியானதொரு தமிழ்ப் படைப்பு, நான் இந்தக் கட்டுரை எழுதிக்கொண்டிருக்கிற 2025 ஜனவரி 14ஆம் தேதி வரையில் எழுதப்படவில்லை என்பதை என்னால் உறுதிபடக் கூற முடியும்.

இயற்கையே உலக உயிர்களின் தாய், அவளின் இயக்க நரம்புகள் என்பவை பஞ்ச பூதங்களை இயக்கும் பௌதிக அறிவியலே அன்றி வேறில்லை என்பதைத் தன் கவிதைகளில் தொடக்கம் முதலே பாடி வந்திருக்கும் பிரபஞ்சக்கவி எம் வைரமுத்து. இயற்கையும் அறிவியலும் பின்னிப் பிணைந்தது 'மகா கவிதை', பல நூறு கோடி ஆண்டுகள் அவகாசம் எடுத்துக்கொண்டு, படிப்படியாக உருவான பால்வெளியின் கோள்களில், உயிர்வாழத் தகுதியான 'ஒரே பூமியின் ஒழுங்கியல் உன்னால் நொறுங்குவதை அறிந்துகொள்' என்று 'மகா கவிதை' வழியாக உலக மானுடத்தின் மனத்தைத் திறக்க முனைந்திருக்கிறார்.

வைரமுத்து ஓர் உலகக்கவி என்பது 30 வருடங்களுக்கு முன்பே நமக்குத் தெரிந்துவிட்டாலும், இன்றைக்கு 'மகா கவிதை' உலக மொழிகளில் எல்லாம் புலம்பெயரும்போது ஞாலம் அதிரும். வைரமுத்து என்கிற கவிஞனைத் தேடி உலக வாசகன் நிலம் கடந்து, மொழி கடந்து தமிழ் நிலம் நோக்கி அவர் முகம் காண வருவான். அப்போது 'மகா கவிதை'யை மட்டுமல்ல, வைரமுத்துவின் தமிழாற்றுப் படையிலும் மூழ்கி தமிழ் மீது வேட்கை கொள்வான். 'மகா கவிதை'யின் மொழிபெயர்ப்பு தமிழ்க் கவிதையின் உயரத்தை உலகுக்கு உரக்கச் சொல்லும் என்பதை என்னால் உணரமுடிகிறது.

இந்த இடத்தில் 'மகா கவிதை'யும் வைரமுத்துவும் எவ்வாறு உலகக் கவிதையாகவும் உலகக் கவியாகவும் உயர்வுபெற்று நிற்கிறார்கள் என்பதை உலகத் தர அளவுகோல்களின்படி ஆய்ந்து அறிவதும், அறிவிப்பதும் ஓர் இலக்கிய வாசகனாக, ஆய்வாளனாக என் மொழிக்கு நான் ஆற்றும் கடமை எனக் கருதுகிறேன்.

எது உலகத் தரம்?

உலகத் தரம் வாய்ந்த கவிகளின் படைப்புகள் என்பன, கலாச்சாரங்களை, மொழிகளை, தலைமுறைகளைக் கடந்து சாகா வரம்பெற்று வாழும் குறிப்பிடத்தக்கப் பல குணப் பண்புகளைக் கொண்டிருப்பவை. அவற்றில் சில முக்கிய பண்புகளை மட்டும் இங்கே எடுத்துக்காட்ட விரும்புகிறேன். அது இன்றைய 'ஜெனரேஷன் ஆல்ஃபா' நிகழ்தலைமுறைக்கும் எடுத்துச் சொல்லப்பட வேண்டும் என்பதற்காக அடைப்புக்குறிக்குள் ஆங்கில இணைச் சொற்களைக் கொடுத்திருக்கிறேன்.

அ. முதலில் வருவது மொழியாளுமை (*Mastery of Language*): கவிமொழியின் மீது விதிவிலக்கான ஆளுமை, அதன் தொழில்நுட்ப நுணுக்கங்களைப் பற்றிய ஆழமான கற்றலும் அதன் வழியான புரிதலின் அருட்கொடையாகச் சொற்களுடன் விளையாடும் மொழித்திறன். இப்பண்பில் வைரமுத்து யாப்பின் தலைமகன். வடிவங்களில் மட்டுமல்ல; அதைக் கடந்து உலக வாசகனுக்கு ஏற்ற வடிவம் கடந்த கவிதையை அதன்

சொல்லாட்சியில் உச்சத்தில் வைத்துவிட்டது அவருடைய ‘மகா கவிதை’. அதில், ஆதிவெடிப்புக்குப் பின்னரான உயிர்களற்ற பூமிக்கு முதல் அதிசயமாக நிகழ்ந்த மழையே. உயிர்களின் தொடக்கத்துக்கு ஈரம் வார்த்தது என்பதைப் பற்றிப் பாடும்போது, தன் ஈடற்ற மொழியாளுமையில்,.

பூமியின் ஊனங்களையெல்லாம்
தண்ணீர் ஆடையாய்த்
தைத்து மறைத்த மாமழை!

என்று பாடுகிறார். உவமையும் படிமமும் ஒலியின் லயமும் ஊடாடும் வைரமுத்துவின் மொழியாளுமை, பாடுபொருளின் மீது வாசகனின் முழு ஈடுபாட்டையும் குவிப்பது.

ஆ. இரண்டாம் பண்பு, வற்றாத படைப்பாற்றல் மற்றும் கற்பனைவளம் (*Perennial Creativity and Imagination*): பாடுபொருள் மீதான தனித்துவமான பார்வை, அதை, வயதோ, முதுமையோ தடுக்க முடியாத வற்றாத படைப்பாற்றலுடன் கூடிய தனது கற்பனைவளம் கொண்டு, அதில் காட்சித் தன்மையும் உணர்ச்சித் தன்மையும் தழுவி, விலகி உறவாடும் ரசவாதத்தை உலகத் தரம் வாய்ந்த கவிதை சாத்தியப்படுத்தும். படைப்பாற்றலின் உச்சம் என்பது தான் வாழும் காலத்தின், மனித இனத்துக்கான தலைபோகிற சிக்கலைப் பாடுபொருளில் எடுத்தாள்வதை நோக்கி நகரும். வைரமுத்துவின் படைப்பு நகர்வுகளில் ‘மகா கவிதை’ மாபெரும் உலக நகர்வு.

பூமி இருந்தால்தானே மனிதன். மனிதன் உயிர் வாழ்ந்தால்தானே மற்றவை என்பதை, 5 பூதம், 4 திசை, 3 காலம், 2 திணை. 1 பூமி என உலகம் உருவாகி, கருவாகி, பிறந்து வளர்ந்த அறிவியலின் நீள அகலங்களை ஆளும் மனித இனம், கட்டற்ற துய்ப்பு வாழ்க்கையால் தன் ஒரே பூமியைத் தீக்குத் தின்னக்கொடுக்கும் அவலத்தை ஆழமும் அகலமுமான தன் கற்பனை வளத்தால் ‘மகா கவிதை’யில் விரித்து வைத்திருக்கிறார். மீண்டும் ஒரு முற்றழிவை நோக்கி பூமியைத் தள்ளாதே என்பதைக் கவிதை இலக்கியத்தின் ஆகப்பெரும் உயரங்களால் உணர்த்திவிடுகிறார். இதுநாள் வரை ஆய்ந்து பார்த்த பால்வெளியின் கோள்களில் எதுவொன்றும் உயிரைப் பெருக்கவோ பேணவோ துளியும் தகுதியைப் பெற்றிருக்கவில்லை என்பதைச் சுட்டிக்காட்டி, பூமியைத் தவிர வாழ இடமில்லை என்பதை அறிந்து, மனித இனம் மனமாற்றம் பெற, பல கோடி ஆண்டுகளின் பேரண்ட வரலாற்றை, கவிதையும் அறிவியலும் இணையும் புள்ளிக்குள் அடக்கிவிட்ட இவரின் படைப்பாற்றல் ஈடு இணையற்றது.

நான் உன்னை
வெல்ல வந்தவன் என்று
மனிதன் சொல்லக்கேட்டுச்
சிரிக்கும் பூமியின்
அடிவயிற்றுக் குலுங்கலுக்குப்
பூகம்பம் என்று பெயர்

என மானுடச் சிறுவனை மிரட்டாமல் மிரள வைத்துவிடுகிறார்.

இ. உலகக் கவிதையின் மூன்றாம் பண்பு உணர்ச்சி ஆழம் (Emotional Depth): உண்மையை விட்டு அகலாமல், அனைத்துவித உணர்ச்சிகளையும் ஆழமும் அடர்த்தியும் கூடிய எளிய சொற்களில் வார்க்கும்போது, அது வாசகர்களின் மனதைப் படைப்புடன் ஆழமாகப் பிணைக்கிறது. வைரமுத்துவின் படைப்புகள் அனைத்துமே உணர்ச்சியின் ஆழத்தைத் தொட்டு நிற்பவை. ஒலியின் ஒழுங்கமைப்பில் மையம் கொண்டு இயங்குவதன் மூலம், உலகின் ஒழுங்கமைப்பைக் கோருபவை. 'மகா கவிதை'யோ உணர்ச்சியின் பெருவெடிப்பாக உலக மானுடனைத் திரும்பிப் பார்க்க வைத்து சுயநலம் துறக்கத் தூண்டுகிறது.

கண்கள்
காதலைத் தொட்டுவைக்க...
காதல்
மனங்களைக் கட்டிவைக்க...
மனங்கள்
உடல்களை ஒட்டிவைக்க...
உடல்கள்
உயிர்களைப் பெற்றுவைக்க...

உயிர்கள்
குடும்பங்கள் கூட்டிவைக்க...
குடும்பம்
சமூகம் தோற்றுவித்ததுபோல் -
பூமி உயிர்களை
கோள்கள் ஒன்றையொன்றை
சூரியன் பூமியை
பால்வீதி சூரியனை
அண்டத் திரட்டு பால்வீதியை
ஈர்த்து வைக்க
ஈர்ப்பின் அச்சாணியில்
இயங்கும் இந்தப் பேரண்டம்

என மனிதனின் பௌதிக உடலும் அதற்குள் இயங்கும் உயிரும் உணர்வும் பேரண்டத்தின் பிரதியாக அறிவியலும் உணர்வும் ஒன்றாகி நிற்பதை உணர்வு குன்றாத கவிமொழியால் சுட்டுகிறார்.

ஈ. *அசல் தன்மை (Originality): அசல் தன்மை என்கிற பண்பு, மற்ற கவிஞர்களிடமிருந்து வேறுபட்டு நிற்கும் ஒரு தனித்துவமான குரலைப் பாடும் திறத்தால் பெற்றுவிடுவது. இப்படித் தன்னைத்தானே செதுக்கிக்கொண்ட அசல் பாணி, மொழிகளை, கலாச்சாரங்களைக் கடந்து உலக வாசகர்களைத் தொடர்பு கொள்ளும் ஆற்றலைத் தன்னிடத்தே தக்க வைத்துக்கொள்கிறது. 'மகா கவிதை', மகாகவி வைரமுத்துவின் அசல் தன்மைக்கு மாபெரும் எடுத்துக்காட்டு.*

பொருளை உள்ளே வைத்து
சொல்லை வெளியே வைத்த
மொழியைப்போல
பெற்றெடுத்ததெல்லாம்
முற்றழிவில் முடிந்த பின்னும்
களைக்கவே இல்லை - உன்
கர்ப்பப் பை

என பூமி தன் ஐந்தாம் முற்றழிவின் முடிவில் பாசியும் நுண்ணுயிரும் கூடி, தாவரம் என்கிற உயிர்களின் ஆதித் தாயை ஈன்ற தருணத்தை, தனக்கேயுரிய அசலான நடையில் உலக வாசகன் வாசித்து வியக்கும் வண்ணம் சொற்களை அடுக்கி, அதனுள் அகில உண்மை என்கிற பொருளைப் பொதிந்து வைத்துவிடும் ஆற்றல் பெற்றவராகத் திகழ்கிறார் வைரமுத்து. குறைந்த சொற்களில் நிறைந்த பொருளைக் கடத்தும் அவரின் இந்த அசல் தன்மை, அகிலக் கவிகளுக்கு மட்டுமே வசப்பட்ட கலை. மகாகவிகளுக்கு அருளப்பட்ட மொழியென்னும் கர்ப்பப் பை களைப்பதே இல்லை என்பதற்கு வைரமுத்துவின் மகா கவிதை மிகச்சிறந்த எடுத்துக்காட்டு.

உ. *ஐந்தாம் பண்பு என்பது கூர்ந்த அவதானிப்பு (Keen Observation): வாழ்க்கை, இயற்கை இவற்றுக்கு நடுவே மனித அனுபவங்களின் நுட்பமான தகவல்களை, அவர்களின் துய்ப்புக்கு இலக்காகும் இயற்கையின் எதிர் விளைவுகளைத் தியான அமைதியுடன் ஆழ்ந்து கவனித்து, அவற்றைப் பொருள் பொதிந்த கவிதையாக மொழி உயர்த்துதலை உலகக் கவிஞர்களிடம் காண முடியும். 'மகா கவிதை'யில் ஐம்பூதங்களின் உயிராக்க மூலம் நீர். அதனை இன்று மனிதன் அழித்து ஒழித்துக் கொண்டிருக்கிறான். இதை, 'நீ நீரால் ஆனவன், நீரிலிருந்து வந்தவன்' என்பதைத் தன் ஞானக் கண்களின் கவனிப்பாக நமக்குச் சொல்கிறார்.*

உயிர்கள்
விண்ணின் வழியே வீழவுமில்லை
காற்றின் வழியே பாயவுமில்லை
தீயிலிருந்து ஜனிக்கவுமில்லை
பூமியில் வித்தாய் முளைக்கவுமில்லை

தண்ணீரில் பிறந்தோம்
தரையில் விழுந்தோம்
கடலின் பிரதிகள் நாமெல்லாம்
தண்ணீரில் மூச்சுவிட்டவை
தரையிலும் மூச்சுவிட்டபோது
இரண்டாம் பிறப்பெய்தியது
இந்த உலகு

தரைவாழ் மனிதன்
தண்ணீர்ச் சங்கிலியின்
தொடர்ச்சியென்றால்
விஞ்ஞானம் சாட்சி கேட்கும்

கண்ணீரைத் தின்றுபார்
செங்குருதி ருசித்துப்பார்
சிறுநீரைக் கேட்டுப்பார்
இந்திரியம் ஆய்ந்துபார்
உள்ளாடிக் கிடக்கும் உப்பு

அவை யாவும்
நமக்குள் ஓடும் சின்னக் கடல்கள்
கடலின் மரபுத் தொடர்ச்சிதான்
நீயும் நானும் நாமும்

நம் உடல்கள் எல்லாம்
கரையேறிய சமுத்திரங்கள்

என வாசிக்கும்போது நீரோடிக் கிடக்கும் வாசகனின் உடல், கவிஞரின் கவனிப்பை எண்ணிச் சில்லிட்டுப்போகும்.

ஊ: ஓர் உலகக் கவிஞரின் கலாச்சார விழிப்புர்ணவு (*Cultural Awareness*): கலாச்சார விழிப்புணர்வு என்பது உலகெங்கிலும் அந்தந்தப் பகுதிக்கு ஏற்பத் துலங்கும் கலாச்சாரம், மரபுகள், வரலாறு குறித்த ஆழமான புரிதலையும் அவை பற்றிய உணர்திறனையும் உள்ளடக்கியது. இது உலகின் வெவ்வேறு சமூகங்களின் தனித்துவமான கலாச்சார நுணுக்கங்களின் தனித்துவத்தை மதிக்கும் அதே வேளையில் உலகளாவிய பாடுபொருள் கொண்ட படைப்புகளை உருவாக்கத் தூண்டுகிறது. அப்படிப்பட்ட படைப்புகள் காலத்தின் கட்டாயம் என்பதையும் அவர்களுக்கு உணர்த்துகின்றன. அப்படி வைரமுத்து என்கிற உலகக் கவிஞனுக்குக் காலம் உணர்த்திய உலகக் கவிதைதான் 'மகா கவிதை'. மனித இனத்தின் மீது கொண்ட பச்சாதாபம், இரக்கம் காரணமாக, அவன் பூமியின் பௌதிக வரலாற்றை மறந்து, அதைத் துய்த்து வருவதால் நிகழ வாய்ப்புள்ள அழிவு குறித்த விழிப்புணர்வைக் கவிதை வழி நிகழ்த்துகிறார். எதற்காகவும் காத்திருக்க விரும்பாத இன்றைய பூமியழிக்கும் மனிதனை

அவசர மனிதனின்
மரபணுவில் பொறுமை இல்லை

என்று சாடும் அவர்

காட்டின்
சௌந்தர்யம் கண்டுகளிக்கத்
தன்னிருகண்கள் போதாவெனத்
தோகையில் ஆயிரம் கண்விரிக்கும்
மயிலொன்றின் சிலிர்ப்புக்கு
மழைபார்த்துக் காத்திரு

இந்த பூமியில்
கேளாத ஓர் ஓசை கேட்கக்
காற்றும் பூமியும்
நானூற்றைம்பது கோடி
ஆண்டுகள் காத்திருந்தன

காத்திருத்தல்
யுகத்தின் ஆக்ஞை

எனத் துய்க்க ஓடுபவனைத் தடுத்தாள முயல்கிறார்.

திருவள்ளுவர், பாரதி, ரவீந்திரநாத் தாகூர், பாப்லோ நெருடா, லாங்ஸ்டன் ஹியூஸ் போன்ற உலகக் கவிஞர்கள் தங்கள் சொந்தக் கலாச்சாரங்களிலிருந்தும், தங்களைச் சுற்றியுள்ள உலகத்திலிருந்தும் உத்வேகம் பெற்று, எல்லைகளைக் கடந்த, உலகை இணைக்கும் கவிதைகளைப் படைத்தனர். இந்த வரிசையில் 'மகா கவிதை' வழியே அறிவியலின் ஆழ அகலங்களைத் துளைத்து 'மகா கவிதை'யைப் படைத்து மானுடத்துக்குத் தந்திருக்கிறார் வைரமுத்து.

அண்டத்தில்
ஆசிர்வதிக்கப்பட்ட பூமி இல்லையேல்
சூரியக் குடும்பம்
புனைபெயர் பூண்டிருக்கும்
'சூனியக் குடும்பம்' என்று

நாம் பூமிக்கு வந்தோம்
காற்றும் சூரியனும் சேவகம் செய்யும்
விஸ்தார விடுதியில்
வாழவந்தோம்

பூமிக்கடந்தவன் சொல்வான்
சொர்க்கம் பூமிதான் என்று

ஜனனம் மரணம் என்ற மாய நிஜங்களுக்கிடையே
ஓலைப்பாயில் படுத்துக்கொண்டே
நட்சத்திரம் தின்னவும் நிலாப் பால் குடிக்கவும்
ஏறுவெயில் சூரியன் கால்தொட்டு எழுப்பவும்
நமக்கு வாய்த்த சுகவாழ்வு
எட்டுக் கோளிலும் எங்குண்டு?

ஏழு கோள்களும் கடவுளுக்கு
பூமி நமக்கு

என உலக வாசகனின் மனதுள் ஊடுருவிப் போய் கவி நண்பன் ஆகிறார். இதுவரை, வைரமுத்து இந்திய மண்ணின் மகத்தான கவிஞன் என்று நாம் நினைத்திருந்தோம். 'மகா கவிதை'க்குப் பின் வைரமுத்து இந்த உலகுக்கான கவியாக மாறி நிற்பதையும் நாம் மனமுவந்து ஏற்போம்.

(கட்டுரையாளர் ஆர்.சி.ஜெயந்தன், தஞ்சை பிரகாஷின் 'சாளரம்' சிற்றிதழ், கல்கி வார இதழ், வாட்டிகன் வானொலி, பி.பி.சி.தமிழ், தற்போது இந்து தமிழ் திசை நாளிதழ் உள்படப் பல்வேறு அச்சு மற்றும் இணைய ஊடகங்களில் 30 ஆண்டுகளைக் கடந்து பணிபுரிந்துவரும் இதழியலாளர், ஆய்வாளர்.)

39

தமிழாற்றுப்படை
தமிழ் மரபின் நவீன விளைச்சல்
- ம.இராசேந்திரன், மேனாள் துணைவேந்தர் -

கவிப்பேரரசு வைரமுத்து அவர்களின் தமிழாற்றுப்படை, இக்கால இளைஞர்களுக்கான தமிழ் வரலாறு; தமிழ் இலக்கிய வரலாறு; தமிழ்ச் சமுதாய வரலாறு. மேலும் அது தமிழ் மரபின் நவீன விளைச்சலாகவும் இருக்கிறது.

"மொழி ஓர் உயிரி. ஒலியே அதன் உயிர்; எழுத்தே அதன் உடல். அது தன்னைப் பேசும் மனிதர்களை இயக்குகிறது; அவர்களால் இயக்கவும் பெறுகிறது. இறந்தகாலத்தைச் சுமந்துகொண்டு, நிகழ்காலத்தில் இயங்கிக்கொண்டு எதிர்காலத்தின் பெருவெளியில் பயணிக்கிறது. ஓர் உயிரி சந்திக்கும் நல்வினைகளையும் அறிவுரைகளையும் ஒரு மொழி எல்லாக் காலங்களிலும் எதிர்கொள்கிறது." (ப.17)

"இன்னும் உயிரோடு விளங்குவதும் உயிர்ப்போடு துலங்குவதும் தமிழ் மொழி என்ற பேருயிரி மட்டும்தான் வாழ்வோடு படைப்பிலக்கியங்களையும், படைப்பிலக்கியங்களோடு வாழ்வையும் தமிழர்கள் இடையறாது பேணி வந்ததே அது உயிர்த்திருப்பதற்கு முதற் காரணம்." (ப.18) என்று சொல்கிறது தமிழாற்றுப்படை.

தமிழ் உய்த்திருப்பதற்குத் தமிழர்கள் காரணம் என்பது போலவே தாயகம் கடந்து வாழ்ந்தாலும் தமிழர்களின் பெருமிதத்துக்குக் காரணமும் தமிழ்தான். அதைத் தமிழர்களுக்குத் தொல்காப்பியர், கபிலர், அவ்வையார், திருவள்ளுவர், இளங்கோவடிகள், அப்பர், ஆண்டாள், செயங்கொண்டார், கம்பர், திருமூலர், கால்டுவெல், வள்ளலார், உ.வே.சா., மறைமலையடிகள், பாரதியார், பெரியார், பாரதிதாசன், புதுமைப்பித்தன், அண்ணா, கலைஞர், கண்ணதாசன், பட்டுக்கோட்டை கல்யாண சுந்தரம்,

ஜெயகாந்தன், அப்துல் ரகுமான் என்று தமிழ் இலக்கியப் பெருவெளியில் ஆளுமைகளாக விளங்கித் தமிழுக்கு வளம் சேர்த்தவர்களின் படைப்புகளிடம் தற்காலத் தமிழர்களை ஆற்றுப்படுத்துகிறது தமிழாற்றுப்படை!

தமிழிடம் தான் பெற்ற வளத்தை, நலத்தை மற்றவரும் பெற ஆற்றுப்படுத்துகிறார் கவிப்பேரரசு. இப்படியும் சொல்லலாம் - கடந்த கால ஆளுமைகளைக் கொண்டு உலகெங்கும் வாழும் தற்காலத் தமிழர்களிடம் தமிழை ஆற்றுப்படுத்துகிறது தமிழாற்றுப்படை!

அப்படியெனில் 'தமிழாற்றுப்படை', தமிழர்களைத் தமிழிடம் ஆற்றுப் படுத்துகிறதா? தமிழை மக்களிடம் ஆற்றுப்படுத்துகிறதா? இரண்டும்தாம்.

தமிழ் இலக்கிய மரபில் ஆற்றுப்படை, தனித்துவம் கொண்டது. ஆற்றுப்படை இலக்கியங்கள் மக்களின் வாழ்க்கைமுறை, வறுமை நிலை, வழிபாட்டுமுறை, உணவுமுறை, உறவுமுறை, உறைவிடம் என்ற பண்பாட்டின் ஆவணப் பதிவுகள்!

தான் பெற்ற வளத்தைப் போலப் பெற விரும்பும் மற்றவர்க்கும் வழிகாட்டி, வழிப்படுத்துவது ஆற்றுப்படை. சங்கச் சான்றோரின் மனப்பான்மைக்குச் சான்றாகத் திகழ்கிற ஆற்றுப்படைக்கு இலக்கணம் கூறியுள்ளார் தொல்காப்பியர்! இந்தப் பண்புதான் ஒருதுறையாக இருந்த ஆற்றுப்படையைத் தனி இலக்கியமாகவும் வளர்த்திருக்கிறது.

முருகாற்றுப்படை, பொருநராற்றுப்படை, சிறுபாணாற்றுப்படை, பெரும்பாணாற்றுப்படை, கூத்தராற்றுப்படை, மலைபடுகடாம் என்று சங்க இலக்கியப் பத்துப் பாட்டில் பாதி, அதாவது ஐந்து பாட்டுகள் ஆற்றுப்படைகள்.

கூத்தரும் பாணரும் பொருநரும் விறலியும் புலவரும் தம்மைப் போல மற்றவரும் வளம் பெற வழிகாட்டி இருக்கிறார்கள்! சங்க காலம் தொடங்கி இடையில் தடைப்பட்டாலும் சம காலம்வரை ஆற்றுப்படை இலக்கியங்கள் அணிவகுத்து வருகின்றன!

கி. பி. பதினெட்டாம் நூற்றாண்டில் சிவஞான சுவாமிகளின் மாணவரான கச்சியப்ப முனிவர் திருத்தணிகையாற்றுப்படை என்று முருகன் பெயரில் இல்லாமல் முருகனின் கோயில் உள்ள ஓர் இடத்தின் பெயரில் நூல் தந்துள்ளார்.

வடமலையப்ப பிள்ளை மீது திருக்குருகூர் சிறிய இரத்தினக் கவிராயர் புலவர் ஆற்றுப்படை இயற்றியுள்ளார். பாண்டித்துரைத் தேவரின் மதுரைத் தமிழ்ச் சங்கத்துப் புலவர் குலாம் காதிறு நாவலர் மதுரைச் சங்கத்தின் மீது புலவராற்றுப்படை தந்துள்ளார். அமிர்தம் சுந்தர நாதம் பிள்ளை பெத்தாச்சி செட்டியார்மீது ஒரு புலவராற்றுப்படை எழுதியுள்ளார். திருக்கோவலூர் ஆதீனத் தலைவர் சிவ சண்முக மெய்ஞ்ஞான சிவாச்சாரியார்மீது கவிராச பண்டிதர் திம்மப்பையர்

ஞானியார் ஆற்றுப்படை இயற்றியுள்ளார். தருமபுர ஆதீனத் தலைவர் சண்முக தேசிக பரமாச்சாரியர் மீதும் திருவாவடுதுறை ஆதினத்தைத் தோற்றுவித்த நமச்சிவாய மூர்த்தி மீதும் ஆற்றுப்படை இலக்கியங்கள் கிடைக்கின்றன. வேலூருக்கு அண்மையில் உள்ள பள்ளிகொண்ட பெருமாள் மீது மன்பதை ஆற்றுப்படை, வட அரங்க ஆற்றுப்படை பாடப்பட்டுள்ளன.

குடந்தை நகர உயர்நிலைப்பள்ளித் தமிழாசிரியர் பின்னத்தூர் அ. நாராயணசாமி ஐயர், இறையனார் ஆற்றுப்படை எழுதியிருப்பதோடு அப்பள்ளியில் படிக்குமாறு பழைய மாணவன் புதிய மாணவனை ஆற்றுப்படுத்தும் மாணாக்கர் ஆற்றுப்படையைப் படைத்துள்ளார். இதே தலைப்பில் கரந்தைக் கவியரசும் சி.இலக்குவனாரும் நூல்களைப் படைத்துள்ளனர். அ.சிதம்பரநாதன் கி.பி.1931-இல் மாணவனாற்றுப் படையைத் தந்துள்ளார்.

தமிழ் கற்றுத் தமிழ்நாட்டிற்குத் தொண்டுபுரிவதற்காகத் தமிழ் மகனைத் தமிழ்த் தாயிடம் ஆற்றுப்படுத்தி எழுதப்பட்ட அ.கி. பரந்தாமனாரின் 'தமிழ்மகன் ஆற்றுப்படை,' சுந்தர சண்முகனாரின் 'செந்தமிழ் ஆற்றுப்படை' நூல்களும் வந்திருக்கின்றன.

ஆனால் கவிப்பேரரசுதான் தமிழ் ஆளுமைகளைக் கொண்டு தமிழர்களைத் தமிழிடமும், தமிழைத் தமிழர்களிடமும் ஆற்றுப் படுத்தியிருக்கிறார். இது தமிழ் இலக்கிய வரலாற்றுக்குப் புதியது. இதுவரை வந்த ஆற்றுப்படை நூல்கள் எல்லாம் பாடல்களாக இருக்கின்றன. தமிழாற்றுப்படை உரையாக இருக்கிறது; அவர் குரலில் கிடைக்கிறது. அதுவும் கவிநடையில். இதுவும் தமிழ் இலக்கிய வளத்துக்குப் புதிய வரவு.

"தமிழுக்கு உச்சமாகவும் எச்சமாகவும் உள்ள தொல்லாவணமே தொல்காப்பியம்." (ப.30) என்றும்,

"ஈராயிரம் ஆண்டுகளுக்கு முன்பே மலைபடு செல்வங்களைப் பட்டியலிட்ட உலகத்தின் முதல் சுற்றுச்சூழல் பெரும்புலவராக" இருக்கிறவர் கபிலர்." (ப.40) என்றும்,

"அவ்வை என்பது ஒரு தமிழ் மூதாட்டியை மட்டும் சுட்டும் தனிச்சொல்லன்று. அறிவறத்திலும் துறவறத்திலும் முறை போகிய ஒரு மூதாட்டிக்குத் தமிழ்ச் சமூகம் வழங்கிய பட்டம்." (ப.45) என்றும்,

"மனித நாகரிகத்தின் நிலைத்துநிற்கும் பத்து நூல்களுள் திருக்குறளும் ஒன்று." (ப. 59) என்றும்,

"சிலப்பதிகாரம் இல்லையாயின் திராவிடப் பெரும் சமுதாயத்தின் பெருமை கூறும் தொல்லெச்சங்கள் இல்லை... தமிழ்நாடு என்ற சொல்லாட்சியை இளங்கோவடிகளே இலக்கியத்தில் முன் மொழிகிறார்." (ப.73) என்றும்,

"ஆண்டவன் மீதோ, ஆள்கிறவன் மீதோ வாசகம் எழுதி யாசகம் தேடும் புலவர் பரம்பரையில் என் வார்த்தை வழிபாட்டுக்கு மட்டுமே; என் வாழ்க்கை தொண்டுக்கு மட்டுமே, என்று வாழ்ந்து முடித்த துறவு அரசர் அப்பர்." (ப.88) என்றும்,

"ஆண்டாளின் பிறப்பு, மறைவு இரண்டின் மீதும் விடை அவிழாத வினாக்கள் இருந்தாலும் ஆண்டாளின் தமிழ் நூற்றாண்டுகளின் தாகத்துக்கு அமிர்தம் ஆகின்றது." (ப.110) என்றும்,

"களம் பாடியவன்; வீரவளம் பாடியவன்; சோழர் குலம் பாடியவன்; காளி தலம் பாடியவன்; பெண்ணின் நலம் பாடியவன்; பகைவர் புலம் பாடியவன்; குருதிக் குளம் பாடியவன்; பாலை நிலம் பாடியவன்; சொல்லில் சிலம்பாடியவன் என்ற அத்துணை மிகு மொழிகளுக்கும் தகுமொழியாளரே கலிங்கத்துப்பரணி பாடிய செயங்கொண்டார்." (ப.111) என்றும்,

"மனித சிசுவைப் பத்து மாதம்தான் ஒரு தாய் சுமக்கிறாள். ஆனால் கம்பன் என்ற மகாகவியைப் பல நூற்றாண்டுகள் தன் கருவில் தமிழ்த்தாய் தரித்திருக்கிறாள்." (ப.130) என்றும்,

"திருமந்திரத்தின் நறுமந்திரத்தை ஓதி ஓதி உள்வாங்கு. நல்லன புதுக்கு; அல்லன ஒதுக்கு. ஒரு ஞானப் பரம்பரையின் நீட்சி நீ என்று நினை. திகைக்கும் உனக்குத் திருமூலன் துணை." (ப.153) என்றும்,

"இந்த நூற்றாண்டில் அதிகமாகப் பேசப்பட்ட வார்த்தைகளான திராவிடம் - இன உணர்வு - விடுதலை - சுயமரியாதை - தனித்தமிழ் இயக்கம் - தமிழ் - தமிழர் என்ற அனைத்து நெருப்புக்குமான மூலப்பொறி கால்டுவெல்லின் மூளையிலிருந்தே மூண்டது." (ப.166) என்றும்,

"வழிபாட்டில்கூட ஒன்றுபட முடியாத சமுதாயம் வாழ்க்கையில் எப்படி ஒன்றுபட முடியும் என்று வருந்தி அழுதார் வள்ளலார்" (ப.176) என்றும்,

"உத்தமதானபுரம் அவர்(உ.வே.சா.) சொந்த ஊர் ஆயினும் அவர் பிறந்த கிராமம் சூரிய மூலை. அவரை எப்படிப் பாடிப் பரவுவது? சூரிய மூலையில் பிறந்த ஆரிய மூளையே உமக்கு எம் திராவிட வணக்கம்." (ப.192) என்றும்,

"மறைமலை அடிகளின் வரவு தமிழ் நெடுவெளியில் நிகழ்ந்த பெருநிகழ்வு... அவரை ஒரு நூற்றாண்டின் பெருவெடிப்பு என்று சொல்லலாம்." (ப.193) என்றும்,

"எழுதி நூற்றாண்டுகள் கடந்த பின்னும் அக்கினிக் கொழுந்துகளின் ஆவேசத்தோடு துடிதுடிக்கின்றன பாரதி பாடல்கள்." (ப.207) என்றும்,

"பெரியார் என்ற பெரும் பொருளை எப்படிப் புரிந்துகொள்வது? அடி மண்ணை மேல் மண்ணாகவும், மேல் மண்ணை அடிமண்ணாகவும் வரலாற்றில் உழுதுபோன வைரக் கலப்பை என்பதா? வெள்ளைச்

சூரியனே விரட்ட முடியாத இருட்டைக் கருஞ்சூரியனாய் வந்து விரட்டிய கலகக்காரர் என்பதா?'' (பக்.221, 222) என்றும்,

"தமிழ் இலக்கியத்தின் நீண்ட வரலாற்றின் நெடுங்கணக்கில் பாரதிதாசனைப்போல் முரண்பட்ட இரு ஆசான்களைக் கொண்ட கவி அதற்கு முன் இல்லை. ஒரு ஆத்திகப் பெருங்கவிஞனும், ஒரு நாத்திகப் பெருந்தலைவனும் உனக்கு ஆசான்களாகத் திகழ்வார்கள் என்று காலம் கவிஞனுக்குக் கட்டளையிட்டது." (ப.242) என்றும்,

"இருபதாம் நூற்றாண்டுத் தமிழ்ச் சமுதாயத்தின் காலப் பதிவாளன் மற்றும் கலைப் பதிவாளன் என்று புதுமைப்பித்தனைச் சொல்லலாம்."(ப.262) என்றும்,

"தமிழ்நாட்டின் ஜனநாயகப் பொதுவெளியில் அறிஞர் அண்ணா அடைந்த பெரும் புகழை முன்னொருவர் பெற்றதில்லை."(ப.271) என்றும்,

"கல்வியிலும் பொருளாதாரத்திலும் தமிழர்கள் தலை எடுப்பதற்கு முன்பு மானமுள்ள சமுதாயமாய் வாழ வேண்டும் என்பதுதான் திராவிட இயக்கங்களின் உயிர்த் துடிப்பாக இருந்தது. வீரம், விவேகத்தைத் துணைக்கழைத்துக்கொள்வதற்கு மானமே பிரதானம் என்ற லட்சியத்தின் வல்லோசை கலைஞரின் எழுத்துக்கிடையே எப்போதும் ஊடாடி ஒலிப்பதை, செவி உள்ளவர்கள் கேட்கக் கடவர்." (ப.299) என்றும்,

"ஈராயிரம் ஆண்டு நீண்டு கிடந்த தமிழின் தொல்லழகையும் வாய்மொழி வந்த நாட்டுப்புறப் பாடல்களின் சொல்லழகையும் குழைத்துக் கூட்டிச் செய்த தனிமொழி கண்ணதாசனின் மொழி." (ப.304) என்றும்,

"தான் வாழவிருந்த ஆயுளையும் தன் பாட்டுக்கு ஊட்டிவிட்டுப் போய்விட்டான் பட்டுக்கோட்டை. தமிழ்ச் சமூகம் அவனை நாளும் நன்றியோடு நினைக்க வேண்டும். ஒவ்வொரு தமிழனும் தன் பாரம்பரியத்தின் பிரதியானால்தான் கலை இலக்கியத்தின் தொடர்ச்சியைக் காப்பாற்ற முடியும்." (ப.327) என்றும்,

'நல்லதைச் சொல்லுகிறேன் - இங்கு
நடந்ததைச் சொல்லுகிறேன்
இதற்கென்னைக்
கொல்வதும் கொன்று
கோயிலில் வைப்பதும்
கொள்கை உமக்கென்றால் - உம்முடன்
கூடி இருப்பதுண்டோ.' (ப.141)

என்ற ஜெயகாந்தனை, ''சமூகம் கேட்கும்: எம்மோடு நீங்கள் கூடியிருக்க வேண்டாம். உங்களோடு நாங்கள் கூடியிருக்கலாம் அல்லவோ? ஜெயகாந்தனோடு கூடியிருப்போம்." (ப.342) என்றும்,

"உன் சாவில் சாம்பலை அல்ல
நெருப்பை விட்டுச்செல்."

என்ற அப்துல் ரகுமான் விட்டுச்சென்ற நெருப்பு, சுண்டிப்போகாத சூரிய நெருப்பு. அது சுவாசத்தில் எரியும் அக்கினி. காலத்தின் மூலாக்கினியில் அது கனன்றுகொண்டே இருக்கும்." (ப.358) என்றும் தமிழ் ஆளுமைகளின் பல்வேறு பங்களிப்புகளை ஆதாரமாகக் காட்டி, கவிப்பேரரசு ஆற்றுப்படுத்துகிறார்.

பொதுவாக ஆற்றுப்படை இலக்கியங்கள் ஆற்றுப்படுத்துகிறவர் - வழிகாட்டுகிறவர் பெயரிலோ அல்லது யாருக்கு வழிகாட்டப்படுகிறதோ அவர்களின் பெயரிலோதான் இருக்கும். ஆனால் திருமுருகாற்றுப்படை மட்டும் விதிவிலக்கு!

திருமுருகாற்றுப்படைக்கு மட்டுமே சங்க இலக்கியத்திலும் இடமுண்டு; பதினோராம் திருமுறை எனப் பக்தி இலக்கியத்திலும் இடம் உண்டு. திருமுருகாற்றுப்படை முருகனின் அருள் பெற்ற ஒருவன், அருள் பெற விரும்பும் அடியாரை முருகனிடம் ஆற்றுப்படுத்துவதாகவும், அருள் பெற விரும்பும் மக்களிடம் முருகனையே ஆற்றுப்படுத்துவதாகவும் அமைந்துள்ளது!

வழக்கமாக ஆற்றுப்படைகளில் வள்ளல் இடம் பெயர மாட்டார். வளம் பெற விரும்புகிறவர்கள்தாம் வள்ளலை நோக்கிப் பயணிப்பார்கள். ஆனால் திருமுருகாற்றுப்படை, அருள் பெற விரும்பும் மக்களை ஆறுபடை நோக்கி ஆற்றுப்படுத்துவதோடு அருள் தரும் முருகனையும் திருப்பரங்குன்றம், திருச்செந்தூர், சுவாமிமலை, பழனி, அழகர்மலை, திருத்தணி என்றும் ஆற்றுப்படுத்துகிறது. இது ஆற்றுப்படை மரபில் புதிய விளைச்சல்.

அப்படியே கவனிக்கச் சொல்கிறது கவிப்பேரரசு வைரமுத்து அவர்களின் தமிழாற்றுப்படை!

முருகனிடம் ஆற்றுப்படுத்துவதோடு, குறிஞ்சித் திணை கடந்து நெய்தல், மருதம், முல்லை என்று முருகனை மக்களிடம் ஆற்றுப்படுத்தியிருக்கும் நக்கீரரைப்போல, தமிழர்களைத் தமிழிடம் ஆற்றுப்படுத்துவதோடு, கண்டங்கள் கடந்து வாழும் அயலகத் தமிழர்களிடமும் தன் குரல் வழியும் தமிழை ஆற்றுப்படுத்தியிருக்கிறார் கவிப்பேரரசு!

இது தமிழ் மரபின் நவீன விளைச்சலாகத் தெரிகிறது!

- முனைவர் ம.இராசேந்திரன்
மேனாள் துணைவேந்தர்,
தலைவர் – தமிழ் வளர்ச்சிக் கழகம்.

40

தமிழாற்றுப்படைக்கு ஓர் ஆற்றுப்படை
- முதுமுனைவர் வாணி அறிவாளன் -

தொல்காப்பியர்முதல் கவிக்கோ அப்துல் ரகுமான் வரையிலான 24 ஆளுமைகளின்வழி 3000 ஆண்டுகாலத் தமிழின் இயக்கத்தைக் காட்சிப்படுத்தும் திறனாய்வுக் கட்டுரைகளின் தொகுப்பான கவிப்பேரரசு வைரமுத்து எழுதிய 'தமிழாற்றுப்படை' எனும் ஆய்வுநூலை வாசித்துப் பெற்ற தமிழின்பத்தையும், தமிழ்ச் சிந்தனைகளையும் பிறரும் பெறும் நோக்கில் எழுதப்பெற்றதே இக்கட்டுரை. தலைப்பிலேயே கூறியவாறு தமிழாற்றுப்படைக்கு ஓர் ஆற்றுப்படையே இக்கட்டுரை.

நூற்பெயரீடு - இலக்கண விளக்கம்:

தமிழாற்றுப்படை என்ற நூற்பெயரை அறிந்தவுடன் தமிழறிந்தோர் மனத்தில், இந்நூல் தமிழை ஆற்றுப்படுத்தும் படைப்பா என்ற கேள்வி எழுவது இயல்பு. ஏனெனில்,

- பழந்தமிழ் ஆற்றுப்படை இலக்கியங்களின் பெயரீடுகள் பொருநராற்றுப்படை, சிறுபாணாற்றுப் படை, பெரும்பாணாற்றுப்படை, கூத்தராற்றுப்படை (மலைபடுகடாம்) என்றவாறு ஆற்றுப்படுத்தப் பெற்றவரின் பெயராலேயே பெயரிடப்பெற்றுள்ளன.

- மேலும் ஆற்றுப்படை இலக்கியப் பெயரீடுகள் அனைத்தும் இரண்டாம் வேற்றுமைத் தொகை மொழிகளே. ஆற்றுப்படையை இலக்கணப்படுத்தும் தொல்காப்பியமும், புறப்பொருள் வெண்பா மாலையும், பாட்டியல் நூல்களும் இக்கருத்தை அரண்செய்கின்றன.

ஆனால், ஆற்றுப்படை இலக்கியங்கள் தோற்றம்பெற்ற அக்காலத்திலேயே திருமுருகாற்றுப்படை எனப் பாட்டுடைத்தலைவனின் பெயரால் பெயரிட்டு, ஆற்றுப்படை இலக்கியத்துக்கான பெயரீட்டில் புதுமையைப் புகுத்தியவர் நக்கீரர். மேலும் ஆற்றுப்படைப் பொருண்மையிலும் புதுமையை உருவாக்கியவர். அதாவது, நக்கீரரால் ஆற்றுப்படுத்தப்பெற்றவனும் பாட்டுடைத்தலைவனான முருகனே. முருகன் வழிபடப்பெறும் முறைகளையும், இடங்களையும் காட்சிப்படுத்தியபின், 'ஆண்டு ஆண்டு ஆயினும் ஆக' என்றுரைத்துத் தானும் பலவாறு முருகனைத் துதித்துத் தமக்குப் 'பெறலரும் பரிசில் நல்குமதி' எனப் பாட்டுடைத்தலைவனையே தம்முன் வந்து அருள்புரியுமாறு பாடிப் படைப்புப் பொருண்மையிலும் புதுமை படைத்தவர்[1].

நக்கீரரை அடியொற்றி கவிப்பேரரசும் தம் படைப்புக்குத் தமிழாற்றுப்படை எனப் பெயரிட்டுப் பெயரீட்டிலும், படைப்பின் பேசுபொருளிலும் புதுமையைக் கையாண்டுள்ளார். ஏனெனில், தமிழாற்றுப்படை எனும் தன் நூற்பெயரீட்டிற்கு நூலாசிரியர் கூறும் விரிபொருள், தமிழுக்கு ஆற்றுப்படுத்துவது என்பதாகும். அதாவது, தமிழாற்றுப்படை எனும் பெயரீடு, நான்காம் வேற்றுமைத் தொகைமொழியாலான பெயரீடாக ஆசிரியரால் விளக்கப்பெற்றுள்ளது. (தமிழின்கண் ஆற்றுப்படுத்துதல் என ஏழாம் வேற்றுமை உருபு நிற்கவேண்டிய இடத்தில் நான்காம் வேற்றுமை உருபு வந்து நின்றது. இவ்வாறு வழக்கில் பெரும்பாலும் நான்காம் வேற்றுமை உருபு, பிற வேற்றுமை உருபுகளுக்கான பொருண்மைகளில் வந்து மயங்கும் தன்மையுடைய உருபே.) பொதுவாகத் தொகைப்பெயர்கள், இரண்டு முதல் ஏழு பொருண்மைகளைக் கொள்ளும் வகையில் பொருள்மயக்கம் ஏற்படுத்தும் தன்மையன என்பார் நன்னூலார்[2]. சொற்சிக்கனமும் பொருளாழமும் கருதிப் பொருள்மயக்கங்களைத் தரும் தொகைப் பெயர்களால் படைப்புகளுக்கும், இயல்களுக்கும் பொருள்நுட்பத்துடன் பெயரிடுவது தொல்காப்பியர் உள்ளிட்ட பழந்தமிழ்ப்புலவர்தம் மரபு. இத்தொகைப்பெயரீடுகள், படைப்புகளின் உள்ளடக்கத்தையோ, விரிந்த பொருளையோ உணர்த்தும் அருஞ்சொற்களாக விளங்குகின்றன.

அந்த வகையில் ஆற்றுப்படைப் படைப்புகளின் முழுப்பெயரீடான தொகைமொழித் தொடர்களுக்கான பொருட்தெளிவைப் படைப்பின் வழியோ அல்லது படைப்பாளர் கூற்றுவழியோ தெளிவுகொள்வதே சரியானதாக அமையும் என்பதைத் திருமுருகாற்றுப்படையும், தமிழாற்றுப்படையும் உணர்த்துகின்றன. எனவே ஆற்றுப்படுத்துதல் எனும் பொருளுடைய, ஆற்றுப்படை என்ற பின்பகுதிச் சொல்லே, ஆற்றுப்படைக்கான தொகைப்பெயரீடுகளில் மாறாச் சொல்லாகும்.

அந்தவகையில் தமிழுக்கு ஆற்றுப்படுத்துதல் எனும் பொருளில் அமைக்கப்பெற்றுள்ள தமிழாற்றுப்படை எனும் பெயரீடு, நூலாசிரியரின் பழந்தமிழ் இலக்கியப் பயிற்சியையும், புலமையையும் புலப்படுத்துகிறது.

தமிழாற்றுப்படை – எவ்வகை வரலாறு?:

தமிழுக்கு 1859 இல் யாழ்ப்பாணத்தைச் சார்ந்த சைமன்காசி என்பார் ஆங்கிலத்தில் எழுதிய 'தமிழ் புளூடார்க்', 1981 இல் ஆ.சதாசிவம் எழுதிய 'பாவலர் சரித்திரத் தீபகம்', 1899 இல் சபாபதி நாவலர் வெளியிட்ட 'திராவிடப் பிரகாசிகை', 1916 இல் சுன்னாகம் குமாரசாமிப் புலவர் எழுதிய 'தமிழ்ப் புலவர் சரித்திரம்' எனத் தமிழ்ப் புலவர்களைப் பற்றி எழுதப்பெற்ற புலவர் வரலாற்று நூல்கள் பல உண்டு. 1929 இல் எம்.எஸ்.பூரணலிங்கனார் ஆங்கிலத்தில் எழுதிய தமிழ் இலக்கியம் தொடங்கிக் கா.சு.பிள்ளை, மு. அருணாசலம், எம்.ஆர்.அடைக்கலசாமி, தெ.பொ.மீ, மு.வரதராசனார், தமிழண்ணல், கார்த்திகேசு சிவத்தம்பி, மது.ச.வி. எனத் தமிழறிஞர்களால் எழுதப்பெற்ற தமிழ் இலக்கிய வரலாற்று நூல்களின் வரிசை மிக நீண்டது. இவற்றில் புலவர், புரவலர் வரலாற்றுடன் காலம்தோறும் எழுதப்பெற்ற இலக்கியங்களைப் பற்றிய விளக்கங்கள், கருத்துரைகள், திறனாய்வுகள் முதலான செய்திகள் விளக்கம்பெற்றன. இத்தகைய தமிழ் வரலாற்று நூல் வரலாற்றில், காலம்தோறும் தமிழ் கடந்துவந்த பாதையை 24 தமிழாளுமைகளின்வழி அறிவுறுத்தியுள்ள தமிழாற்றுப்படை எவ்வகை வரலாறு?

தமிழாற்றுப்படையில் பழந்தமிழ் இலக்கணத்திற்குத் தொல்காப்பியர், சங்க இலக்கியத்திற்குக் கபிலரும், அவ்வையாரும், அற இலக்கியத்திற்குத் திருவள்ளுவர், காப்பியத்திற்கு இளங்கோவடிகள், சைவத்துக்கு அப்பர், வைணவத்துக்கு ஆண்டாள், சிற்றிலக்கியத்துக்குப் பரணி பாடிய செயங்கொண்டார், காப்பிய வளர்ச்சியில் உச்சத்தைத் தொட்ட கம்பர், சித்தர் இலக்கியத்திற்குத் திருமூல நாயனார் எனப் பத்து ஆளுமைகளை இலக்கியக் காலவரிசைப்படிக் காட்சிப்படுத்திய ஆசிரியர், அடுத்து 19, 20 ஆம் நூற்றாண்டுகளில் தமிழுக்கு மாபெரும் தொண்டாற்றிய மேலை நாட்டறிஞர் கால்டுவெல் தொடங்கித் தமிழ்மொழிக்கும், தமிழ்ச் சமூகத்திற்கும் பெருந்தொண்டாற்றிய வள்ளலார், சங்க இலக்கியத்தைத் தேடித்தந்த உ.வே.சா., தனித்தமிழ் இயக்கத் தந்தை மறைமலையடிகள், புதுக்கவிதைக்கு வித்திட்ட பாரதியார், கடவுள் மறுப்பை உரத்துப் பேசிய பெரியார், புரட்சிக் கவிஞர் பாரதிதாசன், இக்காலத் தமிழிலக்கிய முன்னோடி புதுமைப்பித்தன், தமிழாற்றலால் திராவிடச் சிந்தனைகளைப் பரப்பிய அண்ணாவும், கலைஞரும், கவியரசர் கண்ணதாசன், பாட்டுக்கோட்டை எழுப்பிய பட்டுக்கோட்டை கல்யாணசுந்தரம், உரைநடை இலக்கியங்களில் கோலோச்சிய ஜெயகாந்தன், கவிக்கோ அப்துல் ரகுமான் எனப் 14 பேராளுமைகளையுமாக மொத்தம் 24

பேராளுமைகளின்வழித் தமிழியல் ஆவணப்படுத்தப்பெற்றுள்ளது. இப்பேராளுமைகளின் வரிசையில் எண்ணப்பெறுதற்குரியவர் கவிப்பேரரசு என்பது உலகறிந்த உண்மை. ஆக, ஒரு நிகழ்காலத் தமிழ் ஆளுமையே, கடந்தகாலத் தமிழ் ஆளுமைகளின்வழி, எதிர்காலத் தமிழாளுமைகளைத் தமிழுக்கு ஆற்றுப்படுத்திய தமிழாளுமையாற்றுப்படையான தமிழாற்றுப்படை, தமிழ்ப் புலவர் வரலாறோ தமிழ் இலக்கிய வரலாறோ அன்று.

வருங்காலத் தலைமுறையினருக்குத் தமிழ்ப் புலவர் வரலாற்றின்வழித் தமிழ் இலக்கிய வரலாற்றை ஆராய்ந்துரைத்துத் தமிழுக்கு ஆற்றுப்படுத்திய உரைநடை வடிவிலான தமிழாற்றுப்படை, தமிழுக்குக் கிடைத்த இலக்கிய வரலாற்றின் ஒரு புதிய வடிவம்.

சிறுகதை, புதினம், ஆய்வுக் கட்டுரைகள், ஆய்வு நூல்கள் எனப் பல்வேறு படைப்புகளைத் தமிழுக்குத் நல்கித் தமிழ் இலக்கிய வரலாற்றின் ஒரு காலகட்ட வரலாறாய் நிற்கும் பேராளுமையான மு.வரதராசனார், தன்னைத் தவிர்த்துத் தனக்கு முற்பட்ட காலத்தைய தமிழ் இலக்கிய வரலாற்றை எழுதிய நூலுக்கு ஈடானது, படைப்பிலக்கியப் பேராளுமையான கவிப்பேரரசுவின் தமிழாற்றுப்படை.

தமிழாற்றுப்படை – கட்டமைப்பு நோக்கம்:

தமிழாற்றுப்படையைத் தமிழாளுமையாற்றுப்படை எனக் கருதத்தகும்வகையில், காலவரிசைப்படித் தமிழ் ஆளுமைகளின்வழித் தமிழ் வரலாற்றைப் புதுமையாகக் கட்டமைத்ததன் காரணம் என்ன? இக்கேள்விக்கான விடையைத் தமிழாற்றுப்படையின்வழிப் பெறுவதே சரியானது. காலம்தோறும் தமிழ் பல்வேறு இலக்கிய வடிவில், எண்ணற்ற ஆளுமைகளின்வழிப் பயணம் செய்துகொண்டிருக்கிறது. அத்தகைய ஆளுமையர், பிற ஆளுமையர் உருவாவதற்கும், நற்சமுதாயம் மலர்வதற்கும் விதைகளாக, எடுத்துக்காட்டாகத் திகழ்ந்தவர்களே என்ற செய்தி, தமிழாற்றுப்படையில் பரக்கக் குறிக்கப்பெற்றுள்ளது. வள்ளலாரியம் பேசும்போது,

“வள்ளலாரின் வாழ்வும் செயலும் அவர் வாழ்ந்த காலத்தைத் தாக்குறுத்தின எனச் சொல்லவியலாது. அவர் கருத்துகளால் ஊட்டம்பெற்ற அடுத்த தலைமுறையின் ஆளுமைகளால் அவர் அடுத்த நூற்றாண்டில் வெற்றி பெற்றார் என்றே கணிக்கமுடிகிறது(பக்.169)...பெரியார் உயர்த்திப் பிடித்த தீப்பந்தத்திற்கான தீயும், பாரதியார் உயர்த்திப் பிடித்த கவிதா தீபத்திற்கான நெருப்பும் இராமலிங்க வள்ளலாரின் அருட்பெருஞ்சோதியில் பற்றவைக்கப்பட்டவை என்று கருத இடமுண்டு. வள்ளலாரின் பாட்டமைதியில் நெஞ்சு பறிகொடுத்தும் சமூக சமயச் சீர்திருத்தங்களில் தனக்கு உகந்ததை ஏற்றுக்கொண்டும் பாரதியார் தமிழ்செய்தார்.

வள்ளலாரின் சமூகச் சீர்திருத்தம் என்ற வெளியை மட்டும் பெரியார் உருவிக்கொண்டு விரிவுசெய்தார்". (பக்.170)

எனக் கூறும் நூலாசிரியர், இக்கருத்திற்குச் சான்றும் காட்டியுள்ளார். மேலும் இராமலிங்கரின் தெள்ளுதமிழை வியந்து பாராட்டுமிடத்து,

'இராமலிங்கரின் அருட்பாவை உள்வாங்கிப் பிறமொழி பெரிதும் கலவாத கவிதைநடை கைவரப்பெற்ற பாரதியார்கூட இராமலிங்கரின் உரைநடையை ஓங்கிக் கற்றிருந்தால் கவிதைபோலவே அவரது உரைநடையும் பூத்துப் பொலிந்திருக்கும்'(பக்.177) என்றுரைத்துள்ளார். வள்ளலாரை அடியொற்றித் தோன்றிய இலட்சியவாதிகள் சிலராக இருப்பதை எண்ணிச்

> 'சில விதைகள் முளைக்கவில்லையே என்று விதைத்தவன் வருத்தப்படக்கூடாது. என்றோ எங்கிருந்தோ பறந்துவரும் ஒரு பறவை அதை விழுங்கி எட்டாத மலைமீது எச்சம் இட்டுக் காடு வளர்க்கும். அந்தப் பறவையின் வரவுக்காக வள்ளலாரியம் இன்னும் ஒரு நூற்றாண்டோ ஒரு யுகமோ காத்திருக்கலாம்'

என நம்பிக்கையும் தெரிவிக்கிறார். மேலும் மறைமலையடிகளைப் பற்றிப் பேசும்போது, அவரைப் பல்வேறு தமிழ் ஆளுமைகளின் கூட்டுக்கலவை என்றும்,

> 'பரிமேலழகரின் மொழியொழுங்கும், நக்கீரரின் தருக்கச்செறிவும், சேனாவரையரின் திட்பநுட்பமும், சிவஞானமுனிவரின் மறுப்புரை மாட்சியும், கூடிக்கலந்து கொழித்த மொழியே மறைமலையாரின் உரைநடையாகும்'.

என்றும் அறிஞர் கூட்டம் அறுதியிடுவதாகக் (பக்.203) கூறியதோடு திராவிட இயக்க மேடைகள் மறைமலையடிகளின் தாக்கத்தால் ஆக்கமுற்றன' என்கிறார். மேலும் 'தாமஸ் ஹார்டி, எமிலி ஜோலா, டி.எஸ். எலியட் ...முதலியோரின் ஆங்கிலப் படைப்புகளால் புதுமைப்பித்தனுக்குக் கலையுருவம் வாய்க்கப்பெற்ற' தென்கிறார். இவ்வாறு ஓர் ஆளுமையின் தாக்கத்தால் பல ஆளுமையர் தோன்றிய வரலாற்றையெல்லாம் சுட்டிய நூலாசிரியர் தம்மையும், 'என்னைப் பொருத்தவரையில் திரையுலகின் என் வீரிய விளைச்சலுக்குப் பலர் பொறுப்பு; என் விதைநெல்லுக்குக் கண்ணதாசனே பொறுப்பு' என்கிறார். இத்தகைய கூற்றுகளின்வழி, 'ஒரு நல்ல ஆளுமையோ, நல்ல இயக்கமோ, முன்னோடி ஆளுமையரிட்ட விதைகளிலிருந்தே தோன்றும்' என்பது நூலாசிரியரின் உறுதியான எண்ணம் என்பதை அறிந்துகொள்ள முடிகிறது. இந்த எண்ணமே ஆளுமைகளின் அடிப்படையில் தமிழாளுமையாற்றுப் படையாகத் தமிழாற்றுப்படையைக் கட்டமைக்கக் காரணமாயிற்று என்பது நூல் காட்டும் தெளிவு.

ஆய்வு அணுகுமுறை:

ஆய்வை மேற்கொள்ளும்போது, ஆய்வு அணுகுமுறைகளில் ஒன்றிரண்டையோ, அல்லது அதற்குமேல் ஒருசிலவற்றையோ பயன்படுத்துவது வழக்கம். ஆனால் 24 ஆளுமைகளின்வழித் தமிழ் இலக்கியத்தை விளக்கும் நூலாசிரியர், ஆளுமைகளுக்கேற்பவும், செய்திகளுக்கேற்பவும் பொருத்தமாக மொழியியல், உளவியல், சமுதாயவியல், தத்துவம், பகுத்தறிவு, ஒப்பாய்வு, சொல்லாய்வு எனப் பல ஆய்வு அணுகுமுறைகளை இடங்களுக்கேற்ப மேற்கொண்டு, ஆய்வுகளை அணுகி விளக்கியிருக்கும் முறை போற்றத்தக்கது. எடுத்துக்காட்டாக திருவள்ளுவத்தைச் சாணக்கியர், கார்ல் மார்க்சு முதலான அறிஞர்களின் சிந்தனையோடும், மனுதர்மத்தோடும் ஒப்பிட்டும், கம்பரைக் காளிதாசனோடும், வால்மீகியோடும் ஷேக்ஸ்பியரோடும், ஒப்பிட்டும், அண்ணாவோடு கலைஞரை ஒப்பிட்டும் ஒப்பாய்வு நோக்கில் பல ஆய்வு முடிவுகளைக் கூறியுள்ளார். வெள்ளித்திரைக்கு அண்ணா எழுதியது அழகுத் தமிழ்; கலைஞர் எழுதியதோ ஆவேசத் தமிழ் எனச் சொற்சிக்கனத்துடன் சில அழகு மொழிகளில் ஒப்பிட்டுச் செல்கிறார். சிலம்பில் மாதவி கோவலனுக்கு வசந்தமாலைவழியும், கோசிகமணிவழியும் கொடுத்தனுப்பிய இரண்டு கடிதங்களை விளக்குமிடத்து உளவியல் நோக்கும், திருமூலரைப் பேசுமிடங்களில் தத்துவ நோக்கும், திராவிட இயக்கத் தலைவர்களைப் பேசும் கட்டுரைகளில் பகுத்தறிவு நோக்கும் பளிச்சிடுகின்றன. கிளத்தியது கிளத்துவதால் கிளி(பக்.119) எனக் கூறுமிடத்தும், மலையாளம், தெலுங்கு ஆகிய பெயர்களை ஆய்ந்துரைக்குமிடத்தும்(163) சொல்லாய்வு அறிஞராக மிளிர்கிறார். இவ்வாறு தமிழாற்றுப்படை தமிழியல் திறனாய்வு நூலாகத் திகழ்கிறது.

வைரமுத்தியம்:

3000 ஆண்டுகாலத் தமிழின் இயக்கத்தை ஆய்ந்தாய்ந்து எழுதப்பெற்ற ஓர் ஆய்விலக்கிய வரலாறான தமிழாற்றுப்படையானது எழுத்து, சொல், தொடர், கருத்து ஆகியவற்றில் எவ்விதப் பிழைகளுமின்றி எளிதாகப் புரிந்துகொள்ளும்வகையில் அழகான, இனிமையான கவித்துவ மொழிநடையில் எழுதப்பெற்றுள்ளது. பொதுவாக, ஆய்வுநடையில் அழகும் இனிமையும் அமையலாகாது என்பதே காலம்காலமாகக் கூறப்பெற்றுவரும் நெறிமுறை. ஆய்வுநடையில் எதுகை, மோனை முதலான அழகுக் கூறுகளுக்கு இடமளிக்கக்கூடாது. இவற்றில் கவனம் செலுத்தும்போது கருத்துகளில் ஆழமின்றிப் போகும். ஆய்வாளர்க்கும், படிப்பவர்க்கும் ஆய்வுகளில் கருத்தூன்றாது கவனச்சிதைவு நிகழ்ந்துவிடும் என்பதற்காக இந்நெறிமுறையை ஆய்வுலகில் வலியுறுத்துவது மரபு.

ஆனால் தம் ஆழமான ஆய்வுரைகளையும் தமக்கேயுரிய கவித்துவ நடையில் அழகுற எடுத்துரைப்பதில் நூலாசிரியர் வெற்றிபெற்றிருக்கிறார். அறிவார்ந்த ஆய்வுநோக்கும், ஆழ்ந்த புலமையும், கவிப்பேராற்றலும் உடைய நூலாசிரியர்க்கு இவ்வரிய நடை கைவந்ததில் வியப்பில்லை. இந்நூலின் கட்டுரைகள் தமிழகத்தின் முக்கிய நகரங்களில், மக்கட்பெருந்திரளின் முன்னே வாசிக்கப்பெற்ற போது கூடிய பெருங்கூட்டமும், அக்கட்டுரைகள் தினமணி, தமிழ் இந்து திசை, நக்கீரன் ஆகிய இதழ்களில் வெளிவந்தபோது ஆர்வமுடன் வாசித்த வாசகர்களும் இக்கவித்துவ ஆய்வுநடையைத் துய்ப்பதற்காகவே என்பது பேருண்மை. 'தமிழைத் துறக்காத துறவி' 'தமிழை ஆண்டாள்', 'கருமூலம் கண்ட திருமூலர்', 'வெள்ளை வெளிச்சம்'(வள்ளலார்), 'மொழிகாத்தான் சாமி'(உவேசா) என்று இதழ்களில் வெளிவந்த தமிழாற்றுப்படைக் கட்டுரைகளுக்கான தலைப்புகளை அறிவதற்குக்கூட மக்களிடையே பேரார்வம் நிலவியது. விகடன் தடம் இதழின் நேர்காணலில் கவிப்பேரரசு,

> 'ஊளைச்சதையற்ற உரைநடையைச் செதுக்குவதற்குக் கவிதை கொடுத்த பயிற்சி பயன்படுகிறது' எனக் கூறியிருப்பதும் [3], 'தம் தனித்த மொழிநடையால் ஆய்வுக் கட்டுரைகளையும் அலங்கரித்துப் பார்த்திருக்கிறார். கருத்தரங்குகளின் உயிர்ப்பற்ற மொழிநடையில் சலித்துப்போன வாசகர்களுக்கு இது ஒரு மாறுபட்ட வாசிப்பனுபவமாக இருக்கும்'

என இந்து தமிழ் திசை பாராட்டியிருப்பதும் [4] ஈண்டு எண்ணத்தக்கன. மேலும் அவ்வையார் கட்டுரையில்,

> நீதிமொழி என்பது உணர்ச்சி காட்டக்கூடாதது மற்றும் உணர்ச்சி ஊட்டக்கூடாதது. பொதுவாக உலக நீதிமொழிகளின் வெளிகளிலெல்லாம் வறண்ட வானிலையே காணப்படும். ஆனால் நீதிமொழி எழுதவந்த அவ்வை அந்தக் குறையை ஈடுகட்டுவதற்கும் பாடுபட்டிருக்கிறார். உலகின் பார்வையில் பட்டும் உள்ளத்தில் சென்றுசேராத இயற்கையின் அரிய கூறுகளை அணிகளாக்கி மெய்ப்பொருளை மேன்மை செய்கிறார். அதனால் அறக்கருத்துக்கே அழகியல் கூடிப்போகிறது.

என நூலாசிரியர் நீதிநூல் அவ்வையைப் பாராட்டியுள்ள மொழிகள், அவர்தம் தமிழாற்றுப்படையின் அழகிய இனிய மொழிநடைக்குமானவை.

கவிதையின் செம்பொருள் அறிந்து, சொல்லாட்சியின் சூத்திரம் புரிந்து, யாப்பின் ஒலி விஞ்ஞானம் தெரிந்து தம் படைப்புகளை உருவாக்கும் கவிப்பேரரசு, தமிழாற்றுப்படை உருவாக்கத்திற்குத் தமிழை வேலை வாங்கியிருக்கிறார். தமிழன்னையும் அழகும், ஆய்வாழமும், இனிமையும் துலங்க ஆய்விலக்கிய ஒய்யாரத்தைத் தமிழாற்றுப்படைக்கு

வாரிவழங்கியிருக்கிறாள். 'கொட்டிக்கிடக்கின்றன தமிழ் முத்துக்கள்; என் இரு கைகளால் அள்ளமுடிந்தவை இவை மட்டும்தாம்' என்ற நூலாசிரியரின் முன்னுரைக் கூற்று இக்கட்டுரையின் நிறைவுரைக்குப் பொருந்தும்.

- முதுமுனைவர் வாணி அறிவாளன்
உதவிப் பேராசிரியர், தமிழ் மொழித்துறை,
தலைவர்(பொ), திருக்குறள் ஆய்வு மையம்,
மெரினா வளாகம், சென்னைப் பல்கலைக்கழகம்.

குறிப்புகள்:

1. வாணி அறிவாளன், சங்க இலக்கிய ஐயங்களும் தெளிவுகளும், பக்.718
2. தொக்குழி மயங்குந இரண்டு முதலேழ்
   எல்லைப் பொருளின் மயங்கும் என்ப – நன்னூல். 373
3. விகடன் தடம், ஆகஸ்டு 2017, பக்.17
4. செல்வ புவியரசன், இந்து தமிழ் திசை, நூலறிமுகம், 27.07.19.

41

வைரமுத்து படைப்புகளில் அறிவியலும் அழகியலும்
- முனைவர் அருள் வீரப்பன் -

கவிப்பேரரசு வைரமுத்து; திராவிடப் பாரம்பரியத்தின் கடைசித் தனிப் பெரும் தமிழ்க் கவிஞர். திரைத் தமிழ் இலக்கியத்துக்குக் கிடைத்த கடைசித் தனிப் பெரும் இலக்கியச் சொத்து. தம் இலக்கியக் கம்பி கொண்டு இரண்டு நூற்றாண்டுகளை இழை இழையாய் இணைத்தவர். கவிதை நூல் கொண்டு திரைப் பாடல்களை இலக்கியமாய் இழைத்தவர். அறிவியல் கருத்துகளை வாய்ப்புக் கிடைக்கும்போதும் வாய்ப்பை ஏற்படுத்திக்கொண்டும் அவ்வப்போது போகிறபோக்கில் புதுமைகளை விதைத்தவர். இவர் எழுதிய கட்டுரைகள் அனைத்தும் கவிதையில் குளித்தவை. சிறுகதைகளுக்குப் புதிய இலக்கணம் வைத்தவர். இவரின் புதினங்கள் கற்பனையில் உதித்தாலும், மண்ணின் மைந்தர்களின் அனுபவத்தைப் பதித்தாலும் அவை அனைத்திலும் தேனில் குழைத்த மருந்துபோல் அழகியலோடு இயைந்த அறிவியலைக் காணலாம்.

மகாகவி பாரதிக்குப் பிறகு 'தீர்க்கதரிசி' எனக் கவிப்பேரரசைக் கூறலாம். பாரதிக்குப் பிறகு எத்தனையோ கவிஞர்கள் நிகழ்காலத்தைப் படம்பிடித்துத் தத்தம் கவிதைகளில் காட்சிப்படுத்தினர். ஆனால், கவிப்பேரரசு எதிர்காலத்தில் என்ன நிகழும் என்பதை முன்பே முளைபோட்டுவிட்டார்.

"சேமிச்ச காசு
செல்லாம போச்சு!" என்றார்

ஏழை ஒருவன் சேமிக்காமல் போனால்கூட பொறுத்துக் கொள்வான். ஆனால், தான் சேமித்த காசு செல்லாமல்

போகும் போது இருக்கும் வலி துன்பத்திலும் துன்பம் என்பதைக் காதலின்வழி கூறிச் சென்றார். ஆனால், பண மதிப்பிழப்பில் ஏழை என்ன எஜமானன் என்ன; எல்லோரும் இதை இன்று அனுபவித்து வேதனைப் பட்டதை கவிப்பேரரசு அன்றே இதைக் கணித்திருக்கிறார் போலும்.

இருதய நோய்க்கு ஒரு முக்கியக் காரணி ட்ரய்கிளிசரைடு என இரண்டாயிரம் ஆண்டுகளின் தொடக்கத்தில் கண்டறியப்பட்டதைத் தொன்னூறுகளின் தொடக்கத்திலேயே இப்படி எழுதுகிறார் கவிப்பேரரசர்.

"செரிக்காத உணவும்
எரிக்காத சக்தியும்
சுடுகாட்டுத்தேரின்
சக்கரங்கள்" என்றார்.

எத்தனை சத்தான வார்த்தைகள். இந்த ட்ரய்கிளிசரைடு உடல் இரத்தத்தில் அதிகரிக்க முக்கியக் காரணம் செரிக்காமல் சாப்பிடுவது என்பது தற்போது கண்டறியப் பட்டுள்ளது.

இவர் பாடல்களில் நகைச் சுவை எழுதினால் கூட தினமும் நினைத்து நினைத்து ரசிக்க முடியும். கேலியும் கிண்டலும் கவிதைத் தென்றலாக மாறிவிடும்.

"எரியும் விளக்கு சிரித்துக் கண்கள் மூடும்"
...
"பையில் உள்ள எட்டணாவைப்
பத்துமுறை எண்ணுவான்"

இதுவல்ல கிண்டல்; அடுத்த வரிதான் கவி வண்டல்!

"சத்தமின்றி எண்ணுவான் கஞ்சராஜா"

இவர் பாடல்களில் காதல் ரசம் இலைமறைக் காயாக இருக்கும்; ஆனால், காய்மறைக் கனியாக இனிக்கும். நெல்லிக் கனிபோன்று நீண்ட நேரம் இனிக்கும். நீண்ட காலம் நிலைத்து நிற்கும்.

"சின்னக் காம்புதானே
பூவைத் தாங்குது"

"நீ நனச்ச ஆடையெல்லாம்
நீ புழிஞ்சா நீர்வடியும்
ஜத்தமகன் நான்புழிஞ்சா
அத்தனையும் தேன்வடியும்"

இவர் காமத்தை எழுதினால் மற்ற கவிகள் மாதிரி மா, வாழைப் பழங்கள் சாப்பிடுவது மாதிரி இருக்காது. மாறாக, கவிப்பேரரசு பலாப் பழம்போல் படைத்துவிடுவார். புரியும்வரை உரிக்கவைத்து புரியும்பொழுது பலாச் சுளைபோல் தித்திப்பைத் திரும்பத் திரும்ப நினைக்கும் போதெல்லாம் தெவிட்டாமல் திளைக்க வைப்பார்.

“இழுத்துவிடும் பெருமூச்சில்
ஈரச்சேலை காயும்”

“விடியும்போது விளக்கில்
எண்ணெய் மிச்சமாக இருக்கும்”

கவிப்பேரரசிற்கு முன்பிருந்த திரைக் கவிஞர்கள் பாமரர்களுக்கும் புரியும்படி எழுத வேண்டியிருந்தது. ஆகையால் அவர்கள் இலக்கியத்தை எளிமை செய்து எழுத்திச் சென்றனர். பின்னர் அதுவே தொடர்கதையாகிப் போனது. ஆனால், கவிஞர் பாடல் எழுத வந்த காலத்தில் ஒரு படித்த இளைஞர் கூட்டம் சற்றே உயர்ந்த ரசனையோடு எதிர்பார்த்துக் காத்துக்கொண்டிருந்தது. அதற்கேற்ப மொழி மாற்றினார்; உவமையின் உடை மாற்றினார்; பாடலின் நடை மாற்றினார்.

“வானமகள் நாணுகிறாள்
வேறு உடை பூணுகிறாள்”

“முகிலினங்கள் அலைகிறதே
முகவரிகள் தொலைந்தனவோ”

“நீ காட்டும் சேலைக்கு நூலாவேன்”

“தாவணி விசிறிகள்
வீசுகிறேன்”

“வானம் இறங்கி வந்து
குடை பிடிக்காதோ”

“நனைந்த மலர்களுக்குக்
குளிரெடுக்காதோ”

“வண்டுகள் பறந்து வந்து
தலை துவட்டதோ”

“அட தூங்கிய சூரியனே
இரவைத் தொடாதே!”

“ஊடல் என்பது காதலின்
கௌரவம் போ”

“தென்னங் கீத்தும்
தென்றல் காத்தும்
கைகுலுக்கும் காலமடி”

“மேலாடை நீங்கும்போது
வெட்கம் என்ன முந்தானையா?”

“தண்ணீரில் மூழ்காது
காற்றுள்ள பந்து”

“கிளிஞ்சல்களே உலையரிசி
இவளல்லவா இளவரசி”

"என்ன கதையாச்சு அவ
இடுப்பொடிஞ்ச நாத்து"

"ஆத்த அழுத்த கண்ணீர்
ஆறாகப் பெருகி வந்து
தொட்டில் நனைக்கும் வரை உன்
தூக்கம் கலக்கும் வரை
கண்ணான பூமகனே
கண்ணுறங்கு சூரியனே"

என்றெழுதி ஒட்டுமொத்த இளைஞர் கூட்டத்தையும் தன் கட்டுக்குள் கொண்டு வந்தார். இளையோர்களை தன்னம்பிக்கையோடு தம் கைகளைப் பிடித்துக்கொண்டு நடக்கச் செய்தார்.

"உதட்டுக்கு மேலே படுத்துக்கலாமா"

ஓரமாய் ஓடிக்கொண்டிருப்பவரையும் ஒருகணம் நின்று கேட்டுக் கிறங்க வைக்கும்.

"நான் நடக்கும் நிழலுக்குள் நீ வசிக்கச் சம்மதமா?" என்று கேள்வியிலும் கிறங்க வைப்பார்.

"மஞ்சள அரைக்கு முன்னே
மனச அரைச்சவளே
...
துணிய நனைய விட்டு
மனசப் புழிஞ்சுவளே"

என்று புதிய நடையிலெழுதி எல்லோர் மனசையும் பிழிந்தவர்.

"எனக்கு மட்டும் சொந்தம் உன்
இதழ் கொடுக்கும் முத்தம்
உனக்கு மட்டும் கேட்கும் எனது
உயிர் உருகும் சத்தம்"

இது அன்றையக் காதலர்களின் உணர்வுகளை உன்னதமாக்கியது.

காதலுக்கு -
சூரியனும் சந்திரனும் சாட்சி
நீரும் நெருப்பும் சாட்சி
வானமும் பூமியும் சாட்சி
வண்டும் மலரும் சாட்சி
கவிதையும் காற்றும் சாட்சி

என்று காலங்காலமாக எழுதிவந்த மரபை உடைக்கிறார் கவிப்பேரரசர்.

"ஆகாயமும் இந்த
மண்ணும் சாட்சியடி" - என்கிறான் காதலன்

"யார் கேட்டது
மனச்சாட்சி போதும் இனி" - என்கிறான் காதலி

இவையெல்லாம் வந்து நம் காதலுக்கு சாட்சி சொல்லுமா அல்லது சொல்லவேண்டுமா? அப்படி என்றால் அது காதலா என்று கேட்டு

> உனக்கு நான்
> எனக்கு நீ

நம் காதலுக்கு வேறு சாட்சி தேவையில்லை. நம் "மனசாட்சியே போதும்" என்று சொல்லுவதாக கவிப்பேரரசு நெற்றிப்பொட்டில் அடித்துச் சொல்கிறார்.

"பாதத்தில் வீழ்ந்த பௌர்ணமியே" என்ற வரியில் பலபேர் விழுந்துவிட்டார்கள் அன்று.

சிலைக்கும் கவிதைக்கும் கடைசியில்தான் "கண்திறப்பு" நிகழும். ஆனால், கவிப்பேரரசு ஒவ்வொரு வரியிலும் "கண்திறப்பு" நிகழ்த்துவார். முதல் வரியை அடுத்த வரி மிஞ்சிவிடும்.

> "நான் தூங்கும் வேளை
> கனவுகள் தொல்லை"

> "நான் தூங்கவில்லை
> கனவுகள் இல்லை"

> "பெண் இல்லாத ஊரிலே அடி
> ஆண் பூக்கேட்பதில்லை"

> "பெண் இல்லாத ஊரிலே கொடி
> தான் பூப்பூப்பதில்லை"

என்று தனக்குத் தானே போட்டியென்று பந்தயம் வைத்துக் கொள்ளும் பாவலன் இவர்.

> "இதயம் துடிப்பது நின்றாலும்
> இரண்டோர் நிமிடம் உயிரிருக்கும்"

என்று விஞ்ஞானச் செய்தியை திரைப் பாடலில் பதிவிடுவார்.

பாமரனுக்குச் சொல்வதுபோல் மருத்துவருக்கும், மருத்துவருக்குச் சொல்வதுபோல் பாமரனுக்கும் சொல்வார்.

> "பொழுது
> மலச் சிக்கல் இல்லாமல் விடிகிறதா?
> மனச் சிக்கல் இல்லாமல் முடிகிறதா?"

உடல் நலத்தோடு உள நலம் அவசியம். இவ் விரண்டும் நம் கட்டுக்குள் இருந்தால் எதையும் எளிதில் எட்டிப்பிடிக்க முடியும் என்கிறார்.

> "ஆகாயம் என்பது, அலைகளற்ற சமுத்திரம்
> சமுத்திரம் என்பது, அலையடிக்கும் ஆகாயம்"

என்று வானத்திற்குக் கடலையும், கடலுக்கு வானத்தையும் அலைகொண்டு ஒப்புமை செய்கிறார். இது ஒரு புத்தம்புது வடிவம்.

அதுபோல் பின்வரும் பாடலில் பெண்ணைப் பூவுக்கு கால்கொண்டு ஒப்பிடுகிறார்.

"ஒற்றைக் காலிலே பூக்கள் நிற்பது
உன் கூந்தலில் நின்றாடத்தான்"
என்றவர்
"இரட்டைக் கால் பூக்கள் கொஞ்சம் பாரு"

என்றெழுதி வியக்க வைக்கிறார்.

சொல்லவந்த பொருளை நேரடியாகச் சொல்லாமல் விட்டு, இரசிகனை இட்டு நிரப்பிக் கொள்ளச் செய்வதுதான் சிறந்த கவிதை எனப்படுகிறது.

"இத்தனை
வர்ணப்புடைவைகளைக்
கலைத்துப் போட்டும்
கடைசியில் இரவு
கறுப்பைத்தானே
கட்டிக்கொள்கிறது!"

காலத்தின் அந்தியைப் பாடும் இக் கவிதை இயற்கையைப் பாடினாலும் வானத்தின் நிலையைக் கொண்டு வாழ்க்கையின் நிலையாமையை அவரவர் கற்பனையில் ஒப்பிட்டுக்கொள் என்று இரசிகனின் கற்பனைக்கே விட்டுவிடுகிறார். எண்பதுகளுக்குப் பிறகு இப்படியொரு சிந்திக்கும் கூட்டத்தை மனம் ஊசலாடும் பதின்ம வயதில் இளையோர்கள் வன்முறைவழிக்குச் செல்லாமல் நன்முறைப் படுத்தியது இவர் படைப்புகள் என்றால் அது மிகையல்ல; மெய்!

"சுதந்திர வெளிச்சம்
சேரியில் விழாமல்
மாளிகை நிழல்களே
மறைத்தது விட்டன!"

"இந்திய மண்ணில்
வியாபாரஞ் செய்ய வந்தவர்கள்
அரசியல் நடத்தினார்கள்!
அரசியல் நடத்த வந்தவர்கள்
வியாபாரஞ் செய்கிறார்கள்
இரண்டிலும்
நட்டப்பட்டது மட்டும்
நாம்தானே இந்தியனே!"

"தேர்தல்!
ஆடுகளுக்கு
வெட்டரிவாள் எடுக்கும் விழா!
இந்த ஆடுகளுக்கு ஏக சந்தோசம்
உரிமை வந்துவிட்டதாம்
தங்கள் கசாப்புக் கடைகளைத்
தாங்களே தேர்ந்தெடுத்துக் கொள்ள!"

எண்பதுகளில் எழுதிய இக் கவிதைகள் அடுத்து ஆண்டுகள் ஐம்பதை நெருங்கியும் பொய்யாகாமல் அல்லது பொய்யாக்காமல் இருப்பது கண்டு மெய்யாகவே வருத்தப்பட வைக்கிறது.

“விஞ்ஞனத்திற்கு ஆன்மா இல்லை
கிளியோபாட்ராவின் வாயில் வைத்தாலும்
தெர்மா மீட்டர் உஷ்ணம் மட்டுமே சொல்லும்;
உதடு சுவைக்காது”

என்பதை ரசித்துச் சுவைக்காதவர் இல்லை.

எத்தனை “செயற்கை நுண்ணறிவு” வந்தாலும் “கவிஞர்களின் கற்பனைக்கு மாற்றாக முடியாது” என்பதை அன்றே சொல்லி வைத்தார். செயற்கை நுண்ணறிவு கொண்டு பாடல் புனைந்தால் அது “உதடு சுவைக்காத தெர்மா மீட்டராகவே இருக்கும்”.

- முனைவர் அருள் வீரப்பன்
நியூயார்க் பல்கலைக்கழகம்,
நியூயார்க், அமெரிக்கா.

❖

42

வைரமுத்து படைப்புகள்: ஒரு சமுதாயக் கண்ணோட்டம்

ವೈರಮುತ್ತು ಅವರ ಸಾಹಿತ್ಯ: ಸಾಮುದಾಯಿಕ ದೃಷ್ಟಿ

- Dr.Malarvili.K -

ಸಾಹಿತ್ಯ ಜೀವನದ ಪ್ರತಿಬಿಂಬ. ಸಮಾಜಕ್ಕೆ ಹಿಡಿದ ಕನ್ನಡಿ.

ಸಾಹಿತ್ಯ ಎನ್ನುವುದು. ಸಾಹಿತಿಯು ತನ್ನ ಜೀವನದ ಅನುಭವಗಳನ್ನೂ ಜೀವನದ ದೃಷ್ಟಿಯನ್ನೂ ಅಭಿವ್ಯಕ್ತಿಗೊಳಿಸುವ ಶಬ್ದ ಮಾಧ್ಯಮ. ಈ ಅಭಿವ್ಯಕ್ತಿಯು ಸಹೃದಯರನ್ನು ತಲುಪಬೇಕೆಂಬ ನಿಶ್ಚಿತ ಗುರಿಯೂ ಸಾಹಿತಿಗೆ ಇರುತ್ತದೆ. ಸಾಹಿತಿಗೆ ಒದಗುವ ಜೀವನಾನುಭವಗಳು ಹಾಗೂ ಆ ಮೂಲಕ ಒದಗುವ ಜೀವನದೃಷ್ಟಿಗೆ ಮುಖ್ಯ ಆಧಾರ ಅವನ ಸಮಕಾಲೀನ ಜನಜೀವನವೇ ಆಗಿರುತ್ತದೆ. ಸಾಹಿತಿಯೂ ಈ ಜನಜೀವನದ ಅಂಗವೇ ಆಗಿರುತ್ತಾನೆ. ಇಲ್ಲಿನ ಎಲ್ಲ ಚಟುವಟಿಕೆಗಳೂ ಸಮಸ್ಯೆಗಳೂ ಸಾಹಿತಿಯನ್ನು ಪ್ರತ್ಯಕ್ಷವಾಗಿ ಅಥವಾ ಪರೋಕ್ಷವಾಗಿ ಸುತ್ತುವರಿದಿರುತ್ತವೆ. ಆ ಅನುಭವಗಳಲ್ಲಿ ಸಾಹಿತಿಯು ಸಕ್ರಿಯವಾಗಿ ಭಾಗಿಯಾಗಿರಲಿ ಅಥವಾ ತನ್ನ ಸುತ್ತಲಿನದನ್ನು ಸೂಕ್ಷ್ಮವಾಗಿ ಗಮಿನಿಸಿದ ಮಾತ್ರದಿಂದ ಆ ಅನುಭವವನ್ನು ಗಳಿಸಿರಲಿ, ಅದು ಆತನ ಜೀವನ ದೃಷ್ಟಿಯನ್ನು ರೂಪಿಸುವಷ್ಟು ಆಳವಾಗಿ ಅವನ ಚಿಂತನ ಕ್ರಮದಲ್ಲಿ ಸೇರಿಕೊಂಡರೆ. ಆ ಅನುಭವವನ್ನು ಪ್ರಾಮಾಣಿಕವೆಂದು ಪರಿಗಣಿಸಬಹುದು. ಸಾಹಿತ್ಯದಲ್ಲಿ ಈ ಪ್ರಾಮಾಣಿಕ ಅನುಭವದ ಅಭಿವ್ಯಕ್ತಿ ಇರಬೇಕಾದದ್ದು ಒಂದು ಪ್ರಾಥಮಿಕ ಅಗತ್ಯ ಈ ಅಬಿವ್ಯಕ್ತಿ ಕಲಾತ್ಮಕವಾಗಿಯೂ ಸಫಲವಾಗಿದ್ದರೆ ಒಂದು ಅಮೂಲ್ಯ ಸಾಹಿತ್ಯ ಕೃತಿಯಾಗಲಿ, ಕವಿತೆಯಾಗಲಿ ಸೃಷ್ಟಿಯಾಗುತ್ತದೆ.

ಬೆಲೆಯಿಂದಕ್ಕುಮೇ ಕೃತಿ ಗಾವಿಲ!
ಭುವನದ ಭಾಗ್ಯದಿಂದಮಕ್ಕುಂ
ನೋಳ್ಪಂ ಬೆಲೆಗೊಟ್ಟು ತಾರ
ಮಧುವಂ ಮಲಯಾನಿಲನಂ, ಮನೋಜನಂ,

ಕೌಮುದಿಯಂ ಈ ಮೇಲಿನ ಪದ್ಯ ನೇಮಿಚಂದ್ರನ ನೇಮಿನಾಥ ಪುರಾಣದಲ್ಲಿ ಬರುತ್ತದೆ.

ಸಾರ್ವಕಾಲಿಕ ಸತ್ಯವಾಗಿ ಎಂದೆಂದಿಗೂ ಉದಾಹರಣೆಗೆ ಅರ್ಹ ಸಾಲುಗಳಾಗಿವೆ.

ನಿಜ ಒಂದು ನಾಡಿಗೆ ಒಂದು ಒಳ್ಳೆಯ ಕೃತಿ ಒಂದು ಒಳ್ಳೆಯ ಕಲೆ, ಆವಿಷ್ಕಾರ ಇವೆಲ್ಲಕ್ಕೂ ಸಹ ಆ ನಾಡಿನ ಸೌಭಾಗ್ಯವೂ ಇರಬೇಕಾಗುತ್ತದೆ. ಅನೇಕ ಸಾಹಿತಿಗಳು ಕಲಾವಿದರು ವಿಜ್ಞಾನಿಗಳು ಈ ನಾಡಿನ ಸೌಭಾಗ್ಯದಿಂದ ಕೊಡುಗೆಯನ್ನು ನೀಡಿದ್ದಾರೆ. ಅಂತೆಯೇ ವೈರಮುತ್ತುರವರೂ ಸಹ ಸಮಕಾಲೀನ ತಮಿಳು ಸಾಹಿತ್ಯ ಲೋಕದಲ್ಲಿ ಮಾತ್ರವಲ್ಲದೆ ಭಾರತದಾದ್ಯಂತ ಅಂತರರಾಷ್ಟ್ರೀಯ ಮಟ್ಟದಲ್ಲಿಯೂ ಕವಿ, ಲೇಖಕರು, ಉತ್ತಮ ಸಾಹಿತಿ, ಪ್ರಸಿದ್ಧ ವಾಗ್ಮಿ. ಗೀತೆ ರಚನೆಕಾರರಾಗಿ ಪ್ರಸಿದ್ಧರಾಗಿದ್ದಾರೆ. ಇವರ ಸಾಹಿತ್ಯಕ ಕೊಡುಗೆಗಾಗಿ ಪದ್ಮಭೂಷಣ ಪ್ರಶಸ್ತಿ ಹಾಗೂ ಅವರ ಕಳ್ಳಿಕ್ಕಾಟ್ಟು ಇದಿಗಾಸಂ" ಎಂಬ ಕೇಂದ್ರ ಸಾಹಿತ್ಯ ಅಕಾಡೆಮಿ ಪ್ರಶಸ್ತಿ ಪಡೆದ ಕೃತಿಯ ಅನುವಾದಿತ ಕೃತಿ ಕಳ್ಳಿಗಾಡಿನ ಇತಿಹಾಸ' ಕುವೆಂಪು ಭಾಷಾ ಭಾರತಿ ಪ್ರಶಸ್ತಿಗೆ ಭಾಜನವಾಗಿದೆ.ಭಾರತದ ಶ್ರೇಷ್ಠ ಗೀತೆ ರಚನೆಕಾರರು ಎಂದು ೭ ಬಾರಿ ರಾಷ್ಟ್ರ ಪ್ರಶಸ್ತಿ ಹಾಗೂ ತಮಿಳಿನ ಅತ್ಯುತ್ತಮ ಗೀತೆರಚನೆಕಾರರೆಂದು ೬ ಬಾರಿ ರಾಜ್ಯ ಪ್ರಶಸ್ತಿಯನ್ನು ಪಡೆದಿದ್ದಾರೆ. ಒಟ್ಟು ೮೦೦೦ ಚಲನಚಿತ್ರಗೀತೆಗಳು, ೪೫ ಕ್ಕೂ ಹೆಚ್ಚು ಸಾಹಿತ್ಯಕ ಕೃತಿಗಳು , ಹಾಗೂ ೫೦೦ ಪ್ರಾತಿನಿಧಿಕ ಕವಿತೆಗಳ ಮೂಲಕ ಅನನ್ಯ ಕಲ್ಪನಾ ಪ್ರತಿಭೆಯಿಂದ ಸಾಹಿತ್ಯ ಲೋಕದಲ್ಲಿ ಮಿಂಚುತ್ತಿದ್ದಾರೆ. ಸಾಹಿತ್ಯದಲ್ಲಿ ಅನನ್ಯತೆ ಹಾಗೂ ವಿಶ್ವ ಮಟ್ಟದಲ್ಲಿ ಪ್ರಗತಿಪರ ಚಿಂತಕರಾಗಿ ಅದ್ವಿತೀಯ ದೃಷ್ಟಿಕೋನಗಳಿಂದಲೂ ನವ ಚೈತನ್ಯದಿಂದಲೂ ಸಾಹಿತ್ಯ ಲೋಕದಲ್ಲಿ ವಿಹರಿಸುತ್ತಿದ್ದಾರೆ.

" ವೈರಮುತ್ತುರವರ ಕಾವ್ಯಗಳು ಮತ್ತು ಇತರೇ ಬರೆಹಗಳು ಸಾಧಾರಣ ಸಾಹಿತ್ಯದ ರೀತಿಗಿಂತ ಭಿನ್ನವಾಗಿವೆ. ಜೀವನದ ನಿಗೂಢ ಸ್ವರೂಪದ ಚಿಂತನೆ, ವ್ಯಾವಹಾರಿಕ ಚತುರತೆಯಿಂದ,ಸಾಮಾಜಿಕ ಮೌಲ್ಯಗಳಿಂದ ಗಟ್ಟಿ ಕವಿಯಾಗಿದ್ದಾರೆ. ಇವರ ಮನಸ್ಸು ಯಾವಾಗಲೂ ಒಂದು ತೀವ್ರವಾದ ಸಂಯೋಜನೆಯ ಕ್ರಿಯೆಗಳನ್ನು ಒಳಗೊಂಡಿರುತ್ತದೆ. ಅದನ್ನು ನಾವು ಇಲ್ಲಿನ ಕವಿತೆಗಳಲ್ಲಿ ಕಾಣಬಹುದಾಗಿದೆ. ಶಬ್ದ ಪ್ರಯೋಗಗಳ ಚಮತ್ಕಾರದ ಸೋಂಕು ಕಲ್ಪನೆಯ ಲಹರಿ ಪಕ್ವಗೊಂಡು ಇಲ್ಲಿನ ಕವನಗಳು ತೀವ್ರತೆಯನ್ನು ಹೆಚ್ಚಿಸುತ್ತವೆ. ಕಾವ್ಯದ ಯಶಸ್ಸಿನ ಶಕ್ತಿಯಾಗುತ್ತದೆ ಧ್ವನಿ ರಚನೆ ಢಾಳಾಗಿ ಎದ್ದು ಕಾಣುತ್ತದೆ. ಕವಿ ಚೇತನಕ್ಕೆ ಪ್ರಕೃತಿಯೇ ಸ್ಫೂರ್ತಿ. ಅದನ್ನು ವೈರಮುತ್ತು ಅವರ ಹೆಚ್ಚಿನ ಕವಿತೆಗಳಲ್ಲಿ ಸವಿಯಬಹುದು ಎಂಬುದು ಹಿರಿಯ ಪ್ರಬುದ್ಧ ಲೇಖಕರು ಮತ್ತು ಅನುವಾದಕರು ಆದ ಶೇಷನಾರಾಯಣ ಅವರ ಅಭಿವ್ಯಕ್ತಿ.

ಸಾಮಾಜಿಕ ಪ್ರಜ್ಞೆ-ಜೀವನ ಮೌಲ್ಯ

'ಎಲೆ' ಎಂಬ ಕವಿತೆಯಲ್ಲಿ ಎಲೆಯು ಸಹ- ಎಲೆಗಳೊಡನೆ ರೆಂಬೆ ಕೊಂಬೆಗಳೊಡನೆ ಮಾತನಾಡುವ ಸನ್ನಿವೇಶ. ಎಲೆ ಇನ್ನೇನು ಉದುರಿ ಹೋಗುವ ಕೊನೆಯಂಚಿನಲ್ಲಿದ್ದಾಗ ಸಂಯಮದಿಂದ ತನಗೆ ಹೊರಿಸಿದ ಅಪವಾದ, ನಿಂದೆ ವ್ಯಂಗ್ಯವಾಡಿದುದನ್ನು ನೆನಪಿಸಿಕೊಳ್ಳುತ್ತದೆ. ಎಲೆಗೆ ಸಾವು ಸಮೀಪಿಸಿದುದರಿಂದ

ಸಹ ಎಲೆಗಳು ನಿರ್ಮತ್ಸರದಿಂದ ಕ್ಷಮಿಸುತ್ತವೆ. ಎಂಥ ಮಾರ್ಮಿಕ ನುಡಿಯನ್ನು ಕವಿ ಎಲೆಯ ಸ್ವಗತದಲ್ಲಿ ನುಡಿಸುತ್ತಾರೆ. ಹಾಗಾದರೆ / ಬಾಳೆಂಬುದು ಅರ್ಥಕೊಡವೇ?/ ಮರಣವೆಂಬುದು ಪೂರ್ಣವೇ? ಮನುಷ್ಯ ಬದುಕಿರುವಾಗ ಸಹಚರರು ಅರ್ಥ ಮಾಡಿಕೊಳ್ಳಬೇಕು ಸಾಯುವ ಕ್ಷಣದಲ್ಲಿ ಸತ್ತಮೇಲೆ ಅರ್ಥೈಸಿಕೊಳ್ಳುವುದರಿಂದ ಬಂದ ಪ್ರಯೋಜನವಾದರೂ ಏನು? ಎಂಬ ಧ್ವನ್ಯಾರ್ಥವಿದೆ. ಕವಿತೆಯ ಸಾಲುಗಳಲ್ಲಿ ಕೊನೆಗೆ ಇದ್ದುದರಲ್ಲೇ ತೃಪ್ತ ಜೀವನ ಸಾಗಿಸಿದ ಎಲೆ... " ವಾಸ್ತವವೇ ಸುಖ,/ ಬಯಕೆ ನರಕ"/ ಎಂಬುದಾಗಿ ನಿರ್ಧರಿಸುತ್ತದೆ. ವೈರಮುತ್ತುರವರ ಅನೇಕ ಕವಿತೆಗಳು ನಮ್ಮನ್ನು ವಿವೇಚನೆಯೆಡೆಗೆ ಕೊಂಡೊಯ್ಯುತ್ತದೆ. ರೆಕ್ಕೆಯಾಯಣ ಕವಿತೆಯು ಮನಸ್ಸಿಗೆ ಮರುಕವನ್ನು ತರುವ ಕವಿತೆ " ಶಿಬಿ ಚಕ್ರವರ್ತಿ ಈ ನಾಡಿನವನೆಂಬುದು ಮಾತ್ರ, ಸತ್ತ ಹಕ್ಕಿಗೆ ತಿಳಿಯದಂತಿರಲಿ" ಎನ್ನುತ್ತಾರೆ ಕವಿ. ಬಾಲಕಿ ಮತ್ತು ದೇವತೆ ಕವಿತೆಯು ಕಟು ವಾಸ್ತವವನ್ನು, ಹಾಗೂ ವಿಡಂಬನೆಯನ್ನು ಜೀವನದ ವಿಪರ್ಯಾಸವನ್ನು ತಿಳಿಸುವಂತಹ ಅದ್ಭುತ ಕವಿತೆಯಾಗಿದೆ. ಇವರ 'ರಕ್ತ ಶಾಸನ' ಕವಿತೆಯಲ್ಲಿ ಶ್ರೀಲಂಕಾದಲ್ಲಿ ನಡೆದ ಜನಾಂಗೀಯ ಕಗ್ಗೊಲೆಯನ್ನುಕುರಿತು ಬೀಭತ್ಸ, ಅಸಹಾಯಕತೆ, ದೌರ್ಬಲ್ಯ, ದೌರ್ಜನ್ಯ ಕ್ರೌರ್ಯ ಎಲ್ಲದರ ಸಮ್ಮಿಳನದೊಂದಿಗೆ ದಾರುಣ ಚಾರಿತ್ರಿಕ ದಾಖಲೆಯಾಗಿ ಪರಿಣಮಿಸಿದೆ.ಯಾವ ಕಾವ್ಯದಲ್ಲಿ ವಾಚ್ಯಕ್ಕಿಂತ ವ್ಯಂಗ್ಯವೇ ಪ್ರಧಾನವಾಗಿದೆಯೋ ಅದು ಉತ್ತಮ; ಇದನ್ನು ಧ್ವನಿ ಕಾವ್ಯ ಎಂದು ಆಲಂಕಾರಿಕರು ಕರೆದಿದ್ದಾರೆ. ಈ ಹಿನ್ನೆಲೆಯಲ್ಲಿ 'ಕೊನೆಹಗಲು' ಎಂಬ ಕವಿತೆಯನ್ನು ಗಮನಿಸಿದರೆ ತಿಳಿಯುತ್ತದೆ. ಅಣುಚಳಿಗಾಲವನ್ನು ಕುರಿತು ಮಾರ್ಮಿಕವಾದ ಎಚ್ಚರಿಕೆ ನೀಡುತ್ತಿದ್ದಾರೆ. ಕವಿ ವ್ಯಂಗ್ಯ ನುಡಿಯಿಂದ ಸೂರ್ಯನಿಲ್ಲದೇ ಹೋದರೇನಂತೆ ಮನುಷ್ಯನೇ ! / ದೇವರನ್ನೇ ಸೃಷ್ಟಿಸಿದ ನೀನು ಶಾಖ ತಾನೇ ಬೇಕು/ ಯಾವುದಾದರೂ ಒಂದು ಗ್ರಹವ ಉರಿಸು ಎಂದು ಹೇಳುತ್ತಾರೆ. ಈ ಸಮಾಜದಲ್ಲಿ ಬದಲಾವಣೆಯನ್ನು ತರಬೇಕಾದರೆ ಸಾಹಿತ್ಯದಲ್ಲಿ ವಿಡಂಬನೆಯೂ ಸಹ ಮುಖ್ಯ ಪಾತ್ರವನ್ನು ವಹಿಸುತ್ತದೆ. 'ಎಲ್ಲರೂ ಈ ನಾಡಿನ ಅರಸರು' ಎಂಬ ಕವಿತೆಯಲ್ಲಿ " ಅರಸರಿಗೆಲ್ಲಯ್ಯಾ ಗೌರವ?/ ಎಲ್ಲರೂ ಈ ನಾಡಿನ ಮಂತ್ರಿಗಳಾಗುವುದು ಎಂದು? / ಎಂಬುದಾಗಿ ಕವಿ ಪ್ರಶ್ನಿಸುತ್ತಾರೆ. ಆದರೆ ಸ್ವತ: ಕವಿ ಯಾವುದೇ ಮಂತ್ರಿಗಿರಿಯನ್ನು ಬಯಸಿದವರಲ್ಲ ಎಂಬುದು ಬಹಳ ಮುಖ್ಯ ಸಂಗತಿ.

W.H Auden: By the prig, I mean the critic for whom no actual poem is good enough. Since the only one that would be is the poem he would like to write himself but cannot, *'Making knowing and – Judging P. 20 – 21*

W.H Auden ಅವರು ಮಾಡುವ ಬೇರೆಯಾದ ವ್ಯಾಖ್ಯಾನ ಇದು. 'ಪ್ರಿಗ್' ಎಂದರೆ ವಿಮರ್ಶಕರಲ್ಲಿ ಒಬ್ಬ. ಅವನಿಗೆ ಸಧ್ಯದಲ್ಲಿ ವಾಸ್ತವವಾಗಿ ಇರುವ ಯಾವ ಕವಿತೆಯೂ ಚೆನ್ನಾಗಿಲ್ಲ. ಏನಾದರೂ ಅಂಥ ಕವಿತೆ ಇದ್ದರೆ ಅದನ್ನು ಆತನೇ ಬರೆಯಬೇಕು. ಆದರೆ ಬರೆಯಲಾಗುತ್ತಿಲ್ಲ! ಈ ಮಾತು ವೈರಮುತ್ತು ಅವರು ರಚಿಸಿದ ಕವಿತೆಗಳನ್ನು ಕುರಿತು ಕುಹಕ ವಿಮರ್ಶಕರ ಮನಸ್ಸಿನಲ್ಲಿ ಬಂದ ಪ್ರಶ್ನೆಗೆ ಅವರ ಅಸಹಾಯಕತೆಗೆ ಉತ್ತರವೋ ಎಂಬಂತಿದೆ. ತಾವೂ ಹೀಗೆ ಬರೆಯಬಹುದಿತ್ತು ಅಂತ ಅನ್ನಿಸಿದರೂ ಬರೆಯಲಾಗದು ಎಂಬುದೇ ನಿಜ. ಇಂಥಲ್ಲಿ ಯಾವುದೇ ಉತ್ತಮ ಕವಿಯ ಶ್ರೇಷ್ಠತೆಯ ಉನ್ನತಿಯನ್ನು ಮನಗಾಣಬಹುದು.

ಬರಹದಲ್ಲಿ ತೊಡಗಿರುವ ಯಾರಿಗೇ ಆದರೂ ತಾನು ಬದುಕುತ್ತಿರುವ ಸಮಾಜದ ಎಲ್ಲಾ ಬಗೆಯ ಒಳ ಪದರುಗಳ ಸಾಮಾನ್ಯ ಜ್ಞಾನ ಮತ್ತು ಸೂಕ್ಷ್ಮವಾದ ಸಾಮಾಜಿಕ ಅರಿವು ಇರಬೇಕಾಗುತ್ತದೆ. ಮೊದಲಿಗೆ ಸಹ ಮನುಷ್ಯರನ್ನು ಸಹನೆ, ಪ್ರೀತಿ, ಕಾಳಜಿಯಿಂದ ನೋಡುವ ಮನುಷ್ಯತ್ವದ ಗುಣ ಇರಬೇಕಾಗುತ್ತದೆ.

ಭಾರತೀಯ ಸಮಾಜವನ್ನು ಪ್ರಜಾಪ್ರಭುತ್ವದ ನೆಲೆಯಲ್ಲಿ ಸೂಕ್ಷ್ಮವಾಗಿ ಗ್ರಹಿಸಬೇಕಾಗುತ್ತದೆ " ಕವಿಗಳು ಕಾಲದ ದನಿಯಾಗುವುದು ಅತಿಮುಖ್ಯ" ಎಂಬ ಬರಗೂರು ರಾಮಚಂದ್ರಪ್ಪನವರ ಮಾತು ಅಕ್ಷರಶ: ನಿಜ. ಈ ಹಿನ್ನೆಲೆಯಲ್ಲಿ ಕಳ್ಳಿಗಾಡಿನ ಇತಿಹಾಸವನ್ನು ಗಮನಿಸೋಣ.

ಕಳ್ಳಿಗಾಡಿನ ಇತಿಹಾಸ

ವೈರಮುತ್ತು ಅವರ ಕಳ್ಳಿಗಾಡಿನ ಇತಿಹಾಸ ಕಾದಂಬರಿಯಲ್ಲಿ ೧೯೫೮ ರಲ್ಲಿ ವೈಗೈ ನದಿಗೆ ಅಣೆಕಟ್ಟು ಕಟ್ಟಿದುದರಿಂದ ಅಲ್ಲಿನ ಗ್ರಾಮವಾಸಿಗಳು ನಿರ್ಗತಿಕರಾಗಿ ಎಷ್ಟೆಲ್ಲ ಕಷ್ಟಪಟ್ಟು ಹೇಗೆ ಅಲ್ಲಿಂದ ಹೊರಟು ಬಂದರು ಎಂಬ ಕಥಾಹಂದರವನ್ನೊಳಗೊಂಡ ಈ ಕಾದಂಬರಿಯ ಕೇಂದ್ರ ಬಿಂದು ಪೇಯತ್ತೇವನ್ ಎಂಬ ವ್ಯಕ್ತಿ ಹಾಗೂ ಅವನ ಕುಟುಂಬದವರ ಹಾಗೂ ಆತನ ಸುತ್ತಣ ಗ್ರಾಮವಾಸಿಗಳ ನಡುವೆ ನಡೆಯುವ ಘಟನೆಗಳನ್ನಾಧರಿಸಿದ ಈ ಕಾದಂಬರಿಯಲ್ಲಿ ಹಳ್ಳಿಯ ಜನ- ಜೀವನ, ಬಂಜರು ಭೂಮಿ,ಬೇಸಾಯ, ಬಡತನ, ಸಾವು- ನೋವು, ಸಂಕಟ, ದಾಂಪತ್ಯ, ಪ್ರೇಮ, ಶ್ರಮ , ಶ್ರದ್ಧೆ, ಸೋಮಾರಿತನ, ಮೋಸ, ಕಳ್ಳತನ, ಕೊಲೆ, ಶೋಷಣೆ, ಸರ್ಕಾರದ ಬೇಜವಾಬ್ದಾರಿತನ, ಕೌಟುಂಬಿಕ ಜಗಳ. ಬಡತನದಲ್ಲೇ ಹೋರಾಟದ ಬದುಕು, ಮಾನವೀಯತೆ, ಪ್ರಾಮಾಣಿಕತೆ, ತಾಳ್ಮೆ -ಸಹನೆ, ಆತ್ಮ ಗೌರವ ಒಗ್ಗಟ್ಟು, ಹುಟ್ಟಿದ ನೆಲದ ಮೇಲಿನ ಅದಮ್ಯ ಪ್ರೀತಿ, ಇವೆಲ್ಲವೂ ಕೇವಲ ಈ ಕಾದಂಬರಿಯ ಕಳ್ಳಿಪ್ಪಟ್ಟಿ ಎಂಬ ಹಳ್ಳಿಗೆ ಮಾತ್ರವೇ ಸೀಮಿತವಲ್ಲ. ಎಲ್ಲ ನಾಡಿನ ಬಡ ಜನಾಂಗಗಳ ಕಟು ವಾಸ್ತವ ಜೀವನ ಚಿತ್ರಣವೋ ಎಂಬಂತೆ ಕಣ್ಣಿಗೆ ಕಟ್ಟಿದಂತೆ ಚಿತ್ರಿಸಿರುವ ಈ ಕಾದಂಬರಿಯನ್ನು ಓದಲು ಪ್ರಾರಂಭಿಸಿದರೆ ಕೊನೆಯವರೆಗೂ ಕುತೂಹಲದಿಂದ ತನ್ನತಾನೇ ಓದಿಸಿಕೊಂಡು ಹೋಗುತ್ತದೆ. ಡಾ. ವೈರಮುತ್ತುರವರ ಬರವಣಿಗೆ ಶೈಲಿ, ತಂತ್ರ, ವಾಗ್ಜಾಲ, ವಾಗ್ವಿಭವ, ಉಪಮೆ, ರೂಪಕ. ವರ್ಣನೆ, ಹಾಸ್ಯ ವ್ಯಂಗ್ಯ, ಸಂಸ್ಕೃತಿ, ಜೀವನ ಮೌಲ್ಯ, ಪ್ರಗತಿಪರ ಚಿಂತನೆ, ಮೂಢ ನಂಬಿಕೆಯ ನಿವಾರಣೆ, ಬರವಣಿಗೆಯ ಸೊಗಸು ಹೀಗೆ ಹಳ್ಳಿಯ ವಾಸ್ತವ ಚಿತ್ರಣಗಳಿಂದ ಕೂಡಿದ ಗಂಭೀರ ಬರವಣಿಗೆಯಾಗಿದೆ. ಮುತ್ತುಕ್ಕಣ್ಣಿ ಸ್ನಾನ ಮಾಡುತ್ತಿರುವ ಸನ್ನಿವೇಶವೊಂದನ್ನು ಗಮನಿಸೋಣ. ಆಕೆಯ ದೇಹವನ್ನು ನೇವರಿಸಿ ಬಂದ ನೀರು. ಆಕೆ ನೀರಿನಲ್ಲಿ ಮುಳುಗಿ ಎದ್ದಳಲ್ಲಾ- ಅದರಲ್ಲಿ ಬಂದುದೇ ಮಲ್ಲಿಗೆಯ ಕಂಪು. ಜಮೀನ್ದಾರ ಹೀಗೆ ಹಾಡುತ್ತಾನೆ.' ಪಾಚಿ ಹಿಡಿವ ನೀರು. /ಹಲವರು ಕುಡಿವ ನೀರು./ ಒಯ್ಯಾರಿ ಬೆಡಗಿ ಮಿಂದಾಗ/ಸಕ್ಕರೆ ನೀರಾಯಿತಲ್ಲೇ'!ಅಂತ – ಹಾಡಾಗಿ ಹೊಮ್ಮಿತು ಪಾಪಿಯ ಎದೆಯೊಳಗೆ ..... ಗೊತ್ತೋ ಗೊತ್ತಿಲ್ಲದೆಯೋ ಲೇಖಕರ ಮನಸ್ಸಿಗೆ ಬಂದಿದೆ ಈತನ ಮುಂದಿನ ಕಾರ್ಯ. ಅದನ್ನು ಓದುಗರಿಗೆ ಒಂದಿಷ್ಟು ತಿಳಿಸಲು ಪ್ರಯತ್ನಿಸಿದ್ದಾರೆ ಪಾಪಿ ಎಂದು ಸಂಬೋಧಿಸಿ.

'ಏಡಿ ಚಲಿಸಲು ಭತ್ತ/ನರಿಯೋಡಲು ಕಬ್ಬು /ಬಂಡಿಯೋಡಲು ಬಾಳೆ / ತೇರೋಡಲು ತೆಂಗು' ಸುಮ್ಮೆ ಯೋಳಿದ್ರಾ ನಾಣ್ಣುಡಿ....? " ಪೇಯತ್ತೇವರ್ ತನ್ನ ಮಗ ಸೋಮಾರಿ ಚಿನ್ನುವಿಗೆ ಹೀಗೆ ಹಾಡಿ ತೋರಿಸುವ ಸಂದರ್ಭದಲ್ಲಿ ಓದುಗರಿಗೆ ಈ ವಿಷಯವನ್ನು ತಿಳಿಸಬೇಕು ಅನ್ನುವ ಅವರ ಸಾಮುದಾಯಿಕ ದೃಷ್ಟಿಯನ್ನು ನೋಡಿ. ಭವಿಷ್ಯದಲ್ಲಿ ವ್ಯವಸಾಯಿಗಳು ಇದನ್ನು ಒಂದು ದಾಖಲೆಯಾಗಿ ಕೂಡ ತೆಗೆದುಕೊಳ್ಳುವ ಸಂಭವ ಉಂಟು. ಮುರುಗಾಯಿಯ ತಂದೆ ನಾಪಿತ ವೆಳ್ಳಯನ್

ಬಳಿ ಪೇಯತ್ತೇವರ್ ಬಂದು ಕ್ಷೌರ ಮಾಡಿಸಿಕೊಳ್ಳ ಬೇಕಾದರೆ 'ಸೀನು ಬಂದರೆ ಹೇಳಯ್ಯಾ' ಅಂತಾ ಎಷ್ಟು ಸೂಕ್ಷ್ಮವಾಗಿ ಎಚ್ಚರಿಕೆಯನ್ನು ವೆಳ್ಳಯನ್ ಕೊಡುತ್ತಾನೆ ನೋಡಿ ಇದು ನಿಜವಾಗಿಯೂ ಜೀವ ಪರ ಕಾಳಜಿಗೆ ಒಂದು ನಿದರ್ಶನ.

ಸುಪ್ರಸಿದ್ಧ ಅನುವಾದಕಿ ಲೇಖಕಿ ಇಂಗ್ಲಿಷ್ ಪ್ರಾಧ್ಯಾಪಕಿ ಪಾರ್ವತಿ ಜಿ. ಐತಾಳ್ ಅವರು ವೈರಮುತ್ತುರವರ ಕಳ್ಳಿಗಾಡಿನ ಇತಿಹಾಸವನ್ನು ಓದಿ ಉದಯ ವಾಣಿಯಲ್ಲಿ ಮತ್ತು ಜನಪ್ರತಿನಿಧಿ ಪತ್ರಿಕೆಯಲ್ಲಿ ಪುಸ್ತಕ ವಿಮರ್ಶೆಯನ್ನು ಮಾಡುತ್ತಾ "ತಮಿಳು ನಾಡಿನ ಹಿಂದುಳಿದ ಹಳ್ಳಿಯಾದ ಕಳ್ಳಿಕ್ಕಾಟ್ಟಿನ ಕರುಣ ಕಥೆಯನ್ನು ನಿಟ್ಟುಸಿರಿನೊಂದಿಗೆ ನಿರೂಪಿಸುತ್ತದೆ. ಕಥಾವಸ್ತು ಎಷ್ಟು ಗಂಭೀರವೋ ವೈರಮುತ್ತು ಅವರು ಅದನ್ನು ರೂಪಿಸಿದ ಬಗೆಯೂ ಹೃದಯಸ್ಪರ್ಶಿಯಾಗಿದೆ. ನೊಬೆಲ್ ಪ್ರಶಸ್ತಿ ವಿಜೇತ ಪರ್ಲ್ ಎಸ್ ಬಕ್ ಅವರ ಕಾದಂಬರಿ 'ಗುಡ್ ಅರ್ತ್' ನ ನಾಯಕ ವಾಂಗ್ ಲುಂಗ್ ನನ್ನು ಹೋಲುವ ನಾಯಕನಾಗಿದ್ದಾನೆ. ಕಳ್ಳಿಗಾಡಿನ ಇತಿಹಾಸದ ಪೇಯತ್ತೇವರ್" ಎನ್ನುತ್ತಾರೆ

ಪ್ರಸಿದ್ಧ ಪತ್ರಕರ್ತರು ವಿಮರ್ಶಕರೂ ಆದ ವೆಂಕಟೇಶ್ ಮಾನು ಅವರು ಕಳ್ಳಿಗಾಡಿನ ವಿಮರ್ಶೆಯನ್ನು ಬುಕ್ ಬ್ರಹ್ಮದಲ್ಲಿ ಹಾಗೂ ಕಂಪಿಲ ವಾಣಿಯಲ್ಲಿ ಎರಡು ಭಾಗವಾಗಿ ಬರೆದಿದ್ದಾರೆ. ಕಳ್ಳಿಗಾಡಿನ ಇತಿಹಾಸ ಕಾದಂಬರಿಯ ರಚನೆಗೆ ಲೇಖಕರ ಮನೋ ಭೂಮಿಕೆಯ ಸಿದ್ಧತೆಯ ಪರಿಯೂ ' ಉತ್ತಮ ಶ್ರೇಣಿಯ ಸಾಹಿತ್ಯ ರಚಿಸುವ ಲೇಖಕರ ವ್ಯಕ್ತಿತ್ವದ ಭಾಗವಾಗಿಯೂ ಆಗುತ್ತದೆ.ಕಾದಂಬರಿಯ ವಸ್ತು ಕೇಂದ್ರದಿಂದ ದೂರ ಸಿಡಿಯದಂತೆ ಓದುಗರನ್ನು ಸೆಳೆದಿರುವ ಬಿಗಿ ಬಂಧದ ಆಕರ್ಷಣೆಯೂ ಆಗಿ ಈ ಕಾದಂಬರಿಯ ಅಧ್ಯಯನದ ವಸ್ತುವೇ ಆಗಿದೆ.

ಮಲಯಾಳಂ ಕನ್ನಡ ಅನುವಾದಕರಾದ ಕೆ. ಪ್ರಭಾಕರನ್ ಅವರು ಕೆಂಡ ಸಂಪಿಗೆಯಲ್ಲಿ ಕಳ್ಳಿಗಾಡಿನ ಪುಸ್ತಕ ವಿಮರ್ಶೆಯಲ್ಲಿ ಹೀಗೆ ಬರೆದಿದ್ದಾರೆ. " ಕಳ್ಳಿಗಾಡಿನ ಇತಿಹಾಸ' ಎಂಬ ಶೀರ್ಷಿಕೆಯಿದ್ದರೂ ಇದು ಪ್ರಪಂಚದ ಯಾವುದೇ ಅಭಿವೃದ್ಧಿ ಹೊಂದದ ಅಥವಾ ಅಭಿವೃದ್ಧಿ ಹೊಂದುತ್ತಿರುವ ರಾಷ್ಟ್ರಗಳಲ್ಲಿ ನಡೆಯುವ ಶೋಷಿತ ಸಮುದಾಯದ ಇತಿಹಾಸವೇ ಆಗಿದೆ.

ಪ್ರೊ. ಶಿವರಾಮಯ್ಯನವರು ನ್ಯಾಯಪಥ ಎಂಬ ಪತ್ರಿಕೆಯಲ್ಲಿ ಕಳ್ಳಿಗಾಡಿನ ಇತಿಹಾಸ ಕಾದಂಬರಿಯನ್ನು ಕುರಿತು ಪುಸ್ತಕ ವಿಮರ್ಶೆ ಬರೆಯುತ್ತಾ ಹೀಗೆ ಹೇಳುತ್ತಾರೆ. "ವೈರಮುತ್ತುರವರ ಕಳ್ಳಿಗಾಡಿನ ಇತಿಹಾಸ ಇದು ರಾಮಾಯಣವಲ್ಲ - ಗ್ರಾಮಾಯಣ" ಪುನರನುಭವಿಸಿ ಹೇಳಿದ್ದು ಸಾಹಿತ್ಯ. ಉಳಿದದ್ದು ಕೇವಲ ವರದಿ ಅಥವಾ ವಾರ್ತೆ ಎಂದು ಕುವೆಂಪು ಹೇಳುವಂತೆ ಕಳ್ಳಿಗಾಡಿನ ಇತಿಹಾಸವನ್ನು ವೈರಮುತ್ತು ಪುನರನುಭವಿಸಿ ಹೇಳಿದ್ದಾರೆ ಎಂಬುದಾಗಿ ಕಾದಂಬರಿಯ ಬಗ್ಗೆ ಮೆಚ್ಚುಗೆಯನ್ನು ಸಲ್ಲಿಸಿದ್ದಾರೆ. ಮುಂದುವರಿದು " ಮಣ್ಣಿಂದ ಕಾಯ, ಮಣ್ಣಿಂದ ಜೀವ ತನ್ನ ಹುಟ್ಟೂರಿನ ಕಳ್ಳುಬಳ್ಳಿ ಕಡಿದುಕೊಂಡ ಲೇಖಕರು ಅಣೆಕಟ್ಟೆ ಕಟ್ಟುವ ಪೂರ್ವದ ತನ್ನೂರಿನ ಬದುಕಿನ ಜೀವನದಿಗೆ ಭಾವಾತ್ಮಕ ಅಕ್ಷರ ಅಣೆಕಟ್ಟು ನಿರ್ಮಿಸಿ ಧನ್ಯರಾದರು" ಎನ್ನುತ್ತಾ, ವೈರಮುತ್ತು ಅವರ ಉಪಮೆಗಳನ್ನು ಆಸ್ವಾದಿಸಿ ಕನ್ನಡದ ಕವಿ ಉಪಮಾಲೋಲ ಲಕ್ಷೀಶನಿಗೆ ಹೋಲಿಸಿದ್ದಾರೆ.

ಪರಿಸರದ ಬಗ್ಗೆ ಕಾಳಜಿ, ಸಾಮಾಜಿಕ ಪ್ರಜ್ಞೆಯಿಂದ, ಸಮಾಜದ ಸರ್ವಾಂಗೀಣ ಪ್ರಗತಿಗಾಗಿ, ಉಳಿವಿಗಾಗಿ ಇಂಥ ಕೃತಿಗಳನ್ನು ರಚಿಸಲು ಆಸ್ಪದವನ್ನು ನೀಡುತ್ತದೆ.

ಈ ಹಿನ್ನೆಲೆಯಿಂದ ಮೂನ್ರಾಂ ಉಲಗಪ್ಪೋರ್ ಎಂಬ ಕಾದಂಬರಿಯಲ್ಲಿ

ಬರುವ ಅಂಶಗಳನ್ನು ಗಮನಿಸೋಣ. ಇದು ಒಂದು ವೈಜ್ಞಾನಿಕ, ಹಾಗೂ ವ್ಯವಸಾಯಕ್ಕೆ ಸಂಬಂಧಿಸಿದ ಕಾದಂಬರಿಯಾಗಿದೆ.

ಜಾಗತಿಕ ತಾಪಮಾನವನ್ನು ಕುರಿತು ಹನ್ನೆರಡು ವರ್ಷಗಳ ಹಿಂದೆಯೇ ಬರೆದ ಕಾದಂಬರಿ ಇವರು ದೂರದೃಷ್ಟಿಯುಳ್ಳ ಸಾಹಿತಿ ಜಗತ್ತಿನ ಸಮಸ್ತವೂ ಇವರ ಬರವಣಿಗೆಗೆ ವಸ್ತುವಾಗಿ ಪರಿಣಮಿಸಬಲ್ಲುದು. ಇದೊಂದು ವಿಶಿಷ್ಟ ಕಾದಂಬರಿ. ಇಲ್ಲಿ ಆಧುನಿಕತೆ , ತಾಂತ್ರಿಕತೆ, ವೈಜ್ಞಾನಿಕತೆ , ಶೈಕ್ಷಣಿಕ ವಿಚಾರಗಳು, ಸಾಮಾಜಿಕ ಕಾಳಜಿ, ವ್ಯವಸಾಯದ ಪ್ರಾಮುಖ್ಯತೆ, ಸಂಸ್ಕೃತಿ, ದೇಸೀ ಆಹಾರದ ಪ್ರಾಧಾನ್ಯತೆ, ಬಡತನ, ಜಾಗತಿಕ ತಾಪಮಾನದ ಲೇಖನ, ಅದರ ಪ್ರಸಿದ್ಧಿ, ಆ ಲೇಖನದ ಅನುವಾದ, ಗಾಂಧಿ ಗ್ರಾಮದ ವಿಶ್ವವಿದ್ಯಾಲಯಕ್ಕೆ ಸಂಶೋಧನಾ ವಿದ್ವಾಂಸರಾಗಿ ವಿದೇಶಗಳಿಂದ ಬರುವ ಎಮಿಲಿ, ಇಶಿಮುರ, ತಮಿಳುನಾಡಿನ ಚಿನ್ನ ಪಾಂಡಿ, ಇವರ ಲೇಖನಗಳ ಮೂಲಕ ಜಾಗತಿಕ ಸಮರದಿಂದ ಭಾರತ ಮತ್ತು ವಿಶ್ವವೇ ಯಾವ ರೀತಿ ಪರಿಸರ ಮಲಿನಗೊಂಡು ತೊಂದರೆಗೆ ಒಳಗಾಗಲಿದೆ ಹಾಗೂ ಆಹಾರದ ಸಮಸ್ಯೆಯನ್ನು ಎದುರಿಸಲಿದೆ ಭವಿಷ್ಯದಲ್ಲಿ ಎಂಬ ಎಲ್ಲ ಸಂಗತಿಗಳನ್ನು ಲೇಖಕರು ಸಮೀಕ್ಷೆ ಮಾಡಿ ಅದರ ಮೂಲಕ ವಿಶ್ವ ಪ್ರಜ್ಞೆಯುಳ್ಳವರಾಗಿ, ಜನರಿಗೆ ಜಾಗೃತಿಯನ್ನು ಮೂಡಿಸುತ್ತಿದ್ದಾರೆ.(ಕನ್ನಡದಲ್ಲಿ ನಾಗೇಶ್ ಹೆಗಡೆ ಅವರು ತಮ್ಮ ಲೇಖನಗಳ ಮೂಲಕ ಜಾಗೃತಿಯನ್ನು ಮೂಡಿಸುತ್ತಿರುವಂತೆ)

ಈ ಕಾದಂಬರಿಯಲ್ಲಿ ಚಿನ್ನಪಾಂಡಿ ಮತ್ತು ಎಮಿಲಿಯ ಪ್ರೇಮ ಪ್ರಸ್ತಾಪ, ಚಿನ್ನ ಪಾಂಡಿ ತನ್ನ ಹಳ್ಳಿಗೆ ವಿದೇಶದಿಂದ ಬಂದ ಸಂಶೋಧಕರನ್ನು ಕರೆದು ಕೊಂಡು ಹೋಗುವುದು ಹಾಗೂ ಅಲ್ಲಿ ತಂಗಿದ್ದು ಗ್ರಾಮವನ್ನು ಪರಸರ ಪ್ರಜ್ಞೆಯ ಮೂಲಕ ಸ್ವತ: ತಾನು ಮತ್ತು ವಿದೇಶಗಳಿಂದ ಬಂದ ಸ್ನೇಹಿತರೊಂದಿಗೆ ಸಾಮಾಜಿಕ ಹಿತ ಕಾರ್ಯಗಳಲ್ಲಿ ಪ್ರವೃತ್ತರಾಗುವುದು. .ಪ್ಲಾಸ್ಟಿಕ್ ಮುಂತಾದ ತ್ಯಾಜ್ಯ ವಸ್ತುಗಳಿಂದ ಏನಾದರು ಪ್ರಯೋಜನಕ್ಕೆ ಬರುವ ಹಾಗೆ ಮರುಬಳಕೆ ಮಾಡುವುದು. ಆ ಹಳ್ಳಿಯ ಒಬ್ಬರ ಮನೆಗೆ ಮತ್ತೊಂದು ಮನೆಯ ೧೨ ವರ್ಷಕ್ಕಿಂತ ಕಡಿಮೆ ವಯಸ್ಸಿನ ಮಕ್ಕಳು ಹೋಗಿ ಒಂದು ವಾರಗಳವರೆಗೆ ತಂಗುವುದು ಅದೇ ರೀತಿ ಆ ಮಗುವಿನ ಮನೆಗೆ ಈ ಮನೆಯ ಮಗು ಹೋಗಿ ತಂಗುವುದು ಹೀಗೆ ಭಾವೈಕ್ಯತೆಗೆ ನಾಂದಿ ಹಾಡುವುದು. ಇಲ್ಲಿಯ ಪದ್ಧತಿ ಅಜ್ಜ ಅಜ್ಜಿ ಅತ್ತೆಯ ಹೆಸರಲ್ಲಿ ಮರವನ್ನು ನೆಟ್ಟು ಪೂಜೆ ಮಾಡುವುದನ್ನು ನೋಡಿ ಎಮಿಲಿ ಮತ್ತು ಇಷಿಮುರಾ ಸಂತಸವನ್ನು ಅಚ್ಚರಿಯನ್ನು ವ್ಯಕ್ತಪಡಿಸುವುದು. ಹೊಲದಲ್ಲಿ ಪೊಂಗಲ್ ಮಾಡುವುದು ಹಾಗೂ ಆ ಪೂಜೆಯ ಸಂದರ್ಭದಲ್ಲಿ ಸುನಾಮಿಯಲ್ಲಿ ಆತ ಕಳೆದುಕೊಂಡ ತಂದೆ ತಾಯಿಗಳ ಹೆಸರಿನಲ್ಲಿ ಅವರಿಬ್ಬರಿಗೂ ಒಂದೊಂದು ಎಳೆಯ ಬೆಳೆದ ಅರಳಿ ಮರವನ್ನು ತಂದು ನೆಟ್ಟು ಪಾತಿ ಕಟ್ಟಿ ನೀರನ್ನು ಎರೆದು ಹೂ ಮುಡಿಸಿ ಪೂಜೆ ಮಾಡುವುದು, ವೈರಮುತ್ತು ಎಂಬ ಕವಿಯ ಪರಿಚಯ, ಪರಿಚಯವಾದ ಈ ಸಂಶೋಧಕರ ಮೂಲಕ ತಾನೂ ಏನನ್ನಾದರೂ ಕಲಿಯಬಹುದು ಎಂಬ ಕವಿಯ ಜ್ಞಾನ ದಾಹ , ವಿನಯ ಹಾಗೂ ತನ್ಮೂಲಕ ಪಶ್ಚಿಮ ಘಟ್ಟಗಳ ಪ್ರಯೋಜನದ ಬಗ್ಗೆ ಅಮೂಲ್ಯ ಸಂಗತಿಗಳನ್ನು ವಿದೇಶಿಯರಿಗೆ ತಿಳಿಸುವ ನೆಪದಲ್ಲಿ ನಮ್ಮ ನಾಡಿನವರಿಗೆ ಪರಿಸರ ಮಾಲಿನ್ಯದ ಅಗತ್ಯ ಮತ್ತು ದುರಾಸೆಯಿಂದ ಪಶ್ಚಿಮ ಘಟ್ಟಗಳನ್ನು ನಾಶಪಡಿಸದೆ ಉಳಿಸಿಕೊಳ್ಳಬೇಕು ಎಂಬ ಜಾಗೃತಿ ಮೂಡಿಸುವುದು ತನ್ಮೂಲಕ ಅದಮ್ಯ ನಿಸರ್ಗ- ಜೀವನ ಪ್ರೀತಿಯನ್ನು ವ್ಯಕ್ತಪಡಿಸಿರುವುದನ್ನು ಸಹ ಕಾಣಬಹುದು. ಕೊನೆಗೆ ಕಾದಂಬರಿಯಲ್ಲಿ ಚಿನ್ನಪಾಂಡಿ ವಿದೇಶಕ್ಕೆ ಹೋಗಲು

ವಿಮಾನದಲ್ಲಿ ಕುಳಿತಿರಬೇಕಾದರೆ ಆತನಿಗೆ ಯಾವುದೋ ಸಂದೇಶ ಬಂದಿದೆ ಎಂದು ತಿಳಿಸುತ್ತಾರೆ. ಇಳಿದು ಬಂದು ಸಂಚಾರಿ ದೂರವಾಣಿಯ ಮೂಲಕ ' 'ಜೀವ ಹಾನಿಯಾಗಿದೆ ಬೇಗ ಊರಿಗೆ ಹಿಂತಿರುಗಿ ಬಾ ' ಎಂಬ ಮಾತನ್ನು ಕೇಳಿದ ಕೂಡಲೇ ಹಳ್ಳಿಗೆ ಹೋಗಿ ತನ್ನ ತಂದೆ ಹಿಡಿದು ಅರ್ಧದಲ್ಲಿ ಬಿಟ್ಟಿದ್ದ ಸೆನಿಕೆಯನ್ನು ತೆಗೆದು ವ್ಯವಸಾಯದ ಕೆಲಸಕ್ಕೆ ಅಣಿಯಾಗುತ್ತಾನೆ ಎಂಬುದರಲ್ಲಿ ಕಾದಂಬರಿ ಕೊನೆಗೊಳ್ಳುತ್ತದೆ.

ಭಾರತದ ಮುನ್ನಡೆಗೆ ಅಂದರೆ ವ್ಯವಸಾಯಕ್ಕೆ ಭವಿಷ್ಯದಲ್ಲಿ ಹೆಚ್ಚು ಒತ್ತು ಕೊಡಬೇಕು ಎಂಬ ಮಾರ್ಮಿಕ ದನಿಯೂ ಸಂದೇಶದೊಂದಿಗೆ ಪರೋಕ್ಷವಾಗಿ ನಮ್ಮ ನಾಡು ನಮ್ಮ ಸಂಸ್ಕೃತಿಯನ್ನು ಉಳಿಸಿಕೊಳ್ಳ ಬೇಕಾದ ಜವಾಬ್ದಾರಿಯ ಎಚ್ಚರಿಕೆಯೂ ಆಗಿದೆ.

ಮಹಾಕವಿತೆ ......

ಇದೊಂದು ಅದ್ಭುತ ಮಹಾಕಾವ್ಯ ಪಂಚ ಭೂತಗಳ ಬಗ್ಗೆ ಅದರ ಮೂಲವನ್ನು ವೈಜ್ಞಾನಿಕ ಸಂಗತಿಗಳನ್ನು ಅದರೊಟ್ಟಿಗೆ ಮೊದಲಿಗೆ ಮನುಕುಲ ಬದುಕಬೇಕಾದರೆ ಪ್ರಥಮ ಚಿಕಿತ್ಸೆಯ ರೀತಿ ಸದ್ಯಕ್ಕೆ ಇರುವ ಭೂಮಿಯನ್ನು ರಕ್ಷಿಸಿ ಉಳಿಸಿಕೊಳ್ಳಬೇಕು ಎಂಬುದರ ಕಡೆಗೆ ಗಮನ ಸೆಳೆಯುವ ಕಾವ್ಯ. ಇದರ ಜೊತೆಗೆ ಜೀವನ ಕ್ರಮವನ್ನು, ಬಾಳಿನ ಸಂಗತಿಯನ್ನು, ಜೀವಪರ ಕಾಳಜಿಯನ್ನು, ವಿಶ್ವ ಮಾನವ ಪ್ರೇಮವನ್ನು, ಶಾಂತಿ ಸಂದೇಶವನ್ನು ತಿಳಿಸುವ ಮಹಾಕಾವ್ಯ. ಪರಿಸರವನ್ನು ಕಾಪಾಡಿಕೊಳ್ಳಲೇ ಬೇಕಾದ ಜಾಗೃತಿ ಪ್ರತಿಯೊಬ್ಬನಲ್ಲಿಯೂ ಮೂಡಿಸುವಂಥದ್ದು.

ಇದುವರೆಗೂ ಹೀಗೊಂದು ಮಹಾಕಾವ್ಯವನ್ನು ಯಾರಾದರೂ ಬರೆದಿರುವರೆ? ಇಲ್ಲವೆಂದೇ ಅನ್ನಿಸುತ್ತಿದೆ. ವಿಶಿಷ್ಟ ವೈಜ್ಞಾನಿಕ ಹಾಗೂ ಜೀವನ ಕ್ರಮದ ಸಮ್ಮಿಶ್ರಣ ಈ ಮಹಾಕಾವ್ಯ. ಅಣು ಚಳಿಗಾಲವನ್ನು ಕುರಿತು ಮಾರ್ಮಿಕ ಎಚ್ಚರಿಕೆಯನ್ನು ನೀಡುತ್ತಿದ್ದಾರೆ. ಕಡಲ ನೆಲ ಮಾಡುವುದು / ನೆಲವ ಕಡಲಾಗಿಸುವುದು/ಭುವಿಯ ಯುಗ ಮನರಂಜನೆ./ ಮನು ಕುಲದ ಉನ್ನತಿಯನ್ನು ಉಳಿಕೆಯನ್ನು / ಬರೆದು ಹೋಗುವುದು/ ಮಣ್ಣೆಂಬ ಮಾಧ್ಯಮವಲ್ಲವೇ? ಎಂದು ಮಹಾಕಾವ್ಯದಲ್ಲಿ ಜ್ಞಾನ ಮಿಶ್ರಿತ ಅಚ್ಚರಿಯನ್ನು ವ್ಯಕ್ತ ಪಡಿಸುತ್ತಾರೆ.

ಕರುವಾಚ್ಚಿ ಕಾವ್ಯಂ ೨೦೦೬ರಲ್ಲಿ ರಚಿಸಿದ ಈ ಕಾದಂಬರಿ ಇಲ್ಲಿಯ ನಾಯಕಿ ಹಳ್ಳಿಗಾಡಿನ ಒಂದು ಬಡಕುಟುಂಬದಲ್ಲಿ ಹುಟ್ಟಿದ ಸ್ತ್ರೀ ತನ್ನ ಜೀವನದಲ್ಲಿ ಅಷ್ಟು ನೋವು ಸಂಕಟಗಳನ್ನು ಅನುಭವಿಸಿಯೂ ಜೀವನ ಪಥದಲ್ಲಿ ಸಾಗುತ್ತಿರುವ ಒಂದು ಪಾತ್ರ ಆಕೆಯನ್ನು ನೋಡಲು ಒಬ್ಬ ಸ್ವಾಮೀಜಿ ಬರುತ್ತಾರೆ ಆ ಸನ್ನಿವೇಶ ಈ ಕಾದಂಬರಿಯ ಕೇಂದ್ರ ಬಿಂದು ಆತ ಹೇಳುತ್ತಾನೆ ನಿನ್ನ ಅನುಭವದೊಂದಿಗೆ ನನ್ನ ಜ್ಞಾನವನ್ನು ಪರೀಕ್ಷಿಸಲು ಬಂದೆ, ಎಂದು ಹೇಳುತ್ತಾ ಸಂಭಾಷಣೆ ಸಾಗುತ್ತದೆ. ಲೇಖಕರು ಸ್ವಾಮೀಜಿಯ ಮೂಲಕ ಪ್ರಶ್ನೆಗಳನ್ನು ಕೇಳುತ್ತಲೇ, ಓದುಗರಿಗೆ ಒಂದು ಹೆಣ್ಣು ಅಬಲೆಯಲ್ಲ ಎಂಬುದನ್ನು ಬಹಳ ಅರ್ಥ ಪೂರ್ಣವಾಗಿ ಅವಳಿಗೂ ಮನುಷ್ಯ ಸಹಜ ಬಯಕೆಗಳು ಉಂಟು ಆದರೂ ನಿಜವಾದ ಗೆಲುವು ಇರುವುದು ಸಂಘರ್ಷಗಳಲ್ಲಿ ಅಲ್ಲ. ಬದುಕಿನಲ್ಲಿ ಆಕಸ್ಮಿಕವಾಗಿ ಬರುವ ಎಲ್ಲ ಅಡೆತಡೆಗಳನ್ನು ಮೌನವಾಗಿ ತಾಳ್ಮೆಯಿಂದ ಸಹಿಸಿಕೊಳ್ಳಬೇಕು ಎಂಬ ಅವಳ ಉತ್ತರವನ್ನು ಮನೋಜ್ಞವಾಗಿ ಚಿತ್ರಿಸಿದ್ದಾರೆ. ಕೊನೆಗೆ ಸ್ವಾಮೀಜಿ " ನನ್ನ ಜ್ಞಾನ ನಿನ್ನ ಅನುಭವದ

ಎದುರಿಗೆ ಸೋತಿದೆ ಮಗಳೇ "ಎನ್ನುತ್ತಾರೆ. ನಿಜಕ್ಕೂ ಪ್ರತಿ ಪದದಲ್ಲಿಯೂ ತಾತ್ವಿಕತೆಯೇ ಅಡಗಿದೆ.

ತಣ್ಣೀರ್ ದೇಸಂ ಎಂಬ ಕೃತಿ ಮತ್ತೊಂದು ಸೊಗಸಾದ ಅಪ್ರತಿಮ ಕೃತಿ. ಕವಿಯೇ ತಿಳಿಸುವ ಹಾಗೆ ಇದುವರೆಗೂ ಎಲ್ಲರೂ ನೈದಲ್ ಎಂಬ ಜೀವನಕ್ರಮದ ಹಿನ್ನೆಲೆಯಲ್ಲಿ ಸಾಕಷ್ಟು ಕಡಲ ತೀರಕ್ಕೆ ಸಂಬಂಧಿಸಿದ ಹಾಡುಗಳನ್ನು ಕಾವ್ಯಗಳನ್ನು ಕೃತಿಗಳನ್ನು ರಚಿಸಿದ್ದಾರೆ. ಆದರೆ ಎಲ್ಲರಿಗಿಂತ ಭಿನ್ನವಾಗಿ ಆಲೋಚಿಸುವ ಈ ಕವಿ ನಿಸರ್ಗ ಪ್ರೇಮಿ ಇಲ್ಲಿಯೂ ನೀರಿನ ಒಳಗೆ ದೋಣಿಯಲ್ಲಿ ಪಯಣಿಸುವುದು ಕಡಲನ್ನು ಆರಾಧಿಸುವುದು. ನಾಯಕನ ಹೆಸರು ಕಲೈವಣ್ಣನ್ ನಾಯಕಿಯ ಹೆಸರು ತಮಿಳ್ ರೋಜಾ, ಇವರಿಬ್ಬರ ಸಂಭಾಷಣೆಯಲ್ಲಿ ನಾಯಕನು ನೀರಿನ ಬಗ್ಗೆ ಕೊಡುವ ಸುದೀರ್ಘ ವೈಜ್ಞಾನಿಕ ವಿವರಗಳು ಹಾಗೂ ಪರಸ್ಪರ ಇವರ ಮಾತುಕತೆಗಳು ರಮಣೀಯವಾಗಿವೆ. ಪೂರ್ವನಿರ್ಧರಿತವಾಗಿಯೇ ಇಲ್ಲಿಯ ನಾಯಕಿಗೆ ತಮಿಳ್ ರೋಜಾ ಎಂದು ಹೆಸರಿಟ್ಟಿರಬೇಕು. ನಾಯಕಿ ನೀರಿನಲ್ಲಿ ಸಿಲುಕಿ ಪ್ರಜ್ಞೆ ಕಳೆದುಕೊಂಡು ನಂತರ ಆಕೆಗೆ ಪ್ರಜ್ಞೆ ಬರುತ್ತದೆ. ಕಾದಂಬರಿಯ ಅಂತ್ಯ ಇನ್ನು ತಮಿಳ್' ಗೆ ಮರಣವಿಲ್ಲ ಎಂಬ ಧ್ವನ್ಯಾರ್ಥ ಗಮನಾರ್ಹ. ತಮಿಳಿನಿಂದಲೇ ಬೆಳೆದು ತಮಿಳನ್ನೇ ನೆಚ್ಚಿ ತಮಿಳು ಭಾಷೆಯಿಂದಲೇ ತನ್ನ ಉನ್ನತಿಯನ್ನು ಸಾಧಿಸಿ ಉಳಿದವರಿಗೂ ಮಾರ್ಗದರ್ಶಿಯಾಗಿದ್ದಾರೆ ಇಂಥ ತಮಿಳು ನಿತ್ಯ ನಿರಂತರ. ಈ ತಣ್ಣೀರ್ ದೇಸಂ ಎಂಬ ಕೃತಿಯ ಬಗ್ಗೆ ತನ್ನ ಅನಿಸಿಕೆಯನ್ನು ಹೀಗೆ ವ್ಯಕ್ತ ಪಡಿಸುತ್ತಾರೆ.

ತಣ್ಣೀರ್ ದೇಸಂ ಕೃತಿಯನ್ನು ಸಾಹಿತ್ಯದ ಯಾವ ಪ್ರಕಾರಕ್ಕೆ ಸೇರಿಸುವುದೆಂದು ಹೆಚ್ಚು ಚಿಂತಿಸುವ ಬುದ್ಧಿಜೀವಿಗಳಲ್ಲಿ , ವೈಜ್ಞಾನಿಕ ವಾದಿಗಳಲ್ಲಿ ೫೦ ವರುಷಗಳ ಕಾಲ ನನಗೊಂದು ನಿಡಿದಾದ ಕ್ಷಮೆ ನೀಡಬೇಕೆಂದು ಕೋರುವೆನು" ಎನ್ನುತ್ತಾರೆ. ಈ ಕೃತಿಯನ್ನು ಸಂಪೂರ್ಣವಾಗಿ ಅರ್ಥ ಮಾಡಿಕೊಳ್ಳಲು ನನಗೆ ಒಂದು ತಲೆಮಾರು ಬೇಕಾಗಿದೆ, ಎಂದು ತಮ್ಮ ಮುನ್ನುಡಿಯಲ್ಲಿ ತಿಳಿಸಿದ್ದಾರೆ. ಇದನ್ನು ಓದಿದಾಗ ನನಗೆ ಅಚ್ಚರಿ ಎನಿಸಿತು ಕನ್ನಡದಲ್ಲಿ ಹೆಚ್ಚಿಗೆ ಕಡಲಿಗೆ ಸಂಬಂಧಿಸಿದ ಕೃತಿಗಳು ಇಬ್ಬರು ಮೂವರು ಅಷ್ಟೇ ರಚಿಸಿದ್ದಾರೆ ಎಂದು ಓದಿದ ನೆನಪು ಬರುತ್ತಿದೆ. (ಭೌಗೋಳಿಕ ಪರಿಸರದ ಕಾರಣ) ತಮಿಳು ನಾಡಿನಲ್ಲಿ ಕಡಲಿಗೂ ಕಡಲ ತೀರಕ್ಕೂ ಸಂಬಂಧಿಸಿದ ನೈದಲ್ ಜೀವನಕ್ರಮವನ್ನು ಕುರಿತು ಹೆಚ್ಚು ಮಂದಿ ಸಾಹಿತ್ಯವನ್ನು ರಚಿಸಿದ್ದಾರೆ. ೧೯೯೬ ರಲ್ಲಿ ತನ್ನ ಕೃತಿ ಹಳೆಯ ತಲೆಮಾರುಗಳಿಗಿಂತ ಸ್ವಲ್ಪ ಭಿನ್ನವಾಗಿ ರಚಿಸಬೇಕು ಎಂಬ ಕಾರಣ ಕಡಲ ಒಳಗೆ ಕಥೆಯ ಎಳೆಗಳು ನೇಯಲ್ಪಟ್ಟಿವೆ.

ತಮಿಳಾಟ್ರುಪ್ಪಡೈ - ಆಟ್ರುಪ್ಪಡೈ ಎಂಬ ಒಂದು ಸಾಹಿತ್ಯ ಪ್ರಕಾರ ತಮಿಳಿನಲ್ಲಿ ಉಂಟು. ವೈರಮುತ್ತು ರವರು

ಸುಮಾರು ೨೦೦೦ ವರುಷಗಳ ತಮಿಳು ಕವಿಗಳನ್ನು ಕವಿ ಕೃತಿಗಳನ್ನು ಅಂದರೆ ಪ್ರಾಚೀನ ಕವಿಕೃತಿಗಳಿಂದ ಹಿಡಿದು ಇಂದಿನ ಕವಿವರ್ಯರವರೆಗೂ ಆಯ್ಕೆ ಮಾಡಿಕೊಂಡು ಒಂದು ಸಂಶೋಧನಾತ್ಮಕ ಲೇಖನಗಳ ಸಂಕಲನವನ್ನು ಬರೆದು ಭವಿಷ್ಯದ ಯುವ ಪೀಳಿಗೆಗೆ ಒಂದು ಮಾರ್ಗದರ್ಶಿಯಾಗಿರಲಿ ಎಂಬ ಸದುದ್ದೇಶದಿಂದಲೇ ತನ್ನ ಭಾಷೆ, ತಮಿಳು ಸಂಸ್ಕೃತಿ, ಸಾಹಿತ್ಯದ ಮನ್ನಣೆಯನ್ನು ಏರಿಕೆಗೆ ಕೊಂಡೊಯ್ದಿದ್ದಾರೆ.

'ಇದುವರೈ ನಾನ್ ' ೧೯೮೩ ರಲ್ಲಿ ಇದುವರೆಗೂ ನಾನು ಎಂಬ ಆತ್ಮ ಚರಿತ್ರೆ ಬರೆದಿದ್ದಾರೆ

ತನ್ನ ೨೮ನೇ ವಯಸ್ಸಿಗೇ ಎಂಥ ಪರಿಪಕ್ವತೆ! ಜೀವನ ಚರಿತ್ರೆ ಎಂದು ಹೇಳಲು ಬಯಸದ ಕವಿ ಈ ಕೃತಿಯಲ್ಲಿ ಕೂಡ ಅನೇಕ ಸಾಮಾಜಿಕ ವಿಷಯಗಳನ್ನು ಕಾಣಬಹುದು. ಒಬ್ಬ ವ್ಯಕ್ತಿಯ ಬಡತನ , ಸಂಕಟ ನೋವು, ಅವಮಾನ, ಎಲ್ಲವೂ ಪ್ರಸಿದ್ಧಿ , ಕೀರ್ತಿ ಇವೆಲ್ಲದರ ಒಂದು ಸಮ್ಮಿಶ್ರಣ ಕವಿತೆಯ ಸ್ವರೂಪದಿ ಹೊರ ಬಂದಿದೆ. ಚರಿತ್ರೆ ಎಂಬುದು/ ಪ್ರತ್ಯೇಕ / ಮನುಷ್ಯನ /ಪರಿಚಯದ ಮುಖಪುಟವೇ... /ಅಲ್ಲ /ಅದು / ಅಂತ್ಯವ ಅರಸುವ/ ಒಂದು ಸಮುದಾಯದ/ ಒಟ್ಟು ವಿಳಾಸ. ಕವಿಯ ಮಾತು ಎಷ್ಟು ಔಚಿತ್ಯಪೂರ್ಣವಾದುದು ಸಾಮಾಜಿಕ ಕಣ್ಣೋಟಕ್ಕೆ ಎಂಬುದು ಗಮನಾರ್ಹ.

ಸಣ್ಣಕಥಾಸಂಕಲನದಲ್ಲೂ ಇಡೀ ಸಮಾಜದ ಚಿತ್ರಣವನ್ನು ಸಾಮುದಾಯಿಕ ಸೂಕ್ಷ್ಮ ಕಣ್ಣೋಟದಿಂದ ನೋಡಿ ಅದರ ಓರೆ ಕೋರೆಗಳನ್ನು ತಿದ್ದುವ ಹಾಗೂ ಜಾಗೃತಿಯನ್ನು ಮೂಡಿಸುವ ಹಾಗೂ ಈ ಸಮಾಜದಲ್ಲಿ ಇಂತಹ ಮನೋಭಾವದವರಿದ್ದಾರೆ. ಎಂಬುದನ್ನು ಪಾರದರ್ಶಕವಾಗಿ ತಿಳಿಸುವಂತೆ ಬರೆದಿದ್ದಾರೆ.' ಸ್ವಲ್ಪ ಹೊತ್ತು ಮನುಷ್ಯನಾಗಿದ್ದವನು' ಕಥೆಯೇ ಸಮಾಜಕ್ಕೆ ಹಿಡಿದ ಕನ್ನಡಿಯಂತಿದೆ. ಮೀನಿನ ಬಗ್ಗೆ ಇರುವ ಕಥೆ ಒಂದು ಕಾರ್ಟೂನ್ ಚಿತ್ರಕ್ಕೆ ಬಳಸಿಕೊಳ್ಳುವಂತೆ ಇರುವ ಸೊಗಸಾದ ಕಥೆಯಾಗಿ ಮೂಡಿ ಬಂದಿದೆ.

. ಟಿ. ಎಸ್ ಎಲಿಯಟ್ ಪೊಯೆಟ್ ಮತ್ತು ಮೈನರ್ ಪೊಯೆಟ್ ಬಗ್ಗೆ ಪ್ರಸ್ತಾಪಿಸುತ್ತಾ ಹೆಚ್ಚು ಕವಿತೆಗಳನ್ನು ಬರೆದವರು ಮೈನರ್ ಪೊಯೆಟ್ ಸಾಲಿಗೂ ಬರಬಹುದು. ಕಡಿಮೆ ಕವಿತೆಗಳನ್ನು ರಚಿಸಿದವರು ಮೇಜರ್ ಪೊಯೆಟ್ ಆಗಬಹುದು. ಒಟ್ಟಿನಲ್ಲಿ ಯಾರ ಕವಿತೆಗಳನ್ನು ಮತ್ತೆ ಮತ್ತೆ ಓದಲು ಇಚ್ಛಿಸುತ್ತೇವೋ ಅಂತಹ ಕವಿಯನ್ನು ಮೇಜರ್ ಪೊಯೆಟ್ ಎಂದು ಕರೆಯಬಹುದು. *T.S Eliot on poetry and poets P-52* ಎನ್ನುತ್ತಾನೆ. ಈತನ ಮಾತು ಇಲ್ಲಿ ಗಮನಾರ್ಹ. ವೈರಮುತ್ತು ಅವರ ಕವಿತೆಗಳಾಗಲಿ ಅವರ ಉಳಿದ ಸಾಹಿತ್ಯವಾಗಲಿ ಜನರು ಮತ್ತೆ ಮತ್ತೆ ಓದಲು ಇಚ್ಛಿಸುತ್ತಾರೆ. ಹಾಗೂ ಸ್ಫೂರ್ತಿಯಾಗಿದೆ ಕೆಲವರಿಗೆ. ಅದಕ್ಕೆ ಇಗೋ ಇಲ್ಲಿ ಎರಡು ಉದಾ:- ಗಮನಿಸೋಣಾ. ೧೯೭೮ ರಲ್ಲಿ ಬರೆದ ವೈರಮುತ್ತು ಅವರ ನಡತ್ತುಂಗಳ್ ಅನುವಾದಿತ ನಡೆಸಿರಿ ಕವಿತೆಯ ಪ್ರಭಾವ ಬೀರಿ ' ಇತಿಹಾಸವೆಂದರೆ ಅಂತಾ ಒಂದು ಕವಿತೆಯನ್ನು ಉದ್ಭಟ ಎಂಬ ಕವನ ಸಂಕಲನದಲ್ಲಿ ಬರೆದಿದ್ದಾರೆ ಎಂ. ಆರ್. ಶಿವರಾಮಯ್ಯ ಅವರು. ಅರ್ಪಣೆ ಚಿದಾನಂದ ಮೂರ್ತಿ, ವೈರಮುತ್ತು ಮತ್ತು ಅನುವಾದಕಿಯ ಹೆಸರು ದಾಖಲಿಸಿದ್ದಾರೆ. ವೀಕ್ ಎಂಡ್ ವಿತ್ ಹರೀಶ್ ಶ್ರೀನಿವಾಸನ್ ವಾರಕ್ಕೆ ಒಂದು ಸಲ ಕಂಪನಿಯಲ್ಲಿರುವವರು ಹೊಲ ಗದ್ದೆಗಳಿಗೆ ಹೋಗಿ ಕೂಲಿಯಿಲ್ಲದೆ ಉಳುಮೆಗೆ ನೆರವು ನೀಡಿ ಬರಲು ಕಾರಣ ವೈರಮುತ್ತು ರವರ ಮೂನ್ರಾಂ ಉಲಗ ಪೋರ್ ಪ್ರೇರಣೆ ಎಂಬುದನ್ನು ಗೂಗಲ್ ನಲ್ಲಿ ದಾಖಲಿಸಿದ್ದಾರೆ.

ಸಾಹಿತ್ಯದಲ್ಲಿ ಸದಾ ಪ್ರಯೋಗ ಶೀಲತೆ ಜೀವನ ಮೌಲ್ಯಗಳನ್ನು ತಿಳಿಸಲು ಕಾದಂಬರಿ, ಕವಿತೆಗಳೇ ಆಗಬೇಕಾಗಿಲ್ಲ ಚಲನಚಿತ್ರಗೀತೆಗಳು ಎಲ್ಲದರಲ್ಲೂ ವಸ್ತುನಿಷ್ಠ ವಾಸ್ತವ ಮಾರ್ಗವೇ ಅವರ ಸಾಹಿತ್ಯ ಕೃತಿಗಳಲ್ಲಿ ಕಂಡುಬರುತ್ತದೆ. ವೈರಮುತ್ತು ರವರು ಕವಿತೆ, ಕಾವ್ಯ, ಕಾದಂಬರಿ ಸಣ್ಣ ಕಥೆಗಳು, ಸಂಶೋಧನಾ

ಕೃತಿಗಳು ಚಲನಚಿತ್ರ ಗೀತೆಗಳು, ಕಿರುತೆರೆಗೆ ಹಾಡುಗಳು,ಚಲನ ಚಿತ್ರಕ್ಕೆ ಸಂಭಾಷಣೆಗಳು ಆತ್ಮ ಚರಿತ್ರೆ , ಸಾಹಿತ್ಯದ ಬಗ್ಗೆ ಭಾಷಣ, ಸಂವಾದ , ಸಂದರ್ಶನ, ಟ್ವಿಟರ್ ಮತ್ತು ಎಲ್ಲ ಮಾಧ್ಯಮಗಳಲ್ಲೂ ಸಮುದಾಯವನ್ನು ಸಾಮಾಜಿಕ ದೃಷ್ಟಿಕೋನಗಳಿಂದ ನೋಡುತ್ತಾ, ಒಳಿತನ್ನು ಹರಸುತ್ತಾ, ವಿನೂತನ ಸಂಗತಿಗಳನ್ನು ತಿಳಿಸುತ್ತಾ,ಸಮಾಜದನೋವಿಗೆಸ್ಪಂದಿಸುತ್ತಾ,ವೈಚಾರಿಕತೆಯನ್ನು ಎತ್ತಿ ಹಿಡಿಯುತ್ತಾ, ಮೃದು ನುಡಿಗಳಿಂದ ಉಪದೇಶಿಸುತ್ತಾ, ಎಲ್ಲರಲ್ಲಿಯೂ ಸ್ನೇಹ – ಪ್ರೀತಿ ತೋರುತ್ತಾ ತನ್ನ ಜೀವನವನ್ನು ತಮಿಳಿಗೂ ಸಾಹಿತ್ಯಕ್ಕೂ ಸಮಾಜದ ಸರ್ವಾಂಗೀಣ ಪ್ರಗತಿಗೂ ಸಮರ್ಪಿಸುತ್ತಾ ಇರುವ ಒಬ್ಬ ಮೇರು ಸಾಹಿತಿಯಾಗಿ, ಇದ್ದಾರೆ. ಇವರಿಗೆ ಸಂದ ಬಿರುದು ಪ್ರಶಸ್ತಿಗಳು ಅಗಾಧ, ಪ್ರಶಸ್ತಿಗಳಿಂದ ಇವರಿಗೆ ಸಿಗುವ ಗೌರವದೊಂದಿಗೆ ಇವರ ಮೂಲಕ ಪ್ರಶಸ್ತಿಗೂ ಗೌರವ ಸಿಕ್ಕಂತೆ ಎಂಬುದು ನನ್ನ ಅಭಿಮತ. ಇವರೊಬ್ಬ ಯುಗಪರ್ವರ್ತಕರು ಎಂಬುದು ಸತ್ಯ.

ಪರಾಮರ್ಶನ , ಗ್ರಂಥಗಳು:

ಕನ್ನಡ ಸಾಹಿತ್ಯ ಮತ್ತು ಸ್ತ್ರೀ ವಾದಿ ಚಿಂತನೆ ಕರ್ನಾಟಕ ಸಾಹಿತ್ಯ ಅಕಾಡೆಮಿ ಎರಡನೇ ಆವೃತ್ತಿ- ೨೦೦೬

ಡಾ. ಕೆ. ಕೃಷ್ಣಮೂರ್ತಿ: ಕನ್ನಡ ಕಾವ್ಯ ಪ್ರಕಾಶ, 1-4B, 59 5 ಬಿ. - ಪು. 13, 16, 17

ವಿಮರ್ಶೆಯ ಪೂರ್ವ ಪಶ್ಚಿಮ ಡಾ. ಶಿವ ರುದ್ರಪ್ಪ 15ನೇ ಆವೃತ್ತಿ, ಸಪ್ನಾ ಬುಕ್ ಹೌಸ್.

ತೊಂಡುಮೇವು ಕೆ. ವಿ. ಎನ್ ೨೦೨೨ ಪ್ರಗತಿ ಗ್ರಾಫಿಕ್ಸ್

ಅಮೃತ ಮತ್ತು ಗರುಡ ಡಿ. ಆರ್ ನಾಗರಾಜ್. ಮೂರನೇ ಆವೃತ್ತಿ – ೨೦೦೩ ಅಕ್ಷರ ಪ್ರಕಾಶನ

ಹೊರೆಸನ ಸಾಹಿತ್ಯ ವಿಮರ್ಶೆ ಎನ್. ಬಾಲ ಸುಬ್ರಹ್ಮಣ್ಯ ಎರಡನೇ ಆವೃತ್ತಿ- ೧೯೯೯ ಡಿ. ವಿ. ಕೆ ಮೂರ್ತಿ

ಕನ್ನಡ ಸಾಹಿತ್ಯ ಸಮೀಕ್ಷೆ. ಜಿ. ಎಸ್ ಶಿವರುದ್ರಪ್ಪ ೨೦೦೮ ತಳುಕಿನ ವೆಂಕಣ್ಣಯ್ಯ ಸ್ಮಾರಕ ಗ್ರಂಥ ಮಾಲೆ

ರಸ ಋಷಿ ರಾಷ್ಟ್ರ ಕವಿ ಕುವೆಂಪು ಡಾ. ಜಿ. ಎನ್ ಉಪಾಧ್ಯ ೨೦೨೪ ಕನ್ನಡ ವಿಭಾಗ ಮುಂಬೈ ವಿಶ್ವ ವಿದ್ಯಾಲಯ

ವೈರಮುತ್ತುರವರ ೩೩ ಕವಿತೆಗಳು – ಕ್ರೈಸ್ಟ್ ಪ್ರಕಟಣೆ-೨೦೦೯

ಕಳ್ಳಿಗಾಡಿನ ಇತಿಹಾಸ- ಕೇಂದ್ರ ಸಾಹಿತ್ಯ ಅಕಾಡೆಮಿ- ಪ್ರಕಟಣೆ- ೨೦೨೧

ತಣ್ಣೀರ್ ದೇಸಂ , ಕರುವಾಚ್ಚಿ ಕಾವಿಯಂ, ಮೂನ್ರಾಂ ಉಲಗ ಪೋರ್, ಆಟ್ರುಪ್ಪಡೈ, ಮುಂತಾದ ವೈರಮುತ್ತು ಅವರ ತಮಿಳು ಕೃತಿಗಳು

- Dr.Malarvili k

Professor, kannada,

Presidency university, Bangalore.

❖

கவிஞர் வைரமுத்துவின் படைப்புகள்

வ. எண்	நூல் பெயர்	ஆண்டு	விலை (2025)
	கவிதை		
1.	வைகறை மேகங்கள்	1972	ரூ.80
2.	திருத்தி எழுதிய தீர்ப்புகள்	1979	ரூ.150
3.	இன்னொரு தேசிய கீதம்	1982	ரூ.175
4.	என் பழைய பனை ஓலைகள்	1983	ரூ.135
5.	கொடி மரத்தின் வேர்கள்	1984	ரூ.100
6.	ரத்த தானம்	1985	ரூ.75
7.	இந்தப் பூக்கள் விற்பனைக்கல்ல	1991	ரூ.200
8.	தமிழுக்கு நிறம் உண்டு	1997	ரூ.200
9.	பெய்யெனப் பெய்யும் மழை	1999	ரூ.225
10.	வைரமுத்து கவிதைகள்	2000	ரூ.600
11.	கொஞ்சம் தேநீர் நிறைய வானம்	2005	ரூ.100
12.	மகா கவிதை	2024	ரூ.500
	நாவல்		
13.	வானம் தொட்டுவிடும் தூரம்தான்	1983	ரூ.120
14.	மீண்டும் என் தொட்டிலுக்கு	1986	ரூ.120
15.	காவி நிறத்தில் ஒரு காதல்	1991	ரூ.200
16.	ஒரு போர்க்களமும் இரண்டு பூக்களும்	1991	ரூ.150
17.	சிகரங்களை நோக்கி	1992	ரூ.175
18.	வில்லோடு வா நிலவே	1994	ரூ.250
19.	தண்ணீர் தேசம்	1996	ரூ.250
20.	கள்ளிக்காட்டு இதிகாசம்	2001	ரூ.350
21.	கருவாச்சி காவியம்	2006	ரூ.400
22.	மூன்றாம் உலகப்போர்	2013	ரூ.350
	கட்டுரைகள்		
23.	என் ஜன்னலின் வழியே	1984	000
24.	மௌனத்தின் சப்தங்கள்	1984	ரூ.100
25.	சிற்பியே உன்னைச் செதுக்குகிறேன்	1985	ரூ.120

26.	நேற்றுப் போட்ட கோலம்	1985	ரூ.90
27.	இந்தக் குளத்தில் கல்லெறிந்தவர்கள்	1991	ரூ.200
28.	இதனால் சகலமானவர்களுக்கும்	1992	ரூ.130
ஆராய்ச்சிக் கட்டுரைகள் 1992			
29.	கல்வெட்டுகள்	1984	ரூ.100
30.	தமிழாற்றுப்படை	2019	ரூ.500
வரலாறு			
31.	கவிராஜன் கதை	1982	ரூ.130
சுயசரிதை			
32.	இதுவரை நான்	1983	ரூ.220
கேள்வி பதில்கள்			
33.	கேள்விகளால் ஒரு வேள்வி	1984	ரூ.75
34.	பாற்கடல்	2008	ரூ.250
மொழிபெயர்ப்பு			
35.	எல்லா நதியிலும் என் ஓடம்	1989	ரூ.150
பயணக் கட்டுரைகள்			
36.	வடுகபட்டி முதல் வால்கா வரை	1989	ரூ.150
37.	ஒரு கிராமத்துப் பறவையும் சில கடல்களும்	2005	ரூ.170
பாடல் தொகுப்பு			
38.	ஆயிரம் பாடல்கள்	2011	ரூ.600
சிறுகதைகள்			
39.	வைரமுத்து சிறுகதைகள்	2015	ரூ.350
தொகுப்பாசிரியர்			
40	என் தம்பி வைரமுத்து: -தொகுப்பாசிரியர் வைரமுத்து (கலைஞரின் சொற்பொழிவு)	2009	ரூ.200
		மொத்த விலை	ரூ.8510